AA000643

ज्यांना प्राण्यांमध्ये आणि खऱ्याखुऱ्या साहसामध्ये रस असेल, त्या प्रत्येकाने हे पुस्तक वाचलेच पाहिजे.

— जेन गुडॉल

चित्तवेधक!

— फिलाडेल्फिया एन्क्वायरर

अविश्वसनीय गोष्ट... अप्रतिमरीत्या सांगितलेली.

— शिकागो ट्रिब्युन

चिकाटी, ध्येयवाद आणि प्राण्यांवर उत्कटपणे प्रेम करून त्यांचा अभ्यास करणाऱ्या विद्यार्थ्यांच्या धैर्याची शौर्यगाथा.

— वॉशिंग्टन पोस्ट

अप्रतिमरीत्या सांगितलेली अविश्वसनीय गोष्ट...
गुडॉल यांच्या 'इन शॅडो ऑफ मॅन' आणि फोसी यांच्या 'गोरिलाज इन द मिस्ट' याप्रमाणेच अभिजात.

— शिकागो ट्रिब्युन

'क्राय ऑफ द कालाहारी'मध्ये सर्व काही आहे — साहस, शास्त्र, संघर्ष आणि त्याखाली दडलेले कुतूहल... ही गोष्ट म्हणजे उत्कृष्टपणे लिहिलेला एक खजिनाच आहे. यात लिहिलेल्या प्रत्येक गोष्टीचे वाचन होऊन मुद्द्यांचे योग्य कौतुक होईल, यात मला शंका नाही.'

— सॅक्रामांटो बी

अतुलनीय साहसाची गोष्ट... 'क्राय ऑफ द कालाहारी' हे पुस्तक बरेच काही आहे; पण ही मी वाचलेली एक महान प्रेमकथा आहे.

— टाइम्स एंटरप्राइज

मी वाचलेल्या गोष्टींपैकी सर्वांत खिळवून ठेवणारी, खरी घडलेली ही साहसकथा आहे.

— रॉजर टोरी पीटरसन

आकर्षक... सजीव निर्मितीसाठी घातलेली चित्तवेधक साद!

— फार्ले मोवाट

कोणीही हे पुस्तक वाचल्यावर त्यातील गोष्टीने हेलावून गेला नाही, असे होणार नाही.

— मार्लिन पर्किन्स

उत्कृष्ट... जर ओवेन्स जोडप्याचे जगणे एक आश्चर्य आहे, तर तसेच त्यांचे हे पुस्तक देखील एक आश्चर्यच आहे – हलवून सोडणारे, उल्हसित करणारे आणि त्याच वेळी हेलावून सोडणारे.

— न्यूजवीक

कथा पुस्तकातून उडी घेते आणि तुम्हाला आपल्या प्रवाहात वाहून नेते.

— लॉस एंजेलिस टाइम्स

विलक्षण.... वाळवंटातील धोक्यांचा या जोडप्याने कसा सामना केला आणि त्यातील अद्भुत जीवसृष्टीची रहस्ये त्यांनी कशी उकलली, ही एकदम थरारक गोष्ट आहे..... त्यांचे हे अलौकिक पुस्तक तुम्हाला एकाच वेळी आनंद देईल, हेलावून सोडेल आणि आश्चर्यचकितही करेल.

— पीपल मासिक

मार्क आणि डेलिया ओवेन्स यांची साधी मानवी ध्येयनिष्ठा वाचकांत नवचैतन्य निर्माण करते. या पुस्तकातली गोष्ट महत्त्वाची आणि असामान्य आहे.

— बॅरी लोपेझ

आपल्या स्नेहीजनांना पुस्तके भेट द्या

'CRY OF THE KALAHARI' या इंग्रजी पुस्तकाचा अनुवाद

साद घालतो कालाहारी

आंतरराष्ट्रीय विक्रमी खप असलेल्या निसर्गावरील सर्वोत्तम पुस्तकांना दिल्या जाणाऱ्या जॉन बरोज पारितोषिकाने पुरस्कृत

मार्क आणि डेलिया ओवेन्स

अनुवाद

मंदार गोडबोले

मेहता पब्लिशिंग हाऊस

Please contact us at **Mehta Publishing House,** Pune.
Email : production@mehtapublishinghouse.com
Website : www.mehtapublishinghouse.com

- *या पुस्तकातील मते, घटना, वर्णने ही त्या लेखकाची असून त्याच्याशी प्रकाशक सहमत असतीलच, असे नाही.*

Copyright © 1984 by Delia and Mark Owens

Translated into Marathi Language by Mandar Godbole

साद घालतो कालाहारी / अनुभवकथन

अनुवाद : मंदार गोडबोले
Email : author@mehtapublishinghouse.com

मराठी अनुवादाचे व प्रकाशनाचे हक्क मेहता पब्लिशिंग हाऊस, पुणे

प्रकाशक : सुनील अनिल मेहता, मेहता पब्लिशिंग हाऊस,
१९४१, सदाशिव पेठ, माडीवाले कॉलनी, पुणे ३०

मुखपृष्ठ : चंद्रमोहन कुलकर्णी

प्रथमावृत्ती : जुलै, २०२०

P Book ISBN 9789353174651
E Book ISBN 9789353174668
E Books available on : play.google.com/store/books
www.amazon.in

फ्रँकफर्ट प्राणिमित्र संघटनेचे
डॉ. रिचर्ड फॉस्ट
आणि
इंग्रीड कोबरस्टाइन
...आणि
ख्रिस्तोफर-
जो आज आमच्यामध्ये नाही
यांनी या भूतलावरील प्राण्यांसाठी जे काही केले, त्याबद्दल
हे पुस्तक आम्ही त्यांना अर्पण करतो.

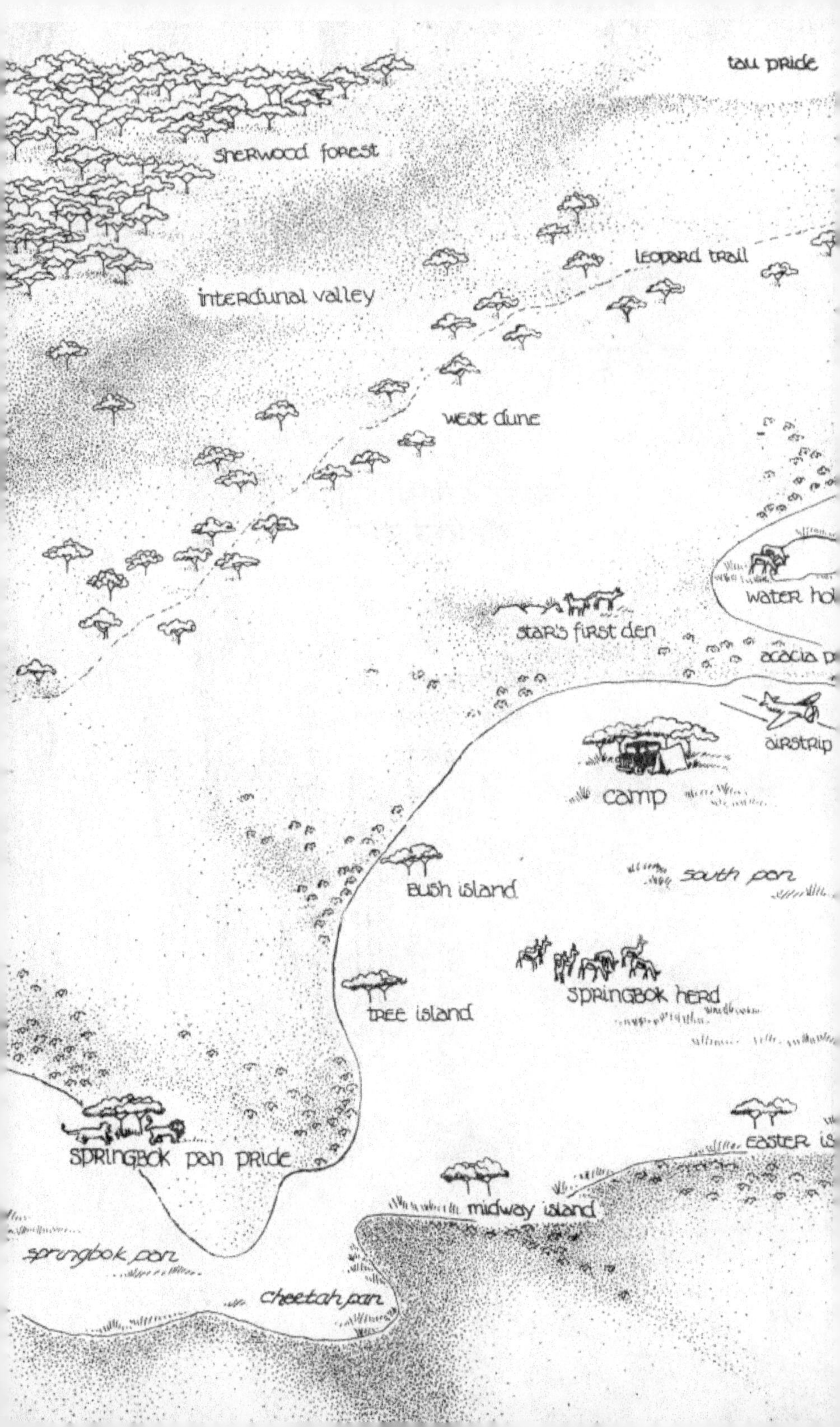

tau pride

sherwood forest

interdunal valley

leopard trail

west dune

star's first den

water hol

acacia p

airstrip

camp

bush island

south pan

tree island

springbok herd

springbok pan pride

easter is

midway island

springbok pan

cheetah pan

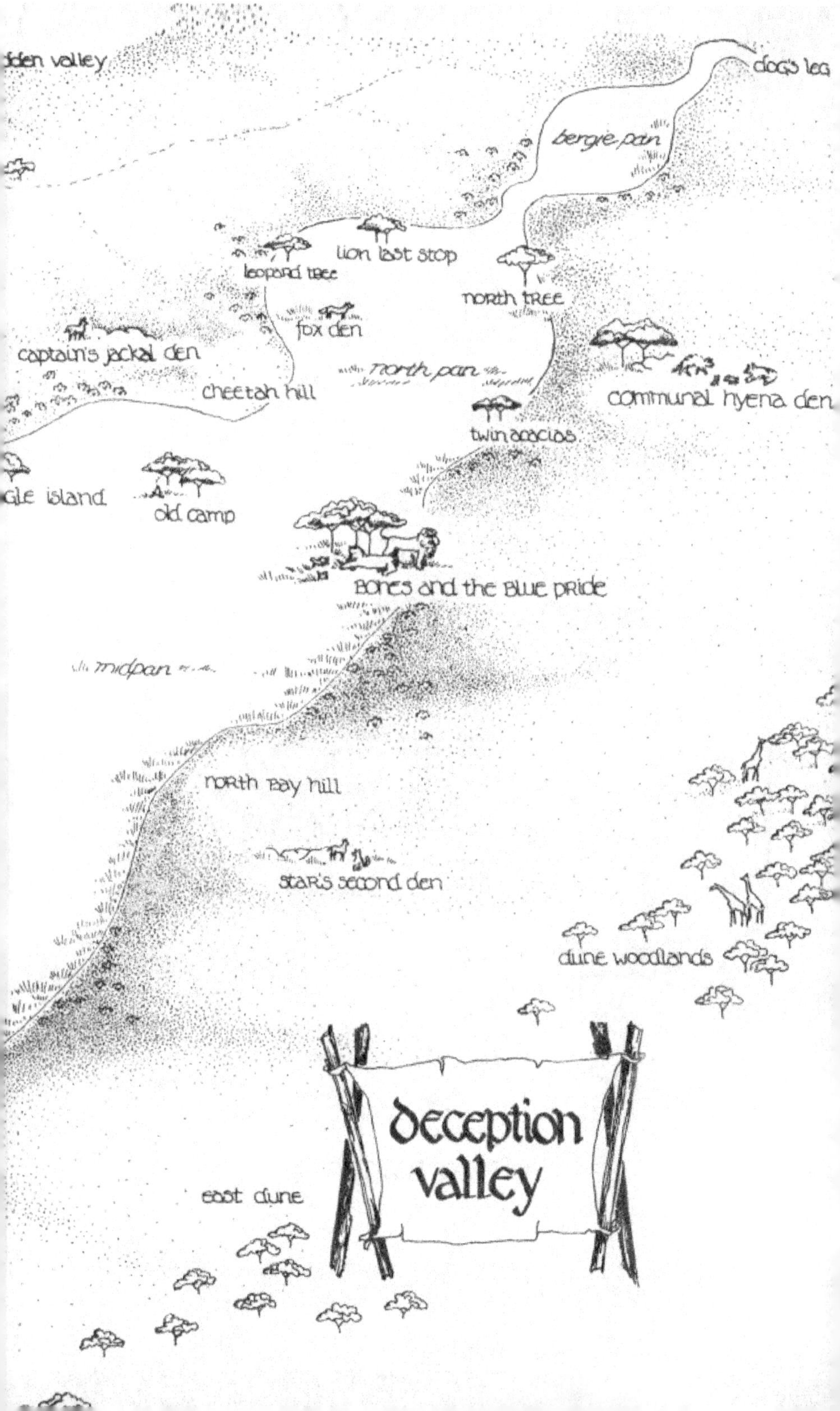

eden valley

dog's leg

bergie pan

lion last stop

leopard tree

north tree

captain's jackal den

fox den

cheetah hill

north pan

communal hyena den

twin acacias

gle island

old camp

Bones and the Blue Pride

midpan

north bay hill

star's second den

dune woodlands

deception valley

east dune

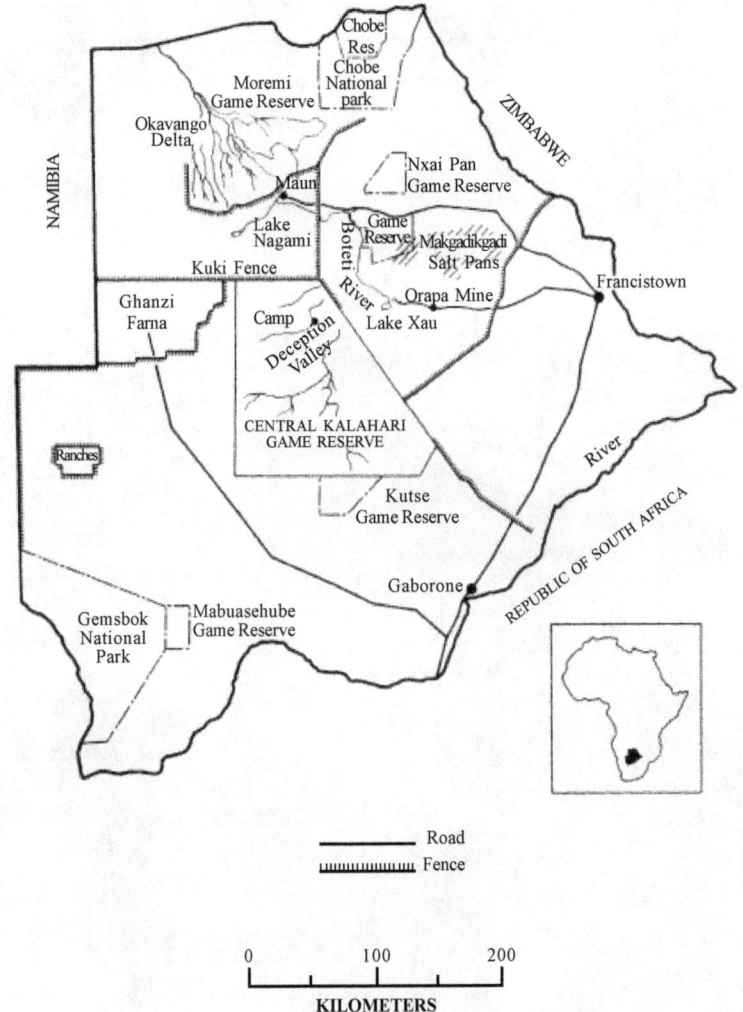

THE REPUBLIC OF BOTSWANA

प्रस्तावना

मार्क

रात्रभर खडबडीत जमिनीवर झोपून माझा डावा खांदा आणि कंबर दुखायला लागले होते. कूस बदलून मी उजव्या कुशीवर वळलो. खालच्या खुरट्या गवतात आणि जमिनीवर पसरलेल्या गोल गोट्यात आपले शरीर थोडे हलवून थोडी आरामदायी जागा मिळते का, ते बघण्याचा मी प्रयत्न केला; पण काही विशेष आराम मिळाला नाही. कडाक्याच्या थंडीमुळे मी स्वत:ला स्लीपिंग बॅगच्या आत गुरफटून घेतले होते. अजून काही मिनिटे झोप ताणण्याचा मी प्रयत्न करत होतो.

आदल्या संध्याकाळी, सिंहांच्या एका कळपाच्या मागावर आम्ही नदीच्या खोऱ्यात उत्तरेकडे बरेच अंतर गाडी चालवत आलो होतो; पण पहाटे तीनच्या सुमारास त्यांचा आवाज बंद झाला. बहुधा त्यांनी एखादी शिकार केली असावी. माग काढण्यासाठी त्यांचा आवाजच नसल्यामुळे आम्ही त्यांना शोधू शकलो नाही; त्यामुळे त्यांचा नाद सोडून आम्ही एका झुडपांच्या रानाजवळ छोटी गवताळ मोकळी जागा शोधून जमिनीवरच झोपी गेलो. आता सकाळच्या कोवळ्या उन्हात दव पडून आमच्या हिरव्या स्लीपिंग बॅग्ज, दोन महाकाय अळ्यांसारख्या वाटत होत्या.

आऽऽऽऊऽऽ - हळुवार कण्हण्याच्या आवाजाने मी दचकलो. हळूच माझे डोके उचलून माझ्या पायांकडे बघितले. क्षणभर माझा श्वासच घशात अडकला. माझ्या पायांपलीकडे एक भली मोठी सिंहीण होती, कमीतकमी तीनशे पौंड वजनाची असेल. जमिनीवरून बघितल्यामुळे तर अजूनच मोठी दिसत होती. ती पंधरा फुटांवरून आमच्या दिशेने चालत येत होती. चालताना तिचे डोके एकीकडून

दुसरीकडे हेलकावत होते आणि प्रत्येक पावलागणिक तिच्या शेपटीचे काळे टोक हादरत होते. मी मुठीत शेजारचे गवत घट्ट पकडले आणि स्तब्ध होऊन पाहत राहिलो. अगदी तालबद्ध पावले टाकत ती सिंहीण माझ्या दिशेने चालत आली. तिच्या थोराड मिश्यांच्या टोकाला दवाचे थेंब चिकटले होते, तिच्या पिवळ्याधमक डोळ्यांनी ती थेट माझ्याकडे बघत होती. मला डेलियाला उठवायचे होते; पण हालचाल करायची भीती वाटत होती.

जेव्हा ती सिंहीण आमच्या पायांजवळ पोहोचली, तेव्हा तिने दिशा बदलली. 'डेलिया! श् श् श् – ऊठ ऊठ! सिंहाचा अख्खा कळप इथे आला आहे.'

डेलियाने आपले डोके उचलले आणि तिचे डोळे आश्चर्याने विस्फारले. नाकापासून शेपटीच्या टोकापर्यंत नऊ फुटांपेक्षा लांब असलेली सिंहीण आमच्या पायाला घासून दहा फुटांवर असलेल्या एका झुडपाजवळ जाऊन बसली. डेलियाने माझा हात पकडून माझे लक्ष उजवीकडे वेधले. मी माझे डोके वळवून तिकडे बघितले, त्या दिशेच्या झुडपाजवळ आणखी एक सिंहीण बसली होती, तिच्या जवळ अजून एक, मग अजून एक..... आम्ही ज्यांना ब्ल्यू (निळा) कळप म्हणायचो, तो नऊ सिंहाचा अख्खा कळप आमच्या आसपास पसरला होता. बहुतेक सगळे सिंह झोपले होते. आम्ही कालाहारी सिंहांच्या अख्ख्या कळपासोबत अक्षरश: एका बिछान्यावर झोपलो होतो.

एखाद्या मोठ्या पाळीव मांजरासारखी ब्ल्यू आपल्या पाठीवर पसरली होती. तिचे डोळे बंद होते, मागचे पाय केसाळ पांढऱ्या पोटातून काठ्यांसारखे बाहेर आले होते आणि पुढचे पाय तिने आपल्या छातीपाशी दुमडले होते. तिच्या पलीकडे त्यांच्या कळपातला नर बोन्स पसरला होता. बोन्सला मोठी काळी आयाळ होती आणि तो स्वत:सुद्धा चांगला आडदांड होता. नऊ महिन्यांपूर्वी आम्ही बोन्सवर जी एक तातडीची शस्त्रक्रिया केली होती, त्याचा व्रण त्याच्या गुडघ्यावर दिसत होता. चेरी, सॅसी आणि बाकीच्यांबरोबर बोन्स रात्री कधीतरी आमच्याजवळ आला असावा.

भविष्यातही कालाहारीच्या सिंहांबरोबर जवळच्या सहवासाचे अनेक प्रसंग आमच्यावर आले. दरवेळी काही ते प्रसंग इतके सुखद नव्हते; पण आमच्या शेजारी रात्रभर झोपण्याइतका ब्ल्यूच्या कळपाने पूर्णपणे आमचा स्वीकार केला, तो प्रसंग; आम्ही आमच्या संशोधनासाठी बोटस्वानाच्या मध्य कालाहारी वाळवंटात आल्यानंतरच्या सर्वात समाधान देणाऱ्या प्रसंगांपैकी एक होता.

तरुण आणि ध्येयवादी विद्यार्थिदशेत संशोधन करण्यासाठी आम्ही आपण होऊन आफ्रिकेत गेलो होतो. मानवाचा कोणताही पदस्पर्श न झालेला भाग शोधत, अनेक महिने हिंडल्यानंतर, आम्हाला शेवटी आमची कर्मभूमी सापडली. हा भाग इतका दुर्गम होता की, आदिम काळापासून राहात असलेले थोडेसे बुशमन सोडले,

तर आयर्लंडएवढ्या भूभागात फक्त आम्ही दोघेच राहात होतो. प्रचंड उष्मा, पाण्याची कमतरता आणि राहण्यासाठीच्या इतर सामग्रीची कमी यामुळे मध्य कालाहारी वाळवंटाचा बराचसा भाग मनुष्यजातीने कधी बघितलेलाच नाही. आमच्या कॅम्पपासून वळणावर किंवा जवळपास एकही गाव नव्हते, खरेतर कॅम्पला जायला रस्ताच नव्हता. खुरट्या झुडपांच्या जंगलातून शंभर मैल अंतर जाऊन आम्हाला आमचे वापरायचे पाणी आणावे लागे. आमच्या कॅम्पमध्ये ना बांधलेली खोली होती, ना वीज! रेडिओ, टी.व्ही., हॉस्पिटल, किराणा मालाचे दुकान अशा सामाजिक जीवनाचे प्रतीक असलेल्या गोष्टींच्या आम्ही कित्येक महिने संपर्कात येत नसू. बाहेरील जगापासून आम्ही पूर्णपणे अलिप्त होऊन राहात होतो.

इथे आम्हाला दिसणाऱ्या प्राण्यांचा मानवाशी कधीच संपर्क आला नव्हता. त्या प्राण्यांवर कोणी कधी गोळी झाडली नव्हती, ना गाडीने त्यांचा पाठलाग केला गेला होता; ना सापळे लावून त्यांना कोणी कधी पकडले नव्हते. अशा न स्पर्शिल्या गेलेल्या प्राण्यांचा अभ्यास करण्याची संधी आम्हाला लाभली. अशी दुर्मिळ संधी फार कमी लोकांना मिळते. पावसाळ्यातल्या एखाद्या सकाळी जागे झाल्यावर तीन हजारांपेक्षा अधिक हरणे आमच्या तंबूच्या आसपास चरत असलेली आम्ही पाहात असू. सिंह, बिबटे, ब्राउन हायना (आफ्रिकेच्या दक्षिण भागात सापडणारे एक प्रकारचे तरस) आमच्या कॅम्पला रात्री भेट देत असत. आमच्या तंबूच्या आधाराला लावलेल्या दोरांना हिसका देऊन ते आम्हाला दचकून जाग आणत असत. कधीकधी ते आमच्या अंघोळीच्या जागेत लपून बसलेले असत; त्यामुळे आम्ही आत गेलो की, आम्हाला दचकायला होत असे. आम्ही भांडी घासताना वापरलेले पाणी जर फेकून द्यायचे राहिले, तर हे प्राणी ते पीत असत. कधीकधी चांदण्या रात्री ते आमच्या आसपास बसत असत, आमच्या चेहऱ्याचा वासही घेत.

काही धोके होतेच - जे आम्ही रोज घेत होतो. कित्येक वेळा आम्ही मोठ्या आपत्तीतून वाचलो. आम्ही कधी दहशतवाद्यांचा सामना केला, कधी पाण्याशिवाय अडकून पडलो, कधी प्रचंड वादळांनी आमची अगदी वाताहत करून सोडली. मैलोन्मैल पसरून आमच्या कॅम्पचा घास घेऊ पाहणाऱ्या वणव्याचा आम्ही सामना केला. एकदा आमची वाळवंटात सगळे आयुष्य काढलेल्या एका वृद्धाशी गाठ पडली, त्याने आमचे प्राणही वाचवले. एका पूर्णपणे कोरड्या नदीच्या 'डिसेप्शन' नावाच्या खोऱ्यात एक थर्डहँड लँडरोव्हर घेऊन आम्ही गेलो आणि एका कॅम्पफायरपासून आमच्या प्रवासाची सुरुवात केली. कालाहारीच्या सिंहांबद्दल, तिथल्या ब्राउन हायनाबद्दल इतके रोमांचक असे काही शिकायला मिळेल, याची आम्हाला तेव्हा अजिबात कल्पना नव्हती. पिण्याचे पाणी उपलब्ध नसताना आणि थोडेसे अन्न मिळणेसुद्धा दुर्लभ असताना ते प्राणी दुष्काळाचा सामना कसा करतात, ते स्थलांतर करतात का,

आपल्या पिलांना वाढवण्यासाठी ते आपल्या प्रजातीतील इतरांची मदत कशी घेतात, हे सर्व आम्ही शिकलो. हरणांचे जगातील सर्वात मोठे स्थलांतर आम्ही अनुभवले. अविचाराने घातलेल्या कुंपणामुळे कालाहारीतील प्राणिसृष्टीचा श्वास कसा कोंडतो आहे, ते आम्हाला समजले.

●●●

आम्ही आफ्रिकेला जायचे कधी ठरवले ते मला आठवत नाही. खरेतर आम्हा दोघांच्याही अंतर्मनात आफ्रिकेला जायची उबळ कायमच होती. जेव्हापासून आठवते, तेव्हापासून आम्हाला दोघांनाही वन्य जीवनाचे आकर्षण आहे. वन्य जीवनापासून आम्हाला प्रेरणा मिळते, मनाला शांतता लाभते, वन्य जीवांचे संरक्षण करण्याची आम्हाला ओढ आहे. माझ्या लहानपणातला एक प्रसंग मला नेहमी आठवतो – ओहायोतील एका महामार्गासाठी एका बुलडोझरने आमच्या शेतावर वरवंटा फिरवलेला मी एका पवनचक्कीवर बसून पहिला होता, या प्रसंगाने माझ्या बालमनावर मोठा आघात केला होता.

जॉर्जिया विश्वविद्यालयात प्राणिशास्त्रातील पदवीसाठी शिकत असताना मी डेलियाला पहिल्यांदा भेटलो. आफ्रिकेला जायचे असेल, तर एकत्रच गेले पाहिजे, हे पहिली सहामाही संपायच्या आत आम्हाला कळून चुकले होते. त्या वेळी आम्ही आफ्रिकेबद्दल एक व्याख्यान ऐकले होते. त्यात वक्त्याने आफ्रिकेतील नाहीशा होणाऱ्या वन्य जीवनाबद्दल सांगितले होते : गुरांना चरायला जास्तीची जागा हवी, म्हणून प्रचंड पसरत गेलेली कुरणे आणि शहरीकरणामुळे आफ्रिकेतील दोन तृतीयांश वन्य प्राणी आत्तापर्यंत नामशेष झाले आहेत. आफ्रिकेतील दक्षिण भागात हजारो शिकारी प्राणी गाई-गुरांच्या संरक्षणासाठी दरवर्षी पकडले तरी जात आहेत, नाहीतर विषबाधेला किंवा बंदुकीच्या गोळ्यांना बळी पडत आहेत. आफ्रिकेतील कित्येक देशांत वन्य जीवन संरक्षणाचे कायदे अस्तिवातच नाहीत आणि असले तरी प्रचारात नाहीत.

ही माहिती हादरवून सोडणारी होती. मानवाच्या कोणत्याही संपर्कात न आलेला आफ्रिकेतील एखादा मोठा मांसाहारी प्राणी आम्हाला अभ्यासायचा होता, तसा अभ्यास करून त्या संशोधनाचा उपयोग, आफ्रिकेतील प्राणिसंवर्धनाचा एखादा कार्यक्रम हाती घेण्यासाठी करायचा आम्ही दोघांनी निश्चय केला. मानवाच्या पदस्पर्शाने प्रदूषित न झालेली एखादी जागा अजूनही शिल्लक आहे, हे आपल्या डोळ्यांनी बघावे, असेही कदाचित आम्हा दोघांना वाटत असेल. आम्ही लगेच गेलो नाही, तर असा अभ्यास करण्याची संधीच मिळणार नाही, असे आम्हाला वाटले.

आमच्या पदवीच्या अभ्यासक्रमातील शोधनिबंध पूर्ण करण्यासाठी आम्ही आफ्रिकेला जायचे ठरवले खरे; पण त्यामुळे आमचा पदवीचा उपक्रम कित्येक वर्षे

रखडला असता. आमची डॉक्टरेट झाली नसल्यामुळे, वन्य प्राणिसंशोधनाला आर्थिक मदत करणाऱ्या कोणत्याही संस्थेकडून आम्हाला काही मदत मिळण्याची शक्यता तेव्हा तरी नव्हती. युनिव्हर्सिटीकडून दीर्घ रजा घेऊन आमच्या उपक्रमासाठी काही पैसे साठवायचे आम्ही ठरवले. आफ्रिकेत संशोधनासाठी एखाद्या जागेची निवड करून प्रत्यक्ष कामाला सुरुवात केल्यानंतर कोणीतरी आम्हाला आर्थिक मदत करेल, असा आमचा कयास होता.

सहा महिने शिकवण्या घेतल्यावरही आमच्याकडे काडीचेही पैसे जमा झाले नाहीत. आम्ही आमच्या नोकऱ्या बदलून पाहायचे ठरवले. मी एका दगडाच्या खाणीत दगडफोड करण्याचे काम घेतले आणि डेलियाने थोड्या सटरफटर नोकऱ्या करून पाहिल्या. सहा महिन्यांनंतर आमच्याकडे जोहान्सबर्गच्या विमानाच्या तिकिटांसाठी लागणारे पैसे सोडले, तर चार हजार नऊशे डॉलर जमा झाले होते. एखादा संशोधन प्रकल्प चालू करायला ते पुरले नसते; पण तो १९७३ चा काळ होता आणि अरब राष्ट्रांनी स्वस्त तेलाची निर्मिती बंद केली होती. सगळीकडे प्रचंड भाववाढ होत होती; त्यामुळे आम्ही तेव्हा गेलो नसतो, तर कधीच गेलो नसतो.

शक्य तितकी पै न् पै जमा करण्यासाठी म्हणून एक दिवस आम्ही आमच्याकडील सर्व वस्तू आमच्या व्हॅनमध्ये भरल्या, ज्यामध्ये आमचा टी.व्ही., रेडिओ, मासे पकडायचा गळ, भांडीकुंडी या सगळ्यांचा समावेश होता. त्या सगळ्या गोष्टी घेऊन आम्ही रात्रपाळी संपायच्या सुमारास एका सकाळी दगडाच्या खाणीच्या बाहेर गेलो. सर्व गोष्टींचा लिलाव करून आम्ही अजून ११०० डॉलर मिळवले.

जानेवारी १९७४ मध्ये आमच्या लग्नाला एक वर्ष पूर्ण झाले होते. ४ जानेवारीला आम्ही पाठीवरच्या दोन सॅक्स, दोन स्लीपिंग बॅग्ज, एक छोटासा तंबू, थोडीशी भांडीकुंडी, एक कॅमेरा, एक कपड्यांचा बदली जोड हे सगळे घेऊन विमानाचे सीट पकडले.

●●●

हे पुस्तक आमच्या संशोधनाचा सारांश नाही, तो दुसरीकडे प्रसिद्ध झाला आहे. सिंह, ब्राउन हायना, पक्षी, उंदीर, सरडे आणि इतर अनेक प्राण्यांबरोबर आम्ही कसे आयुष्य व्यतीत केले, कित्येक नव्या प्राण्यांची आमची ओळख कशी झाली, इकडे आम्ही कसे तग धरून राहिलो आणि मानवी संपर्कात न आलेल्या जगातील एकमेव वन्य प्रदेशात आम्ही कसे संशोधन केले, याचे हे वर्णन आहे. त्या वेळी आम्ही लिहिलेल्या डायरीमध्ये या सगळ्या गोष्टी आलेल्या आहेत. अगदी नावे आणि संवादांसह यातील प्रत्येक गोष्ट खरी आहे. प्रत्येक गोष्ट कोणातरी एकाने सांगितल्यासारखी लिहिली असली, तरी संपूर्ण पुस्तकावर आम्ही दोघांनी काम केले आहे.

अनुवादकाचे मनोगत

मी अनुवाद केलेले हे दुसरे पुस्तक. पीटर अलीसन यांच्या ''whatever you do, don't run' ('सफारी आफ्रिकेतील - अनुभवसफर एका गाइडची') या पुस्तकानंतर हे दुसरे पुस्तक वाचकांसमोर आणताना खूपच आनंद होतो आहे.

आफ्रिकेच्या सहली आयोजित करत असल्यामुळे तिथल्या वन्यसृष्टीबद्दलची बरीच पुस्तके वाचनात आली. 'क्राय ऑफ द कालाहारी' पुस्तक जेव्हा वाचले, तेव्हा मनात अनेक भावना दाटल्या होत्या. कालाहारी वाळवंटाच्या अत्यंत दुर्गम भागात, अतिशय अवघड परिस्थितीत, केवळ विलक्षण प्राणिप्रेमासाठी दुर्दम्य इच्छाशक्तीने सात वर्षे राहिलेल्या जोडप्याची ही चित्तथरारक कथा. प्रत्येक गोष्ट वाचताना मनात भावना उचंबळून येत होत्या. पुस्तक वाचून पूर्ण करून खाली ठेवले, तेव्हा मन विषण्ण झाले होते. उत्कंठा लावणाऱ्या कोणत्याही रहस्यकथेपेक्षा हे पुस्तक कमी नाही. वाचून झाले, तेव्हाच मनाशी ठरवले होते की, हे पुस्तक मराठी भाषेत वाचकांसमोर आलेच पाहिजे. मेहता प्रकाशन संस्थेने हे विलक्षण पुस्तक आपल्या मराठी भाषेत वाचकांसमोर आणण्याची संधी मला दिली, त्याबद्दल त्यांचे आभार! संपूर्ण वेळ नोकरी, सततचे प्रवास आणि दोन छोट्या मुली सांभाळून पुस्तकाचा अनुवाद करायला बराच काळ लागला; पण तरीही मेहता पब्लिशिंग हाऊसने तक्रार न करता मला मुदतवाढ दिली, त्याबद्दल त्यांचे पुन्हा आभार!

अनुवादात मला अनेकांची मदत झाली. माझ्या मोठ्या बहिणीने - सौ. अनघा बागुल - हिने न कंटाळता सर्व पुस्तक वाचून त्यामध्ये सुधारणा सुचवल्या, त्याबद्दल तिचे आभार!

मूळ पुस्तक विलक्षण आहे, अनुवादही त्याच दर्जाचा झाला असावा अशी आशा आहे. आपल्या प्रतिक्रिया जरूर कळवाव्यात.

— मंदार गोडबोले

अनुक्रमणिका

पुस्तक सुरू करण्यापूर्वी

पुस्तकात अनेक इंग्रजी शब्द वापरले आहेत, ज्यांना मराठी प्रतिशब्द नाहीत. तसेच काही गोष्टी, मोजमापे ही अमेरिकन पद्धतीने लिहिलेली आहेत. खालील यादी त्या शब्दांच्या स्पष्टीकरणासाठी आहे.

१) लँड रोव्हर – ही ब्रिटिश बनावटीची गाडी दणकट म्हणून ओळखली जाते. आफ्रिकेत बऱ्याचशा जंगल सफारींसाठी हीच गाडी वापरतात.

२) फोरव्हील ड्राइव्ह – साधारणपणे गाडीच्या दोन चाकांना इंजिन शक्ती देते आणि उरलेली दोन चाके आपोआप फिरतात; पण खालची जमीन चिखलाची किंवा ठिसूळ असेल, खूप चढ असेल, तर काही गाड्यांना चारही चाके इंजिनाच्या शक्तीद्वारे फिरवण्याची सोय असते. अशा गाड्यांना फोर व्हील ड्राइव्ह म्हणतात.

३) यार्ड – १ यार्ड म्हणजे तीन फूट.

४) मैल – एक मैल म्हणजे सुमारे १.६ किलोमीटर.

५) फॅरेनहाइट – हे तापमान मोजण्याचे प्रमाण अमेरिकेत वापरतात.
३२ फॅरेनहाइट म्हणजे शून्य अंश सेल्सियस. प्रत्येक एक अंश सेल्सियस हे १.६ फॅरेनहाइट होते.

६) स्कॅव्हेंजर – दुसऱ्यांनी केलेली, उरलेली शिकार खाणारे प्राणी. उदा.- गिधाडे, तरस. हे स्वतः शिकार करत नाहीत, दुसऱ्यांनी केलेली शिकार खाऊन सोडून दिली की, किंवा पळवून खातात.

७) रांच आणि रांचर – रांच म्हणजे प्रचंड आकाराचे, पाळीव जनावरांना चरण्यासाठी केलेले कुरण. रांचवर पाळीव जनावरे दुधासाठी आणि मांसासाठी वाढवली जातात. रांचचे मालक म्हणजे रांचर.

८) विल्डबीस्ट – ही काळी-राखाडी वैशिष्ट्यपूर्ण हरणे आफ्रिकेत आढळतात. त्यांना शिंग आणि दाढी असते. साधारणपणे ती गाईच्या आकाराची असतात. दरवर्षी ही हरणे प्रचंड संख्येने केनिया - टांझानियामध्ये स्थलांतर करतात.

९) बाकी आफ्रिकेत आढळणाऱ्या स्टीनबोक, गेम्सबोक, स्प्रिंगबोक, इंग्लंड, लेच्वे वगैरे हरणांचा उल्लेख लिखाणात वारंवार आला आहे.

१०) ब्राउन हायना – तपकिरी रंगाचा तरसाचा प्रकार; जो फक्त कालाहारीमध्ये आढळतो.

११) सिंहांची प्राइड – सिंहांचा कळप.

१२) व्हॅली – नदीचे खोरे, नदीपात्राभोवतालचा खोलगट भाग.

चिमुकले मुसाफिर

मार्क

ते चिमुकले एका चाळणीतून समुद्रात गेले, खरोखरच
चाळणीतून ते समुद्रात गेले
मित्र काय म्हणतील याची पर्वा न करता
थंडीतल्या एका सकाळी, एका वादळाच्या दिवशी
ते एका चाळणीतून समुद्रात गेले
....
दूर आणि थोड्या, दूर आणि थोड्या
मुसाफिर राहतात अशा जागा आहेत
त्यांचे डोके आहे हिरवे आणि हात आहेत निळे
आणि ते एका चाळणीतून समुद्रात गेले
                                   - एडवर्ड लिअर

झोप लागत नसल्यामुळे, मी विमानाच्या डबल काचेच्या खिडकीवर डोके टेकून बाहेरच्या अंधाराकडे बघत बसलो होतो. आमचे विमान अटलांटिक समुद्रावरून चालले होते. जसे विमान पुढे जात होते, तसे खालचे विश्व बदलत चालले होते.

चित्ता आपली डौलदार चाल सांभाळत मैदानातून चालत होता. त्याची मान ताठ होती, वळणदार शेपटी वाऱ्यावर हलत होती. तो हळूहळू एका अस्वस्थ हरणांच्या कळपाजवळ सरकत होता. हरणे सावध नजरेने त्याच्याकडे लक्ष ठेवून; पण आपल्या जागी स्थिर होती. भुकेल्या चित्त्याने हरिणांच्या दिशेने झेप टाकली.

विमान रात्रीचा अंधार पार करून सूर्योदयाच्या भागात पोहोचले. थोड्याच वेळात ते एका डांबरी धावपट्टीवर उभे राहिले आणि आतले सर्व प्रवासी बाहेर येऊ लागले. विमानतळावरच्या कस्टम्सच्या अधिकाऱ्यांनी स्वच्छ पांढरा शर्ट आणि हाफ पँट घातली होती आणि त्यांच्या खांद्यावर गणवेषाचा तारा चमकत होता. हातात लिखाणाचे पॅड घेऊन ते लोकांना सूचना देत होते. आम्ही लांबलचक फॉर्म भरला, त्यातल्या प्रश्नांची उत्तरे लिहिली. रांगेत उभे असताना, कुंपणातून बाहेर दिसणाऱ्या आफ्रिकेबद्दल आम्हाला स्वप्ने पडत होती.

चित्त्याची धाव म्हणजे वेग, संतुलन, तोल आणि लवचीक शरीर या सगळ्याचे अचूक मीलन. पळणाऱ्या हरणांच्या दिशेने त्याने अशीच धाव घेतली आणि त्याने त्यातून एक हरिण निवडले. बाकीचे हळूहळू बाजूला पडत गेले आणि अनंत काळापासून चालू असलेली भक्ष्य आणि शिकाऱ्यातील शर्यत सुरू झाली.

अजून एक छोटे विमान, अजून छोटा प्रवास, आमचा प्रवास दीर्घ काळ चालू होता. आता एका रेल्वेमध्ये बसून खिडकीच्या काचेत दिसणाऱ्या आमच्या प्रतिबिंबाकडे आम्ही सुन्न नजरेने पाहात होतो. मैलोन्मैल पसरलेली काटेरी झुडपे, सगळी सारखीच दिसणारी, रेल्वेच्या धडक धडक आवाजाबरोबर मागे पळत होती. 'धडक धडक, धडक धडक, तुम्ही इथलेच कायमचे रहिवासी, परत जाणे होणार नाही कधी, धडक धडक ....' असा रेल्वेचा आवाज आमच्या कानात घुमत होता.

आता चित्ता मैदानात धूसर दिसत होता. ताशी पन्नास, साठ, सत्तर मैलांच्या वेगाने धावणारे हे अस्त्र आपल्या लक्ष्याच्या दिशेने लांब लांब उड्या मारत होते. एका क्षणी जेव्हा तो आपल्या भक्ष्याच्या सर्वांत जवळ पोहोचला, तेव्हा त्या दोघांची ही विलक्षण स्पर्धा भान हरपायला लावणारी होती. ते दोघेहीजण जणू कारागीर आहेत, ज्यांनी काळाला आपला हातोडा आणि उत्क्रांतीला आपली छिन्नी बनवून एकमेकांमध्ये असे काही चेतनेचे शिल्प तयार केले आहे की, त्याची नक्कल करणे कोणालाही शक्य न व्हावे. त्यांच्यातले नाते हे निसर्गातले सर्वोच्च अभिवचन आहे, तो निसर्गाचा गर्व आहे.

हरणासाठी तो कसोटीचा प्रसंग होता. आपल्या सर्वोच्च वेगात धावणाऱ्या चित्त्याने, भक्ष्याचा तोल घालवण्यासाठी म्हणून आपला एक पाय पुढे केला. पळताना डौलदार दिसणाऱ्या हरिणाच्या आकृतीने एकदम अचानक वळण घेतले. त्याबरोबर कुंपणाची तार, सत्तर मैल वेगाने धावणाऱ्या चित्त्याच्या नाकाला आणि जबड्याला फाडून त्याचे डोके मागच्या बाजूला रेटून गेली. त्याची गती पूर्ण थांबायच्या आत त्याची डौलदार मान मुरगळून मोडली आणि पायाची त्वचा फाटून आतले पांढरे हाड बाहेर आले. जखमी निष्प्राण चित्त्याला जमिनीवर लोळवून कुंपणाची तार आपल्या जागेवर परत गेली.

ब्रेकच्या आवाजाची हिसऽऽहिस ऐकू येऊन रेल्वे थांबली आणि मला पडलेल्या भयानक स्वप्नातून मी जागा झालो. आमच्या सॅक्स आम्ही खांद्यावर टाकल्या आणि रेल्वेतून खाली उतरलो. बाहेर रात्रीचा किर्र अंधार होता आणि पायाखाली टणक जमिनीऐवजी वाळू होती. हळूहळू रेल्वे आपल्या पुढच्या प्रवासाला मार्गस्थ झाली. रात्री दोन वाजता आफ्रिकेतल्या त्या यथातथा स्टेशनच्या बिल्डिंगमध्ये उभे राहिलो असताना, आम्हाला एखाद्या लांब काळ्याकभिन्न बोगद्याच्या तोंडाशी उभे राहिल्यासारखे वाटत होते. एका कोपऱ्यात काजळीने माखलेल्या लाइटखाली 'गाबोरोन, बोट्स्वाना' असा फलक होता.

बाहेरचा सुन्न काळोख जणू आम्हाला गिळंकृत करू पाहात होता. एका पूर्णपणे अनोळखी देशात, माझ्या सॅकच्या खिशात ठेवलेल्या किरकोळ रकमेशिवाय आमच्याकडे काहीही नव्हते; तेव्हा आम्हाला असे वाटले की, स्वतःवर ओढवून घेतलेले हे आव्हान पेलणे अगदी अशक्य आहे. आम्हाला एक फोरव्हील ड्राइव्ह जीप आणि आमच्या संशोधनासाठी कोणतेतरी ठिकाण शोधायचे होते. आमच्या जवळचे सर्व पैसे संपायच्या आत आम्हाला एवढे तरी संशोधन करणे आवश्यक होते की, ज्याद्वारे आम्हाला पुढच्या कामासाठी काही रक्कम मंजूर झाली असती; पण एवढ्या प्रवासाने आम्ही अगदी थकून गेलो होतो आणि बाकी कशाची काळजी करायच्या आधी आम्हाला शांत झोप हवी होती.

स्टेशनसमोरच्या रस्त्यापलीकडे एका मिणमिणत्या दिव्याच्या उजेडात गाबोरोन हॉटेलचा एक फाटका फलक होता. हे हॉटेल म्हणजे जागोजाग रंगांचे पापुद्रे निघालेली आणि आपल्या पायामधून उंच गवत बाहेर आलेली एक वाकलेली इमारत होती. खोलीचे रात्रीचे भाडे आठ डॉलर होते, आमच्यासाठी ती रक्कमही फार जास्तच होती.

आम्ही वळून परत जाऊ लागलो, तशी तिथल्या म्हाताऱ्या रखवालदाराने आम्हाला हाक मारली. त्याने मिणमिणत्या मेणबत्तीच्या ज्योतीभोवती आपला हात धरला होता. हॉटेलच्या रिकाम्या ओसरीतून तो आम्हाला मागे घेऊन गेला. मागे काट्याकुट्यांनी भरलेले एक अंगण होते. गंजलेल्या खिळ्यांसारख्या दिसणाऱ्या आपल्या दातांमधून प्रसन्नपणे हसून त्याने एक हात माझ्या सॅकवर थोपटला आणि एक जमिनीवर. आम्ही त्याचे आभार मानले, काही मिनिटांतच आमचा छोटा तंबू तिथे ठोकला आणि आपल्या स्लीपिंग बॅगमध्ये स्थानापन्न झालो.

सकाळ होताच आजूबाजूला आवाज ऐकू येऊ लागले. बाहेर पाहिले, तर आपापल्या उंच पिकांच्या शेतातून आणि काट्याकुट्यांतून, मुंग्यांच्या शिस्तीने, एका ओळीत सगळे आफ्रिकन लोक जवळच्या गावाकडे निघाले होते. बहुतेकांनी चेन आणि बटणे न लावलेले पाश्चात्त्य शर्ट किंवा ड्रेस आणि त्या खाली भडक रंगीबेरंगी

पँटस घातल्या होत्या. बायका आपल्या डोक्यांवर मोठे ओझे घेऊन जात होत्या – दुधाच्या बरण्या, फळांच्या टोपल्या किंवा सुमारे पन्नास पौंड सरपण. एका माणसाने तर चप्पल म्हणून टायरचे तुकडे पायाखाली लावले होते. त्याने आपल्या खांद्यावर बकरीच्या चामड्याची शाल करून घेतली होती आणि जंगली मांजराची कातडी आपल्या डोक्यावर टाकली होती, त्या मांजराची शेपटी खाली लोंबत होती; त्याचा एकूण आविर्भाव एकदम रुबाबदार होता. येणाऱ्या-जाणाऱ्या प्रवाशांना रेल्वेच्या खिडकीतून काही कलाकुसर, कोरलेल्या काठ्या आणि इतर छोट्यामोठ्या वस्तू विकून गुजराण करणारे हे लोक दिसत होते. ते पत्र्याच्या किंवा साध्या, पुठ्ठ्याच्या किंवा विटांच्या झोपड्या बांधून राहात होते. एक झोपडी तर पूर्णपणे रिकाम्या बिअरच्या कॅनपासून बनवलेली होती.

आजूबाजूचे चित्र पाहून डेलिया पुटपुटली, "हे आपण आलोय तरी कोठे?"

आम्ही सकाळच्या धुरात गुरफटलेल्या गाबोरोन गावाकडे गेलो. गाबोरोन हे छोट्या खडकाळ टेकड्यांच्या पायथ्याशी वसलेले गाव होते. १९६७ साली स्वातंत्र्य मिळायच्या आधी 'ब्रिटिश बेच्वानालँड संरक्षित प्रदेश' म्हणून ओळखल्या जाणाऱ्या बोट्स्वानाची ही राजधानी आहे. स्थापत्यशास्त्राच्या दृष्टीने बघता, इथल्या इमारतींची बांधणी थोडी मिश्र आहे. एका रस्त्यावरची थोडी दुकाने आणि पाश्चात्त्य पद्धतीने बांधलेल्या ऑफिसेसच्या तीनमजली इमारती सोडल्या, तर बाकी सगळ्या माती-गवताच्या झोपड्या होत्या. अशा झोपड्यांना इथे रोंडावेल म्हणतात. धुळीने माखलेल्या रस्त्यांवर युरोपियन कपडे घातलेले आफ्रिकन आणि आफ्रिकन प्रिंटचे कपडे घातलेल्या पाश्चात्त्यांची गर्दी दिसत होती.

गाबोरोनमध्ये वेगवेगळ्या संस्कृतींचे वेगळेच मिश्रण पाहायला मिळते; पण आयुष्याची गती एकदम संथ आहे आणि पोहोचल्यापासून दोन महिने झाले तरी आम्ही तिथेच अडकून पडलो होतो. दिवसामागून दिवस, रोज आम्ही एका सरकारी कार्यालयातून दुसऱ्या सरकारी कार्यालयात, बोट्स्वानामध्ये राहण्याचे आणि संशोधनाचे परवाने मिळवण्यासाठी खेपा घालत होतो. संशोधनाला योग्य अशी कोणतीतरी जागा शोधण्यासाठी वेगवेगळ्या लोकांना भेटत होतो. कोणत्याही कुंपणापासून लांब अशी एखादी संशोधनाची जागा शोधायचा आमचा निश्चय होता – अशी जागा जेथे मानवी वसाहतीने कोणत्याही शिकारी प्राण्याचे आचरण बदललेले नाही.

या सर्व गोष्टींचा विचार करता, उत्तर बोट्स्वानामध्ये अतिशय दुर्गम भागात आम्हाला करायच्या अभ्यासासाठी योग्य जागा होत्या; पण वन्य जीव विभागातील कोणीही कर्मचारी अशा कोणत्याही जागी त्याच्या जन्मात गेला नव्हता. मार्गदर्शनासाठी कोणीच उपलब्ध नसल्यामुळे, आम्हाला आधी वाटले होते, त्यापेक्षा आमचे हे संशोधन अजूनच अवघड आणि धोकादायक आहे, असे आम्हाला वाटू लागले होते.

जरी अशा एखाद्या जागेचा आम्हीच शोध घेतला, तरी तिथे आमचा संशोधनाचा कॅम्प काढण्यासाठी आम्हाला अन्न, इंधन, पाणी आणि इतर गोष्टी अतिशय दुर्गम भागातून घेऊन जाव्या लागणार होत्या. त्याशिवाय त्या वेळी बोट्स्वानाचा उत्तरेचा एकतृतीयांश भाग हा आत्तापर्यंतच्या सर्वांत जोरदार वादळाच्या तडाख्यामुळे पाण्याखाली गेलेला होता. उत्तरेकडे जाणारा एकमेव रस्ता गेले कित्येक महिने पाण्याखाली होता.

गाबोरोनमध्ये जुने, भरपूर वापरलेले फोरव्हील ड्राइव्ह ट्रक्स पुष्कळ फिरताना दिसायचे. त्यांपैकी एक ट्रक आमच्यासाठी शोधून निवडणे ही आमच्यापुढची अजून एक मुख्य समस्या होती. आम्हाला परवडणाऱ्या वाहनांपैकी आम्ही त्यातल्यात्यात बरी अशी थर्डहँड लँडरोव्हर गाडी निवडली. त्या करड्या रंगाच्या गाडीचे छप्पर जरा आतल्या बाजूला झुकलेले होते आणि गाडीच्या बाजूला काट्यांनी ओरखडे ओढलेले होते. आम्ही आमच्या गाडीचे नामकरण 'ओल्ड ग्रेगूज' (म्हातारे राखाडी बदक) असे केले. ही गाडी आम्हाला १००० रँडला पडली (म्हणजे सुमारे १५०० डॉलर्स). विकत घेतल्यावर आम्ही गाडीच्या इंजिनचे सर्व्हिसिंग करून घेतले; त्याला एक जास्तीची इंधन टाकी आणि मागे सामान ठेवण्यासाठी सपाट पेट्या बसवून घेतल्या. त्या पेट्यांवर एक फोमचे रबर ठेवल्यावर आम्ही त्याचा बिछाना म्हणूनही उपयोग करू शकलो असतो.

आमची 'ओल्ड ग्रेगूज' तयार झाली, तेव्हा १९७४ चा मार्च महिना लागला होता. आम्ही अजूनही आमच्या संशोधनाच्या जागी पोहोचलो नव्हतो. आता आमच्याकडे फक्त ३८०० डॉलर शिल्लक राहिले होते. आम्हाला अजून अनुदान मिळाले नसते तर घरी परतण्यासाठी १५०० डॉलर्स शिल्लक ठेवणे भाग होते. प्रत्येक दिवसाचा उशीर म्हणजे संशोधनाच्या काळाचा अपव्यय करण्यासारखे होते. कोणत्याही संस्थेला आम्हाला अनुदान देण्यासाठी राजी करण्यासाठी आम्हाला आमचे संशोधन ताबडतोब सुरू करणे आवश्यक होते. रस्ता पाण्याखाली असल्यामुळे आम्ही बोट्स्वानाच्या उत्तरेच्या भागात पोहोचूच शकणार नाही हा धोका होताच; पण त्या धोक्याकडे दुर्लक्ष करून आम्ही एका सकाळी गाबोरोनहून निघून काट्याकुट्यांच्या जंगलाच्या रस्त्याने उत्तरेकडे निघालो.

काही मैलांचे अंतर गेल्यावर, हाडे खिळखिळी करून टाकणाऱ्या एका खड्ड्यानंतर डांबरी रस्ता संपला. मी खड्डे वाचवण्यासाठी गाडीचे चाक गरागरा फिरवत होतो. आता सगळा मातीचाच रस्ता होता. त्या ओसाड भागात, गावापासून लांब आम्ही अजून अजून आत जात होतो. वस्तीपासून लांब आल्यावर मी मोकळ्या हवेत खोल श्वास आत भरून घेतला. आफ्रिकेतील 'मोकळी' हवा ओढून घेतल्याने मन अगदी प्रसन्न झाले. माझ्या मनात आमचा संशोधन प्रकल्प आता खऱ्या अर्थाने चालू झाला होता. मनाला सर्व बंधनांतून मुक्त, स्वतंत्र झाल्यासारखे वाटत होते;

त्यामुळे आम्हाला आनंदाचे उधाण आले होते. मी डेलियाला माझ्या जवळ ओढून घेतले. तिने माझ्याकडे पाहून स्मित केले – तिच्या त्या स्मिताने माझा गेल्या कित्येक आठवड्यांच्या मनस्तापाचा ताण नाहीसा झाला. येणाऱ्या कोणत्याही संकटाचा आपण लीलया सामना करू, असा आत्मविश्वास तिच्या डोळ्यांत दडला होता. तिचा हा आत्मविश्वास हेच जणू एक साहस होते.

आम्ही ४५० मैल अंतरावरील मॉन नावाच्या एका खेड्याकडे निघालो होतो. या ठिकाणी ओकावान्गो डेल्टाचे पाणी कालाहारी वाळवंटाला येऊन मिळते. तिकडे जायला खडीचा एकच रस्ता होता. क्वचितच लागणाऱ्या तिथल्या स्थानिक लोकांच्या थोड्या झोपड्या सोडल्या, तर विसाव्यासाठी या रस्त्यावर काहीही नव्हते. आलेल्या पुरामुळे गेल्या कित्येक आठवड्यांत या रस्त्यावर कोणी आले नव्हते. आम्ही ताशी दहा-पंधरा मैलांच्या वेगाने या रस्त्याने जणू सरपटत चाललो होतो. आजूबाजूची जमीन प्रत्येक मैलाबरोबर आणखी ओली दिसत होती. काही अंतरानंतर तर आम्ही चिखलात गाडी चालवत होतो. फ्रान्सिसटाउन नावाच्या बोट्स्वानाच्या पूर्व बाजूच्या शेवटच्या मोठ्या खेड्यापाशी, आम्ही ईशान्य दिशेला मॉनच्या दिशेने गाडी वळवली. मॉन अजून कमीतकमी तीनशे मैल दूर होते. बऱ्याच ठिकाणी रस्ता पूर्ण वाहून गेला होता. कित्येक ठिकाणी मी गाडीतून उतरून खालच्या गुडघाभर पाण्याच्या तळ्यातून मैलभर पायी वाट काढत पुढे जात असे आणि गाडी येण्यास पुरेशी घट्ट जमीन असेल, तर डेलिया माझ्या मागून गाडी चालवत येत असे. तीन-तीन, चार-चार फूट खोल अशी दलदल टाळून जात असताना आम्हाला आजूबाजूला चिखलात रुतलेले अनेक ट्रक्स डांबरात उकिडव्या पडलेल्या डायनासॉरसारखे दिसत होते. ते ट्रक्स कित्येक आठवडे तिकडेच पडून होते. कित्येक वेळा आमची ग्रेगूज तिच्या पाट्यापर्यंत चिखलात बुडत होती. जॅक वापरून आम्ही तिला उचलत होतो आणि चाकांखाली दगड, लाकडे, झुडपे असे जे मिळेल ते टाकून तिला वर आणत होतो. काही यार्ड पुढे गेल्यावर परिस्थिती पुन्हा 'जैसे थे' होत होती.

प्रत्येक रात्री, येणाऱ्या डासांच्या झुंडींना परतवून लावत आम्ही चिखलाच्या शेजारी बसून आमच्या पायांवरचा, हातांवरचा आणि चेहऱ्याचा चिखल धुवायचो आणि मग आमच्या लँडरोव्हर गाडीवरच रस्त्याच्या मधोमध झोपी जात होतो. आम्हाला रस्त्यावरून लँडरोव्हर खाली उतरवायची भीती वाटत होती, कारण एकदा गाडी खाली उतरवली असती तर ती चिखलात पूर्णपणे फसली असती. गेल्या कित्येक दिवसांत आम्हाला वाटेत जेमतेम दोन किंवा तीन वाहने दिसली होती; त्यामुळे रात्री आमच्या शेजारून कोणते वाहन जाण्याची शक्यता अजिबात नव्हती.

सकाळ होताच आम्ही रस्त्याने पुढे जात असू. सतत गाडीचे पुढचे चाक फिरवणे, ते बुडणे, परत उचलणे आणि पुढे जाण्यासाठी पुन्हा फिरवणे यामुळे

आम्ही अगदी थकून गेलो होतो. काही दिवशी तर एक-दोन मैलांपेक्षा आमची जास्त प्रगती होत नसे; पण आम्हाला पुढे जाणे आवश्यक होते. आम्ही या बाबतीत कधी एकमेकांशी बोललो नाही; पण आम्ही जर मॉनपर्यंत जाण्यातही यशस्वी झालो नसतो, तर पुढे आमच्या संशोधनात नक्कीच अयशस्वी झालो असतो, असे आम्हा दोघांनाही वाटत होते; त्यामुळे अपयशाचा मार्ग आमच्यासाठी खुला नव्हता. आम्ही साठवलेली कवडी न् कवडी – आमची स्वप्ने आणि आमचा अभिमान पणाला लावून आम्ही या साहसासाठी आलो होतो. परत फिरण्याचा कोणताही मार्ग नव्हता - परत जाण्यासारखे मागे काही शिल्लक नव्हते.

मधूनच आम्हाला बकऱ्या, गाई-गुरे आणि गाढवे चिखलात पाणी पिताना दिसत होती. आजूबाजूच्या वैराण माळरानातील प्राणिजीवनाची ती एकमेव खूण होती. सगळ्यांपासून एवढ्या दूरच्या भागात येऊनही वन्य जीवनाची कोणतीही खूण न दिसणे आमच्यासाठी फारच यातनादायक आणि निराशाजनक होते. कदाचित आम्ही असा देश निवडला असेल, ज्यात फारसे काही वन्य जीवन शिल्लक नसेल. आफ्रिकेचा केवढा मोठा भाग पाळीव गाई-गुरांनी चरून नाहीसा केला आहे, हे तेव्हाच आमच्या लक्षात येत होते.

गाबोरोनहून निघाल्यावर बरोबर अकरा दिवसांनी, पोकळ नजरांनी आणि चिखलाने माखलेल्या अवस्थेत आम्ही 'थमलाकने' नदीवरच्या पुलावर थांबलो. या नदीच्या काठाशी मॉन वसलेले आहे. मॉन गावात सगळीकडे गवताच्या झोपड्या होत्या. गावात गाढवे मोकळी फिरत होती तर अंगणात आणि रस्त्यांवर सगळीकडे वाळू पसरलेली दिसत होती. हेरेरो जमातीच्या स्त्रियांनी, वेगवेगळ्या रंगांच्या कापडापासून बनवलेले आपले मोठमोठाले स्कर्ट्स नदीच्या किनाऱ्यावर हिरव्या वाळूत वाळत घातलेले दिसत होते; जणू काही नदीवर आलेली प्रचंड आकाराची लाल, पिवळ्या, निळ्या, हिरव्या आणि जांभळ्या रंगांची अवाढव्य फुलपाखरेच!

डेलियाचे डोळे लाल झाले होते. तिच्या चेहऱ्यावर आणि केसांवर चिखल लागला होता. दगड आणि काटेकुटे हाताळून तिचे हात खोलवर खरचटले होते; पण ती माझ्याकडे बघून हसली आणि तिने एक बंडखोर एल्गार केला. आम्ही यशस्वीपणे पोहोचलो होतो!

रोंडावेलच्या बाजूने जाणाऱ्या वाळूच्या रस्त्यातून आम्ही गाडी 'रायली'जपाशी नेली. 'रायली'ज हे त्या गावाचे गॅरेज, किराणा दुकान, हॉटेल आणि बार असलेले सर्वेसर्वा ठिकाण होते. तिथे आम्ही थोडे पेट्रोल आणि बाकी सामान विकत घेतले – स्वयंपाकाचे तेल, पीठ, मिली-मील (मक्याचे जाड पीठ) आणि साखर. दूध, ब्रेड आणि चीजसारख्या नाशवंत वस्तू तिथे उपलब्ध नव्हत्या. ज्या वस्तू होत्या, त्यासुद्धा थोड्याच शिल्लक होत्या; कारण गेल्या कित्येक आठवड्यांत सामानाचा ट्रक

मॉनला आला नव्हता. गावातले लोक भुकेले होते. आशाळभूत नजरेने आमच्याकडे पाहणाऱ्या छोट्या मुलांच्या नजरा आम्ही चुकवत होतो. त्यांच्या दृष्टीने आम्ही त्यांच्यापेक्षा श्रीमंत असलो, तरी त्यांना देण्यासारखे आमच्याकडे काहीही नव्हते.

गाबोरोनमधील वन्य जीव विभागातील अधिकाऱ्यांनी आम्हाला सांगितले होते की, मॉनला काही व्यावसायिक शिकारी राहतात, त्यांना आमच्या संशोधनाच्या जागेबद्दल सल्ला विचारावा. आम्ही आमच्या वहीत उतरवून घेतलेल्या नावांपैकी एक नाव होते - 'लिओनेल पामर - मॉन'. लिओनेल 'रायली'ज च्या दुकानात सगळ्यांना माहीत होता. आम्ही त्याच्या घराचा पत्ता विचारून घेतला. नंतर वाळूच्या रस्त्यातून आणि रस्त्यातल्या खड्ड्यातून उत्तरेकडे चार मैल अंतर कापत, शोधत गेल्यावर आम्हाला त्याचे घर सापडले. नदीवर उंबराची उंच झाडे होती आणि त्यांना लागून केशरी, लाल आणि पिवळा बोगनवेल बहरला होता. लाल डोळ्यांचे बुलबुल, राखाडी रंगांचे धनेश, हुप्प्या आणि इतर पक्षी बागेत इकडून तिकडे उडत होते.

लिओनेल पामर हा उन्हाने रापलेला, मूळचे काळे केस थोडेसे पिकलेले, बॅगी जीन्स, त्यावर काउबॉय शर्ट घालून बसलेला आसामी होता. तो डोक्याला एक रुमाल गुंडाळून बसला होता. हातात व्हिस्कीचा ग्लास धरूनच तो आम्हाला अभिवादन करण्यासाठी बाहेर आला. त्या भागातील सर्वांत जुना आणि अनुभवी व्यावसायिक शिकारी असल्यामुळे लिओनेलला तिथे बराच मान होता. तो जंगी पार्ट्या देत असे; अशा पार्ट्यांनंतर कधीकधी त्याच्या दिवाणखान्यातले सामान गच्चीतही सापडे. एकदा तर एक लँडरोव्हर गाडी एका उंबराच्या झाडावर लटकवली गेली होती. त्याच्या स्कॉच पिण्याच्या क्षमतेबद्दलही तो प्रसिद्ध होता. एकदा अशा पार्टीनंतर, दारूच्या नशेत अनेक दिवस पडून राहिल्यावर तो उठला, तेव्हा त्याचा कान प्रचंड दुखत होता. दवाखान्यातल्या डॉक्टरने दोन इंच लांबीची, नळीच्या आकाराची लाल रंगाची माशी त्याच्या कानातून बाहेर काढली. दारूच्या नशेत तो त्याच्या घरातल्या बागेतल्या फुलझाडांच्या वाफ्यात झोपी गेला होता, तेव्हा ती माशी त्याच्या कानात गेली. त्यानंतर एक आठवडाभर, एका काडेपेटीत कापसात ठेवलेली ती माशी घेऊन लिओनेल येणाऱ्या-जाणाऱ्या प्रत्येकाला दाखवत असे.

नदीसमोर बांधलेल्या आपल्या घरातील व्हरांड्यात बसून, लिओनेलने आम्हाला उत्तर बोट्स्वानामधले काही असे भाग सुचवले, जिथे पुराचा तडाखा कमी बसला असेल किंवा तिथले शिकारी प्राणी मानवामुळे प्रभावित झालेले नसावेत. त्यातला एक होता मकाडीकाडीचे रण - मॉनच्या दक्षिणपूर्व दिशेला शंभर मैलांवर असलेला एक प्रचंड आकाराचा दुर्गम भाग. सोळा हजार वर्षांपूर्वी या भागात असलेला एक प्रचंड तलाव नंतर पूर्णपणे वाळला आणि हे रण तयार झाले.

'नाटा रोडवर मॉनच्या पूर्वेला नव्याण्णव मैल गेल्यावर तुम्हाला वरच्या बाजूला

तुटलेले एक पामचे झाड दिसेल. मुख्य रस्त्याच्या दक्षिणेला जाणारी एक वाट तुम्हाला तिकडे सापडेल. तशी कोणतीही मोठी खूण नाही; पण संरक्षित प्रदेश तिथेच चालू होतो. तिकडे कोणीच जात नाही - मैलोन्‌मैल पसरलेला शापित आफ्रिकेचा रूक्ष भाग सोडला तर तिकडे बाकी काहीच नाही.' लिओनेलने आम्हाला सांगितले होते.

बोट्स्वानामधले बहुतेक वन्य प्रदेश म्हणजे कोणीही कधी न गेलेले मोठमोठाले भूभाग आहेत. तिकडे कोणतेही रस्ते नाहीत, फास्ट-फूडची दुकाने नाहीत, पाण्याची सोय नाही, तंबू ठोकायला जागा नाही, शौचालये नाहीत - किंवा इतर जास्त प्रगत देशांत सापडणाऱ्या कोणत्याही 'सुधारणा' इथे आढळणार नाहीत.

दोन दिवसांनी त्या तुटलेल्या पामच्या झाडापाशी खालच्या वाळूत आम्हाला दोन टायरच्या खुणा दिसल्या. त्या रस्त्यावर आम्ही वळलो आणि मानवी संस्कृतीच्या सर्व पाऊलखुणा मागे पडल्या. आम्ही ज्या आफ्रिकेबद्दल स्वप्न रंगवले होते, त्या खऱ्या आफ्रिकेत आल्याची आम्हाला जाणीव झाली. इथे अनंतापर्यंत पसरलेले ओसाड मैदान होते, क्वचितच एखादे झाड दिसत असे. या विश्वाकडे पाहताना आपण किती नगण्य, क्षुद्र आहोत याची आम्हाला जाणीव झाली. ते विश्व फार सुंदर, रोमांचक होते - पण त्याच वेळी थोडे भीतिदायकही होते.

मुख्य रस्त्यापासून तीस मैल अंतर गेल्यावर, आम्ही जात होतो, तो रस्ता आम्हाला एका प्रचंड मैदानापाशी घेऊन गेला. नंतर त्यापुढे रस्ताच नव्हता. डेलियाने होकायंत्राचे आणि गाडीवरच्या अंतराचे आकडे लिहून घेतले. तिथे एक काट्यांचे झाड होते; आम्हाला वाटले की, ते झाड खूण म्हणून परत ओळखता येईल, म्हणून त्या झाडाचीसुद्धा आम्ही वहीत नोंद करून घेतली. आता पुढे आधाराला कोणताही गाइड किंवा तक्ता नव्हता. आमच्याजवळ केवळ पंधरा गॅलन पाणी आणि थोडेसे अन्न शिल्लक होते. अशा अवस्थेत मकाडीकाडीचे रण पार करण्यास आम्ही निघालो होतो.

पुढचे मैदान अगदी खडबडीत होते; त्यावरचे गवत फार उंच वाढलेले व पूर्ण पिकलेले होते आणि प्रचंड उकाडा होता. त्या उरलेल्या दिवसांमध्ये आम्ही ताशी तीन मैलांपेक्षा जास्त अंतर जाऊ शकलो नाही. थोड्याच वेळात आमच्या ग्रेगूज गाडीचा पुढचा भाग आणि दिवे गवताच्या बियांनी आणि त्यांच्यावरच्या किड्यांनी झाकले गेले. प्रत्येक पाव मैल अंतर गेल्यावर आम्हाला इंजिनच्या पुढचा भाग ब्रशने साफ करावा लागत होता आणि तापलेल्या रेडिएटरवर पाणी ओतून तो थंड करावा लागत होता.

दुसऱ्या दिवशी सकाळी आम्ही अशा भागात पोहोचलो, जिथे सर्वदूर बशीच्या आकाराची गोलसर खाऱ्या मातीची मैदाने होती. त्या मैदानांच्या बाजूने गवत

वाढलेले होते, मधूनच थोडी झाडी होती आणि काही ठिकाणी पामच्या झाडांची बेटे दिसत होती. काही मैदानांमध्ये खारे पाणी भरलेले होते आणि त्यातच केशरी, जांभळे, हिरवे आणि लाल असे विविध रंगांचे शेवाळे वाढलेले होते. आम्ही एखाद्या परग्रहावर आल्यासारखे आम्हाला वाटत होते - इथे ना रस्ते होते, ना पायवाटा, ना राहणारी कोणी माणसे. पामच्या झाडांचे लवलवते मृगजळ क्षितिजावर दिसत होते.

'काहीही झाले, तरी त्या मैदानातून गाडी चालवू नकोस. मैदानात गेलास, तर सरळ गाडला जाशील, पाण्यात पडल्यावर एखादा दगड जसा खाली जातो तसा!' लिओनेलने आम्हाला चेतावणी दिली होती. 'मैदानातला वरचा मिठाचा पापुद्रा मजबूत वाटेल; पण खरे तसे नसते; विशेषतः गेल्या काही महिन्यांत झालेल्या पावसामुळे तर नक्कीच नाही. त्याखाली किती खोल चिखल आहे, ते परमेश्वरालाच ठाऊक! सरकारी शिकार खात्याचा अख्खा ट्रक त्यात गाडला गेला मागच्या वर्षी. मैदानातून गेलो, तर भरपूर वेळ वाचेल असे वाटले, तरी वाटेल ते झाले, तरी त्यातून तू जाऊ नकोस.'

मी या प्रचंड गोल गोल मैदानांना फेरी घालून पुढे जात होतो, तेव्हा डेलियाने आम्ही आलेल्या रस्त्याचा नकाशा बनवायचा प्रयत्न केला. प्रत्येक ठिकाणी ती होकायंत्राचे आणि गाडीच्या अंतराच्या काट्याचे आकडे लिहून घेत होती. परत जाण्याची वेळ येईल, तेव्हा त्या 'एकुलत्या एक झाडा'चा मार्ग सापडावा म्हणून तिचा हा खटाटोप होता.

गवताच्या बियांमुळे व छोट्या किड्यांच्या चावण्याने सर्वांगाला खाज सुटली होती. आम्ही एका मोठ्या मैदानापाशी आलो. तिथे बघताना असे वाटत होते की, त्यात अंघोळीला पुरेसे ताजे पावसाचे पाणी साठले असावे. त्याच्या कडेने आम्ही पुढे जात होतो, तेव्हाच आमची गाडी अचानक खड्ड्यात खाली गेली. गाडीच्या पाट्यातून रायफलची गोळी सुटल्यासारखे आवाज ऐकू आले आणि आम्ही सीटवरून गाडीच्या समोरच्या काचेवर फेकले गेलो. चाके जागच्या जागी गरगर फिरू लागली आणि पुढे धुळीचा एक मोठा डोंगर उसळला. जेव्हा धूळ जरा खाली बसली, तेव्हा दिसले की, गाडीचे हूड जमिनीच्या पातळीवर आले आहे. उंच गवतात लपलेल्या एका मोठ्या खड्ड्याने आम्हाला दगा दिला होता. डेलिया ठीक तर आहे ना, याची एकदा मी वळून खात्री केली. मग खाली उतरून मी जॅक लावून गाडी उचलली आणि चाकाखालची मणभर वाळू फावड्याने बाजूला करू लागलो. शेवटी एकदाची आम्हाला जेव्हा गाडी मागे घेता आली, तेव्हा मी गाडीखाली सरकून गाडीचे किती नुकसान झाले आहे, त्याचा अंदाज घेतला. गाडीच्या पाट्याला कित्येक नवे तडे गेले होते, इंजिनपाशीसुद्धा एक मोठा तडा होता. अजून एक असा खड्डा लागला असता तर गाडीने 'राम' म्हटले असते. तरीसुद्धा आम्ही तसे सुदैवीच होतो, कारण जर का

पुढचे एखादे चाक त्या खड्ड्यात गेले असते, तर ते तुटलेच असते.

त्या वेळी मला अचानक अशी जाणीव झाली की, जर का ग्रेगूज काही कारणाने निकामी झाली, तर मकाडीकाडीच्या रणातून आम्ही जिवंत परतायची शक्यता फार कमी होती. गाडी, यंत्रांबाबतचे माझे ज्ञान यथातथाच होते. अशा साहसाला जाताना खरेतर गाडीचे बरेच सुटे पर्यायी भाग बरोबर घेऊन जायला हवे होते; पण असे गाडीचे सुटे भाग बरोबर आणणे आम्हाला परवडले नव्हते आणि आम्ही कोठे आहोत आणि केव्हा परतणार आहोत, याची कोणालाही कल्पना नव्हती. लिओनेललादेखील एवढेच माहीत होते की, आम्ही मॉनहून निघून त्याने सांगितलेल्या कित्येक इलाक्यांपैकी एका कोणत्यातरी ठिकाणी आहोत.

आम्ही या धोक्यांची चर्चा केली नाही; पण अंतर्मनात आम्ही दोघेही त्याबद्दलच विचार करत होतो. अंगाला लागलेला चिखल आम्ही मैदानातल्या खाऱ्या पाण्यात धुवून काढला. वाऱ्याने अंग वाळल्यावर, आकारापेक्षा जास्त फुगवलेल्या एखाद्या फुग्यासारखे आमचे चेहरे ओढले गेले होते.

उरलेला दिवस मी लँडरोव्हरच्या पुढे उंच गवतातले खड्डे तपासत चालत होतो आणि मागे डेलिया गाडी चालवत होती. कित्येक वेळेला माझा पाय कोणत्यातरी छोट्या प्राण्याने खणलेल्या बिळात जात असे. दर वेळी मी अशी प्रार्थना करत असे की, त्यात कोणता विषारी साप नसावा. आमच्या बरोबर विषप्रतिबंधक लससुद्धा नव्हती, कारण शक्यतो अशा लसी फ्रीजमध्ये ठेवाव्या लागतात.

त्या दुसऱ्या रात्री आम्ही एका सहा फूट उंचीच्या छोट्या झाडाखाली निवास केला. आम्हाला आजूबाजूला दिसणाऱ्या कित्येक मैलांच्या अंतरात तेवढे एकच झाड होते. आम्हाला त्या झाडाचे अनाकलनीय आकर्षण वाटले होते आणि खरेतर आमचा मार्ग सोडून त्या झाडापाशी येण्यासाठी आम्ही बरेच अंतर आलो होतो. आम्ही जरी आमच्या गाडीच्या आत झोपलो असलो, तरी त्या झाडामुळे आम्हाला काहीशी अस्पष्ट सुरक्षितता वाटत होती. लाखो वर्षांपूर्वी आपले पूर्वज जेव्हा जंगलाच्या सुरक्षिततेतून बाहेर पडून वैराण मैदानात गेले असतील, तेव्हा त्यांना एखादे छोटे रोप पाहूनही असाच आनंद झाला असेल.

चौथ्या दिवशी आम्ही दुपारी छोटा चढ चढून जात होतो. मी खाली उतरून पुढे चालत होतो. 'बाप रे! ते बघ!' असा उद्गार माझ्या तोंडून बाहेर पडला. वाऱ्याच्या झुळकीबरोबर हजारो प्राण्यांच्या सान्निध्याचा वास आणि त्याच वेळी आवाज ऐकू आला. आमची नजर जेथपर्यंत पोहोचत होती, तिथपर्यंत आमच्यासमोरचे मैदान झेब्रा आणि विल्डबीस्टनी भरलेले होते. सगळे प्राणी एका मोठ्या तलावाच्या भोवती चरत होते. वयात आलेले झेब्रा नर भांडताना एकमेकांचे चावे घेत होते, लाथा मारत होते. त्यांचे खूर जमिनीवर आदळल्यावर हवेत धूळ उडत होती. विल्डबीस्ट मान डोलवत,

धोक्याचे इशारे देत इकडेतिकडे फिरत होते. या प्रचंड कळपांकडे बघून माझ्या अंगावर रोमांच उभे राहिले. आयुष्याचे काय विलक्षण प्रदर्शन होते ते! असे दृश्य आम्हाला कधीही परत दिसले नसते तरीही, महिनोन्‌महिने दगडाच्या खाणीत केलेले काम, विकलेली स्वतःजवळची प्रत्येक चीजवस्तू या आफ्रिकेच्या अशा एखाद्या दृश्याखातर मी उदार होऊन सोडली असती.

एकमेकांना दुर्बीण देत, कित्येक तास आम्ही समोरचे दृश्य पाहात राहिलो. समोरचे कळप एकमेकांशी कसे वागत आहेत, किती पाणी प्यायला येत आहेत, किती एकमेकांशी भांडत आहेत - अशा सगळ्या गोष्टींची आम्ही नोंद करून घेतली - जणू अशी नोंद करणे म्हणजे आमचे संशोधन चालू झाल्याचा आमच्यासाठीचा पुरावा होता. चित्त्यांनी आणि सिंहांनी रात्री केलेली शिकार बघता यावी, म्हणून त्या उंचवट्यावरच आम्ही रात्रीचा निवास केला. रात्री फारच अंधार पडला, तेव्हा आम्ही ग्रेगूजमध्ये जाऊन रॉकेलच्या कंदिलावर कबाबचे एक पाकीट गरम करून खाल्ले. मकाडीकाडीच्या रणामध्ये राहूनच आमचे संशोधन करता येईल का, यावर आम्ही रात्री चर्चा केली.

दुसरा पूर्ण दिवस आणि संध्याकाळपर्यंत आम्ही तो कळप पाहात राहिलो. मग आम्हाला जरा वास्तवाची जाणीव झाली : आमच्याजवळच्या पाण्याने तळ गाठला होता. खरे काहीतरी संशोधनाचे काम करायला आम्ही दोघेही उत्सुक होतो; त्यामुळे या झेब्रा आणि विल्डबीस्टना सोडून जाणे आमच्या जिवावर आले होते; पण निराश होऊन परतण्याशिवाय आमच्याकडे दुसरा मार्ग नव्हता. डेलियाने केलेल्या नोंदी पाहात आणि नकाशांच्या मार्गांवर उलटे जाऊन आम्ही पूर्वेकडे परत निघालो. परत एकदा त्या एकांड्या झाडापाशी जाऊन एकदा का आम्हाला परतीची माहिती असलेला रस्ता सापडला की, मग त्या रस्त्याने पुढे तेरा मैल जाऊन बोतेती नदीपाशी पाण्यासाठी जायचा आमचा मानस होता.

आम्ही दोन दिवस त्या रस्त्याचा माग काढला; पण आम्ही कुठेतरी रस्ता चुकलो. आमच्या समोर एक मोठे खारे मैदान लागले होते. हे मैदान आम्ही आधी बघितले नव्हते. हे मैदान म्हणजे क्षितिजाच्या या टोकापासून त्या टोकापर्यंत पसरलेला, कित्येक मैलांचा, पृष्ठभागावरच्या मिठामुळे तळपणारा पांढरा खड्डा होता. लँडरोव्हरच्या टपावर उभे राहून दुर्बिणीतून बघत असताना आम्हाला त्याच्या बाजूने जायचा कोणताच रस्ता दिसत नव्हता.

त्याच्या काठाने आधी थोडे अंतर उत्तरेकडे, मग वळून थोडे दक्षिणेकडे गेल्यावर, खाली उतरून मी मैदानातली जमीन किती कठीण आहे, ते तपासायचे ठरवले. या मैदानाच्या काठाकाठाने खडबडीत जमिनीवर मैलोन्‌मैल गाडी चालवण्यापेक्षा कदाचित थोडेसे सावधपणे गेलो, तर आम्हाला त्या मैदानातून पलीकडे जाता आले

असते. मी त्या मैदानात कुदळीने एक छोटासा खड्डा खणून बघितला. खालची माती अगदी आश्चर्य वाटावे अशी कडक होती. मी माझे बूट घालून कितीही उड्या मारल्या, तरी त्या जमिनीवर जेमतेम ठसा उमटत होता. मग मी ग्रेगूजची चाके हळूच मैदानात आणली, जमिनीचा पृष्ठभाग तसाच कडक राहिला. शेवटी गाडीचे पूर्ण वजन त्या पृष्ठभागावर आणले, जमीन कॉन्क्रीटसारखी टणक लागत होती; त्यामुळे लिओनेलच्या इशाऱ्याकडे दुर्लक्ष करून मी मैदानातून गाडी न्यायचे ठरवले.

एकदा गाडी मैदानात घातल्यावर मी मग ती जोरात पुढे नेली. फोरव्हील ड्राइव्हमध्ये गाडी जोरात नेताना, जर कोठे मध्येच मऊ भाग असेल, तर त्यावरून मी पुढे निघून जाईन असा माझा कयास होता.

गाडी चालवताना स्टिअरिंगवर पुढे वाकून मी पुढच्या पांढऱ्या पृष्ठभागावर नजर ठेवून होतो. मध्येच कोठे काळपट भाग दिसला, तर त्या ठिकाणी मैदान पूर्ण वाळलेले नाही, असा त्याचा अर्थ झाला असता; पण तसे कोठे दिसले नाही. मी बिलियर्डच्या टेबलावरच गाडी चालवत आहे असे मला वाटू लागले आणि मी थोडा शिथिल होऊ लागलो. मैदानाच्या दुसऱ्या टोकापासून सुमारे ८०० यार्ड अलीकडे, मला जमिनीत एक राखाडी खड्डा दिसला. त्या खड्ड्यात पृष्ठभागाला तडे गेले होते आणि त्यात थोडी लाकडे आणि काही खांब विचित्र कोनात लटकलेले दिसत होते. आम्ही खाली उतरून काय आहे त्याचा शोध घेण्याचा प्रयत्न केला. हा खड्डा कशाने झाला असेल आणि ही लाकडे कुठून आली असतील? तिकडे ना चाकांच्या खुणा होत्या ना इतर काही; त्यामुळे जरा कोड्यात पडून मी त्या खोल खड्ड्याकडे पाहात होतो. त्या खड्ड्यातल्या चिखलात सगळ्या काठ्या आणि खांब एकवटलेले होते. अचानक माझ्या पोटात खड्डा पडला - कोणीतरी आपली गाडी तिथे वाचवायचा असफल प्रयत्न केला होता. मी मागे आमच्या गाडीकडे वळून पहिले.

"हाय रे दैवा! आपली गाडीही खाली चालली आहे! चल लवकर - घाई कर - आपल्याला इथून निघाले पाहिजे.'' मी डेलियाला म्हणालो.

गाडीची चाके वरच्या टणक जमिनीतून खाली मऊ जमिनीत रुतू लागली होती. जमिनीचा पृष्ठभाग हळूहळू दुभागत होता - काही सेकंदांत आमची गाडी जमिनीत जाऊ लागली असती.

मी गाडी पुढे न्यायचा प्रयत्न केला; पण चाके एकाच जागी गरागरा फिरत होती, ती जमिनीत खोल रुतली होती. खूप जोर लावून मी गाडी परत चालू केली आणि खालच्या गिअरमध्ये फोरव्हील ड्राइव्ह चालू केला. मागे भरपूर चिखल उडवून लँडरोव्हर पुढे सरकून परत टणक पृष्ठभागावर आली. मी लगेच वरचा गिअर टाकून जरा वेग घेतला आणि गाडी मैदानाच्या कडेला सुरक्षित गवतावर आणली. आम्ही दोघेही एकमेकांकडे बघून सुटकेचा निःश्वास सोडत होतो. हा असला वेडा प्रयत्न

केल्याबद्दल मी स्वतःवरच चिडलो होतो. मैदानाच्या मधोमध गाडी थांबवून मी आमचा जीव अजूनच धोक्यात घातला होता. एकदा डेलियाने काढलेल्या नकाशाकडे नजर टाकून आम्ही उत्तरेकडे निघालो. हे मैदान पार करून जायला उरलेली पूर्ण दुपार लागली.

परतीच्या प्रवासाच्या चौथ्या दिवशी, आम्ही परत मकाडीकाडी रणाच्या सरहद्दीवर पोहोचलो. तिकडे नदीकाठचे थंड आणि तजेलदार जंगल लागल्यामुळे जरा सुखावलो. प्रत्येक झाडातून दुसऱ्या झाडात कोळ्यांनी जाळे विणले होते. ते अगदी मासेमाऱ्यांच्या जाळ्यांसारखेच दिसत होते. आम्ही वाळूच्या रस्त्याने नदीकडे निघालो, तसे ते जाळी विणणारे केसाळ कोळी आमच्या गाडीच्या टपावर पळापळ करायला लागले. खोल सावलीतून कुडू हरणे आम्हाला पाहात होती.

शेवटी एकदाचे आम्ही त्या बोतेती नदीच्या किनाऱ्यावर पोहोचलो. नदीचे खोल निळे पाणी झुळझुळ वाहात होते. आजूबाजूला कमळे फुलली होती आणि नदीकाठी हिरवळ पसरली होती. एका उंच उंबराच्या झाडावर दोन मासेगरुड आपले डोके उंचावून आकाशाकडे बघून ओरडत होते. पात्राच्या खोल उतारावरून पळत खाली जाऊन गार पाण्यात आम्ही उड्या मारल्या.

पोहून झाल्यावर किनाऱ्यावर बसलो असताना, आम्हाला जवळच काहीतरी मोठे लाल रंगाचे गवतात पडलेले दिसले. बघतो तर पन्नास गॅलन पाणी मावेल एवढा मोठा ड्रम होता - आमच्यासाठी तर एकदम परमेश्वराची देणगी मिळाल्यासारखेच होते. आम्ही मॉनमध्ये एखादा ड्रम शोधायचा प्रयत्न केला होता; पण उत्तर बोट्स्वानामध्ये असा ड्रम मिळणे अशक्य होते, कारण सगळ्यांनाच त्याची आवश्यकता असायची. हा ड्रम आमच्या गाडीवर ठेवून पाण्याने भरला, तर दुर्गम ठिकाणी आमच्या संशोधनाची जागा शोधताना आमचा पल्ला भरपूरच वाढला असता. तो ड्रम चाचपून बघितला, तर ठीक वाटत होता. तो कोणी आणि का टाकून दिला असेल याबद्दलचे आमचे आश्चर्य कधीच ओसरले नाही.

दुपारी नदीवर मोठमोठे शिंतोडे उडाल्याचे आवाज येत होते. कित्येक आठवडे मक्याची आणि ओटस्‌ची लापशी, पावडरचे दूध आणि क्वचितच डबाबंद कबाब खाल्ल्यामुळे आम्हाला दोघांनाही ताजे, रसरशीत मांस खाण्याची इच्छा झाली होती. ताजे मासे मिळणे तर वरदान ठरले असते! मला लँडरोव्हरमध्ये आधीच्या मालकाने सोडलेला एक जुना मासे पकडायचा गळ सापडला. मी तारेचा हुक बनवून त्या गळाला अडकवला आणि पावडरच्या दुधाचे चमकते झाकण त्या गळाला लावले.

मी माझा गळ तयार करीत असताना डेलिया माझ्याकडे साशंक नजरेने पाहात होती. तीन पायांच्या लोखंडी डब्यात तिने मक्याच्या पिठाचा ब्रेड बनवणे चालू केले. मी उतरून नदीकडे जात असताना एक नाकतोडा पकडला आणि आमिष म्हणून

तो गळाला लावून पाण्यात फेकला. सूर्यास्ताची वेळ होत आली होती आणि नदीच्या पृष्ठभागावर भरपूर मासे आले होते. काही वेळातच, ओरडत आणि नाचत मी एक छोटा मासा पकडला आणि पाठोपाठ अजून एक मोठा कॅटफिशसुद्धा पकडला.

डेलियाने ते मासे मक्याच्या पिठात घोळून नंतर तळले आणि थोड्याच वेळात आम्ही शेकोटीशेजारी बसून गरमागरम ब्रेड आणि रसरशीत मासे या जेवणावर ताव मारला. नंतर आम्ही नदीकाठी बसून उशिरापर्यंत आमच्या मकाडीकाडीच्या साहसाबद्दल बोलत राहिलो. आता आम्ही जरा आफ्रिकेत स्थिरस्थावर होऊ लागलो होतो.

दुसऱ्या दिवशी सकाळी आम्ही अजून मासे खाल्ले. आम्हाला सापडलेला तो ड्रम गाडीत ठेवला. मग पाण्याचे कॅन्स भरून नेऊन तो भरून घेतला. ड्रम भरल्यावर तो आडवा करून लँडरोव्हरच्या टपावर चढवला. दुपारी आम्ही मकाडीकाडीच्या परतीच्या वाटेला लागलो होतो.

चार दिवसांनी आम्ही आमच्या 'झेब्रा टेकडी'वर पोहोचलो. निघण्याआधी इथेच आम्ही हजारो हरणे चरताना पाहिली होती. आता कित्येक तास गाडी चालवल्यावरही आम्हाला एकही हरिण दिसले नाही आणि भक्ष्य नसल्यामुळे जवळ सिंह, चित्ते आणि इतर शिकारी प्राणी असण्याची शक्यता नव्हती. हे एकदम निराशाजनक होते. आम्ही आमच्या संशोधनासाठी मकाडीकाडीत राहायचा खरोखरच विचार केला होता; पण तेथील प्राण्यांचे कायम चाललेले स्थलांतर पाहता - आणि तेही कोणत्याही केंद्रबिंदूशिवाय - आम्ही एका जागी स्थिर राहून संशोधन करताना कसे बरे प्राण्यांचा माग काढू शकलो असतो? आम्ही सामान भरून घेण्यासाठी आणि अजून मार्गदर्शन घेण्यासाठी मॉनला परत निघालो.

पुढचे काही आठवडे आम्ही क्षाईचे रण, सावुती दलदल आणि ओकावांगो खोऱ्याच्या आजूबाजूच्या अनेक भागांत शोध घेत खेपा घातल्या. ती दलदल, मैदाने, जंगले सगळ्यांमध्ये हरणांचे बरेच प्रकार आणि बरेच शिकारी प्राणी होते; पण बहुतेक सर्व भाग अजूनही पुराच्या पाण्यात बुडालेले होते. पाण्यामुळे आमच्या हालचालीवर फारच निर्बंध पडले असते. आम्ही जसे एका पामच्या बेटावरून दुसऱ्या पामच्या बेटावर जायचो, तसे मालोपो - (पाण्याने भरलेले खोलगट नाले) पार करत असताना आमच्या गाडीच्या तावदानावर पाणी येत असे. दर वेळी आमची गाडी बंद पडायची. काळ्या चिखलातून गाडी बाहेर काढायला तर आम्हाला कित्येक तास लागायचे.

निराश होऊन आम्ही मॉनकडे परत आलो. प्रत्येक अयशस्वी सफरीनंतर अन्नसाठ्यासाठी मॉनला परत आल्यावर आमचे पैसे अजूनच संपायचे. शेवटी त्या लिओनेल पामरने आम्हाला सुचवले, 'तुम्ही कालाहारीला जाऊन का पाहात नाही? मी विमानातून डिसेप्शन व्हॅली नावाचा एक भाग पहिला आहे... तिकडे भरपूर प्राणी

आहेत. अर्थात मी स्वतः तिथे कधी शिकार केली नाही; पण तो भाग अभयारण्याच्या कित्येक मैल आत आहे.'

एकास दशलक्ष अशा प्रमाणात काढलेल्या एका नकाशावर बघत असताना आमच्या लक्षात आले की, मध्य कालाहारी राखीव क्षेत्र हे जगातल्या मोठ्या संरक्षित प्रदेशांपैकी एक आहे - ३२००० वर्ग मैलांपेक्षा मोठा, न स्पर्शिला गेलेला वन्य प्रदेश आणि अभयारण्याच्या सीमेपाशी हा वन्य प्रदेश संपत नव्हता, तो प्रत्येक दिशेला १०० मैल तरी पसरला होता. क्वचितच एखाद्या ठिकाणी छोटेसे गुरा-ढोरांचे ठिकाण किंवा एखादे खेडे सोडले तर बाकी सर्व भूभाग तसा पूर्णपणे जंगली होता. लिओनेलच्या म्हणण्यानुसार, आयर्लंडपेक्षा मोठ्या भूभागात एकही रस्ता नव्हता, एकही इमारत नव्हती; पाणी नव्हते आणि थोडेसे आदिम मानव सोडले तर बाकी मनुष्यप्राणीही नव्हता. तो भाग इतका दुर्गम होता की, तिथे कोणी कधीच गेले नव्हते. बोट्स्वाना सरकारने हा प्रदेश पाहुण्यांसाठी खुला केला नव्हता; त्यामुळे त्या भागात कधी वन्य प्राणीविषयक संशोधन केले गेले नव्हते. आम्ही जसा शोधत होतो, तसाच हा भाग होता - जर आम्ही तिकडे पोहोचू शकलो असतो आणि या अशा दुर्गम आणि अवघड भागात राहण्याची समस्या आम्ही सोडवू शकलो असतो तर...

त्या नकाशासमोर बसून थोडा वेळ चर्वितचरण केल्यावर आम्ही कालाहारीमध्ये जाण्याचा आमचा मार्ग निवडला. एकदा तिकडे जायचे नक्की झाल्यावर आम्ही असे ठरवले की, सरकारी वनखात्याला कोणतीही पूर्वकल्पना न देता जायचे. बहुधा त्यांनी इतक्या दुर्गम भागात जायची परवानगी नाकारली असती आणि एकदा आम्ही गेलो की, तसेही त्यांना काही दिवसांत कळणारच होते.

'ग्रेगूज'मध्ये पेट्रोल आणि बाकीचे सामान भरून आम्ही आमचा लाल ड्रमही पाण्याने भरून गाडीवर चढवला. मग आम्ही कालाहारीतील डिसेप्शन व्हॅलीच्या दिशेने निघालो. त्या वेळी १९७४चा एप्रिल महिना लागला होता. गावाच्या नऊ मैल पूर्वेला आम्हाला बोतेती नदीवरील सामाद्युप फाट्याकडे जाणारी वाट सापडली. जसे आम्ही नदीकाठाने जाऊ लागलो, त्या दिशेला नदीचे पाणी उथळ होत चालले होते. एका ठिकाणी नदी पार करून जाण्यासाठी एक लाकडी तराफा बांधला होता. नदीचे पाणी त्या लाकडावरून आणि दगडगोट्यांवरून मुरके घेत, खळखळ करत एका उंबराच्या झाडाच्या कमानीमध्ये वाहात जात होते. पाणकावळे पाण्यात पोहत होते आणि इतर छोटे पाणपक्षी लिलीच्या एका पानावरून दुसऱ्या पानावर चालत होते. बदके आणि बगळे पाण्याजवळून उडत जात होते आणि त्यांच्या पंखांची फडफड संगीतासारखी ऐकू येत होती.

शेवटी एकदा आम्ही त्या तराफ्याच्या ठिकाणी पोहण्यासाठी थांबलो. मी डेलियाचे लांब केस खांद्याच्या लांबीइतके कापले. वाळवंटात लांब केस स्वच्छ

ठेवण्यासाठी खूपच पाणी लागले असते. तिचे कुरळे केस पाण्यात पडून भोवऱ्यासारखे गोल गोल फिरून प्रवाहाबरोबर वाहून जात होते. एका क्षणी मला डेलियाच्या हसऱ्या चेहऱ्याचे प्रतिबिंब पाण्यात दिसले - जशी ती मला पहिल्यांदा भेटली, तेव्हा दिसली होती तशी. मी एक क्षण थांबून माझा हात तिच्या गालावर दाबून धरला आणि नंतर उरलेले केस कापायला लागलो.

आम्ही नदी पार करून पलीकडच्या काठाचा वाळूचा तीव्र चढ चढून गेल्यावर वाट विशेष दिसेनाशी झाली. यापुढची पायाखालची वाट म्हणजे 'बाभळीच्या झाडांमधून जाणाऱ्या दोन टायर्सच्या दोन खुणा' एवढीच शिल्लक राहिली. उरलेला दिवसभर आम्ही प्रचंड उकाडा, धूळ आणि वाळू यांचा सामना करत प्रवास करत राहिलो. दोन्ही बाजूंची दाट काटेरी झाडी लँडरोव्हरच्या बाजूला असे ओरखडे काढत होती की, आमच्या अंगावर शहारे येत होते. दुपारी उशिरा ही वाटही पूर्ण बंद झाली. आम्ही एका मोकळ्या भागापाशी आलो होतो. तिथे पुढे एक छोटी मातीची झोपडी होती. वाळलेले गवत वाऱ्यामुळे झोपडीच्या आजूबाजूला उडत होते. तिथे थोडीशी गाई-गुरे होती आणि त्यांच्यासाठी एका पत्र्याच्या डब्यात पाणी ठेवले होते. आमची वाट कोठे चुकली, याचा आम्ही विचार करत होतो.

एक वाकलेला, अंगभर घट्टे पडलेला माणूस - ज्याच्या अंगाची हाडे आणि त्वचा तेवढी शिल्लक होती, - तो आपली गाठी असलेली वाकलेली काठी घेऊन बाजूच्या झाडीतून बाहेर आला. त्याची बायको आणि चार उंच पोरे, तितक्याच अशक्त गुरा-ढोरांची एक लांब रांग घेऊन, त्यांना त्या पाण्याच्या पात्रापाशी घेऊन गेली. या सगळ्यांनी अंगावर फक्त एक चामडे घातले होते.

मी हात हलवून म्हणालो, ''हॅलो!''

''हेलो!'' त्यांच्यातला एक मुलगा माझ्याकडे बघून ओरडला. ते सगळे जोरात हसले.

'ओह! त्यांना इंग्लिश येते तर!' मी विचार केला.

''आम्हाला मदत कराल का? आम्ही हरवलो आहोत.'' मी गाडीबाहेर येऊन नकाशा उलगडू लागलो.

'हेलो', तो मुलगा परत म्हणाला. ते सगळे माझ्या जवळ आले. 'हेलो-हेलो-हेलो'

मी नकाशा गुंडाळला आणि अजून एक प्रयत्न केला.

''मा-काल-आ-मा-बेडी?'' मी विचारले. मी हाताचे तळवे बाहेरच्या बाजूला आणि उंच धरले होते. मला आशा होती की, कालाहारीला घेरणाऱ्या कुंपणाचा संदर्भ त्यांना कळेल. त्यांचातला सर्वांत किडकिडीत मुलगा माझ्या लँडरोव्हरवर चढला आणि आम्ही आलो तो परतीच्या रस्ता दाखवू लागला. उरलेले तिघेही

गाडीवर चढून त्याच परतीच्या दिशेला बोट दाखवू लागले. आम्ही हसतहसत त्या दिशेला गाडी वळवली आणि थोडे अंतर पुढे गेलो. सगळी मुले माझ्या गाडीचे टप वाजवून रस्ता दाखवत होती.

काही मिनिटांनी ते सगळेजण एकदम गाडीचे टप वाजवू लागले. मी गाडी थांबवली. त्यांनी सगळ्यांनी खाली उड्या मारल्या आणि झाडीतून पूर्वेच्या दिशेला रस्ता दाखवला. त्यांचे म्हणणे पहिल्यांदा आम्हाला समजलेच नाही. त्यांच्या शेजारी उभे राहिल्यावर दूरवर मैदानातून जाणारी पुसटशी रेषा दिसू लागली. जुन्या सर्वेक्षणाचे कुंपण पूर्वेच्या दिशेला गेलेले दिसत होते. तो आमचा एकमेव मार्ग होता. आम्ही डिसेप्शन व्हॅली सापडल्याशिवाय मॉनला परत न जाण्याचा निश्चय केला होता.

आम्ही त्या मुलांचे आभार मानले. मग त्यांना साखरेची कागदी पिशवी भेट दिली आणि निघालो. ''हेलो-हेलो-हेलो'' ते परत ओरडले आणि आम्ही पुढच्या झाडीत नाहीसे होईपर्यंत हात हलवत उभे राहिले.

दुसऱ्या दिवशी सकाळी आम्ही कुंपणापाशी पोहोचलो. उन्हाने पिवळे पडलेले खांब आणि त्यातून विणलेल्या पाच तारा उत्तरेकडून दक्षिणेकडे नजर पोहोचेल तिथपर्यंत दिसत होत्या. आम्ही दक्षिणेकडे वळलो. कित्येक तास प्रवास केल्यानंतरही ते कुंपण संपले नाही, तेव्हाच आम्हाला त्याचा त्रास होत होता; पण पुढे तर नुसते कुंपण नजरेस पडताच आम्हाला त्याचा तिरस्कार वाटू लागला.

त्या रात्री आम्ही त्या कुंपणाजवळच झोपलो. दुसऱ्या दिवशी सकाळी आमची गाडी अजूनही वाळूतून आपला मार्ग काढत होती. मागे सीटवर टेकलेल्या पाठीला घाम आला होता. आम्ही धुळीने आणि गवताच्या बियांनी पूर्ण माखलो होतो. अचानक ते कुंपण संपले. त्यापुढे फक्त वाळू, काटेरी झुडपे, गवत आणि उष्णतेचे साम्राज्य होते. चाकांच्या दोन खुणा अजूनही गवतातून पुढे गेलेल्या दिसत होत्या आणि त्या धूसर धूसर होत गेल्या होत्या आणि एखाद्या अंधूक आठवणीसारख्या त्या नाहीशा झाल्या होत्या. आता आम्ही सपाट गवतावरून गाडी चालवत होतो. मधूनच वाळूचे उंचवटे लागत होते, ज्यावर हिरवीगार झुडपे आणि छोटी रोपे उगवली होती. हेच का कालाहारी वाळवंट? कोठे होते ते वाळूचे प्रसिद्ध सरकते ढिगारे?

आम्ही कोठे आहोत याचा शहानिशा करणे अशक्य होते. नकाशा पाहून आम्ही मॉनपासून किती मैल दक्षिणेकडे आलो असू याचा अंदाज घेतला. नंतर आम्ही पश्चिमेच्या दिशेला वळलो. अजून चोवीस मैल पुढे जायचे आम्ही ठरवले. जर तेव्हापर्यंत आम्हाला डिसेप्शन व्हॅली सापडली नसती, तर मग आम्हाला मागे वळून मॉनचा रस्ता शोधणे भाग होते.

अठरा... एकोणीस... एकोणीस पूर्णांक सहा... जवळजवळ सर्व आशा सोडलेल्या अवस्थेत आम्ही एका वाळूच्या उंच उंचवट्यावर पोहोचलो. आमच्या समोर खाली

डिसेप्शन व्हॅलीचा उतरता परिसर आणि सपाट भाग दिसू लागला. डिसेप्शन व्हॅली म्हणजे एक आदिम काळातील; पण आता कोरड्या पडलेल्या नदीचे पात्र होते. हा परिसर खनिजांनी समृद्ध होता. पात्राच्या दोन्ही बाजूंना खुरट्या झुडपांचे जंगल आहे. पात्राच्या मध्यभागी, ज्या ठिकाणी पूर्वी पाणी वाहिले असेल, तिथे स्प्रिंगबोक, गेम्सबोक आणि हार्टबीस्ट हरणांचे कळप शांतपणे गवत चरत होते. निळ्या आकाशात थोडे पांढरे ढग दिसत होते. डिसेप्शन व्हॅली अतिशय रम्य होती; अगदी आम्ही जशी कल्पना केली होती तशीच. त्या दिवशी, २ मे १९७४ रोजी, अमेरिका सोडून पाच महिन्यांनी आम्हाला आफ्रिकेतील आमची जागा सापडली होती. पुढच्या सात वर्षांसाठी हे आमचे घर होणार होते.

सोप्या उतारावरून आम्ही खालच्या खोऱ्यात गेलो. आम्ही कोरडे नदीपात्र ओलांडले. आजूबाजूच्या स्प्रिंगबोक हरणांनी आमच्याकडे मान वर करून पाहिलेही नाही. पश्चिमेच्या बाजूला एका ठिकाणी बरीच बाभळीची झाडे वाढून त्यांचे एक बेट झाल्यासारखे दिसत होते. त्या झाडांखाली सावलीही होती आणि समोर फार सुंदर दृश्यही दिसत होते. आम्ही ती आमच्या कॅम्पची जागा ठरवली.

गेले कित्येक महिने आपले बिऱ्हाड पाठीवर घेऊन आम्ही सतत फिरत होतो. आम्हाला लोखंडी पाठीच्या कासवासारखे वाटू लागले होते. एका जागी स्थिर होऊन पाय पसरायला एकदम बरे वाटले.

आमचा पहिला कॅम्प वसवायला फारसा वेळ लागला नाही. मक्याच्या पिठाच्या पिशव्या आम्ही बाभळीच्या झाडाला बांधून टाकल्या, जेणेकरून किड्या-मुंग्यांपासून त्यांचे संरक्षण व्हावे. बाकी खाण्याचे बंद डबे झाडाच्या खोडापाशी रचून ठेवले. आमच्या जवळची भांडी एका रांगेत ओळीने ठेवली. मग आम्ही थोडे सरपण गोळा केले. आमचा छोटा तंबू सोडला तर बाकी काही आडोसा नसल्यामुळे आम्ही त्या वर्षीचे उरलेले दिवस आमच्या 'ग्रेगूज'मध्येच झोपलो.

डेलियाने शेकोटी पेटवली आणि आम्ही थोडा चहा बनवला. आमचा लाल ड्रम गाडीतून उतरवला आणि बाभळीच्या झाडाखाली नेऊन ठेवला. हजारो चौरसमैलांच्या परिसरात केवळ तेच पाणी उपलब्ध होते.

पाणी

मार्क

> जो कोणी आपली स्वप्ने सत्यात आणू पाहतो, त्याला एखाद्या सामान्य क्षणीदेखील अनपेक्षित यश मिळते... जर तुम्ही हवेत राजवाडे बांधले असतील, तर तेदेखील ठीक आहे; त्यांना हवेतच असूदेत. आता त्या राजवाड्यांच्या खाली भक्कम पाया बांधा म्हणजे झाले.
>
> - हेन्री डेव्हिड थोरु

कित्येक तास गंजलेल्या लोखंडाच्या पापुद्र्यातून पाण्याचे रेणू बाहेर येत होते. बाहेर येऊन ते एकत्र होत होते. अनेक रेणूंचा एक थेंब बनला. हळूहळू त्या थेंबाचा आकार वाढला. मग तो थेंब ड्रमच्या पट्टीवरून खाली आला. आपल्या वजनाने ड्रमपासून मोकळा झालेला थेंब खालच्या तहानलेल्या वाळूवर जेव्हा जाऊन आदळला आणि नाहीसा झाला, तोपर्यंत ड्रमच्या पट्टीवर अजून एक थेंब तयार होत होता.

दिवसामागून दिवस जात होते. त्या थेंबांचा प्रवास गंजलेल्या ड्रममधून त्याच्या पट्टीवर आणि तेथून खाली वाळूवर अनाहत चालू होता. ड्रमची ती जखम अजून अजून उकलत गेली... आता थेंबांचा वेग वाढला होता, ते थेंब अंधाराच्या आड, ड्रमच्या सावलीत खालच्या वाळूत आपली काळी निशाणी उमटवत होते.

मी डोळे उघडून लँडरोव्हरच्या छताकडे पाहिले, तेव्हा संपूर्ण शांतता पसरली होती. मी कोठे आहे, ते क्षणभर माझ्या लक्षात आले नाही. मी खिडकीकडे वळलो.

बाहेर बाभळीचे काटेरी झाड दिसत होते; राखाडी रंगाच्या आकाशापुढे बाभळीच्या फांद्या काळपट वाटत होत्या. झाडापलीकडे नदीच्या उताराच्या दिशेने मंद लाटांसारखी वाळू पसरलेली होती. डिसेप्शन व्हॅलीतली ही आमची पहिली सकाळ नदीच्या पलीकडे दूरवर अवकाशात उगवत होती.

डेलिया जागची हलली. आम्ही आमच्या आजूबाजूची आफ्रिका जागी होताना ऐकत होतो. एक कबूतर बाभळीच्या झाडावर बसून ओरडत होते. एक कोल्हा उंच आवाजात कोल्हेकुई देत होता. दूर उत्तरेकडून एक सिंहाची खोलवर आवाजातली गर्जना ऐकू येत होती. केशरी होत चाललेल्या आकाशात, एकुलता एक ससाणा पंख फडफडवत घिरट्या घालत होता.

बाहेरून एकदम जवळ डुरकण्याचे आणि फुरफुरण्याचे आवाज ऐकू येत होते. अगदी हळू, अजिबात आवाज न करता डेलिया आणि मी उठून बसलो आणि खिडकीतून बाहेर पाहू लागलो. आमच्या कॅम्पच्या बाहेर कमीतकमी ३००० स्प्रिंगबोक हरणे चरत होती. त्यांच्या आसपास आम्हाला ओळखू न येणारी इतरही हरणे होती. काही हरणांची शिंगे फूटभर लांब आणि टोकाकडे आत वळलेली होती. त्यांच्या चेहऱ्यावर नाकापासून डोळ्यांपर्यंत पांढऱ्या आणि काळ्या रंगाचे पट्टे होते. दव पडलेले गवत चरत, इकडेतिकडे फिरत असताना ती हरणे एखाद्या कळसूत्री बाहुलीसारखी दिसत होती. काही हरणे तर आमच्यापासून फक्त पंधरा यार्ड अंतरावर होती. त्या हरणातल्या तरुण माद्या गवताचे कोंब खाताना चंचल नजरेने आमच्याकडे पाहात होत्या; पण कळपातील बहुतेक हरणे आमच्याकडे ढुंकूनही बघत नव्हती. चरत असताना त्यांच्या पोटातून गुरगुरण्याचा आवाज येत होता आणि मधूनच ती शेपट्या उडवत होती. आम्ही हळूच गाडीच्या पुढच्या सीटवर सरकलो आणि दोन तरुण नरांची चाललेली लढाई पाहू लागलो. लढताना आपली शिंगे दुसऱ्याच्या शिंगांत अडकवून ते जोर लावत होते.

चरताना हरणे जरी एका जागी स्थिर वाटत असली, तरी पुढच्या वीस मिनिटांत ती आमच्यापासून जवळजवळ शंभर यार्ड दूर सरकली. त्यांचे तसे निरीक्षण करत असताना माझ्या मनात विचारांचे वादळ उठले होते. माझे विचार डेलियाला सांगावे म्हणून मी तिच्याकडे बघितले, तर तिने पूर्वेच्या दिशेला बोट दाखवले. एक काळ्या पाठीचा कोल्हा आमच्या झाडाजवळ येत होता. आफ्रिकेतला कोल्हा अमेरिकेत सापडणाऱ्या कोयोट नावाच्या प्राण्याचा चुलतभाऊ आहे. तो फक्त थोडा छोटा असतो आणि त्याचा चेहरा जरा जास्त लबाड आणि धूर्त असतो. त्याच्या पाठीवर काळ्या केसांचा पट्टा असतो. कोल्ह्याला आफ्रिकेत अशुभ समजतात आणि दिसेल त्या क्षणी त्याला गोळी घातली जाते; त्यामुळे माणसांची चाहूल लागताच तो पळून जातो; पण या कोल्ह्याचे तसे नव्हते. तो सरळ आमच्या विझलेल्या शेकोटीजवळ

पडलेल्या पत्र्याच्या कॉफीच्या मगपर्यंत चालत आला. त्याने तो कप दातात पकडला आणि आपल्या नाकावर उलटा केला. आमच्या कॅम्पमधून बाहेर पडायच्या आधी त्याने शांतपणे डावीकडे आणि उजवीकडे बघितले. मग आमचे सगळे सामान निरखले आणि शेवटी आमच्याकडे एक नजर टाकली आणि जणू आम्हाला म्हणाला, 'मी नंतर परत येईनच.'

आम्हाला जो आनंद होत होता आणि मनात जी उत्कंठा वाटत होती, त्याचे शब्दांत वर्णन करणे अवघड आहे. आम्हाला आमचा स्वर्ग सापडला होता. आमच्या आजूबाजूला जे वन्य जीवनाचे परस्परावलंबी धागे विणलेले होते, त्याला आमच्यामुळे धक्का पोहोचू नये असा आमचा प्रयत्न होता. ही अशी जागा होती जेथील वन्य प्राण्यांना मानवाने प्राणीसृष्टीचे केलेले गंभीर नुकसान माहीत नव्हते. आम्ही जर पुरेसे काळजीपूर्वक वागलो आणि आजूबाजूच्या प्राण्यांच्या स्वातंत्र्याला धक्का लागू न देण्याची काळजी घेतली, तर आम्ही कदाचित या पुरातन नदीपात्रातल्या प्राणिविश्वात कोणाचे लक्ष विचलित न करता हळूच शिरू शकलो असतो. यातला वन्य जीवनाचा खजिना अलगद शोधू शकलो असतो. या पृथ्वीतलावरील कोणीही न स्पर्शिलेला हा शेवटचा नैसर्गिक तुकडा स्वतःपासूनच वाचवण्याचा आम्ही निश्चय केला.

असा विचार करत होतो तोच, हजारो पाय एका लयीत जमिनीवर आपटल्याचा आवाज ऐकू येऊ लागला - हवेची थरथर जाणवू लागली. स्प्रिंगबोक हरणांचा कळप नदीपात्रात दक्षिणेच्या दिशेने पळू लागला. आम्ही आमचे गॉगल्स बाहेर काढले, स्लीपिंग बॅग लाथ मारून बाजूला केली आणि गाडीतून बाहेर उडी मारून खालच्या उंच ओल्या गवतात आलो. त्या हरणांच्या मागे आठ जंगली कुत्रे पळत होते. त्यांना जेव्हा आमच्या अस्तित्वाची जाणीव झाली, तेव्हा त्यातले दोघे थेट आमच्या दिशेने येऊ लागले.

डेलियाने घाईघाईने गाडीचे मागचे दार उघडले; पण तोपर्यंत ते कुत्रे आमच्यापासून जेमतेम पाच यार्ड अंतरावर उभे होते. त्यांच्या अंगावरील काळ्या-सोनेरी रंगाची फर दवाने ओली झाली होती. ते त्यांच्या काळ्या डोळ्यांनी, धीट नजरेने आम्हाला वरपासून खालपर्यंत न्याहाळत होते. आम्ही एका जागी स्तब्ध उभे होतो. अनेक क्षण तसेच गेले. आपले नाक फुरफुरवत, शेपटी उंचावून ते कुत्रे हळूच एकापुढे एक पाऊल टाकत आमच्या दिशेने येऊ लागले. डेलिया गाडीच्या दाराच्या दिशेने सरकू लागली. मी तिचा हात दाबला - ही वेळ हलण्याची नव्हती. ते कुत्रे जेमतेम हातभर अंतरावर उभे होते आणि आमचे अस्तित्व त्यांच्या खिजगणतीही नसावे अशा नजरेने आमच्याकडे बघत होते.

त्यांच्यापैकी एका कुत्र्याच्या मानेची सोनेरी फर खाली लोंबत होती. त्याचे शरीर जरा ताणलेले होते आणि नाक फुरफुरत होते. ते दोघेही एकदम मागे वळले आणि

स्वतःचे पाय त्यांनी एकमेकांच्या खांद्यावर टाकले, जणू सोबतीने नाच करत आहेत. नंतर ते आपल्या उरलेल्या गटाकडे पळून गेले.

आम्ही आमचे कपडे नीट केले आणि गाडी सुरू करून त्यांच्या मागे गेलो. ते सगळे कुत्रे सामूहिक पद्धतीने शिकार करत होते. त्यांनी त्या स्प्रिंगबोक हरणांच्या कळपाला तीन छोट्या गटांमध्ये विभागले आणि नदीपात्रात ते त्यांचा पाठलाग करू लागले. त्यांच्यातल्या मुख्य कुत्र्याने एक तरुण हरिण निवडले. जवळजवळ मैलभर पळून झाल्यावर त्या हरणाचे डोळे भीतीने विस्फारले गेले होते, दम लागून धापा टाकत ते आता तिरके तिरके पळू लागले. त्याच क्षणी पुढच्या कुत्र्याने आपल्या मागच्या पायांवर उभे राहून त्या हरणाची मान पकडली आणि त्या नव्वद पौंड वजनाच्या हरणाला खाली पाडले. पुढच्या आठ मिनिटांत त्या हरणाचा फडशा पाडला गेला. आता ते सगळे कुत्रे एका झाडाच्या सावलीत विश्रांती घेण्यासाठी गेले. पुढे आम्ही त्या कुत्र्यांच्या कळपाच्या प्रमुखाचे 'लुटारू' असे नामकरण केले. पुढेही 'लुटारू'शी आमच्या भेटीगाठी होत राहिल्या.

कॅम्पवर परत आल्यावर आम्ही आमच्या स्लीपिंग बॅगच्या घड्या केल्या. नाश्त्यासाठी थोडे पावडरचे दूध बनवले आणि दुधाच्या घोटांबरोबर कच्चे ओटमिल गिळून टाकले. एकदा नाश्ता झाल्यावर मग आम्ही आम्हाला करायच्या संशोधनाच्या दृष्टीने त्या नदीपात्राचा अभ्यास करण्यासाठी म्हणून बाहेर पडलो.

ती शिकार होऊन थोडा वेळ उलटल्याने आता स्प्रिंगबोक हरणे शांत झाली होती. परत ती आमच्या रस्त्यावर एका रेषेत गवत चरू लागली होती. आम्ही गाडी एकदम हळू चालवत त्या हरणांच्या कळपाच्या मधून जात होतो. कोणत्याही प्राण्याने जरा जरी धोक्याचे संकेत दिले, तरी आम्ही लगेच थांबत होतो. त्यांच्या मधून जाण्यापेक्षा बाजूनेच जाणे आम्ही खरेतर पसंत केले असते; पण तशी हरणे सगळीकडेच होती; त्यामुळे ताशी तीन मैल वेगापेक्षा जास्त वेगाने आम्ही गाडी नेत नव्हतो आणि कोणतीही आकस्मिक हालचाल करणे किंवा आवाज काढणे टाळत होतो. अजून तरी आमच्या वाहनाच्या हालचालीचा कोणताही नकारात्मक परिणाम त्या हरणांवर दिसला नव्हता आणि आमचा पूर्ण प्रयत्न असाच होता की, त्यांच्यावर तसा कोणता परिणाम होऊ नये.

डिसेप्शन व्हॅली म्हणजे सुमारे सोळा हजार वर्षांपूर्वी कालाहारी वाळवंटातून वाहात असलेल्या, आता कोरड्या पडलेल्या एका नदीचे पात्र आहे. त्या काळी येथे आत्तापेक्षा पुष्कळ जास्त पाऊस पडत असे; पण ही जमीन आणि इथले हवामान तसे कायमच अस्थिर राहिले आहे. आत्तापर्यंत तीन वेळा येथे पूर्ण दुष्काळ पडला आहे आणि त्यामुळे इथल्या नदीपात्रात केवळ कोरडी वाळू तेवढी शिल्लक राहिली आहे; पण जुन्या नदीची सर्व वैशिष्ट्ये अजूनही येथे दिसून येतात. मुख्य नदीच्या प्रवाहाच्या

जागी आजूबाजूच्या वाळूमध्ये चिंचोळ्या जागेत उंच गवत वाढलेले आहे. नदीच्या सर्व खाणाखुणा इतक्या उत्तम पद्धतीने संरक्षिल्या गेल्या आहेत की, आम्ही त्यातून गाडी चालवत असताना इथून आत्ताही पाणी वाहात असेल, असे आम्हाला सतत वाटत होते.

बऱ्याच वर्षी येथे दहा इंचांपेक्षा जास्त पाऊस होतो; त्यामुळे मध्य कालाहारी हा भाग खऱ्या अर्थाने वाळवंट नाही. सहारा वाळवंट किंवा इतर कोणत्याही वाळवंटासारख्या अनंतापर्यंत पसरलेल्या वाळूच्या टेकड्या येथे नाहीत. काही वर्षी येथे वीस इंच - अगदी चाळीस इंचांपर्यंतही पाऊस पडतो. जेव्हा तसे होते, तेव्हा येथे एक हिरवे नंदनवन उमललेले असते.

आम्हाला नंतर कळले की, पाऊस पडतो, त्यानंतर सगळ्या ओलाव्याचे काही दिवसांतच एकतर बाष्पीभवन तरी होते, नाहीतर ते पाणी वाळूत मुरून जाते किंवा त्याचे गवतात रूपांतर होते. काही वर्षे अशीही जातात, जेव्हा पावसाचा एक थेंबही पडत नाही; त्यामुळे येथे क्वचितच जमिनीच्या पृष्ठभागावर पाणी पाहायला मिळते. येथे ना कोणते गुप्त झरे आहेत, ना तळी आहेत, ना कोठे वाहते पाणी आहे. या दृष्टीने बघता कालाहारी तसे अद्वितीय आहे. ही भूमी फार परस्परविरोधी आहे, हे अर्ध-वाळवंट आहे; पण यात कोणताही बारमाही हिरवळीचा प्रदेश नाही. आपल्याला जसे ऋतू माहीत असतात, तसे इथे कोणते ऋतू नाहीत. त्याऐवजी इथल्या वातावरणात तीन वेगवेगळ्या अवस्था बघायला मिळतात. नोव्हेंबर ते जानेवारीदरम्यान केव्हाही पाऊस चालू होतो, तो मार्च ते मे महिन्यापर्यंत टिकतो. त्यानंतरचा कोरडा हिवाळा जून ते ऑगस्ट आणि नंतर कोरडा उन्हाळा जो सप्टेंबरमध्ये सुरू होतो, तो डिसेंबरपर्यंत किंवा पाऊस येईल तेव्हापर्यंत. आम्ही पोहोचलो, तेव्हा डिसेप्शन व्हॅलीमध्ये पाऊस नुकताच संपला होता आणि हिवाळा चालू व्हायचा होता.

नदीच्या पात्राच्या दोन्ही बाजूंना वाळूचा उतार मैलभर लांबपर्यंत पसरला होता. त्यात उंच गवत आणि काटेरी झाडे उगवलेली होती. उताराच्या शेवटी सर्वांत उंच जागेपासून पुढे बाभूळ, कोम्ब्रेटम आणि टर्मिनॅलिया या जातीच्या झाडांचे आणि इतर काही मिश्र झाडांचे थोडेसे रान होते. भरपूर गवतही वाढलेले होते. असे हे रान वाळूत लांबपर्यंत पसरलेले होते आणि त्यामुळे वाळू एका जागेहून दुसऱ्या जागी हलण्यास प्रतिबंध होत असे.

केकवर जसे वेगवेगळ्या रंगांचे थर असावेत तशी वेगवेगळ्या प्रकारची झाडे प्रवाहाच्या ठिकाणापासून वरच्या मिश्र जंगलापर्यंत पसरलेली होती. प्रत्येक प्रकारच्या झाडाचे आजूबाजूच्या पक्ष्यांना आणि प्राणिसृष्टीला आकर्षित करणारे स्वतःचे वैशिष्ट्य होते. स्प्रिंगबोक आणि गेम्सबोकसारखी माळरानावर चरणारी हरणे नदीपात्रातील बुटके आणि पोषक गवत खात होती; स्टीनबोक, डुईकर, हार्टबीस्ट आणि इलँडसारखी

हरणे थोडे उंच आणि अधिक तंतुमय गवत आणि उतारावरील झुडपांची पाने खात होती. उताराच्या टोकावर, सर्वांत वर जिराफ आणि ग्रेटर कुडू हरणे झाडांच्या पानांवर आणि फळांवर ताव मारत होती. एवढ्या छोट्या भागात एवढी हरणे एकवटली असल्यामुळे सिंह, बिबटे, चित्ते, कोल्हे आणि तरसांसारखे मांसाहारी प्राणी येथे नक्कीच आकर्षित होत असतील यात शंका नव्हती.

आमच्या पहिल्या फेरीमध्ये आम्हाला आजूबाजूला ओळखू येतील अशा ज्या ज्या खुणा दिसतील, त्यांना आम्ही नावे देऊ लागलो; त्या खुणांमुळे आमच्या निरीक्षणांच्या नोंदींमध्ये संदर्भ लावणे सोपे झाले आणि प्रत्येक प्राण्याच्या हालचालींची सरहद्दही ठरवता आली. बाभळी आणि झिझीफसच्या झाडांचे पुंजके आजूबाजूला अथांग पसरलेल्या गवतात बेटांसारखे दिसत होते, आम्ही काही वेळातच त्यांना गरुडाचे बेट, झाडांचे बेट, झुडपांचे बेट आणि सिंहांचे बेट अशा नावांनी हाक मारू लागलो. नदीपात्रात बाभळीची खुरटी झुडपे उगवलेला एक वाळूचा पट्टा होता, त्याला आम्ही बाभळीची जागा असे नाव ठेवले, तर दुसऱ्या एका ठिकाणी एका झुडपाखाली एका बॅट इअर्ड फॉक्सचे (वटवाघळासारखे कान असणारा आफ्रिकेत सापडणारा कोल्हा) कुटुंब होते, त्या झुडपाला बॅटचे बेट म्हणू लागलो. काही वेळानंतर प्रत्येक वैशिष्ट्य असलेल्या प्रमुख ठिकाणाला काही ना काही नाव पडले; त्यामुळे बोलताना त्याचा उल्लेख करणे सोपे जाऊ लागले आणि आम्हाला तिथल्या भूभागाचा अंदाजही येऊ लागला.

आम्हाला अपेक्षित असलेला मांसाहारी प्राण्यांचा अभ्यास करण्यासाठी डिसेप्शन व्हॅली एकदम सुयोग्य जागा वाटत होती. मकाडीकाडीच्या मैदानात जसे प्राणी प्रचंड स्थलांतर करतात, तसे इथे नसून या डिसेप्शन व्हॅलीच्या नदीपात्रात प्राणी कायमच वास्तव्याला होते; त्यामुळे त्यांची शिकार करून राहणाऱ्या शिकारी प्राण्यांना आम्ही सतत निरीक्षणाखाली ठेवू शकत होतो.

या इतक्या दुर्गम भागात वास्तव्य करून राहण्यातले धोके आणि अडचणी तशा स्पष्ट होत्या. आफ्रिकेत इतर ठिकाणी जेथे वन्य प्राण्यांबद्दल संशोधन चालू होते, तिथल्यासारखी येथे जवळपास अन्नधान्य मिळवण्याची काही सोय नव्हती, आजूबाजूला कोणतीही वस्ती नव्हती, बाकी जगाशी कोणताही संपर्क नव्हता आणि आम्ही कोणत्या अडचणीत सापडलो असतो, तर आम्हाला कोणाची मदतही होऊ शकली नसती. खरेतर आम्हाला मृत्यू जरी आला असता, तरी कोणाच्या ते लक्षात येण्यास कित्येक महिने लागले असते. दुर्गम जागेमुळे आम्हाला जरी गैरसोय वाटली नसली, तरी वाहतुकीची काही सोय करणे आम्हाला भाग होते. आमच्या जवळचे पाणी संपत आले की, दर वेळी आम्हाला बोतेती नदीची १४० मैलांची महागडी फेरी करणे भाग होते.

मॉनहून निघाल्यापासून दिवसाला जास्तीतजास्त एक गॅलन पाणी वापरण्याचा निर्बंध आम्ही स्वतःवर घालून घेतला होता. तरीदेखील लँडरोव्हरमधल्या मोठ्या टाकीतले पाणी अर्ध्याच्यावर संपले होते आणि आमच्या जवळच्या छोट्या कॅनमधले तर जवळजवळ सगळेच पाणी संपत आले होते. आम्हाला सापडलेला तो मोठा ड्रम अजूनही पाण्याने भरलेला होता, हे एक बरे होते. मकाडीकाडीतल्या अनुभवानंतर आमच्या असे लक्षात आले होते की, तिथे तग धरून राहण्यासाठी दोन गोष्टींची उपलब्धता असणे आवश्यक होते - आमची गाडी आणि पाणी.

या सर्व अडचणी असल्या, तरी आम्हाला अशी खात्री होती की, आमच्या शिकारी प्राण्यांच्या संशोधनातून आणि त्याबरोबरच केलेल्या मातीच्या, विविध प्रकारच्या झाडांच्या, वेगवेगळ्या ऋतूंच्या आणि पावसाच्या अभ्यासातून, त्या पुरातन नदीपात्रातल्या चंचल वन्य जीवनाचे रहस्य आमच्या समोर येईल. व्यापक दृष्टिकोन ठेवून येथे संशोधन करणे आवश्यक होते, कारण येथे याआधी कोणीच संशोधन केलेले नव्हते आणि त्यामुळे इथल्या वन्य जीवनाच्या पार्श्वभूमीची काहीच माहिती उपलब्ध नव्हती. आम्हाला अशा ठिकाणाचे संशोधन करण्याची संधी मिळणे हे आमचे सौभाग्य वाटत होते; पण असे संशोधन करण्यासाठी आम्हाला शिकारी प्राण्यांच्या निरीक्षणाव्यतिरिक्त बाकी इतर बरेच परिश्रम घ्यावे लागणार होते.

आमच्याकडे फार काही पैसे शिल्लक नव्हते; त्यामुळे सुरुवातीला तरी, सहजासहजी दिसणाऱ्या प्राण्यांवर आपले संशोधन केंद्रित करणे आम्हाला भाग होते. दुर्मिळ प्राण्यांचा माग काढत मोठमोठ्या भूभागात बहुमोल इंधन जाळत गाडी फिरवणे आम्हाला आर्थिकदृष्ट्या परवडणार नव्हते. त्यातही आम्हाला असा प्राणी संशोधनासाठी निवडायचा होता, ज्याबद्दल विशेष माहिती उपलब्ध नव्हती, ज्यायोगे आम्ही कोणत्या तरी संभाव्य प्रायोजकाला आमच्या संशोधनाकडे आकर्षित करू शकलो असतो.

कित्येक दिवस सकाळी आणि दुपारी आम्ही लँडरोव्हरच्या टपावर बसून आजूबाजूला हरणांच्या कळपांचे निरीक्षण करत, शिकारी प्राण्यांची वाट पाहात बसत होतो. जरी आम्हाला सिंह, कोल्हे, चित्ते आणि जंगली कुत्रे पुष्कळ दिसत असले, तरी या ना त्या कारणाने यांपैकी कोणताच शिकारी प्राणी आमच्या संशोधनासाठी चालला नसता. या प्राण्यांवर आफ्रिकेच्या इतर भागांत संशोधन झालेले होते आणि आम्हाला अशी भीती होती की, जर आम्ही या प्राण्यांवर संशोधन केले असते, तर आम्ही संशोधनासाठी अर्थसाहाय्य मिळवण्यात यशस्वी झालो नसतो. जंगली कुत्रे आणि चित्ते जरी तसे दुर्मिळ असले, तरी ते कालाहारीमध्ये बरेच स्थानिक स्थलांतर करतात; त्यामुळे त्यांचे नियमित निरीक्षण करणे तसे अवघड होते. अजून एक बाब विचारात घेण्यासारखी होती ती म्हणजे तिथे आम्ही बघितलेले चित्ते फार सावध होते

- आणि ते तसे सावध असण्याचे कारणही तसे साहजिक होते. नंतर आम्ही ऐकले की, तेथील स्थानिक बुशमन लोक चित्त्यांना त्यांच्या शिकारीपासून पळवून लावतात आणि त्यांनी मारलेले भक्ष्य पळवतात.

कोणत्या शिकारी प्राण्याचा अभ्यास करायचा ते ठरवत असताना, आम्हाला जे जे शिकारी प्राणी दिसले, त्यांची नोंद करणे आम्ही चालू ठेवले होते. हे असे करत असताना एक गोष्ट आमच्या लक्षात आली, ती म्हणजे कालाहारीत रात्री शिकारी प्राण्यांचे साम्राज्य असते! एकदा हे लक्षात आल्यावर आमच्या कालाहारीतील पुढच्या संपूर्ण संशोधनाची दिशा ठरवण्यास खूप मदत झाली.

●●●

जांभळी-काळी आणि रात्रीहूनही अंधारी अशी नदीपात्रातील वाळू रात्रीच्या वेळी झोपी गेली होती. आकाशात चांदण्या चमचम करत होत्या आणि मधूनच पृथ्वीकडे आकर्षित होणारी उल्का काळ्या आकाशात प्रकाशरेषा उमटवत होती. खाली जमिनीवर पिवळेधमक कोरडे गवत सळसळताना दिसत होते. त्या गवतावर आकाशातील तारकांचा अंधूक प्रकाश पडून जणू नदीच पुन्हा वाहते आहे, असा भास होत होता.

मी गाडीचे इंजिन बंद केले आणि पुढचे दिवे लावले. त्याबरोबर प्रखर प्रकाशझोत दूरवर अंधार भेदून गेला. त्या उजेडात मला फॉस्फरसच्या गोळ्यांसारखे हजारो डोळे चमकताना दिसले. त्या डोळ्यांमागे स्प्रिंगबोक जातीच्या हरणांचा कळप होता. त्यांच्या शिंगांचा पुसट आकार आणि त्यांच्या कपाळावरील ठळक पांढरा पट्टा गवतात उठून दिसत होता. गाडीच्या दिव्यांच्या प्रकाशामुळे त्यातली काही हरणे उठून उभी राहू लागली; ती चिंताग्रस्तपणे आपले डोके वरखाली करत होती. मी गाडी फिरवून दिवे एका झाडाच्या दिशेने रोखले. इकडे अजून एक जरासा मोठा डोळा झाडावर लावलेल्या दिव्यासारखा चमकत होता. एक जिराफ बाभळीची पाने खात होता.

रात्रीच्या वेळी गाडीच्या प्रकाशात दिसणारा प्राण्याच्या डोळ्याचा आकार, त्याची होणारी हालचाल आणि तो डोळा जमिनीपासून किती उंचीवर दिसतो आहे त्याचे निरीक्षण करून तो प्राणी ओळखायला आम्ही काही दिवसांतच शिकलो होतो. कोल्ह्याचे डोळे पिवळे असतात आणि ते गवताच्या पात्यांच्याच उंचीचे असतात. सिंहाचे डोळेही पिवळेच दिसतात; पण ते कोल्ह्यापेक्षा थोडे मोठे असतात आणि जरा अधिक उंचीवर दिसतात. सिंह जसा चालत जातो, तसे ते एका बाजूकडून दुसऱ्या बाजूकडे थोडेसे हेलकावे घेतात.

एका रात्री आम्ही निरीक्षणांच्या नोंदी करून परत येत होतो; गाडीच्या दिव्यांच्या प्रकाशझोतात आमच्या कॅम्पची झाडे ओळखण्याचा प्रयत्न करत होतो. अचानक

आम्ही याआधी न पाहिलेले डोळे आम्हाला समोर दिसले. हे डोळे आकाराने मोठे होते आणि एकदम पाचूच्या रंगाचे हिरवे होते. त्या डोळ्यांमागे अस्वलासारखे काळे शरीर आणि ढिले पडलेले केस दिसत होते. तो प्राणी खांद्यापर्यंत बराच उंच होता आणि त्याचे डोके तसे चौकोनी होते; पण मागचे पाय एकदम वाढ खुंटल्यासारखे बुटके दिसत होते. मागे शेपटी मात्र लांब दिसत होती. तो प्राणी झपझप पावले टाकत आमच्यापासून लांब जात होता. मी त्याच्या दिशेने गाडीचा वेग थोडा वाढवला. आम्ही आमच्या गाडीच्या तडकलेल्या आणि पिवळ्या पडलेल्या काचेतून डोळे ताणून त्याला आमच्या नजरेसमोरून नाहीसे न होऊ देण्याचा प्रयत्न करत होतो. त्या प्राण्याने आपला वेग अजून वाढवला आणि गवताच्या मैदानात एखादे भूत जसे सरपटत जावे तसा तो नाहीसा झाला.

कॅम्पवर परत आल्यावर आमच्याकडच्या पुस्तकात आम्ही आफ्रिकेतील मोठ्या जनावरांचा शोध घेत होतो. आर्डवुल्फ? ठिपक्यांचे तरस? आर्डवार्क? तो मांजर या जमातीतला वाटत नव्हता. (सिंह, बिबट्या, चित्ते हे मांजर जमातीतले प्राणी आहेत.) कोणत्याच प्राण्याचे वर्णन त्याला लागू पडत नव्हते. आम्हाला तो प्राणी तसा नीट दिसला नव्हता; पण तो काही नेहमी सापडणारा प्राणी नव्हता, हे नक्की! आमच्या लँडरोव्हरच्या मागे घातलेल्या गाद्यांवर मांडी घालून बसून कंदिलाच्या मिणमिणत्या उजेडात आम्ही त्या पुस्तकाचे पानन्पान शोधले. ठिपक्यांच्या तरसापेक्षा लहान पण आर्डवुल्फपेक्षा मोठा आणि पट्टेरी तरस तर या भागात सापडत नाहीत; पण त्याच्या शरीराचा आकार बघता तो तरसाचा प्रकार होता, हे नक्की. शेवटी आम्ही ठरवले की, हा प्राणी हायना ब्रनिया म्हणजे ब्राउन हायना (तपकिरी तरस) असणे शक्य आहे. हा प्राणी, पृथ्वीतलावरील दुर्मिळ आणि सर्वांत कमी संशोधन झालेल्या मांसभक्षक प्राण्यांपैकी एक आहे.

आमचे सुदैव मोठे होते यात शंका नाही! हा असा प्राणी होता, ज्याच्याबद्दल जंगलात कधीच संशोधन झाले नव्हते आणि त्याबद्दल काहीच माहिती उपलब्ध नव्हती. आम्ही जे काही शोधून काढू, ते जीवशास्त्राचा भाग झाले असते आणि या दुर्मिळ आणि अस्तित्वाला धोका असलेल्या प्राण्याच्या संवर्धनाला उपयोगी पडले असते. आमच्या संशोधनासाठी केंद्रभागी ठेवायला हा अगदी योग्य प्राणी होता.

हे ब्राउन हायना जरी निशाचर आणि लाजाळू प्राणी असले, तरी आम्हाला ते अधूनमधून दिसत राहिले. रात्रीच्या वेळी नदीपात्रातून गाडी फिरवत असताना हे आम्हाला काही क्षणांसाठी दिसत असत. त्यांच्या लाजाळूपणामुळे त्यांचा अभ्यास करणे तसे अवघड होते; पण आम्हाला त्यांच्याबद्दल अधिकाधिक उत्सुकता वाटू लागली होती. प्रत्येक संध्याकाळी सूर्यास्त होताच आम्ही एक टॉर्च घेऊन गाडीतून त्यांना शोधत फिरत असू. गाडी हळूहळू चालवत असताना डावीकडून-उजवीकडे-

उजवीकडून-डावीकडे मी तासन्तास टॉर्च फिरवत त्यांना शोधत असे. त्यांचा शोध घेताघेता अगदी वैताग येत असे. कोल्हे, बॅट इअर्ड फॉक्स, शहामृगाच्या जातीचे छोटे पक्षी, चिखली प्रकारचे पक्षी आणि जंगली मांजरे त्या दाट गवतात पुष्कळ होती. क्वचित आम्हाला ते पाचूसारखे हिरवे डोळे दिसत असत; पण ते आमच्या प्रकाशझोताच्या बाहेरच्या कक्षेत असत आणि प्रकाश पडताच लगेच अंधारात नाहीसे होत.

●●●

मे महिन्याच्या अखेरीस, रात्रभर हायनांचा शोध घेऊन थकल्यावर एका पहाटे आम्ही कॅम्पवर परतलो. अंग दुखत होते आणि झोपही खूप येत होती. आमच्या विझलेल्या शेकोटीशेजारी एक कोल्हा आपले दोन्ही पाय खंबीरपणे रोखून उभा होता. आमच्या स्वयंपाकाच्या पातेल्यात त्याने आपले नाक खुपसले होते. पातेल्याच्या कडेवरून डोळे आमच्याकडे रोखून, तो जणू आम्हाला आव्हान देत होता. पातेल्यातला उरलासुरला रस्सा त्याच्या मिश्यांमधून ठिबकत होता. त्याने पातेले चाटूनपुसून साफ केले. मग एक पाय वर करून त्यात लघवी केली आणि हळूहळू आमच्या कॅम्पमधून बाहेर पडला. तो अंधारात नाहीसा होत असताना आमच्या लक्षात आले की, आम्ही ज्या कोल्ह्याला कॅप्टन नाव दिले होते हा तोच होता. त्याची शेपटी जरा वैशिष्ट्यपूर्ण अशी एखाद्या नांगराच्या आकाराची होती. कॅप्टन मोठ्या छातीचा नर कोल्हा होता आणि तो आम्हाला नेहमी दिसत असे. त्याच्या पाठीवर एकदम काळ्या रंगाचे पण मधूनच चांदीच्या रंगाची छटा असलेले झुबकेदार केस होते. त्याची शेपटी मोठी आणि दाट होती.

त्यानंतर बरेच दिवस उलटले. एका रात्री सिंहांनी अर्धवट खाऊन सोडून दिलेले गेम्सबोक प्रकारच्या हरणाचे शव आम्ही बघत बसलो होतो. आम्हाला आशा होती की, ते उरलेले भक्ष्य खायला ब्राउन हायना येतील. पहाटेचे साडेतीन वाजले तेव्हा मला झोप आवरेना. हायनांची वाट पाहायची जबाबदारी डेलियावर सोपवून मी लँडरोव्हरशेजारी जमिनीवरच स्लीपिंग बॅग पसरली. शेजारी गवतात पायातले बूट काढून ठेवले आणि डोक्याखाली शर्टची गुंडाळी करून त्याची उशी केली.

काही क्षणांतच मला गाढ झोप लागली. जरा झोप लागते न लागते, तोच माझे डोके दाणकन जमिनीवर आपटले. मी दचकून उठलो आणि माझ्या टॉर्चची शोधाशोध केली. पाच यार्डावर एक कोल्हा माझा शर्ट तोंडात धरून स्वतःच्या मागच्या दिशेला उलटा पळत होता. 'ए! सोड माझा शर्ट'. मी ओरडलो. मी थोडासा रागावलो होतो; पण मला गंमतही वाटत होती आणि मी तसा अजून अर्धवट झोपेत होतो. मी धडपडून माझ्या स्लीपिंग बॅगमधून बाहेर आलो. आपला आवाज चढवल्याबद्दल

मी स्वतःवरच नाराज झालो होतो; न जाणो माझ्या ओरडण्यामुळे एखादे तरस घाबरून पळून गेले असेल तर काय? मग मी शेजारी गवतात ठेवलेले माझे बूट शोधू लागलो, तर ते देखील तेथून नाहीसे झाले होते.

माझ्याकडे बुटाची अजून एखादी जोडी नसल्यामुळे, बूट नाहीसे होणे जरा गंभीर प्रकरण होते. मी अनवाणी पायाने लंगडत त्या कोल्ह्याच्या मागे धावलो. टॉर्चच्या उजेडात मला दिसले की, त्याचे मण्यांसारखे दिसणारे डोळे काळोखात माझ्या दिशेने रोखलेले होते. माझा शर्ट तोंडात धरून तो गवतात दूर निघाला होता. माझे पाय खाली ठेचकाळत होते. शेवटी मी त्या कोल्ह्याचा माग काढणे सोडून दिले आणि गाडीत आपल्या शरीराची वळकटी करून सकाळपर्यंत झोपलो. दुसऱ्या दिवशी सकाळी मला माझ्या एका बुटाचा पुढचा भाग आणि फाटकातुटका शर्ट सापडला. कॅप्टनने परत दरोडा टाकला होता. त्या दिवशी दुपारी बराच वेळ खर्च करून मी एका जुन्या कॅन्व्हासमधून दोन चपला शिवल्या.

त्या दिवशी सकाळी नाश्ता करत असताना डेलिया आणि माझ्या मनात एकदम एक विचार आला. रोज रात्री नदीपात्रातून गाडी चालवत, त्या लाजाळू ब्राउन हायनांना आमची सवय होण्याची वाट पाहात फिरत असताना या कोल्ह्यांबद्दल का थोडे संशोधन करू नये? कालाहारीसारख्या ठिकाणी या कोल्ह्यांचा अभ्यास कधीच केला गेला नाही; त्यामुळे आम्हाला जे काही समजेल, ते नवे संशोधनच असेल.

त्यानंतर प्रत्येक संध्याकाळी आम्ही चिता हिलवर गाडी पार्क करू लागलो. चिता हिल हा आमच्या कॅम्पच्या उत्तरेला नदीपात्रात घुसलेला वाळूचा पट्टा होता. लँडरोव्हरच्या टपावर गाडीचे जास्तीचे दोन टायर्स टाकून आम्ही बसत असू. मग आजूबाजूच्या डिसेप्शन व्हॅलीतल्या रात्रीच्या हालचालींचे निरीक्षण करू लागलो. गाडीच्या टपावर बसताना आम्ही एका बाजूला दुर्बीण आणि दुसऱ्या बाजूला टीनच्या हवाबंद डब्यातले थोडे मांस खायला बरोबर घेत असू.

तिन्हीसांजेला कॅप्टन कोल्हा उत्तरेकडच्या झाडाजवळच्या त्याच्या निवासाच्या जागेतून बाहेर येऊन बसत असे. आपले नाक आकाशाच्या दिशेने रोखून तो मग त्याच्या कोल्हेबंधूंना साद घालत असे. त्यानंतर संपूर्ण खोऱ्यातून त्याच्या हाकेला उत्तर देणाऱ्या आवाजांना तो बारीक कानाने ऐकत असे. तो जसे आपले दाट केस साफ करत असे, तसे काळ्या केसांच्या पार्श्वभूमीवर त्याच्या अंगावरचे चंदेरी केस संध्याकाळच्या क्षीण होणाऱ्या प्रकाशात चमकत असत. एक मोठा आळस देऊन मग तो तेथून निघत असे. आपल्या तीक्ष्ण घ्राणेंद्रियाने तो उंदरांचा वास घेत फिरत असे. चिता हिलवरून आम्ही त्याच्या दिशेची नोंद घेऊन मग गाडी अशी फिरवायचो की, त्याच्याशी गाठ पडावी.

डाव्या हाताने गाडीचे चाक फिरवत आणि गिअर बदलत उजवा हात खिडकीबाहेर

टॉर्चसाठी मोकळा ठेवून, कॅप्टनच्या मागावर त्याच्यापासून सुमारे १५-२० यार्ड अंतर राखून गाडी चालवायचा माझा प्रयत्न असे. आम्ही जर त्याच्या जास्त जवळ गेलो, तर तो अस्वस्थ होऊन आमच्या दिशेने मागे पाहात असे; पण त्यापेक्षा जर जास्त अंतर राहिले, तर मग 'कॅप्टन' अंधारात, गवतात दिसेनासा होत असे. त्या वेळी डेलिया एका टॉर्चच्या मदतीने आणि हातात होकायंत्र घेऊन त्याच्या हालचालींची वहीत नोंद करून घेत असे. तो कोणत्या दिशेने किती अंतर जात आहे, त्याचे वर्तन कसे आहे, कोठे कोणत्या प्रकारचे खाद्य मिळते अशा प्रकारच्या या नोंदी असत. दुर्बीण आमच्या दोघांच्या मधोमध असे, जेणेकरून ज्याला हवी असेल, त्याला ती वापरता यावी. आमच्यापैकी एकजण जर दुर्बिणीतून बघत असेल, तर तो दुसऱ्याला वर्णन करून सांगत असे. थोडीशी सवय झाल्यावर हे निरीक्षणाचे तंत्र आम्हाला पक्के जमले. 'कॅप्टन'ने पकडलेला पक्षी किंवा उंदीर कोणत्या प्रकारचा आहे, ते त्याने फडशा पाडायच्या आधी आमच्या लक्षात येऊ लागले. त्याने ज्या ठिकाणचा वास घेतला आहे, तिकडे गेलो तर त्याने जीभ फिरवलेल्या मुंग्यांची किंवा वाळवीच्या किड्यांची धावाधाव करत असलेली रांग आम्हाला दिसत असे.

माझे बूट चोरीला गेल्यानंतर थोड्या दिवसांतच म्हणजे जून महिन्याच्या पहिल्या आठवड्यात, आम्ही कॅप्टनचा पाठलाग करत होतो. आम्हाला काहीही अंदाज नसताना तो एकदम अचानक, अशक्यप्राय वेगाने एका स्टीनबोक हरणाच्या पाडसाच्या मागे धावला. मीसुद्धा गाडीचा वेग वाढवला. तो त्या पाडसाचा पाठलाग करत लांबवर जात असताना आम्ही त्याला आमच्या नजरेच्या अंतरात ठेवले. त्या पाठलागामध्ये कित्येक वेळा आम्ही पूर्ण गोलाकारात फिरलो. शेवटी तो अंधारात नाहीसा झाला. आम्ही आमच्या कॅम्पवर एखाद्या दीपस्तंभासारखा एका उंच फांदीवर एक दिशादर्शक कंदील लटकावला होता. कॅप्टन अंधारात नाहीसा झाल्यावर आम्ही तो कंदील शोधण्याचा बराच प्रयत्न केला; पण आम्ही कोणत्याही दिशेने गेलो, तरी आम्हाला तो दिशादर्शक कंदील काही सापडला नाही. नदीपात्राच्या आम्हाला अपरिचित असलेल्या भागात कॅप्टन आम्हाला घेऊन गेला होता. त्याने पाठलाग करताना इतक्या वेळा दिशा बदलली होती की, गाडीच्या अंतराचे माप आणि होकायंत्रातील दिशा यांचाही आमचा हिशोब चुकला होता. आम्हाला परत यायचा मार्ग सापडत नव्हता, आम्ही हरवलो होतो.

गाडीत जेमतेम दहा लिटर पाणी शिल्लक होते; त्यामुळे कॅम्पपासून अजून लांब जाणे धोक्याचे होते. साहजिकच आम्ही रात्री तिथेच मुक्काम करायचे ठरवले. सकाळी गाडीच्या टपावर उभे राहिल्यावर मला मैलभर अंतरावर उत्तरेकडचा वृक्ष सुमारे दिसला; याचा अर्थ आमचा कॅम्प त्याच दिशेने पुढे अजून एक मैल लांब असणार. परत जात असताना मी ठरवले की, लाल रंगाच्या पाण्याच्या मोठ्या

ड्रममधून एक कॅनभर पाणी काढायचे आणि तेवढे पाणी कॅम्पमधून बाहेर पडताना कायमच आमच्याबरोबर गाडीत ठेवायचे. गेल्या कित्येक आठवड्यांत पाऊस पडला नव्हता आणि येणारा प्रत्येक दिवस निरभ्र आकाश घेऊन येत असे; त्यामुळे आमच्या आजूबाजूचे गवताळ मैदान दिवसेंदिवस कोरडे पडत होते. परत रात्रीच्या वेळी जर दिशा चुकायचा असा प्रसंग आला, तर मामला बराच गंभीर बनला असता.

कॅम्पवर पोहोचल्यावर डेलिया आमचा नाश्ता बनवू लागली. मी जवळची अवजारे आणि एक वक्र नळी घेऊन लाल ड्रममधून एक कॅनभर पाणी काढायला निघालो. पान्याने मी त्या ड्रमचे झाकण उघडू लागलो. चुकून पाना ड्रमवर आपटला, त्या वेळी रिकाम्या ड्रमचा पोकळ आवाज एकदम घुमला.

असे होणे अशक्य होते... मी पाना खाली ठेवला आणि तो ड्रम ढकलला. तो रिकामा ड्रम खाली पडला आणि जमिनीवर घरंगळत गेला. ड्रमखालचा जमिनीवरचा एक ओला पट्टा- एवढेच पाणी आमच्याजवळ शिल्लक होते.

''डेलिया! या ड्रममध्ये पाण्याचा एक थेंब शिल्लक नाही!'' ड्रमच्या गंजलेला तळ बघायला मी वाकलो आणि निराशेने त्यावर मी एक लाथ घातली. डेलिया माझ्याइतकीच आश्चर्याने थक्क झाली होती. हळू आवाजात तिने मला विचारले, ''मार्क, आता आपण काय करायचे? आपण नदीपर्यंत पोहोचू का?''

या भयंकर उकाड्यात वाळू आणि काटेरी जंगलातून बोतेती नदीवर पोहोचायला एक अख्खा दिवस गाडी चालवावी लागली असती. आमच्याकडे जेमतेम दहा-बारा लिटर पाणी शिल्लक होते. गाडीचे इंजिन थंड ठेवायलादेखील त्यापेक्षा जास्त पाणी लागायचे. जर इंजिन कोरडे होऊन बंद पडले असते, तर आम्ही खरोखरच संकटात सापडलो असतो. मी इतका मूर्खपणा कसा बरे केला असेल! गाडीच्या इंधनाच्या टाकीत मी रोज इंधनाची पातळी मोजून मॉनला पोहोचायला पुरेसे इंधन आहे की नाही याची खात्री करून घेत असे; पण माझा असा समज होता की, आमच्याकडे पाणी मात्र पुष्कळ आहे - पण मी खात्री करून घ्यायला पाहिजे होती! आम्ही त्या दमट जमिनीकडे बघत राहिलो- जणू त्यातून आमच्या इच्छाशक्तीद्वारे पाणी बाहेर येईल. मनात वाढणारी निराशा दाबण्याचा मी बराच प्रयत्न केला. ही परिस्थिती आम्ही टाळायला पाहिजे होती.

''आज रात्री हवा थंड झाल्यावर आपल्याला निघावे लागेल, म्हणजे इंजिनचा रेडिएटर थंड करायला आपल्याला इतके पाणी घालावे लागणार नाही.'' डेलियाच्या खांद्यावर हात टाकून मी म्हणालो. दुसरा कोणता मार्ग नव्हता.

दुपारी आम्ही नदीकडे जाण्यासाठी लँडरोव्हरमध्ये चढलो. मी बराच वेळ चावी फिरवून गाडी चालू करण्याचा प्रयत्न केला. 'चालू हो, चालू हो हलकट!' भीतीने आणि आलेल्या रागाने माझा घसा आवळला होता. कीट् अशा आवाजाशिवाय बाकी

काहीही होत नव्हते. मी बाहेर उडी मारली, पुढे धावून हूड उघडले आणि डेलियाला म्हणालो, "तू प्रयत्न कर!" इंजिनचा आवाज ऐकून काही पत्ता लागतो का, ते मी पाहात होतो.

गाबोरोनहून निघून मॉनला जात असताना आम्हाला ज्या गोष्टीची सर्वांत जास्त भीती वाटत होती, ती आता घडत होती. ती गोष्ट म्हणजे कोणतीही मदत पोहोचू शकणार नाही अशा ठिकाणी मोडक्या लँडरोव्हरमुळे अडकून पडणे. माझ्याकडे ना लँडरोव्हर दुरुस्त करण्याचे कौशल्य होते, ना सुटे भाग, ना त्यासाठी लागणारी आयुधे. जुन्या गाडीमध्ये होणाऱ्या छोट्या-मोठ्या नादुरुस्त्या आम्हाला आत्तापर्यंत ठीक कराव्या लागल्या होत्या - जसे की, बॅटरीच्या गंजलेल्या वायरी, पुरेसा भार न जमवू शकणारा जनरेटर, पंक्चर झालेले टायर्स आणि एक्झॉस्टची मोडलेली नळी. आता डेलिया किल्ली फिरवून गाडी चालू करायचा प्रयत्न करत होती आणि मी गाडीचे हूड उघडून त्याखाली बघत होतो, तेव्हा मात्र भीतीने माझ्या पोटात गोळा आला होता. मृत बॅटरीतून येणारा टिक्ऽऽटिक् असा आवाज आता मोठा आणि अनिष्टसूचक येत होता. काहीतरी मोठा बिघाड असण्याच्या या खाणाखुणा होत्या.

मला वाटणारी भीती मी माझ्यापाशीच ठेवली आणि कामाला लागलो. गाडीचा स्टार्टर निखळून पडला आहे, हे माझ्या लक्षात आले, तोपर्यंत अंधार पडला होता. स्टार्टरचा गिअर गाडीच्या फ्लायव्हीलमध्ये पडला होता आणि त्यामुळे मोटर जाम झाली होती; त्यामुळे गाडी चालू करण्यासाठी हाताने मोटरला गती देऊन काही फायदा नव्हता.

मी एक जाड वायर घेतली आणि ती वाकवून त्याचा हुक बनवला. मग आम्ही दोघेही सरपटत गाडीखाली गेलो. डेलियाने टॉर्च धरला आणि मी तो हुक फ्लायव्हीलच्या बाहेरच्या आवरणात घालून काही गळाला लागते, का ते चाचपडत होतो; पण वायरच्या स्पर्शाला सगळे सारखेच वाटत होते. तेव्हापर्यंत इंजिन कोठे जाम झाले असेल, याचा अंदाज तेवढा मला आला होता.

मध्यरात्रीच्या सुमारास आम्ही गाडीखालून बाहेर आलो. माझी बोटे आणि कपाळ रक्तबंबाळ झाले होते आणि त्याला गवताचे तण, ऑइल, ग्रीस आणि माती असे सगळे लागले होते. एकूण परिस्थिती एकदम निराशाजनक होती. त्या गिअरला मी स्पर्शदेखील केला होता की नाही याची मला खात्री नव्हती. मी परत मोटरला गती देण्याचा प्रयत्न केला, ती थोडीशी फिरली आणि मग पुरती जाम झाली.

आम्ही थोडी लाकडे टाकून एक शेकोटी पेटवली, शेकोटीच्या उबेत विश्रांती घेत असताना मी पुढचा विचार करत होतो. आम्हाला यातून वाचण्याची थोडीशी जरी आशा ठेवायची असेल, तर तो स्टार्टर गिअर बाहेर काढणे भाग होते. आम्ही दोघेही तहानेने व्याकूळ झालो होतो; पण दोघांनीही पाण्याचा एक थेंबही घेतला नाही. मी

डेलियाकडे पाहिले, ती शेकोटीच्या शेजारी आपल्या हातांवर डोके ठेवून बसली होती. मला अगदी उद्विग्न वाटत होते. आमच्याजवळ थोडासाच वेळ शिल्लक होता. दोघांसाठी जेमतेम दहा-बारा लिटर पाणी शिल्लक होते.

मी पुन्हा गाडीपाशी जाऊन गाडीचा क्रँक आधी उलट फिरवला. तो थांबल्यावर परत थोडासा सुलट फिरवला. वायर पुरेशी लांब आहे आणि ती नक्कीच गिअरला स्पर्श करत असणार याची मला खात्री होती. उरलेली रात्र मी वायरला वेगवेगळ्या आकारांच्या हूक्समध्ये वळवून, वेगवेगळ्या कोनांत इंजिनात खुपसून काहीतरी चाचपडण्याचा प्रयत्न करत होतो. डेलियाने सगळा वेळ टॉर्च धरला होता. जेव्हा मला काहीच हलत नाही असे वाटायचे, तेव्हा मी दिशा बदलायचो आणि पुन्हा प्रयत्न करायचो.

सूर्योदयानंतर थोडा वेळ झाला होता, तेव्हा मला 'खट' असा आवाज ऐकू आला. मी घाईघाईने जाऊन क्रँक फिरवला, तर तो मोकळा झाला होता! आता दिवसभर विश्रांती घेऊन आम्ही संध्याकाळी निघू शकलो असतो.

या प्रसंगानंतर एक गोष्ट स्पष्ट होती. डिसेप्शन व्हॅलीसारख्या दुर्गम ठिकाणी राहणे अशक्य होते. जरी आम्ही नदीपर्यंत पोहोचून परत आलो असतो, तरी पुढचे संकट यायला किती वेळ लागला असता? आणि जिवावर बेतणारे अरिष्ट येण्याआधी किती संकटे येणार होती? निष्ठुर सत्य हे होते की, अशा ठिकाणी आपले संशोधन चालू ठेवण्यासाठी आमच्याजवळ पुरेसे पैसे नव्हते. जे काही थोडेसे शिल्लक होते, ते मॉनला अन्न आणि इंधनासाठी फेऱ्या घालण्यात संपले असते. विशेषतः पाणी आणि इंधन पुरेसे साठवून ठेवण्याचा मार्ग नसल्यामुळे आम्हाला जास्तच खेपा घालाव्या लागणार होत्या. आम्हाला संशोधनासाठी एखादी कमी दुर्गम जागा शोधावी लागणार होती... कमी रानटी... आणि कमी स्वतंत्र. हे कटू वास्तव होते. दोन वर्षे योजना बनवून आणि काम करून या साहसासाठी साठवलेले पैसे, पाच महिन्यांचे सर्वेक्षण आणि आफ्रिकेचा केलेला अभ्यास, हे सर्व वाळूत वाहून गेलेल्या आमच्या पाण्यासमवेत जणू वाहून गेले होते. जरी आम्ही कालाहारीमध्ये फक्त एक महिनाच राहिलो असलो, तरी इथल्या या पुरातन नदीपात्राशी आणि इथल्या प्राण्यांशी आमचा ऋणानुबंध जुळला आहे, असे आम्हाला वाटत होते. विशेषतः 'कॅप्टन'सारख्या प्राण्यांबरोबर, ज्यांना आम्ही ओळखू लागलो होतो.

गेले सोळा दिवस आम्ही तिन्ही जेवणांच्या वेळी काही खारवलेले कडधान्य खात होतो. आज सकाळी तो नाश्ता घेताना अगदीच निराशाजनक वाटत होते. आम्ही आमचे सामान गाडीत भरायला सुरुवात केली. त्याच वेळी नदीपात्राच्या पूर्वेकडून एक हिरव्या आणि पांढऱ्या रंगाची लँडरोव्हर गाडी धडधडत येऊ लागली. त्या गाडीच्या मागे मोठा धुरळा उडत होता. ती येताना पाहून आम्ही पूर्णपणे

आश्चर्यचकित झालो होतो. या भागात अजून एखादी गाडी असेल, अशी आम्हाला अजिबात अपेक्षा नव्हती. गाडी पुरती थांबायच्या आधीच त्याच्या चालकाने बाहेर उडी मारली. तो तांबूस वर्णाचा, अंगावर बारीक डाग असलेला, बॅगी शॉर्ट, गुडघ्यापर्यंत मोजे आणि आपल्या गोल पोटावरून ताणलेला सुती शर्ट घातलेला जरासा वयस्कर माणूस होता. त्याचे पातळ, राखाडी केस सूर्यदाह झालेल्या कपाळावरून सरळसोट मागे गेले होते आणि डोळ्यांत हसू होते. कालाहारीतला सूर्य, वारा आणि वाळू यांनी त्याच्या चेहऱ्यावर खोलवर आपले चिन्ह उमटवले होते.

"हेलो! माझे नाव बेर्घोफर, बर्जी बेर्घोफर. तुम्ही मला बर्जी म्हणू शकता. मॉनमध्ये मला कोणीतरी सांगितले की, तुम्ही इकडे कोठेतरी आहात आणि मी पूर्वेला काही मैलांवर ट्रकच्या टायरच्या खुणा बघितल्या, तेव्हा मला वाटले की, तुम्हीच असणार." आपल्या लँडरोव्हरच्या मागच्या बाजूला काहीतरी शोधत तो पुढे बोलू लागला, "मला वाटते, आता तुम्हाला याची गरज भासत असणार." असे म्हणून त्याने बकरीच्या मांसाची काही खोकी, एक बादली मिली-मालची (मक्याचे पीठ), त्याच्या मधोमध नीट ठेवलेली थोडी अंडी - थंड राहावीत आणि फुटू नयेत म्हणून - थोडे बटाटे आणि कॉफी असे सगळे समोर ठेवले. आम्ही साधारण बाराव्यांदा त्याला धन्यवाद देत असताना त्याने आपले हात वर केले आणि म्हणाला, "खरेतर मीच जास्त आनंदी आहे! हे बघा, मीही अर्धा यँकी (अमेरिकन) आहे."

नंतर आम्हाला समजले की, बर्जी गेली तेवीस वर्षे कालाहारीमध्ये फिरत होता. बोट्स्वानाच्या जमिनी आणि सर्वेक्षण खात्यात तो काम करायचा आणि ठिकठिकाणी जमिनीत खोलवर खड्डे करून जमिनीतील खनिजांची उपलब्धता शोधायचा. तो भटक्यांप्रमाणे तंबूचा फिरता कॅम्प उभा करून राहात असे. त्याचा वावर शक्यतो अभयारण्याच्या बाहेर असायचा. तो पुढे म्हणाला, "येथे वन्य प्राणी सोडून बाकी काही सापडले नाही तर बरे होईल अशी मला आशा आहे – आणि जर काही सापडले, तरी मी कोणाला सांगेन की नाही, ते माहीत नाही." तो मिश्कीलपणे म्हणाला, "मला खूप आनंद आहे की, कोणीतरी येथे प्राण्यांच्या अभ्यासासाठी आले आहे. कालाहारीला कोणीतरी वाली हवा आहे."

बर्जीला यँक्स (अमेरिकन्स) बद्दल विशेष जिव्हाळा होता, कारण त्याचे वडील अमेरिकन होते. ते बिल कॉडी वाइल्ड वेस्ट शो बरोबर दक्षिण आफ्रिकेत आले आणि तेथे त्यांनी मूळच्या ब्रिटिश असलेल्या एका स्त्रीशी विवाह केला आणि आफ्रिकेतच स्थायिक झाले. बर्जीला वाटे की, त्याच्या वडिलांचेच प्रवाशाचे रक्त त्याच्या धमन्यांतून वाहात आहे; त्यामुळेच तो पायाला भिंगरी लावल्यासारखा सतत जंगलातून फिरत असतो.

"मला माफ करा... मला तुम्हाला कॉफी द्यायला आवडली असती." मी

म्हणालो, ''पण आमच्याकडे एक समस्या आहे.'' मी त्याला आमचा रिकामा पाण्याचा ड्रम दाखवला.

''अरेरे, ते जरासे दुर्दैव आहे'', तो आठ्या घालून म्हणाला, ''कॉफीबद्दल चिंता करू नकोस; पण तुम्ही पाण्यासाठी काय करणार आहात?''

मी त्याला सांगितले की, आम्ही नदीच्या दिशेने जाणार आहोत आणि पुढे मॉनकडे आणि आम्ही डिसेप्शन व्हॅलीला परत येऊ शकणार नाही.

''ओह, ही दुर्दैवाची बाब आहे... ही जागा तशी दुष्ट आहे.'' नदीपात्राकडे बघत सुस्कारा टाकत तो म्हणाला.

जरा वेळ तो विचार करत राहिला. ''काय सांगू?'' तो एकदम आशेने म्हणाला, ''तुम्ही हे ठेवा; म्हणजे तुम्ही तिकडे नक्की पोहोचाल.'' त्याने असे बोलत आपल्या गाडीतून एक कॅनभर पाणी काढले, 'आता मिसेस, तुमची हरकत नसेल तर मी एक कप कॉफी घेईन'.

आम्ही कितीही वेळा सांगून बघितले तरी बर्जीने तो स्वतः सुरक्षित परत पोहोचण्यासाठी गरज असलेले थोडेसे पाणीदेखील आपल्याजवळ ठेवले नाही. त्याने जेमतेम कॉफी संपवली असेल, तसा आपला हात पुढे केला.

''ओके मारी, ओके डेलिया, मला निघाले पाहिजे – पुन्हा भेटू.'' असे म्हणून तो गेला. त्याची लँडरोव्हर पूर्वेकडच्या वाळूच्या डोंगरावर दिशेनाशी झाली.

निव्वळ सुदैव आणि बर्जीच्या दातृत्वामुळे आम्हाला नदीवरच काय, मॉनला जाण्यासाठी पुरेसे पाणी मिळाले होते. आम्ही डिसेप्शन व्हॅलीमध्ये अजून एक रात्र काढायचे ठरवले. आम्हाला हे ठिकाण सोडून जाणे अवघड वाटत होते आणि आदल्या रात्रीच्या कष्टांनी आम्ही बरेच थकलोही होतो.

दुसऱ्या दिवशी सकाळी, आम्ही डिसेप्शन व्हॅलीतून निघायच्या बरोबर एक तास आधी बर्जी परत आला. या वेळी येताना तो, एक बऱ्यापैकी आकाराचा सामान वाहून नेण्याचा ट्रक घेऊन आला होता. त्याच्याबरोबर त्याचे जमीन खोदणारे आठ स्थानिक मजूर होते. त्यांनी एक फोल्डिंग लाकडी टेबल, दोन खुर्च्या, एक मोठी लोखंडी शेगडी, एक छोटा स्वयंपाकाचा तंबू, एक मोठी मच्छरदाणी, थोडे पेट्रोल आणि पाण्याचे चार ड्रम्स आणले होते. बर्जी एखाद्या देवदूतासारखा होता. त्याने आपल्या हातांनी खुणा करून आपल्या मजुरांना फर्मान सोडले आणि जणू जादूनेच एक छोटा कॅम्प तयार झाला.

काय होते आहे, ते आमच्या लक्षात येण्याआधीच तो निघून गेला. जाताना त्याच्या गाडीमागे उडणारा धुरळा वाळवंटात लांबवर दिसत होता. बर्जी आम्हाला अचानक येऊन कल्याण करून जाणाऱ्या सुफी संतासारखाच भासत होता. त्याने उभ्या केल्या झटपट कॅम्पकडे आम्ही पाहात राहिलो. आपल्या अपरंपार दयाळूपणाने

बर्जीने आमचे डिसेप्शन व्हॅलीमध्ये राहणे काही काळासाठी का होईना शक्य केले होते. आम्ही काही संशोधन करून पुढची मदत मिळवेपर्यंत तरी नक्कीच!

आम्ही आमचे संशोधन पुढे चालू केले; पण गाडीच्या स्टार्टरशिवाय गाडी चालू करून प्राण्यांचे निरीक्षण करणे आणि त्यांचा पाठलाग करणे इतके सोपे नव्हते. तिन्हीसांजेच्या वेळेस रोज आम्हाला 'कॅप्टन' कोल्हा नदीपात्रात लोळत असताना दिसायचा. तो उठून अन्नाच्या शोधात बाहेर पडायचा, तेव्हा आम्ही गाडी बंद करून वाट पाहायचो. तो उठून आळोखेपिळोखे देऊ लागताच मी हळूच गाडीच्या पुढे जात असे आणि क्रँकने इंजिन फिरवून चालू करत असे. त्या वेळी डेलिया त्या कोल्ह्याकडे लक्ष ठेवत असे. कोल्हा उंच गवताकडे धावू लागे. हाताने इंजिनचा क्रँक फिरवण्यामुळे इतका आवाज होत असे की, त्यामुळे अर्धा मैल परिसरातला प्रत्येक प्राणी आमच्याकडे दचकून पाहात असे. ज्या दिवशी आम्ही सिंहांच्या मागावर असायचो, त्या दिवशी क्रँक फिरवताना मी जरा घाबरलेलाच असायचो, कारण त्यांच्याकडे माझी पाठ असायची आणि ते माझ्याकडे लक्ष ठेवून आहेत, याची मला जाणीव असायची.

आमचा कॅम्प उभारून दिल्यानंतर दोन आठवड्यांनी बर्जी आणखी पाणी घेऊन आला. डेलिया कॉफी बनवत असताना त्याने माझा हात धरून मला त्याच्या गाडीच्या बाजूला नेले. "ऐक मुला, कालाहारीसारख्या ठिकाणी डेलियाने राहावे असे तुला वाटत असेल, तर तू तिला थोडे लाडावले पाहिजेस. प्रत्येक मुलीला पाण्याने अंघोळ करायला आवडते." त्याने वळून आपल्या गाडीतून पत्र्याचा टब काढला. "आणि तिच्याकडे आरसा आहे का?" आपल्या खिडकीतून हात आत घालून त्याने एक आरसा बाहेर काढला. या भेटवस्तू पाहिल्यावर डेलियाच्या चेहऱ्यावर जो आनंद दिसला, त्यावरून बर्जीचे म्हणणे खरे होते, ते माझ्या लक्षात आले.

त्याचा कॅम्प इतका लांब होता की, तो आम्हाला क्वचितच भेटत असे; पण इकडे येण्यासाठी तो अचूक वेळ गाठत असे. कित्येक आठवडे जात असत; आमचे पाणी संपत आलेले असे आणि त्याच वेळी बर्जी येऊन उभा ठाके. दर वेळी येताना तो खाण्याचे मांस, अंडी, बटाटे, ब्रॉन (मांसाची जेली) किंवा चीजसारख्या भेटवस्तू त्याच्या कॅम्पमधून किंवा गाबोरोनहून घेऊन येत असे. या वस्तू विकत घेण्याचा आमच्याकडे कोणता मार्ग असता, तरी त्या घेण्याची आमची ऐपत नव्हती.

एक दिवस तो आम्हाला डिसेप्शन व्हॅलीमध्येच दूरवर घेऊन गेला. या भागात आम्ही कधीच गेलो नव्हतो. आम्ही त्याच्या लँडरोव्हरमधून एक तास गाडी चालवत गेलो. त्याने गाडीच्या स्प्रिंग्ज खूप कडक करून ठेवल्या होत्या आणि त्याचा त्याला फार अभिमान होता. एक तास अंतर गेल्यावर आमची पाठ दुखू लागली आणि मान अवघडली होती. शेवटी आम्ही वाळूच्या एका उंचवट्यावर थांबलो. आमच्यापुढे एक

मोठे गोल मैदान होते. त्या मैदानाची जमीन राखाडी रंगाची असल्यामुळे ते मैदान पाण्याने भरल्यासारखे दिसत होते. ते इतके हुबेहूब तळ्यासारखे दिसत असे की, पुढे काही वर्षांनी आम्ही स्थलांतर करणारे पाणपक्षी, एकदा तर एक पाणकोळी (पेलिकन) त्यामुळे फसलेला बघितला आहे. बर्जीने आम्हाला सांगितले की, तेथील बुशमन लोकांनी या मैदानामुळेच व्हॅलीचे नाव डिसेप्शन व्हॅली असे ठेवले होते. त्यासाठी त्यांच्या भाषेतला डिसेप्शन (फसवणूक) साठीचा प्रतिशब्द वापरला होता. असे नाव ठेवण्याचे दुसरे कारण म्हणजे, नदीपात्रातून गाडी चालवत जात असताना लागणारा वाळूचा प्रत्येक चढाव हा आता शेवटचाच असे वाटत असे. आमच्या खाली त्या पुरातन नदीचे पात्र, वळणे घेत त्या खऱ्या डिसेप्शन मैदानात जात होते (आम्ही त्या मैदानाचे ठेवलेले नाव).

"मी इथपर्यंत आलेलो आहे; यापुढे कधीच गेलो नाही." बर्जी म्हणाला. "यापुढे काय आहे ते कोणत्याच मानवाला माहीत नाही." बराच वेळ कोणीच काही बोलले नाही. वाऱ्याचे गवतात चाललेले संगीत आम्ही काही वेळ ऐकत राहिलो. समोर दिसणारा शेकडो मैलांचा वैराण प्रदेश पाहात राहिलो. "एक सांगू?" बर्जी म्हणाला, "मला इथे एकाच गोष्टीची खरोखर भीती वाटते, ती म्हणजे आग!"

आग

मार्क

मधूनच ऐकू येणारी कोल्हेकुई
आणि त्यामध्ये पसरलेला सन्नाटा
नदीच्या खोल पात्रात कोसळणारा
धरतीचा छोटा तुकडा

- रुडयार्ड किप्लिंग

१९७४ साली जो तुफान पाऊस पडला, तो बोट्स्वानाच्या इतिहासातला सर्वाधिक पाऊस होता. त्या पावसाने देशाचा बराच भाग पाण्याखाली गेला होता. मेपर्यंत पाऊस थांबला; पण त्यामुळे सगळीकडे पुरुषभर उंचीचे गवत वाढले होते. त्या गवताकडे बघताना असे वाटे की, शेकडो मैल पसरलेली ती गव्हाची शेतीच आहे. हे गवत सतत वाऱ्यावर डुलत असे. जुलै महिन्यात आम्हाला डिसेप्शन व्हॅलीमध्ये येऊन तीन महिने झाले होते. तोपर्यंत उन्हामुळे त्या गव्हा (!) च्या शेतीचे वाळक्या गवतात आणि नंतर सरपणात रूपांतर झाले होते. कोणी म्हणाले की, दवबिंदूतून जाणाऱ्या सूर्यप्रकाशानेदेखील ते पेटू शकते.

'गवताचा प्रकार क्र. २७ : मुळाशी ९.२ सेंटिमीटर, कोरडा भाग ५७.२ सेंटिमीटर, हिरवा भाग १४.३....' आम्ही सकाळभर मोजणी करत होतो. नदीपात्रातील प्रवाहाच्या जागेपासून ते पात्राच्या कडेपर्यंत पसरलेले वेगवेगळ्या प्रकारचे गवत, कोणती वेगवेगळी हरणे इथे चरतात, त्याचा आम्ही अभ्यास करीत होतो.

अवघडलेल्या गुडघ्यांना विश्रांती देण्यासाठी मी उभा राहिलो. पूर्वेकडील क्षितिजावर एक राखाडी रंगाचा धुराचा डोंगर उठला होता. आसमंतात हजारो फुटांपर्यंत वर गेलेला तो धूर वाऱ्यामुळे दक्षिणेकडे पसरत होता. दूरवर - किती दूर ते सांगता येत नव्हते - कालाहारी वाळवंट पेटले होते.

त्या अनिष्टसूचक ढगाकडे पाहात आम्ही उभे होतो. जोराचा वारा सुटला होता. ताशी तीस मैलाने वाहणारा जोराचा वारा आमच्या अंगावर धडकत होता. वाऱ्यामुळे आमचे कपडे फडफडत होते, डोळ्यांत पाणी येत होते. त्या आगीमध्ये आणि आमच्यामध्ये केवळ मैलोन्मैल पसरलेल्या गवताचे अंतर होते.

दररोज रात्री आम्ही 'कॅप्टन' आणि इतर कोल्ह्यांच्या मागावर जात राहिलो. पूर्वेच्या क्षितिजावर पेटलेल्या वणव्याचा प्रकाश आम्हाला जाणवत असे. त्या आगीत आणि आमच्या कॅम्पमध्ये अजून बरेच अंतर होते; त्यामुळे आगीला आमच्यापर्यंत पोहोचायला कित्येक आठवडे लागले असते. आग इकडे पोहोचायच्या आत आम्हाला स्वतःला, आमच्या कॅम्पला आणि लँडरोव्हर गाडीला वाचवण्याची योजना बनवावी लागणार होती.

जुलैमधल्या रात्री कडाक्याची थंडी पडत होती. दिवसाच्या चोवीस तासांमध्ये, दुपारच्या सत्तर फॅरेनहाइटपासून (२१ सेल्सियस) पहाटे चौदा फॅरेनहाइटपर्यंत (उणे १० सेल्सियस) तापमानात बदल होत असे. एवढा मोठा बदल आम्हाला अपेक्षित नव्हता. आमच्याकडे थंडीसाठी काही कपडेही नव्हते - आम्ही घरून निघालो, तेव्हा थंडीचे काही कपडे घेण्यासाठी आमच्या सामानात जागाच नव्हती. रात्री कोल्ह्यांचा पाठलाग करताना आम्हाला थंडी सहन होत नसे. टॉर्च धरण्यासाठी काही मिनिटे जरी हात खिडकीबाहेर काढला, तरी माझा हात आणि खांदा सुन्न होत असे. गाडीला हीटर नव्हता; त्यामुळे त्याला पर्याय म्हणून मी एका कॉफीच्या कपाला बाजूने भोके पाडून तो एका मेणबत्तीवर उपडा ठेवला होता. थंडीत हाताला संरक्षण मिळावे, म्हणून आम्ही हातांवर पायमोजे घालत होतो आणि मांडीवर स्लीपिंग बॅग घेऊन सीलबंद डब्यातले अन्न गाडीच्या एक्झॉस्ट पाइपवर गरम करून खात होतो. एवढे करूनही आम्ही थंडीने बेजार होत होतो आणि तीन-चार तास लँडरोव्हरमधून फिरल्यावर शेकोटीसाठी कॅम्पकडे परतण्यावाचून आमच्याकडे पर्याय नसे.

सुरुवातीला रात्रीच्या वेळी सगळे कोल्हे आम्हाला सारखेच दिसायचे; त्यामुळे त्यातल्या काही कोल्ह्यांना गुंगीचे औषध देऊन त्यांच्या गळ्यात कॉलर घालायचे आम्ही ठरवले, ज्याद्वारे त्यांना रात्रीच्या वेळी ओळखणे सोपे जावे. सामान आणायला मॉनला पहिल्यांदा गेलेलो असताना आम्ही गाडीवर स्टार्टर बसवून घेतला होता. मॉन गावात नॉर्बर्ट ड्रेगर नावाचा एक जनावरांचा डॉक्टर राहात होता. त्याने आम्हाला म्हशींच्या गळ्यात अडकवण्याचा एक पट्टा आणि एक रायफल दिली होती. त्या

रायफलने जनावरांना गुंगीचे औषध देता येत असे; पण ती रायफल इतकी जुनी होती की, ती ठिकठिकाणी गंजलेली होती आणि त्याला बरीच भोके पडली होती. मी टायरचे तुकडे लावून रायफलची भोके बुजवली. म्हशींच्या पट्ट्यांचे कापड वापरून छोट्या, हलक्या कॉलर्स बनवल्या आणि थोडे खिळे बसवून त्या घट्ट केल्या.

जुलैमधल्या एका रात्री आम्ही कॅम्पजवळ एका कोल्ह्याला गुंगीचे इंजेक्शन देण्यात यशस्वी झालो. त्या रात्री फार कडाक्याची थंडी होती. एवढ्या थंडीच्या दिवसांत गुंगीचे औषध दिल्यावर काही वेळा प्राण्यांचे अंग एकदम गार पडते आणि त्यांच्या जीविताला धोका निर्माण होतो; त्यामुळे एकदा कॉलर बसवून झाल्यावर आम्ही त्या कोल्ह्याला हळुवारपणे उचलून आमच्या कॅम्पवर घेऊन गेलो, जेणेकरून शेकोटीच्या उबेत तो पुन्हा जागा होईल. त्याला शेकोटीपाशी ठेवून आम्ही परत लँडरोव्हरमध्ये बसलो म्हणजे इतर कोणता शिकारी प्राणी आला, तर आम्हाला त्याच्यावर लक्ष ठेवता आले असते.

बरेच तास उलटले, रात्रीची थंडी अजूनच वाढत गेली. आमचा जुजबी कॉफी-कप हीटर उबेला पुरेनासा झाला. एक वाजला, तेव्हा डेलियाला सगळे असह्य झाले. आपली स्लीपिंग बॅग आणि पातळ फोमची गादी घेऊन मिणमिणत्या टॉर्चच्या उजेडात ती आमच्या जेवायच्या छोट्या तंबूकडे गेली. त्या वेळी नदीपात्रामध्ये उंदीर आणि घुशीसारख्या छोट्या प्राण्यांची नांदी होती - त्यांची संख्या इतकी वाढली होती की, कित्येक आठवडे आम्ही जेवताना आपले पाय टीनच्या डब्यात ठेवून जेवत असू, जेणेकरून ते अन्नाच्या वासाने आमच्या पायांवर चढू नयेत. त्या रात्री तंबूत एखादा उंदीर तिच्या अंगावर येण्याची शक्यता असली, तरी डेलियाने थोड्या उबेत राहायचे आणि थोडी झोप काढायची असे ठरवले होते.

मी गाडीतच बसून होतो. कोल्हा तोपर्यंत जागा होऊ लागला होता आणि उभे राहण्याचा प्रयत्न करत होता. मी मधूनच त्याच्या दिशेने टॉर्चचा प्रकाशझोत सोडून लक्ष ठेवत होतो. टॉर्चभोवती हात गुंडाळल्यामुळे माझ्या हाताला थोडी ऊब मिळत होती आणि खरेतर मला टॉर्च चालूच ठेवायचा होता; पण त्याची बॅटरी संपेल अशी मला भीती वाटत होती; त्यामुळे दुर्बीण स्टिअरिंग व्हीलवर ठेवून मी तसाच अंधारात कुडकुडत बसलो होतो. दूरवरच्या वणव्याच्या प्रकाशाकडे माझे लक्ष होते. मी विचार करत होतो की, त्या वणव्याला आमच्यापर्यंत पोहोचायला किती वेळ लागेल!

पहिल्यांदा वणवा दिसू लागला, त्याला दोन आठवडे झाले होते. तेव्हापासून आत्तापर्यंत त्याची तीव्रता बरीच वाढली होती आणि आता नुसता धूर दिसत नसून उत्तरेकडून दक्षिणेपर्यंत व्यापलेली ज्योत दिसू लागली होती. आता रात्रीच्या शांततेत वारा वाहायचा थांबला होता. वणव्याची आगही दिशेनाशी झाली होती, जणू आग झोपी गेली होती; पण मला माहिती होते की, सकाळी वारा सुटताच आग पुन्हा

भडकेल आणि प्रचंड धुराचे डोंगर सारा आसमंत व्यापून टाकतील.

बर्जीने आम्हाला भेट दिलेला हा कॅम्प काही विशेष मौल्यवान नव्हता; पण आमची तीच काय ती पुंजी होती. कॅम्पला काही झाले असते, तर तसा कॅम्प परत उभा करणे आम्हाला काही परवडले नसते. जर वणव्याच्या आगीत आमचा कॅम्प जळून खाक झाला असता, तर आम्ही आर्थिकदृष्ट्या कंगाल झालो असतो आणि आमचे संशोधनही संपुष्टात आले असते. त्याशिवाय आमच्या कॅम्पभोवतीच्या झाडांच्या बेटात आत्तापर्यंत आमची पाळेमुळे वसली होती. जो काही अल्प समय आम्ही डिसेप्शन व्हॅलीत घालवला होता, त्यात इथे आमचे घर वसले होते.

कॅप्टन आणि इतर प्राण्यांची आम्हाला काळजी वाटत असे. त्यांपैकी काही प्राणी तरी नक्कीच आगीच्या भक्ष्यस्थानी पडणार होते. उगवलेल्या वेगवेगळ्या प्रकारच्या गवतानुसार आम्ही नदीपात्राची विभागणी केली होती. एकदा वणवा इकडे पोहोचला की, आम्ही केलेली ती विभागणी बिनकामाची ठरली असती, कारण बरेचसे गवत जळून खाक झाले असते आणि मग अभ्यास करायला विशेष काही उरलेही नसते.

माझ्या मनात असे विचार चालू असताना अचानक विविध रंगांचे एक कारंजे दूरवर आकाशात उडाले आणि अनाकलनीयरीत्या ते नाहीसेही झाले. काही मिनिटांतच ते परत वर उडाले. माझ्या लक्षात आले की, आग वाळवंटातले चढउतार पार करत होती. दर वेळी ती एखाद्या खोलगट भागात पोहोचत असे, तेव्हा त्याची तीव्रता एकदम कमी होत असे आणि उंचावर आल्यावर ती परत भडके. उंच ठिकाणी वाऱ्याचा जोर बराच होता आणि अशा ठिकाणी झाडे-झुडपेही पुष्कळ असतात; त्यामुळे तिथे आगीचा जोर बराच वाढतो. तिची सर्वव्यापकता पाहून मी आणखी चिंतेत पडलो होतो. आगीच्या स्वरूपात उत्तरेकडून दक्षिणेकडे सरळ पन्नास मैलांच्या रेषेत कालाहारी जळत होते.

मी हात बाहेर काढून टॉर्च लावला. पहाटेचे साडेतीन वाजले होते आणि कोल्हा चांगल्या पद्धतीने जागा होत होता. मी दिवा बंद करून हाताच्या बोटांवर फुंकर मारून त्यांना गरम करायचा प्रयत्न करत होतो; पण तेव्हा मला काहीतरी अंतःप्रेरणा झाली आणि मी परत टॉर्च लावला आणि पाहिले, तर सात सिंहांनी त्या कोल्ह्याला घेराव घातला होता.

माझ्या टॉर्चच्या प्रकाशझोतामुळे दचकून त्या दोन सिंहिणी आणि पाच बच्च्यांनी माघार घेतली; पण काही क्षणांतच ते परतले. त्यांचे डोळे भक्ष्यावर स्थिर होते. मी गाडी चालू केली आणि आमच्या तंबूवरून पुढे नेली. तंबूत डेलिया शांत झोपली होती. गाडीच्या आवाजाकडे दुर्लक्ष करून सिंहिणी जागच्या हलायला तयार नव्हत्या. गाडीच्या आवाजाचे आणि दिव्यांच्या प्रकाशाचे त्यांचे आश्चर्य आता जिरले होते

आणि त्यांनी आपल्या भक्ष्याकडे तोंड करून दबा धरला होता. त्यांचे डोके खाली होते आणि शेपट्या एकीकडून दुसरीकडे सळसळत होत्या.

मी गाडी घेऊन झटपट त्या कोल्ह्यापाशी पोहोचलो आणि गाडी त्याच्या आणि सिंहिणींच्या मधोमध उभी केली. त्यांच्यातल्या एका सिंहिणीला गाडीच्या बम्परने मी हळूच धक्का दिला. त्या सिंहिणीने नापसंतीचा आवाज काढला; ती वळली आणि गाडीच्या हेडलाइटवर थुंकली. गाडीला वळसा घालून त्या कोल्ह्यापर्यंत पोहोचायचा त्यांचा प्रयत्न होता; पण दरवेळी मी गाडी मध्ये घालत होतो. शेवटी मी त्यांना कॅम्पच्या मागच्या बाजूच्या कुरणात जायला भाग पाडले. गाडीचे स्टिअरिंग डावीकडून उजवीकडे वळवत मी गाडीचे बंपर त्यांच्या शेपटीजवळच ठेवले होते. मला सिंहिणींना अशा पद्धतीने हाताळणे खरेतर अजिबात पसंत नव्हते; पण आम्हीच भूल देऊन असहाय केलेल्या त्या कोल्ह्याची काळजी घेणे मला भाग होते.

मी कॅम्पपासून सुमारे ४०० यार्ड अंतरावर पोहोचलो असताना, गाडीच्या रिअरव्ह्यू आरशात मला कोणतातरी मंद प्रकाश चालू-बंद होत असलेला जाणवला. तो आमच्या स्वयंपाकाच्या तंबूतून येतो आहे, हे कळायला मला काही सेकंद लागले. डेलिया या सिंहांच्या बाबतीत अनभिज्ञ होती. तिला वाटले की, मी कोल्ह्याच्या मागोमाग गाडी नेऊन तो सुरक्षित असल्याची खात्री करून घेत आहे. गाडी कॅम्पपासून थोडीशीच लांब गेली असेल, तेव्हा तिला तंबूबाहेर जड पावलांचा आवाज ऐकू आला. तंबूचे कॅन्व्हास एकदा हादरले. नंतर एकदम गारगार हवा तिच्या पायाला लागली. तिने हळूच आपले डोके उचलून पाहिले. तंबूच्या चेन्स केव्हाच निकामी झाल्या होत्या. तंबूच्या दारात - तारकांच्या मंद प्रकाशात तिला दिसले की, दोन प्रचंड आकाराचे नर सिंह तिच्या पायापाशी उभे आहेत.

सिंह तंबूतल्या जमिनीचा वास घेत असताना तिने आपला श्वास रोखून धरला होता. त्यांच्या नाकपुडीतून गरम हवा बाहेर येत होती आणि त्यांच्या मिश्या तिच्या स्लीपिंग बॅगला स्पर्श करत होत्या.

तिने आपले पाय हलवले, त्याबरोबर ते सिंह जागीच थबकले आणि निरीक्षण करू लागले. लँडरोव्हर अजूनच लांब चाललेली तिला ऐकू येत होती. तिने शेजारी ठेवलेला टॉर्च हळूच आपल्या हातात घेतला. ते सिंह जागच्या जागीच खिळून उभे होते, आता त्यांच्या श्वासोच्छ्वासाचाही आवाज येत नव्हता. तिच्या डोक्यापाशी असलेल्या खिडकीपर्यंत तिने तो टॉर्च वर उचलला. डावीकडचा सिंह तंबूच्या कापडाला टेकला; त्यामुळे अख्खा तंबू पुन्हा हादरला. टॉर्च खिडकीपाशी धरून तो चालू करायला डेलिया धाकधूक करत होती. टॉर्च चालू करताना आवाज झाला तर काय करावे, असा विचार तिच्या मनात येत होता. शेवटी एकदाचा तिने तो टॉर्च चालू केला. आजूबाजूच्या भयाण शांततेत त्या टॉर्चचा आवाज गोळी सुटल्यासारखा

वाटला.

सिंह काही जागचे हटले नाहीत. तिने टॉर्चने खूण करणे चालू केले. चालू-बंद, चालू-बंद, चालू-बंद; ती जिवाच्या आकांताने मला तिची खूण समजेल अशी प्रार्थना करत होती. थोड्या वेळाने गाडीच्या इंजिनचा ते वेगात आल्याचा आवाज आला आणि खड्ड्यावरून गेल्यामुळे बंपरची कुरकुर कॅम्पजवळ ऐकू आली, तेव्हा तिने सुटकेचा मंद निःश्वास सोडला.

मी आमच्या कॅम्पपाशी पोहोचलो, तेव्हा माझ्या हातातला टॉर्च इकडेतिकडे रोखून मी काय समस्या आहे, ते शोधत होतो. सगळे तर ठीक दिसत होते. तरीही खिडकीतला मंद प्रकाशझोत अजूनही चालू-बंद होत होता. मी तंबूला फेरी मारली आणि कचकन ब्रेक दाबले. काळ्या आयाळीचे दोन थोराड नर सिंह, खांद्याला खांदा लावून तंबूत डोके खुपसून उभे होते. एखाद्या बुटाच्या खोक्यात सापडलेल्या उंदरासारखी डेलिया आत अडकली होती.

मी त्यांना घाबरवले असते तर डेलिया संकटात सापडली असती. त्यांना न घाबरवता, त्यांचे लक्ष विचलित करणे मला भाग होते. अविचाराने काही केले तर धोका वाढला असता. आम्ही मॉनला गेलेलो असताना एक घटना ऐकली होती - चोबे नावाच्या नॅशनल पार्कमध्ये सिंहांनी एका स्त्रीला तिच्या स्लीपिंग बॅगमधून खेचून बाहेर काढले होते. मला असे वाटून गेले की, माझ्याजवळ एखादा फटाका असता तर बरे झाले असते. मी तो फटाका हवेत उडवून त्या सिंहांना घाबरवून पळ काढायला लावला असता.

कदाचित लँडरोव्हर घेऊन त्यांच्या अंगावर गेलो तर फायदा होईल असा विचार माझ्या मनात आला. मघाशी त्या सिंहिणींसाठी हेच तंत्र मी वापरले होते. हळूहळू मी गाडी सिंहांच्या दिशेने नेली. तंबूच्या झडपेपाशी खंबीरपणे उभे राहून त्यांनी आपल्या नजरा गाडीकडे वळवल्या. त्यांचे डोळे मोठे, गोल दिसत होते. कान मागच्या दिशेने रोखले गेले होते आणि शेपट्या सळसळत होत्या. निदान आता त्यांचे लक्ष तरी डेलियाऐवजी माझ्याकडे गेले. मी जसजसा त्यांच्या जवळ गेलो तसतसे ते सिंह अजून अजून मोठे दिसू लागले आणि शेवटी तर ते गाडीच्या पुढच्या हूडच्या उंचीचे दिसत होते. त्यांचे खांद्याचे स्नायू ताणलेले दिसत होते. ते त्यांच्या जागी स्थिर होते. मी थांबलो.

काही क्षणांनंतर त्यांनी आपले डोळे फडफडायला सुरुवात केली. त्यांच्या शरीरातील स्नायूंचा ताण कमी झाला आणि ते परत डेलियाच्या दिशेने वळले. मी क्लच सोडला आणि पुन्हा त्यांच्या दिशेने पुढे गेलो. या वेळी मी माझे डोके खिडकीबाहेर काढले होते आणि मी जोरजोराने गाडीच्या दारावर आपली मूठ आपटत होतो, जेणेकरून त्यांचे लक्ष गाडीकडे जाईल. मी त्यांच्या एकदम जवळ

पोहोचलो, तेव्हा ते पूर्ण वळले. नाराजीने त्यांनी आपले नाक खाली केले आणि ते सिंहिणींच्या दिशेने पसार झाले. कॅम्पच्या पलीकडे पोहोचल्यावर ते सिंहिणींना साद घालू लागले. पश्चिमेकडून सिंहिणींनी त्यांच्या सादेला प्रत्युत्तर दिले. या सगळ्या गडबडीत कोल्हा पसार झाला होता.

मी घाईघाईने तंबूत गेलो आणि डेलियाच्या शेजारी पडून राहिलो. अर्धवट भीतीने आणि मनातल्या खळबळीमुळे ती थोडा वेळ बडबड करत राहिली. थोड्याच वेळात आम्ही दोघेही गाढ झोपी गेलो. रात्री जेव्हा एक उंदीर माझ्या कपाळावर चढला होता, तेव्हा मी एकटाच जागा झालो. मी एक फटका मारून त्याला तंबूच्या कोपऱ्यात उडवले. थोडा वेळ कुडकुडून मी परत झोपी गेलो.

काही दिवसांनंतर एका रात्री आम्ही कॉलर लावलेल्या एका कोल्ह्याचा पाठलाग करत होतो. त्याच वेळी अचानक पूर्वेकडचे आकाश लाल रंगात भगभगले. डेलिया म्हणाली, "मार्क, वणवा इथे जवळ पोहोचला आहे! आपल्याला कॅम्पवर जाऊन तयारीला लागले पाहिजे!" माझी खात्री होती की, वणव्याला इथपर्यंत पोहोचायला अजून बराच वेळ लागेल आणि एवढ्या लवकर कॅम्पची आवराआवर करणे म्हणजे निष्फळ ठरेल; पण डेलियाने हट्ट धरला, म्हणून मीसुद्धा गाडी वळवली.

गाडी पूर्णपणे थांबायच्या आतच डेलिया तिच्या सीटवरून उडी मारून खाली उतरली. तिने भांडीकुंडी, पिठाच्या पिशव्या आणि इतर वस्तू गोळा करून गाडीपाशी जमा करायला सुरुवात केली. मी तिला जरा समजावण्याचा प्रयत्न केला. "डेलिया, तो वणवा येत्या काही क्षणांत काही आपल्या कॅम्पपाशी पोहोचत नाही, ना तो सकाळपर्यंत येणार आहे."

"तुला काय ठाऊक?" ती ओरडली. ती कांद्याची एक जड पिशवी उचलायचा प्रयत्न करत होती. "तू कधी कालाहारीमधला वणवा अनुभवला नाहीस, ना इतर कोठला."

"वणवा जवळ आला की, आपल्याला नक्की ऐकू येईल, तुला पेटलेले गवत दिसेल - सगळीकडे ठिणग्या दिसतील. एवढ्या आधीच सगळी आवराआवर केली तरी आपण खाणार काय आणि झोपणार कोठे?"

पण तिला थांबवण्याचा प्रयत्न करणे व्यर्थ होते. धुरापासून वाचवण्यासाठी, भावनेच्या भरात ती एखादे ओले ब्लँकेट माझ्या तोंडावर घालून मलाच गुदमरवून टाकेल की काय, असा विचार माझ्या मनात आला. आता ती सामानाची खोकी, कपडे आणि पाण्याचा कॅन असे सगळे सामान गाडीपाशी आणून ठेवत होती. गाडीच्या मागच्या भागात सामानाचा ढीग झाला होता. तिने मागे आणून ठेवलेले सामान मी हळूच पुढच्या दारातून बाहेर काढून ठेवू लागलो. "हे बघ डेलिया! जेव्हा वणवा इथे पोहोचेल, तेव्हा आपल्याला नक्की कळेल. सावर स्वतःला!"

"मला कोणताही धोका पत्करायचा नाही!" ती माझ्या अंगावर ओरडली.

गाडीच्या पलीकडच्या बाजूला, कांद्याची पिशवी मी जेमतेम परत झाडावर लटकवली असेल, तोवर आमचा जेवणाचा तंबू खाली आला. जमिनीतून मुळापासून उपसून काढावे तसे डेलिया तंबूचे खुंट उपसत होती.

"तू काय करते आहेस?" तिला विनवत मी म्हणालो.

"मी तंबू आवरून गाडीत ठेवते आहे."

मी भरभर गाडीपाशी गेलो आणि मागे ठेवलेले सगळे सामान परत खाली टाकले. "थांब!" मी ओरडलो आणि तिच्या आणि सामानाच्या मधोमध उभा राहिलो. "तुला काहीतरी करायची इतकीच ऊर्मी आली असेल तर तुला बरे वाटावे म्हणून आपण काहीतरी उपयोगी पडेल असे तरी करू या - कॅम्पभोवती वणव्याला प्रतिबंध करणारा बांध तयार करू या."

मी गाडीच्या मागच्या बाजूला दोरीच्या मदतीने लाकडाचा एक मोठा ओंडका बांधला. मग आमच्या कॅम्पभोवती अनेक वेळा फेऱ्या घालून एका मोठ्या वर्तुळातले गवत उखडून काढले.

माझे काम संपले, तसा मी गाडीच्या मागच्या बाजूला आमचा बिछाना पसरू लागलो; तेव्हापर्यंत मध्यरात्र उलटून पहाट होऊ लागली होती.

"तू काय करतोस?" माझ्या मागे उभी राहून डेलिया मला विचारत होती.

"मी झोप घेणार. मला माहिती आहे की, सध्या तरी आपण अगदी सुरक्षित आहोत आणि तशीही तू आडमुठी आहेस... त्यामुळे काहीही झाले तरी तू रात्रभर वणव्याकडे लक्ष ठेवून बसणार ते मला माहीत आहे."

नंतर बऱ्याच उशिरा, थंडीत कुडकुडत आणि थोडासा पश्चात्ताप करत ती बिछान्यावर माझ्या शेजारी येऊन मला बिलगली. मी एक हाताने तिला कवेत घेऊन पुन्हा झोपी गेलो.

सकाळी थोडा उशिरा बर्जीचा ट्रक पूर्वेच्या बाजूने कॅम्पला पोहोचला. हसत हसत बर्जी खाली उतरला आणि त्याने विचारले. "हे काय चालू आहे?" त्याची नजर पूर्णपणे विस्कळीत झालेल्या आमच्या कॅम्पवर होती.

आम्ही त्याला येणाऱ्या वणव्याबद्दल विचारले.

"वेल! अजून काही काळ तरी तुम्ही सुरक्षित आहात." तो खिदळला, "ती आग अजून तीस मैल दूर आहे - परवाच माझ्या कॅम्पवरून पुढे गेली."

डेलियाने माझ्याकडे बघून मंद स्मित केले.

पण नंतर चिंताग्रस्त सुरात बर्जी म्हणाला, "एक मात्र खरे की, हा वणवा फार विध्वंसक आहे. माझ्याकडे आगीसाठी प्रतिबंधक रेषा तयार करायला एक ट्रॅक्टर आणि माझे सगळे नोकरचाकर असूनही आम्हाला खूप ताप झाला. तो इथपर्यंत

पोहोचेल तेव्हा काळजी घ्या, ती काही छोटीमोठी आग नाही.''

''वणव्याची सुरुवात कशी झाली?'' मी विचारले.

''मित्रा, दरवर्षी हे हलकट बुशमन आग लावतात. त्यांना शिकारीचा माग काढायला, शिकार करायला मोकळे मैदान बरे पडते आणि बोहिनियाची फळे शोधणेही त्यांना सोपे जाते. बोहिनियाचे फळ त्यांच्या मुख्य आहारापैकी आहे. आपण त्यांना दोष देऊ शकत नाही. सगळ्या मोठ्या झाडांची खालची पाने या आगीत जळून जातात. बरेच चरणारे प्राणी ती पाने खाऊनच जगतात आणि सगळा दोष काही या बुशमन लोकांचा नाही. सफारीवर प्राण्यांची शिकार करणारे लोकदेखील आग लावतात; पण ही गोष्ट ते कधी कबूल करणार नाहीत.''

मग त्याने आपले लक्ष स्वतःच्या गाडीकडे वळवले. 'माझ्याकडे काही गोष्टी होत्या; ज्याचा तुम्हाला उपयोग होईल.'' असे म्हणून त्याने बकरीचे मांस, अंडी आणि मक्याचे पीठ गवतात काढून ठेवले. आमचे रिकामे झालेले पाण्याचे ड्रम्स त्याने आणलेल्या पाण्याने भरले गेले. डेलिया थोडी कॉफी बनवू लागली.

आपल्या कपातला कॉफीचा शेवटचा घोट संपवता संपवता तो उठला आणि निरोप घेऊ लागला. 'माझी तीन आठवड्यांची रजा शिल्लक आहे. माझा विचार आहे जोहान्सबर्गला जावे. तिथे माझी मुलगी असते. थोडे दिवस तिच्याबरोबर आणि तिच्या कुटुंबाबरोबर घालवावे; पण मला शहरी जीवन जास्त दिवस सहन होणार नाही; त्याबाबत तुम्ही निश्चिंत असा; त्यामुळे मी दहा-बारा दिवसांत परत येईन. तोपर्यंत बहुधा आग येथपर्यंत पोहोचलेली नसेल, कारण तसा प्रत्येक रात्री तिचा जोर कमी होतो आहे; त्यामुळे इथे पोहोचेपर्यंत दोन आठवडे तरी नक्की लागतील.'

जोहान्सबर्गहून परत आल्यावर त्याने काही दिवस आमच्याबरोबर राहावे म्हणून आम्ही त्याची विनवणी केली. आम्हाला समजलेल्या काही गोष्टी आम्हाला त्याला दाखवायच्या होत्या. 'ठीक आहे, ठीक आहे - मी परत आलो की, थेट येथेच येईन. ओके मार्क, ओके डेलिया, पुन्हा भेटू.''

दोन आठवडे गेले, तरी बर्जीचा काही ठावठिकाणा नव्हता. रोज वाऱ्याचा आवाज आला की, त्याच्या गाडीचा तर आवाज नाही ना, असा आम्हाला भास होत असे. कदाचित तेव्हा वारे फार सुटत असेल किंवा इतर पूर्ण शांततेमुळे थोडासा वाराही आमच्या कानात गुणगुणत असेल; पण त्यामुळे आमची सारखी फसवणूक होत असे. जंगलात खूप वेळ तुम्ही तुमच्या मित्राची वाट बघितली की असे होते.

तो आजारी तर नव्हता ना? डिसेप्शन व्हॅलीच्या पूर्वेला कोठे त्याची गाडी उलटली तर नाही ना? त्याच्याबाबतची काळजी अनावर झाली, तेव्हा तो ज्या रस्त्याने आमच्याकडे यायचा, त्या रस्त्याने आम्ही थोडे अंतर जाऊन बघितले; पण काहीच सापडले नाही. आम्हाला वाटले की, त्याने जोहान्सबर्गमध्ये थोडे जास्त

दिवस राहायचे ठरवले असावे.

थोड्या दिवसांनंतर ऑगस्टमधल्या एका थंड सकाळी, मी लँडरोव्हरचे मागचे दार उघडले आणि आळोखेपिळोखे देत बाहेर आलो. सगळ्या नदीपात्रावर अतिशय मंद सूर्यप्रकाश पसरला होता. पक्ष्यांचा आवाज एकदम शांत होता. केवळ रात्री बाहेर येणारे किडे हजारोंच्या संख्येने सर्व आसमंतात पसरले होते आणि झाडाझुडपांवर सरपटत होते. गवताच्या एका पानाचा जळून खाक झालेला अवशेष माझ्या हातावर येऊन विसावला. मी वर बघितले, तर सगळ्या वातावरणात तसे कण उडत होते, जणू काळा बर्फ पडत आहे. पूर्वेच्या दिशेला जमिनीपासून आकाशापर्यंत धुराचा एक पडदा दक्षिणोत्तर दिसत होता. वणवा जवळजवळ आमच्यापर्यंत पोहोचला होता. इतक्या जवळ आल्यावर तर तो अजूनच भेदक, दाहक भासत होता. त्या क्षणी मला वाटले की, आमचा कॅम्प आवरून खरेच आम्ही आधी मॉनला जायला पाहिजे होते.

मी भराभरा भांडीकुंडी, पिठाच्या पिशव्या आणि जे काही सापडेल ते लँडरोव्हरमध्ये भरायला सुरुवात केली. डेलियाने जेवायचा तंबू आडवा पाडला. हवेतली आर्द्रता आधीच अतिशय कमी होती, त्यातच ताशी तीस-चाळीस मैलांच्या वेगाने वारा सुटलेला, अशा परिस्थितीत जर भरदुपारी वणवा आमच्यापर्यंत पोहोचला तर आमचा कॅम्प वाचवणे मुश्कील होणार होते. आम्हाला आमची आणि आजूबाजूच्या प्राण्यांची काळजी होतीच. त्याहीपेक्षा आम्हाला आमच्या नोंदवह्यांची - ज्यात आम्ही आत्तापर्यंतच्या संशोधनाच्या नोंदी केल्या होत्या, त्यांची आणि आमच्या लँडरोव्हरची अधिक काळजी होती. मी पुन्हा एकदा गाडीला आधीचा ओंडका जोडून आधीची अग्निप्रतिरोधक रेषा अधिक रुंद करायचा प्रयत्न केला. हातात एक हातोडा आणि कुदळ घेऊन आम्ही जितके गवत उखडून काढता येत होते तेवढे काढले. डेलियाने जेवणाच्या तंबूजवळ पाणी भरून ठेवले आणि अंगावर येणाऱ्या ठिणग्या बाजूला सारण्यासाठी मी फांद्या कापून ठेवल्या.

सकाळ जशी तापत गेली, तसा वारा आणखी वेगाने वाहू लागला आणि वणव्याचा आवाज अजूनच जोरात येत होता. आमच्या अंगावर सतत राखेचा पाऊस पडत होता. गोल फिरणाऱ्या हवेबरोबर राख हवेत गोल उडत होती. सुटलेल्या जोरदार वाऱ्यामुळे वणवा वेगाने प्रवास करत होता. दुपारी बाराच्या सुमारास तो पूर्वेकडच्या टेकडीवर पोहोचला. आग तिथे एक क्षण स्थिरावली. आधी जमिनीवरचे उंच गवत आणि नंतर झाडांची खालची पाने आगीच्या भक्ष्यस्थानी पडत होती. मग एकदम आग झाडाच्या वरपर्यंत पसरली. झाडांची तीस फूट उंचीची जळणारी ज्योत दिसत होती. नदीपात्रावर एकापाठोपाठ एक वणव्याचे अनेक हल्ले होऊ लागले. आगीची एक रेषा झाडाझुडुपांच्या भागात पोहोचली आणि अख्खी झाडेच्या झाडे एखाद्या भुईनळ्याप्रमाणे जळू लागली.

प्रचंड उष्णतेमुळे हवा अजूनच चंचल होत होती. हवा हलत असल्यामुळे आगीला अजून प्राणवायू मिळत होता. टेकडीच्या उतारावरून नदीपात्रात आग वेगाने पसरत होती. उत्तरेला किंवा दक्षिणेला आमची नजर पोहोचत होती, तिथपर्यंत आग पसरली होती. असे दृश्य पाहण्याची आम्ही आधी कधी कल्पनाही केली नव्हती.

"आपल्या अग्निप्रतिरोधक रेषेमुळे आग काही थांबणार नाही!" मी ओरडलो. माझ्या हातातली झाडाची फांदी मी खाली टाकली आणि पुन्हा गाडीला तो ओंडका बांधला. मी पुनःपुन्हा कॅम्पभोवती फेऱ्या घालून आमचा अग्निप्रतिरोधक पट्टा रुंद करायचा प्रयत्न करत होतो.

जेव्हा ज्वाळा कॅम्पपासून १००० यार्डांवर नदीपात्रात पोहोचल्या, तेव्हा त्यांची उंची कमी झाली आणि त्या गवतात आडव्या पसरल्या. धुराचा एक प्रचंड लोळ आकाशात उडाला. ज्वाळा आठ-दहा फुटांपर्यंत उंच उडत सगळीकडे पसरत होत्या. कॅम्पपासून सुमारे ४०० यार्ड अंतरावर गाडीचा एक रस्ता तयार झाला होता आणि मला अशी आशा होती की, तिथे आगीचा जोर मंदावेल; पण आग एखादा क्षणच तिथे विसावली असेल, ती लगेच पुढे आली. माझ्या लक्षात आले की, कॅम्पभोवतीचा अग्निप्रतिरोधक पट्टा फारच अरुंद आहे.

मी पुन्हा तो ओंडका कॅम्पभोवती फिरवला आणि या वेळी इंग्रजी आठच्या आकड्यात फिरवून अग्निप्रतिरोधक पट्टा अजून रुंद करायचा प्रयत्न केला. जेव्हा ज्वाळा २०० यार्डांवर पोहोचल्या, तेव्हा मी आमच्या अग्निप्रतिरोधक पट्ट्यापाशी धावलो आणि उलट्या दिशेने आग पेटवण्याचा प्रयत्न केला. माझे हात चांगलेच कापत होते; त्यामुळे मला काडेपेटीची काडी पेटवता आली नाही आणि वारा इतका सुटला होता की, पेटलेली काडी लगेच विझत होती. माझ्या शरीराचा आडोसा करण्यासाठी मी पाठ वळवली. मागच्या वणव्याच्या ज्वाळांची धग माझ्या मानेला लागत होती. तिथून पळ काढण्याची ऊर्मी मी दाबून ठेवली. शेवटी मी अख्खी डबीच पेटवून गवतात दाबली.

पण त्याला फारच उशीर झाला होता - वाऱ्याच्या उलट दिशेने असल्यामुळे, माझी उलट्या दिशेची आग पुरेशा वेगाने पुढे गेली नाही. मी गाडीकडे धावलो आणि परत तो ओंडका आमच्या अग्निप्रतिरोधक पट्ट्याच्या पुढे फिरवला. जर का मी आगीची गती कमी करू शकलो, तर ती आमच्या पट्ट्यापाशी पोहोचेल, तेव्हा उलट्या लावलेल्या आगीमुळे ती विझून जाईल असा माझा कयास होता.

ज्वाळा आमच्या अगदी जवळ पोहोचेपर्यंत मी अनेक वेळा फिरलो; पण आग फार वेगाने कॅम्प आणि डेलियाच्या दिशेने धावत होती. एका ठिकाणी आगीचा जोर जरा कमी झाला होता, तिथे मी थेट आगीवरूनच गाडी फिरवली, जेणेकरून तिथल्या ज्वाळा मला तिथेच दाबून टाकता येतील. पन्नास यार्ड पुढे गेल्यावर मी

मागे वळून बघितले, तर माझी युक्ती काम करत होती. आमच्या अग्निप्रतिरोधक पट्ट्यापाशी आगीचा जोर कमी झाला होता आणि काही ठिकाणी ती पूर्ण विझली होती. ती पुन्हा पेटायच्या आत मी अजून एक फेरी मारली, मग अजून एक...

तिसऱ्या फेरीच्या वेळी आजूबाजूला एवढा धूर होता की, मला समोरचे काहीच दिसत नव्हते. हातातल्या फांदीच्या मदतीने ठिणग्यांशी लढाई करणारी डेलिया अचानक माझ्या समोर आली. मी करकचून ब्रेक दाबले आणि तिच्यापासून एक फुटावर गाडी थांबवली. तिने मागे उडी मारली आणि मी परत गाडी फिरवून कामाला लागलो. मी अजून एकदा फेरी मारण्यासाठी गाडी वळवत होतो, तेव्हा डेलिया लँडरोव्हरकडे धावत आली. ती जोरजोरात ओरडत आणि हातवारे करत होती. तिचा चेहरा फिका पडला होता.

'हाय रे दैवा! मार्क, तुझ्यामागे आग लागली आहे. गाडीला आग लागली आहे. उडी मार! गाडीचा स्फोट व्हायच्या आत तू बाहेर ये!' मी वळून पाहिले. मागे बांधलेला ओंडका, त्याला बांधलेला दोर आणि गाडीचा खालचा भाग पेटलेला होता.

माझ्या सीटच्या पाठीमागे पन्नास लिटर पेट्रोलचा कॅन होता. त्याचा ओव्हरफ्लो पाइप गाडीच्या तावदानातून मागे गेला होता आणि एका चाकाशी बाहेर आला होता. करकचून ब्रेक दाबून मी गाडी बंद केली आणि उडी मारून बाहेर पडलो. गाडीच्या दोन्ही बाजूंनी ज्वाळा बाहेर येत होत्या. डेलिया उभी होती, तिथे तीस यार्ड अंतर मी पळत गेलो. आम्ही दोघेही स्फोट होण्याची वाट पाहात उभे राहिलो.

"आपल्या नोंद वह्या, आपले कॅमेरे, सगळे गाडीत आहे." ती ओरडून म्हणाली.

तेव्हाच मला ड्रायव्हर सीटच्या वर लटकवलेले अग्निशमन यंत्र आठवले. मी परत त्या जळत्या गाडीत चढलो; पण त्या अग्निशमन यंत्राचा खटका गंजून मोडला होता. गाडी चालू करून मी ॲक्सिलरेटर दाबून धरला आणि एकदम क्लच सोडला. गाडीला जोरात हिसका बसून गाडी वेगाने पुढे गेली. त्या हिसक्याबरोबर मागे बांधलेला तो ओंडका, जळता दोर आणि पेटलेले बहुतेक सगळे गवत खाली पडले. मी एका खडकावर गाडी उभी केली आणि गाडीखाली वाळू फेकून उरलेल्या ज्वाळा शमवल्या.

आमच्या जेवायच्या तंबूवर आम्ही बरेच पाणी ओतले. गाडीच्या टायरची जुनी ट्यूब आणि फांद्या वापरून आम्ही येणाऱ्या ठिणग्या परतवून लावत होतो. आग कॅम्पच्या बाजूला जळत होती. आम्ही मोकळ्या केलेल्या जागेत हळूहळू ज्वाळा पसरत होत्या. गवताच्या एकेका काडीचा आधार घेऊन आग आमचा अग्निप्रतिरोधक पट्टा पार करत होती. तंबू सावरणाऱ्या एका दोराला आग लागली; पण मी वेळीच

तो दोर कापून टाकला. पेट्रोलचा एक कॅन आणि गाडीचे सुटे भाग आम्ही कॅम्पच्या अजून आतल्या भागात हलवले. आमच्या अंगावर सतत ठिणग्या पडत होत्या. आग परतवून लावत असताना आम्हाला श्वास घ्यायला त्रास होत होता. हवेतला प्राणवायू कमी झालेला जाणवत होता. काळ आणि आग दोन्ही निश्चल भासत होते. आमच्या अंगात आता हातातल्या फांदीने ठिणग्या परतवण्याचेही त्राण उरले नव्हते.

काही मिनिटांत, अथवा सेकंदांत - नक्की किती वेळात ते माहीत नाही - वणव्याची मुख्य ज्वाला आम्हाला ओलांडून पलीकडे गेली होती. कॅम्पभोवती असलेला तिचा जोर थोडासा कमी करण्यात आम्ही यशस्वी झालो होतो; त्यामुळे ती आमच्या कॅम्पभोवतालून गेली होती. उरल्यासुरल्या छोट्या ज्योती शमवल्यानंतर शेवटी एकदाचे आम्ही सुरक्षित झालो होतो.

दमून आणि ढास लागून खोकत आम्ही गुडघ्यांवर खाली बसलो. आमच्या छातीत जळजळ होत होती. शेवटी एकदाचे वर पाहू लागलो, तेव्हा आम्हाला दिसले की, नदीपात्राभोवतीचे झाडांचे पुंजके एक एक करून जळून खाक होत होते. उत्तरेकडचा वृक्ष, गरुडाचे बेट एखाद्या भुईनळ्याप्रमाणे जळत होते.

आमच्या हातावर, कपाळावर आणि जिभेवर फोड आले होते. पुढचे कित्येक दिवस आम्ही राख आणि काजळी खोकणार होतो. राख आणि काजळी आमच्या त्वचेच्या आत इतकी खोलवर गेली होती की, ती धुवून काढणे अशक्य होते. त्यापुढचे कित्येक आठवडे आम्ही जरासे चाललो, तरी आमच्या भोवती धुळीचा एक डोंगर उसळत असे. जेव्हा रात्री वारे सुटत असे, तेव्हा आमच्या लँडरोव्हरमध्ये सगळीकडे राखेचे आवरण पसरत असे. राख आणि काळे कण बसून आमच्या रॉकेलच्या दिव्याचा प्रकाश एकदम मंद भासू लागे. आम्ही आमच्या चेहऱ्यावर ओढणी बांधून झोपत होतो.

आग एकदा आम्हाला ओलांडून पुढे गेली, त्यानंतर कित्येक आठवडे ती कालाहारीतील आणखी परिसराला जाळत प्रवास करत राहिली. रात्रीच्या वेळी क्षितिजावर संधिप्रकाश दिसत असे. त्यामागे कित्येक वृक्ष गुलाबी रंगात जळताना दिसत. सकाळी उजाडल्यावर त्यांचा प्रकाश नाहीसा होत असे.

दुसऱ्या दिवशी सकाळी, समोरच्या जळून राख झालेल्या भूमीकडे पाहात आम्ही सुन्नपणे बसलो होतो. झाडांच्या जळलेल्या खोडांमधून अजूनही पांढरा धूर येत होता. आधी अथांग पसरलेल्या गवताची आता सर्वदूर पसरलेली राख तेवढी शिल्लक होती. वाऱ्याच्या जोरामुळे थोड्याच वेळात त्या राखेची पूड होणार होती. मोठमोठाले वृक्ष पूर्णपणे जळले होते आणि त्यामुळे खालच्या काळ्या वाळूवर राखाडी राखेची भरतकाम केल्यासारखी नक्षी उमटली होती. ज्वालामुखीचा उद्रेक होऊन गेलेल्या एखाद्या बेटावरचे एकुलते एक रहिवासी असल्याचा आम्हाला भास

होत होता. लाव्हा आणि राख अजूनही गार झाली नव्हती आणि वितळलेल्या पृष्ठभागातून ठिकठिकाणी अजूनही पांढरा धूर बाहेर येत होता. आमचे संशोधन जळून खाक झाले होते.

दुपारी बाराच्या सुमारास बर्जीचा मोठा पांढरा ट्रक पूर्वेकडच्या टेकडीवरून धडधडत आला. डेलिया कॉफीसाठी विस्तव पेटवू लागली.

तो चार टनी भरभक्कम बेडफोर्ड ट्रक कॅम्पसमोर थांबला; बर्जीबरोबर काम करणारे आफ्रिकन लोक त्यातून उतरले आणि एका रेषेत उभे राहिले.

"ड्युमेला!" मी त्यांना अभिवादन केले.

"ई", जरा दबलेले प्रत्युत्तर आले.

"बर्जी कोठे आहे? ठीक आहे ना?" डेलियाने विचारले. त्या सगळ्यांनी आपली मान खाली घातली होती. खोकत, आपल्या बुटांनी खालच्या धुळीत काहीतरी खूण करत ते उभे होते.

"खाओफेली" मी त्यांच्यातल्या प्रमुखाला विचारले. "काय झाले? मिस्टर बर्गोफर कोठे आहेत?" त्यांची मान अजूनही शरमेने खाली होती.

"मिस्तर बर्जी काही परत येणार नाही." खाओफेली उत्तरला. अजूनही त्याची नजर आपल्या पायांकडे होती.

"काय झाले? तो अजूनही जोहान्सबर्गमध्येच आहे का?"

"मिस्तर बर्जी, डेड" मला जेमतेम ऐकू आले.

"डेड! असे कसे झाले? हे अशक्य आहे."

त्याने वर पाहिले, आपल्या छातीवर हात मारला आणि पुटपुटला, "पिलो – हृदय"

मी माझ्या गाडीच्या बंपरवर सुन्न होऊन खाली बसलो. माझे डोके माझ्या हातांवर होते. जरी आमची आणि बर्जीची काही दिवसांचीच ओळख होती, तरीही आम्हाला तो पित्यासमान वाटत असे. माझा अजूनही यावर विश्वास बसत नव्हता आणि मी आपली मान हलवत होतो.

"आम्हाला कॅम्प परत न्यायचा आहे... आणि मिस्तर बर्जीच्या चीजवस्तू" खाओफेली पुटपुटला. मी मानेनेच होकार दिला आणि वळून बाहेर वाळवंटाकडे पाहू लागलो. या वाळवंटावर बर्जीचे अपरंपार प्रेम होते. ते लोक ताबडतोब आमच्याकडचे एकमेव टेबल, दोन खुर्च्या, तंबू आणि इतर सामान आपल्या गाडीत भरू लागले.

"पण बर्जीचीच अशी इच्छा होती की, आम्ही या गोष्टी ठेवाव्यात." मी निषेध व्यक्त करत म्हणालो. खाओफेली म्हणाला की, "या गोष्टींचे काय करायचे ते आता सरकारच ठरवेल." जेव्हा पाण्याचे ड्रम्स ते आपल्या गाडीकडे ढकलू लागले, तेव्हा मात्र मी त्यांना ते नेऊ देण्यास अजिबातच नकार दिला. त्यांना मी सांगितले

की, ''मी सरकारच्या जमीन आणि सर्वेक्षण खात्याला पत्र लिहून त्यांची परवानगी घेईन.'' शेवटी ते राजी झाले आणि बाकी सामान घेऊन निघून गेले. आगीपासून आम्ही वाचवलेली थोडीशी झाडे, आमची लँडरोव्हर गाडी, पाण्याचे ड्रम्स, मक्याच्या पिठाची एक पिशवी आणि बाकी अन्नपदार्थ - एवढेच आमच्यापाशी शिल्लक राहिले.

आम्हाला याआधी इतके निराश कधीच वाटले नव्हते. आम्ही बर्जीच्या कुटुंबाला हेही सांगू शकलो नाही की, त्याचे आमच्या आयुष्यात किती महत्त्व होते! आम्ही त्याला एक पुस्तक भेट द्यायचे ठरवले होते. ते जमिनीवर खाली पडलेले होते आणि वाऱ्यावर त्याची पाने फडफडत होती.

काही वेळाने त्या जळून खाक झालेल्या नदीपात्रातून आम्ही एक फेरी मारली. आमच्यापाठोपाठ राखेचा आणि काजळीचा एक डोंगर हवेत उडत होता. आमचा चेहरा, डोळे, नाक आणि घसा राखेने भरला होता. सगळे काळवंडले होते. पश्चिमेकडच्या वाळूच्या टेकडीवर गेलो, तेव्हा लँडरोव्हरवर उभे राहून आजूबाजूच्या परिसरावर आम्ही नजर टाकली. जिथपर्यंत नजर पोहोचेल, तिथपर्यंत सगळीकडे सर्वनाश दिसत होता.

साधारण एक महिना आधी, आम्ही आमच्या अमेरिकेच्या परतीच्या तिकिटासाठी ठेवलेले पैसेही आमच्या प्रकल्पासाठीच्या सामानासाठी पणाला लावले होते. कोणतेतरी अर्थसाह्य मिळेपर्यंत आमचा प्रकल्प चालू राहावा, असा आमचा प्रयत्न होता; पण अपेक्षा केली होती, ती एकही मदत आली नाही. आता आमच्याकडे केवळ २०० डॉलर्स शिल्लक होते. आमचे संशोधन संपले होते. आता कसेतरी परतीच्या तिकिटाचे पैसे जमा करणे भाग होते.

आम्ही असहाय नजरेने मैलोगणती पसरलेल्या वाळूच्या टेकड्यांकडे पाहात राहिलो. डेलियाच्या नजरेत आसू होते. माझ्या खांद्यावर डोके ठेवून ती म्हणाली, ''आपण इथे कशासाठी बरे आलो असू?''

साद घालतो कालाहारी

मार्क

ही धरती कधी दमत नाही,
सुरुवातीला धरती जरा गूढ, शांत आणि न समजणारी
वाटते खरी,
सुरुवातीला निसर्गही गूढ, शांत आणि न समजणारा वाटतो
खरा;
पण तू निराश होऊ नकोस, प्रयत्न चालू ठेव.
इथे इतक्या अनाकलनीय, सुंदर गोष्टी लपलेल्या आहेत,
शप्पथ, इथे इतक्या अनाकलनीय आणि सुंदर गोष्टी लपलेल्या
आहेत,
ज्यांचे शब्दांत वर्णनही करता येणार नाही

- वॉल्ट व्हीटमन

सततच्या वाऱ्यामुळे जमिनीवरची वाळू उडत होती. जळलेल्या पानांच्या राखेचे अवशेष हवेवर नाच करत होते. त्या काळपट राखेमुळे अख्ख्या कालाहारी वाळवंटावर काळ्या रंगाचा थर उडत असल्याचा भास होत होता.

गवतात राहणाऱ्या स्टीनबोक, कोरहान्स, कोल्ह्यांसारख्या प्राण्यांचा आडोसा आगीमुळे नाहीसा झाला होता. बॅट इअर्ड फॉक्स तसा नेहमी दडून राहणारा प्राणी, ते सर्व इथेतिथे आडोसा शोधायचा प्रयत्न करत होते. कधी ते एक-दोन इंच उंचीच्या खुरट्या गवतामागेही लपायचा प्रयत्न करायचे, त्या वेळी त्यांचे मोठे कान खाली

जमिनीवर पडायचे आणि अगदी केविलवाणे दृश्य दिसायचे. कोणालाच लपायला कोठेही जागा नव्हती.

पण काळ्या जमिनीखाली मात्र अजूनही जीवनाची धुगधुगी शिल्लक होती. काही महिन्यांपूर्वी पडलेल्या तुफान पावसामुळे जमिनीत अजूनही थोडा ओलावा शिल्लक होता. पाणी हा पृथ्वीतलावरील जीवनाचा महत्त्वाचा घटक आहे. कालाहारीतील मोठ्या भूभागाखाली पाण्याच्या रेणूंचे एक जाळे विणलेले होते, आपल्या त्वचेखाली मज्जातंतूंचे असते तसे! वरून वाहणाऱ्या गरम वाऱ्यामुळे ते पाणी जमिनीकडे खेचले जात होते.

गवताची एक बी, जमिनीच्या पृष्ठभागाखाली पाण्याचीच वाट पाहात बसली होती. खालून ओलावा मिळताच तिला अंकुर फुटला. आपल्यावरच्या वाळूतून वाट काढत त्या अंकुराने जमिनीकडे धाव घेतली. तो अंकुर जसा मोठा होत गेला, तशी त्याला अजून अजून ताकद येत गेली. आता कणखर बनलेला तो अंकुर टणक पृष्ठभागाला छेद देऊन आकाशाकडे झेपावला. हा अंकुर काही एकटा नव्हता, त्याच्यासारखे लाखो इतर होते. हळूहळू पृष्ठभागावरील वाळूवरही हिरवी छटा दिसू लागली.

आगीनंतर तीन आठवड्यांत, जमिनीच्या काळ्या पृष्ठभागावर खुरटे गवत उगवलेले दिसत होते. स्प्रिंगबोक आणि गेम्सबोक हरणांचे कळप नदीपात्राजवळच्या वाळूच्या टेकड्यांवर चरून, आलेले छोटे गवत कापत होते.

●●●

बर्जीचे लोक निघून गेल्यावर आम्ही पुष्कळ वेळ वाळूच्या टेकडीवर उभे होतो. नंतर काही वेळाने आमच्या कॅम्पवर परतलो. आम्ही उसने अवसान आणून वेळ निभावून नेत होतो; आमच्यापुढच्या परिस्थितीचा विचार करत नव्हतो. काही गोष्टींचा आम्हाला सामना करावाच लागणार होता. आमच्याजवळचे पैसे संपले होते. मॉनमध्ये नोकरी मिळायची विशेष शक्यता नव्हती. शिकार-सफारी आयोजित करणाऱ्या कंपन्या बहुधा स्थानिक कामगारांना नोकरी द्यायच्या आणि त्यादेखील त्यांना दिवसाचा २-३ डॉलर्स पगार द्यायच्या. दक्षिण आफ्रिकेत काही वेगळी परिस्थिती नव्हती. घरी परतायला आणि घरी पोहोचल्यावर जास्त पगाराची नोकरी शोधून, इकडे परत येण्यासाठी पैसे साठवायला आम्हाला कित्येक महिने लागले असते.

आमच्याकडे अजूनही कित्येक आठवडे पुरेल एवढा अन्नाचा आणि इंधनाचा साठा होता. आम्ही डिसेप्शन व्हॅलीमध्ये अजून काही दिवस राहिलो असतो, तर ब्राउन हायनांचा अभ्यास करणे खरोखरच शक्य आहे का, ते आम्हाला ठरवता आले

असते. आम्ही अन्न आणि पाणी जपून वापरले असते, तर मॉनला परत जायला पुरेल एवढे बाकी ठेवून आम्हाला अजून बरेच दिवस आपले संशोधन चालू ठेवता आले असते. कितीही वेडेपणाचे वाटले, तरी आम्ही तसेच करायचे ठरवले.

वणव्याला प्राणी कसे सामोरे जातात, त्यांची प्रतिक्रिया काय होते याबद्दल आम्हाला खूप उत्सुकता होती. आमच्या कॅम्पमधून वणवा पश्चिमेच्या दिशेला पुढे गेला होता. त्या दिशेला जिथे वणवा जळत होता, तिकडे आम्ही प्राण्यांचे निरीक्षण करावयास गेलो. फारच थोडे प्राणी किंवा पक्षी वणव्यामुळे धास्तावले होते. गेम्सबोक हरणांचा छोटा कळप एका खडकाळ भागाकडे धावला. त्या दगडांपाशी फार थोडे गवत होते. त्यांनी तिथे उभे राहून ज्वाळा पुढे जाण्याची वाट बघितली. स्प्रिंगबोक हरणांचा कळप उंच उंच उड्या मारून आगीची रेषा पार करून गेला. टिटवी आणि कोंबडीच्या जातीचे इतर पक्षी आगीच्या रेषेच्या पुढे धावाधाव करत होते.

पण आम्हाला अनपेक्षित असे बहुतेक प्राणी अगदी शांत होते. पाच बॅट इअर्ड फॉक्सचे एक कुटुंब ज्वाळा त्यांच्या अगदी जवळ पोहोचेपर्यंत शांत बसून होते. नंतर ते उठले, ते येणाऱ्या धोक्यामुळे नाही, तर आगीमुळे हजारो किडे इकडून तिकडे उडत नाहीतर सरपटत होते, त्यांच्यावर ताव मारायला! ते बॅट इअर्ड फॉक्स उभे राहिले, त्यांनी छान आळोखेपिळोखे दिले आणि नंतर गवतात फिरू लागले. त्यांची एकामागून एका नाकतोड्यांवर मेजवानी चालली होती. अथांग पसरलेल्या मैदानात अशी काही ठिकाणे होतीच, जिथे एकतर अजिबात गवत नव्हते, नाहीतर अगदी खुरटे गवत होते. जेव्हा आगीच्या ज्वाळा फारच जवळ आल्या, तेव्हा सिंह, स्प्रिंगबोक, गेम्सबोक आणि हार्टबीस्ट हरणे अशा कमी गवत असलेल्या भागातून चालत चालत जाऊन पूर्ण जळून गेलेल्या भागात गेली. खारी, कोल्हे, मीरकॅट, मुंगूस, साप आणि बिबट्यासारख्या प्राण्यांनी जमिनीतील बिळांमध्ये आसरा घेतला. आगीचा प्रवास इतका वेगवान होता की, बिळांमध्ये हे प्राणी गुदमरायची शक्यता नव्हती. त्या वणव्याच्या आगीत उंदरांसारखे थोडे प्राणी, थोडे किडे आणि काही साप तेवढे भस्मसात झाले.

कॅप्टन कोल्ह्याने परिस्थितीचा फायदा घेण्यात अजिबात वेळ दवडला नाही. इकडेतिकडे पळापळ करून, त्याने जळालेल्या मैदानातून मेलेले नाकतोडे, किडे, उंदीर आणि साप मटकावले. लपायची जागा नाहीशी झाल्यामुळे मोकळ्या मैदानात धावाधाव करणाऱ्या इतर कीटकांना आणि कुरतडणाऱ्या प्राण्यांनाही फस्त केले.

आगीमुळे आम्हाला पुढे संशोधन करता येणार नाही, अशी जी भीती होती, ती निराधार ठरली. खरेतर आगीमुळे आम्हाला इतर बऱ्याच गोष्टी शिकता आल्या. प्राण्यांचे निरीक्षण करणे आणि त्यांचा माग काढणे आणखी सोपे गेले. आगीत जळून गेलेले गवत किती वेगात परत वाढते, याच्या आम्ही नोंदी केल्या. कोल्ह्यांच्या,

बॅट इअर्ड फॉक्सच्या आणि इतर हरणांच्या रोजच्या आहारात काही फरक पडला आहे का, याचाही आम्ही अभ्यास केला. इतर प्राण्यांप्रमाणेच आम्ही परिस्थितीचा फायदा घेतला. कोल्ह्यांकडून व कोल्ह्यांबद्दल तसे बरेच काही शिकण्यासारखे होते.

आमच्याकडचा अन्न-पाण्याचा साठा संपेपर्यंत डिसेप्शन व्हॅलीमध्येच राहण्याचा आमचा निर्णय सोपा नव्हता. आग येण्याआधी कित्येक आठवडे आम्ही मुख्यतः मक्याचे पीठ, ओट्स आणि पावडरच्या दुधाच्या सपक आहारावर राहात होतो. माझे जवळजवळ पस्तीस पौंड आणि डेलियाचे पंधरा पौंड वजन कमी झाले होते. आम्हाला सतत अशक्तपणा आणि आळस जाणवत असे. माझी खात्री होती की, डेलिया तर अगदीच अशक्त झाली होती.

आग आमच्या कॅम्पपाशी येण्याआधी जुलैच्या शेवटच्या आठवड्यात एका रात्री गाडीचे मागचे दार उघडल्याचा आवाज झाल्यामुळे मला जाग आली. डेलिया खाली जमिनीवर गडबडा लोळत असलेली मला दिसली. तिचे पोट प्रचंड दुखत होते. हा प्रकार गेले कित्येक आठवडे चालू होता; पण तिने ती गोष्ट माझ्यापासून लपवून ठेवली होती. माझी खात्री होती की, तिचा आजार हा केवळ कुपोषणामुळे आलेला नसून, आमच्या संशोधनाला आणि घरी परतण्यास पुरेसा निधी नसल्याच्या ताणामुळे होता. तिच्यासाठी अजून काही पोषक अन्न कसे मिळवता येईल, याचा विचार करत मला रात्रभर झोप लागली नाही.

दुसऱ्या दिवशी रात्री आम्ही वाळूच्या ढिगाऱ्यांमध्ये एका कोल्ह्याचा पाठलाग करत होतो. त्याच वेळी एक स्टीनबोक हरिण अचानक गाडीच्या प्रकाशझोतात आले. अगदी नैसर्गिकरीत्या, मनात कोणताही दुसरा विचार किंवा पश्चात्तापाचा विचार न करता, मी माझा शिकारीचा मोठा सुरा बाहेर काढला. डेलियाच्या विरोधाची पर्वा न करता आपल्या पायातले बूट काढून मी बाहेर पडलो. गाडीचा प्रकाशझोत आणि हरिण यांच्या मध्ये न येण्याची काळजी घेत, मी दबकत पावले टाकत त्या पंचवीस पौंड वजनाच्या छोटुल्या हरणाच्या जवळ गेलो. त्याचे पाचूच्या रंगाचे मोठे डोळे प्रकाशात चमकत होते. ते आपल्या नाकाने माझा वास घेण्याचा प्रयत्न करत होते. अगदी हळुवार आवाजही ऐकू यावा, म्हणून त्याच्या कानातल्या नसा अगदी ताणलेल्या होत्या. माझी उत्कंठा अगदी शिगेला पोहोचली होती. माझ्या पायाला खालची गार वाळू झोंबत होती. खुरट्या गवताच्या शेजारून पुढे जात असताना माझे लक्ष समोरच्या प्राण्यावर केंद्रित झाले होते; पण त्याच वेळी मला अनोळखी असलेले माझे हे रूप मी मोठ्या नवलाईने न्याहाळत होतो.

शेवटी एकदाचा, थरथर कापत आणि दरदरून घाम फुटलेल्या अवस्थेत, मी त्या हरणापासून पाच फूट अंतरापर्यंत पोहोचलो. माझा सुरा मी उजव्या हातात वर उचलला होता. स्वतःला सावरून, मी पुढे झेप घेतली आणि त्याचा खांदा जिथे

होता, त्या दिशेने मी हातातल्या सुऱ्याचे पाते फिरवले; पण त्याला माझी चाहूल लागली. अगदी शेवटच्या क्षणी त्याने तिथून धूम ठोकली. मी खालच्या वाळूत उताणा पसरलो होतो. माझ्या हाताला, पायाला आणि पोटाला डेव्हिल्स कीज नावाचे त्रिकोनी टोकदार काटे टोचत होते. स्वतःच्या मूर्खपणाला दोष देत आणि सगळे अंग खाजवत मी रिकाम्या हाताने माझ्या गाडीपाशी परत गेलो.

आमच्या जेवणात कमी पडणारी प्रथिने मिळवण्याचे मी इतरही प्रयत्न केले; पण कोणताच प्रयत्न यशस्वी झाला नाही आणि आम्ही कोणत्या ना कोणत्या पिठाच्या आहारावर दिवस काढत राहिलो. डेलियाची तब्येत काही सुधारली नाही.

●●●

जुलै आणि ऑगस्टच्या महिन्यात कोल्ह्यांचा अभ्यास करताना हळूहळू आम्ही प्रत्येक कोल्ह्याचे वैशिष्ट्य ओळखू लागलो होतो. प्रत्येकाच्या शेपटीवरचा काळा पट्टा वैशिष्ट्यपूर्ण असायचा. आता त्यांना कॉलर घालण्यासाठी त्यांना जखमी करायची किंवा त्यांच्या अंगावर रायफलने इंजेक्शन देण्याची गरज नव्हती. कोल्हे आणि ब्राउन हायना हे दोघेही इतर प्राण्यांची उरलीसुरली शिकार खाऊन राहतात; त्यामुळे सडणाऱ्या मांसासाठी ते नक्कीच एकमेकांशी स्पर्धा करत असणार, असा माझा अंदाज होता. आम्ही कोल्ह्यांच्या मागावर राहिलो तर ते त्या हायनांशी आमची गाठ घालून देतील, असे आम्हाला वाटत होते.

रोज संध्याकाळी खोऱ्यामध्ये सगळे कोल्हे बिगुल वाजवल्यासारखे एकमेकांना साद घालत असत. नंतर ते रात्रीच्या शिकारीला निघत. सेरेंगेटीमध्ये काळ्या पाठीचे कोल्हे सापडतात; ज्यांना इथे चंदेरी पाठीचे कोल्हे म्हणतात. काळ्या पाठीच्या कोल्ह्यांच्या जोड्या वर्षभर बरोबर राहतात. कालाहारीतले कोल्हे मात्र कोरड्या ऋतूत एकटे फिरत असतात. कोल्ह्यांचा माग काढण्यासाठी आम्ही त्यांचे ओरडणे कोणत्या दिशेकडून येत आहे, त्याची नोंद करत असू. कॅप्टन कोल्ह्याचा आवाज फार भसाडा होता. त्याचा आवाज ऐकताना असे वाटत असे की, त्याचा आवाज बसला आहे; पण त्या आवाजामुळे त्याला ओळखणे सोपे जात असे.

डिसेप्शन व्हॅलीमध्ये पहिल्यांदा कॅम्प वसवल्यानंतर सुमारे तीन महिन्यांत एकदाही पाऊस पडला नव्हता. अख्ख्या कालाहारी वाळवंटात कोठेही प्यायचे पाणी शिल्लक नव्हते. कॅप्टन आणि इतर कोल्हे शिकार केलेल्या प्राण्यांच्या आणि पक्ष्यांच्या शरीरातल्या आर्द्रतेवर जगत होते. क्वचित मिळणारी मारेत्वाची फळे आणि जंगली कलिंगडे यांवरही ते पाण्यासाठी अवलंबून होते.

अमेरिकन 'कोयोट'सारखाच, कॅप्टन कोल्हा अगदी तरबेज शिकारी होता. आलेल्या संधीचा फायदा करून घेण्यात तर तो निष्णात होता. तो संध्याकाळच्या

गारव्यात, नदीपात्रात चिता-हिलच्या खाली फेरी मारत असे. मध्येच थांबून तो वाळवीच्या वारुळापाशी गवताचे खुंट बाजूला करून जिभेने वाळवी चाटत असे. गवतात उडी मारली की, त्याला नाकतोडे, कोळी किंवा एखादा किडा नक्कीच सापडत असे. तो किडा त्याच्या तावडीत आला की, तो चावून चावून फस्त होई. मग आपले नाक जमिनीजवळ ठेवून तो पुढे धाव घेई. तो आपले ओठ आवळून टोकदार दात दाखवे. आपले दात वापरून तो विंचवाचाही अचूक फडशा पाडी. आपल्या तोंडातून उसासा सोडून, मोठ्याने हसत, तो विंचू चावू नये म्हणून त्याला तोंडात घेऊन 'कॅप्टन' आपली मान जोरात हलवत असे. मग तो विंचू हवेत उंच उडवत असे. मग शेवटी तो विंचवाचे दोन तुकडे पाडून कचाकचा चावून खात असे. रस्त्याने चालत असताना 'कॅप्टन' मध्येच इकडे तिकडे उड्या मारत असे. हवेतल्या मोठ्या सॉसेज माश्या आणि उडणारे वाळवीचे किडे यांवर उड्या मारून तो मुखशुद्धी करत असे.

संध्याकाळी साडेआठ-नऊ वाजेपर्यंत वाळूच्या टेकड्यांवरून नदीपात्रात थंड हवा पसरत असे आणि मग किड्यांची हालचाल बंद होई. या किड्यांपेक्षा उंदीर, घुशी खाल्ल्याने त्याचे पोट लवकर भरे; त्यामुळे त्यानंतर तो उंदीर पकडायच्या कामगिरीवर निघे. तो गवताच्या एका खुंटापासून दुसऱ्या खुंटाकडे जाताना आपले डोके जरासे वर उंच धरे आणि कान पुढे करून बारीकशा हालचाली कानात टिपायचा प्रयत्न करे. उंदराचा निश्चित ठावठिकाणा लागल्यावर तो त्याचे पुढचे पाय हवेत उचलून मागच्या पायांवर उंच उभा राही. पुढचे पाय दुमडून छातीपाशी घेतलेले असत. नंतर पुढचे पाय भाल्यासारखे जमिनीत खुपसून तो उंदीर त्यांच्या सापटीत पकडत असे आणि मग पायात पकडलेल्या त्या बिचाऱ्या उंदराला तोंडात उचलून घेई. जर का 'कॅप्टन'चा नेम चुकला, तर उंदीर स्वतःला वाचवण्यासाठी हवेत उडी घेई. त्याने हवेत उडी मारली, तर 'कॅप्टन' त्याला हवेतच थेट तोंडात झेलत असे. तीन-चार घास आणि त्या भक्ष्याचा फज्जा उडत असे. तो त्याच्या तीन तासांच्या शिकार-फेरीमध्ये कित्येक वेळा तीस-चाळीस उंदीर खात असे. तीन-चार प्रयत्नांत तो एखादी शिकार करण्यात नक्कीच यशस्वी होत असे. कचऱ्याच्या पिशव्यांप्रमाणे त्याच्या पोटाच्या दोन्ही बाजू फुगल्या, तरी त्याचे शिकार करणे अजून चालूच असे. शिकार करण्याची कॅप्टनची आणखी एक पद्धत म्हणजे, तो आपल्या पुढच्या पायांनी जमिनीत बीळ खणत असे आणि बिळात नाक घालून बाहेर येणारा उंदीर एका क्षणात तोंडात टिपून घेत असे.

एका रात्री, उत्तरेकडच्या मैदानात कॅप्टनचा रोजचा शिकारीचा यशस्वी हल्ला चालू होता. तो ठिकठिकाणी जमीन खणून एकामागून एक उंदीर गिळंकृत करत होता. नंतर त्याने आपल्या पोटाइतक्या उंचीच्या गवताकडे आपला मोर्चा वळवला.

शिकार करताना त्याचे या बाजूच्या गवतातून त्या बाजूच्या गवतात नाक खुपसणे चालूच होते. एकदा झेप घालून तो एक उंदीर मटकावणार, तेवढ्यात त्याने सहज मागे वळून पाहिले. तिकडे जे दृश्य दिसले, त्याने तो एकदम शहराला. तिकडे एक कोल्हीण एकामागून एक उंदीर मटकावत चालली होती. नदीपात्राचा हा भाग ही कॅप्टनची हद्द होती, त्याच्या हद्दीमध्ये ती कोल्हीण त्याला सरळसरळ आव्हान देत त्याच्या समोर उभी होती.

'कॅप्टन' तिच्या दिशेने झेपावला; पण ती आपली जागा धरून उभी होती. तिने आपले डोके सरळ उंच उचलले होते, तिची सोनेरी मान आणि लालसर खांदे अभिमानाने ताठ उभे होते. 'कॅप्टन' तिच्या अंगावर झेप घेता घेता थांबला. त्याच्या डोक्यात काहीतरी शॉर्ट सर्किट झाले होते. आता तिच्यावर हल्ला करण्याचे सामर्थ्य त्यामध्ये राहिले नव्हते. जणू तिच्या अवतीभवती एक अदृश्य ढाल उभी होती.

तिच्यावर झेप घेऊन तिला जमिनीवर लोळवण्याऐवजी त्याने तिच्यावर छाप पाडण्याचा प्रयत्न सुरू केला. त्याने मान वाकवली, छाती फुगवली, कान पुढे केले आणि आपले नाक उडवले. मग तो एक एक पाऊल पुढे टाकत त्या सडपातळ मादीजवळ गेला. नंतर ते एकमेकांच्या समोरासमोर उभे राहिले. हळूच त्याने आपले नाक तिच्या नाकाला घासले. ती ताठ आणि जराशी ताणलेल्या अवस्थेत उभी होती. 'कॅप्टन'चे नाक, तिच्या नाकावरून मागे तिच्या गालावर आणि पुढे तिच्या चेहऱ्याच्या बाजूने तिच्या कानावर आणि तिथून पुढे तिच्या मानेवर आणि हळूच तिच्या खांद्यावर स्थिरावले. मग अगदी अचानकपणे त्याने आपले शरीर फिरवले आणि तिच्या पार्श्वभागाला धडकवले. ती त्या धडकेने जराशी धडपडली; पण तिने आपला तोल सांभाळला. 'कॅप्टन' तिच्या शरीरावरून आपले नाक फिरवत राहिला आणि ती तशीच स्थिर होऊन उभी होती. मग तितक्याच अचानकपणे तिने त्याला बाजूला सारले आणि ती हळुवारपणे चालू लागली. जाता जाता तिने एका झुडपावर आपल्या वासाची खूण केली. तिला चिता हिलच्या झुडपांमागे जात असलेले पाहात असताना, 'कॅप्टन' तिने सोडलेला वास घेत होता. मग तो तिच्या मागावर गेला.

तिने त्याच्या मनात घर केले होते. दुसऱ्या रात्री 'कॅप्टन' तिला पुन्हा भेटला. सुरुवातीला एकमेकांचा वास घेणे, हळूच कमरेला ढुश्या देणे असे सोपस्कार झाल्यावर त्या दोघांनी एकमेकांच्या गळ्यात गळे घातले आणि आपले नाते पक्के केले. नंतर त्यांनी एकत्र शिकार करणे चालू केले. आम्ही त्या कोल्हिणीचे नाव 'मेट' असे ठेवले. त्या दोघांच्या एकत्र शिकारीत 'मेट' पुढाकार घेत असे. ती बरेच वेळा एखाद्या झुडपापाशी थांबून आपला पाय वर करून, आपल्या हद्दीची खूण करत असे किंवा आपल्या स्त्रीत्वाची जाहिरात करण्यासाठी खाली बसून थोडीशी लघवी करी. 'कॅप्टन' तिचे अनुकरण करत असे आणि त्याचे तिच्याकडे बारीक लक्ष असे. तो

तिच्या प्रत्येक खुणेवर आपली खूण उमटवे, जेणेकरून इतर नर कोल्ह्यांना कळावे की, ही मादी त्याची जोडीदार आहे.

एका रात्री, गारवा पडायच्या आधी, ते दोघे मिळून नदीपात्रात सापडणाऱ्या विपुल किड्यांवर ताव मारत होते. नंतर जरा गारवा पडला, तेव्हा ते चिता हिलच्या वाळूत उंदीर पकडायला निघाले. शिकार करताना ते ठिकठिकाणी बिळात नाक खुपसून, आतला वास घेऊन, कोठे खोदायचे ते ठरवत होते. अचानक एका ठिकाणी कॅप्टन वेगाने खोदायला लागला. एखाद्या पाणचक्कीतून पाण्याचा फवारा उडावा तशी त्याच्या पुढच्या पायांमुळे त्याच्या मागच्या पायांमधून मागे वाळू उडत होती आणि मागे त्याची शेपटी एखाद्या झेंड्यासारखी फडफडत होती. 'मेट' थोडा वेळ त्याचे निरीक्षण करत राहिली आणि नंतर तिनेही दुसरीकडे आपले स्वतःचे खोदणे चालू केले.

जोरजोरात खणून वेगाने वाळू बाहेर काढून कॅप्टन त्याच्या लक्ष्याच्या जवळ पोहोचला होता; पण त्याने खणलेला खड्डा बराच खोल झाला होता; त्यामुळे उंदराला बाहेर पडायला अजून कुठले भोक तर नाही ना, यावर लक्ष ठेवणे त्याला अवघड जाणार होते. आता सलग खणण्याऐवजी तो थोडेथोडे पण वेगाने खणू लागला. मध्येच थांबून तो वर येऊन बिळाच्या बाकी प्रवेशद्वारांवर लक्ष ठेवून होता. उंदराला एक तर बिळातच, नाहीतर बाहेर पळून जाण्याच्या प्रयत्नात असताना पकडायचा त्याचा प्रयत्न होता.

युगानुयुगे कोल्ह्यांच्या शिकारीला बळी पडल्यामुळे उंदरांनाही या सगळ्या युक्त्या ठाऊक आहेत; त्यामुळे इथला उंदीर अगदी शेवटच्या क्षणापर्यंत बीळ सोडून बाहेर पळायला तयार नव्हता. आता कॅप्टनने केलेले खोदकाम इतके खोल होते की, त्यातून बाहेर येऊन बाकीची प्रवेशद्वारे तपासण्यात दरवेळी कॅप्टनचे काही मौल्यवान सेकंद जात होते; पण या क्षणी त्याने आपल्या हुशारीची चुणूक दाखवली. आमच्या माहितीत तरी असे चलाख वागणे इतर प्राण्यांमध्ये दिसून आलेले नाही.

एकाच वेळी खणायचे आणि लक्षही ठेवायचे असल्यामुळे कॅप्टन त्याच्या मागच्या पायांवर उभा राहिला. त्याने आपले डोके बिळाच्या बाहेर काढले. मग आपल्या पुढच्या पायांनी त्याने बिळाच्या तोंडाजवळच्या जमिनीवर ताशा वाजवायला सुरुवात केली. असे करत असताना बिळाच्या सगळ्या प्रवेशद्वारांवर त्याचे बारीक लक्ष होते. थोडा वेळ थांबून त्याने परत बिळात शिरून चार हात खणले. मग तो पुन्हा मघाचसारखा उभा राहून वर हात बडवू लागला. जमिनीतल्या स्पंदनामुळे उंदराला असे वाटले असावे की, कोल्हा खूपच जवळ आला आहे; त्यामुळे त्याने दुसऱ्या प्रवेशद्वारातून बाहेर धूम ठोकली. कॅप्टननेही त्याच्या पाठोपाठ बिळातून बाहेर उडी मारली आणि पटकन त्या उंदराला पकडले. उंदराला फस्त करत असताना

त्याचे डोळे तृप्तीच्या भावनेने मिटले होते आणि कान वर आले होते.

रात्री साडेदहापर्यंत वातावरण बरेच थंड झाले होते आणि सगळे उंदीर आपापल्या बिळात दडून बसले होते. अशा वेळी पक्ष्यांची शिकार जास्त फलदायी होती. 'कॅप्टन' आणि 'मेट' दोघांनीही गवतातून उंदीर-घुशींचा शोध घेणे थांबवले आणि ते नदीपात्राकडे परत गेले. तिथे त्यांनी वेगाने पळायला सुरुवात केली. ते गोल गोल किंवा नागमोडी पद्धतीने पळत होते. जमिनीवरील कोणत्याही प्राण्याचा वास अचूक टिपण्यासाठी ते आपले नाक जमिनीला अगदी घासून पळत होते.

अकेशिया पॉइंटपाशी 'मेट' थांबली आणि तिने आपला पुढचा पाय छातीपाशी दुमडून धरला होता. तिची शेपटी हवेत उंच उभी होती. ती एक एक पाऊल टाकत पुढे गेली. तिचे नाक समोरच्या दिशेला रोखलेले होते आणि कान मागे ओढलेले होते. तिच्या समोर जेमतेम पंधरा यार्ड अंतरावर एक कोरी बस्टर्ड (माळढोक जातीतला एक पक्षी) होता आणि त्याच्या दिशेने ती जात होती. कोरी बस्टर्डचे वजन पंचवीस पौंडपर्यंत असू शकते. त्याने पंख उघडले की, त्याचा डोलारा बारा फुटांएवढा रुंद असतो. नर कोरी बस्टर्ड हा जगातील उडणाऱ्या पक्ष्यांपैकी सर्वांत जड पक्षी आहे. कालाहारीमध्ये एकेकटे कोल्हे इतक्या मोठ्या शिकारीच्या नादी लागत नाहीत; पण बरोबर कॅप्टन असल्यामुळे मेट आपले नशीब अजमावत होती.

टर्कीसारख्या त्या अवाढव्य आकाराच्या पक्ष्याने आपले पंख पसरले आणि मेटच्या दिशेने आक्रमण केले. तो पक्षी तिच्यापेक्षा दहा पौंड तरी जड होता; पण कोणताही विचार न करता 'मेट'ने त्याच्यावर आक्रमण केले. पक्ष्याने एकदा तिचा हल्ला परतवला आणि हवेत झेप घेतली. त्याच्या प्रचंड आकाराच्या पंखांमुळे आजूबाजूला धुळीचा एक डोंगर उधळला. त्याला उंच जायला चांगलेच कष्ट पडत होते. तेव्हाच 'मेट'ने सहा फुटांपेक्षाही उंच उडी मारली आणि त्या पक्ष्याची मांडी पकडली. एक क्षणभर ते दोघेही हवेत होते, तेव्हा ती कोल्हीण त्याच्या मांडीला लटकली होती आणि त्याचे रुंद पंख त्या दोघांचेही वजन हवेत उचलून नेण्याचा प्रयत्न करत होते. पुढच्या क्षणी ते दोघेही जमिनीवर कोसळले, सगळीकडे पिसे पिसे झाली. 'मेट'ने त्या पक्ष्याची मांडी आपल्या जबड्यात धरून ठेवली होती, त्याच वेळी 'कॅप्टन' पुढे धावला आणि त्याने आपल्या अणकुचीदार दातांनी कोरी बस्टर्डचे डोके चिरडले.

ताबडतोब दोन्ही कोल्हे लगबगीने शिकार खाऊ लागले. त्यांच्या शेपट्या वेगाने हलत होत्या. ते एकमेकांकडे तीक्ष्ण नजरेने पाहात होते. त्यांच्या चेहऱ्याला सगळीकडे रक्त आणि पिसे लागली होती. त्यांनी जेमतेम दोन-तीन मिनिटे खाल्ले असेल, त्याच वेळी एक ब्राउन हायना थोड्या अंतरावरून फेऱ्या घालायला लागला. ब्राउन हायना कोल्ह्यांना आव्हान देऊन त्यांची शिकार पळवणार होता; पण तो

आमच्या सान्निध्यामुळे बिचकत होता.

तो हायना अजून जवळ आला. आम्ही अजिबात आवाज न करता अगदी स्थिर बसलो होतो. आम्हाला त्या हायनाचे पांढरे कपाळ तेवढे दिसत होते आणि गवतातली त्याची पावले ऐकू येत होती. मग त्याने हल्ला केला. कॅप्टन आणि मेट तिकडून गायब झाले. हायनाने तो पक्षी पकडला, जमिनीवरून उचलला आणि तो वेस्ट प्रेअरीच्या बाजूच्या झाडीत जाऊ लागला. आम्ही त्याचा पाठलाग करण्याचा प्रयत्न केला; पण तो जोरात पळाला आणि दिसेनासा झाला.

'कॅप्टन' आणि 'मेट'च्या तोंडचा घास हिरावला गेला होता; पण त्यांना आजूबाजूला किडे, उंदीर, पक्षी आणि साप या रूपात भरपूर खाद्य होते. इतर मोठ्या शिकारी प्राण्यांच्या शिकारीतले उरलेसुरले त्यांना खायला मिळेल, अशीही शक्यता होतीच. सेरेंगेटीमधले कोल्हे बऱ्याच वेळा हरणांचीदेखील शिकार करतात. इथे 'कॅप्टन' आणि 'मेट' यांनी शिकार जरी एकत्र केली, तरी ते आत्ता मारलेल्या कोरी बस्टर्डपेक्षा मोठी शिकार कधीच करणार नाहीत. या प्रसंगानंतर मात्र जेव्हा आम्ही त्यांना एकत्र शिकार करताना पाहिले, तेव्हा ते ज्या प्राण्यावर हल्ला करत होते, तो कोरी बस्टर्डपेक्षा खूपच जास्त धोकादायक होता.

आमचा संपत आलेला इंधनाचा साठा वाचवण्यासाठी, पहाटेच्या वेळी आम्ही कधीकधी 'कॅप्टन' आणि 'मेट'चा पायीच पाठलाग करायचो. एकदा सकाळ झाली की, ते विश्रांतीसाठी जात असत. सप्टेंबरमध्ये सुरुवातीला एका सकाळी आम्ही त्यांच्या मागावर होतो. त्या जोडीचा चिता हिलच्या दिशेने सावकाशपणे चाललेला प्रवास, मी वर्णन करून सांगत असताना, डेलिया वहीत टिपणे काढत होती. आजूबाजूच्या काटेरी झुडपांतून आम्ही काळजीपूर्वक पुढे जात होतो. तेव्हाच आम्हाला टेकडीपलीकडून एका छोट्या विमानाची घरघर ऐकू आली. डिसेप्शन व्हॅलीमध्ये आल्यानंतर, आम्ही पहिल्यांदाच विमानाचा आवाज ऐकत होतो. हा भाग एवढा दुर्गम होता की, बोट्स्वानाच्या हवाई खात्याने इकडून विमान नेण्यास वैमानिकांना मज्जाव केला होता. ते विमान आमच्या कॅम्पच्या दिशेनेच येत असणार याची आम्हाला खात्री होती, कारण आजूबाजूच्या हजारो मैलांच्या परिसरात केवळ आम्हीच राहात होतो. इतके दिवस एकान्तवासात काढल्यावर, एखाद्या व्यक्तीची भेट होईल याची आम्हाला फार उत्सुकता वाटली. उत्साहापोटी आम्ही नदीपात्रात धावत सुटलो. पळताना आम्ही त्या निळ्या-पांढऱ्या सेसना विमानाकडे हातवारे करत होतो. मी अंगातला शर्ट काढला आणि हवेत उडवला म्हणजे त्या वैमानिकाला आम्ही दिसू शकू.

विमानाने घिरट्या घातल्या, ते दोन-तीन वेळा खाली आले आणि त्याने उतरण्याचा प्रयत्न केला; पण विमानाचा चेंडूसारखा टप्पा उडाला आणि त्याने परत

उड्डाण केले. ते जेव्हा खाली आले होते, तेव्हा आम्हाला वैमानिकाचा चेहरा दिसला. तो नॉर्बर्ट ड्रेगर - मॉनमधला जनावरांचा डॉक्टर होता. चालकाच्या चाकावरून पुढे वाकलेला त्याचा चिंताग्रस्त चेहरा आम्हाला दिसला. त्याने अजून एक फेरी मारली आणि परत एकदा तो खाली आला. उतरण्याच्या प्रयत्नात विमानाने पुन्हा एक-दोन टप्पे घेतले आणि परत उड्डाण केले. शिकाऊ वैमानिक म्हणून त्याचे एवढ्या लांबवरचे पहिलेच उड्डाण होते. एका बाजूने वारा बऱ्यापैकी वेगात वाहात असताना तो विमान उतरवायचा प्रयत्न करत होता. तो तिसऱ्यांदा आमच्या दिशेने आला, तेव्हा आम्हाला दिसले की, त्याच्या शेजारी त्याची बायको केट आणि मागे मुलगी लोनी बसली आहे. चौथ्या प्रयत्नात तो फार वेगाने खाली आला आणि विमान जमिनीवर जोरात आदळले. ते ज्या ठिकाणी आदळले तिकडे जवळच कोल्ह्याचे बीळ होते. मग ते विमान तसेच एका मोठ्या झाडाच्या दिशेने पुढे गेले आणि त्या झाडाच्या काही यार्ड अलीकडे थांबले. जेव्हा ते थांबले, तेव्हा ते त्याच्या पुढच्या पंख्याकडे वाकलेले होते.

"विमान उतरवण्याच्या एका प्रयत्नात तू अनेक वेळची मजा घेतलीस." मी त्याची थट्टा करत म्हणालो. तो बव्हेरिया प्रांतातून आलेला सडपातळ, सोनेरी केसांचा, चेहऱ्यावर कायम स्मितहास्य असलेला एक जर्मन होता. तो जर्मन टेक्निकल एड बरोबर आफ्रिकेला आलेला होता.

"माझी विमान उडवण्याची हौस फिटली आहे." तो कुरकुरला. त्याने विमानाचे इंजिन बंद केले. "विमान उडवताना ९९ टक्के वेळा अतिशय कंटाळा येतो आणि उरलेल्या १ टक्का वेळेला प्रचंड भीती वाटते."

केट जेव्हा खाली उतरली, तेव्हा तिच्या हातात पिकनिकची एक मोठी बास्केट होती. त्यात घरी बनवलेला ब्रेड, छोटेसे मीट पाय, ताजे मासे, (थेट ऱ्होडेशियामधून आणलेले) चीज, सलाड आणि केक अशी मेजवानी होती. त्या अन्नावर लाल रुमाल आणि चौकटीच्या नक्षीचे टेबलक्लॉथ नीट घडी करून ठेवलेले होते. त्या मेजवानीकडे आम्ही बहुधा गिधाडासारखे बघत असू. आम्ही त्यांच्या दयाळूपणाबद्दल वारंवार त्यांचे आभार मानले. पुढेही आम्हाला मॉनमध्ये मोठ्या मनाने त्यांनी अनेक वेळा मदत केली.

आम्ही बाभळीच्या झाडाखाली भोजन केले. बर्जीचे लोक सामान घेऊन गेल्यापासून आम्ही दुसरा मनुष्यप्राणी पाहिला नव्हता; त्यामुळे डेलिया आणि मी, आम्ही दोघेही तारयंत्राच्या सतत चालणाऱ्या कड-कट्टसारखे सतत बडबड करत होतो. आम्ही त्यांना आगीबद्दल सांगितले. कोल्ह्यांबद्दल आम्ही जे जे शिकलो होतो, तेही सांगितले. शेवटी एकदाचे आमचे सांगून संपल्यावर केटने आम्हाला विचारले, "तुमच्या देशात आता नवीन राष्ट्राध्यक्ष आला आहे, हे तुम्हाला माहीत आहे का?"

"नाही- का? काय झाले?'' मी विचारले.

"वॉटरगेट प्रकरणामुळे निक्सन यांनी राजीनामा दिला. फोर्ड नावाचे कोणीतरी आता त्यांच्या जागी आले आहेत.'' आम्ही गेल्या सहा महिन्यांत ना वर्तमानपत्र वाचले होते, ना रेडिओ ऐकला होता. नॉर्बर्टला त्याच्या परतीच्या प्रवासाची काळजी वाटत होती; त्यामुळे तासभरातच त्याने आपल्या कुटुंबाला विमानाकडे परत नेले. सगळ्यांनी विमानाच्या खिडकीतून आमचा निरोप घेतला. विमानाने नदीपात्रातून वेगाने उड्डाण करून आकाशात झेप घेतली, तसा मागे धुळीचा एक डोंगर उडाला. त्यांच्या त्या चुटपुटत्या भेटीमुळे आम्हाला अजूनच एकटेपणा जाणवू लागला. त्यांनी बरोबर आणलेला पत्रांचा गठ्ठा आमचा एकटेपणा काही दूर करू शकणार नव्हता. जर आम्हाला संशोधनाला अनुदान मिळाले नसले, तर आम्हाला सगळे आवरून परत जाणे भाग होते.

एका आडव्या पडलेल्या झाडाच्या बुंध्याशी आलेली पत्रे पडली होती, जणू आम्हाला आव्हान देत होती. डेलियाने ती पत्रे उचलली आणि चाळू लागली. 'एक पत्र नॅशनल जिओग्राफिककडून आले आहे.'' तिच्या आवाजात ताण होता.

"ठीक आहे, उघड - एकदा काय ते होऊन जाऊ दे.'' मी खिन्नपणे म्हणालो. आम्हाला अनेक वेळा निराशाच पदरी आली होती - आणि ही आमची शेवटची संधी होती. डेलियाने पाकिटाची एक बाजू फाडली आणि आतले पत्र बाहेर काढले.

"मार्क! आपल्याला अनुदान मिळाले आहे! त्यांनी आपल्या संशोधनाला अनुदान दिले आहे!'' तिने तो कागद फडफडवत, नाचत एक गोल फेरी मारली. शेवटी कोणीतरी आमच्यावर विश्वास ठेवला होता - कमीतकमी ३८०० डॉलर्स रकमेइतका तरी! आता आम्ही अनुदानित संशोधकांपैकी झालो होतो.

सामानासाठी मॉनला एक फेरी मारल्यानंतर, आम्ही नव्या जोमाने आणि जिद्दीने आमचे संशोधन चालू केले. कधी ना कधी ब्राउन हायनांना आमची सवय होईलच. तोपर्यंत आम्ही कोल्ह्यांचा पाठलाग करणार होतो. डेलियाची पोटदुखी आता ताबडतोब बरी झाली.

● ● ●

सप्टेंबरमध्ये कालाहारीमध्ये कोरडा उन्हाळा सुरू झाला. जुलैमधली थंडी जशी आम्हाला अनपेक्षित होती, तसेच या उन्हाळ्याला सामोरे जाण्यासाठीही आमची तयारी कमी पडली. एका दिवसातच दिवसाचे तापमान ११० फॅरेनहाइटपर्यंत वाढले आणि नंतर ते ११६ झाले. आम्ही आमचा थर्मामीटर एका पडक्या झाडाच्या सावलीत लावला होता. आमच्या कॅम्पबाहेरची जमीन त्या थर्मामीटरसाठी फारच गरम होती, कारण जमिनीचे तापमान १४० फॅरेनहाइटपेक्षा जास्त असणार.

पूर्वेच्या दिशेने सुटलेले जोरदार गरम वारे, सगळ्या खोऱ्यात खालचे कोवळे गवत सुकवून टाकत होते. आमचीही तीच गत होती. दुपारी उशिरा एकदाचं वारं थांबलं की, आमच्या कानात शांततादेखील गुणगुणू लागे. बोडके वृक्ष, सगळीकडे दिसणारे कोरडे वाळलेले गवत आणि डोक्यावर भगभगणारे आकाश! आम्हाला माहिती असलेल्या कालाहारीपेक्षा हा वेगळा प्रदेश होता. आमच्या त्वचेतून इतक्या लवकर आर्द्रता उडून जात असे की, आम्हाला घामदेखील येत नसे. आमचे डोळे जळजळायचे आणि कवटीत आत ओढले जात आहेत असे वाटायचे.

आम्ही आठवड्याला सात गॅलन पाणी वापरण्याचे स्वतःवर बंधन घालून घेतले होते - अंघोळीसाठी, स्वयंपाकासाठी आणि पिण्यासाठी. ड्रममधून काढलेले पाणी गरमागरम धातूच्या चहासारखे लागायचे. पिण्याचे पाणी जरा गार व्हावे म्हणून आम्ही ते आमच्या जेवणाच्या ताटल्यांमध्ये भरून बाभळीच्या झाडाच्या सावलीत ठेवायचो. जर त्यावर लक्ष ठेवायचे आम्ही विसरलो, तर एकतर ते बाष्पीभवनाने उडून तरी जात असे, नाहीतर त्यावर माश्या, किडे आणि माती जमा होत असे. आमच्या ताटल्या धुवून झाल्यावर आम्ही त्याच पाण्याने स्पंज वापरून अंग पुसून घेत असू. मग उरलेले कॉफीच्या रंगाचे पाणी एका कापडाने गाळून आमच्या रेडिएटरमध्ये ओतायचो. जर त्यातूनही पाणी उरले, तर ते आम्ही एका कॅनमध्ये भरून ठेवायचो- पुढच्या वापरासाठी. चांगल्या पाण्याचे थोडे कप आम्ही रोज पक्ष्यांना द्यायचो. आमच्या कॅम्पवर मिळणाऱ्या सावलीसाठी, ब्रेडच्या तुकड्यासाठी आणि मक्याच्या पिठासाठी बरेच पक्षी यायचे.

उष्णतेने आमची त्वचा कोरडी पडून सालपटे निघत असत; हाताच्या आणि पायाच्या बोटांना भेगा पडून त्यातून रक्त येत असे. येणारा प्रत्येक दिवस सारखाच होता. तोच टी-शर्ट, त्याच मळलेल्या हाफ-पँटस्, भोकं पडलेले टेनिसचे बूट आणि सगळ्यावर पसरलेली चुन्यासारखी धूळ. आम्ही आमच्या तोंडावर ओला टॉवेल घेऊन लँडरोव्हरच्या मागे झोपायचा प्रयत्न करायचो; पण पंधरा मिनिटांत आमच्या टॉवेलवर मधमाश्यांचा एक थर साठायचा. टॉवेलच्या ओलाव्यामुळे मधमाश्या आकर्षित व्हायच्या.

मैदानातले, नदीपात्रातले आणि उतारावरचे गवत कोरडे पडले होते, निर्जीव झाले होते. पाण्याची ठिकाणे कोरडी पडली होती. अख्ख्या कालाहारीमध्ये कोठेही पिण्याचे पाणी शिल्लक नव्हते. गवतात पाण्याचा पुरेशा अंश नसल्यामुळे हरणे पंधरा-पंधराच्या गटांत विभागली गेली आणि जवळजवळ सगळी हरणे नदीपात्र सोडून संपूर्ण कालाहारीच्या हजारो चौरसमैलांच्या क्षेत्रफळात विखुरली होती. सगळीकडे पसरून, जी मिळतील ती पाने खाऊन, आपल्या शिंगांनी मांसल मुळे आणि कंद उकरून, बहुतेक सगळी हरणे पाणी न पिता कोरडे महिने जगू शकली. ती

नदीपात्रातून निघून गेल्यावर, सिंह, बिबटे आणि इतर शिकारी प्राणी त्यांच्या मागोमाग गेले होते.

पाऊस पडून गेल्याला ऑक्टोबरमध्ये सहा महिने पूर्ण झाले. एवढेच काय, गेल्या सहा महिन्यांत आकाशात एखादा ढगदेखील आला नव्हता. एका दुपारी आम्ही वाफेचा अंधूकसा ढग पाहिला. गरम वारा बंद झाला आणि नदीपात्रात सगळीकडे उत्सुक शांतता पसरली. रात्रभर काम करून, उष्णतेने त्रस्त झालेल्या अवस्थेत आम्ही कॅम्पमधून बाहेर पडून मोकळ्यावर आलो आणि त्या ढगाकडे बघत राहिलो. एकुलते स्प्रिंगबोक हरिण त्या ढगांकडे उत्सुकतेने बघत उभे होते. या उष्णतेच्या गुबाऱ्यात त्याने आपले डोके वर केले होते, जणू या उष्णतेपासून सुटकारा मिळावा, म्हणून ते प्रार्थना करत असावे. लांबवर दिसणारे ते ढगाच्या आकाराचे पांढरे भूत सूर्यास्तापर्यंत नाहीसे झाले.

त्यानंतर प्रत्येक दुपारी आम्हाला तो ढग दिसायचा. प्रचंड तापलेल्या वाळूवर काच वितळावी, तसा तो ढग या प्रचंड उष्णतेने विरघळून जायचा. आम्हाला उष्णतेमुळे सतत गरगरायचे. पुस्तक वाचण्यासाठी, गाडी दुरुस्त करण्यासाठी किंवा अगदी साध्या साध्या गोष्टींसाठीही आम्ही मन एकाग्र करू शकत नव्हतो. आमची सतत चिडचिड व्हायची; असे वाटायचे की, आपले हात-पाय फार जड झाले आहेत. तरीही रात्री आम्ही कोल्ह्यांच्या पाठलाग करायचो, तेव्हा आम्हाला अशी आशा असायची की, एखादा ब्राउन हायना आम्हाला दिसेल. येणाऱ्या प्रत्येक दिवशी झोप लागणे कठीण व्हायचे. भल्या पहाटे उकाडा वाढायच्या आधी आम्ही खालच्या मातीचे वा गवताचे नमुने किंवा प्राण्यांच्या विष्ठेचे नमुने गोळा करायचो. सतत तीन आठवडे असे केल्यावर आमचा संयम संपुष्टात यायचा आणि आम्ही रात्रभर गाढ झोपेच्या अधीन व्हायचो.

नदीपात्रातल्या बहुतेक कोल्ह्यांच्या जोड्या ठरलेल्या होत्या. प्रत्येक जोडीची सुमारे एक चौरसमैलाची हद्द ठरलेली होती, ज्यात मुख्य नदीप्रवाहाशेजारचा आणि शेजारच्या उतारावरचा झुडपांचा प्रदेशही समाविष्ट होता. हा भाग शिकारीसाठी उत्कृष्ट भाग होता. 'कॅप्टन' आणि 'मेट' चिता हिल भागात हिंडायचे. आम्ही नदीपात्राच्या ज्या भागापर्यंत जायचो, त्या भागात 'बोनी' आणि 'क्लाइड' नावाची कोल्ह्यांची जोडी होती. उत्तरेकडच्या झाडाच्या थोड्याशा पूर्वेला 'गिम्पी' आणि 'व्हिना' अशी जोडी होती, तर नॉर्थ बे हिल भागात 'सनडान्स' आणि 'स्किनीटेल' ही जोडी वावरायची. दररोज सूर्यास्ताच्या वेळी सगळे कोल्हे बाहेर येऊन कोल्हेकुई करायचे, तसेच नंतरही रात्री बरेच वेळा ते ओरडायचे. त्यांचा आवाज आमच्या कॅम्पच्या सापेक्ष कोठून येतो आहे, त्यावरून आम्ही कोल्ह्यांच्या सातही जोड्या ओळखायचो. काही कोल्ह्यांचा आवाजही आम्ही ओळखू लागलो होतो.

कोल्ह्यांच्या अंगावरचे लांब आणि जाड केस त्यांचे उन्हापासून संरक्षण करायचे. चिता हिलवरच्या एखाद्या पर्णहीन झुडपाची अपुरी सावली 'कॅप्टन' आणि 'मेट'ला आसऱ्याला पुरायची. त्या सावलीत ते दुपारच्या प्रचंड उष्णतेत आरामात झोपायचे. पहाटे आणि संध्याकाळीदेखील आता खूपच गरम होऊ लागले होते. 'कॅप्टन' आणि 'मेट' आता फक्त रात्रीच शिकार करायचे. रात्री त्या मानाने जरा थंड असायचे. त्यांनी गेल्या कित्येक महिन्यांत पाणी प्यायले नव्हते. आम्ही कित्येक वेळेला त्यांना एखाद्या छोट्या रानटी कलिंगडासाठी दुसऱ्या कोल्ह्यांबरोबर भांडताना पाहिले आहे.

नोव्हेंबरमधल्या ढगांनी आम्हाला फार भुलवले. त्यांच्या पावसाचा पातळ पडदा अतिशय आल्हाददायक आणि मधुर वाटायचा; पण तो फार लांब कुठेतरी असायचा. कोणतेच ढग पुरेसे दाट आणि काळे नव्हते, ज्यामुळे या नदीपात्रातील भट्टीपासून आम्हाला विसावा मिळेल.

एका सकाळी हवा एकदमच शांत होती, जणू वाळवंट कशाची तरी वाट पाहात असावे. सकाळी जरा उशिरा पश्चिमेकडच्या मैदानाच्या बाजूला ढग जमू लागले. प्रत्येक तासागणिक ते अजून अजून दाट होऊ लागले आणि शेवटी त्या बाजूचे पूर्ण आकाश ढगांनी भरून गेले. दुपारी जांभळे-काळे आकाश हवेतल्या वाफेने उकळत आहे असे वाटत होते. आकाशात विजांचा कडकडाट होऊ लागला आणि त्या गडगडाटाने पूर्ण खोरे भरून गेले.

इतके आठवडे निराशा झाल्यामुळे आम्हाला खात्रीपूर्वक वाटत होते की, हे वादळही आमच्या बाजूने निघून जाईल; पण पश्चिमेकडच्या टेकडीवरून एक भला मोठा काळा ढग आला. तो ढग जसा कॅम्पकडे येऊ लागला, तसा पिवळ्या वाळूचा भोवरा हवेत उडू लागला. आमच्या आजूबाजूची शांत हवा आता गोल फिरू लागली. आम्ही गाडीकडे पळालो आणि गाडी झाडाखालून वळवून लांब नेऊन उभी केली.

कॅम्पपासून तीस यार्ड अंतरावर मी गाडीची मागची बाजू वादळाच्या दिशेला सामोरी केली. काही सेकंदांतच आमच्या अंगावर वाळू आणि वाऱ्याचा तडाखा बसला. आम्ही अंगावरचे शर्टस् तोंडासमोर धरले होते. लँडरोव्हर गदागदा हलत असताना त्या राखाडी हवेचा श्वास घेण्याचा आम्ही प्रयत्न करत होतो. गाडीच्या किल्ल्या किणकिण करत होत्या. गाडीच्या लोखंडी छतावर गारा ताशा वाजवत होत्या. काचेच्या खिडकीतून आम्हाला आमची सामानाची खोकी, बॅगा, भांडीकुंडी आणि आमच्या कॅम्पमधल्या इतर वस्तू हवेत उडत असलेल्या दिसल्या. कॅम्पशेजारचे बाभळीचे झाड चक्कर आल्यासारखे हलत होते.

शेवटी एकदाचा पाऊस पडू लागला. पाणी खिडकीच्या फटीतून आत येऊन आमच्या मांडीवर उडत होते. "वास घे! वास घे! परमेश्वरा! किती सुंदर! किती अप्रतिम!" आम्ही पुनःपुन्हा ओरडत होतो.

वादळ कमीजास्त होत होते. कडाडणाऱ्या विजा कमी उंचीवरच्या काळ्या ढगांना स्पर्श करून चमकत होत्या. त्या विजेच्या प्रकाशामुळे पावसाच्या थेंबांना आणि हवेतल्या वाळूला निळी छटा येऊन ती अजूनच भीषण वाटत होती. अधूनमधून गाडीवर धडकणाऱ्या वाऱ्याच्या झोतांमध्ये, रात्री बऱ्याच उशिरा आमचा कधीतरी डोळा लागला.

सकाळी आमचे डोळे उघडले, तेव्हा पूर्ण खोऱ्यात स्वच्छ सूर्यप्रकाश पसरला होता; पण आज उगवलेला सूर्य वेगळाच होता. गेले काही महिने आपल्या तीव्र उष्णतेने अख्ख्या कालाहारीला जाळणारा सूर्य हा नव्हता. सौम्य, सुखद सूर्यप्रकाश शेकडो स्प्रिंगबोक हरणांच्या पाठीला स्पर्श करून खाली गवतावरच्या दवबिंदूंना चमकवत होता. कालचे वादळ आज क्षितिजावर पडलेल्या एका छोट्या डागासारखे दिसत होते. कॅम्पवरून नजर टाकता, आम्हाला कॅप्टन, मेट आणि बॅट इअर्ड फॉक्सची जोडी जमिनीवर साठलेल्या पाण्याच्या डबक्यातून लपलप करत पाणी पिताना दिसली.

आमचे कपडे, भांडी, कागद आणि इतर वस्तू नदीपात्रामध्ये विखुरल्या होत्या. डेलियाला कॅम्पपासून पन्नास यार्डांवर एक पातेले सापडले. तिने त्यातच ज्वारी व मक्याचे दाणे घालून ओट्स शिजवले. नाश्त्यानंतर आम्ही सामान गोळा करायला सुरुवात केली. पेट्रोलचा ड्रम तर अर्धे नदीपात्र ओलांडून पलीकडे गेला होता.

वादळामुळे सगळे वाळवंट परत हिरवे झाले. एका आठवड्यात पूर्ण खोरे वेगवेगळ्या प्रकारच्या हरणांनी परत भरून गेले. हरणांबरोबर त्यांची कृश, मिणमिणत्या डोळ्यांची शावके नव्याने उगवलेले गवताचे कोंब खात फिरत होती. वाळवीचे किडे त्यांच्या राणीच्या मागोमाग सगळीकडे उडत होते. बॅट इअर्ड फॉक्स इकडेतिकडे दुडुदुडु धावत होते. सगळीकडे उडणाऱ्या, सरपटणाऱ्या आणि उड्या मारणाऱ्या किड्यांवर ते तुटून पडत होते. सर्व प्राण्यांची प्रजननाची आणि आपल्या लहानग्यांना वाढवण्याची लगबग चालू होती. सुगीचा हा ऋतू काही फार काळ टिकणार नव्हता. उष्णतेच्या आणि आगीच्या मोठ्या कालावधीनंतर नवचैतन्य बहरले होते. अजून अशी बरीच वादळे आली आणि पावसाळ्याच्या सुरुवातीला दिवसाचे तापमान पंचाहत्तर ते ऐंशी फॅरेनहाइटपर्यंत खाली आले. निळ्या आकाशात आल्हाददायक वारा चमचमणाऱ्या पांढऱ्या ढगांना घेऊन येत होता.

सगळ्यात चांगली गोष्ट म्हणजे डेलियाला तंबूत अडकवणारा, तोच सिंहांचा कळप परत आला. रात्री आणि पहाटे ऐकू येणाऱ्या सिंहांच्या गर्जना आणि कोल्हेकुईमुळे अख्ख्या खोऱ्यात चैतन्य पसरले. कालाहारीमध्ये फक्त सिंहांचा अभ्यास करण्यासाठी परत यावे, असे आम्हाला वाटत होते. फक्त या वेळी आमचे लक्ष कोल्हे आणि ब्राउन हायनांवर केंद्रित करायचे होते.

पहिल्या वादळानंतर काही दिवसांनी, एका संध्याकाळी आम्ही जरा घाईतच आमचे जेवण पूर्ण करत होतो. जेवण झाल्यावर 'कॅप्टन' आणि 'मेट'च्या मागे जाण्याचा आमचा विचार होता. तेव्हाच कोल्ह्यांची एक दुसरी जोडी - 'गिम्पी' आणि 'व्हिनी' पूर्वेच्या बाभळीच्या जोडझाडांच्या बाजूने ओरडू लागली. त्यांची तार सप्तकातली पण तरीही मंजुळ वाटणारी कोल्हेकुई सगळ्या खोऱ्यात दुमदुमत होती. आम्ही शांत झालो. त्या शोकाकुल वाटणाऱ्या आवाजामुळे आमच्या हृदयात एक खोल ठसा उमटत असे. तो आवाज- ती साद, त्या वाळवंटाच्या थेट हृदयातून आली आहे, असे आम्हाला वाटत असे. वाळवंटाची साद - कालाहारीची साद. (क्राय ऑफ कालाहारी) बाकीचे कोल्हेही आता ओरडू लागले : 'बॉनी' आणि 'क्लाइड', 'सनडान्स' आणि सनीटेल आणि सर्वांत शेवटी 'कॅप्टन'चा खोल घोगरा आवाज आणि त्या पाठोपाठ मेटचे चिता हिलवरून ऐकू येणारे स्पष्ट गायन.

"थांब थांब... हे काय ऐकू येते आहे?" डेलियाने विचारले. 'कॅप्टन' आणि 'मेट'पाठोपाठ त्यांचे अनुकरण करू पाहणारे जरासे कर्कश, पण छोटे आवाज ऐकू येत होते.

"पिल्ले!" आम्ही लँडरोव्हरमध्ये उडी मारली आणि त्या आवाजांच्या दिशेने गेलो. त्या कोल्ह्यांपासून थोडे अंतर ठेवून गाडी लावली आणि इकडेतिकडे वाकून झुडपात काही दिसते का, ते शोधायचा प्रयत्न केला. बिळाच्या तोंडाशी 'मेट' आली आणि तिने आपले डोके वाकवले. मग ती बाजूला झाली आणि दोन फरचे पावडरचे पफ बाहेर आले. त्यांना इवलीशी शेपटी होती, त्यांचे अगदी मऊ कापसासारखे चेहरे आणि आखूड नाक आमच्या नजरेसमोर आले.

आम्ही त्यांच्या पिल्लांची 'हांसेल' आणि 'ग्रेटेल' अशी नावे ठेवली. मेट जेव्हा एकेका पिल्लाचा चेहरा, पाठ आणि पोट चाटून साफ करत होती, तेव्हा ते खालच्या वाळूत गोल गोल फिरत होते. त्या वेळी दुसरे पिल्लू आपल्या लटपटत्या पायांवर उभे राहून तिच्या कुशीत शिरायचा प्रयत्न करत होते. जवळच कॅप्टन आपल्या पायांवर डोके ठेवून बसला होता. मग बॉनी आणि क्लाइड उत्तरेच्या बाजूने परत साद घालू लागले. त्यांचा आवाज बंद होण्याआधीच कॅप्टन आणि मेट त्यांना उत्तर देऊ लागले. त्यांच्या शेजारी उभे राहून त्यांची पिल्लेदेखील आकाशाकडे नाक करून उभी होती.

मुलांना वाढवण्यात दोन्ही पालकांचा सहभाग होता; पण त्यांच्या मदतीला इतर कोणी नव्हते. आफ्रिकेच्या इतर भागांत सापडणाऱ्या काळ्या पाठीच्या कोल्ह्यांना मदतीला कोणी ना कोणी असते. डॉ. पॅट्रीशिया मोलमन यांना सेरेंगेटीत संशोधन करताना असे आढळले की, थोडी मोठी झालेली पिल्ले आपल्या आई-वडिलांच्या पुढच्या प्रजननाच्या वेळी मदतीला थांबतात. ती मोठी पिल्ले अर्धवट पचलेले अन्न

आपल्या आईला, नाहीतर छोट्या पिल्लांना देतात आणि आपल्या बिळाचे रक्षण करतात. आम्ही निरीक्षण करत असलेल्या कोल्ह्यांच्या बाबतीत आम्हाला असे काही दिसले नाही; पण कालाहारीमधील इतर कोल्ह्यांच्या बाबतीत आम्हाला असे खात्रीने सांगता येणार नाही. इतर कोल्ह्यांना कोणी मदत करत असेलही! मदतीला कोणी आहे की नाही हे सांगणे तसे अवघड असते आणि कधीकधी तर कित्येक वर्षे संशोधन केल्याशिवाय ते खात्रीलायकरीत्या सांगता येत नाही.

सुरुवातीच्या आठवड्यात 'कॅप्टन' किंवा 'मेट', दोघांपैकी एकजण तरी आपल्या बिळाशी पिल्लांचे रक्षण करायला थांबत असे. 'मेट' जरा लांब बसली असेल तर संध्याकाळी 'कॅप्टन' 'मेट'पाशी चालत जात असे. तो असा चालत असताना हांसेल आणि 'ग्रेटेल' त्याच्याशी खेळत असत. ते त्याच्या पायांचे, कानांचे आणि शेपटीचे चावे घेत. 'कॅप्टन' 'मेट'च्या नाकाला आपले नाक घासत असे. मग आपले पाय उंचावून, स्वतःला पिल्लांपासून सोडवून तो आपल्या शिकारीसाठी पळत निघे. एकदा आपला बाप नजरेआड झाला की, मग 'हांसेल' आणि 'ग्रेटेल' लगेच आपल्या आईला त्रास देऊ लागत. ते तिचे कान चावत, तिच्या चेहऱ्यावर आणि पाठीवर उड्या मारत आणि तिची शेपटी ओढत असत. तशी ती सहनशील होती; पण त्यांच्या खेळात ती क्वचितच सहभागी होत असे.

पिल्लांच्या वागण्यात पहिल्यापासूनच मोठ्यांच्या छटा दिसत असत. ते सतत दबा धरण्याचा, पकडण्याचा आणि चावे घेण्याचा सराव करत असत. या गोष्टींमुळेच ते मोठे झाल्यावर यशस्वी शिकारी होणार होते. जर त्यांच्या आईने त्यांना खेळात सहकार्य केले नाही तर मग सगळा प्रयोग एकमेकांच्या अंगावर, नाहीतर त्यांच्या बिळाजवळच्या गवताच्या काड्यांवर आणि खुंटांवर होत असे.

पिल्ले जेव्हा तीन आठवड्यांची होती, तेव्हा कॅप्टन त्यांना खायला कच्चे मांस आणू लागला. आपल्या शेपट्या उडवत, धडपडत पिल्ले बिळातून बाहेर येऊन आपल्या वडिलांकडे धाव घेत असत. मग ते त्याचे ओठ चाटत आणि अन्नाची भीक मागत. तो आपला जबडा मोठा करी आणि अर्धवट पचवलेले उंदराच्या नाहीतर पक्ष्याच्या मांसाचे तुकडे आपल्या पोटातून काढून त्यांच्या समोर टाके. 'हांसेल' आणि 'ग्रेटेल' ते गरम मांस खात असताना 'कॅप्टन' जवळच्या एखाद्या झुडपाखाली विश्रांतीसाठी बसत असे आणि 'मेट' शिकारीसाठी बाहेर पडत असे.

दोन्ही पिल्लांना जरा ताज्या मांसाची सवय होताच, त्यांचे आई-वडील त्यांना बिळापासून जरा लांब सफरीवर घेऊन जाऊ लागले. अशा सफरीत पिल्ले इकडेतिकडे पळायची आणि खेळायची. ज्या ज्या गोष्टींचा वास घेता येईल त्यांचा, म्हणजे गवताचा, झाडाचा, हरणांच्या विष्ठेचा वास घ्यायची. 'कॅप्टन' आणि 'मेट' त्या वेळी भक्ष्य शोधत असायचे. पिल्लांना त्या पुरातन नदीपात्राचे अधिकाधिक ज्ञान होत होते.

सकाळच्या फेऱ्यांमध्ये पिल्लांना मिळणारा सर्वांत मोठा धडा किड्यांच्या शिकारीचा होता. हे शिकारीचे कौशल्य फार महत्त्वाचे होते; त्यामुळे आईचे दूध आणि अर्धवट पचवलेले मांस याव्यतिरिक्त बाकी अन्नाची त्यांना उणीव भरून काढता येणार होती.

'हांसेल' आणि 'ग्रेटेल' स्वतःची काळजी घेण्यास समर्थ झाल्यानंतर 'कॅप्टन' आणि 'मेट' एकत्र शिकार करायला जाऊ लागले. ते शिकारीला गेले असताना, पिल्ले बिळाजवळच किड्यांची शिकार करत असायची. चिता हिलच्या पूर्वेला वाळूचा जिभेच्या आकाराचा एक पट्टा होता. एका रात्री 'कॅप्टन' आणि 'मेट' तिथे, चिता हिलवर आणि मागच्या जंगलात शिकार करत होते. मधूनच थांबून ते एक पाय वर करून आपल्या भागाच्या सरहद्दीवर, एखाद्या झुडपावर, नाहीतर वेलीवर आपल्या इलाक्याची खूण करत होते.

त्यांनी जेमतेम मागच्या झाडीत प्रवेश केला असेल, तेव्हा 'मेट' कशाच्या तरी भोवती उड्या मारत नाचू लागली. तिची शेपटी हवेत उडत होती. 'कॅप्टन' तिच्या पाठोपाठ धावला. तिच्यासमोर एक नऊ फूट लांबीचा काळा माम्बा आपला फणा जमिनीपासून तीन फूट उंच करून, हल्ला करायला एकदम तयार असलेल्या अवस्थेत उभा होता. काळा माम्बा आफ्रिकेतला सर्वांत विषारी साप आहे. त्या माम्बाची जीभ आतबाहेर होत होती. त्याचे शवपेटीच्या आकाराचे भयानक डोके एखाद्या गलोलीसारखे मागे ताणलेले होते.

'कॅप्टन' इकडेतिकडे फिरून त्या माम्बाचे लक्ष विचलित करायचा प्रयत्न करत होता; पण माम्बाचे मण्यांसारखे डोळे एखाद्या क्षेपणास्त्राप्रमाणे त्या कोल्ह्याची प्रत्येक हालचाल टिपत होते. तो कोठेही हलला, तरी माम्बा त्या बाजूला वळत होता. 'मेट' फिरत फिरत 'कॅप्टन'च्या समोर गेली; आता साप त्या दोघांच्या मधोमध होता. तिने पुढे झेप घेतली आणि एक सेकंद सापाचे लक्ष विचलित झाले. तेव्हाच विलक्षण गतीने 'कॅप्टन'ने माम्बाकडे झेप घेतली; पण तेवढ्यात माम्बा सावरला होता, त्याने डंख मारला. त्याचे कित्येक फुटांचे दोरासारखे लांब शरीर जमिनीवरून उचलले गेले. मागे वाळूचा एक फवारा उडवत कॅप्टनने त्याला हुलकावणी दिली. त्या सापाचा जिव्हारी हल्ला 'कॅप्टन'च्या खांद्याजवळून गेला.

एका क्षणात कॅप्टन पुन्हा वर आला आणि तो परत परत हल्ला करत राहिला. प्रत्येक वेळी माम्बा जेव्हा डंख मारत होता, तेव्हा 'कॅप्टन' बाजूला उडी घ्यायचा. तो मागे हटायला तयार नव्हता. आता दर हल्ल्यानंतर सापाला वर येऊन पुढच्या हल्ल्याला तयार होण्यासाठी जास्त वेळ लागत होता.

एकदा हल्ला करून परत वर येण्यास साप तयार होत असताना, 'कॅप्टन' त्याच्या पाठीवर तडाखा लगावण्यात यशस्वी झाला. दमलेला आणि जखमी झालेला तो साप सरपटत पळून जाऊ लागला; पण 'मेट'ने त्याचा परतीचा मार्ग

अडवून धरला होता. तो पुन्हा वर आला आणि त्याने परत 'कॅप्टन'वर हल्ला केला. तो साप पुन्हा वर यायच्या आधीच कॅप्टनने त्याच्या डोक्यापासून तीन फुटांवर एक जोरदार चावा घेतला. साप आता स्वतःभोवतीच वेटोळे घालू लागला. अशा अवस्थेत 'कॅप्टन'ने त्याला अजून काही चावे घेतले आणि नंतर एक क्षण त्याने सापाला तोंडात धरले आणि जोरात हिसकावले. साप 'कॅप्टन'च्या पायाभोवती शेपटीचे वेटोळे करायचा प्रयत्न करत होता. कॅप्टनने सापाला सोडले आणि त्याचे धोकादायक डोके पकडले आणि आपल्या जबड्यात चिरडले.

एकदा साप मेल्यानंतर, इतका वेळ चाललेली ही भीषण शिकार आता एखाद्या विनोदीपटासारखी झाली. ज्या क्षणी कॅप्टनने माम्बाचे डोके पकडले, तेव्हाच 'मेट'ने त्याची शेपटी पकडली. इतका वेळ त्यांचे चाललेले उत्तम सहकार्य विसरून ते आता सापाला दोन्ही बाजूंनी ओढून रस्सीखेच करू लागले. प्रत्येकजण ते बक्षीस घेऊन पळून जायचा प्रयत्न करत होता. आपले कान मागे खेचून ते दोघे एकमेकांकडे जळजळीत नजरेने पाहात होते. त्यांच्या मानेवरचे केस ताठ उभे राहिले होते आणि शेपट्या वळवळत होत्या. ते एखाद्या करवतीप्रमाणे मागेपुढे करत होते. शेवटी त्या सापाचे मधोमध दोन तुकडे झाले. प्रत्येकजण आपल्या वाटणीची ती पांढरी मांसल शेवई अधाशासारखी खाऊ लागला. तो साप संपवायला त्यांना दहा मिनिटे लागली. मग दोघांनीही गवतात लोळण घेतली, आपापल्या नाकांनी गवत हुंगले आणि मग आपल्या हद्दीची टेहळणी करण्यासाठी एकत्र निघून गेले. जाताना त्यांचे भरलेले गोल पोट प्रत्येक पावलानिशी हलत होते.

●●●

आमच्या नोंदवहीच्या आतल्या पानावर एक छोटे कॅलेंडर चिकटवायचे आम्ही ठरवले होते; पण त्या आधी आम्ही नक्की तारखेची नोंद ठेवायला विसरलो होतो. मॉनला मागच्या वेळी सामान आणायला गेलो, तेव्हापासूनच अंदाज घेता, आम्हाला असे वाटत होते की, १९७४चा ख्रिसमस जवळच आला असणार. एखाद्या सुट्टीसाठी जवळच्या गावाला जायला आमच्याकडे ना पैसे होते ना वेळ; त्यामुळे आम्ही एक दिवस ठरवला आणि त्या दिवशी कॅम्पवर सण साजरा करायचे ठरवले.

एका सकाळी, आम्ही खूप चर्वितचर्वण करून, एक अर्धवट वाळलेले लोन्चोकार्पस् नेल्सी प्रकारचे झाड निवडले आणि कापून लँडरोव्हरवर ठेवून ते कॅम्पवर आणले. त्या झाडावर आम्ही थर्मामीटर, जनावरांना कॉलर घालण्यासाठी आणलेले लाल कापड, थोड्या सुया, विच्छेदनाच्या कात्र्या, पकडी, तराजू, एक कंदील, स्प्रिंगबोक हरणाचे दाढेचे हाड, मोडके अग्निशमन यंत्र आणि कॅम्पमध्ये सापडलेली बाकीची अवजारे असे सर्व लावून सजावट केली. झाडाच्या फांदीवर हे सगळे लटकवल्यावर

आम्ही ख्रिसमसच्या जेवणाची तयारी चालू केली.

त्या वेळी, तेरा गिनीफाउलच्या एका थव्याने आमच्या कॅम्पभोवती घर केले होते. दिवसातून एकदा किंवा दोनदा ते आमच्या स्वयंपाकघराच्या टेबलावरून चालत जायचे. आमच्याकडच्या ड्रमवर लाकडी फळ्या टाकून आम्ही ते टेबल बनवले होते. त्यांच्या काटेदार पायांनी, ते आमच्या पत्र्याच्या जेवायच्या ताटल्या चिवडायचे. सुरी, काटे-चमचे ते जमिनीवर पाडायचे, पातेल्यांची झाकणे उघडायचे आणि जे काही उरलेसुरले असेल ते चाटूनपुसून फस्त करायचे. जर त्यांच्या हाती एखादा ताजा बनवलेला ब्रेड लागला, तर त्याच्यावर बंदुकीच्या गोळ्या घातल्यावर जसे बारीकबारीक तुकडे सगळीकडे उडतील, तसे त्याचे उडायचे. पहिल्यांदा आम्हाला ते पक्षी फार गोंडस वाटायचे; पण रात्रभर कोल्ह्यांचा माग काढून आल्यावर पहाटे त्यांचा कलकलाट आम्हाला सहन होईनासा झाला. आम्ही इतर पक्ष्यांसाठी जमिनीवर पसरलेले मक्याचे पीठ ते सगळे फस्त करून टाकायचे. शेवटी मी त्यांना कॅम्पमध्ये येण्यापासून परावृत्त करायचे ठरवले. आम्ही ताजे मांस खाल्ल्या दिवसाला आता चार महिने झाले होते. गिनीफाउलला आमच्या कॅम्पमध्ये येण्यापासून परावृत्त करायचा निर्णय मी तेव्हाच घ्यावा, हा काही योगायोग नव्हता.

एका पहाटे मी एक बॉक्स काडीचा टेकू लावून उचलून धरला, त्यावर वजनाला एक दगड ठेवला आणि त्या खाली थोडे मक्याचे पीठ शिंपडले. त्या काडीला मी एक नायलॉनची मासेमारीची जाळी बांधली आणि ती आमच्या लँडरोव्हरखालून पलीकडे नेली. पलीकडच्या बाजूला मी वाट पाहात बसलो होतो. सूर्योदयानंतर थोड्याच वेळात गिनीफाउलचा थवा जोरजोरात आवाज करत आला. ते कॅम्पमध्ये येत असताना त्यांच्या मागे भरपूर धूळ उडत होती. ते कॅम्पवर आल्यावर लगेचच त्यांच्यातला एक कोंबडा त्या मक्याच्या पिठाच्या वासाने त्या बॉक्सपाशी आला आणि ते पीठ चिवडू लागला. त्याच्या पाठोपाठ त्यांचा सगळा कळप तिकडे आला. मी मनातल्या मनात ताज्या गिनीफाउलच्या मांसाने धुंद होऊ लागलो.

त्या बॉक्सखाली एक मादी आणि चार नरांनी गर्दी केली होती. जितक्या लवकर ते मक्याचे पीठ फस्त करता येईल, तसे ते खात होते. मी माझ्या हातातले जाळे ओढले. बॉक्स खाली पडताना तिकडे धुळीचा लोळ उठला होता, पंखांची भरपूर फडफडदेखील झाली. ते गिनीफाउल्स मोठ्याने ओरडत होते. मी गाडीच्या मागून उडी मारली आणि बॉक्सकडे गेलो. आजूबाजूला सगळे गिनीफाउल माझ्याकडे संशयाच्या नजरेने बघत होते.

माझा सापळा जमिनीवर अगदी शांत पडला होता, आत कोणतीही हालचाल नव्हती. मी आजूबाजूला बघितले तर तेरा गिनीफाउल्स माझ्याकडे नजर रोखून पाहात होते. मी बावळटपणे त्यांच्याकडे बघत राहिलो. माझ्या योजनेत काय चूक झाली?

ते सगळे इतके चपळ आणि हुशार नक्कीच नसणार. शेवटी ते कोंबड्यांच्या जातीतलेच पक्षी होते. ठीक आहे. मी पुढच्या वेळी नक्कीच एखादा तरी पकडेन, असा विचार करून मी परत तो बॉक्स काडीवर लावला आणि इकडेतिकडे बघत परत लँडरोव्हरच्या मागे गेलो. या वेळेपर्यंत डेलिया झोपेतून जागी होऊन बिछान्यावरून माझ्याकडे पाहात हसत बसली होती.

पुन्हा ते गिनीफाउल जमिनीवरचे पीठ चिवडत त्या सापळ्याकडे गेले. या वेळी दोनच फाउल्स बॉक्सखाली गेले. मी परत ते जाळे ओढले आणि परत बॉक्स जमिनीवर आदळला. मी परत डोकी मोजली, ''एक, दोन, तीन, चार, पाच,.... श्या!'' ओरडणारे तेरा गिनीफाउल्स आणि एक हसू दाबणारी बायको. तिसऱ्या प्रयत्नात तर एकही पक्षी बॉक्सखाली जायला तयार नव्हता, ते सगळे बॉक्सच्या कडेलाच उभे राहून पीठ चिवडत होते.

आम्ही ठरवलेल्या ख्रिसमसच्या सकाळी, गिनीफाउल्स परत आले. आल्यावर खूप गडबड करून आमची भांडी, पातेली आणि ताटल्या सगळीकडे पसरून मोकळे झाले. आमच्याकडे एक बादलीच्या आकाराचा ओव्हन होता. मी धान्यातले पोरकिडे निवडून ब्रेड भाजत असताना त्या गिनीफाउलकडे दुर्लक्ष करत होतो. बर्जीने आम्हाला दिलेल्या साठ्यातले शेवटचे सुके मांस शिल्लक होते. डेलियाने त्याचा मीट पाय बनवला (केकसारखा एक पदार्थ) वेस्ट प्रेअरीच्या बाजूला आम्ही मारेत्वाच्या वेलीच्या बिया गोळा केल्या होत्या. ख्रिसमसचा गोड पदार्थ म्हणून आम्ही त्या बिया वापरून आणखी एक केक भाजला.

ख्रिसमसचा दिवस तसा एकदम गरम होता आणि आम्ही स्वतःचे मनोधैर्य वाढवायचा कितीही प्रयत्न केला, तरी सण साजरा करायला आमच्याजवळ ना कुटुंबातले इतर सदस्य होते, ना एकमेकांना द्यायला भेटवस्तू; त्यामुळे आम्हाला सणासारखे काही वाटत नव्हते. आम्ही काही ख्रिसमसची गाणी म्हटली, तरीही एकलकोंडे वाटत असल्यामुळे आम्ही कोल्ह्यांच्या बिळापाशी गेलो आणि सगळी दुपार त्या कोल्ह्यांबरोबर घालवली.

'हांसेल' आणि 'ग्रेटेल' आता सात आठवड्यांचे झाले होते आणि आपल्या आई-वडिलांच्या खांद्याच्या उंचीचे झाले होते. आम्ही गाडी लावत असतानाच ते आमच्याकडे पळत आले. त्यांच्या पाठीवरचे केस आता आकार घेऊ लागले होते. त्या केसांचा रंग राखाडी रंगापासून काळ्या रंगाकडे झुकू लागला होता. आता त्यांनी किडे आणि क्वचित एखादा उंदीर पकडण्याचे अवघड कौशल्य बऱ्यापैकी आत्मसात केले होते. 'कॅप्टन' आणि 'मेट' आता त्यांच्या बिळाच्या बरेच लांबपर्यंत जाऊ लागले होते आणि आता ते फार कमी वेळा पिल्लांसाठी अन्न आणत होते.

त्या ख्रिसमसच्या रात्री 'कॅप्टन' आणि 'मेट' आपल्या शिकारीसाठी बाहेर

पडायच्या आधी, उत्तरेकडच्या वृक्षाच्या बाजूने कोल्ह्यांचा एक वेगळ्याच प्रकारचा आवाज ऐकू आला. हे दोघेजण लगेच उडी मारून चालू लागले. त्यांच्या पाठोपाठ 'हांसेल' आणि 'ग्रेटेल'ही जाऊ लागले. सगळे कुटुंब त्या दिशेने जात असताना त्यांच्या नाकातून एक विचित्र 'वीअघ! वीअघ! वीअघ!' असा आवाज येत होता.

'कॅप्टन' आणि 'मेट' मुख्य ठिकाणी पोहोचेपर्यंत आणखी सहा इतर कोल्हे आधीच तिथे आलेले होते. त्या ठिकाणी गवताचा जरासा दाट पट्टा होता. सगळेजण ताठ पायांनी इकडून तिकडे येरझारा घालत असताना तोंडातून एक विचित्र आवाज काढत होते. ते पुनःपुन्हा गवतात उडी घ्यायचे आणि परत मागे यायचे. 'कॅप्टन' आणि 'मेट'नेदेखील या विधीत भाग घेतला. 'हांसेल' आणि 'ग्रेटेल' बाहेर आपल्या मागच्या पायांवर बसून वाट पाहात होते.

पंधरा मिनिटे असे चालू राहिले, त्यानंतर एक बिबट्या त्या गवतातून बाहेर आला. त्याचे तोंड आणि छाती रक्ताने माखलेले होते. त्याच्या आजूबाजूला अजूनही कोल्हे उड्या मारत होते. त्याने आपले कान मागे केले आणि तो चालत निघून गेला. कोल्हे त्याच्या मागोमाग चाळीस यार्ड अंतर गेले. जाताना ते ओरडत त्याच्या दिशेने उड्या मारत होते. मग ते परत वळले आणि त्या बिबट्याने खाऊन उरलेले स्प्रिंगबोक हरिण फस्त करायला गवतात शिरले.

कोल्हे हे बिबट्यांचे आवडते खाद्य आहे. तो विचित्र आवाज आणि त्याबरोबरचे त्यांचे उड्या मारणे हे बहुधा त्या बिबट्यावर लक्ष ठेवता यावे म्हणून असावे. बिबट्या गवतात होता, तेव्हा त्याचा धोका इतर कोल्ह्यांनाही कळावा, म्हणूनही ते असे वागत असतील. एखादा शिकारी साप आला की, काही पक्षी अशीच वर्तणूक दाखवतात.

थोड्या वेळाने 'हांसेल' आणि 'ग्रेटेल' त्या गवतात शिरले. तिथे त्यांचे आई-वडील आणि इतर कोल्हे त्या स्प्रिंगबोक हरणासाठी भांडत होते. ही शिकार जरी कॅप्टन आणि मेटच्या हद्दीतली असली, तरी बाहेरून आलेल्या बॉनी आणि क्लाइड, गिम्पी आणि व्हिनी आणि अजून दोन कोल्ह्यांच्या जोड्यांना इथे येण्यापासून परावृत्त करण्यात ते अयशस्वी झाले होते. एवढ्या मोठ्या भक्ष्यामुळे तेथे जोरदार भांडण चालू होते. कोल्ह्यांच्या समाजात, अधिकाराच्या उतरत्या श्रेणीप्रमाणे त्यांना भक्ष्य खाण्याचा मान मिळतो. त्यानुसार तिथे क्रम ठरत होता.

जेव्हा 'हांसेल' आणि 'ग्रेटेल'ने ते हरिण खाण्याचा प्रयत्न केला, तेव्हा त्यांचे पालक त्यांच्यावर जोरात गुरगुरले. त्यांच्या चेहऱ्यावर धमकीचा भाव होता आणि त्यांची शेपटी फडफडत होती; त्यामुळे दोन्ही पिल्ले जराशी घाबरली आणि थोडी लांब जाऊन बसली. हे त्यांचे नेहमीचे सहनशील पालक नव्हते. 'कॅप्टन' आणि 'मेट' दोघेही गेल्या काही दिवसांत जरासे चिडचिडे झाले होते. पिल्लांनी खेळण्याचा प्रयत्न केला तर त्यांना अजिबात प्रोत्साहन मिळायचे नाही; पण ही अशा प्रकारची

धमकी मात्र नवी होती.

आता कॅप्टन आणि मेट आपल्या पिल्लांना प्रतिस्पर्ध्याप्रमाणे वागवत होते. कॅप्टनने बहुतेक सगळे लक्ष 'हांसेल'वर केंद्रित केले. ग्रेटेलने आपली शेपटी गुंडाळली आणि ती त्यावर बसली. तिने आपले तोंड उघडले आणि पुढचा पाय उचलून शरणागती मान्य केली. तिला आपली वेळ येण्यासाठी थांबणे भाग होते.

'हांसेल'च्या पाठीवर काळे केस होते आणि आता ते अधिक अधिक सुस्पष्ट झाले होते. काळ्या केसांच्या जोडीला आता बाजूचे चंदेरी केस दिसू लागले होते. 'हांसेल' आकाराने आणि वर्तनाने आता प्रौढासारखा झाला होता. तो सतत त्या हरणाच्या शवाजवळ जायचा प्रयत्न करत होता आणि दर वेळी 'कॅप्टन' त्याला समज द्यायचा. शेवटी त्याने ठरवले की, आता बास झाले. दोन्ही नर एकमेकांकडे खुन्नस देऊन पाहात होते, दोघांच्याही पाठीवरचे केस ताठ उभे होते. 'कॅप्टन'ने आपल्या पोरावर आक्रमण केले आणि त्याला आपल्या खांद्याने फटका दिला. पोराने फटका खाल्ला; पण बदल्यात कॅप्टनच्या मांडीला एक ढुशी दिली. त्यानंतर एक सेकंद दोघांच्या जागी एकच फरचा गोळा दिसत होता. त्यांची लढाई संपली, तेव्हा 'हांसेल' मोठ्या धीटपणे पुढे झाला आणि आपल्या बापाशेजारी उभा राहून खाऊ लागला. त्याच्यात एक स्पर्धात्मक वृत्ती विकसित झाली होती, जी प्रौढ कोल्ह्यांच्या सामाजिक उतरंडीमध्ये आवश्यक होती. ज्या कोल्ह्याचा मान मोठा, त्याला भक्ष्य खायला जास्त वेळ मिळतो, शिवाय चांगली जोडीदारीण मिळते आणि चांगला मुलूखही मिळतो.

'कॅप्टन', 'मेट', 'हांसेल' आणि 'ग्रेटेल'मधला हा संघर्ष हा बऱ्याच प्राण्यांमध्ये दिसणाऱ्या 'पालक विरुद्ध मुलं-संघर्ष'[२]चे उदाहरण आहे. असा संघर्ष माणसांमध्येही पाहायला मिळतो. आईचे दूध मिळणे जेव्हा बंद होते, तेव्हा हा संघर्ष जरा जास्त ठळकपणे दिसतो. ज्यांनी कोणी आईच्या घरट्यापासून हाकलले गेलेल्या लहान माकडाच्या पिल्लाचे ओरडणे ऐकलेले असेल किंवा आपल्या आई-वडिलांनी कित्येक आठवडे कुरवाळल्यानंतर एके दिवशी थप्पड दिल्यावरच्या मांजरीच्या पिल्लाच्या चेहऱ्यावरच्या भावना बघितल्या असतील, त्यांना माहीत असते की, हा संघर्ष अतिशय तीव्र असतो. याचे एक शास्त्रीय स्पष्टीकरण असे आहे की, आई-वडील आपल्या लहानग्यांना स्वतंत्र होण्यास भाग पाडून, खरेतर त्यांची काळजीच वाहात असतात. आणखी अलीकडचे एक स्पष्टीकरण असे आहे की, पिल्लाला दूध पाजणे बंद केल्यावर पिल्लू जेव्हा मोठे होते आणि जास्त मागण्या करू लागते, तेव्हा आईला त्याला अन्न पुरवत राहणे, त्याचे संरक्षण करणे आणि इतर गोष्टी पुरवणे फार महागात पडते. तिची अंतःप्रेरणा तिला तेच कष्ट नव्या पिल्लाला जन्म द्यायला आणि त्याचे संगोपन करण्याप्रत वापरायला सांगते. ती आपल्या पिल्लाला

स्वतःच प्रजनन करायला प्रोत्साहन देत असते. असे केल्याने तिचेच जनुक तिच्या पिल्लांद्वारे वंशजांमध्ये जाईल, अशीही शक्यता असते.

कालाहारीमधल्या प्रत्येक कोरड्या ऋतूत, अन्नाची कमी असल्यामुळे कोल्ह्यांच्या जोड्या एकमेकांपासून विभक्त होतात आणि त्यांच्या हद्दी छोट्या छोट्या भागात विभागल्या जातात. पुढच्या प्रजननाच्या मोसमाआधी, म्हणजे पावसाळ्याआधी, वेगवेगळ्या जोड्या नदीपात्रात नवीन प्रदेश प्रस्थापित करतात. आम्ही आधी लिहिल्याप्रमाणे, कुटुंब एकत्र राहिल्याचा कोणताही पुरावा आम्ही बघितला नाही. जरा मोठ्या झालेल्या पिल्लांनी, नवीन पिल्लांना वाढवण्यास मदत केल्याचा पुरावादेखील पाहिला नाही; पण जर कित्येक वर्षे लागोपाठ चांगला पाऊस झाला, तर असे होणे शक्य आहे. अर्थात ते एकत्र असूदेत वा नसूदेत, डिसेप्शन व्हॅलीमधील कोल्हे अगदी स्पष्ट सामाजिक उतरंडीप्रमाणे वर्षानुवर्षे राहतात, असे आम्ही बघितले.

त्या ख्रिसमसच्या संध्याकाळी, सगळे कोल्हे स्प्रिंगबोक हरणाचे शव खात असताना अचानक मध्येच थांबले आणि पूर्वेच्या दिशेला अंधाराकडे पाहू लागले. नंतर ते लगबगीने जवळजवळ अधाशासारखे खाऊ लागले. हरणाच्या मानेजवळचे मांस ते तोंडात पकडत होते आणि लचका तोडण्यासाठी तोंड मागे ओढायचे. मी टॉर्च उचलला आणि पूर्वेच्या दिशेला वळवला. १२५ यार्डांवर ब्राउन हायनाचे मोठे पाचूसारखे हिरवे डोळे लकाकत होते. बहुधा त्याने या कोल्ह्यांचे ओरडणे ऐकले असावे आणि त्याला समजले असावे की, इकडे एखादा बिबट्या आहे आणि त्याने शिकार केलेली असावी. आम्ही अजिबात हालचाल न करता बसून होतो. आधीसारखीच या वेळीही आम्हाला आशा होती की, आमच्या उपस्थितीतही तो ब्राउन हायना येईल आणि इथले मांस खाईल.

त्या हायनाने बरेच वेळा गाडीभोवती फेऱ्या घातल्या आणि तो बराच वेळ निरीक्षण करत उभा होता. त्याच्या मानेवरचे आणि पाठीवरचे केस उभे होते. तशाच अवस्थेत तो हळूहळू हरणाकडे चालत गेला. त्या हायनाच्या पोटाजवळ असलेल्या आचळाकडे बघून आम्हाला कळले की, ती मादी आहे. कोल्हे अजून अजून जोरात मांस खात होते. अगदी शेवटच्या क्षणी त्यांनी त्या हरणावरून उडी मारली आणि ते तेथून पसार झाले. ब्राउन हायनाने वळून बराच वेळ गाडीकडे पाहिले आणि मग खायला सुरुवात केली. थोड्या वेळाने तिने जरा कष्टानेच, जोरजोरात श्वासोच्छ्वास करत आपल्या जबड्यात हरणाची हाडे कडाकडा मोडायला सुरुवात केली. ती हरणाच्या सांगाड्यावरून मांस फाडत होती. कोल्ह्यांची विस्थापित झालेली फळी आजूबाजूला फिरत होती. कोल्हे जेव्हा एखादा घास चोरायचा प्रयत्न करत होते, तेव्हा हायना आपले खाणे सोडून त्यांच्या मागे जात होती.

काही वेळाने बहुतेक सर्व कोल्हे जरा लांब गेले आणि खाली बसले. 'कॅप्टन'

एकटाच अजूनही जवळपास फेऱ्या घालत होता. तो चोरपावले टाकत अगदी शांतपणे हायनाच्या मागे आला. हायनाने हरणाचा एक पाय तोडून बाजूला ठेवला होता आणि ती हरणाच्या बरगड्यांच्या जवळचे मऊ मांस खात होती. 'कॅप्टन' खाली वाकून तिच्या जवळ जवळ येत होता. तिला याचा काहीही पत्ता नव्हता, तिचे मांस खाणे तसेच चालू होते. त्याने हळूच आपले नाक उंचावून तिच्या शेपटीपाशी आणले आणि बरेच सेकंद तो तसाच थांबला. जशी तिची शेपटी बाजूला सरकली, तसा तो तिला मागच्या बाजूला चावला. ती डाव्या बाजूने वळली आणि कॅप्टन उजवीकडे पुढे आला; त्याने त्या स्प्रिंगबोक हरणाचा पाय पकडला. त्या हरणाच्या पायाला कातडीचा एक मोठा तुकडा चिकटलेला होता. एवढा मोठा तुकडा 'कॅप्टन'च्या आकाराच्या मानाने तसा मोठाच होता; पण आपले नाक हवेत उंच धरून त्याला पळता येत होते - आणि तो पळाला हे खरे.

'कॅप्टन' पाठोपाठ हायना त्याच्या मागे लागली. पळताना हायनाचे केस सळसळत होते. तिने आपला जबडा मोठा उघडला होता. आपल्या तोंडाने ती 'कॅप्टन'च्या शेपटीचा चावा घेण्याचा प्रयत्न करत होती. असे करताना ती 'कॅप्टन'च्या मागे नदीपात्रात मोठमोठ्या गोलात फिरत होती. बरेच वेळा असे झाले की, ती त्याला जवळजवळ धरणारच होती; पण त्याच वेळेला 'कॅप्टन' असे काही वळण घेत असे की, त्या हायनाला त्याच्या पाठोपाठ वळणे अवघड जात होते. पळताना कॅप्टनचे नाक त्या हरणाच्या पायाच्या वजनाने सारखे खाली येत होते, शेवटी त्याच्या हातून तो पाय खाली पडला. हायनाने तो पाय उचलला आणि उरलेल्या हरणाकडे परत नेला, तेव्हा 'कॅप्टन' धापा टाकत बघत होता. हायनाने तो पाय खाली ठेवला आणि पुन्हा त्या हरणावर ताव मारायला सुरुवात केली.

दोन मिनिटे गेली असतील, 'कॅप्टन' लगेच परत आला. आधीचीच पुनरावृत्ती केल्यासारखे झाले. कॅप्टनने ब्राउन हायनाचा पाठीमागे चावा घेतला, तो हरणाचा पाय परत उचलला आणि पळ काढला. त्याच्या मागोमाग हायना धावली; पण या वेळी कॅप्टन नदीपात्राच्या शेजारच्या झुडपात शिरला. हायना हळूहळू त्या हरणापाशी परत आली आणि तिने खालचे मांसाचे तुकडे चाटले. 'कॅप्टन'बद्दलच्या तिटकाऱ्यामुळे आपले कान तिने मागे खेचले होते. शेवटी तिने उरलेले हरणाचे शव उचलले आणि ती उत्तरेकडील टेकडीच्या बाजूच्या दाट झाडीत निघून गेली.

आम्ही कॅम्पवर परत आलो, तेव्हा मध्यरात्र उलटून गेली होती. आमच्या गाडीच्या दिव्यांचा झोत झाडीवरून फिरून आणखी एका ब्राउन हायनावर पडला. ती हायना आमच्या पाण्याच्या ड्रमपाशी उभी होती - आमच्यापासून फक्त पंधरा यार्ड अंतरावर! आमच्याबद्दल फिकीर न करता ती कॅम्पमधल्या वेगवेगळ्या वस्तूंचा वास घेत होती. आमच्या कांद्याच्या पिशवीवर नजर ठेवून ती तिच्या मागच्या पायांवर

उभी राहिली; तिने ती पिशवी तोंडात पकडली आणि ओढली. धडाधडा सगळे कांदे तिच्या नाकावरून खाली आदळले. आदळताना कांद्याची फोलपटे जमिनीवर उधळली गेली, तशी तिने मागे उडी मारली. तिने एका कांद्याचा काळजीपूर्वक वास घेतला आणि त्याचा चावा घेतला. मग तिने आपली मान झटकली आणि ती शिंकली. आमच्या शेगडीपाशी असलेली (त्यातले कोळसे केव्हाच विझले होते) पाण्याची किटली तिने हँडल पकडून उचलली आणि ती कॅम्पपासून दूर गेली. थोड्या अंतरावर तिने ती किटली खाली ठेवली आणि आपल्या नाकाने त्याचे झाकण उघडले. मग लपलप करत ती त्यातले पाणी प्यायली. मग तिने आपली शेपटी उचलली आणि ती निघून जाऊ लागली; पण पूर्ण दिशेनाशी व्हायच्या आत ती थांबली आणि तिने वळून बरेच सेकंद आमच्याकडे पाहिले. तिच्या कपाळावर एक मोठा तारा होता.

स्टार

डेलिया

मला नेहमीच तुझ्याबद्दल जिज्ञासा वाटते...
- ॲन टेलर

शेवटी आमचा ख्रिसमस साजरा झाला होता. ब्राउन हायनांनी आम्हाला एकदाचे स्वीकारले होते. दुसऱ्या दिवशी सकाळी आम्ही उठलो, तेव्हा आम्हाला उत्साहाचे उधाण आले होते. रात्री झोपायला उशीर झाला होता, तरीदेखील सकाळी उठल्याउठल्या आम्हाला लगेच संशोधनासाठी बाहेर पडावे असे वाटत होते. हातात उकळत्या चहाचा कप घेऊन आम्ही रात्रीच्या प्रसंगांबद्दल बोलत कॅम्पच्या उत्तरेकडे अकेशिया पॉइंटकडे चालत निघालो होतो. सकाळच्या थंड हवेत आम्ही बरेच वेळा तसे चालत जायचो.

"माझा अजूनही विश्वास बसत नाही, तिकडे बघ." उत्तरेकडच्या बे हिलकडे बोट दाखवत मार्क म्हणाला. तिकडे ३०० यार्डांवर तशी दाट झाडी होती. आमच्या ट्रकच्या चाकाच्या खुणांवरून एक ब्राउन हायना मादी चालत येत होती. ती थेट आमच्या दिशेनेच चालत होती. तिने आम्हाला अजून पाहिले नव्हते. तिच्या पोटाएवढ्या उंचीच्या गवतातून झपझप पावले टाकत ती येत होती. सूर्य डोक्यावर यायच्या आत तिला आपल्या झोपायच्या जागी पोहोचण्याची घाई असावी.

आम्ही अजिबात हालचाल न करता उभे होतो. काय करावे, ते आम्हाला कळत नव्हते. जर आम्ही कॅम्पकडे परत निघालो, तर आमच्या हालचालीमुळे ती घाबरून जाईल. हायनांनी अथवा कोणत्याही प्राण्यांनी - गाडीत बसलेले असताना आमचा

स्वीकार करणे ही एक गोष्ट झाली; पण आम्ही जमिनीवर उभे दिसलो तर ते प्राणी अजूनच घाबरून जात असत. गाडीच्या टायरमुळे त्या खालच्या जमिनीत झालेल्या खड्ड्यात आम्ही हळूच खाली बसलो. ती मादी कोणत्याही क्षणी पळून जाईल, अशी आमची अपेक्षा होती. जेव्हा ती आमच्यापासून पन्नास यार्ड अंतरावर पोहोचली, तेव्हा ती दक्षिणेकडे वळली आणि थेट आमच्या दिशेने आली. तिच्या कपाळावरचा पांढरा तारा वरखाली हेलकावे खात होता. काल रात्री आमची किटली पळवणारी हीच हायना होती.

अजिबात न घाबरता ती आमच्या दिशेने येत राहिली. आमच्यापासून पाच यार्ड अंतरावर ती थांबली. खाली बसल्यामुळे आम्ही तिच्या डोळ्यांच्या पातळीतच होतो. कदाचित उन्हामुळे असतील; पण तिचे डोळे जरा पाणावलेले दिसत होते. तिच्या चेहऱ्याच्या बाजूला चढाओढीत झालेल्या जखमांचे व्रण होते. तिच्या खांद्यावर अगदी सुंदर सोनेरी केस होते. तिच्या पुढच्या लांब, सडपातळ पायांवर काळे आणि राखाडी पट्टे होते आणि खाली मोठी गोल पावले होती. तिच्या चौकोनी ताकदवान जबड्यात गेम्सबोक हरणाचे पन्नास पौंड वजनाचे पाय चिरडायची आणि उचलून नेण्याची ताकद होती. आमच्या समोर इतक्या जवळ उभे असताना, तिने आपले तोंड थोडेसे उघडले होते.

हळूहळू एक एक पाऊल टाकत ती माझ्या दिशेने आली. ती नाक पुढे करून माझा वास घेत होती. शेवटी तिचा चेहरा माझ्या चेहऱ्यापासून फक्त अठरा इंचांवर होता. आम्ही दोघी एकमेकींकडे पाहात होतो.

जेव्हा तुम्ही प्राण्यांच्या मानसशास्त्राचे शिक्षण घेत असता, तेव्हा असे शिकवतात की, शिकारी प्राणी आपल्या डोळ्यांमधील भावनांच्या वाटे किंवा कानाच्या स्थितीद्वारे आणि चेहऱ्यावरच्या भावाद्वारे भीतीच्या आणि आगळिकीच्या भावना व्यक्त करतात. तिच्या चेहऱ्यावर मात्र कोणतेच भाव नव्हते आणि खरेतर तोच सर्वांत मोठा संदेश होता. आम्ही दोन वेगवेगळ्या प्रकारच्या प्राण्यांमधले शांततापूर्ण संबंध या वाळवंटात अनेक वेळा बघितले होते; जसे मुंगसाच्या नाकाचा वास घेणारी खार, मिरकॅटबरोबर त्याच बिळात घर करून राहणारे केप फॉक्स, हार्टबीस्टच्या छोट्या कळपाबरोबर खेळणारा चार बॅट इअर्ड फॉक्सचा गट. आता स्टार, तिच्या निर्भीडपणातून आणि जिज्ञासेतून, तिच्या विश्वात आमचा स्वीकार करत होती.

ती अजून जवळ आली, आपले नाक थोडे उंचावून ती माझ्या केसांचा वास घेत होती. मग जराशी अजागळपणे ती बाजूला सरकली आणि तिने मार्कच्या दाढीचा वास घेतला. मग ती वळली आणि शांतपणे चालत वेस्ट ड्यूनकडे गेली.

'स्टार' एकदम धीट होती; ती कायम स्पर्धेला, संघर्षाला तयार असायची. नदीपात्रातून चालत जाताना मधूनच ती नाच केल्यासारखी आपल्या मागच्या पायांवर

उभी राहून उडी घ्यायची आणि आपले डोके उंच करून हवेत एक अर्धवर्तुळ पूर्ण करायची. ब्राउन हायनांच्या आयुष्याची गुपिते या स्टारने आम्हाला शिकवली आणि नंतर आमच्या आयुष्याबद्दलही काही धडे आम्हाला तिच्याकडून मिळाले.

स्टारने आणि इतर ब्राउन हायनांनी आम्हाला गाडीतून त्यांचा पाठलाग करून दिला. आमचा कोल्ह्यांचा अभ्यास संपत आला होता. आम्ही जेव्हा स्टारच्या मागोमाग फिरायचो, तेव्हा चार-पाच तासांपेक्षा जास्त काळ आम्ही तिचा पाठलाग करू शकायचो नाही. एकदा ती नदीपात्र ओलांडून पलीकडे गेली की, तिथल्या उंच गवतामध्ये आणि झुडपांमध्ये ती दिशेनाशी होत असे. आम्हाला रात्रभर हायनांचा मागोवा घेता येत नसल्यामुळे ते दिवसा कोठे झोपतात याची आम्हाला काहीच कल्पना नव्हती. रोज संध्याकाळी अंधाऱ्या नदीपात्रात कित्येक तास शोधल्यानंतर, आम्हाला एखादा ब्राउन हायना सापडत असे. ब्राउन हायनांवरचे आमचे संपूर्ण संशोधन हे त्या १००० यार्ड रुंद पसरलेल्या, चिंचोळ्या नदीपात्रात सुदैवाने झालेल्या गाठीभेटींवर विसंबलेले होते.

जानेवारीतील एका रात्री, गाडीच्या प्रकाशझोतात आम्हाला दोन मोठे डोळे लकाकताना दिसले. त्यांच्या मागोमाग अनेक छोट्या डोळ्यांची मोठी रांग लागलेली होती. सगळे डोळे नदीपात्रातील चढउताराप्रमाणे वर-खाली होत होते. पहिल्या नजरेत असे वाटत होते की, एक मोठा शिकारी प्राणी आपल्या पिल्लांना घेऊन गवतातून चालत जात आहे; पण खरेतर त्यात 'स्टार' पुढे होती आणि तिच्या मागोमाग एका रेषेत कोल्ह्यांची पाच पिल्ले चालत होती. त्या पिल्लांमध्ये 'हांसेल' आणि 'ग्रेटेल'चाही समावेश होता. ते सगळे गंमत म्हणून तिच्या मागे संचलनाचा खेळ खेळत होते. जेव्हा 'स्टार' थांबायची, तेव्हा तेही थांबायचे, जेव्हा स्टार नागमोडी चालायची, तेव्हा तेही नागमोडी चालायचे. बऱ्याच वेळा ती जागच्या जागी गोल फिरायची. आपल्या मागोमाग चालणाऱ्या त्या सावल्यांवर ती वैतागली होती आणि त्यांच्यापासून सुटका मिळवण्याचा प्रयत्न करत होती. जेव्हा 'स्टार' नदीपात्राच्या कडेला ईगल आयलंडपाशी पोहोचली, तेव्हा ती विश्रांतीसाठी खाली बसली. कोल्ह्यांची पिल्ले तिच्या भोवती एका मोठ्या गोलात खाली बसली.

ब्राउन हायना आणि कोल्हे हे एकमेकांचे मुख्य प्रतिस्पर्धी आहेत. त्यांची जेव्हा एकमेकांशी गाठ पडते, तेव्हा बऱ्याच वेळा त्यांना आपल्या प्रतिस्पर्ध्याकडे अन्न सापडते. या अननुभवी बछड्यांना असे वाटत होते की, 'स्टार' त्यांना सोप्या मेजवानीकडे घेऊन जाईल.

काही मिनिटांनी 'हांसेल' 'स्टार'कडे चालत गेला आणि आपले नाक तिच्या तोंडाशी नेऊन तिचा वास घेऊ लागला. त्या दोघांकडे बघताना कोणालाही असे वाटले असते की, दोन जिवलग मित्रांची गाठभेट होते आहे. बहुधा तो तिच्या

तोंडाचा वास घेऊन हे बघत असावा की, तिने काही खाल्ले आहे की नाही! त्याला तिच्याकडे काहीच आकर्षक मिळाले नसणार, कारण त्यानंतर तो आणि इतर सगळे बच्चे वेगवेगळ्या दिशेने परागंदा झाले.

ईगल आयलंडवर वीस मिनिटे विश्रांती घेतल्यावर स्टार उठली आणि नागमोडी चालीने नदीपात्रात जाऊ लागली. सगळीकडे मंद चंद्रप्रकाश पडला होता. ती ताशी तीन मैल वेगाने चालत असावी. मधूनच ती थांबून वाळवीच्या किड्यांच्या रांगेवरून जीभ फिरवत होती, नाहीतर एखाद्या उडणाऱ्या नाकतोड्याला पकडण्यासाठी उडी मारत होती. अचानक ती पश्चिमेच्या दिशेला वळली आणि आपले नाक उंच करून तिने त्या दिशेचा वास घेतला. तिला वासात काहीतरी जाणवले असावे, कारण तिने पुढे उडी मारून त्या दिशेला धाव घेतली. त्या बाजूला वेस्ट प्रेअरी भाग होता, जेथे उंच गवत होते. वाटेतल्या झुडपांना आणि वारुळांना वळसा घालून, वाटेत फक्त जरासा दम खाण्यासाठी थांबत ती पुढे जात राहिली. त्या वासामागे ती जवळजवळ दोन मैल अंतर चालत गेली. नदीपात्राच्या अगदी कडेला पोहोचल्यावर ती थांबली आणि तिथे पलीकडच्या दाट झाडीत पाहू लागली.

झाडीत एका गेम्सबोक हरणाची शिकार करून त्यावर दोन सिंहिणी आणि त्यांची पिल्ले ताव मारत होती. अंधारात त्या सिंहांची केवळ काळी आकृती दिसत होती. त्या गेम्सबोक हरणाचे फाडलेले पोट उघडे होते आणि त्यातून रक्ताळलेल्या बरगड्या दिसत होत्या. रात्रीच्या हवेत सगळीकडे गेम्सबोकच्या शवाची दुर्गंधी पसरलेली होती. त्या दुर्गंधीमुळेच 'स्टार'ला इतक्या मैलांवरून तो वास ओळखू आला असावा. त्या सिंहांना फेरी घालत, वाहत्या वाऱ्याच्या दिशेने थोडे अंतर जाऊन 'स्टार' उभी राहिली. शिकार तशी ताजी होती, शिकार होऊन फार तर अर्धा तास झाला असेल. आज रात्री तरी सिंह त्या शिकारीला सोडून हलणार नव्हते; त्यामुळे 'स्टार' उत्तरेकडे दाट झाडीमध्ये निघून गेली. तरसासारख्या दुसऱ्याने केलेल्या शिकारीवर जगणाऱ्या प्राण्यासाठी, अंगची चिकाटी हा फार महत्त्वाचा गुण आहे.

दुसऱ्या दिवशी संध्याकाळ होताच आम्हाला 'स्टार' त्या गेम्सबोकच्या शिकारीच्या दिशेने जाताना दिसली. तेव्हापर्यंत त्या गेम्सबोकची हाडे, थोड्याशा कातडीच्या पट्ट्या आणि त्वचेचा फक्त काही भाग शिल्लक होता, उरलेले सगळे सिंहांनी फस्त केले होते. सिंह अजूनही तिथेच होते. ते आपल्या पाठीवर झोपले होते, फुगलेल्या पोटापासून त्यांचे पाय हवेत वर आले होते. स्टार जवळच्या एका झाडाखाली जाऊन झोपली आणि वाट पाहू लागली.

या सिंहिणी आमच्या ओळखीच्या होत्या. यांनाच मार्कने भूल दिलेल्या कोल्ह्यापासून हाकलून लावले होते. आम्ही त्यांना पुष्कळ वेळा पाहिले होते आणि आम्हाला वाटायचे की, त्या आमच्या भागातच राहतात. शेवटी रात्री अकराच्या सुमारास त्या

झोपेतून जाग्या झाल्या आणि वेस्ट ड्यूनच्या बाजूच्या झाडीत निघून गेल्या.

'स्टार'ने त्यांना जाताना ऐकले असले पाहिजे. ती उभी राहिली आणि त्या शिकारीच्या जागेला तिने तीन फेऱ्या मारल्या. ठिकठिकाणी थांबून ती वेगवेगळ्या दिशांचा वास घेत होती. ब्राउन हायनांसाठी असा प्रसंग अतिशय धोकादायक असतो. सिंहांनी केलेल्या उरल्यासुरल्या शिकारीवर ते खूपच अवलंबून असतात. कोल्ह्यांच्या, इतर ब्राउन हायनांच्या आणि सूर्योदयाबरोबर उगवणारी गिधाडे पोहोचायच्या आत ही शिकार मिळणे 'स्टार'साठी फार महत्त्वाचे होते; पण शिकारीच्या ठिकाणापासून सगळे सिंह नक्की दूर गेले की नाही, हे उंच गवतामुळे तिला दिसत नव्हते; त्यामुळे तिला आपल्या तीक्ष्ण घ्राणेंद्रियावर अवलंबून राहणे भाग होते. शिकारीच्या जागेपासून येणाऱ्या सडणाऱ्या गेम्सबोक हरणाच्या आणि सिंहांच्या लघवी-विष्ठेच्या वासामध्ये नक्की परिस्थिती काय, ते ओळखणे तिच्यासाठी नक्कीच अवघड असणार. तिने त्या दिशेने काही सावध पावले टाकली आणि मग ती एका जागी उभी राहिली. तिने आपले नाक उंचावले होते. आपले प्राण कानात आणून ती सिंहाचा कोणताही मागमूस तिथे लागतो आहे का, ते ऐकण्याचा ती प्रयत्न करत होती. पंधरा मिनिटांनंतर ती गेम्सबोक हरणाच्या पंचवीस यार्ड अंतरापर्यंत पोहोचली. नंतरही पुष्कळ वेळ वाट पाहून शेवटी ती त्या उरल्यासुरल्या गेम्सबोकपाशी गेली आणि मांस खाऊ लागली.

वातड, रबरी मांसाचे तुकडे खाऊन झाल्यावर, तिने आपला जबडा मोठा उघडला आणि ती बेसबॉलच्या बॅटएवढी रुंद गेम्सबोकची हाडे चिरडू लागली. तिने हाडांचे तीन-तीन इंच रुंद तुकडेही खाल्ले (नंतर तिच्या विष्ठेचे विश्लेषण करून आम्ही हा निष्कर्ष काढला). ब्राउन हायनाचे दात हे हाडांचा चुरा करण्यासाठी बनवलेल्या अणकुचीदार हातोड्यासारखे ताकदवान असतात. हायनांच्या दाढा रुंद आणि मोठ्या असतात. इतर शिकारी प्राण्यांच्या दाढा तशा अणकुचीदार असतात. स्टारने हरणाच्या गुडघ्याच्या वाटीत आपले दात अडकवून त्याचे दोन तुकडे केले. सुटा केलेला पाय गुडघ्यापाशी पकडून ती नदीपात्रातल्या दाट झाडीत गेली. तिथे एका बाभळीच्या झाडाखाली तिने तो पाय दडवला.

ज्या सिंहांनी नुकतीच शिकार केली आहे, अशा सिंहांचा ठावठिकाणा लावणे आणि ती शिकार खाऊन झाल्यावर सिंह नक्की कधी निघून जातील, ते ओळखणे हे 'स्टार'चे वैशिष्ट्य होते. पावसाळ्यात ब्राउन हायनाच्या आहारात अशा उरलेल्या शिकारींचा मोठा वाटा असतो; पण कधीकधी कित्येक रात्री ती रात्रभर अन्नाच्या शोधात मैलोन्‌मैल फिरत असे आणि तिला फक्त एखादा उंदीर नाहीतर जुने एखादे हाड सापडत असे.

●●●

ब्राउन हायनांबद्दल फार थोडे संशोधन प्रबंध प्रकाशित झाले आहेत. जे आहेत, त्यात त्यांचे 'एकलकोंडे, इतरांच्या उरल्यासुरल्या शिकारी संपवणारे मांसभक्षक' असे वर्णन केलेले आहे. ते क्वचित छोट्या प्राण्यांची शिकार करतात, असाही उल्लेख आढळतो. हे वर्णन बरोबर असावे, असे आम्हाला सुरुवातीला वाटले होते. 'स्टार'चे वागणे त्या वर्णनानुसारच होते, बहुतेक वेळा ती एकटीच असायची; पण काही दिवसांतच आम्हाला त्यांची इतकी विलक्षण जीवनशैली आढळून आली की, ते खरोखरच एकलकोंडे असतात का? याबद्दलच आम्हाला शंका वाटू लागली.

किती ब्राउन हायना एकत्र राहतात, त्यांची सामूहिक अशी सरहद्द असते का आणि ते एकत्र राहात तरी का असावेत? याचा अभ्यास हायनांच्या संवर्धनासाठी महत्त्वाचा होता. त्यांचा अभ्यास करण्याचे अजूनही एक कारण होते. मनुष्य हादेखील एक समाजात राहणारा मांसभक्षक प्राणी आहे. बाकी मांसभक्षक प्राण्यांचा अभ्यास, त्यांचा विकास आणि त्यांचे सामाजिक जीवन समजून घेतल्यामुळे आपणही आपल्या समाजातील आपले इतरांवरील प्रभुत्व, समाजातील एक बनून राहण्यासाठीची आपली गरज आणि त्याच समाजात राहात असताना आपली इतरांबरोबर असणारी स्पर्धात्मक प्रवृत्ती याबद्दल जास्त चांगल्या प्रकारे समजावून घेऊ शकू.

त्या रात्री उशिरा, 'स्टार' जेव्हा त्या हरणाच्या शवापासून निघाली, तेव्हा आमच्या लक्षात आले की, ती दिशाहीन फिरत नव्हती. आधीच्या रात्री गेलेल्या विशिष्ट मार्गानेच ती जात होती. स्टारने घेतलेले काही रस्ते इतर प्राण्यांच्या वाटांनाही छेदून जायचे. अशाच रस्त्यांपैकी एक रस्ता होता, ज्याला आम्ही 'लेपर्ड ट्रेल' असे म्हणत असू. पश्चिमेकडच्या टेकडीच्या पायथ्याशी जे हंगामी पाणवठे तयार व्हायचे, त्यांना समांतर उत्तरेकडून दक्षिणेकडे लेपर्ड ट्रेल रस्ता होता. या रस्त्याने गेम्सबोक, कुडू हरणे, जिराफ, कोल्हे आणि बिबटे नेहमी जात असत. हायनांचा वहिवाटीचा रस्ता फार अस्पष्ट असायचा. कधी जेमतेम दबलेले गवत, नाहीतर काही ठिकाणी जरा घट्ट झालेली वाळू.

'स्टार' वाटेत एका गवताच्या खुंटापाशी थांबली. आपल्या नाकाएवढ्या उंचीपाशी तिने गवताच्या एका पात्यावर कशाचा तरी वास घेतला. मग अचानक ती त्या गवतावर उभी राहिली आणि आपली शेपटी उचलून पार्श्वभागातून एक फुग्यासारखी दिसणारी पिशवी बाहेर काढली. आपल्या पार्श्वभागाने मागचे गवत चाचपडून तिने आपल्या मागून बाहेर आलेली दोन फुग्यांसारखी ती पिशवी त्या गवताच्या पात्यावर टेकवली आणि तिथे एक पांढरा पदार्थ चिकटवला. तो पांढरा पदार्थ खळीसारखा दिसत होता. मग तिने आपली शेपटी खाली घेतली, पार्श्वभागातून ती पिशवी आत ओढली आणि ती पुढे निघाली. तिने चिकटवलेला तो पदार्थ आम्ही जरासा चाचपडून बघितला. त्याला अतिशय तीव्र वास येत होता. त्या पांढऱ्या

रंगाच्या खळीसारख्या डागावर एक छोटा करड्या रंगाच्या पदार्थाचा ठिपकाही होता.

पुढच्या काही आठवड्यांत आम्ही इतर हायनांनादेखील त्याच रस्त्याने जाताना बघितले. ते कायम एकटेच असायचे. ते ठिकठिकाणी थांबून स्टार आणि इतर हायनांनी गवताच्या पात्यांवर चिकटवलेल्या त्या खळीचा वास घ्यायचे. पुढे जाण्याआधी ते आपलीही रासायनिक सही त्या गवतावर उमटवायचे. जिथे दोन रस्ते मिळायचे, तिथल्या एखाद्या गवताच्या पात्यावर आम्ही तेरा वेगवेगळ्या हायनांच्या खुणा नोंदवल्या आहेत, जणू काही तो महामार्गावरील एखादा नाका असावा.

एका रात्री उशिरा आम्ही एका लाजाळू मादीचा पाठलाग करत होतो. ती मादी साधारणपणे स्टारच्याच आकाराची होती. आम्ही तिचे नाव शॅडो (सावली) ठेवले होते. नदीपात्रातल्या एका रस्त्याने ती दक्षिणेकडे निघाली होती. दर शंभर यार्ड अंतर गेल्यावर ती थांबून खालच्या गवताचा वास घ्यायची आणि त्यावर आपली खूण चिकटवायची. तिने ट्री आयलंडच्या बाजूने दक्षिणेकडचे मैदान पार केले आणि मग ती दाट झाडीत शिरली. तिचा माग तिथे सुटला. रात्रीचा एक वाजला होता. आम्ही नदीपात्राच्या कडेला कॉफीसाठी थांबलो. दुसरा एखादा हायना सापडतो आहे का, ते आम्ही शोधत होतो. लँडरोव्हरच्या टपावर बसून स्वच्छ चंद्रप्रकाशात थर्मासच्या कपातून आम्ही कॉफीचे घोट घेत होतो, तेवढ्यात एका बाजूने 'स्टार' बाहेर आली. तिने शॅडोचा रस्ता ओलांडला. 'शॅडो'ने केलेल्या खुणेचा वास घेत ती जवळजवळ एक मिनिटभर एका ठिकाणी थांबली. रात्रीच्या वाऱ्यात तिच्या अंगावरचे केस सळसळत होते. नंतर अचानक आपली दिशा बदलून ती 'शॅडो'च्या मागोमाग गेली.

'स्टार'ला आपल्या नजरेच्या टप्प्यात ठेवण्यात आम्ही यशस्वी झालो. काही अंतर पुढे गेल्यावर आम्ही 'शॅडो'ला परत येताना पहिले. दोघींच्या काळ्या आकृत्या उंच गवतात एकमेकींच्या दिशेने शांतपणे चालत होत्या. आम्ही थांबलो. मार्कने मोठा टॉर्च लावला आणि प्रकाशझोत त्या दोघींवर सोडला. दोन प्राण्यांमधले आम्ही आत्तापर्यंत पाहिलेले सर्वांत विचित्र वर्तन त्या वेळी आम्हाला पाहायला मिळाले.

'स्टार' जवळ आली तशी शॅडो जमिनीवर आपले पोट टेकवून खाली बसली. तिने आपले ओठ घट्ट मागे ओढले आणि तोंड मोठे उघडले. तिच्या चेहऱ्यावर ओढून आणलेले हसू दिसत होते. तिचे लांब कान एखाद्या टोपीसारखे डोक्यावर ठेवलेले दिसत होते. तिची शेपटी शरीराजवळ गुंडाळली होती. एखाद्या गंजलेल्या दरवाजासारखा किरकिरा आवाज काढत ती 'स्टार'भोवती सरपटू लागली. 'स्टार'देखील तिच्याभोवती उलट्या दिशेने फेरी मारत होती. दर वेळी 'शॅडो' जेव्हा 'स्टार'च्या नाकाखालून जायची, तेव्हा ती एखादा क्षण थांबून 'स्टार'ला आपल्या शेपटीखालील घ्राणग्रंथींचा वास घेऊ द्यायची. मंद प्रकाशात स्वतःभोवती फिरून नृत्य करणाऱ्या नृत्यांगनांसारख्या त्या दोघी एकमेकींच्या भोवती फिरत होत्या.

'स्टार' उठून आपल्या मार्गाने जाऊ लागेपर्यंत त्यांचे ते विचित्र अभिवादन चालू होते. दर वेळी 'स्टार' निघायचा प्रयत्न करत असताना 'शॅडो' घाईघाईने तिच्या पुढे लोळण घेत असे. 'स्टार'ला आपल्या घ्राणग्रंथींचा वास घेण्यास उद्युक्त करायचा तिचा प्रयत्न असे. आपल्या नोकराला डच्चू देणाऱ्या एखाद्या खानदानी स्त्रीप्रमाणे! शेवटी 'स्टार' उठली आणि आपले नाक उंचावून तिने 'शॅडो'च्या विनवण्यांना उत्तर द्यायचे बंद केले. मग ती तिथून निघाली आणि 'शॅडो'देखील आपल्या मार्गाने निघून गेली.

त्यानंतर कित्येक रात्रीनंतर आम्हाला स्टार परत दिसली; पण या वेळी ती एकटी नव्हती. तिच्या पाठोपाठ तिच्या खांद्याएवढ्या उंचीचे दोन छोटे हायना होते. त्यांचे केस जास्त नाजूक आणि अधिक काळसर होते. आम्ही त्यांची नावे 'पोगो' आणि 'हॉकिन्स' अशी ठेवली. ते दोघे खेळकरपणे एकमेकांचे कान, चेहरे आणि माना चावत तिच्यामागोमाग नदीपात्रातून चिता हिलजवळ जात होते. 'स्टार'ला कोठेही थोडेदेखील मांस सापडताच ते तिच्याकडे धावत. हायना मोठ्याने हसतात, त्यांचे हसणे मोठे विद्रूप वाटते. त्या मांसासाठी ते हसत, ओरडत तिच्या नाकासमोर पुढेमागे लोळून तिची विनवणी करत होते. त्यांच्या विनवण्यांमुळे 'स्टार' आपल्याला सापडलेले मांस त्यांना देत होती. त्यांच्याकडे पाहून आम्हाला असे वाटले की, ती 'स्टार'ची पिल्ले असावीत; पण दुसऱ्या दिवशी आम्ही 'पोगो' आणि 'हॉकिन्स'ला 'पॅचेस' नावाच्या दुसऱ्या मादीबरोबर पाहिले. 'पॅचेस'चे कान जरासे फाटके होते ज्यावरून आम्ही तिला ओळखायचो. जर ती 'स्टार'ची पिल्ले असतील, तर मग ती 'पॅचेस' बरोबर का होती?

एप्रिलपर्यंत आम्ही आमच्या परिसरातील सात वेगळ्या ब्राउन हायनांना ओळखू लागलो होतो. 'आयव्ही' नावाचा एक मोठा नर नदीपात्रात काही महिन्यांपूर्वीच स्थलांतर करून आला होता. तिथे चार माद्या होत्या- 'पॅचेस', 'लकी', 'स्टार' आणि 'शॅडो' - आणि दोन पिल्ले होती- 'पोगो' व 'हॉकिन्स.' पण रात्रीच्या अंधारात त्यांच्या काळ्या, केसाळ आकृत्या ओळखणे बरेच वेळा कठीण जात असे. अगदी अनुकूल प्रकाश असेल, तरीही ब्राउन हायनांना ओळखणे अवघड असते; त्यामुळे बऱ्याच वेळा आम्ही पाठलाग करत असलेला हायना नक्की कोणता आहे आणि नर आहे की मादी हे रात्रीच्या अंधारात आम्हाला माहीत नसे.

आम्हाला कळून चुकले होते की, जितक्या जमतील तितक्या ब्राउन हायनांना भूल देऊन त्यांच्या कानात ओळखीची खूण घालणे आम्हाला भाग होते, आमचा कितीही नाइलाज असला तरीही. त्या सात हायनांना आमची सवय व्हायला कित्येक महिने लागले होते; त्यामुळे त्यांना भूल द्यायचे आमच्या अगदी जिवावर आले होते. भूल देताना रायफलमधून इंजेक्शन द्यावे लागे आणि जर भूल देण्यामुळे ते

आमच्यापासून दुरावले, तर आमचे संपूर्ण संशोधन धोक्यात आले असते आणि जर आम्ही त्यांना ओळखण्यात चूक केली, तर त्यांच्या सामाजिक आयुष्याची नोंद करण्यात आम्ही चुका करण्याची शक्यता होती.

मार्कने वॉक्सवॅगनचा एक मफलर रायफलला लावला आणि आम्ही 'स्टार', 'पोगो' आणि 'हॉकिन्स'ला भूल देण्याच्या संधीची वाट पाहात होतो. एका रात्री पिल्ले 'स्टार'च्या मागोमाग एका गेम्सबोक हरणाच्या शवाकडे जात असताना ती संधी चालून आली. त्या हरणाच्या सुरकुतलेल्या चामडीचा त्या पिल्लांना लगेचच कंटाळा आला. गेम्सबोकची हाडे त्यांच्या दातांच्या मानाने फारच मोठी होती; त्यामुळे पिल्ले कंटाळून इकडेतिकडे भरकटली. आता 'स्टार' एकटीच मांस खात होती. आम्ही आमची गाडी अगदी हळूहळू तिच्या दिशेने नेत होतो. दर वेळी 'स्टार' वर बघायची, तेव्हा आम्ही थांबत होतो. शेवटी आम्ही तिच्यापासून वीस यार्डांपेक्षाही कमी अंतरावर होतो. अगदी हळुवारपणे, अजिबात आवाज न करता मार्कने भूल देण्याचा औषधाचा डोस मोजला आणि इंजेक्शनची गोळी तयार करून रायफलच्या तोंडाशी ठेवली. आजूबाजूच्या परिसरात सिंहांचा वास येत असल्यामुळे 'स्टार' खूपच अस्वस्थ होती. रायफलच्या खोबणीत गोळी भरल्याचा 'खट' असा आवाज होताच तिने एक क्षण गाडीच्या दिशेने पाहिले आणि ती काही यार्ड पळाली. मग थांबून काही क्षण गाडीकडे एकटक पाहून ती परत आली आणि ते मांस खाऊ लागली. तिची शेपटी वळवळत होता; याचा अर्थ ती आता शांत झाली होती.

मार्कने आपला गाल रायफलच्या पकडीला टेकवला आणि तिच्या काळ्या आकृतीचा वेध घेतला. मी हातातली वही अगदी घट्ट पकडून दुसरीकडे पाहू लागले. काय होणार, याबद्दल माझ्या मनात भीती दाटली होती. ती तिथून पळ काढेल आणि मग ती आम्हाला परत कधीच दिसणार नाही, याची मला मनोमन खात्री वाटत होती. गेल्या कित्येक महिन्यांच्या कष्टांचे फळ, आमचे सर्वस्वच या बंदुकीच्या गोळीवर अवलंबून होते. मार्कने आपला हात उचलून रायफलच्या खटक्यापाशी आणला; पण त्याच्या अंगातील नायलॉनच्या जाकिटाच्या सळसळ आवाजानेच घाबरून 'स्टार' तिथून पळाली. या वेळी ती लँडरोव्हरकडे पाहात कित्येक मिनिटे उभी राहिली आणि मग हळूहळू लांब जाऊ लागली.

पुढचा एक तास आम्ही अजिबात हललो नाही - एक स्नायूदेखील जागचा हलवला नाही. 'स्टार' अजूनही नजरेच्या टप्प्यात होती. आपल्या पुढच्या पायांवर आपले डोके टेकवून, पडून ती आमचे निरीक्षण करत होती. काही वेळातच माझी पाठ अवघडली आणि कंबर व पायाला मुंग्या येऊ लागल्या. मार्कची काय अवस्था असेल त्याची मी कल्पनाही करू शकत नव्हते. त्याचा एक हात स्टिअरिंगवर होता आणि आपला गाल बंदुकीच्या दांड्यावर टेकवून त्याने नेम धरलेला होता.

त्या हरणाच्या शवासंदर्भात काहीतरी गफलत होती, असे 'स्टार'ला कळत होते. ती पुन्हा जेव्हा उभी राहिली, तेव्हा आम्हाला असे वाटले की, ती जणू ठरवते आहे. परत यावे की निघून जावे. शेवटी एकदाचे तिने आपले डोके खाली केले आणि हळूहळू ती त्या हरणाकडे परत आली.

मारीने (मार्कचे प्रेमाचे नाव) हळूच खटका दाबला, एक हळूच आवाज झाला आणि बंदुकीची गोळी बंदुकीतून निघून स्टारच्या दिशेने जाताना आम्हाला दिसली. तिला जशी गोळी लागली, तशी तिने मागे उडी घेतली. स्वतःभोवती गोलगोल फेऱ्या मारून गोळी लागलेल्या भागाचा ती चावा घेऊ लागली. मग ती पळाली. तोंडातून एक शिवी हासडत मार्कने प्रकाशझोत तिच्या दिशेने फिरवला. बाकी आम्ही मात्र हललो नाही.

आमचा प्रकाशझोत जिथपर्यंत पोहोचत होता, तिथपर्यंत 'स्टार' गेली. ती आमच्या नजरेतून जवळजवळ दिसेनाशी झाली होती. तिथे ती थांबली आणि इकडेतिकडे पाहू लागली. आपल्या खांद्याला काय चावले आहे, त्याचा ती शोध घेत असावी. आम्ही तिचा विश्वासघात केला आहे, असे मला वाटत होते. ती आमच्यावर परत कधीच विश्वास ठेवणार नाही, अशी मला भीती होती; पण काही क्षणांनंतर तिची शेपटी परत वळवळू लागली आणि अगदी आश्चर्यकारकरीत्या, ती त्या हरणाच्या शवाकडे परत आली. तिथे पोहोचल्यावर ती परत मांस खाऊ लागली आणि तिने आमच्याकडे ढुंकूनही बघितले नाही.

काही मिनिटांतच ती जमिनीवर कोसळली आणि आम्ही सुटकेचा निःश्वास सोडला. 'पोगो' आणि 'हॉकिन्स' हे प्रौढ हायनांपेक्षा जास्त बिनधास्त होते. थोड्याच वेळात ते हरणापाशी परत आले आणि त्याची हाडे चघळायला लागले. एक क्षण त्यांनी स्टारचा वास घेतला. मार्कने त्यांनाही भूल दिली आणि काही मिनिटांतच तिन्ही हायना जमिनीवर शांतपणे झोपी गेलेले होते. आम्ही आयुधांची पेटी घेऊन त्यांच्यापाशी गेलो. अवघडलेले हातपाय ताणून मोकळे झाल्यावर, आम्ही त्यांना कानात खुणेची पट्टी चढवू लागलो आणि त्यांच्या अंगाची मापेही घेऊ लागलो.

"ही मादी आहे ना?" 'स्टार' जवळ वाकत मार्क पुटपुटला.

"खात्री नाही, हे दोन अवयव दिसताहेत ते खरेच शरीराचा भाग आहेत का?" असे म्हणत मी अंडकोशासारख्या दिसणाऱ्या तिच्या शरीरातून लोंबणाऱ्या दोन पिशव्या टोचून बघितल्या.

आम्ही दोघे जीवशास्त्राचे विद्यार्थी - दोघांमध्ये तेरा वर्षांचे विद्यापीठाचे शिक्षण असूनही, त्या अपरिचित प्राण्याच्या गोंधळात टाकणाऱ्या लैंगिक आणि त्यासमान दिसणाऱ्या वेगवेगळ्या अवयवांना मोजून आणि टोचून बघत होतो. ठिपकेदार तरसांच्या माद्यांमध्येही एक जननेंद्रियासारखा दिसणारा बाहेर लोंबणारा अवयव

असतो (खरेतर त्यांचे योनिलिंग बाहेर लोंबत असते). मादी ब्राउन हायनांमध्ये तसे नसून अंडकोशाच्या जागी चरबीयुक्त पिशव्या लोंबत असतात. असे वाटते की, जणू त्या नरच आहेत. बराच वेळ तपासून बघून आणि चर्चा करून आम्हाला अजूनही खात्री वाटत नव्हती की, 'स्टार' नर आहे की मादी? आमच्या सुदैवाने 'हॉकिन्स'ला दोन नीट वाढलेले खरे अंडकोश होते; त्यामुळे आमच्या मनातला गोंधळ दूर व्हायला मदत झाली. 'स्टार' आणि 'पोगो' नक्कीच माद्या होत्या.

या प्रसंगानंतरही 'स्टार'ला आमची काही फिकीर नव्हती. कित्येक रात्रींनंतर ती पुन्हा एकदा आमच्या गाडीपासून केवळ पंधरा यार्डांवरून गेली. त्या वेळी तिच्या कानात आम्ही घातलेली निळी ओळखीची खूण दिसत होती. आम्ही तिच्या मागोमाग जात राहिलो. ॲकेशिया पॉइंटजवळ सिंहांनी खाऊन सोडलेल्या, एका हार्टबीस्ट प्रकारच्या हरणाच्या शवापाशी ती आम्हाला घेऊन गेली. पंधरा मिनिटांनी 'पोगो' आणि 'हॉकिन्स' तिथे आले.

त्यांनी काही वेळच ते खाल्ले असेल; मग ते तिघेही आपले डोके उंचावून अंधारात एका दिशेला पाहू लागले. त्या दिशेला प्रकाशझोत टाकताच असे दिसले की, 'पॅचेस' नावाची दुसरी मादी हायना त्यांच्या दिशेने चालत येत होती. तिने आपले डोके उंचावले होते. ती येत असूनही 'पोगो' आणि 'हॉकिन्स' तसेच मांस खात राहिले. 'स्टार' मात्र थांबली, 'पॅचेस' जवळ आल्यावर त्या दोघीही एकमेकींकडे स्थिर नजरेने पाहात राहिल्या. 'स्टार'ने आपले डोके आणि कान खाली केले आणि तिच्या शरीरावरचे सगळे केस उभे राहिले. अचानक 'पॅचेस' पुढे धावली आणि तिने 'स्टार'ची मान आपल्या जबड्यात पकडून तिला गदागदा हलवले. 'स्टार' जोरात किंचाळली, 'पॅचेस'चे दात तिच्या मानेच्या त्वचेवर जखमा करत होते. त्या जखमांमधून रक्त वाहून तिची मानेजवळची सगळी त्वचा रक्ताळली. त्या दोन हायना गवतात गडबडा लोळत गोलगोल फिरत होत्या. 'स्टार' आपले तोंड वर-खाली आणि मागे फिरवून 'पॅचेस'ची तिच्या मानेवरची पकड सोडवायचा प्रयत्न करत होती. त्या एकमेकींशी भांडणाऱ्या हायनांभोवती धुळीचा लोळ उठला होता.

'पॅचेस'ने जवळजवळ दहा मिनिटे 'स्टार'ची मान पकडून ठेवली होती. ती आपल्या प्रतिस्पर्ध्याला इतक्या जोरात हलवत होती की, 'स्टार'चे पुढचे पाय हवेत उचलले जात होते. रक्ताचे ओघळ खाली वाळूत सांडत होते. जोरजोरात चाललेल्या श्वासोच्छ्वासात आणि किंचाळ्यांमध्ये, जाड त्वचेमध्ये दात रुतत चालल्याचा आवाज येत होता. 'पॅचेस'ने एक क्षण 'स्टार'च्या मानेवरची पकड सोडली आणि 'स्टार'ला कानाजवळ पकडले. तिने जिथे 'स्टार'ला पकडले होते, त्यापासून काही इंचांवरच 'स्टार'च्या गळ्यातला आवंढा वरखाली होत होता. 'पॅचेस' पुनःपुन्हा तिला पकडत राहिली आणि एखाद्या बाहुलीसारखी तिला जमिनीवर आपटत

राहिली. आम्हाला रस्त्यावर एखाद्याचा खून होताना बघितल्यासारखे वाटत होते.

वीस मिनिटांच्या हातघाईच्या लढाईनंतर 'पॅचेस'ने तिला अचानक सोडले. 'स्टार'च्या मानेकडे बघून मला मळमळू लागले. तिच्या मानेला ठिकठिकाणी पैशाच्या आकाराची भोकं पडली होती, मान फाटली होती. क्षणभर मला वाटले की, 'स्टार' आपल्या पायांवर कोसळणार आणि पुन्हा कधीच उठणार नाही; पण जणू हलकीशी झटापट झाल्याच्या आविर्भावात तिने आपले केस झटकले आणि शेपटी उडवून 'पॅचेस'च्या बरोबर हरणाकडे चालत गेली. दोन पिल्लांनी या लढाईकडे अजिबात लक्ष दिले नव्हते. आता चौघेही एकत्र ते मांस खात होते आणि खाताना त्यांचे नाक एकमेकांना जवळजवळ चिकटतच होते. आता जरी मघाच्या आगळिकीचे कोणतेही चिन्ह नसले, तरी 'स्टार' पाच मिनिटांतच उठली आणि जवळच जाऊन झोपली. 'पॅचेस' तेथून निघून जाईपर्यंत ती उठली नाही. अशा हातघाईच्या लढाईची नोंद याआधी कधीच केली गेली नाही. आम्ही कालाहारीमध्ये अनुभवलेल्या सर्वांत भीषण आणि तीव्र लढायांपैकी ही एक होती.

आम्ही कित्येक आठवडे हायनांचे निरीक्षण करत होतो. आम्ही त्यांना एकलकोंडे फिरताना, त्याच पायवाटांवर आपली खूण उमटवताना आणि त्या विचित्र पद्धतीने अभिवादन करताना पाहिले होते. त्याशिवाय आम्ही 'पोगो' आणि 'हॉकिन्स'ला दोन वेगवेगळ्या प्रौढ माद्यांबरोबर फिरताना बघितले होते आणि आत्ता आम्ही या दोन माद्यांना हातघाईच्या लढाईत बघितले असले, तरी नंतर त्यांना एकत्र मांस खाताना बघितले होते. आमच्या निरीक्षणांमध्ये वेगवेगळ्या प्रकारच्या वर्तणुकींची खिचडी झाली होती! एकालकोंड्या प्राण्यांमध्ये नर आणि मादी फक्त प्रजननासाठी एकत्र येतात. तशा एखाद्या एकलकोंड्या प्राण्याची ही वर्तणूक नक्कीच नव्हती. ब्राउन हायनांची काहीतरी विलक्षण सामाजिक प्रणाली आहे, याची आम्हाला खात्री पटत चालली होती.

काही रात्रींनंतर आम्ही मागोवा काढण्यासाठी एखाद्या हायनाचा शोध घेत होतो. ईगल आयलंडजवळ आम्हाला तिथला स्थानिक सिंहांचा कळप एका गेम्सबोक हरणाची केलेली शिकार खाताना दिसला. मधल्या मैदानाच्या उत्तरेला असलेल्या पाणवठ्याजवळच्या झाडाला आम्ही 'ईगल आयलंड' म्हणायचो. रात्री ११ वाजेपर्यंत सिंहांचे खाणे संपले होते आणि ते नदीपात्रात दक्षिणेच्या दिशेला चालत गेले. ते गेल्यानंतर एका तासाच्या आत तिथे 'आयव्ही', 'स्टार', 'पॅचेस', 'शॅडो', 'पोगो' आणि 'हॉकिन्स' एकत्र आले होते.

त्या रात्री आम्ही अनेक वेळा तसे विचित्र अभिवादन आणि मानेचे चावे घेण्याचे प्रकार पाहिले. त्याशिवाय एकमेकांच्या नाकाला नाक लावून, शेजारी उभे राहून एकमेकांना ढुश्या देत केलेली कुस्तीदेखील पाहिली. अशा कुस्तीच्या वेळी दोन्ही

हायना एकमेकांच्या मानेचा चावा घेण्याचा प्रयत्न करत असायचे.

एकंदरीत पाहता, या हरणाजवळचे हायनांचे संमेलन तसे शांततापूर्ण, नीट आणि सुसंघटितदेखील होते. साधारणपणे एका वेळी एकच हायना मांस खात असायचा. त्याबरोबर अजून कोणी आले, तरी एका वेळी तीनपेक्षा अधिक हायना शिकारीपाशी नसायचे. जे कोणी खात असेल, ते सोडून बाकीचे झोपत तरी होते नाहीतर एकमेकांशी मस्ती करत होते. ते आळीपाळीने शिकारीपाशी जायचे. एकजण हरणाचा एखादा पाय घेऊन जेव्हा बाजूच्या झाडीत जायचा, तेव्हा दुसरा हरणाचे धड खायला सुरुवात करायचा. त्या रात्री सहा तास शिकारीवर ताव मारल्यावर शेवटचा हायना झाडीत निघून गेला. शेवटी फक्त हरणाच्या जबड्याचे हाड आणि इकडेतिकडे विखुरलेली मानेची हाडे शिल्लक होती. शिकार आरामात संपवण्याची ही पद्धत ठिपक्याच्या तरसांपेक्षा वेगळी आहे.

सेरेंगेटी अभयारण्यात ठिपकेदार तरसे हाती आलेली शिकार अगदी अधाशासारखी संपवतात. ठिपकेदार हायना अगदी गुळाला लागलेल्या मुंगळ्यांसारखे शिकारीचे लचके तोडून जितक्या वेगात शिकार खाता येईल, तसे खातात. डॉ. हान्स क्रूक[१] यांनी सेरेंगेटीमध्ये त्यांचा अभ्यास केला आहे. त्यांनी एकदा एकवीस ठिपकेदार तरसांच्या कळपाने, २२० पौंड वजनाच्या विल्डबीस्टच्या पाडसाचा तेरा मिनिटांत फडशा पाडल्याची नोंद केली आहे.

आमच्या दुर्दैवाने कालाहारीमधल्या पावसाळ्यात ब्राउन हायनांना आम्ही आठवड्यात एक-दोन वेळाच एकत्र शिकार खाताना बघितले; पण काही महिने गेल्यावर मात्र त्यांच्या सामाजिक संस्थेचे ढोबळ चित्र समोर येऊ लागले. खात्री पटली होती की, आमच्या भागातले सात हायना हे एकलकोंडे नसून एकाच कुटुंबाचे सदस्य होते.[२] त्यांच्या त्या कुस्त्यांमधून आणि मानेला चावे घेण्याच्या स्पर्धांमधून त्यांनी एकमेकांमध्ये आपली अधिकारश्रेणी प्रस्थापित केली होती. दर वेळी एकमेकांचे अभिवादन करताना ती श्रेणी पुनर्स्थापित व्हायची. 'आयव्ही' हा त्या गटातला एकमेव प्रौढ नर होता आणि तो सगळ्यात प्रबळ होता. माद्यांमधील अधिकार श्रेणीमध्ये 'पॅचेस' सर्वांत वर होती, तिच्या पाठोपाठ 'स्टार', 'लकी', 'शॅडो' आणि 'पोगो' असा उतरता क्रम होता. नर पिल्लू 'हॉकिन्स', साधारण पोगोच्याच पातळीला होते.

जेव्हा केव्हाही दोन ब्राउन हायना वाटेत भेटायचे, तेव्हा ते आपल्या सामाजिक स्थानाची अभिवादनाद्वारे पुष्टी करायचे आणि आपापल्या मार्गाने जायचे. जर उच्च-नीच क्रम नक्की स्थापित झालेला नसेल किंवा एखादा हायना दुसऱ्यावर कुरघोडी करायचा प्रयत्न करत असेल, तर मग एकमेकांच्या मानेचे चावे घेणे वगैरे प्रकारच्या लढाया व्हायच्या. आपले श्रेष्ठत्व सिद्ध करण्यास 'स्टार' तशी कायमच उत्सुक असायची. काही रात्री ती एखाद्या शिकारीपाशी पोहोचायची आणि काही न खाता

तशीच बसून राहायची. सगळी रात्र ती तिच्यापेक्षा कनिष्ठ माद्यांची छेड काढण्यात, नाहीतर 'पॅचेस'ला आव्हान देण्यात आपला सगळा वेळ दवडायची.

सामाजिक स्थान वरिष्ठ असण्याचे काही फायदे होते. जेव्हा बरेच हायना एकत्र शिकार खात असतील, तेव्हा हा फायदा प्रकर्षाने जाणवत असे. जर 'शॅडो' खात असताना 'आयव्ही' तिच्या जवळ आला, तर ते दोघे दोन-तीन मिनिटेच एकत्र शिकार खात असत. त्यानंतर 'शॅडो' दूर जाऊन आयव्हीचे खाणे संपायची वाट पाहात असे. दर वेळी प्रबळ हायना काही आक्रमक वर्तणूक दाखवत असे असेही नाही. कनिष्ठाला प्रबळ साथीदाराबरोबर एकत्र मांस खाताना अस्वस्थ वाटत असे आणि त्यामुळे ते त्याचे खाणे संपण्याची वाट पाहात थांबायचे; त्यामुळे शिकार खाताना वरिष्ठाचा मान कायमच पहिला असायचा.

गेम्सबोकसारख्या मोठ्या शिकारीपाशी सगळ्यात कनिष्ठ 'शॅडो'लाही खायला मिळायचे; पण स्टीनबोक किंवा स्प्रिंगबोकसारख्या छोट्या शिकारीपाशी स्पर्धा अगदी तीव्र असायची. जो हायना शिकारीपाशी पहिल्यांदा पोहोचेल, तो अगदी वेगात खायचा. पहिल्या एक-दोन हायनांनाच काही खायला मिळायचे. जेव्हा शिकारीचे शेवटचे चाळीस-पन्नास पौंड उरायचे, तेव्हा तिथे उपस्थित असलेल्यांपैकी जो सगळ्यात बलवान असेल, तो हायना सगळे मांसाचे तुकडे मेलेल्या प्राण्याच्या उरलेल्या चामड्यावर गोळा करायचा आणि ते घेऊन तिथून दूर जायचा. तो हायना निघाला की, त्याच्या पाठोपाठ अनेक कोल्हे लागलेले असायचे.

सिंह, लांडगे आणि इतर शिकारी प्राणी शक्यतो एखाद्या कळपात राहून शिकार करतात आणि खातात; पण ब्राउन हायना जरी गटाने राहात असले, तरी ते शक्यतो एकटे फिरायचे आणि झोपायच्या वेळीही एकटेच असायचे. गटातील इतर सदस्यांना ते अधूनमधून रस्त्याने जाताना नाहीतर शिकारीपाशी भेटायचे. त्यांच्या ओरडण्यातही विशेष वैविध्य नव्हते आणि त्यांचा आवाज काही फार अंतरावर ऐकू जायचा नाही. ठिपकेदार तरसांचे तसे नसते. इकडे कालाहारीमध्ये हवा कोरडी आहे; त्यामुळेही आवाज फार अंतरावर ऐकू जात नसेल. ब्राउन हायनांची सरहद्द फार मोठी असते; त्यामुळे एका गटाच्या सदस्यांना इतरांशी ओरडून संवाद साधणे शक्य होत नसावे. कारण काहीही असले, तरी ब्राउन हायना आपल्या बांधवांशी काही फुटांपेक्षा जास्त अंतरावर ओरडून संवाद साधू शकत नाहीत. ठिपकेदार तरसांसारखा 'व्हूप-ऊप' असा आणि 'हसण्या'चा आवाजही ते काढत नाहीत.

संवाद साधण्यासाठी मोठा आवाज नसणे हे कदाचित त्यांना अडचणीचे ठरत असेलही. या हायनांची हद्द ४०० चौरसमैलांइतकी मोठी असू शकते आणि त्यांना आपल्या गटातील इतरांशी संवाद साधणे आवश्यक असते; पण त्यांची एकमेकांशी संवाद साधण्याची रासायनिक - वासाची खूण चिकटवण्याची पद्धत तशी जोरात

ओरडण्याइतकीच प्रभावी आहे. ठिपकेदार तरसही आपली खूण चिकटवतात; पण ब्राउन हायनांइतक्या व्यापक प्रमाणात नाही. ब्राउन हायनांची आपल्या जातबंधूंशी संवाद साधण्याची ती महत्त्वाची पद्धत आहे. त्या खुणेवरून हायनांना ती खूण कोणी केली आहे, त्याचे लिंग कोणते आणि सामाजिक स्थान काय, हे सगळे ओळखता येत असावे. अन्नासाठी दूरदूर अंतरापर्यंत जाणाऱ्या आणि भरपूर वेळ भटकणाऱ्या या सामाजिक प्राण्याला ही 'दूरध्वनी'ची पद्धत अगदी आदर्श आहे. डिसेप्शन व्हॅलीतले हायना आपली सरहद्द ठरवण्यासाठी वासाची पेस्ट चिकटवायचे.

आत्तापर्यंतच्या निरीक्षणानुसार ब्राउन हायना हे एकलकोंड्या आणि सामाजिक अशा दोन्ही जीवनक्रमाचे अनुसरण करायचे. ते एकटेच फिरायचे आणि झोपायचे, एकत्र शिकार खायचे; पण संधी मिळताच उरलेली शिकार पळवून न्यायचे. एकमेकांशी संपर्क साधायला ते जोरात ओरडायचे नाहीत; पण ठिकठिकाणी रासायनिक संदेश ठेवायचे आणि काही कालावधीसाठी का होईना, माद्या पिल्लांना आपल्या बरोबर येऊ द्यायच्या.

'पोगो' आणि 'हॉकिन्स' जेव्हा तीस महिन्यांचे झाले, तेव्हा ते जवळजवळ प्रौढ दिसू लागले. 'पॅचेस', 'स्टार', 'शॅडो' आणि 'लकी' त्यांना आपल्या मागोमाग येण्यापासून प्रतिबंध करू लागल्या. मग त्या बछड्यांना स्वतःचे अन्न स्वतः शोधणे भाग पडले. अन्न मिळवण्याच्या उतरंडीमध्ये स्थान मिळवण्यासाठी 'पोगो'ला इतर माद्यांशी स्पर्धा करावी लागली आणि स्टार सतत तिला आपण तिच्यापेक्षा वरचढ आहोत, हे दाखवून देत असे.

जेव्हा 'स्टार'ने 'पोगो'च्या मानेला दोन तास पकडून ठेवलेले आम्ही बघितले तो प्रसंग आमच्या मनात कोरला गेला आहे. 'स्टार' 'पोगो'ची मान घट्ट पकडून दोन तास चावत होती आणि तिला एकेका वेळेला पंधरा पंधरा मिनिटे गदागदा हलवत होती. 'पोगो' एखाद्या माणसासारख्या आर्त किंकाळ्या फोडत होती. त्यांच्यामध्ये जाऊन तिला सोडवावे, असे आम्हाला फार फार वाटले. एकदा 'स्टार'ने आपले स्वामित्व सिद्ध केल्यावर 'पोगो'ने तिचा अधिकार मान्य केला आणि त्या दोघी जेव्हा भेटू लागल्या, तेव्हा ती तिच्यापुढे लोटांगण घालून तिला अभिवादन करू लागली.

'हॉकिन्स'चे विधिलिखित वेगळे होते. एका पहाटे सिंहांनी सोडून दिलेली शिकार खात असताना त्याने वर पाहिले तर 'आयव्ही' त्याच्या दिशेने चालत येताना त्याला दिसला. तो हळूहळू त्या प्रबळ नराकडे चालत गेला आणि त्याच्यासमोर शरणागती पत्करणार होता, तेवढ्यात 'आयव्ही'ने त्याला मानेला पकडले आणि गदागदा हलवले. 'हॉकिन्स' किंचाळला आणि स्वतःला सोडवण्याचा प्रयत्न करू लागला. 'आयव्ही'ने त्या तरुणाचा कान, चेहऱ्याचा एका बाजूचा भाग आणि मान जोरात दाबून धरली होती. आता 'हॉकिन्स'च्या मानेतून भळाभळा रक्त वाहात होते.

'आयव्ही'ने जेव्हा आपली पकड बदलायचा प्रयत्न केला, तेव्हा 'हॉकिन्स' त्याच्या तावडीतून सुटला; पण तो फार दूर पळाला नाही. त्याऐवजी त्याने शिकारीला एक फेरी घातली, तिथे 'आयव्ही'ने त्याला परत गाठले. ते एकमेकांना आव्हान देत एकमेकांच्या समोर नाकाला नाक भिडवून उभे राहिले. दोघेही एकमेकांच्या मानेची पकड घ्यायचा प्रयत्न करत होते. त्या तरुण हायनाची मान पकडण्यात 'आयव्ही' पुन्हा यशस्वी झाला. या वेळी त्याने त्याला जोरात हलवले आणि जमिनीवर आपटले.

'हॉकिन्स' परत त्याच्या तावडीतून सुटला; पण त्याने या वेळीदेखील पळून जायचा प्रयत्न केला नाही. जणू तो आव्हान देण्याच्या अजून एका संधीची वाट पाहात होता. ही लढाई महत्त्वाची होती. त्याच्या मातुल घराण्यात आणि ओळखीच्या परिसरात राहण्याची परवानगी मिळायची ही संधी होती. 'आयव्ही' परत त्याच्या जवळ पोहोचला. त्यांची ही लढाई एकूण दोन तास चालली आणि सगळा वेळ हॉकिन्स मार खात राहिला.

शेवटी 'आयव्ही'ने त्या तरुणाला सोडले आणि तो जवळच्या पाणवठ्याकडे चालत गेला. जोरजोरात धापा टाकत तो तिथे खाली बसला. 'हॉकिन्स' त्याच्या मागोमाग चालत गेला आणि त्याने 'आयव्ही'च्या पुढेमागे करायला सुरुवात केली, जणू तो त्याला परत येण्याचे आव्हान देत होता. 'आयव्ही'ने त्याच्याकडे दुर्लक्ष केले. मग 'हॉकिन्स'ने एक मोठी काठी आणली आणि अगदी मुद्दाम त्या काठीच्या 'आयव्ही'समोर चिंध्या चिंध्या केल्या. दिसायला ते अगदी परिणामकारक दिसले. तो पुन्हा 'आयव्ही'पुढे फेर्‍या घालू लागला आणि फेर्‍या घालताना तो त्याच्या जवळ जवळ जाऊ लागला. शेवटी तो त्याच्या अगदी जवळ पाच यार्डांवर पोहोचला. विश्रांतीमुळे ताजातवाना झालेल्या 'आयव्ही'ने परत 'हॉकिन्स'वर हल्ला केला. 'हॉकिन्स'ने परत काही मिनिटे ही शिक्षा भोगली आणि तो 'आयव्ही'च्या तावडीतून सुटला. शेवटी 'हॉकिन्स' पूर्वेकडील टेकडीजवळच्या झाडीत निघून गेला आणि तिथे 'आयव्ही'ने त्याचा पाठलाग केला नाही.

पुढच्या काही आठवड्यांत त्याच्या कुटुंबाच्या सरहद्दीत फिरणे आणि अन्न मिळवणे 'हॉकिन्स'ला फार कठीण होऊ लागले. दर वेळी त्याची 'आयव्ही'शी गाठ पडे, तेव्हा त्याला मार खावा लागे. नंतर तो सरहद्दीच्या बाहेरच्या परिसरात हिंडू लागला आणि शेवटी दिसेनासा झाला. जर तो भटका म्हणून जगला, तर तो कधीतरी दुसर्‍या एखाद्या कळपाच्या प्रमुखाला आव्हान देईल आणि कदाचित त्या कुटुंबाचा प्रमुखही बनेल. जर तो माद्यांना आकर्षित करण्यात आणि मिळवण्यात अयशस्वी ठरला तर मात्र तो मुख्य नदीखोर्‍याच्या बाहेर एकलकोंडे बहिष्कृत आयुष्य जगत राहील. वंशवर्धन करण्याची त्याची एकमेव संधी, जर त्याला कोणी

त्याच्यासारखीच भटकी मादी मिळाली तर अथवा एखाद्या गटातल्याच मादीशी त्याला समागम करता आला तर उगवेल.

जरी ते एकटेच भटकत असले, तरी आम्हाला आता ठाऊक होते की, ब्राउन हायना हे सामाजिक प्राणी आहेत. ते एकत्र येतात, ते कोणत्यातरी उद्देशाने येतात, तेव्हा ते एकमेकांच्या सान्निध्याचा आनंद घेतात, असेही काही नाही. सिंह, जंगली कुत्रे, लांडगे, आदिमानव आणि ठिपकेदार तरस एकत्र राहून खूपच मोठी शिकार करतात. ब्राउन हायना तसे दुसऱ्याने केलेली शिकार खातात, स्वतः क्वचितच शिकार करतात; पण ते एकत्र शिकार करत नसले, तरीदेखील का बरे एकत्र राहून सिंहांनी सोडलेली शिकार खातात? त्यांना एकमेकांच्या सान्निध्याची काय आवश्यकता असावी? ते एकत्र का राहात असावेत? या सगळ्या प्रश्नांना एकच उत्तर होते, जे आम्हाला नंतर यथावकाश कळणार होते...

कॅम्प

डेलिया

माझे मनुष्यप्राण्यावर काही कमी प्रेम नाही; फक्त निसर्गावर
जास्त प्रेम आहे.

- लॉर्ड ब्रायन

आग येऊन गेल्यानंतर आम्हाला आमची आधीची कॅम्पची जागा फारच उघड्यावर
आहे असे वाटू लागले होते; विशेषतः जेव्हा जोराचे वारे सुटे, तेव्हा फारच त्रास होत
असे; त्यामुळे आम्ही आमचा कॅम्प झाडीच्या आत हलवला. आमच्या कॅम्पच्या
बाजूच्या झाडीत तंबू ठोकण्यासाठी जागा करायला, आम्हाला दोन-तीन वाळक्या
फांद्या कापाव्या लागल्या. मॉनमधील आमच्या एका मित्राने आम्हाला एक फिकट
हिरव्या रंगाचा तंबू भेट दिला होता. त्यासाठी जागा मोकळी करून आम्ही तो तंबू
उभा केला.

आमच्या कॅम्पभोवती बाभळी आणि झिझीफसची दाट झाडी होती. खाली उंच
गवत आणि बाकी रान वाढलेले होते. झिझीफसच्या झाडाला बरीच खोडं होती.
जमिनीपासून सुमारे पंधरा फुटांवर त्यांना शेकडो काटेरी फांद्या फुटलेल्या होत्या. त्या
फांद्या परत जमिनीकडे लोंबकळत होत्या आणि त्यामुळे काटेरी फांद्यांचा मोठा
लोंबता गुंता झाला होता. बाभळीची पसरट झाडी आणि मध्येच लोंबणाऱ्या त्या
झिझीफसच्या फांद्या; यांचे आमच्या डोक्यावर इतके दाट छप्पर झाले होते की,
पावसाळ्यात आम्हाला आकाश क्वचितच दिसत असे. कॅम्पभोवती सगळीकडे

नदीपात्र पसरलेले होते आणि उत्तर व दक्षिण दिशेला क्षितिजापर्यंत मोकळे मैदान होते. पूर्वेला आणि पश्चिमेला वाळूच्या बुटक्या टेकड्या होत्या आणि त्या टेकड्यांच्या माथ्यावर बऱ्यापैकी झाडी होती.

आमच्या आजूबाजूच्या झाडीत राहणाऱ्या छोट्या प्राण्यांना त्रास द्यायला आम्हाला नको वाटे; त्यामुळे आम्ही आजूबाजूचे गवत, झुडपे तशीच ठेवली होती. आमच्या स्वयंपाकघराच्या तंबूपासून मुख्य तंबूकडे जाणारी एकच अरुंद पायवाट होती. दाट झाडीच्या मध्ये छोट्या मोकळ्या जागेत स्वयंपाकघराचा तंबू ठोकलेला होता. पहिल्या वर्षी आमच्या कॅम्पभोवतालची झाडी इतकी वाढलेली होती की, त्यामुळे आमचा कॅम्प पूर्णपणे लपला होता. मधूनच एखाद्या जिराफाचे तोंड आमच्या डोक्यावरच्या झाडीत दिसत असे. काटेरी फांदीवरची थोडी पाने खाऊन झाल्यावर त्याला अचानक आमचा कॅम्प दिसे, मग आपली शेपटी आपल्या पार्श्वभागावर गुंडाळून तो तिथून पळ काढे आणि काही अंतर गेल्यावर परत वळून आमच्या कॅम्पभोवतालच्या झाडीकडे बघे आणि जणू काही स्वतःचीच काही फसवणूक झाल्यासारखे तोंड करी.

१९७५ च्या पावसाळ्यात कित्येक वेळा ३००० पेक्षा जास्त स्प्रिंगबोक हरणे आमच्या आसपास चरत असत. ती इतकी जवळ असत की, त्यांच्या पोटातली गुरगुर आम्हाला ऐकू येत असे.

आजूबाजूला वाळवंट असल्यामुळे, इथले प्रत्येक झाड कुठल्या ना कुठल्या प्राण्यासाठी महत्त्वाचे होते. आजूबाजूच्या झाडांचे पानन्पान आणि गवताचे प्रत्येक पाते वाचवण्यासाठी आम्ही आटापिटा करायचो. क्वचित कोणी पाहुणा आमच्याकडे आला असेल, तर त्याला आमच्या पायवाटांवरूनच चालायची आम्ही सक्ती करायचो. आमच्या कॅम्पला एकदा काही शास्त्रज्ञांनी भेट दिली होती. त्यांनी आमच्या कॅम्पच्या बाजूचा बऱ्यापैकी आकाराचा भाग आपल्या स्लीपिंग बॅग्ज घालण्यासाठी मोकळा केला; त्यामुळे मी त्यांच्यावर खूपच चिडले होते. ते आमच्या इथून गेल्यावर कित्येक महिने, परत पाऊस पडेपर्यंत, त्यांनी मोकळा केलेला भाग तसाच उघडाबोडका दिसायचा. बोलताना त्या भागाचा उल्लेख आम्ही त्या 'निसर्गद्वेष्ट्यांची पोकळी' असा करायचो. आजूबाजूच्या निसर्गात मिसळून जाण्यासाठीची, विरघळून जाण्यासाठीची आमची धडपड होती. खूप वेळ दूर राहून परतलेल्या पाहुण्यासारखी आमची वागणूक होती.

●●●

मी लाकडाच्या मोळीवर उभी राहून भोवतालच्या गरम हवेत गाडी दिशेनाशी होईपर्यंत पाहात होते. १९७५च्या पावसाळ्याची ती सुरुवात होती. मार्क मॉनला सामान

आणायला निघाला होता. मॉनला जाऊन यायला तीन-चार दिवस लागत असल्यामुळे मला एकटे सोडून जाणे त्याच्या जिवावर आले होते. कागदपत्रांचे काम पूर्ण करण्यासाठी मीच इथे थांबायचा हट्ट धरला होता. इंजिनाचा आवाज टेकडीपलीकडे हवेत विरून गेला; आता जगातील सर्वांत दूरस्थ लोकांपैकी मी एक झाले होते. फक्त नोटस् उतरवून घेण्यासाठी काही मी मागे थांबले नव्हते, मला संपूर्ण एकलकोंडे राहून बघायचे होते. काही वेळ नदीपात्राकडे बघत मी माझ्या मनात एकटेपणाची भावना स्थिरावू दिली. मला छान वाटत होते.

पण पूर्ण एकटे राहायला थोडी सवय करावी लागते. जरी हजारो चौरसमैलांमध्ये मी एकटीच असले, तरी मला सतत असे वाटत होते की, माझ्यावर कोणीतरी लक्ष ठेवून आहे. ती भावना मनातून जाण्यासाठी काही वेळ लागला. चहा बनवत असताना मी मोठ्याने स्वतःशीच बोलत होते; पण सतत खांद्यावरून वळून मागे पाहावे असा मला मोह होत होता. एकटे राहण्याचे मला काही वाटत नव्हते; पण मी कदाचित एकटी नसेनही, अशी भावना मला सतत जाणवत होती.

मी स्वयंपाकघराकडे गेले, जरा कोळसे पेटवून आमची जुनी पत्र्याची किटली त्यावर ठेवली. हजारो वेळा रात्री कॅम्पफायरवर ठेवल्यामुळे ती किटली काळवंडली होती. त्या किटलीच्या दांड्यावर ब्राउन हायनाच्या दातांचे व्रण उमटलेले होते. अनेक वेळा ब्राउन हायनांनी ती किटली विझलेल्या शेकोटीवरून पळवली होती. पाणी गरम करायला आमच्याकडे त्या किटलीशिवाय दुसरे काहीच नव्हते. आम्हाला स्पंजबाथ हवा असेल, नाहीतर एक कप कॉफी हवी असेल, आमची किटली कायमच तयार असायची.

मी स्वतःसाठी साधी कडधान्याची उसळ बनवत होते. बर्जीने दिलेल्या लोखंडी शेगडीवर काही वेळातच उसळ खदखदू लागली. मग मी ब्रेडसाठी कणीक मळली आणि तीन पायांच्या काळ्या ब्रेडच्या भांड्यात फुलून येण्यासाठी ठेवली. नंतर मी आमचा पाच गॅलन आकाराचा बादलीचा ओव्हन आडवा केला आणि त्यात ब्रेडची दोन भांडी ठेवली. थापी वापरून मी त्या ओव्हनमध्ये भांड्यांच्या सगळ्या बाजूंना जळते निखारे पसरले. दुपारच्या वेळी, वारा संथ वाहात असताना ब्रेड सतरा मिनिटांत तयार होत असे. जर वारा वाहात नसेल, तर ब्रेड तयार व्हायला पंचवीस मिनिटे लागायची. रात्रीच्या शांत, थंड हवेत कधी एक तासापर्यंत वेळ लागायचा.

मॉनमध्ये जे उपलब्ध असेल, त्यातले आम्हाला जे परवडेल आणि कॅम्पमधल्या उकाड्यात जे जास्त काळ टिकेल, त्यावर आमचा अन्नपुरवठा अवलंबून होता. कधीकधी कणीक, मक्याचे पीठ, साखर, तेल आणि मिठासारख्या साध्या गोष्टीही दुकानात संपलेल्या असायच्या.

आमच्याकडे फ्रीज नसल्यामुळे नाशवंत वस्तू आम्हाला साठवून ठेवता यायच्या

नाहीत. जर कांदे हवेत लटकवले, तर ते कित्येक महिने टिकायचे. गाजरे, मुळा आणि बीट यांसारख्या गोष्टी वाळूत भोक पाडून त्यावर शिळे पाणी शिंपडून ठेवल्या तर दोन आठवड्यांपर्यंत टिकायच्या. फक्त वाळवीपासून वाचवण्यासाठी त्यांना सारखे एका ठिकाणाहून दुसऱ्या ठिकाणी हलवावे लागायचे. संत्री आणि ग्रेपफ्रुट कोरड्या ऋतूत दोन-अडीच महिन्यांपर्यंत खाण्यायोग्य राहायची. काही दिवसांतच त्यांचे बाहेरचे कवच एकदम टणक व्हायचे; त्यामुळे आतला रस अजून वाळायचा नाही. कोरड्या ऋतूत सडायचे मात्र काहीच नाही.

१९७५ साली आम्हाला बोट्स्वानाच्या वन्य जीव खात्याकडून हरणांच्या पोटातील अन्नपदार्थांचा अभ्यास करण्यासाठी क्वचित एखादे हरिण गोळी घालून मारायची परवानगी मिळाली. हरणांना मारणे आम्हाला अजिबात नापसंत होते; पण त्यांच्या संवर्धनासाठी कोणते हरिण प्रत्येक ऋतूत कुठल्या प्रकारचे गवत खाते, ते माहीत असणे आवश्यक होते. शिकार करण्यासाठी मार्क कळपापासून वेगळे झालेले एकटे हरिण निवडायचा आणि त्याचा अगदी शांतपणे माग काढायचा. या गोष्टीला कित्येक तास लागले, तरी त्याची तो फिकीर करायचा नाही. एका हरणाच्या शिकारीमुळे गटातील इतरांना त्रास अथवा धक्का पोहोचू नये, म्हणून त्याचा हा प्रयत्न असायचा. त्याने घेतलेल्या या काळजीचे आम्हाला नक्कीच फळ मिळाले; कारण आमच्या डिसेप्शन व्हॅलीतील अख्ख्या वास्तव्यात, पहिल्यापेक्षा स्प्रिंगबोक आणि गेम्सबोक हरणे आम्हाला कधीच जास्त घाबरली नाहीत.

मेलेल्या हरणाच्या मांसापासून आम्ही वाळक्या मांसाच्या पट्ट्या (जर्की) बनवायला शिकलो. त्या जर्कीला तिथल्या स्थानिक भाषेत बिल्टाँग म्हणतात. बिल्टाँग बनवण्यासाठी, कच्चे मांस रात्रभर मीठ, मिरपूड आणि व्हिनेगर घातलेल्या पाण्यात भिजवावे लागते; नंतर ते वाळवण्यासाठी तारेला लटकवायचे. ते मांस तीन दिवसांत वाळायचे आणि नंतर कित्येक महिने टिकायचे. बहुतेक वेळा आमच्या अन्नातील प्रथिनांची कमी हे बिल्टाँग भरून काढायचे. खाताना आम्ही ते तिखट मोहरीच्या चटणीबरोबर खायचो आणि ते अगदी चवदार लागायचे. त्या बिल्टाँगला अगदी उग्र वास यायचा; त्यामुळे काही दिवसांतच आम्हाला त्या मांसाचा कंटाळा आला. नंतर मी बिल्टाँग वापरून करण्याच्या अजून पाककृती शोधल्या. बिल्टाँग वापरून केलेल्या भाज्यांची एक पाककृती अशी होती :

सामग्री :
अगदी वाळलेले दोन बिल्टाँगचे तुकडे
वाळवंटात वाळवलेले कांदे
वाळवंटात वाळवलेल्या मिरच्या

भिजवलेले पीठ

कृती :

बाथटबमध्ये काही वेळ बिल्टाँग एका हातोड्याने चांगले धोपटून काढा. मग ते काही वेळ कांदे, मिरच्या घातलेल्या पाण्यात भिजवा. नंतर पाणी निथळून काढून बिल्टाँग थोडेसे गरम तेलात तळून घ्या. भिजवलेल्या पिठाचे त्रिकोनी, पसरट तुकडे करून त्यावर बिल्टाँगचे चमचाभर सारण पसरा आणि त्याचा रोल करा. मग ती भजी सोनेरी रंगाची होईपर्यंत तेलात तळा.

बिल्टाँग हे मक्याच्या ब्रेडबरोबरही चांगले लागत असे. बाकी काही सुचत नसेल, तर मी ब्रेड भाजत असे. त्याची साहित्य-कृती अशी :

१/३ कप कृत्रिम लोणी (मार्गारिन)

१/३ कप ब्राउन साखर

१ कप कणीक

३ टी स्पून बेकिंग पावडर

४ टेबल स्पून दुधाची पावडर

१ कप पाणी

१ कप मक्याचे पीठ

चवीनुसार मीठ

कृती :

लोणी आणि साखर एकत्र फेटून घ्या; त्यात दुधाची पावडर आणि पाणी मिसळा. मग कणीक, मक्याचे पीठ, बेकिंग पावडर आणि मीठ घालून चांगले एकत्र करा. भिजवलेले पीठ डब्यात घालून बादलीच्या आकाराच्या ओव्हनमध्ये पंचवीस मिनिटे शेका. (जर वारा वाहात असेल तर १५ मिनिटेही पुरे!)

जेव्हा आमच्याकडे मांस नसायचे, तेव्हा आम्ही कडधान्यांची, मक्याची, ज्वारीची आणि मिली-मालची लापशी करून खायचो. त्याची चव कंटाळवाणी वाटू लागली, तर त्यात कांदे, भाज्या, मिरच्या किंवा मेक्सिकन पद्धतीचे पीठ घालून चव वाढवायचो. तरीही बहुधा हे अन्न कंटाळवाणे होत असल्यामुळे, बहुतेक वेळेला समोरचे पटापटा संपवून, त्यावर फळांच्या सरबताचा एक कॅन प्यायचो, जर तसा एखादा शिल्लक असेल तर...

सप्टेंबर - ऑक्टोबर महिन्यात, पाऊस पडायला सुरुवात व्हायच्या आधी, शहामृगाची मादी हस्तिदंती रंगाची पंधरा-वीस अंडी घालते. प्रत्येक अंडे सात इंच लांब आणि पंधरा इंच गोल आकाराचे असते. एक अंडे साधारण दोन डझन

कोंबडीच्या अंड्यांएवढे मोठे असते. आम्ही कधीही कोणत्याही घरट्यावर डल्ला मारला नाही; पण एखाद्या शिकारी प्राण्याने पालक पक्ष्यांना पळवून लावल्यानंतर सोडून दिलेले एखादे अंडे आम्हाला बरेच वेळेला सापडत असे. ब्राउन हायनाला आमच्यासारखे ड्रम आणि कॅनमध्ये साठवलेले पाणी मिळत नाही. त्याच्यासाठी असे अंडे मिळणे किती मौल्यवान असते याची जर आम्हाला कल्पना असती तर आम्ही तसे अंडे कधीच घेतले नसते.

हाताचे ड्रील वापरून मार्क त्या अंड्याच्या एका बाजूला पाव इंच रुंद भोक पाडत असे. मग इंग्रजी 'एल' आकाराची तार विस्तवावर तापवून घेऊन मार्क त्या भोकातून ती आत घालत असे. तसे करताना ते अंडे त्याच्या दोन गुडघ्यांमध्ये पकडलेले असे. ती तार आत घालून तो एखाद्या रवीसारखा योक आणि पांढरा भाग घुसळे. त्या अंड्यातून आतले द्रव जेवणापुरते एका पॅनमध्ये काढल्यानंतर मी बँड-एड लावून अंड्याचे भोक बंद करत असे. मग ते अंडे आम्ही एखाद्या झाडाच्या सावलीत वाळूत पुरून ठेवत असू. जोपर्यंत त्या अंड्यात भेसळ होत नाही, तोपर्यंत आम्हाला पुढचे बारा दिवस नाश्त्यासाठी आम्लेट किंवा स्क्रबल्ड एग खाता येई.

शहामृगाचे अंडे खाण्यात एकमेव धोका असा होता की, त्या अंड्याच्या कठीण कवचाला भोक पाडून त्यात ती तार घालेपर्यंत ते अंडे किती ताजे आहे, याची आम्हाला कल्पना येत नसे. बरेच वेळा खराब अंड्यातले घाणेरड्या वासाचे द्रव अंड्यातून उसळून मार्कच्या चेहऱ्यावर उडत असे. तो जेव्हा अंडे उघडायचा, तेव्हा बरेच वेळा मी स्वयंपाकघरात असायचे; पण त्याच्या तोंडची शिवी ऐकून, मला अंडे खराब निघाले की ते लगेच कळत असे.

●●●

ज्या दिवशी मार्क मॉनला गेला, त्या दिवशी कागदपत्रांचे काम सुरू करायच्या आधीच सकाळ संपली. सगळी कागदपत्रे झिझीफसच्या झाडाखाली एका टेबलावर रचलेली होती. टेपवर रेकॉर्ड केलेले कागदावर उतरून घ्यायचे आणि पत्रे लिहायचे काम कायमच बाकी असायचे. स्वयंपाकघरातून निघायच्या वेळी मी किटली शेगडीवरच्या जाळीच्या कडेला नेऊन ठेवली, जेणेकरून त्यातले पाणी वाफ होऊन उडून जाणार नाही. आम्हाला पहिल्यापासूनच पाणी वाचवण्याची सवय लागली होती; जर तशी नसती तर आमचा बराचसा वेळ आणि पैसा, पाणी आणण्यातच वाया गेला असता.

जेव्हा आजूबाजूच्या टेकड्यांवर काळे-सावळे ढग दिसू लागायचे, तेव्हा मार्क आणि मी धडपड करून तंबूच्या सगळ्या बाजूंना आमची भांडीकुंडी पाणी साठवण्यासाठी पसरून ठेवत असू. पाणी तंबूत शिरू नये म्हणून आम्ही तंबूची चेन लावायचो, पेट्रोलचे ड्रम आडवे करायचो; आमच्याकडच्या पिठाच्या पिशव्या आणि सगळी वह्या-पुस्तके गाडीच्या पुढच्या भागात ठेवायचो. मग अन्नपदार्थांच्या कपाटावर

साद घालतो कालाहारी । १०३

कॅन्व्हास बांधायचो. आमच्याकडची आयुधे विटांवर उंच ठेवून, मग शेकोटीवर एक अर्धा ड्रम ठेवून झाकायचो. शेवटी एकदा तंबूच्या गाठी पक्क्या आहेत, याची खात्री केल्यावर आमचा कॅम्प सुरक्षित व्हायचा.

एकदा पावसाचा जोर कमी झाला की, आम्ही आजूबाजूची पाण्याने भरलेली भांडी ड्रममध्ये मोकळी करून पुन्हा त्यात पाणी साठावे यासाठी ठेवायचो. तेवढ्या वेळात तंबूत गुडघ्याएवढे मातकट रंगाचे पाणी साचलेले असे. मग ते जमलेले पाणी आम्ही बाहेर काढायचो. कधीकधी ऐंशी गॅलनपर्यंत पाणी निघायचे.

एकदा चिखल खाली बसला की, आम्ही मध्य मैदानातल्या पाणवठ्यावर जायचो. प्लॅस्टिकच्या बाटल्यांचे केलेले नसराळे वापरून आम्ही जमेल तितके पाणी भरून घ्यायचो. या गोष्टीला कित्येक तास लागायचे. कधीकधी स्प्रिंगबोक आणि गेम्सबोक हरणांची विष्ठा पाण्यात पडलेली असायची. ती थोडीशी आमच्या पाण्यात येणेही अपरिहार्य होते; पण त्यामुळे आमचे विशेष बिघडत नसे, कारण ती आमच्या ड्रमच्या तळाशी जाऊन बसायची आणि तसेही प्यायचे सगळे पाणी आम्ही उकळून घ्यायचो; पण आम्ही कायम ही काळजी घेत नव्हतो.

१९७५ साली कोरड्या ऋतूत, आम्हाला दोघांनाही पोटातून कळा येऊन, जुलाब होण्याचा आणि अशक्तपणाचा महिनाभर त्रास झाला. आमचा अशक्तपणा वाढतच चालला आणि त्याचे कारण काय आहे ते आम्हाला कळत नव्हते. आमच्याजवळचे पाणी संपत आले होते. आमचे दुखणे बळावले तर आमच्या अंगात मॉनला परत पोहोचण्याइतके तरी त्राण राहील का याची मला भीती वाटत होती. जवळ रेडिओ नसल्यामुळे मदत मागण्याचा आमच्याकडे कोणताही मार्ग नव्हता.

मार्कला तंबूपासून दूर जाताना सारखी धाप लागत होती. दम घेण्यासाठी तो सारखा थांबत होता. ड्रममधले शेवटचे पाणी त्याने एक-दोन गॅलनमध्ये काढले, तसे त्याबरोबर पिसे उडाली आणि कुजलेल्या एका पक्ष्याची दुर्गंधी आसमंतात पसरली. काही आठवड्यांपूर्वी तो पक्षी त्या पाण्यात बुडाला असावा. त्या घटनेपासून आम्ही पाणी उकळल्याशिवाय एक थेंबही तोंडात टाकायचो नाही; वरून ते कितीही स्वच्छ दिसले तरीही! नंतर मग आम्ही ड्रमच्या झाकणाचे भोक कापडाने बंद करून ठेवू लागलो.

मॉनच्या लिओनेल पामरने आम्हाला संशोधनासाठी कालाहारीची जागा सुचवली होती. त्याने नुकताच आम्हाला एक ट्रेलर वापरायला दिला होता. तो ट्रेलर आम्ही पाणी आणण्यासाठी वापरू शकू, असा त्याने आम्हाला विश्वास दिला होता. आता आम्ही जवळच्या गुरांच्या चौकीवरून वापराचे पाणी आणायला लागलो होतो. आमच्या पाण्यात तो पक्षी सापडल्याच्या दुसऱ्या दिवशी सकाळी आम्ही पाणी आणायला गेलो. आम्ही एक ड्रम आमच्या ग्रेगूज गाडीत ठेवला, एक छतावर

चढवला आणि मागच्या ट्रेलरमध्ये तीन ड्रम्स ठेवले. एकेका भरलेल्या ड्रमचे वजन पाचशे पौंड होते; त्यामुळे मार्कने काही फांद्या कापून त्या पाचर म्हणून गाडीच्या स्प्रिंगमध्ये सरकवल्या, जेणेकरून गाडीला एवढे वजन पेलवेल.

गाडीत भरलेले ड्रम घेऊन आम्ही जेमतेम एक मैल गेलो असू, तेव्हा गाडीच्या मागून एक मोठा स्फोटासारखा आवाज आला. ग्रेगूज पुढे घसरली आणि थांबली. ट्रेलरमधून एक ड्रम खाली पडून घरंगळत गाडीच्या चाकापुढे आला होता. आम्ही तो उचलला आणि परत ट्रेलरच्या पृष्ठभागावर ठेवला. ट्रेलरला मध्ये एक-दोन फळ्याच नव्हत्या. आमच्याकडच्या एक-दोन सुट्या फळ्या त्या मोकळ्या जागी लावल्या आणि ड्रम परत त्याच्या जागी बसवून निघालो.

पुन्हा जेमतेम दोन मैल गेलो असू, तर दुसरा ड्रम खाली आला. या वेळी आम्ही आमच्याकडचा तुटकापुटका दोर वापरला आणि जेवढा जमेल तेवढा तो ड्रम जागच्या जागी बसवला. त्यानंतर आम्ही गोगलगाईच्या गतीने पुढे जात होतो.

त्यापुढे चार-पाच मैल गेलो असू, तेव्हा गाडीच एका बाजूला कलंडली आणि सगळे ड्रम मागून खाली पडले. आम्ही ट्रेलरकडे धावलो तर ट्रेलरच्या मागचा टो-बार इंग्रजी 'ए' च्या आकारात वाकून जमिनीला टेकला होता. ड्रम जसे गडगडत खाली पडले तसे ते टो-बार वरूनच खाली आपटले, तेव्हा त्या टो-बारने जमीन नांगरासारखी खणली होती.

धूळ, गवताच्या बिया आणि घामाने माखलेल्या अवस्थेत आठ मैल अंतर जायला आम्हाला तोपर्यंत चार तास लागले होते. आजूबाजूला १२० डिग्री फॅरेनहाइट तापमान होते. आधीच्या आजारपणाने थकूनभागून आम्ही गाडीच्या सावलीत खाली वाळूत बसलो. गाडी प्रचंड गरम झाली होती, त्यातून वाफ निघत होती. दोघांचेही डोके ठणकत होते; आम्ही दमून डोके गुडघ्यावर टेकवले होते. आता पुढे कसे जावे ते आम्हाला कळत नव्हते. आपला जबडा घट्ट करून मार्क समोरच्या मैदानाकडे पाहत होता. कालाहारी वाळवंट आम्हाला काडीची मदत करणार नव्हते - वाळवंटात कोणतीच गोष्ट सहजासहजी मिळत नाही.

काही क्षणांनी मार्क उठला आणि त्याने मला मदतीचा हात पुढे केला. गाडीचा जॅक त्या टो-बारच्या खाली लावून मार्कने तो टो-बार जेवढा होईल तेवढा सरळ केला. ट्रेलर अजूनही गाडीलाच अडकवलेला होता. आम्ही आजूबाजूच्या छोट्या झाडांच्या फांद्या तोडल्या. लँडरोव्हरच्या क्रँकने आणि तोडलेल्या फांद्यांच्या आधाराने धक्का मारून ते ड्रम आम्ही वर चढवले. ड्रम जागच्या जागी बसवले आणि तिथून पुढे निघालो.

आता प्रत्येक मैलानंतर आम्हाला थांबून आमची गाडी थंड करावी लागत होती. मार्क रेडिएटरवर पाणी ओतत होता आणि मी एका ब्रशने जमलेल्या गवताच्या बिया

साफ करत होते. स्पार्कप्लग काढून, उघडलेल्या सिलिंडरमध्ये एक पाइप टाकून, जोरात इंजिन फिरवून आम्ही गाडीच्या ग्रीलवर साठलेली घाण साफ करत होतो. दर वेळी गाडी चालू करायच्या आधी मार्क लँडरोव्हरखाली सरपटत जायचा आणि एक लांब स्क्रू-ड्रायव्हर वापरून गाडीच्या खाली अडकलेल्या गवताच्या काड्या साफ करायचा. गवताच्या मैदानात बरेच वेळा गाडीच्या एक्झॉस्ट पाइपला चिकटलेल्या गवताने पेट घेतल्यामुळे गाड्या जळून खाक होतात.

पुढे जात असताना आम्हाला काहीतरी जळल्याचा वास आला. मार्कने जोरात ब्रेक्स दाबले आणि आम्ही खाली उडी घेतली. गाडीचा एक्झॉस्ट पाइप फार वेळ साफ ठेवणे अशक्य होते आणि आता त्याने पेटच घेतला होता. गाडीच्या खालून दाट पांढरा धूर बाहेर येत होता. एक पाइप आणि एक पाना घेऊन मार्क परत लँडरोव्हरमध्ये चढला आणि त्याने एक ड्रम उघडला. आता गाडीखालून नारंगी रंगाच्या ज्वाळा बाहेर येऊ लागल्या होत्या. त्याने सायफन करण्यासाठी पाइपच्या एका बाजूने हवा ओढायला सुरुवात केली; एकदा पाइपमधून पाणी बाहेर येऊ लागल्यावर त्याने त्याचा झोत गाडीखाली धरला. पहिल्यांदा धुराचा रंग काळा झाला; आग विझताविझता वाफ आणि राखेचा खकाणा मार्कच्या अंगावर गेला.

पाच तास गाडी चालवल्यावर आणि तीन वेळा पंक्चर काढल्यावर आम्ही एकदाचे कॅम्पमध्ये पोहोचलो. तेथे पोहोचताच आम्ही आमच्या फोम रबरच्या गाद्यांवर कोसळलो, तेव्हापर्यंत रात्र झाली होती.

दुसऱ्या दिवशी अचानक एक विचित्र वादळ आले आणि बादल्या-बादल्या भरून पाऊस आमच्यावर कोसळला. आमच्याकडे पाणी भरून घेण्यासाठी एकही भांडे शिल्लक नव्हते. आजूबाजूच्या कालाहारीने सगळे पाणी पिऊन टाकले.

● ● ●

मार्क नसलेल्या चार दिवसांत जरी इतर माणसांपासून मी दूर असले, तरी एकटी मात्र अजिबात नव्हते. पहिल्या दिवशी दुपारी मी स्वतःसाठी एक ब्रेडचा स्लाइस कापून घेतला आणि आमच्या चहाच्या खोलीत बसले. झिझीफसच्या झाडाखाली त्याच्या फांद्यांच्या खाली एक कोनाड्यासारखी जागा झाली होती, जिथे आम्ही चहा पीत बसायचो. म्हणून त्या जागेला आम्ही चहाची खोली म्हणायचो. बसल्याक्षणी किलबिलाट करत माझ्यापाशी पक्ष्यांचा एक थवा आला. आमच्या आसपासच्या पक्ष्यांमध्ये, जरा खोडसाळ नजर असलेला एक पिवळ्या चोचीचा धनेश पक्षी होता ज्याला आम्ही 'चीफ' म्हणायचो. पायवाटेच्या पलीकडच्या बाभळीच्या झाडावर बसून तो माझ्यावर लक्ष ठेवून होता. मग त्याने उडी मारली, आपले पंख पसरले आणि उडत तो माझ्या डोक्यावर येऊन बसला. त्याचे पंख माझ्या कानाशी

फडफडत होते. अजून दोन धनेश पक्षी माझ्या खांद्यावर आणि चार माझ्या मांडीवर बसले. ते माझ्या हातांवर चोच मारून माझ्या हातातला ब्रेड खायचा प्रयत्न करत होते. अजून एक पक्षी हवेत घिरट्या घालत होता. शेवटी ब्रेडचा तुकडा घेण्यात तो यशस्वी झाला. उरलेला ब्रेड मी बाकीच्यांमध्ये वाटून टाकला.

आमचा कॅम्प वसवल्यापासून आम्ही आमचे उरलेले ब्रेडचे तुकडे आणि पाण्याची एक ताटली बाहेर ठेवायचो. काही दिवसांतच भरपूर पक्षी - जसे की, जांभळ्या कानाचे वॅक्सबिल, खवल्या पंखांच्या चिमण्या, लाल गळ्याचे खाटिक, टीट-बॅबलर, मॅरिको फ्लायकॅचर आमच्या आजूबाजूच्या झाडांवर आपले पंख साफ करत आणि कलकलाट करत बसू लागले. पहाटेच्या वेळी पट्टेदार उंदीर आणि खारी आमच्या पायांवरून उड्या मारून अन्न मिळवण्यासाठी पक्ष्यांशी स्पर्धा करायच्या; पण धनेश आमचे सर्वांत आवडते पक्षी होते.

पिवळ्या चोचीच्या धनेश पक्ष्यांत चित्रविचित्र अवयवांचे मिश्रण असते. त्याची हुकच्या आकाराची पिवळी चोच त्याच्या कृश काळ्या-पांढऱ्या शरीराच्या मानाने फारच मोठी असते आणि मोठी काळी शेपटी मागून चिकटवल्यासारखी दिसते. मोहक पापण्या धूर्त डोळे झाकतात; पण असे असूनही पक्षी फार देखणा दिसतो. आमच्या इथे येणाऱ्या पिवळ्या धनेश पक्ष्यांपैकी काही पक्ष्यांच्या चोचींना मी काळा रंग लावला होता. ते पक्षी माझ्या हातातून ब्रेड खायचे, तेव्हा मी तो रंग लावला होता. त्या रंगाच्या खुणांद्वारे अथवा त्यांच्या शरीरावरील नैसर्गिक नक्षीद्वारे मी त्यातील चाळीस पक्ष्यांना ओळखू शकत असे.

जेव्हा मी स्वयंपाक करत असायचे, तेव्हा हे सगळे माझ्या आजूबाजूला जमा व्हायचे; माझ्या डोक्यावर, खांद्यावर तर कधी तव्यावरच बसायचे. जसा तवा गरम होत जायचा तसा एक/एक पाय उचलून माझ्याकडे नाराजीचा कटाक्ष टाकत त्यावरून उतरायचे, जणू तो तवा गरम होत आहे हा माझाच दोष आहे. त्यांच्या चोचीने आमच्या डब्यांची झाकणे काढून ते उरलेले ओटमिल किंवा भात गट्टम करायचे. जेव्हा आम्ही झिझीफसच्या झाडाखाली जेवायला बसायचो, तेव्हा आमच्या समोरच्या ताटलीची आम्ही एका हाताने राखण करत असायचो, नाहीतर त्यातले अन्न पंखांच्या फडफडीत नाहीसे झालेले आम्हाला बघावे लागायचे. डोक्यावरच्या फांदीवर बसून आपल्या विष्ठेचा नेम बरोबर आमच्या कपात टाकून त्यांनी आमचे कित्येक चहाचे कप खराब केलेले आहेत.

एके दिवशी आम्ही झाडाखाली लिहीत बसलेलो असताना एका पर्ल स्पॉटेड घुबडाने फांदीवरून उडी मारली आणि खवल्या पंखांच्या चिमणीला पकडले. खवल्या पंखांच्या चिमणीला विशिष्ट काळ्या रंगाची दाढी असते. आमच्या कॅम्पवरचे सगळे पक्षी त्या घुबडाच्या आजूबाजूला जमले आणि वर-खाली उड्या घेत धोक्याचा

इशारा देऊ लागले. त्या घुबडाच्या पकडीतली चिमणी ओरडत, पंख फडफडवत आपली सुटका करून घ्यायचा प्रयत्न करत होती; तेव्हाच एक धनेश उडाला आणि घुबडाच्या खालच्या फांदीवर बसला. त्याने आपल्या चोचीने त्या चिमणीला ओढून घेतले. आता हे सांगणे अवघड आहे की, त्या धनेशने खरोखरच त्या चिमणीची सुटका केली की एका सोप्या मिठाईवर ताव मारण्याचा प्रयत्न केला. मला जरी मनोमन वाटत असले की, धनेशने चिमणीची सुटका केली असावी, तरी खरे मात्र उलटे असावे असे वाटते.

आमच्या कॅम्पवर एक पाल आम्हाला नेहमी दिसायची. आम्ही तिचे नाव 'लरामी' ठेवले होते. आमच्या बिछान्याशेजारी एक केशरी रंगाची करंडी होती. त्या करंडीवर ठेवलेल्या रिकाम्या औषधाच्या खोक्यात ती रोज रात्री वस्तीला असायची. तंबूत येऊन आम्हाला नकोसे करणाऱ्या माश्यांना अथकपणे खात राहण्याच्या तिच्या क्षमतेमुळे आम्हाला ती हवीशी असायची. अतिशय चिकाटीने आणि कमालीच्या कौशल्याने ती एकामागून एक माश्या पकडायची आणि मोठा आवाज करून चावून खायची; पण 'लरामी'ला वाळवीचे किडे सर्वांत जास्त आवडायचे. मी ते किडे एका चिमट्यात पकडून बरेच वेळा तिला भरवायचे, तेव्हा ती आमच्या बिछान्याशेजारच्या जुन्या पत्र्याच्या ट्रंकेवर बसलेली असायची.

बहुतेक तंबूच्या चेन्स टिकत नाहीत; त्यामुळे आमच्याकडे व्यवस्थित दारं-खिडक्या बंद होणारा तंबू क्वचितच असायचा; त्यामुळे आमच्या तंबूत बरेच वेळा उंदीर यायचे. थंडीच्या कोरड्या ऋतूत तर ते बरेच वेळा आमच्या बिछान्यावर चढायचे. आपल्या अंगावरील पांघरुणावर काहीतरी फिरताना जाणवले की, आम्ही बिछान्यातून बाहेर उडी घ्यायचो आणि मंद प्रकाश फेकणारे टॉर्च घेऊन पांघरुणे झटकायचो. एकदा तो उंदीर आमच्या पांघरुणातून बाहेर पडला की, आम्ही सगळ्या दिशांना बूट, टॉर्च आणि पुस्तके फेकून शेवटी एकदा त्या उंदराला आमच्या तंबूतून बाहेर हाकलायचो.

या असल्या घुसखोरांची आम्हाला तशी सवय होती; पण एका पहाटे माझ्या पायांवर एकदम जड गोष्ट हलत असल्याचे जाणवले आणि मला जाग आली. जगातला सगळ्यात मोठा उंदीर माझ्या पायांवर आला आहे अशी कल्पना करत मी जोरजोरात लाथा मारल्या. उठून बसले, तसे एक मुंगूस माझ्या पायांवरून तंबूच्या दाराकडे झेप घेताना मला दिसले. ते तिथे थांबले, मागे वळले आणि माझी त्याच्याबरोबर नजरानजर झाली, तेव्हा माझी 'मूज'बरोबर ओळख झाली.

'मूज' आमच्या कॅम्पवरचा ज्णू विदूषकच होता. तो तसा कायमच अलिप्त असायचा, कदाचित मी पहिल्या भेटीत त्याला लाथ मारल्यामुळेही असेल. तो आमच्या हातातून काहीच स्वीकारायचा नाही; पण आमच्या नजरेसमोरून एखादी

गोष्ट पळवून नेताना त्याला काही वाटायचे नाही. एका सकाळी आम्ही झिझीफसच्या झाडाखाली चहा पीत बसलेलो असताना पायवाटेवरून मूज सरपटत आला, त्याच्याकडे आमच्या उरलेल्या ओटमिलचे भांडे होते. आमच्या दिशेने नजरेचा कटाक्षही न टाकता ते भांडे तोंडात धरून तो थेट कॅम्पबाहेर गेला आणि सकाळच्या उन्हात बसून त्याने आपला नाश्ता संपवला.

आमच्या साठवलेल्या अन्नपदार्थांच्या पिशव्या उंदीर नेहमी कुरतडत असल्यामुळे आम्ही स्वयंपाकघरात उंदीर पकडायला रोज पिंजरा लावायचो. त्या पिंजऱ्यात उंदीर सोडून इतर कोणतातरी प्राणी सापडण्याची शक्यता होती; त्यामुळे तसा पिंजरा लावायला आम्हाला शक्यतो नको असायचे. एका पहाटे मी आणि मार्क स्वयंपाकघरात शिरत असताना आम्हाला मोठा खटक्याचा आवाज ऐकू आला आणि एक मॅरिको फ्लायकॅचर पक्षी त्यात अडकलेला दिसला. त्या पक्ष्याच्या डोक्याभोवती पिंजऱ्याचा फास आवळला गेला होता. मारी त्याच्याकडे धावत गेला आणि त्याने त्याला सोडवले. सोडवल्यावर तो पक्षी मोठमोठ्या आकाराच्या गोलात गोल गोल चक्कर येऊन फिरायला लागला. मी मार्कला सुचवले की, त्याला त्याच्या या अवस्थेतून सोडवू या; पण मार्क म्हणाला, 'जरा वाट पाहून बघू काय होते ते!'

शेवटी एकदा तो फ्लायकॅचर गोलगोल फिरायचा थांबला आणि उडत, धडपडत बाभळीच्या एका खालच्या फांदीवर विसावला. त्या क्षणापासून तो आपले उरलेले आयुष्य अगदी नैसर्गिकपणे जगला; फक्त तीन गोष्टी झाल्या. तो डाव्या डोळ्याने आंधळा झाला होता, त्याचे माणसांबद्दलचे सगळे भय गेले आणि आपले पंख फडफडवून अन्नासाठी भीक मागायची त्याला सवय लागली. तो इतका माणसाळला की, तो आमच्या डोक्यावर, ताटल्यांवर आणि पुस्तकांवर येऊन बसे. तो आमच्या पुढे वाटेवर उभा राहून पंख फडफडवून अन्नाची मागणी करे, तेव्हा तो आपल्या कमरेवर हात ठेवून एक पाय पुढे आपटून आम्हाला हक्काचे अन्न मागतो आहे, असा भास होत असे. कदाचित त्याच्या त्या अपघाताबद्दल आमच्या मनात अपराधाची भावना असल्यामुळेही असेल; पण त्याने मागितल्यावर आम्ही हातचे काम सोडून लगेच त्याला अन्न भरवायचो, जरी त्यासाठी स्वयंपाकघराची वारी करावी लागली, तरी त्याची आम्हाला पर्वा नसायची. त्या पक्ष्याचे नाव आम्ही 'मारीक' ठेवले.

जेव्हा 'मारीक'ला एक मैत्रीण मिळाली, तेव्हा तीसुद्धा खूपच माणसाळली; पण ती अन्नाची भीक मागत नसे. जेव्हा त्यांची दुसरी पिल्ले जन्माला आली (पहिली पिल्ले एका वादळाच्या तडाख्यात जगली नाहीत.) तेव्हा त्या पिल्लांनीही आपल्या बापाची अन्नासाठी आमच्याकडे भीक मागायची सवय उचलली. ही वर्तणूक पुढच्या पिढ्यांतही येत गेली आणि आम्ही जितकी वर्षे कालाहारीमध्ये काढली, तोपर्यंत

मॅरिको फ्लायकॅचर आमच्या पायाशी येऊन पंख फडफडवून आमच्याकडे अन्न मागत राहिले. आम्हाला त्यांना कधीच 'नाही' म्हणता आले नाही.

आमच्या भोवती रानटी प्राण्यांचा मुक्त वावर असणे हा मोठा आनंदाचा ठेवा होता; पण कधीकधी त्याचा थोडा मनस्तापही होत असे. एके दिवशी पहाटे जरा झोपेतच मी आमच्या चहाच्या मोडक्या खोक्यात हात घालून ओटमिलचा डबा काढायला गेले. समोर पाहते, तर माझा श्वास घशातच अडकला. त्यात एक पट्टेदार कोब्रा आपले लांबसडक राखाडी शरीर गुंडाळून बसला होता. तो माझ्या हातापासून केवळ काही इंच दूर होता. मी शक्यतो सापांना घाबरत नाही; पण या वेळी मात्र मी माझा हात मागे खेचला आणि एक बऱ्यापैकी आरोळी ठोकली. माझ्या सुदैवाने तो कोब्रादेखील माझ्याइतकाच घाबरला होता; त्यामुळे त्याने डंख मारला नाही. तो डब्यांमधून सरपटत बाजूला गेला. मार्क एक बंदूक घेऊन तेथे हजर झाला. आत्तापर्यंत आम्ही केवळ काही अतिविषारी सापच मारले होते आणि तेदेखील त्यांनी आमच्या कॅम्पमध्येच राहण्याचा हट्ट धरला म्हणून! याला जर आमच्या इथे राहू दिले, तर त्याच्यापासून आम्हाला नक्कीच धोका होता. मार्कने जसा त्या खोक्यावर नेम धरला, तेव्हा त्या सापाबरोबर आमचा महिन्याचा अन्नाचा साठा नाहीसा होईल, अशी मला भीती वाटली; पण जेव्हा आम्ही मेलेला साप बाहेर काढण्यासाठी खोके उलटे केले, तेव्हा त्यात एकच डबा फुटलेला आढळला; दुर्दैवाने तो फळांच्या सरबताचा होता.

बरेच वेळा आमच्या कॅम्पवर बूमस्लँग, पफ ॲडर, काळे मांबा आणि इतर विषारी साप दिसायचे. आम्ही आमची स्वतःची एक धोक्याची यंत्रणा उभारली होती; त्यामुळेच आम्हाला आत्तापर्यंत कधी साप चावला नव्हता. जेव्हा पक्ष्यांना एखादा साप दिसायचा, तेव्हा ते त्याच्या डोक्यावरच्या फांदीवर येऊन किलबिलाट, चिवचिवाट करून धोक्याचा सिग्नल द्यायचे. आमच्या कॅम्पच्या आसपास कमीतकमी दोनशे पक्षी राहात असल्यामुळे त्यांचा आवाज ऐकून आम्हाला लगेच कळायचे की, एक साप मोकाट सुटला आहे. समस्या अशी होती की, हे पक्षी घुबड, मुंगूस आणि ससाणा बघूनदेखील गडबड करायचे आणि त्यांना घेराव घालायचे. एकदा दूर अंतरावरून प्रवास करून आलेले, पायात खुणेची अंगठी असलेले एक कबूतर आमच्या कॅम्पवर आले होते. त्याला आमच्या कॅम्पचा पत्ता कसा लागला, हेदेखील एक आश्चर्यच होते. बाकीचे पक्षी त्यालादेखील घेराव घालून होते. कधीकधी ते कित्येक तास आवाज करत बसून असत. या कबुतराच्या बाबतीत तसेच झाले. त्यांचा आवाज एवढा असे की, कधीकधी आम्हाला त्या आवाज करणाऱ्या पक्ष्यांपेक्षा शांत सरपटणारा साप बरा वाटे.

आमच्या कॅम्पला भेट देणाऱ्या प्राण्यांमध्ये केवळ छोटे प्राणीच असत असे

नाही. पहाटे स्वयंपाकघराकडे जात असताना आम्हाला वाटेत बरेच वेळा दोन-तीन कोल्हे दिसायचे. ते पडदा बाजूला करून स्वयंपाकघराच्या तंबूत डोकावत असायचे. आमच्या पावलांचा आवाज ऐकून त्यांची त्रेधा उडायची आणि ते तंबूच्या आत जायचे. आतून बाहेर पडायचा मार्ग शोधत असताना आम्हाला तंबूचे कापड ताणलेले दिसत असे. मग अचानक ते तंबूच्या दारातून बाहेर पळत, तेव्हा त्यांचे कान मागे ताणलेले असत आणि शेपटी वळवळत असे.

सिंह, बिबट्या, ब्राउन हायना आणि कोल्हे पावसाळ्यात जवळजवळ रोज रात्री आमच्या कॅम्पला भेट देत. जेव्हा आम्ही अन्नपदार्थ साठवायचा तंबू आणला, तेव्हा त्याचे आणि स्वयंपाकघराच्या तंबूचे रक्षण करायचा आमचा प्रयत्न असे. त्या तंबूंच्या समोर आम्ही ड्रम, काटेरी फांद्या, गाडीचे टायर्स आणि शेगडी ठेवायचो. एवढी काळजी घेऊनही रात्री कित्येक वेळा उठून प्राण्यांना त्या तंबूंपासून दूर हाकलावे लागायचे. हायना आणि कोल्ह्यांच्या दिशेने हळूहळू चालत जाताना त्यांच्याशी बोलले, तर बहुधा ते तेथून निघून जात असत; पण बिबट्या आणि सिंह हलायला सहजासहजी राजी नसायचे.

एका रात्री आम्ही गाडीतून कॅम्पला परत आलो आणि एक बिबट्या गाडीच्या प्रकाशात समोर आला. मार्कने कचकन ब्रेक दाबून गाडी त्याच्यापाशी थांबवली; तो अगदी डौलदार चालीने गाडीच्या वाटेतून बाजूला झाला. आमच्याकडे अजिबात लक्ष न देता तो कॅम्पच्या मध्यभागी गेला आणि अजिबात आवाज न करता त्याने आमच्या पाण्याच्या ड्रमवर उडी मारली. तो एका ड्रमवरून दुसऱ्या ड्रमवर उड्या मारत गेला आणि मध्येमध्ये थांबून खालच्या पाण्याचा वास घेत होता. आपल्याला हे पाणी मिळणार नाही, अशी खात्री पटल्यावर तो त्यावरून खाली उतरला. मग त्याने बाभळीच्या झाडावर उडी घेतली. त्या बाभळीच्या झाडाला वाळके गवत बांधून आम्ही उन्हाळ्याच्या दिवसांसाठी आमच्या तंबूला आडोसा केला होता. आम्ही बांधलेल्या गवतावर तो उतरला, तसा त्या गवतात त्याचा पाय आत गेला आणि मोठा आवाज झाला. जणू डांबरात चालत आहोत अशा पद्धतीने आपली पावले उचलून, शेपटीच्या मदतीने तोल सांभाळत तो पुढे जात राहिला. प्रत्येक पावलागणिक तो आम्ही बांधलेल्या गवतातून पाय आत घालत होता. शेवटी आपल्या मागच्या पायांनी बाभळीच्या झाडाला घट्ट पकडून त्याने आपले पाय त्या खाली लोंबणाऱ्या गवताच्या गुंत्यातून सोडवले. मग त्याने झाडावरून खाली उडी मारली आणि तो आमच्या तंबूकडे गेला. आतमध्ये एकदा नीट कटाक्ष टाकून तो दारासमोरच्या एका फांदीवर चढला आणि त्यातल्या एका आकड्यावर विसावला. त्याने आपले डोळे मिटले आणि आपल्या लांब गुलाबी जिभेने तो आपला पुढचा पाय चाटू लागला. त्याचा नक्की बराच वेळ तिथे बसण्याचा इरादा होता. हे सगळे खूप मनोरंजक होते; पण

पहाटेचे पावणेतीन वाजले होते आणि आम्हाला झोपेची गरज होती. मार्क लँडरोव्हर घेऊन अजून जवळ गेला. आम्हाला वाटले की, त्यामुळे तो बिबट्या तिथून उतरेल; पण त्याने आमच्याकडे एक मैत्रीपूर्ण नजर टाकली. त्याचे पाय आणि शेपटी आमच्या दारासमोर त्या फांदीवरून खाली लोंबत होते.

आम्हाला त्याला घाबरवायचे नव्हते आणि त्याच्या खालून चालत आमच्या तंबूकडे जाण्याचेही आमचे धारिष्ट्य नव्हते. जवळजवळ पन्नास मिनिटे आम्ही त्याला झोपी गेलेले बघत बसलो होतो. शेवटी त्याने आळस दिला, आपले पाय ताणले आणि तो खाली उतरला. आमच्या कॅम्पमधून बाहेर जाताना त्याची लांब शेपटी सळसळत होती. आम्ही अगदी दमलेले होतो, अवघडलो होतो. झोपण्याआधी आम्ही तंबूबाहेर आमचे दात घासू लागलो.

"बघ कोण परत आले आहे." काही मिनिटांनंतर मार्क पुटपुटला. मी वळून पाहिले, तर तोच बिबट्या आमच्या लँडरोव्हरच्या मागे उभा होता. त्याने आपले नाक उंचावले होते आणि त्याचे माणकांसारखे डोळे चमकत होते. आमच्यावर हल्ला करण्याचा त्याचा काही इरादा नसावा; त्यामुळे आम्ही दात घासत असताना तो पंधरा फुटांवर बसून होता. त्याचे डोके एका बाजूला कलले होते. आम्ही तंबूत गेलो आणि तंबूची चेन जेवढी लावता आली तेवढी लावली आणि आमच्या जमिनीवरील बिछान्यात शिरलो. काही मिनिटांतच आम्हाला छतावर बिबट्याची पावले ऐकू आली आणि मग तो रात्रीच्या विसाव्यासाठी आमच्या तंबूच्या दारात विसावला तसा त्याने निःश्वास सोडला.

●●●

मला या गोष्टीची नेहमीच जाणीव असायची की, मी मार्कची सहकारी होते आणि सहधर्मचारिणीदेखील! जरी कितीही धूळ आणि घाण असली आणि मी माझी मळकी फाटकी जीन्स घालत असले, तरी मी जेवढे स्त्रीत्व जपता येईल तेवढे जपत असे. मी रोज थोडासा मेकअप करत असे आणि ज्या दिवशी आम्ही सुट्टी घ्यायचो आणि शेकोटीपाशी आराम करायचो, त्या दिवशी मी एक ब्लाउज आणि आफ्रिकन प्रिंटचा सुती स्कर्ट घालत असे. एका रात्री मारी थोडेसे सरपण आणायला गेला होता आणि आम्ही बाहेर पडून हायनांच्या मागावर जाणार नव्हतो; त्यामुळे मी जरा नटायचे ठरवले. ट्रंकेच्या तळातून मी गडद पिवळ्या रंगाचे केसाचे कलर्स हुडकून काढले. आपले केस धुवून मी ते कलर्स केसात लावले.

जशी मी कॅम्पमधल्या स्वयंपाकघराकडे जाऊ लागले, तसे धनेश पक्षी माझ्या डोक्याजवळच्या फांदीवर उतरले आणि जोरात ओरडू लागले. मी त्यांची धोक्याची घंटा ओळखली आणि थांबून आजूबाजूला बघू लागले; पण मला कोणताही साप किंवा या पक्ष्यांना धोका वाटावा, असे काही दिसले नाही. मी थकून बंदूक आणायला

तंबूकडे जाऊ लागले. मी तंबूत शिरताच पक्ष्यांचा आवाज थांबला. परत मी बाहेर पडताच पुन्हा त्यांचा किलबिलाट चालू झाला. मी हातात बंदूक घेऊन सापाच्या शोधात होते, तेव्हा ते धनेश पुनःपुन्हा झेप घेऊन माझ्या डोक्यावर आदळत होते. काय समस्या आहे, ते माझ्या लक्षात आले आणि माझा जरा अपमानच झाला. त्या वेळेपासून जेव्हा माझे केस वळवायला मी कलर्स लावायचे, तेव्हा एक तर मला तंबूतच थांबावे लागायचे, नाहीतर या धनेश पक्ष्यांच्या आक्षेपांना सामोरे जावे लागायचे. याचे कारण काय ते मात्र मला कधी कळले नाही.

●●●

मार्क मॉनला गेल्यानंतर डिसेप्शन व्हॅलीतल्या माझ्या पहिल्या रात्री, मी जेवणासाठी उसळीचा एक बाउल भरून घेतला आणि तंबूबाहेरच्या सपाट नदीपात्रात जेवण करायला खाली बसले. धनेश पक्षी रात्री विश्रांतीला आमच्या कॅम्पवरून झाडीच्या भागात जायचे. ते माझ्या डोक्यावरून रात्रीच्या विश्रांतीच्या ठिकाणी जाण्यासाठी उडत गेले. दोन रातवा पक्षी उडत आले आणि माझ्यापासून काही फुटांवर स्थिरावले. जसे ते जमिनीवरील किडे शोधायला भटकू लागले, तसा हलका आवाज करू लागले. आकाशाचा रंग काळवंडला. मागच्या गवतात हात टेकवून मी आडवी झाले. मला तसे आडवे होण्याची सवय होती. मी विचार करत होते की, अजून किती दिवस कालाहारी वाळवंटात वन्य जीवन अनाहत बहरत राहील?

मी उठून बसले. मी गवतात आडवी झालेली असताना तीस स्प्रिंगबोक हरणे माझ्यापासून तीस यार्ड अंतरात आली होती. त्यांच्यातल्या नराने धोक्याची घंटा वाजवली आणि ते सगळेजण माझ्याकडे शेपटी फडफडवत, माना ताणत बघू लागले. मी उभी राहिले, तेव्हा माझा आकार शिकाऱ्याचा नसून त्यांना धोका नसलेल्या माझा आहे हे त्यांच्या लक्षात आले आणि ते शिथिल झाले, परत चरू लागले. हळूहळू, अगदी संथपणे ते माझ्यापासून दूर गेले. मी त्यांच्याचसाठी कालाहारीमध्ये आले आहे, याची त्यांना काही कल्पना नव्हती. काही वेळातच ते वाळूच्या टेकडीपलीकडे दिसेनासे झाले.

दिवस मावळायच्या वेळी मी स्वतःशीच बडबडत कॅम्पजवळच्या पायवाटेवर चालत गेले. मावळती आणि अंधाराच्या मध्ये काही पुसट रेषा नाही; पण आपल्या मनात मात्र ती असते. मी कॅम्पपासून अर्ध्या मैलावर पोहोचले, तेव्हा रात्र होते आहे असे मला माझ्या खांद्यांवर आणि पाठीच्या मणक्यावर जाणवले. आपोआप माझी नजर वारंवार मागे जाऊ लागली. रात्री आपल्या गुहेकडे परत जाणाऱ्या इतर कोणत्याही आदिमानवाप्रमाणे माझ्या विसाव्याच्या ठिकाणी मी परत आले.

●●●

मारी मॉनला असेपर्यंत पुढच्या तीन दिवसांत मी हस्तलिखिताचे बरेचसे काम संपवले. भाजलेला बराचसा ब्रेड मी धनेश पक्ष्यांना खिलवला. या एकान्तवासात मला अजूनही मजा येत होती; पण काम थांबवून मी सारखी बाहेर पळायचे आणि गाडीचा आवाज येतो आहे, का ते पाहायचे. पूर्वेकडच्या टेकडीपलीकडे इंजिनचा आवाज येत आहे, असा मला भास होत होता; पण फक्त वारा वाहात होता आणि त्याचाच आवाज होता. मार्क लवकरच परत येणार होता; त्यामुळे मी आमच्या बादलीच्या ओव्हनमध्ये त्याच्यासाठी बिनअंड्याचा मसालेदार केक बनवला.

माझी हस्तलिखिते उतरवून झाली होती; त्यामुळे मी चौथा दिवस कॅम्पच्या साफसफाईत घालवला; पण काहीही काम पूर्ण करण्यात मला रस उरला नव्हता. बराच वेळ मी धनेश पक्ष्यांबरोबर घालवला, बराच वेळ स्वतःशीच बोलत बसले आणि पुनःपुन्हा बाहेर जाऊन गाडीचा आवाज ऐकायचा प्रयत्न केला. कदाचित मार्क माझ्यासाठी खास काहीतरी आणेल - 'रायलीज'कडून एखादे चॉकलेट, एखादे पत्र किंवा कदाचित माझ्या आईकडून आलेली एखादी भेटवस्तूदेखील! पण तो पाच वाजेपर्यंत परत आला नाही, तेव्हा मला फार उदास वाटले.

संध्याकाळी मी स्वतःसाठी स्वयंपाक करत होते, तेव्हा सात सिंहांचा कळप थेट आमच्या कॅम्पच्या दिशेने आला. त्यांना पाहून माझ्या हृदयाची धडधड वाढली. करत असलेली भाजी मी टेबलावर ठेवली आणि आमच्या कॅम्पच्या आतल्या भागात गेले. फांद्यांच्या आडून बघताना मला दिसले की, त्या सिंहांच्या काळ्या उंच आकृत्या हळूहळू माझ्या दिशेने येत होत्या. ते सिंह माझ्यापासून केवळ १०० यार्ड दूर होते. आमच्या भागात नेहमी दिसणारा तो सिंहांचा कळप होता, ज्यात सिंहिणी आणि त्यांचे बच्चे होते. याआधी जेव्हा ते कॅम्पवर आले होते, तेव्हा माझ्याजवळ गाडी असायची. एखाद्या कासवाला त्याच्या कवचाशिवाय जसे असुरक्षित वाटेल, तसे मला हाताशी गाडी नसल्यामुळे वाटले. मी स्वतःचीच समजूत काढायचा प्रयत्न करत होते की, गाडी किंवा मार्क असल्यामुळे काय फरक पडणार होता आणि तसेही ते सिंह काही करणार नाहीत. तरीही एखाद्या पिंजऱ्यात अडकल्यासारखी माझी अवस्था झाली होती. मी खाली वाकून आमच्या तंबूत गेले आणि खिडकीतून बाहेर बघू लागले.

सिंह जेव्हा कॅम्पपाशी पोहोचले, ते एकमेकांशी खेळू लागले; जणू प्रचंड आकाराची मांजरेच असावीत. ते एकमेकांचा पाठलाग करत, लाकडाच्या मोळ्यांवर चढून, स्वयंपाकघरात एकमेकांशी दंगामस्ती करत होते. ते जरी झुडपांच्या आड असले, तरी त्यांच्या आवाजावरून ते काय करत आहेत, ते मला समजत होते. एक भांडे जमिनीवर पडल्याचा आवाज आला आणि सगळीकडे शांतता पसरली. बहुधा त्यांना मी शिजवत असलेली भाजी सापडली असावी.

थोड्याच वेळात पूर्ण अंधार पडला. मला ना त्यांचा आवाज ऐकू येत होता ना ते दिसत होते. ते कोठे गेले असतील? काय करत असतील? अचानक थेट माझ्या तंबूबाहेरच त्यांची पावले मला ऐकू आली. मी आमच्या बिछान्यावर बसले आणि माझ्या मनात विचारांची गर्दी झाली. मागच्या वेळी आम्ही जेव्हा मॉनला गेलो होतो, तेव्हा एका शिकाऱ्याने आम्हाला सांगितले होते की, कालाहारीतल्या सिंहांनी एका रात्रीत त्याचे तीन तंबू सपाट केले होते. त्या वेळी तो त्याच्याबरोबरील पर्यटकांना घेऊन गाडीत बसला होता. मला तेव्हा ही गोष्ट अतिशयोक्तीची वाटली होती; पण आता मला खात्री होती की, ती खरी आहे.

मला काहीतरी योजना बनवायची गरज होती. अचानक मला कपडे ठेवायची पत्र्याची पेटी दिसली. मी अजिबात आवाज न करता ती उघडली आणि त्यातले कपडे बिछान्यावर बाहेर काढले. जर सिंह तंबूशी खेळू लागले तर मी त्या पेटीत शिरून त्याचे झाकण आतून लावणार होते. मी संपूर्ण अंधारात बिछान्याच्या टोकाशी बसले होते आणि बाहेर सिंहांच्या पावलांचा, थपडांचा आणि डुरकण्याचा आवाज ऐकत होते. अचानक बाहेर शांतता पसरली. कित्येक मिनिटे बाहेरून जराही आवाज ऐकू आला नाही. ते तेथेच असायला पाहिजेत. ते जर दूर गेले असते, तर मला नक्कीच ऐकू आले असते. त्या पेटीशेजारी, बिछान्यावर बसून मी अशी कल्पना केली की, तंबूबाहेर ते एका अर्धवर्तुळात बसले असतील.

बराच वेळ गेला, तरीही कोणताच आवाज आला नाही. त्यांना माझा आवाज आला असेल का? मी पेटीत शिरावे की शांत बसून राहावे? तंबूला आधाराला बांधलेला खुंट निघाल्याचा आवाज आला. तंबूचा एक भाग ताणला जाऊ लागला. एक दोर तुटल्याचा आवाज ऐकू आला. मी तंबूच्या खिडकीतून पाहिले, तर एक सिंहीण तंबूचा एक दोर आपल्या दातात धरून खेचत होती. मला बाहेर जमिनीवर पडलेल्या वाळक्या पानांवर पावले ऐकू आली आणि जोरात वास घेतल्याचा आवाज ऐकू आला. ते माझ्यापासून काही इंचांवर, बाहेर तंबूच्या पायाशी वास घेत होते.

मग दूरवरून एक गुरगुरण्याचा आवाज ऐकू आला, गाडी? देवा, तो गाडीचाच आवाज असू दे. रात्री शांततेत आणि हवेत दमटपणा असेल, तर मला गाडीचा आवाज ती कॅम्पवर पोहोचायच्या पाऊण तास आधी ऐकू यायचा. गाडी जशी वाळूच्या टेकड्यांवरून खाली उतरायची, तसा मध्येच तो आवाज बंद व्हायचा.

परत एकदा सगळे शांत झाले. बहुधा मला भ्रम झाला असावा. तंबूबाहेर दरवाजाकडे पावले सरकल्याचा आवाज ऐकू आला. मी जर उठून जोरात, 'शू - गेट आउट' असे जोरात ओरडले, तर काय होईल याचा मी विचार करत होते; पण उठण्याची माझी काही हिम्मत झाली नाही. जेव्हा मार्क माझ्याबरोबर असे, तेव्हा माझ्यात फार जास्त हिम्मत येत असे.

पुन्हा लांबून गाडीचा आवाज ऐकू आला - तो मार्कच असला पाहिजे. खूप वेळ गेल्यावर आवाज एकदम बदलला, गाडी नदीपात्रात शिरली आणि थेट कॅम्पच्या दिशेने आली.

बाहेरून तंबूच्या कॅन्व्हासवर काहीतरी घासल्याचा आवाज आला आणि मी दचकून उडी मारली.

मार्क जेव्हा बाभळीच्या झाडाच्या दिशेने आला, तेव्हा त्याला ना शेकोटी जळताना दिसली, ना कोणता कंदील जळताना दिसला; कॅम्पमध्ये पूर्ण अंधार होता. त्याने दिवा लावला, तर त्याला असे दिसले की, तंबूच्या भोवती सात सिंह फिरत आहेत. तो घाईघाईने कॅम्पच्या आत आला, त्याने गाडी बंद केली आणि तो खिडकीतून ओरडला, 'डेलिया... डेलिया, तू ठीक आहेस ना?'

"हो - हो, मी ठीक आहे." मी भीतभीत बोलले, "बरे झाले तू आलास."

मार्कच्या आगमनाने त्यांच्या पार्टीत खंड पडल्यामुळे नाराज होऊन, सिंह कॅम्पपासून दूर नदीपात्रात दक्षिणेच्या दिशेने निघून गेले. मी उठून मार्कचे भव्य स्वागत करण्यासाठी धावले; पण माझ्या लक्षात आले की, बिछान्यावर सगळे कपडे रचलेले आहेत; त्यामुळे थांबून मी कपडे ट्रंकेत भरू लागले. मार्कला माझी योजना कळण्याची काही गरज नव्हती आणि आता विचार करता, माझी योजना जरा मूर्खासारखीच वाटत होती.

"तू नक्की ठीक आहेस ना?" तंबूत वाकून आत येत मार्क म्हणाला आणि त्याने मला मिठी मारली.

"हो - आता तू आला आहेस ना? आणि तू काय म्हणतोस? तुला भूक लागली असेल."

आम्ही गाडीतले सामान उतरवले आणि मार्कने मॉनहून आणलेल्या सामानातून मस्त मेजवानी शिजवली. आम्ही बकरीचे मांस बनवले, भजी तळली आणि गेल्या चार दिवसांत काय केले, त्याची मी मार्कसमोर उजळणी केली. आम्ही एकमेकांच्या कुशीत बसलेलो असताना मारीने ते शांतपणे ऐकून घेतले आणि त्याने मॉनची सगळी खबर सांगितली. बऱ्याच उशिरा जेव्हा मी बिछान्याकडे गेले, तेव्हा मला माझ्या उशीखाली एक चॉकलेट सापडले.

मॉन : आफ्रिकेचे शेवटचे टोक

मार्क

लवकर, नाहीतर तो खजिना हातचा जाईल,
म्हणून, अंधारात आम्ही त्याच्यावर हात मारला
हाती लागले, थोडी थोडी जुनी वर्तमानपत्रे
आणि थोडी माणसांची संभाषणे

- रुडयार्ड किप्लिंग

आम्ही वाळूच्या टेकड्या पार करून गाडी नदीकडे वळवली, तेव्हा दुपारची टळटळीत उन्हाची वेळ होती. आम्ही उन्हाने रापलो होतो, सर्व अंग धुळीने माखले होते. नदीपाशी पोहोचल्यावर गाडी आम्ही बोतेती नदीच्या पात्रात घुसवली आणि दारे उघडली. नदीच्या थंड पाण्यात आम्ही उड्या मारल्या. आम्हाला कोणीतरी मगरींबद्दल आणि नारू रोगाबद्दल काळजी घ्यायला सांगितली होती. नारू रोगाच्या जंतूंनी दूषित झालेल्या नदीपात्रातून आणि पाणवठ्यांमधून त्या रोगाचा फैलाव होत असतो; पण कालाहारीतल्या प्रचंड गरमीनंतर पाण्यापाशी पोहोचल्यावर आम्हाला नदीत पोहण्यापासून काहीच थांबवू शकणार नव्हते. आमचे डोके पाण्याबाहेर काढून आम्ही पाण्यात पडलो होतो, प्रवाह आमच्या अंगावरून वाहात होता; पण आमची नजर एका किनाऱ्यापासून दुसऱ्या किनाऱ्याकडे मगरींना शोधत होती.

१९७५चा मार्च महिना होता. आदल्या दिवशी पहाटे आम्ही मॉनकडे निघालो होतो. मी एकटा मॉनला जाऊन आल्याला तीन महिने झाले होते आणि आमच्याकडचे

सामान संपले होते. सामानाव्यतिरिक्त आम्हाला कॅम्पवरची कामे करायला एक मदतनीस हवा होता. ती कामे करण्यामध्ये आमचा संशोधनाचा महत्त्वाचा वेळ वाया जात होता. आमच्या संशोधनाची व्याप्ती वाढत होती. दुर्गम भागात राहात असल्यामुळे गवत कापणे, त्याचे विश्लेषण करणे, नकाशे काढणे, पाणी आणि सरपण आणणे, स्वयंपाक, तंबूंची दुरुस्ती आणि इतर कित्येक कामे असायची. सगळी कामे करून रात्री हायनांचा पाठलाग करायला आमच्यात त्राण राहायचे नाही आणि दिवसा झोप घ्यायला वेळ पुरत नसे.

आमच्या कॅम्पवर कोणत्याही सोयी नव्हत्या, ना पुरेसे पाणी होते. आणि आजूबाजूला सिंह भटकत असायचे. अशा ठिकाणी राहण्यास तयार असलेला एखादा मूळ आफ्रिकन निवासी शोधणे सोपे नव्हते. जो कोणी येईल त्याला विशेष पगार द्यायचीदेखील आमची ऐपत नव्हती. एखादा खास कोणी असता, तरच तो आला असता.

आता मॉन केवळ अर्ध्या तासाच्या अंतरावर होते. आम्ही थंड पाण्यात पडून गप्पा मारत होतो. मॉनला गेल्यावर आम्हाला आमची तिथली मित्रमंडळी भेटणार होती. आमच्या डोक्यावरून पिग्मी बदकांचे आणि बगळ्यांचे थवे उडत गेले. आम्ही कपडे धुवून ते काठावरील काटेरी झाडांवर वाळत घातले आणि पुन्हा पाण्यात बसलो. पाण्यातले मासे तळपायाची त्वचा कुरतडत होते. राखाडी केस असलेला एक म्हातारा माणूस खांद्यावर बकरीच्या कातडीचे वस्त्र टाकून आपल्या गाढवाला घेऊन नदीपात्राकडे आला. त्याने आमच्याकडे बघून मोठे स्मित केले. तो आपले हात हलवून आमच्याशी स्थानिक सेत्स्वाना भाषेत बोलला. आम्हीदेखील इतक्या आनंदाने त्याच्याकडे बघून हात हलवून ओरडलो की, त्याने आमच्यावर काहीतरी उपकार केले असावेत असे त्याला वाटले असणार. माझ्याशिवाय गेल्या सहा महिन्यांत डेलियाने दुसरा मनुष्यप्राणी पाहिला नव्हता.

आमचे कपडे वाळल्यावर आम्ही मॉनच्या दिशेने गेलो. मॉनला पोहोचल्यावर आम्ही थेट 'रायलीज'च्या दुकानात गेलो. रायलीजच्या दुकानाच्या काँक्रीटच्या दोन इमारती होत्या, त्याला पांढरा रंग फासलेला होता आणि वर हिरव्या रंगाचे पत्रे होते. 'रायलीज'चे दुकान नदीपात्राशेजारी वाळूत उभे होते. त्या दुकानातच एक हॉटेल, एक बार आणि एक दारूचे दुकानही होते. त्या दुकानामागे एक लांबसडक व्हरांडा होता. व्हरांड्यात लाल गेरूची फरशी होती. त्या व्हरांड्यावर शेजारच्या उंबराच्या झाडाची सावली पडायची आणि शेजारी थमलकाने नदी झुळझुळ वाहायची.

बोट्स्वानाच्या उत्तर भागातले 'रायलीज' हे एकमेव हॉटेल होते. रायलीज खरेतर बाजाराची जागा म्हणून बांधले गेले होते. हॉटेल उभे करणारे प्रवासी बैलगाड्यांमधून या शतकाच्या सुरुवातीला मॉनला आले. गेली अनेक दशके,

उत्तरेकडे झाम्बेसी नदीवर, पश्चिमेकडे घांझी भागात आणि पश्चिमेकडे ३०० मैलांवर असलेल्या फ्रान्सिसटाउनला जाणाऱ्या साहसी सहलींचे उगमस्थान म्हणून रायलीज प्रसिद्ध होते. अजूनही त्याची प्रसिद्धी कमी झालेली नव्हती. आत्ता-आत्तापर्यंत बोट्स्वानाच्या गामालँड भागात रायलीजसारखी तीन-चारच ठिकाणे आहेत. रायलीजमध्ये थंड बिअर, शनिवारी सकाळी मीट पाय आणि बर्फ मिळत असे. आम्हाला मदतनीस शोधण्यास आणि मित्रमंडळींना भेटण्यासाठी ते अगदी योग्य ठिकाण होते.

वाळवंटात कित्येक महिने एकटे राहिल्यानंतर, इतर लोकांना भेटणे आमच्यासाठी अत्यंत गरजेचे होते. गेले काही दिवस आपल्या संशोधनात मन एकाग्र करणे आम्हाला अवघड जात होते. लिओनेल किंवा फिलीस काय करत असतील किंवा कोणाशी तरी गप्पा मारत एखादी थंड बिअर घेता आली असती तर फार बरे झाले असते... असे विचार सारखे आमच्या मनात येत असत.

आमच्या चेहऱ्यावर उत्कंठेचे हसू दाटले होते. आम्ही 'रायलीज'समोर गाडी थांबवली आणि तिथल्या गाड्यांच्या मागे लावली. सगळ्या गाड्यांची पुढची जाळी वाकलेली होती, काट्या-कुट्यांमुळे गाड्यांवर ओरखडे उठलेले होते आणि बहुतेक गाड्यांमधून खाली तेल गळलेले होते. व्हरांड्याच्या बाजूच्या बुटक्या भिंतीमागे शिकारी लोक आपल्या डेनिम आणि खाकी कपड्यांमध्ये गप्पा मारत बसलेले होते. ते वायरच्या खुर्च्यांवर रेलून बसले होते आणि प्रत्येकापुढे बिअरचे रिकामे कॅन्स होते. थोराड भुवया असलेले अनुभवी रांचर आपले गलेलठ्ठ हात टेबलावर रेलून एकमेकांशी बोलत होते. घामाचे डाग पडलेल्या त्यांच्या हॅट्स शेजारी भिंतीवर अडकवलेल्या होत्या. अंगावर लाल-काळे वस्त्र आणि डोक्यावर बांबूच्या काड्यांची टोपी घातलेला स्थानिक आदिवासी, लायन आणि कॅसल बिअरचे मग घेऊन खेपा घालत होता.

आम्ही मागच्या खेपेला डॉलीन पॉल नावाच्या सोनेरी आखूड केसांच्या एका आकर्षक तरुण मुलीला भेटलो होतो. तिने व्हरांड्यापलीकडून आम्हाला हात केला. डॉलीनचा जन्म त्याच भागातला, ती मॉनजवळच वाढली होती. सायमन नावाच्या एका इंग्लिश तरुणाशी तिचे लग्न झाले होते. सायमनने नुकतेच शिकारीचे शिक्षण पूर्ण केले होते. आम्ही तिच्या दिशेने जाऊ लागताच, आजूबाजूने मैत्रीपूर्ण अभिवादन ऐकू येऊ लागले, 'ओह ख्राईस्ट, बिअरच्या मगकडे लक्ष असू द्या! हे आले पर्यावरणतज्ज्ञ!'

ओळखीच्या लोकांशी हात मिळवताना मी जरा जास्तच वेळ हात धरून ठेवत होतो. डाव्या हाताने समोरच्याचा हात पकडून उजव्या हाताने टाळी देत होतो. आम्ही एवढे हसत होतो की, आमचे गाल दुखायला लागले. आम्ही पुनःपुन्हा सगळ्यांना अभिवादन केले, पुनःपुन्हा सगळ्यांची नावे घेतली. आपण जरा वेड्यासारखेच वागत

आहोत असे लक्षात आल्यावर मी एका टेबलाजवळ बसलो आणि एक बिअर मागितली.

नुकतीच दुपार झाली होती; पण कोणालाच कोठेच जाण्याची घाई नव्हती. सगळेजण थंडगार बिअर हातात धरून शिकारीच्या गोष्टी करत होते. त्या गप्पांमध्ये सामील होण्याची आम्हाला घाई झाली होती. त्या घाईतच आम्ही काहीतरी बोललो, ज्यामुळे सगळे संभाषणच क्षणभर थांबले आणि आम्ही एकदम गप्प झालो. इतरांना ज्यात रस नसेल, अशा विषयांबद्दल आम्ही जरा जास्तच वेळ आणि जोरात बोलत होतो बहुतेक! आमची समाजात राहण्याची सवय गेली होती.

मधूनच सायमनच्या गाडीबद्दल संभाषण चालू झाले. त्या गाडीचे क्लच, बेअरिंग कसे बिघडले आहे आणि आज दुपारीच ते बदलायला पाहिजे वगैरे; पण तेवढ्यात कोणीतरी आणखी एका बिअरच्या फेरीची ऑर्डर दिली.

डॉलीनला तिथले सगळे स्थानिक लोक माहिती असल्यामुळे आम्ही तिला विचारले की, तिच्या माहितीत कोणी कामसू व्यक्ती नोकरीच्या शोधात आहे का? आणि तो आमच्याबरोबर डिसेप्शन व्हॅलीमध्ये येऊन राहण्यास तयार असला पाहिजे. ''वरवर विचार करता तरी कोणी आठवत नाही.'' ती म्हणाली, ''पण तिकडे वाळवंटात, अनेक महिने इतर कोणीही आफ्रिकन भेटणार नाही अशा ठिकाणी जो राहायला तयार होईल असा एखादा माणूस मिळणे अवघड आहे. तुम्ही आज रात्री माझ्या वडिलांच्या 'ब्राई'ला या, तिथे एखादा शिकारी, नाहीतर रांचर मिळेल; ज्याला असा कोणी माहीत असेल.'' ब्राई किंवा ब्राईव्हलेस हा दक्षिण आफ्रिकन स्नेहभोजनाचा प्रकार आहे. आम्ही त्याबद्दल बरेच ऐकले होते; पण त्याला गेलो कधीच नव्हतो.

बऱ्याच तासांनंतर सगळे उठले, आळोखेपिळोखे देऊन वडिलांकडे जाण्याबद्दल बोलू लागले. दुपार संपत आली होती आणि कोणीच सायमनची गाडी ठीक करण्याबद्दल पुन्हा बोलले नव्हते. बहुधा त्या गोष्टीची आज घाई नसावी.

वडिलांकडे जात असताना, आम्ही आमचे स्वागत कसे झाले, याबद्दल चर्चा करत होतो. ''तुला काय वाटते लॅरी आपल्याशी कसा वागला? विलीला आपल्याला बघून खरोखरच आनंद झाला असेल का?'' डेलियाने मला सूचना दिली, 'वडिलांच्या घरी सगळे भेटतील, तेव्हा इतका उत्साहित होऊ नकोस.'

डॉलीनचे वडील, 'डॅड' रिग्स हे त्या भागात स्थायिक होणाऱ्या पहिल्या गोऱ्या लोकांपैकी एक होते. त्यांनी कित्येक वर्षे सेहीथ्वामध्ये एक दुकान चालवले होते. सेहीथ्वा हे 'लेक गामी' जवळचे एक गाव आहे. नंतर डॅड मॉनला आले. डॉलीन आणि तिचे भाऊ इंग्रजी शिकायच्या आधी, केव्हाच सेत्स्वाना भाषा बोलू लागले होते. ते दक्षिण आफ्रिकेला बोर्डिंग स्कूलमध्ये शिकायला गेल्यावर इंग्लिश बोलू लागले. नंतर डॅड मॉनमधील 'गामालँड ट्रेडिंग सेंटर' नावाच्या एका सामानाच्या

आणि देवाणघेवाणीच्या दुकानात मोजणी-कारकून होते.

डॅडचे घर फिकट पिवळ्या रंगाचे होते, त्याच्यावर पत्र्याचे छप्पर होते आणि भिंतीच्या रंगाचे पोपडे गेलेले होते. व्हरांड्यावर छप्पर म्हणून लोंबते कापड टाकले होते. घर दुकानाच्या मागे लपलेले होते. घराच्या कोपऱ्यात एक घोड्याची पागा होती, ज्याच्या आसपास खोगिरे, पांघरुणे, लगाम पडलेले होते. कोंबडीची पिल्ले, घोडे आणि बकऱ्या मागच्या अंगणात इकडेतिकडे चरत होत्या. त्या सगळ्यांकडे लक्ष द्यायला बरीच मुले होती. अंगणाला तारेचे कुंपण होते आणि अंगणातच चार-पाच शिकारी, रांचर आणि त्यांच्या बायका खाली गाद्यांवर बसलेल्या होत्या. गाद्यांना बरेच डाग पडलेले होते आणि ठिकठिकाणी आतला कापूस बाहेर आला होता. डॅड रिग्स आमचे स्वागत करायला दाराशी आले. भरपूर पावसाळे पाहिलेल्या त्यांच्या चेहऱ्यावर स्वागतपर हसू होते. त्यांच्या सोनेरी कुरळ्या केसात पांढरी छटा डोकावत होती. त्यांची मिशी एका स्पष्ट रेषेत कापलेली होती. सर्पदंशाचे विष शरीरात पसरू नये म्हणून पूर्वी कधीतरी त्यांचे एक बोट कापलेले होते. जेव्हा डॉलीनने आमची ओळख करून दिली, तेव्हा आपला जड हात डेलियाच्या खांद्याभोवती टाकून आपले तुटके बोट वरखाली करत ते म्हणाले, "एक गोष्ट नक्की, जो कालाहारीमध्ये राहतो, त्याचे माझ्या घरी कायमच स्वागत आहे, अगदी नक्की!"

डॅड आम्हाला आपल्या मित्रांमध्ये घेऊन गेले आणि आम्ही एखाद्या गादीवर आपली जागा घेण्याआधीच, सेसिल नावाच्या त्यांच्या मुलाने आमच्या हातात दारूचा ग्लास ठेवला. सेसिल अगदी भरपूर रपेट करणारा आणि दारू पिणारा पक्का काउबॉय होता. डेलिया एका बकरीला कुरवाळत बसली होती. त्या बकरीचे केस लांबसडक व पांढरे होते, ती घाबरलेली दिसत होती; तिच्या पिवळ्या डोळ्यांत भय दाटले होते. ती बकरी एका पाण्याच्या नळाला बांधलेली होती. आम्ही सिंह, हत्ती आणि म्हशींच्या शिकारीच्या आणखी गोष्टी ऐकल्या. त्यातल्या बहुतेक शिकारी इथे येण्याआधी हातात कधीच बंदूक न धरलेल्या पाहुण्यांनी केलेल्या होत्या. टोनीवर एका जखमी म्हशीने हल्ला केला होता, ती गोष्ट आम्ही ऐकली. सगळ्यात मोठा सिंह, सगळ्यात मोठा हत्ती आणि सगळ्यात मोठी रायफल, द फोर-फाइव्ह-एट, अशा अनेक गोष्टी ऐकल्या. गुरे विकत घेण्याबद्दल, त्यांच्या देवाणघेवाणीबद्दल बोलणी झाली, ऱ्होडेशियामधील युद्धाबद्दल चर्चा झाली. आपल्या बायकोबरोबर लफडे केल्यामुळे रॉजरने एक खांब हातात घेऊन रिचर्डचा कोथळा बाहेर काढला ती गोष्ट ऐकली... हास्याचे फवारे आणि बिअरवर बिअर. आजूबाजूच्या आफ्रिकन लोकांच्या झोपड्यांमधून गाढवांच्या खिंकाळण्याचे, कुत्र्यांच्या भुंकण्याचे आणि गुम्बा संगीताचे स्वर ऐकू येत होते.

गंजलेल्या तारेचे दार वाजले आणि लिओनेल पामर आणि युस्टीस राइट असे

दोघे आत आले. युस्टीस तिथला न्यायाधीश होता आणि एक रांचरदेखील! युस्टीसच्या शर्टची एक-दोन बटणे तुटलेली होती आणि त्यातून त्याचे विशाल पोट बाहेर डोकावत होते. त्याने बॅगी हाफपँट घातली होती, जी इतकी घट्ट होती की, त्याच्या पायाकडे बघितल्यावर गाठी आलेल्या चालण्याच्या लाकडी काठीकडे बघितल्यासारखे वाटत होते. ऊन आणि कष्टांमुळे त्याचा चेहरा रापलेला होता. तो लिओनेलशेजारी फतकल मारून खाली बसला आणि म्हणाला, ''मला माहिती होते तुम्ही गरिबाची दारू पीत असणार.'' असे म्हणून तो खिदळला आणि त्याने आपल्या बगलेतून एक स्कॉच व्हिस्कीची बाटली बाहेर काढली. आपल्या समोरच्या ग्लासात त्याने दारू ओतली. तो म्हणाला, ''कळत नाही मी या फालतू लोकांत यायला का राजी झालो?... मॉनमधला सगळा गाळ!'' असे म्हणत त्याने हातातल्या व्हिस्कीचा मोठा घोट घेतला आणि ओरडला, ''ख्राईस्ट, मी इथे काय करतोय कोणास ठाऊक.'' सगळ्यांनी त्याच्या ओरडण्याला जल्लोष करून दाद दिली.

लिओनेल आणि युस्टीस हे मॉनमधील सर्वांत माननीय व्यक्तींपैकी होते. त्यांनी जुन्या मॉनबद्दल गोष्टी सांगायला सुरुवात केली. ''सायमन, जेव्हा लिओनेल आणि या केनीने 'रायलीज'मधून हिशोबाची वही चोरली होती, तेव्हा तू इथे होतास का? हममम... त्या आठवड्यात रॉनी एकदम वैतागलेला होता.''

'रायलीज'मध्ये बारटेंडर म्हणून काम करणारा रॉनी केज तिथला हिशोबदेखील पाहात असे. त्याने मॉनमधील पहिली हिशोबाची वही रायलीजमध्ये बनवली होती. एक दिवस रॉनीचा भाऊ केनीने त्याला गप्पांच्या नादात गुंतवले आणि लिओनेल, सेसिल व डगी राइट यांनी ती वही उचलली आणि ते लिओनेलच्या गाडीकडे धावले, ती वही गाडीत फेकून ते पळून गेले.

साहजिकच रॉनी वैतागला आणि शेवटी एकदा जेव्हा ती वही परत मिळाली, तेव्हा त्याने ती बार टेबलवर पक्की बांधून टाकली. काही दिवसांनी जणू काही झालेच नाही अशा आविर्भावात लिओनेल आणि बाकीचे पुन्हा रायलीजच्या दुकानात शिरले. त्यांच्या जवळ एक तार लपवलेली होती. रॉनीची पाठ वळताच त्यांनी ती तार वहीच्या खाली घातली आणि जोर लावून वही उडवली. बाहेर गाडीत एक साथीदार वाटच पाहात होता. वहीला बांधलेली दोरी तुटली आणि वही जोरात उडाली आणि दाराबाहेर जाऊन पडली. जेव्हा रॉनीने त्या वहीबद्दल पोलिसात तक्रार केली, तेव्हा त्याला सगळ्यांनी अखिलाडू वृत्तीबद्दल दोष दिला.

''मला आठवते आहे, एका रात्री डॅड, पामरच्या घरी दारूच्या नशेत पूर्ण झिंगले होते.'' सायमन म्हणाला. त्याच्या आवाजाला ब्रिटिश वळण होते.

''त्यात नवल ते काय?'' सेसिल हसत म्हणाला.

''फरक एवढाच की, त्या दिवशी आम्ही त्यांना घरी आणले आणि एका

खेचराबरोबर बिछान्यात झोपवले.''

''त्यांना वाटले ते ख्रिस्तीनचे काम आहे.'' सगळे जोरात खिदळले आणि डॅडच्या पाठीवर थापा पडल्या.

जेव्हा मला युस्टीसला बाजूला घेऊन बोलायची संधी मिळाली, तेव्हा मी त्याला आमच्या मदतनिसाच्या निकडीबद्दल सांगितले, ''कोण मूर्ख त्या भयाण कालाहारीच्या मधोमध जाऊन राहील?'' तो जोरात हसला आणि म्हणाला, ''जो राहील तो महामूर्खच असला पाहिजे.''

''ठीक आहे; पण तू आम्हाला मदत करू शकशील का?''

''ऐक, मारी, ही अवघड गोष्ट आहे. या लोकांना एकटे राहायला आवडत नाही आणि विशेषतः आजूबाजूला जिथे सिंहांचा मुक्त संचार असतो तिथे. त्याने सिगारेटचा जोरात झुरका घेतला आणि म्हणाला, 'थांब, मॉक्स नावाचा एक तरुण आहे, मी त्याला स्वतःच्या अंगाखांद्यावर लहानाचे मोठे केले आहे, तो अनेक वर्षे माझ्याकडे काम करतो आहे. तसा तो शांत स्वभावाचा आहे, अर्थात जेव्हा दारूच्या नशेत नसेल तेव्हा! नशेत असला, तर तो सगळ्या गावाला घाबरवून सोडतो. ख्रा..ई...स्ट! तसा तो एकदम शूर आहे आणि तो बायकांमध्ये एकदम कुप्रसिद्ध आहे. तो जेव्हा मोकाट असतो, तेव्हा गावातल्या बायका असुरक्षित असतात, असे म्हणतात. तो रोज दारू पिऊन झिंगू लागला; त्यामुळे मी त्याला विलीबरोबर काम करायला आमच्या गुरांच्या छावणीवर पाठवले. कदाचित तो तुमच्याबरोबर यायला तयार होईल आणि तुमच्या इथे त्याला दारू अजिबात मिळणार नाही; त्यामुळे तो कामही ठीक करेल.' उद्या दुपारच्या वेळी तुम्ही माझ्या घराकडे या. मी त्याला बोलावून घेतो; मग बघू तो तुमच्या बरोबर यायला तयार होतो की तुम्ही त्याला न्यायला तयार होता आहात.''

डॅड उभे राहिले आणि म्हणाले, ''आता ब्राईचा कार्यक्रम चालू करायला पाहिजे.'' त्यांनी ती बकरी शिंगांना धरून पकडली आणि अंगणाच्या मध्ये खेचली. मग एक सुरी घेऊन बकरीची मान कापली. ती एकदा ओरडली आणि मग रक्ताच्या थारोळ्यात खाली कोसळली. मी आवंढा गिळला आणि डेलियाकडे बघितले, तर ती पण आश्चर्याने थक्क झाली होती.

एक लाकडाचा ठोकळा आणि दोऱ्या घेऊन डॅड आणि बाकीच्या आफ्रिकन लोकांनी त्या बकरीचे शव तिच्या पायांना धरून उचलले आणि तिच्या डोक्याखाली एक टायर टाकले. त्या टायरमध्ये तिचे वाहते रक्त गोळा होऊ लागले. 'गोट्सा मोलेलो!' डॅड ओरडले मग त्यांनी आपले हात आणि हातातली सुरी एका नळाखाली धुतली. नंतर त्यांनी मोपेनच्या झाडाच्या वाळक्या फांद्यांची एक शेकोटी पेटवली. सगळेजण बकरीभोवती गोळा झाले आणि हातात सुरी घेऊन सगळ्यांनी

बकरीच्या मांसाचा तुकडा कापून घेतला. बकरीचा थोडासाच भाग शिल्लक राहिला होता. कातडीविना शिल्लक राहिलेले तिचे डोके आणि त्यातून बाहेर येणारे डोळे तेवढे दिसत होते.

शेकोटीभोवती गप्पा रंगत गेल्या आणि बिअरच्या बाटल्यांमागून बाटल्या रित्या होत गेल्या. युस्टीसच्या बोट्स्वानी बायकोचे नाव डैसी होते. तिने शेकोटीतून निखारे बाहेर काढले आणि त्यावर एक जड लोखंडी पाण्याचे भांडे उकळायला ठेवले. जेव्हा पाणी उकळत होते, तेव्हा तिने त्यात मक्याचे पीठ ओतले आणि ती ढवळू लागली. रात्रीच्या अंधारात शेकोटीतून ठिणग्या उडत होत्या. तेवढ्यात डॅड आणि सेसिलने अजून कोळसे काढले आणि त्यावर बकरीचे मांस रचून ठेवले. आत्तापर्यंत मक्याची लापशी दाट शिजली होती. त्याला सगळेजण 'पॉप' असे म्हणत होते. मांसदेखील शिजले होते आणि त्याचा चुर्र आवाज होत होता. सगळ्यांनी बकरीच्या मांसाच्या चॉप्सवर ताव मारला. खाताना मांसातून बाहेर येणारे तेल लोकांच्या गालांवरून आणि ओशट बोटांवरून ओघळत होते.

मनुष्यप्राणी हा एक समाजात राहणारा मांसाहारी प्राणी आहे. मनुष्यजातीच्या उत्क्रांतीतला महत्त्वाचा भाग आम्ही पुन्हा अनुभवत होतो. त्या शिकारीच्या गोष्टी, ती पेये, तो परस्परांमधील सद्भाव - आपले पूर्वज प्रीहोमिनीडस् जसे झाडांवरून उतरून जमिनीवर राहू लागले; त्यांचाच हा वारसा होता. आपले पूर्वज आफ्रिकेतील जंगलात झाडांवर राहात होते, तेव्हा ते शाकाहारी होते; ते खाली उतरून मैदानात राहू लागले, तसे ते मांसाहारी बनले. खरे तर प्राण्यांचा माग काढून त्यांची शिकार करणे धोकादायक असते. शिकार करण्याचे सामर्थ्य त्यांच्यात नव्हते; पण एकत्र शिकार करण्यात खूप फायदा होता. एकत्र शिकार केल्याने मांस वाटून घेता येत असे. शिवाय शिकारीचा माग काढण्याच्या पद्धती आणि शिकार करण्याच्या माहितीची एकमेकांशी देवाणघेवाण केल्याने त्यांच्या भाषादेखील समृद्ध झाल्या. एकमेकांशी बोलत, शिकारीच्या क्लृप्त्या सांगत, अन्नाची देवाणघेवाण करत असताना एकमेकांना साहाय्य करण्याची प्रवृत्ती स्थापित झाली. त्याच वेळी तरुणांना शिक्षण आणि प्रोत्साहन मिळत गेले. प्रभावी सामाजिक एकोपा आणि त्याचबरोबर उच्चतम बुद्धिमत्तेचा विकास यामुळे मनुष्यप्राणी या भूतलावरील सर्वांत प्रबळ मांसाहारी प्राणी बनला आहे. मी या समारंभात भाग घेतला, तसे माझ्या लक्षात आले की, माणसाचे मूळ स्वरूप गेल्या हजारो वर्षांत विशेष बदललेले नाही.

●●●

ब्राईच्या कार्यक्रमानंतर डॉलीन आणि सायमनने आम्हाला बफेलो कॉटेजमध्ये राहायचे आमंत्रण दिले. त्यांचा बंगला नदीपात्राच्या फुगवट्याच्या ठिकाणी बांधलेला होता.

त्या बंगल्याच्या आसपास सगळीकडे बोगनवेलीची झाडे फुललेली होती. मुख्य प्रवेशद्वारावर आफ्रिकन केप बफेलोचे डोके टांगलेले होते. आमच्या बेडरूममधून नदीचे पात्र दिसत होते. कोल्ह्याच्या चामड्याच्या जाजमावर आमच्यासाठी स्वच्छ टॉवेल आणि बेडशीट मांडून ठेवलेले होते. आम्ही झोपण्याआधी मी त्या जाजमाच्या रेशमी त्वचेवरून हात फिरवला. 'कॅप्टन'सारखे तीस कोल्हे तरी या जाजमासाठी बळी पडले असतील.

दुसऱ्या दिवशी सकाळी आम्हाला चहा आणि मसालेदार बिस्किटांच्या वासाने जाग आली. आमच्या इथे चहा-बिस्किटे ठेवून अनवाणी पायाने परत जाणाऱ्या एका पोऱ्याची पावले ऐकू येत होती. नंतर आम्ही डॉलीन आणि सायमनबरोबर नदीपात्राच्या समोरच्या व्हरांड्यात नाश्त्याच्या वेळी टोस्ट, संत्र्याचा मुरंबा आणि अजून चहा घेतला. आदल्या रात्री भेटलेले अनेक शिकारी लोक तेव्हाच सायमनच्या घरी आले. सगळ्यांच्या डोळ्यांवर अजूनही थोडा दारूचा अंमल दिसत होता आणि त्यांची जीभ अजूनही जड झालेली होती. सायमनने आणखी एक चहाची किटली मागवली.

सगळ्यांनी आम्हाला दुसऱ्या दिवशी मासेमारीसाठी येण्याचा आग्रह केला; पण आम्हाला कालाहारीमध्ये परतण्याची घाई होती. आम्ही त्यांना नम्रपणे नकार दिला. ''ठीक आहे - जा मग तुमच्या येड्या कालाहारीत.'' कोणीतरी विनोद केल्यासारखे म्हणाले. आम्हाला ठाऊक होते की, म्हणणारा काही गांभीर्याने बोलत नाही; पण तरीही ते बोलणे आम्हाला लागले. आम्हाला काळजी होती की, आम्ही समाजात राहायला नालायक तर नाही ना झालेलो. बोलण्यात डॅडच्या ब्राईचा, दुसऱ्या दिवशीच्या मासेमारीच्या सहलीचा विषय निघाला. मध्येच कोणीतरी सायमनच्या गाडीबद्दल आणि ती दुरुस्त करून घेण्याचा विषय काढला. आम्ही सगळ्यांचा निरोप घेतला आणि सामानाच्या खरेदीसाठी बाहेर पडलो. मॉनमधल्या दुकानांच्या इमारती बुटक्या ठेवणीच्या आहेत, त्यांना छतावर पत्रे घातलेले आहेत. गावातल्या मुख्य रस्त्यांच्या शेजारी फुटपाथला लागून ही दुकाने आहेत.

कालाहारीमध्ये पुढचे काही महिने राहण्यासाठी आवश्यक असलेले अन्नपदार्थ आणि बाकी सामान मिळवायला आम्हाला बहुधा सर्व दुकानांना भेट द्यावी लागायची. अगदी गाडीच्या चाकांच्या ट्यूब्ज आणि पंक्चर काढायला लागणाऱ्या रबराच्या तुकड्यांसारखे साधे सामानही कित्येक वेळा उपलब्ध नसायचे. कित्येक वेळा सामान घेऊन येणाऱ्या एखाद्या ड्रायव्हरबरोबर फ्रान्सिसटाउनहून आम्हाला आमचे सामान मागवावे लागे. जेव्हा डांबरी रस्ता खराब असेल, तेव्हा आम्हाला पेट्रोल आणि इतर सामान मिळण्यासाठी कित्येक दिवस वाट पाहावी लागे. एक-दोन दुकानांमध्ये गेल्या काही दिवसांतच फ्रीज बसवलेला असल्यामुळे चीज, ब्रेड, अंडी आणि दुधासारखे नाशवंत पदार्थ तेथे उपलब्ध झाले होते.

आम्ही सामान गोळा करण्यासाठी एका दुकानातून दुसऱ्या दुकानात फिरत होतो. गावात वाहनांच्या वहिवाटीमुळे वाळूत रस्ते पडलेले होते, ते इतके अरुंद असायचे की, रस्त्याने जाताना लँडरोव्हरच्या बाजूंना घासत असे, कचकन ब्रेक दाबून गाडी थांबवावी लागे आणि शिट्टी मारून वाटेतल्या गाढवांना, कुत्र्यांना, बकऱ्यांना, गाई-गुरांना आणि मुलांना हटवावे लागे. कित्येक वेळा वाटेत उभी असलेली मुले अजिबात हटत नसत, जणू ते आम्हाला त्यांच्या अंगावरून गाडी नेण्याचे आव्हान देत असावेत. मॉनमधल्या घाऊक सामान मिळणाऱ्या दुकानाचे नाव स्पायरोज असे होते. (ते नाव दुकानाच्या ग्रीक मालकाच्या नावावरून पडले होते.) त्या दुकानात एक घोडा खांबाला बांधलेला होता. घोड्याच्या पाठीवर बकरीच्या कातड्यापासून बनवलेले खोगीर होते आणि त्यावर लोकरीचे ब्लँकेट होते. बकरीच्या दुधाचे चीज चामड्याच्या पिशवीत एका चामडी पट्ट्याने घोड्याच्या पाठीवर बांधलेले होते. दुकानाची एकच मोठी खोली होती, त्यात लाकडाची ओबडधोबड कपाटे ठेवलेली होती. सगळ्या कपाटांच्या भोवती एक जाड लाकडाची फळी लावलेली होती. एका बाजूला वरपर्यंत कॅनमधले डबाबंद अन्नपदार्थ, सनलाइट साबणाच्या वड्या, टायगर ओटस्चे डबे, लायन कंपनीच्या काड्यापेट्या, चरबीच्या तेलाची पाकिटे, नेस्ले पावडरच्या दुधाची पाकिटे आणि इतर वाणसामान भरलेले होते. त्या दुकानात शर्ट, पँट, स्वस्तातले टेनिसचे शूज आणि भडक रंगाच्या कापडाचे तागेदेखील विकायला होते. सुट्या पिठाचे, मिली-माल (मक्याचे पीठ), मक्याचे भरड पीठ आणि ज्वारीच्या पिठाने भरलेले मोठे पत्र्याचे डबे दुकानाच्या पुढच्या भागात होते. लाकडी फळीवर एक लोखंडी तराजू होता. त्या तराजूच्या आडव्या पट्टीवर सरकणारी वजनाची मापे अडकवलेली होती. खोगीर, लगाम, पाइप, चेन आणि केरोसीनचे दिवे भिंतीवर लटकवलेले होते.

दोन उंचपुऱ्या, उदास चेहऱ्याच्या हेरेरो बायका दुकानात शिरल्या. भरपूर उकाडा असला, तरी त्यांनी भडक रंगाचे पूर्ण लांबीचे ड्रेस घातलेले होते; त्यावर जांभळ्या शाली घेतलेल्या होत्या आणि लाल फेटे बांधलेले होते. तोंडातल्या पाइपमधून धूर फुंकत त्यांनी रॉकेलच्या ड्रममधून नळाने कोकच्या बाटल्या भरून रॉकेल घेतले. त्या नळाखाली गळलेले रॉकेल जमा करायला एक पत्र्याचा बाथटब ठेवलेला होता. दुकानात बायका, पुरुष आणि मुलांची गर्दी होती. सगळे हातात पैसे धरून ओरडून दुकानातल्या कामगारांना आपली ऑर्डर सांगत होते.

डेलिया शेल्फवरून कॅन घ्यायला लागली. दुकानात डेलियाची ऑर्डर एक कृष्णवर्णीय तरुण मुलगी घेत होती. तिच्या अंगातला ड्रेस एका खांद्यावरून लटकत होता. तिने एका पेपरच्या पिशवीची एक बाजू फाडली आणि त्यावरच यादी बनवून ती सामानाशी तपासायला लागली. दुकानात खाली तिपाया, भांडी, किटल्या,

पत्र्याचे बाथटब, कुदळी आणि फावडी ठेवलेली होती. मला त्या सामानात कुऱ्हाडीसाठी एक जाड लाकडाचा दांडा सापडला.

नंतर कॅम्पमध्ये परतल्यावर आम्ही जेव्हा आमचे सामान उतरवले, तेव्हा आमचा तीन महिन्यांचा पिठाचा आणि साखरेचा साठा चोरीला गेल्याचे आमच्या लक्षात आले. संतापाने आमचा तिळपापड झाला. आमच्या तुटपुंज्या पैशांमध्ये आम्हाला पुढच्या ठरलेल्या ट्रीपच्या आधी परत मॉनला जाणे शक्य नव्हते; त्यामुळे आता तीन महिने आम्हाला ब्रेडशिवाय राहावे लागणार होते. ब्रेड आमच्या आहारातला एक महत्त्वाचा भाग होता. आमच्या लँडरोव्हरच्या बऱ्याचशा दारांची आणि खिडक्यांची कुलपे मोडलेली असल्यामुळे चोरीचा प्रतिबंध करण्यासाठी आमच्याकडे विशेष कोणताही मार्ग नव्हता. एकमेव उपाय म्हणजे गावात असताना प्रत्येक मिनिट दोघांपैकी एकाने गाडीकडे लक्ष द्यायचे. आमच्या पुढच्या ट्रीपच्या वेळी मात्र मी ती समस्या कायमची सोडवली.

पुढच्या वेळी आम्ही कॅम्पवरून निघण्याच्या तयारीत असताना, कॅम्पमधील पक्षी जोरजोरात ओरडू लागले आणि धोक्याची घंटा वाजवू लागले. आम्हाला दोन दहा फुटी काळे माम्बा साप आमच्या स्वयंपाकघराच्या तंबूवर झाडावर चढताना दिसले. त्यांचा झाडावरील पक्षी खाण्याचा इरादा असावा. काळा माम्बा एवढा विषारी असतो की, तिथले स्थानिक लोक त्याला 'दोन पावले' अशा अर्थाच्या एका नावाने बोलावतात. त्याचा अर्थ असा की, तो साप तुम्हाला चावला, तर तुम्ही फार तर दोन पावले टाकू शकता.

मी त्या सापांना गोळी घालून ठार मारले आणि त्यांना घेऊन मॉनला गेलो. जेव्हा आम्ही सामान घेतले, तेव्हा गाडीतल्या त्या सामानाच्या ढिगावर मी ते साप गुंडाळून ठेवले. ते मेलेले होते; त्यामुळे काही फरक पडला नाही. आमच्या गाडीपाशी कुतूहलाने आलेला पहिला मुलगा आपली बोटं खिडकीच्या बाजूने आत घालून गाडीभोवती फिरत होता. तसे करता करता तो अचानक थांबला आणि एक किंकाळी फोडून त्याने मागे उडी घेतली. नंतर तो गावात नाहीसा झाला. काही वेळातच सगळ्या गावामध्ये ही बातमी पसरली होती की, कोणी त्या 'ग्रेगूज'च्या नादी लागू नये.

●●●

मॉनमध्ये दोन खाटकाची दुकाने होती. दोन्ही दुकानांचे मालक ग्रीक होते. त्यांची नावे 'मॉन बुचरी' आणि 'डर्टी जॉर्ज' अशी होती. डर्टी जॉर्जचे दुकान त्यातल्या भरपूर माश्या, अस्वच्छपणा मुळे कुप्रसिद्ध होते; पण तिथे मांस स्वस्त मिळायचे.

आम्ही नेहमी मॉन बुचरीमध्ये सामान खरेदी करायचो. खरेतर त्या दुकानात

आणि जॉर्जच्या दुकानात मिळणाऱ्या मांसात काही फरक नसायचा. अख्ख्या गावात ताजे मांस मिळण्याच्या दोनच जागा होत्या. पूर्वी गावकरी हरणांच्या मोठमोठ्या कळपाची शिकार करून खायचे. मॉनभोवतालचे बरेचसे हरणांचे कळप आता गावकऱ्यांच्या गाई-गुरे व बकऱ्यांमुळे विस्थापित झाले होते. दुकानात दोन उंचेपुरे वन्य जमातीचे पुरुष खाटिक म्हणून काम करत होते. लिबलिबीत, कापायला अवघड अशा मांसाचे तुकडे करून ते वजनकाट्यांवर ठेवत होते. त्या दोघांचे बूट आणि एप्रन रक्ताने माखलेले होते. खूर असलेल्या जनावरांची इथले स्थानिक गुराखी लोक अतिशय मनोभावे पूजा करतात. जनावरे मरायला टेकल्याशिवाय खाटकाकडे धाडत नाहीत; त्यामुळेच इथल्या मांसाची प्रत खराब असते का, असा प्रश्न मला नेहमी पडायचा. गाईचे महत्त्व ती जिवंत असताना जास्त असते, ती आपल्याकडच्या सुबत्तेचे प्रतीक असते. मॉनमधले लोक म्हणायचे की, अगदी मरतुकडी आणि मरायला टेकलेली जनावरेच फक्त खाटकांकडे जातात.

जेव्हा आमचे सामान घेऊन झाले, तेव्हा आम्ही उत्तरेच्या रस्त्याने युस्टीसच्या शेताकडे गेलो. त्याचे छोटेसे शेत थमलकाने नदीच्या वळणावर होते. रुंद नदीपात्राच्या कडेला छोट्या बांधणीचे घर उभे होते. घरामागे उंच झाडांचे मोठे अंगण होते आणि भाजीपाला लावलेले शेत नदीपात्राच्या उतारावर किनाऱ्यावरच्या उंच गवतापर्यंत पसरलेले होते.

जसे आम्ही त्या लांबसडक रस्त्यावर त्याच्या घराच्या दिशेने गेलो, तसा युस्टीस बागेच्या बाजूच्या दाराने बाहेर आला. त्याच्या शेजारी एक पंचविशीतला मध्यम उंचीचा सडपातळ काळा माणूस, डोक्यावर एक पसरती टोपी घालून जॅकरांडाच्या झाडाखाली उभा होता. हाच तो मॉक्स, ज्याच्याबद्दल आम्हाला युस्टीसने सांगितले होते. मॉक्सच्या शेजारी त्याची सामानाची पिशवी होती. मी त्याच्याशी हस्तांदोलन केले, तसे मला जाणवले की, त्याचे हात आणि खांदे बळकट आहेत आणि त्याचे पाय एखाद्या हरणासारखे लांबसडक आणि बारीक आहेत.

मी मॉक्सशी बोलत असताना युस्टीस दुभाषाचे काम करत होता. आम्ही त्याला समजावून सांगितले की, आम्ही बोतेती नदीच्या पुष्कळ पलीकडे कालाहारीमध्ये पुष्कळ लांब एका कॅम्पवर राहतो. जर तो आमच्याबरोबर राहायला आला, तर त्याने समजून असावे की, तिथले आयुष्य खडतर आहे, तिथे पाण्याची कमी आहे, त्याला बाकीचे लोक कित्येक महिने भेटणार नाहीत, काही रात्री आमच्या कॅम्पवर सिंहदेखील येतात. आम्ही त्याच्या अन्नपाण्याची काळजी घेऊच; पण त्याशिवाय त्याला देण्यासाठी आमच्याकडे विशेष पैसे नाहीत. त्याला राहायला आम्ही दहा बाय बारा फुटांचा एक तंबू बांधून देऊ. त्याला आमच्या गाडीची दुरुस्ती करावी लागेल आणि

टायरचे पंक्चर काढावे लागेल. त्याशिवाय त्याला आमचा कॅम्प स्वच्छ ठेवावा लागेल तसेच पाणी आणण्यासाठी, सरपण आणण्यासाठी मदत करावी लागेल. शिवाय आमच्या संशोधनात जशी लागेल तशी मदत करावी लागेल.

या सर्व एकतर्फी संभाषणात माझ्या लक्षात आले की, मॉक्स अत्यंत लाजाळू होता. तो जमिनीकडे पाहात, न हलता उभा असताना त्याचे हात बाजूला मोकळे सोडलेले होते. अधूनमधून युस्टीस जेव्हा त्याला काहीतरी विचारायचा, तेव्हा तो 'ई' असे काहीतरी पुटपुटायचा.

''त्याला काय काय काम येते?'' मी युस्टीसला विचारले, ''तो टायरचे पंक्चर काढू शकतो का? आणि त्याला स्वयंपाक येतो का?''

''तो म्हणतोय की, त्याला पंक्चर काढता येत नाही; पण मी त्याला थोडासा स्वयंपाक शिकवला होता. तुम्ही त्याला जे शिकवाल, ते तो शिकेल.''

''त्याला प्राण्यांचा माग काढता येतो का?''

''नाही; पण ....मार्क, या लोकांना ते एकदम लवकर जमते.''

''त्याला इंग्लिश येते का?''

''नाही.''

मी डेलियाकडे पाहिले. आम्ही दोघेही साशंक होतो. आम्ही इतक्या लाजाळू माणसाबरोबर कसे काय काम करू शकू, तो आमच्या नजरेला नजर भिडवायला तयार नव्हता. त्याच्याकडे काहीच कौशल्य नव्हते आणि त्याला आमची भाषादेखील येत नव्हती. युस्टीसच्या म्हणण्यानुसार मॉक्सने त्याच्या सव्वीस वर्षांच्या आयुष्यातला बहुतेक वेळ जनावरांची निगा राखण्यात घालवला होता. त्याला दिवसाला तीस सेंट मोबदला मिळत असे. तो आपल्या आईबरोबर राहात असे आणि आपली सर्व कमाई तिच्या स्वाधीन करत असे. त्याचे वडील सफारी साऊथ कंपनीमध्ये शिकार केलेल्या प्राण्यांची चामडी सोलण्याचे काम करत होते.

त्याच्याजवळ कोणतेच कौशल्य नसल्यामुळे आणि त्याला आमच्याशी संवाद साधणेही शक्य नसल्यामुळे मॉक्सची आम्हाला किती मदत होईल, याबद्दल आम्ही साशंक होतो. जरी तो आमच्याबरोबर कालाहारीमध्ये येण्यास तयार झाला, तरी मला वाटत नव्हते, तो तीन महिन्यांपेक्षा जास्त काळ तेथे राहिला असता; पण आम्हाला मदतीची अत्यंत आवश्यकता होती आणि जेवढा पगार देणे आम्हाला शक्य होते, त्यात आम्हाला विशेष कौशल्य असलेल्या कोणाला नोकरीवर ठेवणे अशक्य होते.

''मॉक्सला विचार की, तो कालाहारीमध्ये दिवसाला पन्नास सेंट, अधिक रोजचे जेवण या पगारावर यायला तयार आहे का? - त्याच्या आत्ताच्या पगारापेक्षा वीस सेंट अधिक पगार आहे आणि तो जर चांगले शिकला आणि आम्हाला नवे अनुदान

मिळाले तर आम्ही त्याला आणखी पगारवाढ देऊ.''

युस्टीस सेत्स्वाना भाषेत काहीतरी बोलू लागला आणि मॉक्सने पहिल्यांदाच आपले डोळे वर केले. ते गावठी दारूमुळे लालभडक झालेले होते. खोकत खोकत तो पुटपुटला, 'ई'! आणि आमचा करार झाला. दुसऱ्या दिवशी आम्ही त्याला सफारी साउथपाशी भेटायचे ठरवले.

लँडरोव्हरमध्ये आमचे सामान भरून झाले, तोपर्यंत सूर्य डोक्यावर आला होता. आम्ही जेव्हा डॉलीन आणि सायमनला त्यांच्या आदरातिथ्याबद्दल धन्यवाद देत होतो, तेव्हा त्यांच्या मासेमारीच्या गटातले बाकीचे लोक येऊ लागले - फिशिंग रॉड, बंदुका, फोल्डिंग खुर्च्या, जुन्या सतरंज्या आणि थंड बिअरच्या पेट्या असे सगळे सामान त्यांच्या गाड्यांमध्ये भरलेले होते. सायमनने आग्रह केला की, निघायच्या आधी सगळ्यांनी चहा-बिस्किटे घ्यावीत. आम्ही सगळ्यांचा निरोप घेतला, तसे ते टेबलाभोवती बसले. कोणीतरी म्हणाले की, ते सगळे सूर्यास्ताच्या आधी परत आले, तर कोणीतरी सायमनची गाडी दुरुस्त करील.

वाळूच्या रस्त्याच्या शेजारी मॉक्स आम्हाला एका ब्लँकेटच्या गुंडाळीवर बसलेला दिसला. त्या ब्लँकेटच्या आत एक काचेचा बाउल, एक सुरी, सुरीला धार करायचा एक दगड, एक तुटका कंगवा, एक लाकडी चमचा, एक आरशाचा तुकडा, स्प्रिंगबोक कंपनीची तंबाखूची एक कापडी पिशवी असे सगळे सामान होते. ती त्याची जगातली सगळी मालमत्ता होती. त्याने अंगात निळ्या रंगाची, ठिकठिकाणी भोकं पडलेली एक शॉर्ट आणि वर एक बटणे नसलेला शर्ट घातलेला होता. पायात लेस नसलेले बूट होते आणि बुटाच्या जीभा बाहेर लोंबत होत्या. तो छतावर चढला आणि एका सुट्या टायरवर बसला.

आम्ही बफेलो कॉटेज पार करून मॉनच्या बाहेर पडलो, तेव्हा नऊ वाजून गेले होते. शिकारी लोक अजूनही व्हरांड्यात बसून चहा पीत होते आणि वेगवेगळ्या बॉक्सेसच्या आधाराने उचललेली सायमनची गाडी अजूनही नादुरुस्त अवस्थेत घराशेजारी उभी होती.

रात्री आम्ही आमच्या स्लीपिंग बॅग्ज अंथरल्या आणि आडवे झालो. आम्ही थांबलो होतो, ती जागा मध्य कालाहारी अभयारण्याच्या सीमेबाहेर होती. आमच्या आजूबाजूला आमचे सामान निष्काळजीपणे पसरलेले होते. मॉक्सने शेकोटी पेटवली आणि डेलियाने बकरीचे मांस, मक्याच्या पिठाचे वडे आणि चहा असे जेवण बनवले. आम्ही शांत बसून जेवणाचा आस्वाद घेत होता. मोकळ्या वातावरणात परत आल्यामुळे आम्हाला आनंद झाला होता, तरी आम्हाला दोघांनाही जरासे एकटे वाटत होते. जेव्हा आपण आपल्या जवळच्या मित्रांना भेटून येतो, तेव्हा मनात एक आपुलकीची आठवण राहते. ''मला वाईट वाटते आहे... कारण आपले घर फक्त

डिसेप्शन व्हॅलीतच आहे.'' डेलिया विषण्णपणे म्हणाली.

आम्ही मॉनला सामान आणायला आणि लोकांना भेटायला गेलो होतो. जरी गावातील लोकांनी आमचे चांगले आदरातिथ्य केले असले, तरी निघताना आम्हाला अपूर्ण आणि खिन्न वाटत होत; आम्ही अजूनही कोणत्या कुटुंबाचा भाग आहोत असे वाटत नव्हते. इतके दिवस कालाहारीमध्ये राहिल्यामुळे आम्ही सगळ्यांना जास्तच आपुलकी दाखवली होती. आमच्या मॉनच्या मित्रांनी आमच्याबद्दल तशीच अतिशयोक्तीपूर्ण आपुलकी दाखवली नव्हती. त्यांचा आमच्याप्रति असलेला भाव तसा तुटक होता; त्यामुळे आम्ही असा गैरसमज करून घेतला होता की, त्यांनी आमचा स्वीकार केला नाही. मॉनमध्ये दुसरा सामाजिक गट नसल्यामुळे या मित्रांनी आमचा स्वीकार करणे आमच्यासाठी महत्त्वाचे होते. आमच्या मनातली ही चिंता वर्षानुवर्षे वाढतच गेली आणि आम्ही दोघेच एकमेकांचे सगे राहिलो.

●●●

रात्री शेकोटीभोवती दोघांशिवाय तिसरे कोणीतरी असणे तसे पहिल्यांदा विचित्र वाटत होते. मॉक्स एकदम शांत आणि अध्यातमध्यात न करणारा होता, तरीही आपल्या सावलीची उपस्थिती आपल्याला जाणवते, तशी त्याची उपस्थिती आम्हाला जाणवत राहिली. आम्ही त्याच्याशी संवाद साधायचा प्रयत्न केला. आम्ही थोडीशी सेत्स्वाना भाषा शिकलो होतो आणि मदतीला ख्रिश्चन मिशनऱ्यांनी प्रकाशित केलेले एक पुस्तक घेतले होते. जर थेट त्याला प्रश्न विचारलेला नसेल, तर तो काहीच बोलायचा नाही. आणि जर प्रश्न त्यालाच विचारलेला असेल, तर तो अगदी मृदू स्वरात उत्तर द्यायचा. बहुधा त्याचे उत्तर 'ई' किंवा 'न्या' असे असायचे. त्याच्याशी संभाषण करताना त्याला या जगाबद्दल जे काही माहिती होते, त्याचा आम्हाला साधारण अंदाज आला.

जरी त्याने संपूर्ण आयुष्य ओकावान्गो डेल्टा आणि कालाहारीच्या किनाऱ्यावर काढले असले, तरी तो ओकावान्गो डेल्टामध्ये युस्टीसबरोबर शिकारीसाठी थोड्या वेळेलाच गेला होता. एका काठीने वाळूत जगाचा गोल काढून आम्ही त्याला पृथ्वी गोल आहे आणि आम्ही महासागराच्या पलीकडून, अमेरिकेतून आलेलो आहोत हे सांगण्याचा प्रयत्न केला. त्याने लाजून अर्धवट स्मित केले आणि आम्ही सांगितलेले न समजल्यामुळे त्याच्या कपाळावर आठ्या उमटल्या होत्या. त्याला त्याच्या भाषेत आणि इतर कोणत्याही भाषेत 'जग' आणि 'महासागर' या शब्दांचा अर्थ माहीत नव्हता. त्याने कधी एखादा तलावदेखील पहिला नव्हता, समुद्राचा तर प्रश्नच नाही. त्याने जे कधी पाहिले नव्हते, ते त्याच्या कल्पनेपलीकडचे होते.

उशिरा जेव्हा शेकोटी विझली, तेव्हा मी पाठीवर पडून डोक्यावरच्या निळ्या-

काळ्या, तारकांनी भरलेल्या आकाशाकडे पाहात राहिलो. आम्ही चूक तर केली नव्हती ना? किंवा मॉक्सने? त्याने आपल्या गावाचे, कुटुंबाचे, आजूबाजूच्या समाजाचे सुरक्षित वातावरण सोडून आमच्याबरोबर कालाहारी वाळवंटात येण्याचा निर्णय का घेतला असावा? मी स्वतःला पुनःपुन्हा तो प्रश्न विचारत होतो, तेव्हाच दूर दक्षिणेकडे डिसेप्शन व्हॅलीकडून सिंहांची गर्जना ऐकू आली.

बोन्स

मार्क

तुकड्यांचा आणि ठिगळांचा राजा

- विल्यम शेक्सपिअर

खाली आणि बाजूला वाकून वाटेतल्या झाडाच्या फांद्या चुकवत मॉक्स 'ग्रेगूज'वर बसून प्रवास करत होता. त्याच्या कुरळ्या केसांवर गवताच्या बिया आणि काड्या चिकटल्या होत्या. आम्ही पूर्वेकडच्या टेकडीवरची झाडी पार करून गाडी डिसेप्शन व्हॅलीकडे वळवली. नदीपात्रात शिरलो, तसे कॅम्पच्या दिशेने पाहिले. कॅम्प सुमारे अर्धा मैल दूर होता; पण तिकडे नजर टाकताक्षणीच आमच्या लक्षात आले की, काहीतरी गडबड आहे. गाडी गवतावरून धडधड वाजत, हादरत जशी कॅम्पच्या दिशेने जाऊ लागली, तसे आम्हाला आमची भांडी, तवे, कपडे, पाइपचे तुकडे, पिशव्या आणि खोकी कॅम्पच्या आसपास शेकडो यार्डांत विखुरलेली दिसली. कॅम्पची दुरवस्था झाली होती.

काय झाले असेल? वाऱ्यामुळे वाळूचा प्रचंड भोवरा? की एखादे वादळ? कशामुळे अशी अवस्था झाली असावी? कॅम्पवर पोहोचल्यावर मी खाली पडलेले सामान उचलायला लागलो. आमच्या ॲल्युमिनिअमच्या जड भांड्याला पन्नास कॅलिबरच्या बंदुकीच्या गोळीच्या आकाराचे भोक पडलेले मला दिसले. भांड्याला एखाद्या मोठ्या दातामुळे भोक पडले असावे, हे माझ्या लक्षात आले. तेव्हाच कॅम्पपलीकडच्या काटेरी झाडीपलीकडून नऊ केसाळ डोकी बाहेर आली. सिंह जेव्हा

आमच्या दिशेने पलटणीत चालू लागले, तेव्हा आम्ही लँडरोव्हरच्या शेजारीच उभे होतो. दोन थोराड सिंहिणी सगळ्यात पुढे होत्या. त्यांच्या झुलत चालण्याच्या पद्धतीमध्ये त्यांचे सामर्थ्य सहज दिसून येत होते. त्यांच्यापाठोपाठ त्यांची छोटी मादी पिल्ले होती. दोन वर्षांची नर पिल्ले एकमेकांच्या कानाचे आणि शेपटीचे चावे घेत मागोमाग आली. डेलिया जेव्हा तंबूत अडकली होती आणि मी ज्यांना वेस्ट प्रिअरीच्या बाजूला पाठलाग करून घालवून दिले होते, तोच हा सिंहांचा कळप होता. व्हॅलीच्या या भागात आम्ही त्यांना त्यानंतर कित्येक वेळा पाहिले होते. आत्ता आमच्या कॅम्पवर यांनीच डल्ला मारला होता.

न्यायालयात येणाऱ्या न्यायाधीशांप्रमाणे ते सगळे सिंह आले आणि त्यांनी कॅम्पच्या भोवती अर्धवर्तुळात आपापल्या जागा घेतल्या. ते कॅम्पपासून बारा-पंधरा यार्ड अंतरावर होते. आपले चेहरे आणि पंजे जिभेने चाटत ते सिंह आमच्या दिशेने कुतूहलाने पाहात होते. त्यांच्या नजरेत कोणतेही भय किंवा आक्रमकता नव्हती. ते इतक्या जवळ असल्यामुळे आमच्या मनात चलबिचल होत होती; पण ते जेव्हा लांब निघून जायचे ठरवतील, तेव्हा हा वाटणारा थरार संपून जाईल असा जरा खेददेखील वाटत होता.

मॉक्सचे मात्र तसे नव्हते. जेव्हा डेलियाने चूल पेटवून सूप बनवायला सुरुवात केली, तेव्हा मी त्याच्याबरोबर जपूनजपून कॅम्पभोवतालचे सामान गोळा करायला सुरुवात केली. मॉक्स सिंहांच्या आणि स्वतःच्या मध्ये लँडरोव्हर राहील अशी खबरदारी घेत होता आणि सिंहांवरून नजर काढायला तयार नव्हता.

नंतर आम्ही मॉक्सला आमच्या कॅम्पपासून दक्षिणेच्या बाजूला दीडशे यार्ड अंतरावरच्या एका बाभळीच्या झाडाकडे घेऊन गेलो, जेणेकरून त्याला तिथे आपला तंबू ठोकता येईल. वाळक्या लाकडाचे खांब करून आम्ही त्याच्याभोवती आणि त्यावर कॅन्व्हास गुंडाळला, तसा एका झोपडीचा ढोबळ आकार तयार झाला. सिंहांपासून संरक्षण करण्यासाठी मॉक्सच्या जातीच्या लोकांत एक प्रथा होती. त्या प्रथेप्रमाणे आम्ही वेट-अ-बिट नावाच्या एका झुडपाच्या फांद्या कापून तंबूभोवती लावल्या. या झुडपाचे काटे अगदी अणकुचीदार असतात आणि त्यातून कोणी पलीकडे जाऊ पाहताच ते काटे त्वचेत खोलवर घुसतात आणि त्या व्यक्तीला थांबून ते काटे उपसून काढावे लागतात; त्यामुळे त्या झुडपाचे नाव 'वेट-अ-बीट' असे आहे. आम्ही ते काटेरी झाड त्याच्या तंबूभोवती एका घट्ट बोमाच्या आकारात बांधले. एका छोट्याशा गोल झोपडीला दक्षिण आफ्रिकेत 'बोमा' असे म्हणतात. त्या बोमामध्ये मॉक्सला आत-बाहेर करायला एक छोटेसे प्रवेशद्वार ठेवले. मॉक्सला ते दार एका काटेरी फांदीने बंद करायची सोय होती. जेव्हा आपल्या नव्या घराच्या व्यवस्थेबद्दल मॉक्स समाधानी दिसला, तेव्हा डेलिया आणि मी कॅम्पकडे परत गेलो.

तो तिथे आपल्या बिछान्याची तयारी करू लागला आणि सामान मांडू लागला.

आम्ही गाडी चालवत कॅम्पकडे परत आलो, तसे सिंह उभे राहिले; पण लगेचच खाली बसले. जेवणासाठी डेलिया वाफाळते बटाट्याचे सूप वाढत असताना आणि मक्याच्या पिठाचे गरमागरम केक भांड्यात चुरचुर आवाज करत असताना सिंह आमच्याकडे बघत बसले होते. एखादी जांभई देण्याशिवाय किंवा पंजा चाटण्याशिवाय ते अजिबात हलत नव्हते.

आमच्यासाठी हा अनुभव महत्त्वाचा होता. आम्ही जे जे करू, त्यावर त्यांची प्रतिक्रिया काय होते आहे, त्याची आम्ही नोंद करत होतो. आम्ही जर थेट त्यांच्या दिशेने वेगात चालत गेलो, तर त्यांचे डोळे भयाने विस्फारलेले दिसत आणि त्यांच्या खांद्याच्या स्नायूंमध्ये ताण दिसत असे. जेव्हा मी एखादे लाकूड आगीच्या दिशेने नेत असे, तेव्हा ते हनुवटी उचलून, कान मागे खेचून, शेपटी फडफडवत उत्सुकता व्यक्त करत असत. त्यांचा प्रत्येक आविर्भाव आणि पवित्र्यावरून आम्हाला त्यांच्यामध्ये भीती, आक्रमकता किंवा उत्सुकतेची भावना प्रोत्साहित होण्यासाठी काय करू नये ते कळत असे.

आजूबाजूच्या टेकड्यांवरून संध्याकाळची थंड हवा नदीपात्रात पसरू लागली होती. सूर्यास्ताचे आकाशातले शेवटचे गुलाबी रंग नाहीसे होत होते. सिंहांच्या आकृत्या अंधारात फिक्या होत दिसेनाशा झाल्या. जसा अंधार पडत गेला, तशी आमच्या मनातली शास्त्रज्ञाची कुतूहलाची जागा मानवाच्या मूलभूत भीतीच्या भावनेने घेतली. मी दिवे लावून सिंहांची स्थिती एकदा तपासली. आश्चर्याची गोष्ट म्हणजे तिथे फक्त एक सिंहीण आणि दोन नर पिल्लेच शिल्लक होती, बाकीच्या सिंहिणी नाहीशा झाल्या होत्या. मॉक्सच्या तंबूला जरी काट्याकुट्यांचे संरक्षण दिलेले असले, तरी तो सुरक्षित आहे की नाही, ते पाहणे आम्हाला भाग होते.

मी जेव्हा टॉर्चचा प्रकाशझोत फिरवून मॉक्सच्या तंबूकडे रोखला, तेव्हा कित्येक पिवळे डोळे चकाकले. सगळे सिंह मॉक्सच्या तंबूभोवती फिरत होते! आम्ही गाडीत उडी मारली आणि तिकडे गेलो. आम्ही तिकडे पोहोचायच्या आधीच तीन माद्यांनी त्या बोमामधून वाट काढून आपले नाक तंबूच्या कॅन्व्हासला लावले होते. बाकीच्या दोन माद्या झाडाच्या दुसऱ्या बाजूला होत्या आणि सगळ्यात मोठी सिंहीण तंबूच्या दारापाशी दबा धरून बसलेली होती.

मी लँडरोव्हर झोपडीपाशी थांबवली आणि त्यावर प्रकाशझोत टाकला. ''मॉक्स, तू ठीक आहेस ना?'' मी जेवढ्या जोरात शक्य होते, तेवढ्या जोरात ओरडलो. काहीच प्रत्युत्तर आले नाही.

''मॉक्स!'' मी आणखी जोरात ओरडलो, ''तू ठीक आहेस ना?''

''रा?'' पण त्याचा आवाज तंबूच्या आतून आला नव्हता.

"मॉक्स, तू कोठे आहेस?" नंतर माझ्या लक्षात आले की, सर्वांत मोठी सिंहीण बोमापाशी उभी राहून वरच्या झाडाकडे बघत होती. मी तिच्या नजरेच्या दिशेला प्रकाशझोत फिरवत राहिलो; शेवटी मला मॉक्स दिसला. तो माझ्याकडे बघत सिंहिणीपासून केवळ दहा फूट उंचीवर एका फांदीवर नागड्या अवस्थेत बसलेला होता! त्याच्या चेहऱ्यावर जरासे चिंताग्रस्त हसू होते.

मी गाडी फिरवून सिंहीण आणि झाडाच्या मधोमध आणली. तिने कुरकुर न करता वाट करून दिली; पण नंतर येऊन ती माझ्या दाराशेजारी बसली. उघड्या खिडकीतून ती माझ्याकडे पाहात होती. एका ओघवत्या हालचालीत मॉक्स झाडावरून खाली सरकला, त्याने आपली चड्डी ओढली; घातली आणि तो गाडीवर उतरला.

"टाउ... हह - उह" असे म्हणत मॉक्स काहीतरी पुटपुटला. तो थंडीने कुडकुडत होता; पण तो आपली मान नकारात्मकपणे हलवत होता. आम्ही जशी गाडी सिंहांपासून दूर नेली, तसा तो मॉनबद्दल काहीतरी पुटपुटला. सिंहाचा आमच्या कॅम्पविषयीचा रस संपेपर्यंत आम्ही गाडीत बसून राहिलो. नंतर ते सिंह व्हॅलीत उत्तरेच्या बाजूला निघून गेले.

सकाळी मला जाग आली, तेव्हा लाकूड जळल्याचा गोड वास माझ्या नाकात दरवळला. डेलिया अजूनही माझ्या शेजारी झोपलेली होती. स्वयंपाकघरातून मॉक्सचा ताटे साफ करण्याचा सुखद आवाज येत होता. त्या आवाजामुळे मला माझ्या लहानपणची शेतावरची आठवण झाली; त्या वेळी मी आणि माझी भावंडे उठायचो तेव्हा खालून - स्वयंपाकघरातून आई स्वयंपाक करत असल्याचा वास आणि आवाज येत असायचा. अजूनही पहाटच होती आणि मॉक्सला त्याच्या नव्या नोकरीच्या कामाची लगबग वाटत होती, हे एक चांगले लक्षण होते; त्यामुळे तो कालाहारीमध्ये टिकेल की नाही या माझ्या शंकेला तात्पुरता विराम मिळाला. मी कपडे आणि सँडल चढवून तंबूबाहेर पाऊल टाकले. 'क्लक ऽ क्लक' आवाज करणारे धनेश आणि पंख फडफडवणारे फ्लायकॅचर पक्षी वाटेवरच्या फांद्यांवर कलकल करत बसत होते, त्यांना सकाळचा मिली-मालचा हप्ता हवा होता.

स्वयंपाकघरात मला मॉक्स जमिनीवर बसलेला दिसला. रात्री हायनांनी केलेल्या कचऱ्यात जागा करून तो बसला होता. त्याने त्या सगळ्या पसाऱ्यात काळजीपूर्वक ताटल्या साफ करून त्या बाजूच्या टेबलावर ठेवलेल्या होत्या. आता तो साळसूदपणे आमच्या स्वयंपाकघरातल्या सुरीने आपल्या पायाची बोटं साफ करत होता.

●●●

नाश्ता करताना व्हॅलीतून उत्तरेच्या बाजूने सिंहगर्जना येऊ लागल्या, तेव्हा १९७५चा मे महिना लागलेला होता आणि कालाहारीमध्ये अधूनमधून पाऊस पडत असला,

तरी आता कोरडा ऋतू चालू होणार होता. महिनाभरात किंवा फार फार तर सहा आठवड्यांत सिंह इथून नाहीसे होणार होते; स्थलांतर करून दुसरीकडे जाणार होते. ते किती लांब जातात, कोणत्या दिशेने जातात, याची कोणालाच माहिती नव्हती आणि ते डिसेप्शन व्हॅलीमध्ये परत येतील की नाही याबद्दल आम्हाला नेहमीच कुतूहल वाटायचे. जरी आले, तरी या पुरातन नदीपात्रातच ते आपली हद्द पुनःस्थापित करतील का? आणि ते परत आले, तर आम्ही त्यांना ओळखू का? ते बराच काळ दूर जाणार होते आणि नंतरही बहुधा आमची त्यांच्याबरोबर परत रात्रीच भेट होणार होती.

आम्हाला एवढे समजले होते की, पावसाळ्यात हायनांना या सिंहांच्या शिकारीतूनच मांस मिळते. सिंहांच्या शिकारीवर हायनांचा पल्ला आणि आहारातील घटक पदार्थ मोठ्या प्रमाणात अवलंबून असतात. ब्राउन हायना सिंहांवर अवलंबून असल्यामुळे डिसेप्शन व्हॅलीतील सिंहांचा अभ्यास करणे महत्त्वाचे होते; त्यामुळे आम्ही स्थानिक सिंहांच्या कळपांचे निरीक्षण करायचे ठरवले, जेणेकरून आम्हाला त्यांच्या सवयी आणि त्यांचे हायनांबरोबरचे संबंध अभ्यासता आले असते.

ते परत आल्यावर त्यांची ओळख पटवण्याचा खात्रीचा मार्ग म्हणजे त्यांच्या कानात ओळखीची रिंग घालणे. जर ते दूर असताना कोणी त्यांची शिकार केली तर ती कानातली रिंग थेट सरकारी वन्य जीव खात्याकडे तरी गेली असती, नाहीतर एखाद्या बुशमनच्या गळ्यातल्या नेकलेसमध्ये तरी गेली असती. तरीही हे नदीपात्रातील सिंहांचे कळप कोरड्या ऋतूत किती दूरपर्यंत प्रवास करतात, त्यातले किती मारले जातात आणि त्यांची शिकार कोण करते ते अभ्यासण्याची ही संधी होती. कोणते सिंह एकत्र राहतात, ते अभ्यासले तर कालाहारीतील सिंहांच्या सामाजिक संस्थेबद्दल माहिती मिळाली असती. कालाहारीतील सिंहाचा अभ्यास याआधी कधीच केला गेला नव्हता. कोरड्या ऋतूच्या स्थलांतरासाठी ते येथून जाण्याआधी जास्तीतजास्त सिंहांच्या कानात ती खुणेची रिंग घालणे ही अवघड गोष्ट होती आणि पुढच्या एक-दोन दिवसांतच आम्हाला ते करणे भाग होते. तसे करत असताना त्यांना आमच्यापासून दुरावू न देणे ही अग्निपरीक्षा होती. त्यांची नैसर्गिक वर्तणूक, चलनवलन या गोष्टीमुळे बिघडू न देणे तर सगळ्यात महत्त्वाचे होते.

त्यांना भूल देण्याची तयारी करत असताना आम्ही स्वतःशी काही नियम ठरवले होते; जेणेकरून सिंहांना भूल देण्याच्या प्रक्रियेचा त्रास कमी होईल. जेव्हा शक्य असेल, तेव्हा आम्ही त्यांना केवळ रात्रीच भूल देऊ, म्हणजे ते बेसावध असताना त्यांना दिवसाच्या प्रचंड गर्मीचा कमी त्रास होईल. ते जेव्हा शिकार खाण्यात मग्न असतील, तेव्हाच त्यांना भूल द्यायची असे आम्ही ठरवले आणि आमच्या सान्निध्याची त्यांना सवय होईपर्यंत त्यांच्या समोर बसून राहायचे आम्ही ठरवले. अजून एक

म्हणजे आम्ही त्यांचा अजिबात पाठलाग करायचा नाही आणि जास्त हिरोगिरी करून त्यांना त्रास द्यायला जायचे नाही (कारण या सगळ्याचा त्यांना फार त्रास होतो, ते आमच्यापासून दुरावले जाण्याची शक्यता होती; कदाचित एखाद्या सिंहाचा मृत्यू होऊ शकतो). भुलीचे औषध कमीतकमी वापरायचे ठरले आणि आम्हाला जितक्या शांतपणे आणि जितक्या जलद गतीने हे काम करता येईल तसे करायचे ठरले, म्हणजे त्यांच्यावर ताण कमी येईल.

हायनांच्या वेळेप्रमाणेच या वेळीदेखील सिंहांच्या कानात ती खुणेची अंगठी बसल्यावर त्यांनी आमच्याप्रति किंवा आमच्या गाडीप्रति कोणतीही भीतीची भावना दाखवली नाही, तर आम्ही यशस्वी झालो असे म्हणायचे ठरवले.

वेळ थोडा होता; त्यामुळे जितक्या सिंहांना एकावेळी भूल देता येईल तेवढ्यांना द्यायचे आम्ही ठरवले. आम्ही जेव्हा त्यांना कानाला रिंग लावत असू, तेव्हा मॉक्स उजेड धरणार होता; पण आम्ही एका वेळी जास्तीतजास्त तीन ते पाच सिंहांवरच काम करू शकत होतो, कारण वेगवेगळे सिंह भूल, झोप आणि परत जागे होण्याच्या वेगवेगळ्या अवस्थेत असणार. त्याच वेळी बाकीचे आजूबाजूच्या अंधारात फिरत असणार होते. आम्ही आधी कधीच सिंहांना भूल दिली नव्हती; त्यामुळे ते कशी प्रतिक्रिया देतील, याची आम्हाला कल्पना नव्हती.

मॉक्सला बरोबर घेऊन आम्ही सिंहांना शोधले. आम्हाला लेपर्ड आयलंडजवळ तो कळप दिसला. उत्तरेकडच्या मैदानाच्या पश्चिम टोकाला बाभळीची आणि झिझीफसची झाडी होती, त्याला आम्ही लेपर्ड आयलंड म्हणायचो. आम्ही थेट त्यांच्या दिशेने न जाता जरा वळणवळण घेत गेलो. आम्ही जेव्हा त्यांच्यापासून पंधरा यार्डांवर पोहोचलो, तेव्हा ते जरा चिंताग्रस्त झाले आणि आजूबाजूला सुटकेचा मार्ग शोधू लागले. सिंह किंवा इतर कोणत्याही प्राण्याने पुढाकार घेऊन जर हालचाल केली असेल, तर ते कमी विचलित असतात; म्हणजे ते आमच्या कॅम्पवर स्वतःहोऊन आले होते, तेव्हा होते तसे. जसे आम्ही त्यांच्या दिशेने जाऊ लागलो, तसा त्यांना धोका वाटू लागला. मी इंजिन बंद केले, तसे ते एकदम स्वस्थ झाले आणि आपले डोळे मिटू लागले आणि जांभया देऊ लागले. पुढचे कित्येक तास आम्ही शांत बसून राहिलो आणि अशी आशा करत होतो की, त्यांना आमची सवय होईल आणि ते शिकारही करतील.

आम्ही या सिंहांना बरेच वेळा पाहिले होते आणि आम्ही त्यांना नावे ठेवली होती. मोठ्या दोन सिंहिणींची नावे होती 'ब्ल्यू' आणि 'चेरी'. 'ब्ल्यू' नेहमी आमच्या गाडीचे टायर्स आपल्या दातांनी चावायचा प्रयत्न करायची. नशिबाने टायर्स चांगले जाडजूड होते आणि तिच्या दातांमुळे कोणते टायर्स पंक्चर झाले नाहीत. 'चेरी' मोठी थोराड सिंहीण होती; तिच्या आकारामुळे तिची पाठ खाली सरकती वाटत असे. ती

त्या कळपातली सगळ्यात मोठी सिंहीण होती. कोणास ठाऊक का; पण ती आमच्याबद्दल फार सावध असे. आमच्या जवळ असताना जेव्हा ती आपले डोके पंजावर ठेवून विश्रांती घेई, तेव्हादेखील ती आपले डोळे पूर्ण मिटत नसे.

पाच मादी पिल्लांपैकी सॅसी सर्वांत जास्त धीट आणि जिज्ञासू होती. तिची रुंद छाती आणि मोठी ठेवण बघता ती एक दिवस मोठी थोराड सिंहीण होईल, यात काही शंका नव्हती. ती बरेच वेळा आमच्या गाडीवर दबा धरत असे, जणू ते एखादे भक्ष्यच आहे. दबा धरताना ती गाडीच्या मागे सरपटत येत असे, जणू गाडीने पळून जायची तयारी ठेवली, तर त्यावर उडी घेता येईल; पण तिच्या कल्पनेप्रमाणे आम्ही तेव्हा पळून जायचा प्रयत्न केला नाही तर मात्र आमच्या गाडीचे काय करावे हे तिला कळत नसे. मग ती उभी राही, आपल्या पंजाने गाडीच्या टायरवर एक-दोन वेळा थोपटे; त्याच वेळी गाडीचा मागचा बंपर किंवा मागचा दिवा चावायचा प्रयत्न करत असे. एकदा मी ती आमच्या मागे खेळत आहे, हे विसरलो आणि गाडी हलवली. आपल्या तोंडावर धुरळा उडाल्यामुळे ती दचकली, तिने मागे उडी मारली आणि धुराच्या पाइपवर दात विचकून चापटी मारली. गाडीची चाके फिरल्यामुळे तिला गंमत वाटत होती. आम्ही त्यांच्या कळपाचे निरीक्षण करून झाल्यावर जेव्हा गाडी लांब नेऊ लागलो, तेव्हा घाईघाईने गाडीच्या बाजूला धाव घेऊन पुनःपुन्हा ती चाके न्याहाळत होती. प्रत्येक वेळेला चाक फिरत होते, तेव्हा तिचे डोळे आणि हनुवटी त्याच्याबरोबर गोलगोल फिरत होती. त्यानंतर ती आमच्या मागे येत नसे आणि परत एकदा कोणावर तरी उडी घेण्यासाठी ती दबा धरे. 'सॅसी' ही आमची सर्वांत आवडती सिंहीण होती.

दुसऱ्या एका पिल्लाचे नाव आम्ही 'जिप्सी' ठेवले होते. जिप्सी कधीच शांत बसत नसे. जेव्हा तो कळप आमच्या कॅम्पला भेट देई, तेव्हा ती एकतर कॅम्पच्या अवतीभवती फिरे, नाहीतर काही वेळ एकटे राहण्यासाठी थोडीशी दूरदेखील जाई. 'स्पायसी' नावाच्या मादी पिल्लाने एकदा माझ्यावर लुटुपुटूची चढाई केली. तिचा रंग दालचिनीसारखा होता आणि ती फार भांडखोर होती. 'स्पूकी'चे डोळे मोठे गोल होते, 'लिसा' छोटीशी, नीटनेटकी आणि दिसायला सुंदर होती. दोन नर बच्चे, 'रास्कल' आणि 'होम्बर' सतत प्रौढ माद्यांना त्रास देत असत आणि आपल्या नाकावर कोणाचीतरी थप्पड खात असत.

जेव्हा आम्ही त्या संध्याकाळी सिंहांबरोबर बसलो होतो, तेव्हा काहीतरी वेगळे घडणार आहे, याचा चेरीला सुगावा लागला असावा, कारण ती अजून थोडे अंतर लांब जाऊन एका झुडपाखाली बसली. जेव्हा बाकीचे झोपलेले होते, तेव्हा ती आमच्यावर लक्ष ठेवून होती.

रात्री नऊच्या सुमारास तिने आपले डोके उचलले आणि ती अंधारात एका

दिशेला लक्ष देऊन पाहू लागली, तिच्या खांद्याचे स्नायू ताणले गेले. बाकीचे सिंहही ताबडतोब जागे झाले आणि ती ज्या दिशेला पाहात होती, त्याच दिशेला पाहू लागले. मी तिकडे प्रकाशझोत फिरवला तर मला एक शहामृग उत्तरेकडच्या टेकडीच्या पायथ्याशी हळू चालत निघालेले दिसले. मी दिवा मालवला. 'चेरी' हळूच आपल्या पायांवर उभी राहिली आणि त्या शहामृगाच्या दिशेने दबा धरू लागली. गवतात सरपटत चाललेल्या एखाद्या सापाप्रमाणे ती अंधारात दिशेनाशी झाली. एकापाठोपाठ एक सगळ्या सिंहिणी तिच्या मागे गेल्या. डेलिया आणि मी अंधारात एकटेच तिथे राहिलो. आम्हाला त्यांचा पाठलाग करणे आणि प्रकाशझोताचा वापर करणेही टाळायचे होते, न जाणो त्यामुळे त्यांचा किंवा भक्ष्याचा गोंधळ उडू नये. बरीच मिनिटे गेली... तो पाठलाग कसा चालू आहे, ते समजून घ्यायला आम्ही अगदी आतुर झालो होतो.

ते तिथून गेल्यावर साधारण पाऊण तासाने, झुडपांच्या पलीकडून गुरगुरण्याचे आणि ओरडण्याचे आवाज ऐकू आले. आम्ही गाडी सिंहांच्या जवळ लावली, तेव्हा ते अजूनही त्या शहामृगाबद्दल भांडत होते. सगळे सिंह गोलाकारात शहामृगाभोवती गोळा झाले होते. त्यांनी वळून आमच्याकडे पाहिले. 'चेरी' आणि 'सॅसी' उठल्या आणि दबा धरू लागल्या; त्यांचे कान मागे ओढलेले होते. त्यांना आमचे तेथे येणे नक्कीच आवडले नव्हते. त्यांच्या नाकाला शहामृगाचे रक्त लागलेले होते आणि आपल्या वाट्याचा हक्क धरण्यासाठी त्यांचे पंजे त्या पक्ष्यावर ठेवलेले होते. मी किल्ली फिरवून गाडी बंद केली. ते वळले आणि पोटावर बसून परत मांस खाऊ लागले. आम्ही त्यांच्यापासून केवळ पंधरा यार्ड अंतरावर होतो आणि आमच्याकडून भुलीचे इंजेक्शन द्यायच्या बंदुकीचा नेम चुकण्याची शक्यता नव्हती.

मी धडपडून वेगवेगळ्या बॉक्सेसमधून भूल देण्यासाठी सुया, औषधांच्या बाटल्या असे सगळे एकत्र करत असताना डेलियाने टॉर्च धरला होता. इंजेक्शनमध्ये भुलीचे औषध भरत असताना आवाज होऊ न देण्याचा प्रयत्न मी करत होतो. मनात भावना उचंबळत असल्यामुळे माझा हात कापत होता. स्टिअरिंग व्हील आणि गिअरचा भाता सारखा माझ्या मध्येमध्ये येत होता. गाडीच्या बुटक्या खिडकीतून डोकावून सगळे सिंह माझ्या खांद्यावरून माझे काय चालले आहे ते पाहात आहेत असा मला भास होत होता. मी खिडकीची काच आणि फ्रेम काढून टाकली होती; म्हणजे गोळी मारताना एखादा सिंह वळला, तरी मला सहजासहजी रायफल फिरवता येईल.

शेवटी एकदाचे फेनसायक्लिडीन हायड्रोक्लोराइड आणि झायलीझिनच्या मिश्रणाचे औषध भरून 'चेरी'चे इंजेक्शन तयार झाले. तिला पहिले इंजेक्शन देऊन बेशुद्ध करणे महत्त्वाचे होते, म्हणजे ती इतरांना इशारा करणार नाही. मी कित्येक मिनिटे

तिच्या अंगावर रायफलचा नेम धरून बसलो होतो; पण ती पक्ष्याच्या पलीकडच्या बाजूला 'होम्बर'च्या मागे बसली होती आणि मला थेट नेम मिळत नव्हता. बंदुकीचा दांडा हातात धरून माझ्या हाताला घाम आला होता. साडेतीनशे पौंडाच्या केवळ पंधरा यार्डांवर बसलेल्या एका सिंहाला एका सुईने खांद्यावर टोचण्याची गोष्ट एकदम काल्पनिक वाटत होती.

ते सिंह एकमेकांना पंजा मारत होते. मग चेरी उठली आणि तिच्या उजव्या बाजूला बसलेल्या 'ब्ल्यू'ला ओलांडून पलीकडे जाऊ लागली. इतक्या जवळ असल्याने ती प्रचंड आकाराची वाटत होती. मी डोळे ताणून त्यांच्यावर नजर ठेवून होतो. शेवटी मी नेम धरला आणि खटका दाबला.

बंदुकीचा आवाज झाला आणि सिंहिणीच्या खांद्यावर इंजेक्शनची सुई बसली. एकदम गुरगुरण्याचा आवाज वाढला. कळपातल्या काही सिंहांनी हवेत उड्या घेतल्या, तसा धुळीचा आणि पक्ष्याच्या पिसांचा धुराळा उडाला. पाठोपाठ त्यांच्या शेपट्या चाबकासारख्या हवेत फिरल्या. क्षणभर आम्ही जागच्याजागीच थिजलो. वाटले, त्यांच्यापैकी कोणीतरी गाडीवर हल्ला करेल. सगळे सिंह गोंधळून गाडीकडून पक्ष्याकडे, एकमेकांकडे आणि अंधाराकडे पाहात होते. ही एवढी दंगल कशामुळे उडाली, ते त्यांना कळत नव्हते. अचानक 'चेरी'ने 'ब्ल्यू'च्या तोंडावर फटका मारला आणि बदला घेतला. त्याबरोबर तणाव निवळला आणि सगळे सिंह परत खाऊ लागले. आम्ही आमच्या सीटवर विसावलो आणि वाट पाहू लागलो.

गोळीनंतर दहा मिनिटांनी चेरीचे डोळे विस्फारू लागले आणि बुबुळे मोठी होऊ लागली. ती शिकारीपासून उठली आणि दाट झाडीत अशा एका ठिकाणी जाऊन बसली, जिथून ती आम्हाला दिसत नव्हती. मॉक्सची नजर मांजराच्या डोळ्यांसारखीच तल्लख होती, तो तिच्यावर नजर ठेवून होता. आम्ही एकापाठोपाठ एक ब्ल्यू, जिप्सी आणि लिसाला भुलीचे इंजेक्शन दिले. प्रत्येक गोळीनंतर आम्ही इतरांनी स्वस्थ होण्यासाठी आणि परत खाणे चालू करण्यासाठी काही काळ थांबत होतो. काही वेळातच भूल दिलेल्या चारीही सिंहिणी शिकारीच्या पन्नास यार्ड त्रिज्येत झोपी गेल्या होत्या. बाकीचे पाच नर आणि मादी पिल्ले खात होती.

आता 'चेरी'ला भूल देऊन चाळीस मिनिटे झाली होती. ती आणि बाकीचे सिंह भूल दिल्यापासून साधारण एका तासात जागे होणार होते. आम्ही घाईघाईने मॉक्सने 'चेरी'ला जिथे पाहिले होते, त्या ठिकाणी गेलो. गाडीच्या टपावरून कित्येक मिनिटे प्रकाशझोत फेकून तिला शोधावे लागले. नंतर ती आम्हाला एका झुडपापाशी दिसली. तिचे सुंदर पिवळे डोके उघडे होते. आम्ही तिच्या जवळ गेलो; त्या गाडीच्या आवाजाने तिचे कान शहारले आणि तिने आपले डोके जरासे उचलले.

मी तिच्यापासून साधारण दहा यार्ड अंतरावर लँडरोव्हर लावली. गाडीचे इंजिन

बंद केले आणि खाली उतरलो. सगळा वेळ मी विचार करत होतो की, मी जे करतो आहे ते योग्य आहे ना? चेरीला किती भूल बसली आहे, याची मला खात्री नव्हती; त्यामुळे मला तिच्यापर्यंत चालत जायचे नव्हते. कोरड्या गवतावर माझ्या पावलांचा आवाज झाला, तसा तिने डोक्याला हिसका दिला. जर ती ऐकू शकत असेल, तर तिची काही इंद्रिये अजूनही जागरूक असली पाहिजेत. म्हणून मी तिच्या प्रतिसादाचा अंदाज घेण्यासाठी दोन वेळा टाळ्या वाजवल्या. तिने काही प्रत्युत्तर दिले नाही. मी हळूहळू दबकत पावले टाकत, तिच्यापर्यंत जात तिच्या शेपटीशेजारी खाली वाकलो. अजूनही लँडरोव्हरकडे जोरात पळत जायची माझी तयारी होती. मी तिच्या मोठ्या पोटाला हळूच पाय लावला. तिने मला विशेष प्रतिसाद दिला नाही.

मी डेलियाला 'ओके' ची खूण केली. तिने मॉक्सच्या हातात टॉर्च दिला आणि मला आयुधे देण्यासाठी खाली उतरली. आमच्या पायाजवळची सिंहीण कोरड्या ऋतूतल्या गवताच्या रंगाची होती आणि सडपातळ पण मजबूत बांध्याची होती. तिचा विश्वास संपादन केल्यावर असा गैरफायदा घेणे आमच्या जिवावर आले होते. डेलिया तिच्या पुढच्या पायाच्या वरच्या बाजूला तिची नाडी शोधू लागली, तसे मी घाईघाईने तिच्या डोळ्यांत औषधाचे थेंब घातले, म्हणजे तिच्या डोळ्यांच्या बाहुल्या वाळू नयेत. 'चेरी' तिच्या अंगाला टोचलेल्या इंजेक्शनवर झोपली होती, म्हणून तिची रुंद पावले धरून आम्ही तिला वळवले. डेलियाने तिच्या जखमेवर मलमपट्टी लावली आणि मी तिच्या कानात खुणेची अंगठी घातली.

आम्ही जेव्हा 'ब्ल्यू' आणि 'जिप्सी'ला रिंग घालायचे काम संपवले, तेव्हा आम्ही भूल देऊ लागलो त्या वेळेला दीड तास होऊन गेला होता. आत्तापर्यंत 'चेरी' आणि इतर सिंह जागे होऊ लागले होते. शिवाय बाकीच्या भूल न दिलेल्या सिंहांची भूक शमली होती; त्यामुळे त्यांना आमच्याबद्दल आणि कळपातील इतर सिंहांबद्दल कुतूहल निर्माण होऊ लागले होते. ते सगळे आजूबाजूला पाहू लागले; अजूनही 'लिसा'ला रिंग लावणे बाकी होते.

आम्हाला 'लिसा' सापडली, तेव्हा ती आपल्या पायांवर उभे राहायचा प्रयत्न करत होती; खरेतर ती जवळजवळ उभी राहिलीच होती. आता तिला परत थोडेसे भुलीचे औषध दिल्याशिवाय तिच्या कानात रिंग घालणे अशक्य होते; पण मला परत तिला गोळी मारण्याच्या प्रक्रियेतून जाऊ द्यायचे नव्हते. बंदुकीच्या गोळीचा सिंहांवर खूप ताण येतो आणि आता तर बाकीचे सगळे सिंह आमच्याकडेच बघत असणार. मी गाडीकडे परत गेलो आणि इंजेक्शन तयार केले. ''गो लेबा डे टाउ सिंतल - सिंहांकडे बारीक लक्ष ठेव'', मी मॉक्सला म्हणालो आणि बूट काढून दार उघडले. खाली उतरून रांगत 'लिसा'कडे जाऊ लागलो.

डेलिया आणि मला ठाऊक होते की, रांगत तिच्या जवळ जाणे ठीक नाही;

'मॅफेट'ने नुकतेच एक साळिंदर खाऊन संपवले आहे. साळिंदर हे वाळवंटातील सिंहांचे, दुष्काळाच्या दिवसांतले प्रमुख अन्न असते. तिथल्या अनेक सिंहांनी त्याआधी कधी मनुष्य पाहिला नव्हता. एकदा त्यांना आमची सवय झाल्यावर, आम्ही विशेष धोका न पत्करता त्यांच्या जवळ बसू शकायचो.

वरचे चित्र : आमचा कॅम्प एका 'ट्री आयलंड'च्या आत, म्हणजे बाभळीच्या झाडांच्या बेटामध्ये होता. आमच्या आसपासच्या हजारो चौरस मैलांच्या परिसरात इतर कोणताही मनुष्यप्राणी नव्हता.

खालचे चित्र : एक गॅलन पाण्यात, क्वचित करायला मिळणारी अंघोळ करताना मार्क. छोट्याशा पावसाळ्याव्यतिरिक्त, इतर दिवसांत आम्हाला वापरासाठी लागणारे सगळे पाणी पन्नास मैल दूर असलेल्या एका जनावरांच्या गोठ्यातून आणावे लागे

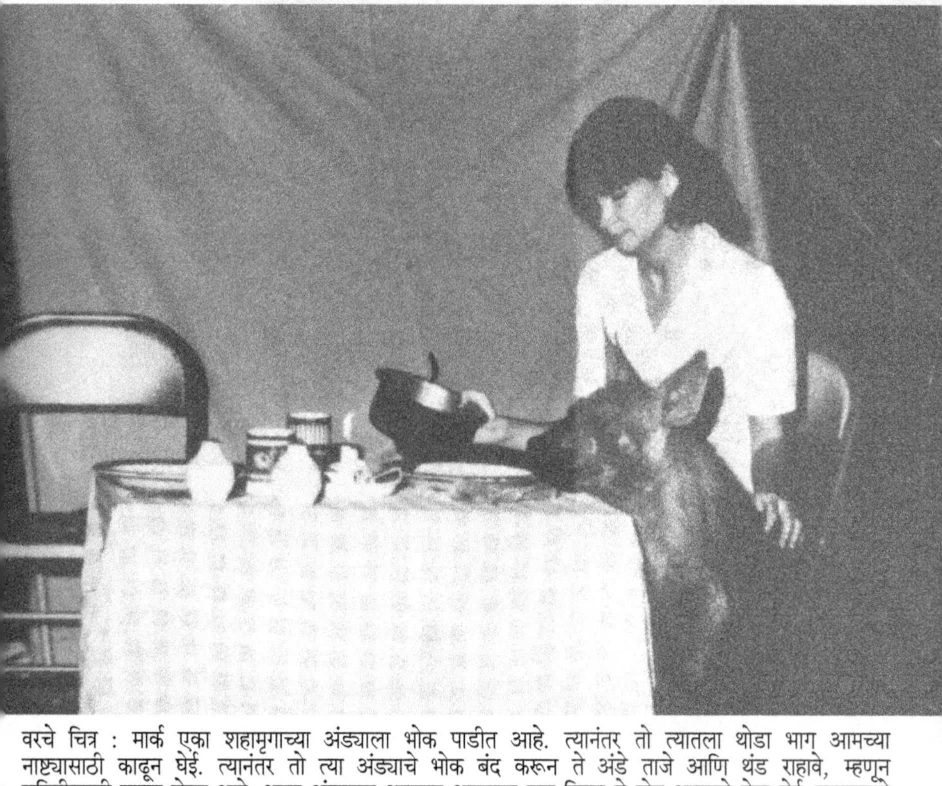

वरचे चित्र : मार्क एका शहामृगाच्या अंड्याला भोक पाडीत आहे. त्यानंतर तो त्यातला थोडा भाग आमच्या नाष्ट्यासाठी काढून घेई. त्यानंतर तो त्या अंड्याचे भोक बंद करून ते अंडे ताजे आणि थंड राहावे, म्हणून जमिनीखाली गाडून ठेवत असे. अशा अंड्याचा आस्वाद आम्हाला दहा दिवस ते दोन आठवडे घेता येई. शहामृगाचे एक अंडे कोंबडीच्या दोन डझन अंड्यांएवढे मोठे असते. खालचे चित्र : 'पेपर' नावाचे ब्राऊन हायनाचे पिल्लू, डेलियाला कॅम्पवर भेट देत असताना. त्या पिल्लाचा त्यांच्या सामूहिक वसाहतीपासून दूर असा हा पहिलाच दौरा होता.

वरचे चित्र : हान्सेल आणि ग्रेटेल, ही दोन कोल्ह्यांची पिल्ले त्या पुरातन नदीपात्रामध्ये गवतात मस्ती करत आहेत. हा त्या पिल्लांनी पाहिलेला पहिलाच पावसाळा होता. खालचे चित्र : ग्रेटेल, मेटकडे म्हणजे आपल्या आईकडे अन्नाची भीक मागत आहे. मग तिने ग्रेटेलला आपल्या पोटातून अर्धवट पचवलेले मांस काढून दिले. आपल्या पिल्लांसाठी लागणारे अन्न आपल्या पोटातून घेऊन जाण्याचा हा मार्ग, मेटसाठी सर्वांत सुरक्षित मार्ग होता. तसे केले की ते अन्न दुसऱ्या कोल्ह्याने किंवा बारून हायनाने चोरण्याची भीती राहत नसे.

वरचे चित्र : सिंहांच्या ब्लू कळपाने सोडून दिलेल्या गेम्सबोक हरणाच्या मांसाचा हिस्सा मिळवण्यासाठी कॅप्टन, म्हणजे मेटचा नवरा भांडाभांडी करत आहे.

खालचे चित्र : कॅप्टन आपले अन्न गिधाडांपासून वाचवण्यासाठी भांडतो आहे

हान्सेल नदीपात्रात झोपलेला असताना, कोसळणाऱ्या पावसात चिंब ओला झाला आहे आणि नंतर अंगावरचे थंड पाणी झटकतो आहे.

वरचे चित्र : अजूनही भिजलेल्या हान्सेलच्या चेहऱ्यावरचे रात्रीच्या शिकारीवर निघण्याआधीचे दु:खी भाव.
खालचे चित्र : वादळानंतर झालेली आमच्या कॅम्पची दैना. मागच्या पानावर : 'चेरी' आणि 'सॅसी'ची पिल्ले त्यांच्या आयुष्यात पहिल्यांदाच पाण्याची चव चाखताना. दुष्काळाच्या दिवसांत, जवळजवळ नऊ महिने सिंहांसाठी द्रवपदार्थाचा स्रोत, हा केवळ त्यांनी शिकार केलेल्या प्राण्याच्या शरीरातल्या रक्ताचा असे.

अर्धवट गुंगीत असलेल्या एका सिंहाचा पाठलाग करताना मार्क.

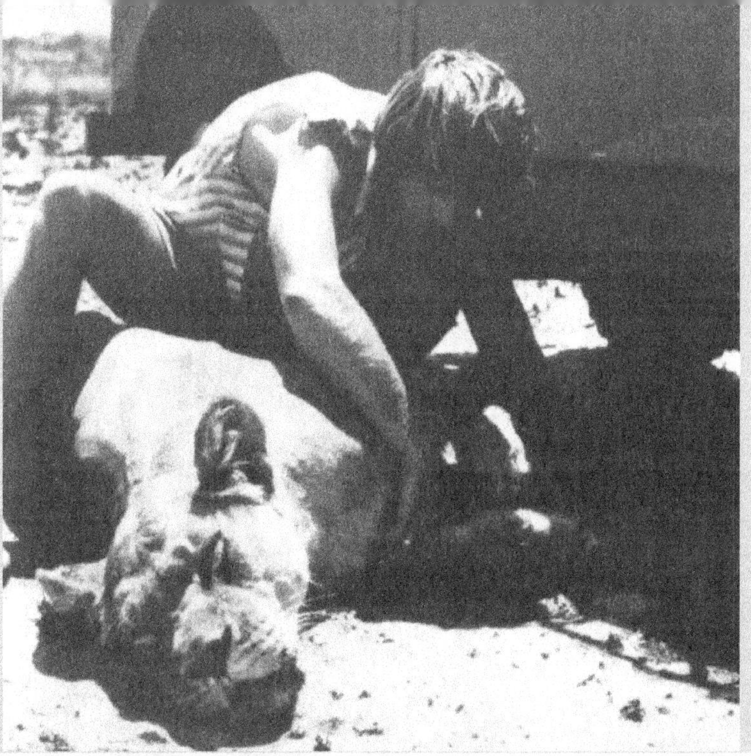

वरचे चित्र : ब्लू कळपातील चेरीला गुंगी दिल्यावर मार्क तिच्यावर उपचार करीत आहे. आम्ही सिंहांना आणि हायनांना शक्यतो रात्रीच्या वेळेला गुंगीचे इंजेक्शन द्यायचो. त्यामुळे त्यांना वाळवंटातील दिवसाच्या प्रखर उजेडाचा आणि उष्णतेचा त्रास व्हायचा नाही. खालचे चित्र : बोन्सच्या तुटलेल्या पायावर केलेल्या शस्त्रक्रियेमुळे तो अजूनही अशक्त होता, त्यामुळे त्याला गेम्सबोक हरिण सावलीच्या ठिकाणी ओढून न्यायला त्रास होत होता.

'बोन्स'चे 'ब्लू'बरोबर चालू असलेले मीलन.

वरचे चित्र : 'बिम्बो' 'ब्लू'च्या हनुवटीचा चावा घेत आहे आणि त्याच वेळी 'सँडी' तिच्या पाठीवर विश्रांती घेत आहे.
खालचे चित्र : बिम्बो आणि सँडी, ब्लूशेजारी खेळत आहेत.

आपणच केलेल्या शिकारीचा हिस्सा घ्यायचा प्रयत्न करत असलेल्या ब्लू सिंहिणीवर, बोन्स नर चाल करून जात आहे.

वरचे चित्र : 'सॅसी' खेळताना 'स्पूकी'च्या पोटाचा चावा घेत आहे.
खालचे चित्र : 'स्पायसी' आणि 'स्पूकी' खेळून दमल्यावर विश्रांती घेत आहेत.

'सेटन' आणि स्प्रिंगबोक मैदानातील कळपातील एक सिंहीण.

पण आम्हाला अशी भीती होती की, जर आम्ही गाडी चालू करून तिच्याकडे गेलो, तर ती इंजिनच्या आवाजाने घाबरून जाईल. जर 'लिसा' उठून आक्रमण करू लागला तर सगळा कळपच आमच्यापासून दुरावेल.

'घाई करू नकोस, कोणताही आवाज करू नकोस आणि हात/पाय कशावर ठेवतो आहेस, त्याकडे लक्ष ठेव!' लँडरोव्हरपासून लांब जात असताना मी असा विचार करत होतो. माझी सावली माझ्यापुढे लांब, जवळजवळ सिंहिणीजवळ पोहोचली होती. सिंहीण आपल्या मागच्या पायांवर बसली होती आणि वेगळ्या दिशेला बघत होती. मी खालच्या गवताच्या खुंटांमधून आणि वाळक्या गवतातून काळजीपूर्वक वाट काढत चाललो होतो. माझ्या वाटेत अशा गवताच्या काड्या होत्या, ज्यावर मी जरा जोर दिला असता, तर त्या बंदुकीच्या गोळीसारख्या फुटल्या असत्या. जसा मी गाडीपासून लांब लांब जात होतो, तसा माझा मूर्खपणा मला कळत होता. मला परत वळायचा मोह होत होता; पण मला माहीत होते की, आधीच्या भुलीच्या औषधाच्या अर्धवट अमलाखाली असलेल्या त्या सिंहिणीला परत हे इंजेक्शन कळणार नाही. जर तिच्या कळपातल्या इतर सिंहांपासून मला धोका होणार असेल, तर त्याची चेतावणी द्यायला मी डेलिया आणि मॉक्सवर अवलंबून होतो. जर धोक्याचे कोणतेही चिन्ह दिसले, तर मी लगेच लँडरोव्हरकडे धाव घेणार होतो.

मी जेव्हा 'लिसा'पासून पाच यार्डांवर होतो, तेव्हा माझा पाय काही वाळक्या पानांवर पडून एकदम जोरात पाने चुरडली गेल्याचा आवाज झाला. 'लिसा'ने मान वळवली आणि थेट माझ्याकडे पाहिले. मी जागच्या जागी थिजलो आणि ती परत वळण्याची वाट पाहू लागलो; पण ती माझ्याकडे तिच्या पिवळ्या डोळ्यांनी पाहात राहिली. तिचे कान उभे राहिले होते आणि अस्थिरपणे हलत होते. तिच्या मिश्यांमधून लाळ गळत होती. मी बारीकशी हालचाल करायलादेखील घाबरत होतो. ती जशी नजर एकाग्र करायचा प्रयत्न करत होती, तसे तिचे डोळे बारीक होत होते.

"टाउ, मोरेना!" मॉक्स लँडरोव्हरमधून लगबगीने कुजबुजला. एक सिंह माझ्या दिशेला आल्याचा तो धोक्याचा इशारा होता.

माझ्या उजव्या बाजूला वीस यार्डांवर भूल न दिलेली एक सिंहीण माझ्या दिशेने दबा धरत होती. ती झुडपाच्या मागे जमिनीवर बसलेली होती, तिचे डोके खाली होते; शेपटी वळवळत होती. मी खालच्या काटेरी गवतावर आडवा झोपलो आणि स्वतःचा गाल गवतावर दाबला. सिंहिणीच्या नजरेआड जाण्याचा माझा प्रयत्न होता. माझ्या कानात हृदयाची धडधड ऐकू येत होती.

लँडरोव्हर फार लांब होती आणि भूल न दिलेली सिंहीण खूपच जवळ होती. मी मानेवर हात ठेवला आणि डोळे बंद केले. श्वासदेखील न घेण्याचा माझा प्रयत्न

होता; पण मी खालची वाळू आणि राख नाकातून आत ओढत होतो. सिंहांच्या बाबतीत अतिशहाणपणा केलेल्या मॉनमधील माझ्या दोन हंटर मित्रांचे फाटलेले चेहरे आणि सिंहांनी झोपडीपासून खेचून नेलेल्या एका आदिवासी माणसाची छातीपासून कमरेपर्यंतची उघडी त्वचा माझ्या डोळ्यांसमोर आली. मी जमिनीवर पूर्ण आडवा झालो आणि वाट पाहू लागलो.

"मॉक्स! प्रकाशझोत थेट तिच्या डोळ्यांत मार!" शांततेत डेलियाची भुणभुण ऐकू आली. जरी त्याला इंग्लिश समजत नसले, तरी अशा वेळी काय करायचे, ते मॉक्सला कळले. त्याने प्रकाशझोत फिरवला आणि थेट दबा धरून बसलेल्या सिंहिणीच्या डोळ्यांत मारला. ती थांबली, अर्धवट उभी राहिली आणि तिने प्रकाशामुळे आपले डोळे किलकिले केले.

'लिसा'ला आपली जोडीदारीण दिसली असली पाहिजे, कारण ती तिच्या दिशेने पाहू लागली. संधी आली आहे, असे मला वाटले आणि मी गुडघ्यावर उभा झालो आणि गाडीच्या दिशेने मागे जाऊ लागलो. जितके आवाज न करता जाता येईल, तसे जाण्याचा माझा प्रयत्न होता. भूल न दिलेली सिंहीण आपले डोके वर-खाली करून त्या प्रकाशात मला पाहण्याचा प्रयत्न करत होती. ती पुढे निघाली आणि मी परत आडवा झालो. मॉक्सने सिंहीण थांबेपर्यंत पुन्हा प्रकाश तिच्या डोळ्यांवर रोखून धरला. ती माझ्यापासून दहा यार्डांवर थांबली आणि डोळे मिचमिचे करू लागली. मांजराच्या तावडीत सापडलेल्या एखाद्या उंदरासारखी माझी अवस्था झाली होती. मी परत गुडघ्यांवर उभा राहिलो आणि उलटा रांगू लागलो. भीतीमुळे माझ्या हातात जोर राहिला नव्हता. मग गाडीचा पुढचा बंपर माझ्या बाजूला आला. मी दाराकडे झेप घेऊन माझ्या सीटवर विसावलो. शेवटी एकदा थरथरत्या हाताने मी चेहऱ्यावरची धूळ आणि घाम पुसला.

दबा धरून बसलेल्या सिंहिणीचा रस संपला आणि ती परत शहामृगाच्या शिकारीपाशी गेली. माझ्यावर आत्ता जो प्रसंग आला होता; त्यामुळे 'लिसा'ला घाबरवण्याबद्दल मला जरा कमी काळजी वाटू लागली होती. मी गाडी पुढे घेतली आणि तिच्याजवळ थांबवली. माझा हात दाराबाहेर काढून मी तिला अजून एक औषधाचे इंजेक्शन टोचले. त्यानंतर दहा मिनिटांनी आम्ही तिच्या कानात खुणेची रिंग घातली. सगळे सिंह पूर्ण सावध होईपर्यंत आम्ही त्या शहामृगाच्या शिकारीपाशी वाट पाहात थांबलो आणि नंतर थोडी झोप घेण्यासाठी कॅम्पकडे परत गेलो.

दुसऱ्या दिवशी संध्याकाळी 'चेरी' सोडून बाकीचा सगळा कळप आमच्या कॅम्पवर आला. त्यांनी लँडरोव्हरला फेरी मारली आणि टायर, बंपर आणि ग्रीलचा वास घेतला. त्यांच्या कानात घातलेल्या निळ्या प्लॅस्टिकच्या खुणेच्या रिंगबद्दल ते अनभिज्ञ वाटत होते. प्रत्येक रिंगला वेगळा क्रमांक होता. त्या कळपाला आम्ही

'ब्ल्यू प्राइड' म्हणू लागलो.

●●●

जरी भूल देणे आम्हाला आवडत नसले, तरी एका प्रसंगी त्यामुळेच आम्हाला नर सिंहांमधील सामाजिक बांधिलकी किती दृढ असते, ते शिकायला मिळाले. 'पॅपी' आणि 'ब्रदर' हे दोघे भटके सिंह एकत्रच वाढले होते; त्यामुळे ते कालाहारीचा मोठा भूभाग एकत्र फिरले होते. त्यांना राज्य करायला स्वतःचा असा कोणता कळप मिळाला नव्हता. तरुण नर बऱ्याच वेळा प्रौढ झाल्यावरही एकत्र राहतात, तसे हे दोघेही अविभाज्य होते.

'पॅपी'ला भूल द्यायला काही त्रास झाला नाही. इंजेक्शन लागल्यावर तो खाली बसला आणि आपल्या बाजूला कलंडून झोपी गेला. इंजेक्शन त्याच्या खांद्याच्या बाजूला लटकत होते. 'ब्रदर' आपले डोके उंचावून मोठ्या डोळ्यांनी आपल्या जोडीदाराचा समन्वय जाताना आणि त्याला बेशुद्ध होताना पाहात होता. तो 'पॅपी'कडून आमच्याकडे आणि परत 'पॅपी'कडे पाहात होता; काय झाले, ते त्याला कळत नव्हते. आमची गाडी केवळ आठ यार्डांवर होती; त्याकडे दुर्लक्ष करून तो त्याच्या पडलेल्या जोडीदाराकडे गेला आणि त्याच्या शरीराचा वास घेऊ लागला. त्याला ते इंजेक्शन सापडल्यावर त्याने ते आपल्या दातात पकडले आणि मागे ओढले. इंजेक्शन जेव्हा 'पॅपी'च्या शरीरापासून मोकळे झाले, तेव्हा त्याबरोबर 'पॅपी'ची कोनाकृती त्वचा बाहेर आली. 'ब्रदर'ने ते इंजेक्शन दातांनी चावून त्याचे तुकडेतुकडे केले आणि थुंकून टाकले. मग तो आपल्या जोडीदाराकडे गेला आणि त्याने सुईने झालेली जखम चाटायला सुरुवात केली. त्याने आपले डोके 'पॅपी'च्या डोक्यावर घासले आणि तो 'पॅपी'ला हळुवारपणे साद घालू लागला. मग त्याने आपल्या तोंडात अलगद 'पॅपी'ची मान धरली आणि त्याला उचलायचा प्रयत्न करू लागला; पण 'पॅपी'चे वजन त्याला दातात पेलवत नव्हते. संपूर्ण मिनिटभर असा प्रयत्न केल्यावर त्याने 'पॅपी'चे पोट आपल्या जबड्यात धरले आणि तोच प्रयत्न चालू केला. त्याचे साद घालणे चालूच होते. तो पुनःपुन्हा मान आणि पोट आपल्या जबड्यात धरून 'पॅपी'ला उचलायचा प्रयत्न करत होता.

खरोखरच तो आपल्या जोडीदाराला उठवायचा प्रयत्न करत होता का? वाटत तरी तसेच होते; पण आम्हाला खात्री नव्हती. हत्ती आपल्या पडलेल्या कुटुंबीयाला उठवायचा प्रयत्न करतात ते आम्हाला माहीत होते; सिंहदेखील तसेच करत असतील, असे समजण्यास वाव होता.

या प्रसंगाने आमचे मन हेलावून गेले होते; पण 'ब्रदर'चा इतका सतत प्रयत्न चालू होता की, आम्हाला त्याच्या सुळ्यांनी 'पॅपी'चा मानेला जखम होईल अशी

भीती वाटत होती. मी लँडरोव्हर ब्रदरच्या शेजारी घेतली आणि त्याला ढकलत लांब नेले. आम्हाला 'पॅपी'ला रिंग घालायची होती, वजन करायचे होते आणि बाकी मोजमापे घ्यायची होती. मग आम्ही 'पॅपी'ला एका ताडपत्रीवर ठेवले आणि ओढत एका झाडाच्या सावलीत नेले, जिथे जागे होताना तो थंड राहील. 'ब्रदर' आमच्या मागोमाग आला आणि 'पॅपी' जागा होईपर्यंत त्याच्या जवळपास पडून राहिला. नंतर त्याने 'पॅपी'च्या अंगावर स्वतःचे डोके घासले आणि अंगभर त्याचा वास घेतला.

●●●

"टाउ, मोरेना!" तेव्हा पहाट होती, आम्ही 'ब्ल्यू प्राइड'ला रिंग घातल्याला काही दिवस झाले होते. आदल्या दिवशी रात्री उशिरापर्यंत आम्ही हायनांच्या मागावर होतो. पहाटे थकून तंबूतल्या जमिनीवर झोपलो होतो, तेव्हा मॉक्सने आम्हाला उठवले. तंबूच्या झडपेच्या पलीकडे एका ठिकाणी सूर्यप्रकाश येत होता, तेथे मॉक्स उभा होता आणि कॅम्पपासून ३०० यार्डांवरच्या एका सिंहाकडे बोट दाखवत होता. तंबूच्या झडपेतून आम्हाला एका नर सिंहाची अशक्त आकृती दिसत होती. महिन्यापूर्वीच्या गेम्सबोक हरणाच्या अवशेषांजवळ तो खाली वाकून ती उरलेली हाडे आणि त्वचेचे तुकडे उचलत होता. साधारणपणे सिंह अशा निरुपयोगी अवशेषांकडे लक्षही देणार नाही - इतके तुकडे पडलेले आणि कडक झालेले; पण हा नर सिंह मात्र ते वाळके अवशेष लगबगीने झाडाच्या सावलीत ओढत होता. तो ज्या झाडांकडे ते अवशेष ओढत नेत होता, त्या झाडांना आम्ही 'टॉपलेस ट्रायो' असे म्हणायचो. ती झाडे नदीपात्राच्या पलीकडच्या बाजूला होती. दुर्बिणीतून बघताना असे दिसले की, तो अतिशय कुपोषित आणि अशक्त सिंह होता. गेम्सबोकचे अवशेष जेमतेम तीस पौंडांचे असतील; पण तरीही ते काही फूट हलवल्यावर त्याला विश्रांतीसाठी थांबावे लागत होते. त्याला सारखी धाप लागत होती. तो पुनःपुन्हा ते अवशेष उचलत होता आणि पुढे नेण्याचा प्रयत्न करत होता; त्याला तेही जमत नव्हते. तो वळायचा, परत ते कोरडे चामडे उचलायचा आणि उलट्या बाजूला ओढायचा; पण विशेष यश मात्र मिळत नव्हते. प्रत्येक प्रयत्नानंतर तो अजून कमकुवत होत होता. शेवटी एकदाचा तो कोसळला; त्याचा मृत्यू जवळच आला होता.

आम्ही घाईघाईने कपडे चढवले व गाडीत उडी मारली आणि हळू वेगात गाडी त्याच्याकडे नेली. जेव्हा आम्ही त्याच्याजवळ पोहोचलो, तेव्हा त्याने शून्य नजरेने आमच्याकडे पाहिले; आम्ही आल्याचे त्याला समजलेही नसावे. त्याची ती अवस्था बघून आम्ही थक्क झालो. एका शानदार सिंहाची पोकळ आकृती शिल्लक होती. त्याच्या छातीचा पिंजरा आणि त्वचेच्या घड्या दिसत होत्या. मी माझ्या हातांनी त्याच्या पोटाला वेढा घालू शकलो असतो. तो कित्येक आठवडे अन्नाशिवाय

भुकेला राहिला असला पाहिजे.

अपरंपार कष्टांनी तो परत उभा राहिला आणि 'टॉपलेस ट्रायो'कडे जाऊ लागला, तेव्हा त्याच्या मानेत, खांद्यांवर आणि बाजूला साळिंदराचे डझनभर काटे रुतलेले आम्हाला दिसले. आपल्या अशक्त अवस्थेत त्याची एक शिकार चुकलेली असावी. शेवटी एकदाचा तो झाडाच्या सावलीत पोहोचला आणि जणू आपले थोराड डोके आणि तुटक आयाळ पेलायला फार जड झाली असावी, अशा पद्धतीने खाली कोसळला.

आम्ही त्याला तिथेच सोडून कॅम्पवर परत आलो. दुपारी भूल द्यायचे सामान घेऊन त्याच्याकडे परत गेलो. आम्हाला तो सिंह जवळून तपासायचा होता आणि त्याचे वय काय असावे तसेच तो वाचण्याची किती शक्यता होती, याचा अंदाज बांधायचा होता. जेव्हा त्याला इंजेक्शनची गोळी लागली, तेव्हा त्याने काहीच प्रतिक्रिया दाखवली नाही, तो तसाच जमिनीवर पडला. आम्ही त्याला लागलेले काटे काढू लागलो, त्यांपैकी काही काटे तर सहा इंच खोल रुतलेले होते.

एक काटा तर असा होता की, तो डेलियाला काढताच आला नाही. तो काटा त्याच्या पुढच्या उजव्या पायात रुतलेला होता आणि सिंह एका कुशीवर पडलेला असल्यामुळे त्याचा डावा पाय आड येत होता. मॉक्स गाडीपाशी उभे राहून हे सगळे पाहात होता. "मॉक्स, ला क्वनो - हे पकड." तिने त्याला बोलावले. मॉक्स द्विधा अवस्थेत पुढे झाला; त्याचे डोळे चिंता दर्शवत होते. त्या वेळी आम्हाला हे माहीत नव्हते की, त्याच्या लहानपणी त्याच्या प्रजातीतल्या लोकांनी त्याला सांगितले होते की, त्याने जर कधी सिंहाला स्पर्शिले, तर त्याचा हात सडून जाईल. त्याचा अजूनही त्या गोष्टीवर विश्वास होता; पण तरीही तो पुढे आला.

त्याचे घुटमळणे बघून डेलियाने त्याची समजूत काढायचा प्रयत्न केला, "ठीक आहे, सियामी - मॉक्स, ठीक आहे." ती त्याच्याकडे बघून हसली. मॉक्सने सिंहाचा केसाळ पाय आपल्या हातात असा धरला की, जणू काही तो सिंह कोणत्याही क्षणी जागा होईल. मग तो पाय त्याने हळूच उचलला. डेलियाने काटा काढून झाल्यानंतरही मॉक्सने तो पाय धरून ठेवला. त्याने आपल्या हाताचा पंजा सिंहाच्या पंजावर धरला आणि कित्येक सेकंद तसाच धरून ठेवला. मग त्याने वर पाहिले, तेव्हा त्याच्या डोळ्यांत हसू साठले होते.

संध्याकाळ झाली होती. सिंहाच्या शरीरात रुतलेले काटे काढायचे आणि त्यावर मलम लावायचे काम जवळजवळ संपले होते. मागच्या उजव्या पायाच्या गुडघ्याखाली कूर्च्यात रुतलेला एक तुटलेला काटा मला अजूनही काढता येत नव्हता. काही केल्या तो निघतही नव्हता; त्यामुळे मी गाडीतून एक चिमटा बाहेर काढला आणि त्याच्या अनुरोधाने तो काटा ओढू लागलो. कितीही जोरात ओढले

तरी तो काटा काही बाहेर येत नव्हता, ओढले की, चिमटा त्यावरून सटकायचा. अंधार पडत होता; त्यामुळे मी मॉक्सला टॉर्च चालू करायला सांगितले. प्रकाशात जेव्हा मला दिसू लागले, तेव्हा लक्षात आले की, मी काटा काढत नसून सिंहाच्याच तुटलेल्या हाडाचे टोक ओढतो आहे. सिंहाला एक जोरदार फ्रॅक्चर झालेले होते.

आता आमच्यापुढे एक नैतिक पेचप्रसंग होता. शास्त्रीय संशोधनाच्या नियमानुसार, आम्ही सिंहाला तसेच मरणासन्न सोडायला पाहिजे होते. जरी आम्ही त्याला मदत करायची ठरवली, तरी आम्हा दोघांपैकी कोणीच इतके अवघड फ्रॅक्चर काढलेले नव्हते. त्याशिवाय आता खूपच अंधार पडला होता; पण आम्ही सिंहाला आधीच भूल दिलेली होती. त्याचे दात फार झिजलेले नव्हते, त्यानुसार तो चांगला तरणाबांड उमदा सिंह होता, फार तर पाच-सहा वर्षांचा असेल; त्यामुळे आम्ही ठरवले की, त्याचे फ्रॅक्चर बांधायचा प्रयत्न करायचा; एवीतेवी तो जगणार नाहीच.

हाड लोखंडी पट्टीने बांधले, तर तो सिंह ते सहन करू शकला नसता; त्यामुळे आता एकमेव मार्ग त्या फ्रॅक्चरपाशी पाय उघडायचा, तुटलेले हाड करवतीने घासायचे, तुटलेले स्नायू बांधायचे आणि निर्जंतुक औषध लावून पाय बांधायचा, हाच होता. जर आम्ही त्याला उभे राहण्यापासून परावृत्त करू करू शकलो, तर कदाचित त्याचे तुटलेले हाड दुरुस्त होण्याची शक्यता होती.

आम्ही कॅम्पवर परत आलो आणि शस्त्रक्रियेचे जुजबी सामान गोळा केले : तुटलेले करवतीचे पाते, रेझर ब्लेड, जखम साफ करण्यासाठी आमचा भांडी घासायचा ब्रश आणि त्वचा शिवायला सुई-दोरा.

आम्ही परत गेलो, तेव्हा अंधार पडला होता. मॉक्सने टॉर्चचा प्रकाश धरला, तशी आम्ही त्याची जखम अजून उघडली, घासून साफ केली आणि त्यावर निर्जंतुक औषध फवारले. मग मी करवतीने पाऊण इंचाचे वाकलेले हाड कापले. स्नायू आणि त्वचा बांधून त्याला इंजेक्शनवाटे अँटिबायोटिकचा मोठा डोस दिला. मग ००१ नंबरची केशरी खुणेची रिंग त्याच्या डाव्या कानात घातली. जर तो जगला, तर त्याचे नाव आम्ही 'बोन्स' असे ठेवायचे ठरवले.

त्याला जगण्यासाठी लगेच अन्न आणि पाण्याची आवश्यकता होती; पण आपल्या पायावर ताण न आणता शिकार करणे त्याला शक्य नव्हते. वन्य जीव खात्याने आम्हाला वापरायला दिलेल्या शिकाऱ्याच्या बंदुकीने मी एक स्टीनबोक हरिण मारले. 'बोन्स' अजूनही औषधाच्या अमलाखाली होता, तेव्हा मी ते पंचवीस पौंडाचे हरिण त्याच्या डोक्याखाली ठेवले. तो जागा होईपर्यंत हायनांच्या आणि कोल्ह्यांच्या तावडीतून तिथे ते सुरक्षित राहिले असते. त्यानंतर बरेच तास गेले असतील. जागा झाल्यावर 'बोन्स' ते मांस खाऊ लागला. आधी हळूहळू; पण नंतर मांसाचे मोठेमोठे तुकडे गिळू लागला. सकाळपर्यंत त्याने अख्खे हरिण मटकावले

होते. सूर्य डोक्यावर आला, तेव्हा तो शांतपणे झोपला होता.

थोड्याच वेळात बोन्सला अजून जास्त खायला लागणार होते. जर आम्ही त्याला काही खायला दिले नसते तर तो आणखी एखाद्या हरणाची शिकार करायचा प्रयत्न करणार होता. त्याच दिवशी सकाळी मी ५३० पौंडाच्या एका गेम्सबोक हरणाला मारले. गाडीला मागे तीस फुटी चेन लावून ते हरिण खेचत सिंहाजवळ आणले. सिंह- विशेषतः कालाहारीतले सिंह आपल्या शिकारीला जवळच्या सावलीच्या ठिकाणी खेचून नेतात. जर मी ती शिकार बोन्सपासून दूर ठेवली, तर तो उठून शिकारीला हलवण्याचा प्रयत्न करण्याची शक्यता होती आणि त्यात त्याचा पाय कायमचाच निकामी झाला असता. त्याला न घाबरवता किंवा त्याला आक्रमण करायला उद्युक्त न करता ती शिकार थेट त्याच्या नाकापर्यंत कशी न्यावी, ही माझ्यापुढील समस्या होती. आता तो संपूर्ण सावध होता आणि त्याच्या त्या अशक्त, नाजूक स्थितीत तो नक्कीच जास्त घाबरलेला असणार.

जेव्हा मी गेम्सबोक हरिण त्याच्यापासून पंचवीस यार्डांवर आणले होते, तेव्हाच तो ताठरू लागला; त्यामुळे मी लँडरोव्हरमधून उतरलो, चेन सोडवली आणि लांब गेलो. बोन्स त्याच्या पायावर उभा राहिला आणि लंगडत त्या हरणापाशी गेला. त्याने त्या हरणाला एका बाजूला वळवले आणि हरणाची मान आपल्या जबड्यात पकडून तो हरणाला खेचू लागला. तसे ओढताना त्याने आपल्या तुटलेल्या पायावर पूर्ण भार दिला होता. त्याला घातलेले टाके तुटू लागले आणि पायातून रक्त येऊ लागले. त्याला नक्कीच अतोनात वेदना होत असणार.

जवळजवळ दीड तास तो त्या गेम्सबोक हरणाला सावलीत नेण्यासाठी झगडत होता. दर वेळी तो अगदी थोडेसे अंतर हरिण हलवायचा, मग दमून थांबायचा. त्याने हरणाला केवळ दहा यार्ड ओढले असेल तेव्हा मात्र त्याची ताकद संपली. तो लंगडत सावलीच्या झाडाकडे गेला आणि थकून खाली कोसळला. पाय तुटलेल्या अवस्थेत त्याने हरणाला इतके अंतर हलवणे हेसुद्धा अविश्वसनीय होते आणि जीवघेणेदेखील! काहीही करून आम्हाला ते हरिण त्याच्या जवळ नेणे भाग होते, नाहीतर त्याने परत ते खेचायचा परत प्रयत्न केला असता.

पुढच्या एका तासात आम्ही लँडरोव्हर गेम्सबोकच्या जवळ नेली आणि हरणाला पुन्हा चेनने गाडीच्या मागच्या हुकला बांधले. हळूहळू आम्ही ते हरिण 'बोन्स'च्या जवळ हलवले. जेव्हा जेव्हा तो थोडीशी जरी धोक्याची भावना दाखवायचा, तेव्हा आम्ही गाडी बंद करायचो. मी झाडाभोवती एका परिघात फिरत होतो. शेवटी ते हरिण मी त्याच्यापासून चार यार्डांपर्यंत पोहोचवले. हरिण सिंहापासून चार यार्डांवर असताना मी लँडरोव्हर हरणापर्यंत नेली. गाडीतून बाहेर पडलो आणि गाडीच्या मागे सरपटत गेलो, तेव्हा तो अतिशय हैराण झालेला होता. मागच्या चाकाच्या आडून

बाहेर येऊन मी ती चेन सोडवू लागलो. माझ्या चेहऱ्यावरून घाम गळत होता, तेव्हा बोन्सचे खांद्याचे स्नायू ताणले गेले होते आणि डोळे भीतीने व आक्रमकतेच्या भावनेने विस्फारलेले होते. तो माझ्या हालचाली चिंताग्रस्तपणे बघत बसला होता. मी त्याच्या नजरेला नजर द्यायचे आणि ज्यामुळे तो आक्रमण करेल, ते कृत्य करायचे टाळत होतो. एकदाची चेन सुटली. मी लँडरोव्हरमध्ये गेलो आणि तिथून निघालो.

अजूनही 'बोन्स' त्या हरणाच्या जागेबद्दल समाधानी नव्हता, त्याने आपल्या पायाच्या दुःखाकडे दुर्लक्ष करत हरणाला झाडाच्या बुंध्याजवळ हलवलेले आम्ही लांबूनच पाहिले.

कॅम्पवरून बोन्स टॉपलेस ट्रायोपाशी बसलेला दिसत होता. प्रत्येक सकाळी आणि संध्याकाळी आम्ही गाडी त्याच्या जवळ नेऊन बसायचो. त्याचे वजन वाढत होते आणि गेलेली ताकदही परत येत होती. रोज त्याला आमची आणखी सवय होत होती आणि आता तो जगेल याबद्दल आमच्या आशा अधिक पल्लवीत होत होत्या. तो आपला मोडका पाय अधूनमधून वापरू लागला होता. उठून तो गेम्सबोकपाशी शिकार खाण्यासाठी किंवा त्याची जागा बदलण्यासाठी जात असे. त्याच्यासाठी अजून हरणांची शिकार करणे आम्हाला योग्य वाटत नव्हते; पण जर त्याला स्वतःला शिकार करावी लागली, तर त्याचा ताण त्याच्या पायावर येऊन त्याचा पाय परत मोडेल, याची आम्हाला खात्री होती. तो एकटा आता कधी जगू शकणार नव्हता.

त्याची शस्त्रक्रिया केल्यानंतरच्या नवव्या रात्री त्याच्या गर्जनांनी आम्हाला जाग आली. तो नदीपात्रात दक्षिणेच्या बाजूला निघाला होता. तो परत दिसेल याची आम्हाला खात्री नव्हती.

●●●

दहा दिवस 'बोन्स' बेपत्ता होता. आम्हाला त्याची कोणतीही खूण दिसली नाही. एके दिवशी पहाटे मी आणि मॉक्स एका हायनाचा पायी माग काढत होतो. तो हायना आदल्या रात्री दाट झाडीत नाहीसा झाला होता. डेलिया आमच्या मागोमाग लँडरोव्हरमधून येत होती. ब्राउन हायनांच्या पाऊलखुणांवरून त्यांच्या वहिवाटीचा रस्ता, त्यांच्या भटकण्याच्या सवयींबद्दल आम्ही नोंद करून घेत होतो. प्रचंड गरमी आणि खालच्या काट्याकुट्यांच्या वाटेत हे काम करणे तसे कष्टाचेच होते. छोटी छोटी गोष्ट समजून घेण्यासाठी आम्हाला किती भटकावे लागते, त्याबद्दल आम्ही तसे वैतागलेलेच होतो; पण हायना नदीपात्रापासून किती लांब भटकतात, वाळूच्या टेकड्यांमध्ये त्यांच्या काय हालचाली असतात, ते कळण्याचा दुसरा कोणताही मार्ग नव्हता. त्या

ठिकाणी आम्हाला रात्री माग काढणे शक्य नव्हते, कारण तिथले गवत आणि झाडी फार दाट होती. मॉक्स आणि मी शेजारीशेजारी चालत होतो. हायना कोठे थांबला, त्याने कोठे खाल्ले, त्याला दुसरा हायना कोठे भेटला किंवा त्याने सशाचा पाठलाग केला वगैरे गोष्टींची चर्चा करण्यासाठी आम्ही थांबत होतो. जर पाऊलखुणांचा माग चुकला तर आम्ही परत मागे येऊन पुन्हा सुरुवात करत होतो. आम्ही काही त्या प्राण्याला शोधत नव्हतो; त्यामुळे डेलिया आणि मला आम्ही कोणत्या दिशेने जात आहोत, त्याने काही फरक पडत नव्हता. तो हायना कोठे गेला होता आणि काय करत होता ते कळले तरी आम्हाला पुरेसे होते; पण जेव्हा आम्ही पाऊलखुणांवर उलटे जायचो, तेव्हा मात्र मॉक्स कुचकामी ठरत असे; त्याला त्यात काही स्वारस्य नसायचे. आपले हात मागे बांधून शून्य नजरेने तो वाळूकडे बघत असलेला आम्हाला बरेच वेळा आढळायचा. आम्ही त्याला प्रोत्साहित करायचा कितीही प्रयत्न केला, तरी उलटा माग काढण्याचा अर्थ त्याला काही विशेष कळला नाही. हायनांचा माग काढणारे आम्ही लोक जरा वेडेच आहोत, असे त्याला वाटायचे. बऱ्याच आफ्रिकन लोकांना, खरेतर जगातल्या बऱ्याच लोकांना हायना म्हणजे धरतीवरील अरिष्ट वाटतात. त्यांचा माग काढण्यात कोणी तासन्‌तास कशाला घालवेल, हे मॉक्सला कळायचे नाही.

त्या दिवशी सकाळी आम्ही या हायनाचा माग काढत लेपर्ड ट्रेलपर्यंत गेलो. त्या दिवशीचा प्रवास कष्टांचा झाला होता आणि कित्येक वेळा आम्हाला रांगावे लागले होते. कधी खालच्या घट्ट झालेल्या वाळूत एकही खूण दिसत नसे. हायना वायव्य दिशेला मऊ वाळूच्या टेकड्यांकडे गेले होते आणि तेथे हायनांच्या पाऊलखुणा एका नर सिंहाच्या ताज्या पाऊलखुणांना छेदून गेल्या होत्या. आमचा या भागात कधी नर सिंहांशी विशेष संबंध आला नव्हता आणि ब्ल्यू प्राइडच्या नरांना भेटण्यास आम्ही उत्सुक होतो.

आता सिंहाचा माग काढत आम्ही दाट झाडीत गेलो. तिथे सशांची गुंतागुंतीची बिळे होती. मॉक्स आणि मी शेजारीशेजारी उभे राहून सिंहाच्या पाऊलखुणा शोधत होतो, तेव्हा मला आपला फणा पसरलेल्या, त्रिकोनी आकाराच्या मोठ्या पफ ॲडरचे डोके दिसले. तो साप अगदी घट्ट वेटोळे घालून बसला होता आणि मॉक्सचा पाय त्याच्या जवळ होता. त्याला चेतावणी द्यायला वेळ नसल्यामुळे मी माझ्या डाव्या हाताने त्याला ढकलले आणि मागे पाडले. त्याच क्षणी पफ ॲडरने 'फूस' असा जोरात आवाज काढला आणि मीसुद्धा मागे उडी घेतली. मॉक्सने माझ्याकडे बघून गर्भित स्मित केले; पण त्याचे डोळे आश्चर्याने विस्फारलेले होते. त्या सापाला वळसा घालून आम्ही पुढे गेलो.

सापाच्या पुढे सिंहाच्या पावलांचे ठसे अजून ठळक झाले होते. त्याने एका

साळिंदराचा पाठलाग केला होता. वाळूत उमटलेली ती गोष्ट उलगडत आम्ही पुढे जात होतो, तसा पाऊस पडू लागला. साळिंदर एका बुटक्या वाळवीच्या वारुळावरून धावले होते आणि मग अचानक दक्षिणेकडे वळले होते. सिंह विचित्रपणे घसरला होता आणि खालच्या निसरड्या पृष्ठभागावर आपटला होता; पण तो लवकरच उठला असला पाहिजे, कारण पुढे दोनशे यार्डांवर आम्हाला बरेच काटे पडलेले दिसले आणि तिथे रक्तदेखील बरेच सांडलेले होते.

मला माझ्या खांद्यावर मॉक्सचा हात जाणवला. "टाउ, क्वा" तो पुटपुटला.

आम्हाला आमच्या समोर १०० यार्डांवर एक मोठा नर सिंह पावसाच्या पडद्यातून समोरच्या मोकळ्या जंगलाकडे आणि समोरच्या नदीपात्राकडे पाहात असलेला दिसला. ते आफ्रिकेचे आदिकाळापासूनचे स्वरूपात्मक चित्र होते.

मॉक्स आणि मी लँडरोव्हरमध्ये चढलो आणि सिंहाकडे गेलो. तो वळून आमच्याकडे पाहू लागला. मग त्याची केशरी खुणेची अंगठी आम्हाला दिसली. त्यावर आकडा होता, ००१. म्हणजे तो 'बोन्स' होता. त्याचे वजन बरेच वाढले होते; पण पाय अजून पूर्णपणे तंदुरुस्त झाला नव्हता. त्याने जखम खाजवलेली दिसत होती आणि साहजिकच ती बरी होण्याच्या मार्गावर होता आणि त्याच्या अंगात साळिंदराचे बरेच काटे घुसलेले होते. त्याच्या लंगड्या पायामुळे तो मोठी शिकार करण्यास असमर्थ तर ठरत नाही ना, असे आम्हाला वाटले.

आम्ही बराच वेळ त्याच्यासमोर बसलो. निसर्गाच्या कृतीत ढवळाढवळ केल्याबद्दल आम्हाला कधी नव्हे, ते समाधान वाटत होते. शेवटी तो उठला, त्याने आळोखेपिळोखे दिले आणि चालू लागला. आधीच्या दिव्यातून तो गेल्याची पुसटशी खूण त्याच्या चालण्यातल्या थोड्याशा ताठरपणामध्ये होती. त्याच्या पाऊलखुणा नीट न्याहाळून बघताना माझ्या लक्षात आले की, त्याचे मागचे उजवे पाऊल थोडे वाकडे पडते आहे. ही त्याची खूण त्याच्या आयुष्यभर कायम राहिली. आता आम्हाला त्याची पाऊलखूण कधीही ओळखता येणार होती.

●●●

एके दिवशी सकाळी आम्ही हरणांची मोजणी करत होतो, तेव्हा आम्हाला 'बोन्स' त्याने नुकत्याच केलेल्या गेम्सबोक हरणाच्या शिकारीपाशी दिसला. त्या दिवशी पावसात आम्ही पाहिले, त्याला आता तीन आठवडे झाले होते आणि तो अंगापिंडाने व्यवस्थित भरला होता. त्याने एवढ्या मोठ्या आणि ताकदवान हरणाची शिकार केलेली पाहून आम्ही आश्चर्यचकित झालो होतो. तसे पाहता केवळ एक महिन्यापूर्वी आम्ही त्याच्या पायातला पाऊण इंच हाडाचा तुकडा कापून घेतला होता. जसा सूर्य डोक्यावर येऊ लागला, तसा तो ४०० यार्डांवरच्या आमच्या कॅम्पच्या सावलीकडे

पाहू लागला. आमच्या कॅम्पकडे हरिण ओढताना त्याला उष्णतेमुळे दमून धापा टाकायला होत होते. तो हरिण खेचत असताना कोल्हे त्याच्या भोवती घिरट्या घालत होते, ते हरणाचे लचके तोडत होते. जरी तो दर तीस यार्डांवर थांबत असला, तरी त्याच्या चालण्यात आता लंगडण्याची कोणतीही छटा दिसत नव्हती. तो जगेल, याबद्दल आम्हाला आता खात्री वाटत होती. गेम्सबोकला मारणे ही सर्वांत मोठी कसोटी होती आणि कालाहारीमधील सिंहांच्या विलक्षण प्रतिकारशक्तीचे ते प्रात्यक्षिक होते.

पुढचे दोन दिवस बोन्स आमच्या कॅम्पपासून २० यार्डांवर त्या शिकारीवर ताव मारत बसला होता. रोज संध्याकाळी आम्ही गाडीत बसून नदीपात्रातून त्याला खाताना बघत होतो. तो जेव्हा आपल्या पाठीवर लोळून आपले पाय आकाशाकडे करे, तेव्हा आम्हाला हसू आवरत नसे.

●●●

आमची लाडकी ब्राउन हायना 'स्टार' होती. एका रात्री आम्ही नदीपात्रात तिच्या मागावर जात होतो, तेव्हाच ती थांबली आणि कसलीतरी चेतावणी देऊ लागली. तिच्या अंगावरचा प्रत्येक केस उभा राहिला होता. अचानक तिने पश्चिमेच्या दिशेला पळ काढला. जवळच 'ब्ल्यू प्राइड' भटकत होती. 'सॅसी' आणि 'ब्ल्यू' गाडीकडे धावल्या आणि अर्ध्या दरवाजातून आमच्याकडे पाहू लागल्या. या कृतीची कधीकधी आम्हाला भीती वाटत असे, न जाणो त्यांचा मूड कधी अचानक बदलला तर... पण त्या कितीही जवळ आल्या, तरी कायम खेळकर असत.

सुरुवातीला आमची चाचपणी करून झाल्यावर 'सॅसी' आणि 'ब्ल्यू' आम्हाला कंटाळल्या. त्यांनी कोणतीही चेतावणी न देता एकदम 'स्पायसी'वर एक लुटुपुटूचा हल्ला केला. त्या तिला ढकलायच्या आणि मग लँडरोव्हरभोवती तिचा गोल पाठलाग करायच्या. त्यांचे मोठे पाय जमिनीवर पडघमसारखा आवाज करत होते. त्यांचा खेळकर मूड एकदम संसर्गजन्य होता. 'रास्कल' आणि 'होम्बर' हे दोघे नर बच्चेही त्यांना सामील झाले. आता 'चेरी' सोडून सगळे सिंह आमच्या गाडीभोवती प्रखर चंद्रप्रकाशात खेळत होते. 'चेरी' मात्र नेहमीप्रमाणेच अलिप्त राहिली.

अचानक ते नऊ सिंह खेळायचे एकदम थांबले आणि एका रेषेत शेजारीशेजारी उभे राहून उत्तरेकडे पाहू लागले. मी तिकडे प्रकाशझोत फिरवला तर तिकडे 'बोन्स' त्या प्रकाशात चालत आलेला मला दिसला. बोन्सची चाल भारदस्त होती; पण त्याचा दुखरा पाय जरा ताठ राहात होता. त्याच्या चालीबरोबर मोठे डोके आणि आयाळ हेलकावत होती. वाट पाहणाऱ्या कळपाकडे तो चालत आला आणि तिथे उभा राहिला. कळपातल्या दोन्ही माद्यांनी त्याला सर्वांग स्पर्श करून अभिवादन

केले. म्हणजे पहिल्यांदा त्याच्या गालाला गाल लावला, मग त्याच्या शरीराच्या लांबीला आपले शरीर स्पर्श करत गेल्या आणि शेवटी वर धरलेल्या शेपट्या त्याच्या शेपटीला लावल्या. त्यांचे भरघोस अभिवादन करून झाल्यावर सगळा कळप एकत्र खाली बसला. 'बोन्स' जरा लांब बसला होता. 'ब्ल्यू प्राइड'चा स्वामी त्याच्या घरी परत आला होता.

'बोन्स'च्या येण्याने कळपातल्या माद्यांचा मूड एकदम बदलला होता. त्यांचा खेळकरपणा जाऊन एकदम शांत, औपचारिक भाव आला होता. त्या रात्रीच्या अंधारात खोलवर कोठेतरी बघत शिकारीचे मनसुबे करत होत्या. नंतर केव्हातरी 'चेरी' उठली आणि तिथून निघाली. तिच्यापाठोपाठ 'स्पायसी' आणि 'सॅसी'देखील निघाल्या. थोड्या वेळाने 'ब्ल्यू' आणि 'जिप्सी'देखील निघून गेल्या. रात्रीच्या अंधारात सगळ्या सिंहांची लांब रांग नाहीशी होताना दिसली. सर्वांत शेवटी 'रास्कल', 'होम्बर' आणि 'बोन्स' होते. पश्चिमेकडच्या टेकडीपलीकडे चंद्र मावळत होता.

कळप नदीपात्रातून लास्ट स्टॉपपर्यंत गेला. उत्तरेकडील मैदानाच्या कडेला थोडीशी झाडी होती, ज्याला आम्ही 'लास्ट स्टॉप' म्हणायचो. तिथे ते सिंह बरेच वेळा लघवी करून आपली सरहद्द नोंदवायचे; नदीपात्र सोडून जाण्याआधी थोडीशी विश्रांती घेऊन निघायचे. पहाटेच्या पहिल्या किरणांबरोबर सिंहांची परेड सात लाल हार्टबीस्टच्या एका कळपाच्या दिशेने गेली. ते हार्टबीस्ट उत्तरेकडच्या टेकडीच्या पश्चिम उतारावरची कॅटोफ्रॅक्टेसची झुडपे चरत होते. त्यांच्यातल्या एका वयस्कर नराचे शिंग झिजून जरासे चकचकीत झाले होते. तो नर आपल्या कळपापासून वेगळा वाळवीच्या वारुळावरचे क्षार चाटत होता. सिंह त्यांची शिकार करण्याच्या तयारीत खाली वाकले आणि सिंहिणी कळपाकडे जाऊ लागल्या. त्या गवतात वाकून चालत होत्या, त्यांचे कान मागे खेचलेले होते. एका तासानंतर ते अजूनही कळपाकडेच जात होते. अजूनही ते शंभर यार्डांच्या एका रेषेत हार्टबीस्टच्या कळपापासून सुमारे सत्तर ते ऐंशी यार्ड लांब होते. 'रास्कल' आणि 'होम्बर' सगळ्यात मागे 'बोन्स'च्या जवळ होते. सिंहिणी उत्तरेच्या दिशेने दबा धरून होत्या, तेव्हाच हार्टबीस्ट पूर्वेकडे वळले. जर सिंहांनी आपली दिशा बदलली नसती, तर ते हार्टबीस्ट त्यांच्या तावडीतून सुटले असते. 'चेरी' आणि 'सॅसी' बाकीच्यांपासून वेगळ्या झाल्या आणि मागून वळसा घालून हरणांच्या मागच्या बाजूला जाण्यासाठी वाकून गेल्या. 'लिसा', 'ब्ल्यू' आणि 'जिप्सी'ने पुढून आक्रमणाची तयारी केली.

प्रतीक्षा... मग झुडपातून गवतात आणि परत झुडपात... मग परत प्रतीक्षा, सिंहांच्या 'प्राइड'ने आपल्या सावजाच्या शिकारीची तयारी चालवली होती. हार्टबीस्टला काहीतरी सुगावा लागला असावा. त्यांनी वळून सिंहांकडे बघितले आणि धोक्याची घंटा वाजवायला सुरुवात केली. मग तो कळप पळाला.

म्हातारा नर सगळ्यात पुढे होता. त्याने एका बाभळीच्या झुडपाला चुकवले, तसा चेरीचा मजबूत हात त्याच्या खांद्यावर आदळला. तो झुडपाआड गेला, तसा जोरात किंचाळला. त्याचे पाय हवेत वर आले होते. दुसरा एक हार्टबीस्ट वाळूच्या टेकडीवर पोहोचला आणि आजूबाजूला बघत उभा राहिला. तो अजूनही नाकातून आवाज काढत होता आणि शेपटी उडवत होता. काही सेकंदांतच सिंह त्याच्याजवळ पोहोचले. आम्हाला टेकडीपलीकडून जोरात खिंकाळणे आणि मांस फाडल्याचा आवाज ऐकू आला.

'बोन्स'नेदेखील ते आवाज ऐकले. मग तो आमच्या बाजूने इतरांकडे गेला. 'रास्कल' आणि 'होम्बर' उंच गवतातून त्याच्या मागोमाग गेले. जेव्हा तो शिकारीपाशी पोहोचला, तेव्हा तो पुढे गेला आणि सिंहिणींच्या अंगावर ओरडून त्यांना तेथून हाकलले. मग आपले रुंद पंजे हार्टबीस्टवर रोखून एकटाच शिकार खाऊ लागला. माद्या, 'रास्कल' आणि 'होम्बर' दहा यार्ड अंतरावरून त्याला पाहात होते.

पण 'ब्ल्यू' पुढे पुढे जात होती. जेव्हा 'बोन्स' तिच्याकडे पाहायचा, तेव्हा ती जमिनीवर बसायची. जेव्हा ती आठ यार्डांवर पोहोचली, तेव्हा ती एका वर्तुळाकार रस्त्याने शिकारीकडे जाऊ लागली. बोन्स खायचे थांबला. त्याच्या घशातून एक खोलवर आवाज येऊ लागला आणि त्याने तोंड उघडून आपला तीन इंची सुळा दाखवला. 'ब्ल्यू' त्याच्याकडे पाहून थुंकली. एक मोठी गर्जना करून 'बोन्स' शिकारीच्या अंगावरून तिच्याकडे धावला. त्याच्या धावण्याबरोबर बरीच वाळू हवेत उडाली. त्याने तिच्या तोंडात आपला पंजा मारला. सिंहीणही ओरडली आणि जशी ती जमिनीवर बसली, तसे तिचे कान तिच्या डोक्याला चिकटले होते. 'बोन्स' शिकारीकडे परत गेला. वीस मिनिटांनंतर सिंहिणी आणि त्यांच्या पाठोपाठ 'रास्कल' व 'होम्बर' निघून गेले. त्या रात्री त्यांच्या नराने हार्टबीस्टच्या शिकारीचा ताबा घेतला असल्यामुळे सिंहिणींनी ऐंशी पौंडाचे एक स्प्रिंगबोक हरिण शिकार करून खाल्ले.

●●●

१९७५चा मे महिना होता. पाऊस पडून एक महिना झाला होता. आता आकाश निरभ्र आणि फिकट रंगाचे दिसू लागले होते. सोनेरी गवताचा गोड वास रात्री सगळीकडे पसरलेला असे. सकाळच्या वाऱ्याची धार वाढू लागली होती. नदीपात्रातील जड वाळूतला बहुतेक सगळा ओलावा नाहीसा झाला होता आणि गेम्सबोक व हार्टबीस्ट हरणांचे कळप आता विरळ होऊन दुसरीकडे गेले होते.

आम्हाला सिंह कमी वेळा दिसू लागले होते आणि शेवटी ते निघून गेले. रात्रीच्या हवेत व्हॅलीत घुमणाऱ्या त्यांच्या गर्जना ऐकू येईनाशा झाल्यामुळे आम्हाला चुकल्या चुकल्यासारखे व्हायचे. ते कोठे गेले असतील आणि 'बोन्स' व इतर 'ब्ल्यू

प्राइड' आम्हाला परत दिसतील का? अशा पद्धतीचे विचार आमच्या मनात येत असत. पुन्हा पाऊस येऊन हिरवे गवत उगवायला आणि हरणांचे मोठे कळप नदीपात्रात परत यायला अजून कमीतकमी आठ महिने अवकाश आहे, हे आम्हाला माहीत होते. तसे व्हायला १९७५ चा शेवट किंवा १९७६ ची सुरुवात उजाडणार होती. त्याआधी सिंह परत येणार नव्हते. मग आम्ही ब्राउन हायनांच्या अभ्यासावर लक्ष केंद्रित करू लागलो. त्यांच्या आयुष्यातल्या प्रत्येक टप्प्याबद्दल जेवढे अभ्यासता येईल तितके अभ्यासू लागलो.

मांसाहाऱ्यांची चढाओढ

मार्क

दूरवरून ऐकू येणाऱ्या ड्रमच्या आवाजावर लक्ष असू दे.
- एडवर्ड फिट्झगेराल्ड
द रूबैयट ऑफ उमर खय्याम

डेलियाने माझ्या छातीवर कोपर मारून माझे लक्ष वेधले. "तुला ऐकू आले का?"

"काय ऐकू आले?" मी झोपेतून उठल्यामुळे माझा आवाज घोगरा झाला होता.

"ड्रमचा आवाज!"

"ड्रम?"

"लवकरच, आपल्याला त्यांना प्रत्युत्तर द्यायला हवे."

त्या वेळी शुभ्र पहाट होती आणि कुडकुडवणारी थंडी पडली होती. डेलिया स्लीपिंग बॅगमधून सरपटत बाहेर आली आणि तंबूची झडप उघडून बाहेर धावली. तिने अंगात फक्त आतले कपडे घातलेले होते. तिच्या श्वासोच्छ्वासामुळे वाफेची वर्तुळे तयार होत होती. बाहेर जाऊन ती ड्रमचा आवाज लक्षपूर्वक ऐकू लागली.

"तू फार दिवस जंगलात राहिली असल्यामुळे तुला भास होऊ लागले आहेत." मी तिला चिडवले; पण मग मलाही ड्रमचा आवाज ऐकू आला. टम..., टम....., टम..., टम टम टम. आवाज तसा हळुवार होता, जणू कोणीतरी मोठा ब्रासचा ड्रम वाजवत असावे.

"मी त्यांना प्रत्युत्तर द्यायला काय वापरू?" तिने स्वयंपाकघरात शोध घेत

विचारले. मी जरा उपरोधानेच तिला आमचा पाच गॅलन आकाराचा ओव्हन आणि तंबूच्या आधाराची काठी वापरण्यास सुचवले. काठी हातात धरून ती ओव्हनचा तळ बडवायला लागली. प्रत्येक वेळा वाजवून झाले की, ती थांबून प्रत्युत्तराची वाट पाहात असे; पण ड्रमचा आवाज बंद झाला होता. ती पुनःपुन्हा ती ओव्हनची बादली वाजवून बघत होती. मी माझे डोके स्लीपिंग बॅगच्या आत घालून कान बंद करायचा प्रयत्न केला. शेवटी डेलियाने आपला प्रयत्न सोडला आणि ती कुडकुडत आपल्या बिछान्यावर परत आली.

दररोज सूर्योदयाच्या आणि सूर्यास्ताच्या वेळी आम्हाला ड्रमचा आवाज ऐकू येत होता. ती बुशमन लोकांची शिकारीची पार्टी असली पाहिजे, असा आमचा कयास होता, कारण पहिल्यांदा आम्हाला दक्षिणेच्या बाजूने आवाज ऐकू आला आणि नंतर पश्चिमेकडून आणि उत्तरेकडूनही आला. ते बहुधा व्हॅलीत वरखाली जात होते; पण आम्ही नदीपात्राच्या ज्या भागात होतो, तिकडे येत नव्हते. डेलिया ओव्हनची बादली आणि तंबूची काठी नेहमीच तयार ठेवायची; पण दर वेळी जेव्हा डेलिया त्यांना प्रत्युत्तर द्यायची, तेव्हा त्यांचा आवाज बंद व्हायचा.

डेलियाच्या ड्रम वाजवण्याची त्यांना भीती वाटत असावी, अशा अंदाजाने एका संध्याकाळी जेव्हा आम्हाला आवाज ऐकू आला, तेव्हा आम्ही हातातले काम बाजूला ठेवले आणि गाडीतून त्यांच्या दिशेने निघालो. शिकाऱ्यांनी आम्हाला असे सांगितले होते की, जे थोडे बुशमन अजूनही शिल्लक आहेत, ते कमालीचे लाजाळू आहेत आणि आधुनिक माणसाशी ते कोणत्याही प्रकारचा संबंध येऊ देत नाहीत. ते पळून जाण्याआधी जर आम्हाला दिसले, तर आमचे सुदैवच म्हणावे लागेल.

आम्ही अगदी हळू गाडी चालवत आवाजाच्या दिशेने गेलो. दर वेळी त्यांचा आवाज ऐकू आला की, आम्ही थांबून त्यांच्या दिशेची चाहूल घ्यायचो. कोणत्याही क्षणी आम्ही एखाद्या वळणावर, पायात वळू, तेव्हा अंगावर चामडे नेसलेले आणि खांद्यावर धनुष्य-बाण घेतलेले काळे लोक दिसतील अशी मला उत्कंठा वाटत होती. कदाचित ते शेकोटी पेटवून त्यावर स्टीनबोक हरणाचे मांस भाजत असतील, असेही आम्हाला वाटत होते किंवा एखादा शिकारी ड्रम वाजवत असेल आणि बाकीचे आगीभोवती नाच करत असतील. ते आम्हाला पाहतील, तेव्हा त्यांची प्रतिक्रिया काय होईल, त्यांना द्यायला आम्ही साखर किंवा तंबाखू आणायला पाहिजे होती का? अशा प्रकारचे विचार आमच्या मनात येत होते.

आम्ही आवाजाच्या अगदी जवळ पोहोचलो होतो. मी एका मोठ्या झुडपाला वळसा घातला आणि अचानक गाडी थांबवली. आमच्या पुढे एक मोठा नर कोरी बस्टर्ड पक्षी होता. त्याने आपली मानेची पिसे फुगवली होती आणि तो गवतातून चालला होता. त्याचे टपोरे डोळे आमच्यावर स्थिर होते. व्हम, व्हम, व्हम,

व्हमव्हम! व्हम, व्हम, व्हम, व्हमव्हम! तो त्याच्या मीलनाचा आवाज होता.

आम्ही कोरी बस्टर्डला तसेच सोडले आणि कॅम्पकडे परत निघालो. लोकलाजेस्तव या गोष्टीबद्दल कोणालाही एक अक्षर बोलणार नाही, अशी आम्ही शपथ घेतली.

●●●

१९७५च्या कोरड्या ऋतूंमधल्या रात्री आम्ही 'स्टार', 'पॅचेस', 'शॅडो' किंवा इतर कोणताही ब्राउन हायना, जो नदीपात्रात सापडायचा, त्याचा आम्ही माग काढायचो. जर एखाद्या रात्री आम्हाला त्यांच्या मागावर जाता आले नाही आणि त्याचे काहीही कारण असले तरी आम्ही आमच्या नोंदवहीत नोंद करायचो. 'गाडीचा ऑल्टरनेटर मोडला होता किंवा मोठे वादळ होते; त्यामुळे हायनांचा माग अशक्य होता.' अशा प्रकारच्या नोंदी आमच्या वहीत असायच्या. ब्राउन हायनांबद्दल आम्हाला जितके काही आणि जितक्या लवकर शिकता येईल, तेवढे शिकायचे होते; त्यामुळे त्यांच्या संवर्धनाला मदत होणार होती आणि आमच्याही संशोधनाला! डिसेप्शन व्हॅलीत राहायचे असेल, तर आम्हाला स्वतःला फील्ड बायोलॉजिस्ट म्हणून प्रस्थापित करणे आवश्यक होते.

ब्राउन हायनांचे इतर मांसाहारी प्राण्यांशी संबंध कोणत्या प्रकारचे आहेत, त्याबद्दल आम्हाला कुतूहल होते, कारण ब्राउन हायना अन्नासाठी इतर शिकारी प्राण्यांवर अवलंबून असतात. ते कोणत्या प्राण्यावर प्रभुत्व गाजवून त्यांची शिकार चोरतात, ते आम्हाला अजून ठाऊक नव्हते. पावसाळ्याच्या दिवसांत सिंहांच्या शिकारीतले उरलेले खाऊन ते दिवस काढतात, हे आम्हाला माहीत होते; पण जर एखाद्या ब्राउन हायनाने सिंहांची शिकार चोरायचा प्रयत्न केला, तर तो ब्राउन हायना अल्पजीवी ठरू शकतो. सिंहांनी शिकार सोडून जाईपर्यंत वाट पाहणे त्यांना भाग असते. हायना अधूनमधून कोल्ह्यांपासून अन्न चोरत असले, तरी त्यांचे बिबट्या, जंगली कुत्रे, ठिपकेदार हायना आणि चित्त्यांबरोबरचे संबंध कसे असतात, ते कोणालाच माहीत नव्हते. कोरड्या ऋतूत सिंह दूर असताना आम्ही या संबंधांचा अभ्यास करायचे ठरवले.

एका संध्याकाळी आम्ही हरणांची मोजदाद करत होतो. त्या दिवशी जेव्हा आम्ही कॅम्पजवळ गाडी थांबवली, तेव्हा अंधार पडला होता. मॉक्सने पेटवलेली शेकोटी मोठ्या बाभळीच्या झाडाखाली मंदपणे जळत होती. मी टॉर्च लावला. जर त्या दिवशी आमचे नशीब चांगले असते, तर एखादा ब्राउन हायना आम्हाला जवळच दिसला असता आणि त्यायोगे आमची कित्येक तासांची शोधाशोध वाचली असती. जेव्हा मी नदीपात्रात प्रकाशझोत फिरवला, तेव्हा दोन मोठे पिवळे डोळे आमच्या आणि मॉक्सच्या कॅम्पच्या मधल्या झाडावर दिसले. आम्ही 'पिंक पँथर'

नाव ठेवलेला एक बिबट्या जमिनीपासून दहा फुटांवर एका फांदीवर बसलेला होता. त्याची शेपटी खाली लोंबत होती. त्याचे लक्ष उत्तरेकडे चिता हिलच्या दिशेला कशावर तरी केंद्रित झालेले होते; अर्थातच त्यामुळे त्याने आमच्याकडे अजिबात लक्ष दिले नाही.

मी त्या दिशेला प्रकाशझोत फिरवला, तर ब्राउन हायनाची केसाळ आकृती नजरेत आली. ती 'स्टार' होती आणि नागमोडी चालीने आमच्या दिशेने चालत येत होती. ती नाकाने जमिनीवर कशाचा तरी वास घेत होती. काही क्षणांतच ती 'पिंक पँथर'च्या झाडाखाली पोहोचणार होती.

"मार्क, तो तिच्यावर हल्ला करणार आहे!" डेलिया पुटपुटली. ब्राउन हायना आणि बिबट्यांच्या संबंधांचा अभ्यास करणे हे आमच्या संशोधनाच्या मुख्य उद्देशांपैकी एक होते; त्यामुळे त्यांच्यात ढवळाढवळ करावी, असे मला वाटले नाही. डेलिया आपल्या सीटवर उत्कंठेने पुढे वाकली होती. तिने हातातली नोंदवही घट्ट पकडली. जर बिबट्याने खरोखरच हल्ला केला तर आम्हाला मोठा गदारोळ पाहायला मिळेल, याची मला खात्री होती, कारण मी ब्राउन हायनांना गेम्सबोकचे लचके तोडताना पाहिले होते. हायनांच्या जबड्यात फारच ताकद असते; पण हल्ला होण्याआधीच हायनाला बिबट्याचा सुगावा लागेल किंवा बिबट्या दिसेल, याचीही मला खात्री होती; पण माझा अंदाज चुकला.

'स्टार' थेट 'पिंक पँथर'च्या झाडाखाली गेली. तिच्याकडे नजर ठेवून बिबट्याने दबा धरला, त्याची शेपटी वळवळत होती. 'स्टार' जमिनीचा वास घेत त्या झाडाभोवती फेऱ्या घालू लागली. बिबट्या काही जागचा हलला नाही. अर्धा मिनिट गेले. आता कोणत्याही क्षणी हल्ला होईल आणि 'स्टार'च्या लक्षात येण्याआधीच तिची चिरफाड होईल, असे आम्हाला वाटत होते.

जेव्हा ती झाडाखालून निघाली आणि दक्षिणेकडे ईगल आयलंडच्या दिशेला जाऊ लागली, तेव्हा डेलियाने एक सुस्कारा सोडला आणि ती आपल्या सीटवर मागे टेकली. 'स्टार' जेव्हा दोनशे यार्ड लांब गेली, तेव्हा 'पिंक पँथर' आपल्या झाडावरून उतरला आणि पश्चिमेकडे चालू लागला. वास घेण्यासाठी हायना वळली, तेव्हा तिने त्याला पाहिले. तिचे मानेवरचे केस ताठ उभे राहिले, तिने आपले डोके खाली केले आणि हल्ला केला. जेव्हा ती त्याच्या अगदी जवळ पोहोचली, तेव्हा बिबट्याने आत्ताच उतरलेल्या झाडाकडे उडी घेतली. जेव्हा तो झाडावर उडी घेत होता, तेव्हा 'स्टार'चा उघडा जबडा त्याच्या सळसळत्या शेपटीपासून काही इंचांवर होता. तो जेव्हा झाडाच्या खोडापाशी पोहोचला, तेव्हा तो पूर्ण वेगात होता. त्याच्या वेगामुळे तो झाडाच्या खोडाभोवती फिरला आणि तेव्हा खोडाचे छोटे तुकडे हवेत उडाले. आपल्या तोंडातले तुकडे थुंकत आणि गुरगुरत तो झाडाच्या फांदीवर सुरक्षित स्थळी

पोहोचला. 'स्टार'ने त्याची शेपटी पकडायचा शेवटचा प्रयत्न केला. तिने जोरात आरोळी ठोकली, जणू तो बिबट्या आपल्या तावडीतून सुटल्यामुळे ती वैतागली होती. तो वरच्या फांदीवरून तिच्याकडे पाहात होता. शेवटी ती तिथून निघाली. ती सुरक्षित अंतर दूर जाईपर्यंत 'पिंक पँथर' तिच्याकडे बघत राहिला. मग तो खाली उतरला आणि वेस्ट प्रेअरीच्या बाजूच्या उंच गवतात नाहीसा झाला.

ही अनपेक्षित घटना असली पाहिजे, अपघाताने घडलेली. आखूड पायांचे ब्राउन हायना नक्कीच बिबट्यांवर प्रभुत्व गाजवू शकणार नाहीत, असे आम्हाला वाटत होते; पण 'पिंक पँथर' आणि ब्राउन हायनाची चढाओढ इतक्यात संपलेली नव्हती.

त्यानंतर कित्येक आठवड्यांनी रात्रीचे जेवण करीत आम्ही शेकोटीपाशी बसलो होतो. ट्री आयलंडच्या बाजूने कोणाच्या तरी किंकाळ्या ऐकू आल्या. एखाद्या स्प्रिंगबोक हरणाची शिकार झाली असली पाहिजे. काय झाले, ते तपासायला आम्ही गाडीकडे निघालो, तेव्हा 'पिंक पँथर' कॅम्पमध्ये चालत आला. त्याचे नाक आणि छाती रक्ताने माखलेली होती. तो आमच्यापासून तीन यार्डांवर थांबला, त्याने आपल्या खांद्यावरून आमच्याकडे वळून पाहिले आणि तो लगबगीने एका जवळच्या झाडावर चढला. नुकतीच त्याने एका हरणाची शिकार केली असावी; पण मग तो शिकार सोडून इकडे का आला?

कॅम्पच्या दुसऱ्या बाजूला, आम्हाला 'शॅडो' नावाची ब्राउन हायना स्प्रिंगबोक हरणाचे पोट चावताना दिसली. 'शॅडो' सगळ्या ब्राउन हायनांमध्ये सर्वांत आज्ञाधारक हायना होती. आम्ही तिथेच वाट पाहात थांबलो. सुमारे वीस मिनिटांनी 'पिंक पँथर' परत आला. हळूहळू तो आपल्या शिकारीकडे निघाला होता. 'शॅडो'ने त्याच्याकडे अजिबात लक्ष दिले नाही; ती अजूनही त्या हरणाचा फडशा पाडत होती. तो तिच्याकडे पाहात जवळच बसून राहिला. त्याचे कान मागे गेलेले होते आणि शेपटी सळसळत होती. मग जणू यापेक्षा जास्त काही सहन करणे त्याला शक्य नसल्याच्या आविर्भावात तो उठला आणि आपली शेपटी गुंडाळून त्याने 'शॅडो'च्या दिशेने तीन पावले टाकली.

अजिबात विलंब न करता हायना उठली आणि तिने त्याच्या दिशेने धाव घेतली. तिचे मानेवरचे केस उभे राहिले होते आणि जबडा पूर्ण उघडा होता. 'पिंक पँथर' परत वळला आणि ते दोघेही कॅम्पमध्ये शिरले. आमच्या स्वयंपाकघराच्या तंबूशेजारच्या झाडावर बिबट्या वर चढला. त्याला झाडावर आपले पंजे चाटत असलेले बघत, त्याची वाट पाहात 'शॅडो' तिथे बसली. मग ती शिकारीकडे परत आली. काही वेळातच त्यांच्या कळपाचा मुख्य नर 'आयव्ही' तिथे आला. त्या दोघांनी मिळून ते स्प्रिंगबोक हरिण संपवले. 'पिंक पँथर' चूपचाप कुठेतरी निघून गेला.

या प्रसंगातून आम्हाला बरेच काही शिकायला मिळाले. शिवाय हेही कळले की, 'शॅडो' किंवा 'पिंक पँथर', दोघांपैकी कोणाच्याही मनात आमच्या कॅम्पच्या परिसरात लढाई करण्याबाबत कोणताही संकोच नाही. डिसेप्शन व्हॅलीमध्ये आम्ही मिसळून जावे, असे आम्हाला वाटत असे. हा प्रसंग म्हणजे आम्ही यशस्वी झाल्याची पावतीच होती.

ब्राउन हायनांबद्दल आमच्या मनात एक नवा आदरभाव निर्माण झाला होता. ते दुसऱ्याच्या मांसावर जगत असतील; पण शिकाऱ्याने त्यांच्या हाती शिकार बहाल करेपर्यंत ते वाट बघत बसत नाहीत. चांगल्यापैकी ताकदवान प्रतिस्पर्ध्याकडून ते आपला हिस्सा हिसकावून घ्यायला कमी करत नाहीत. ब्राउन हायनाचा सामना करणे बिबट्याला शक्य नसावे. हायनाचे रुंद खांदे व मान कित्येक चाव्यांना आणि ओरखड्यांना पुरून उरणारी असते आणि त्याव्यतिरिक्त हायनाच्या ताकदवान जबड्याचा एक चावा बसताच, बिबट्याचा पाय निकामी होण्याची नाहीतर तो बिबट्याच जिवे मरण्याची भीती असते. 'पिंक पँथर'साठी पाय मोडण्यापेक्षा शिकारीवर पाणी सोडणे जास्त फायद्याचे होते.

ब्राउन हायना कुशल तर असतातच, शिवाय धीटदेखील असतात. पावसाळ्यात ते सिंहांचा इतका व्यवस्थित माग काढतात की, त्यांच्या कळपाची सरहद्द आणि सिंहांची सरहद्द अगदी तंतोतंत जुळतात. त्यांना सिंहांच्या आणि बिबट्यांच्या विश्रांतीच्या जागा पक्क्या ठाऊक असतात आणि वाहत्या वाऱ्याच्या दिशेतसुद्धा त्यांच्या अवतीभवती प्रत्येक रात्री एक-दोन फेऱ्या घालून ते त्यांच्या हालचालींवर लक्ष ठेवून असतात; त्यामुळे शिकार झालेली त्यांना लगेच कळते. पहाटेच्या वेळी आणि संध्याकाळी ते हवेत घिरट्या घालणाऱ्या गिधाडांवर लक्ष ठेवून शिकारीचे ठिकाण बरोबर ओळखतात. जेव्हा कोल्हे, बिबट्यांनी केलेल्या शिकारीभोवती फेऱ्या घालत असतात, तेव्हाचे कोल्ह्यांचे गुरगुरणे ओळखून ते त्या शिकारीचाही माग काढतात. जर हायना येण्याआधी बिबट्याने शिकार झाडावर हलवली नसेल, तर त्याला आपली शिकार ब्राउन हायनाच्या तोंडी सोपवावी लागते.

ब्राउन हायना केवळ बिबट्यांवर दादागिरी करत नसून ते चित्त्यांनासुद्धा आपल्या शिकारीवरून हाकलून लावतात असे आमच्या लक्षात आले. चित्ते तसे बिबट्यापेक्षा जरा नाजूक आणि कमी ताकदवान असतात. पूर्व आफ्रिकेतले चित्ते दिवसा शिकार करतात. येथे कालाहारीमध्ये मात्र चित्ते बरेच वेळा रात्रीसुद्धा शिकार करताना आम्हाला आढळले आहेत. ब्राउन हायना रात्री सक्रिय असतात. ठिपकेदार हायना आपल्या ब्राउन भाईबंदांपेक्षा जास्त ताकदवान असतो, तो शिकारीपासून ब्राउन हायनांना हाकलून लावतो; पण डिसेप्शन व्हॅलीमध्ये ठिपकेदार तरस इतक्या कमी वेळा येतात की, त्यांची ब्राउन हायनांशी क्वचितच चढाओढ होते.

जर जंगली कुत्रे एकत्र गटात असतील, तर ते ब्राउन हायनांवर सहज कुरघोडी करतात. 'स्टार'ने अकेशिया पॉइंटपाशी एकदा एका चित्त्याच्या तोंडून स्प्रिंगबोक हरणाची शिकार पळवली. ती त्या हरणाचा एक पाय सोडवून तो लपवून ठेवण्याच्या तयारीत होती, तेव्हा 'बँडिट' नावाचा जंगली कुत्रा आणि आणखी दोघे त्या शिकारीपाशी आले. त्यांनी तिला तिथून घालवून लावले. दोन मिनिटांनी ती परत आली आणि ते ज्या बाजूने हरणाला खात होते, त्याच्या विरुद्ध बाजूने हरणाचा पाय ओढू लागली. कोणतीही पूर्वसूचना न देता 'बँडिट'ने त्या हरणाच्या अंगावरून उडी घेतली आणि त्याने 'स्टार'च्या पोटाचा चावा घेतला. ती किंचाळली आणि दूर पळून गेली. 'बँडिट'चा उरलेला कुत्र्यांचा गट शिकारीपाशी आला होता. सात मिनिटांत त्यांनी नव्वद पौंडाच्या स्प्रिंगबोक हरणाचा पूर्ण फडशा पाडला. त्या हरणाचे शिंग, कवटी, मणक्याची हाडे आणि जबडा फक्त शिल्लक राहिला होता. 'स्टार'च्या नशिबी मांस अजिबात आले नाही, कुत्रे तिथून गेल्यावर तिने राहिलेल्या हाडांचा चुरा करून खाल्ला.

तसे बघता, इतर शिकारी प्राण्यांना आपल्या शिकारीपासून पळवून लावण्याच्या सामर्थ्यामध्ये ब्राउन हायनांचा पहिला क्रमांक लागतो. जंगलातले सामर्थ्यवान शिकारी उतरत्या श्रेणीमध्ये सिंह, ठिपकेदार तरस, जंगली कुत्रे, ब्राउन हायना, बिबट्या, चित्ते आणि कोल्हे असे आहेत. (शेवटचे दोघेही तसे सारख्याच क्रमांकावर आहेत.) पण कोरड्या ऋतूत सिंह पूर्णपणे कालाहारीमधून बाहेर जातात तसेच जंगली कुत्रे आणि ठिपकेदार तरस कालाहारीमध्ये विशेष आढळून येत नाहीत; त्यामुळे ब्राउन हायना हे इथले सगळ्यात प्रभावी मांसाहारी प्राणी आहेत. बऱ्याच लोकांना वाटते त्याप्रमाणे ते काही लाजाळू आणि लपून बसणारे तर मुळीच नाहीत.

●●●

पूर्ण रात्र बाहेर राहून आम्ही अगदी उशिरा कॅम्पकडे परत आलो. अवघडलेले अंग जरा आळोखेपिळोखे देऊन मोकळे केले. मग कॅनमधले थोडे पाणी वॉशबेसिनमध्ये ओतून आपल्या तोंडावर मारले आणि झोपायला निघालो. डेलियाने जेव्हा मला बूट तंबूबाहेर काढायची सूचना केली, तेव्हा मी जरा उखडलो.

माझ्या टेनिस शूजना कॅन्व्हास कमी आणि भोकं जास्त होती. या देशात अगदी सर्वोत्तम पायताणेदेखील विशेष टिकत नाहीत, तिथे या बुटांनी माझी चांगलीच सेवा केली होती. प्रत्येक पावलागणिक कॅन्व्हासवर पडलेली भोकं थोडी मोठी झाली होती; त्यामुळे पायात हवा खेळती राहिली होती आणि बूट अधिक आरामदायी झाले होते; पण नवरा-बायकोमध्ये वाद नको म्हणून मी शूजना तंबूच्या वर ठेवले. तसेही त्यांना तिथे चांगली हवा लागली असती आणि बूट कोल्ह्यांच्या तावडीत सापडले नसते.

बूट वर ठेवून मी तंबूत झोपायला गेलो.

पहाटे जेव्हा मी उठलो, तेव्हा मॉक्स केव्हाच उठून चूल पेटवायचा प्रयत्न करत होता. स्प्रिंगबोक हरणांचे अस्वस्थ कळप कॅम्पभोवती फिरत होते. ते धोक्याचा इशारा देत होते, म्हणजे नदीपात्रात कोणतातरी शिकारी प्राणी असला पाहिजे. मी झडप उघडली, थंडगार पडलेले माझे बूट पायात चढवले आणि बाहेर पडलो. बाहेर चांगलाच गारवा होता.

सूर्य पूर्वेकडच्या टेकडीवरून वर येऊ लागला होता. सकाळची हवा अजूनही शांत पण तरी थंड होती. गोड, गुलाबी थंडीमुळे आपले काम लवकर सुरू करण्यास उत्साह वाटत होता. मी बिलटाँगच्या थोड्या पट्ट्या खिशात सरकवल्या आणि गाडीकडे निघालो. नॉर्थ बे हिलजवळच्या झाडीत आदल्या रात्री बँडिट आणि त्याचा बाकी कुत्र्यांचा गट हरवला होता. कदाचित आता ते मैदानातल्या स्प्रिंगबोकची शिकार करायला परत आले असण्याची शक्यता होती.

डेलियाला काही नोट्स उतरवून घ्यायच्या होत्या; त्यामुळे मी मॉक्सला माझ्याबरोबर येण्यास सांगितले. कॅम्पमधील रोजच्या कामापासून त्यालाही थोडी विश्रांती मिळाली असती. मॉक्स लँडरोव्हरमध्ये चढला, तेव्हा नेहमीप्रमाणेच अबोल होता; त्याने हाताची घडी घातली होती. जसे आम्ही नदीपात्रातून जाऊ लागलो, तसे त्याचे तल्लख डोळे इकडेतिकडे न्याहाळू लागले. त्याच्या नजरेतून काहीही सुटत नसे; पण त्याचा चेहरा मात्र मख्खासारखा असे.

वाळके गवत चरणाऱ्या स्प्रिंगबोक हरणांच्या मधून आम्ही पुढे गेलो, तेव्हा जूनचा महिना होता; कालाहारीमध्ये या दिवसांत कोरडा हिवाळा असतो. गेम्सबोक, हार्टबीस्ट आणि इतर मोठ्या तोंडाची, फारशी चिकित्सा न करणारी हरणे व्हॅली सोडून दूर गेली होती. ती हरणेच गवत जास्त वाढले की, ते चरून कमी करायची. स्प्रिंगबोक हरणांना उरलेले गवताचे हिरवे कोंब शोधणे अवघड झाले होते. इतर हरणांसारखीच स्प्रिंगबोक हरणेही संध्याकाळी वाळूच्या टेकड्यांमध्ये फिरू लागली होती. गवताच्या कमीमुळे त्यांनी आपल्या दिनक्रमात तसा बदल केला होता. तिथे त्यांना थोडे हिरवे गवत आणि झुडपांची हिरवी पाने मिळत असत. रात्रीच्या दमट हवेमुळे पानांमध्ये चाळीस टक्क्यांपर्यंत ओलावा असू शकतो. पहाटेच्या वेळी हरणे मोकळ्या नदीपात्रात येऊन आराम करायची आणि इतरांशी गाठभेट करायची.

काही दिवसांनंतर जेव्हा कोरडा उन्हाळा चालू होईल, तेव्हा हवेतली आर्द्रता सगळ्यात कमी असते आणि जंगलात वणवे पेटतात; तेव्हा पानांमधील शेवटचा ओलावा उडून जातो. जगण्यासाठी विखुरलेली हरणे, बाभळीची फुले आणि सापडली तर जंगली कलिंगडे खातात, नाहीतर आपल्या खुरांनी जमिनीत खोलवर खणून मांसल मुळे खणून काढतात आणि खातात. उमदा नर गेम्सबोक आपल्या गुडघ्यांवर

वाकून जमिनीत खोलवर आपला खांदा आणि शिंगं खुपसून, ओलावा मिळण्यासाठी काहीतरी चोथा चावत बसलेला पाहणे अगदी करुणास्पद असते. या धरतीच्या लहरींशी या हरणांनी फारच चांगले जुळवून घेतले आहे. जेव्हा पाणी आणि चारा पुष्कळ असतो, तेव्हा त्यांचे प्रजनन होते आणि जेव्हा दुष्काळ पडतो, तेव्हा ती एकटी वाळवंटात फिरून कोरड्या जमिनीतून मुळे उकरून काढून गुजराण करतात.

आम्ही त्या दिवशी जेव्हा स्प्रिंगबोक हरणांच्या कळपातून प्रवास करत होतो, तेव्हा कशानेतरी ते अचानक बिथरले. लोखंडाचे तुकडे जसे एका दिशेने चुंबकाकडे ओढले जातात, तसे ते उत्तरेच्या दिशेला पाहू लागले. मी दुर्बीण डोळ्याला लावली तर मला 'बँडिट' आणि इतर कुत्र्यांचा गट एका मैलावरच्या कोरड्या पाणवठ्याकडे निघालेला दिसला. जेव्हा ते पाणवठ्यापाशी तिथल्या टणक कोरड्या जमिनीवर पाणी शोधत होते, तेव्हाच आम्हीदेखील तिथे पोहोचलो. जमिनीत पडलेल्या भेगांमध्ये नाक खुपसून ते पाण्याचा वास घेण्याचा प्रयत्न करत होते. पाऊस परत यायला आणि त्यांना पाणी मिळायला अजून आठ महिने अवकाश होता. तोपर्यंत इतर शिकारी प्राण्यांसारखीच त्यांनाही आपल्या भक्ष्याच्या शरीरातील आर्द्रतेवर गुजराण करावी लागणार होती.

'बँडिट' पाणवठ्याच्या कडेला उभा राहून नदीपात्रातील स्प्रिंगबोकच्या कळपाकडे पाहात होता. मग तो वळला आणि इतर कुत्र्यांपाशी गेला. इतरांच्या नाकाला त्याने आपले नाक घासले, तेव्हा त्याची शेपटी शिकारीच्या कल्पनेने उत्साहाने सळसळत होती. सगळे कुत्रे नाकाला नाक लावून एकत्र झाले होते. त्यांच्या शेपट्या दोरीसारख्या सळसळत होत्या. एकत्र येऊन त्यांचे शिकारीचे प्रभावी यंत्र बनले. बँडिट पुढे निघाला आणि बाकीचे त्या हरणांकडे सरकू लागले.

काही मिनिटांतच त्यांनी एका स्प्रिंगबोकची शिकार केली होती. मी आणि मॉक्स त्यांच्यापाशी पोहोचलो, तेव्हा त्यांनी हरणाचे तुकडे केले होते. शिकारी कुत्र्यांच्या सवयीप्रमाणे त्यांनी बाजूला होऊन आधी आपल्या पिल्लाला खाऊ दिले. पिल्लाने पाच मिनिटे एकटे खाल्ल्यावर बाकीचे कुत्रे खाऊ लागले आणि त्यांनी त्या हरणाला संपवले. मग त्यांनी आपले नाक गवतात पुसले आणि पाठ साफ करण्यासाठी लोळण घेतली.

मग शिवाशिवीचा खेळ चालू झाला. बरेच कुत्रे लँडरोव्हरकडे पळत होते. त्यांनी स्प्रिंगबोकचा एक पाय बॅटन म्हणून पकडला होता. मॉक्स आणि मी, आमच्यापुढे चाललेली ती सर्कस पाहू लागलो : ते नाचणारे आवेशपूर्ण जिप्सी कुत्रे, त्यांच्या अंगावरचे अव्यवस्थित केस, फाटके कान, झाडूसारख्या शेपट्या. शेवटी सूर्याचा दाह जाणवू लागला आणि तीन कुत्रे गाडीच्या सावलीत विसावले.

त्यांनी खाल्लेल्या स्प्रिंगबोक हरणाच्या जबड्याचे हाड गाडीपासून पंधरा यार्डांवर

खुरट्या गवतात पडलेले होते. जर ते आमच्या हाती पडले असते, तर आम्हाला त्या हरणाच्या वयाचा अंदाज करता आला असता. मला ते लगेच उचलावे लागणार होते, नाहीतर त्यांच्यापैकी एखाद्या कुत्र्याने ते नक्कीच उचलले असते. आफ्रिकन जंगली कुत्र्यांनी आत्तापर्यंत माणसावर हल्ला केल्याचे ऐकिवात नाही; त्यामुळे मी माझा कॅमेरा उचलला आणि दार उघडून खाली उतरलो. मॉक्स आपली मान नकारार्थी हलवून तोंडातून 'अहं, अहं' असा आवाज काढत होता. मी हळूहळू गाडीच्या पुढे गेलो. हवे तर लगेच परतायची माझी तयारी होती.

मी बरीच पावले पुढे गेलो. दोन कुत्रे धावत माझ्या आणि लँडरोव्हरच्या मध्ये आले. त्यांपैकी एक कुत्रा दुसऱ्याचा कान चावत होता. अजून तीन कुत्रे माझ्या समोर आले. त्यांपैकी एका कुत्र्याने तोंडात स्प्रिंगबोकचा उरलेला पाय आडवा धरला होता. सगळे कुत्रे माझ्याभोवती धावत, नाचत असल्यामुळे मला उचंबळून येत होते, मी वेगळेच स्वातंत्र्य अनुभवत होतो, जणू मी त्यांच्यातलाच एक आहे.

मला जितक्या वेगाने त्यांचे फोटो काढता येतील, तसे मी घेऊ लागलो. ते सगळे कुत्रे फार वेगात धावत, उड्या मारत आणि जमिनीवर लोळण घेत होते. त्यांच्या अंगावरची काळी-पिवळी नक्षी कॅलिडोस्कोपसारखी दिसत होती. त्यांना माझी अजिबात फिकीर नव्हती; पण मी जेव्हा स्प्रिंगबोकच्या जबड्याचे हाड उचलायला खाली बसलो, तेव्हा त्यांचा मूड एकदम बदलला. एक तरुण कुत्रा माझ्या दिशेला वळला आणि जणू मला पहिल्यांदाच पाहात आहे अशा आविर्भावात आपले डोके वरखाली करून मला न्याहाळू लागला. तो माझ्या दिशेने दबा धरून दहा फुटांपर्यंत आला. त्याचे काळ्या मण्यांसारखे डोळे मला न्याहाळून पाहात होते. त्याच्या घशातून एक जोरदार 'हू...रा...घ...!' असा आवाज आला; त्याबरोबर बाकीचे कुत्रे माझ्या दिशेने वळले. एका सेकंदात ते माझ्या भोवती अर्धवर्तुळात उभे होते, खांद्याला खांदे लावलेले, शेपट्या वर उचललेल्या आणि माझ्याकडे येत असताना ते गुरगुरत होते. माझ्या चेहऱ्यावर घामाचे बिंदू जमा होऊ लागले. मी जरा जास्तच केले होते. गाडीकडे धाव घेण्याचा प्रश्नच नव्हता; पण मी जर काहीच केले नसते तर त्यांनी माझ्यावर हल्ला केला असता.

मी उभा राहिलो आणि त्याचा अगदी लगेच परिणाम दिसला. सगळे कुत्रे भूल दिल्यासारखे शांत झाले. आपल्या शेपट्या खाली करून, दुसरीकडे पाहात ते त्यांच्या अर्धवर्तुळातून बाहेर आले आणि इकडेतिकडे भटकू लागले. काही कुत्रे परत खेळू लागले. एक-दोघांनी माझ्याकडे तिरपा कटाक्ष टाकला, जणू ते मला विचारत होते, 'हे असले प्रयोग करण्याची काय गरज होती?'

मी गाडीमध्ये बसलेल्या मॉक्सकडे पाहिले. आमच्याकडे कामाला आल्यापासून त्या बिचाऱ्याच्या मागे दोन वेळा सिंह आणि एकदा गेम्सबोक हरिण लागले होते.

जंगली कुत्र्यांमधून चालण्याचा प्रयोग करण्याइतके कोणी मूर्ख का असेल ते त्याला कळत नव्हते.

त्या कुत्र्यांचे लक्ष कसे वेधावे, ते मला पक्के कळले होते. खाली बसल्यावर ते लगेच मला धोक्याची वस्तू समजू लागत. बरेच कुत्रे काही पावले पुढे येत आणि कॅमेऱ्याच्या ट्रायपॉडला तोंड लावत. जर ते फारच आक्रमक होताहेत असे मला वाटले, तर मी उभा राहात असे आणि त्याबरोबर ते मागे जात आणि शांत होत. बरेच वेळा हा प्रयोग केल्यानंतर, त्यांना वाटणारा धोका कमी होऊन जिज्ञासा जास्त वाटू लागली. मला माझ्या वेगवेगळ्या स्थितींना त्यांची काय प्रतिक्रिया होते ते बघायचे होते; त्यामुळे मी आडवे झोपायचे ठरवले.

मी हळूच आवाज न करता खाली बसलो. त्याच तरुण कुत्र्याने धोक्याची घंटा वाजवली. गटातले सहा कुत्रे माझ्या दिशेने येऊ लागले. त्यांच्या शेपट्या वर उचललेल्या होत्या, ते घशातून धोक्याची घंटा गुरगुरत होते. ते माझ्यापासून एक-दोन यार्डांवर असताना मी पाठीवर आडवा झालो. मी माझा कॅमेरा पोटावर ठेवलेला होता. आश्चर्याची गोष्ट म्हणजे, या स्थितीमुळे त्यांना धोक्यापेक्षा जिज्ञासा जास्त वाटत होती. एक-दोन कुत्रे माझ्या डोक्याच्या दिशेने आले, त्यांचे नाक जमिनीला खिळलेले होते. बाकीचे दोन कुत्रे माझ्या पायाच्या दिशेने गेले. माझ्या डावीकडचा कुत्रा ट्रायपॉडला धमकी देण्यातच समाधानी होता. सगळ्यांचा वास खूपच उग्र होता, लिमबर्गर चीजचा असावा तसा.

माझ्या पायाजवळच्या कुत्र्यांची मला एवढी फिकीर नव्हती; पण माझ्या डोक्यापाशी येणाऱ्या दोन कुत्र्यांकडे लक्ष ठेवणे जरा अवघड होते. अचानक चार कुत्रे माझ्या केसांचा आणि पायाचा वास घेऊ लागले. जर मी माझ्या पायाची आणि डोक्याची मधूनच हालचाल केली, तर ते जरा जास्त सावध होत होते, माझ्या अंगाचा वास घेऊन मागे जात होते.

मी त्यांचे फोटो काढत असताना त्यांनी माझ्यापासून जरा दूर जावे म्हणून मी मधूनच माझे डोके आणि बूट हलवत होतो. 'एका कुत्र्याच्या हनुवटीखाली असलेले माझे बूट' असे फार सुंदर जवळचे फोटो मी काढले. त्याने माझ्या बुटाच्या अंगठ्याला आपले नाक लावेपर्यंत सगळे ठीक होते; त्यानंतर मात्र त्याच्या चेहऱ्यावर एकदम धक्का बसल्याचा भाव आला. तो पूर्ण वळला आणि माझ्या बुटांवर वाळू ओतून माझा बूट जमिनीत पुरू लागला.

पावसातले सिंह

मार्क

डिसेप्शन व्हॅली
जानेवारी, १९७६

प्रिय आई आणि बाबा,

कालाहारीने आमच्या ताटात काय वाढून ठेवले होते, त्याची आम्हाला काहीच कल्पना नव्हती. सप्टेंबर, ऑक्टोबर, नोव्हेंबर आणि डिसेंबरच्या चार महिन्यांमध्ये अजिबात पाऊस पडला नाही. जानेवारीच्या सुरुवातीलादेखील आकाशात एकही ढग नव्हता. सावलीच्या ठिकाणीदेखील तापमान १२० फॅरेनहाइटपेक्षा जास्त असायचे. कोरड्या धुळकट व्हॅलीमध्ये भट्टीसारखा गरम वारा वाहात असे. आधीच्या कोरड्या ऋतूप्रमाणे, या वेळीदेखील आम्ही कित्येक आठवडे अंगावर केवळ टॉवेल टाकून कॉटवर पडून राहायचो. उन्हामुळे आम्हाला चक्कर येत असे. दिवसा आपली ऊर्जा वाचवून रात्री कामाला बाहेर पडायचा आमचा मनसुबा असे; पण संध्याकाळपर्यंत आम्हाला उष्णतेमुळे अशक्तपणा येत असे. खाऊच्या गोळ्या असाव्यात तशा आम्ही मिठाच्या गोळ्या मटकावत असू. आमचे सांधे सतत दुखत असायचे. आम्ही कसेबसे जिवंत होतो. सूर्य आणि वारा कोरड्या कालाहारीतून जीवनाचा शेवटचा अवशेष शोषून घेत आहे, असा भास होत होता.

ही उष्णता आमच्यासाठी जितकी वाईट होती, त्यापेक्षा प्राण्यांसाठी तर ती अधिकच भयंकर होती. अख्ख्या नदीपात्रात एकही हरिण दिसायचे नाही, केवळ

काही खारी आणि पक्षी अन्नासाठी वणवण करताना दिसायचे. वाळूच्या टेकड्यांमध्ये गेम्सबोक खूप खोल खणून खालची रसरशीत कंदमुळे खणून काढताना दिसायचे. त्यामधून त्यांना जगण्यासाठी आवश्यक पाण्याचा अंश मिळायचा. पाय फताडे करून जिराफ कोरड्या पाणवठ्यांच्या ठिकाणी बसायचे. उन्हामुळे आपले डोके ते कोरड्या धुळीतून फिरवायचे. रात्री भयाण शांतता असायची. क्वचित येणाऱ्या कोरहान किंवा कोल्ह्याच्या ओरडण्याच्या आवाजाशिवाय कोणताही आवाज नसायचा.

मग जानेवारीमध्ये आकाशात रोज पांढरे, गोल ढगांचे पावडर पफ दिसू लागले; पण ते आकाशात अवतरणाऱ्या एखाद्या भुताप्रमाणे कालाहारीमधील प्रचंड उष्णतेत विरघळून जायचे. कालाहारीमध्ये हवेचा उच्च दाबाचा पट्टा असतो, ज्यामुळे इथे कायमच दुष्काळ असतो. ते ढग परत परत येऊन त्या उच्च दाबाला आव्हान देऊ पाहात. पावसाच्या अपेक्षेने स्प्रिंगबोक हरणे नदीपात्रावर दिसू लागली. मध्यान्हीच्या टळटळीत उन्हात त्यांचे शरीरदेखील एखाद्या मृगजळाप्रमाणे भासत असे. त्यांना त्या दूरवरच्या गडगडणाऱ्या ढगांची भाषा चांगली समजत असावी. ढगांखालच्या आकाशात आता पाऊस दिसत होता, आम्हाला त्याचा वास येत होता. आमच्या कॅम्पपाशी उभे राहून आम्ही पावसाची मनधरणी करत होतो; पण पाऊस काही आला नाही. आम्हाला वाटत होते की, कदाचित येथे पाऊस येणारच नाही.

मग काही दिवसांनी एका दुपारी ढग परत आले. या वेळी ते चांगलेच दाट होते आणि नदीपात्राच्या खूपच जवळ आले होते. एक जोरदार गडगडाट ऐकू आला आणि सगळी झाडे थरारली. आमच्या अंतःकरणात आम्हाला खोलवर मेघगर्जना ऐकू आली. आकाशात विजा कडाडू लागल्या आणि गोलगोल ढग वाळूच्या टेकड्यांवरून पलीकडे उतरू लागले. सुटलेल्या जोरदार वाऱ्यामुळे टेकड्यांवरून वाळू खाली उडू लागली. सगळीकडे मातीचा गोड वास येत होता. कड्यावरून कोसळणाऱ्या धबधब्याप्रमाणे पाऊस वाळवंटावरून बरसू लागला. आमचा स्वतःवर ताबा राहिला नाही. हसत आणि गात आम्ही कॅम्पपासून पळत पावसाला आणि वाऱ्याला भेटायला गेलो. आम्ही नाचत सुटलो होतो, खाली चिखलात लोळत होतो. वादळामुळे आम्हाला पुनरुज्जीवन मिळाले आणि कालाहारीमध्ये प्राण परत आले. भरपूर पाऊस बरसला आणि त्याबरोबर कालाहारीचा पावसाळा सुरू झाला. 'पुला' हा सेट्स्वाना भाषेतील सर्वांत महत्त्वाचा शब्द आहे, यात काही नवल नाही. त्याचा अर्थ 'पाऊस' असा होतो आणि त्याबरोबर तो अभिवादनासाठीदेखील वापरला जातो. त्याशिवाय 'पुला' हे बोट्स्वानाच्या चलनातील एक नाणे आहे.

कालाहारीचे एका वाळवंटातून एका नंदनवनात रूपांतर होताना पाहणे, हे जगातले आश्चर्य असले पाहिजे. अनादी काळापासून इथल्या सृष्टीने या तीव्र हवामानाशी आणि बदलांशी जुळवून घेतलेले आहे. झाडे आणि प्राण्यांनी या छोट्या

पण बेभरवशाच्या पावसाळ्याचा फायदा घेण्यात अजिबात वेळ दवडला नाही. नाकतोड्यांपासून जिराफ, कोल्हे आणि गेम्सबोक हरणे अशा सगळ्या प्राण्यांनी पुन्हा कोरडा ऋतू सुरू व्हायच्या आधी प्रजननाची लगबग चालवली. कित्येक महिने धुळकट, कोरड्या वाळवंटात एकटे उभे राहिल्यानंतर, अचानक दोन हजार माद्या समोर आपल्या सरहद्दीत दिसल्यावर, नर स्प्रिंगबोक हरणाच्या चेहऱ्यावर येणारे भाव वर्णन करणे कोणत्याही प्राणीतज्ज्ञाला अशक्य आहे.

एका पहाटे अजून एक मोठे वादळ व्हॅलीत येऊन धडकले. कडाडणाऱ्या विजांमुळे, आमच्या तंबूच्या काळपट भिंतींवर आजूबाजूच्या झाडांच्या सावल्या पडत होत्या. काही वेळातच आमच्या कॉटचे पाय आठ इंच पाण्यात बुडालेले होते. वादळाच्या, पावसाच्या आणि वाऱ्याच्या कॅन्व्हासवर चाललेले संगीत ऐकत आम्ही बिछान्यावर पडलो होतो. जेव्हा वादळ पलीकडे गेले, तेव्हा कालाहारीमध्ये एक ओली शांतता पसरली होती, जणू जीवनाला पोषक असे पाणी पीत असताना कालाहारीने आपला श्वास रोखून धरला होता. तंबूच्या छतावरून टपटप गळणाऱ्या पाण्याचा तेवढा आवाज येत होता. मग सिंहाची एक खोलवर गर्जना संपूर्ण व्हॅलीला भेदून गेली. या सीझनमध्ये सिंहाचा आवाज पहिल्यांदाच ऐकू आला होता.

आम्ही धडपडून गाडीकडे धावलो; पण वाटेत सगळीकडे गुडघ्याएवढा चिखल साठलेला होता. गाडी सुरू करून आम्ही नदीपात्रात उत्तरेकडे गेलो. उत्तरेकडच्या मैदानात धुक्याचा पातळ थर पसरला होता. सूर्य पूर्वेकडे उगवला, तसा एक मोठा नर सिंह धुक्याच्या आवरणातून बाहेर आला. आम्ही जरा अंतरावरच थांबलो; जर तो आम्हाला माहीत नसलेला सिंह असला आणि त्याला आमची सवय नसली तर जरा अंतर राखून असलेले बरे. त्याने डोके उचलले. जसा तो आमच्या दिशेला आला, तसे त्याचे पोट हेलकावत होते आणि त्याच्या उच्छ्वासामुळे वाफेची वर्तुळे उठत होती. गाडीकडे आला, तसा तो पाच फुटांवर थांबला, तो आपल्या गर्जनेला प्रतिसादाची वाट पाहात होता. मग आम्हाला दिसली - त्याच्या कानात एक केशरी खुणेची अंगठी, त्यावर आकडा ००१. तो 'बोन्स' होता!

तुम्हाला आमच्या मनातील भावनांची कल्पना येणार नाही आणि आम्हाला वर्णन करून सांगता येणार नाही... तो आमच्याकडे कित्येक क्षण बघत थांबला आणि मग गर्जना करत दक्षिणेच्या दिशेला गेला. तो गेल्या आठ महिन्यांपासून, मागच्या जून महिन्यानंतर कुठे गेला असेल, किती दूर गेला असेल, तो त्याच्या 'ब्ल्यू प्राइड'च्या माद्यांना तर शोधत नसेल ना? मनात हजार प्रश्न उभे राहिले होते. आम्ही अजून तरी माद्यांना पाहिले नव्हते; पण त्या कधीही दिसतील, असे आम्हाला वाटत होते. आम्ही त्याच्या मागोमाग कॅम्पकडे गेलो. आम्ही नाश्ता करत असताना तो ऊन खात बसला.

आमचे संशोधन छान चालू आहे आणि आमच्या दोघांच्या तब्येतीही चांगल्या आहेत. आम्ही काही आठवड्यांत मॉनला सामान आणायला जाऊ, तेव्हा हे पत्र पाठवू आणि बहुधा तुमचेही पत्र आलेले असेल. तुमची ख्यालीखुशाली कळेलच! आम्हाला तुम्हा सगळ्यांची खूपच आठवण येते.

लव्ह,

डेलिया आणि मार्क

●●●

काहीतरी पडल्याचा आवाज आणि त्यापाठोपाठ लाकूड फुटल्याच्या आवाजामुळे मला जाग आली. मी उशीवरून माझे डोके उचलले. मला तंबूच्या खिडकीतून पौर्णिमेचा चंद्र पश्चिमेकडच्या टेकड्यांवर मावळताना दिसला... जवळजवळ सकाळ होत आली असली पाहिजे. मी डेलियाच्या दिशेने पाहिले, ती शांत झोपलेली होती. ब्राउन हायनांना कॅम्पमधून हाकलण्यासाठी आम्ही रात्री तीन वेळा उठलो होतो. आता ते परत आले होते आणि नक्कीच काहीतरी नासधूस करत होते. झोप न झाल्याने अतिशय वैतागलेल्या आणि चिडचिड झालेल्या अवस्थेत मी बिछान्यातून बाहेर उडी घेतली आणि कपडे घालायची किंवा गॅसचा दिवा लावायची फिकीर न करता, अंधारातच स्वयंपाकघराच्या चिंचोळ्या रस्त्याने धावलो. या वेळी त्यांना चांगला धडा शिकवायचा, असा माझा मनसुबा होता.

मला पुढे काळी आकृती दिसत होती. सिंह आणि हायनांना आत येण्यास प्रतिबंध करावा म्हणून केलेल्या लोखंडी जाळीवर दात घासल्याचा आवाज येत होता. मी माझे हात उंचावून जोरात ओरडलो, "नीघ आता, डॅमिट! निघतोस का..." पुढचा शब्द माझ्या घशातच अडकला. पुढची आकृती ब्राउन हायनाच्या मानाने फारच मोठी होती, असे माझ्या लक्षात आले. आपल्या घशातून गुरगुर आवाज करत सिंहीण गोल वळली आणि माझ्या समोर खाली बसली. तिने आपल्या तोंडात ती जाळी घट्ट पकडलेली होती आणि ती आपली लांब शेपटी एका बाजूने दुसऱ्या बाजूला फडकावत होती.

सिंहांना कधीच धमकावयाचे नाही, त्यांना घाबरवायचे नाही, असे आम्ही ठरवले होते. अर्धवट झोपेत मी आमचा यम-नियम मोडला होता. माझ्या मणक्यातून एक शिरशिरी वर गेली. अंधारात आम्ही दोघेही एकमेकांकडे बघत होतो. त्या पहाटेच्या थंडीतही मला घाम फुटला. सगळीकडे भयाण शांतता पसरलेली होती, तिच्या श्वासोच्छ्वासाचा आणि खालच्या गवतात शेपटी हलल्याचा आवाज तेवढा येत होता. आम्ही इतके जवळ होतो की, मी हात पुढे करून तिच्या डोक्यावर ठेवू शकलो असतो. ही सिंहीण कोण होती त्याची मला काहीही कल्पना नव्हती. 'सॅसी,

तूच तर नाहीस ना?'

सिंहीण जागची हलली नाही. नदीपात्रात कोठेतरी प्लोव्हर जातीचा पक्षी ओरडला. श्वास आत न घ्यायचा माझा प्रयत्न होता. सिंहिणीचा चेहरा स्पष्ट दिसत नसल्यामुळे, ती कोण आहे, याचा मला अंदाज येत नव्हता. ती आपल्या मागच्या पायांवर बसली, तेव्हा तिने तोंडातून फक्त आश्चर्याचा आणि धमकीचा आवाज काढला होता. मनात आले असते तर ती मला आडवे पाडून खांद्यापासून पोटापर्यंत फाडू शकली असती किंवा एखाद्या फाटक्या बाहुलीसारखे ओढून एखाद्या काटेरी झाडावर फेकून देऊ शकली असती. जर मी जागचा हललो तर ती माझ्यावर उडी घ्यायची शक्यता होती आणि जर मी जागच्या जागीच थांबलो तर कदाचित ती वळून निघून जाणे शक्य होते.

मागील तंबूतून आलेला डेलियाचा आवाज फार लांबून आणि हळुवार ऐकू येतो आहे, असे वाटत होते, "मार्क, सगळे ठीकठाक तर आहे ना?"

तिला उत्तर द्यायची मला भीती वाटत होती. मी हळूच एक एक पाऊल मागे टाकून माघार घेऊ लागलो. मग घशातून एक मोठा आवाज काढून सिंहिणीने उडी मारली आणि ती गोल फिरली. तिने तोंडात धरलेली ती लोखंडी जाळी हवेत भिरकावली आणि मग कॅम्पबाहेर पळून गेली. जसा मी जड पावलांनी आमच्या झोपण्याच्या तंबूकडे जाऊ लागलो, तसे माझ्या आजूबाजूला अजून सिंहांच्या गुरगुरण्याचे आवाज ऐकू आले.

तंबूत पोहोचलो, तसा मी वाकून गॅसचा दिवा लावला. डेलिया आपल्या कोपरावर वर आली होती. "मार्क आता तू काय करणार आहेस?"

"मी त्यांना आपल्या कॅम्पची अशी वाट लावून देणार नाही."

"प्लीज, काळजी घे." तिने मला विनवले. मी परत स्वयंपाकघराच्या तंबूकडे जाऊ लागलो. मी दिवा खाली धरला होता आणि डोळ्यांवर तिरीप येऊ नये, म्हणून दुसरा हात आडवा धरला होता. सिंह गेलेले दिसत होते किंवा दिव्याच्या आवाजामुळे त्यांचा आवाज ऐकू येत नव्हता. मी आमच्या जेवायच्या तंबूकडे गेलो आणि पाण्याच्या ड्रमशेजारी उभा राहिलो. 'ब्ल्यू प्राइड'मधल्या तीन सिंहिणी माझ्या दिशेने दहा यार्डांवर दबा धरून उभ्या होत्या. 'सॅसी' नेहमीप्रमाणे सगळ्यात पुढे होती. माझ्या उजव्या बाजूने, अजून तीन सिंह फूटपाथवरून कॅम्पच्या दिशेने निघाले होते. 'रास्कल' आणि 'होम्बर' पाण्याच्या ड्रमच्या मागे झाडीत लपलेले होते.

ज्या सिंहिणी केवळ जिज्ञासू असतात आणि ज्यांना नासधूस करायची असते, त्यांच्या चेहऱ्यावरच्या भावात जमीन-अस्मानाचा फरक असतो. त्या दिवशी 'ब्ल्यू प्राइड' चेकाळलेली दिसत होती, त्यांचे कान पुढे आलेले होते; शरीर जमिनीपाशी होते आणि शेपट्या सळसळत होत्या. मी त्यांना अशा मूडमध्ये कधीच बघितले

नव्हते. - कुतूहल आणि त्याच वेळी खेळकर धसमुसळेपणा, त्यात मधूनच डोकावणारी शिकाऱ्याची मनोवृत्ती. बहुधा ते नदीपात्रात शिकार करून आले होते.

ते मागच्या पावसाळ्यात आमच्या कॅम्पवर याआधी पुष्कळ वेळा आले होते. प्रत्येक वेळी त्यांना आमची आणि आमच्या कॅम्पच्या परिसराची अधिकअधिक सवय होऊ लागली होती. दर वेळी कशाची नासधूस होऊ न देता त्यांना तेथून हाकलणे अवघड झाले होते. पहिल्या एक-दोन वेळा मी गाडी चालू केली होती, नाहीतर जरा मोठ्या आवाजात ओरडलो होतो किंवा माझे हात गोलगोल हळू फिरवले होते; पण त्यानंतर यापेक्षा जास्त जोराच्या इशाऱ्याची गरज पडू लागली होती.

आता ते पुढे आले, तसे ते थेट माझ्याकडे पाहात होते. कॅम्पची नासधूस करायच्या आधी त्यांना परतवून लावायला आता चांगलेच प्रयत्न करावे लागणार होते. तंबू किती नाजूक आहेत किंवा ते किती सहज हलवता येतात हे सिंहांना समजले तर ते तंबू खाली आणण्याची नाहीतर त्याचे तुकडेतुकडे करण्याची शक्यता होती.

'सॅसी', 'स्पायसी' आणि 'जिप्सी' साधारण सहा फुटांवर होत्या. "ओके, आता अजून जवळ येऊ नका." मी थरथरत्या आवाजात ओरडलो. त्याच वेळी मी एक पाऊल पुढे गेलो आणि हातातला कंदील त्यांच्या नाकापासून एका फुटाच्या अंतरात फिरवला. मागे मी या युक्तीचा वापर केला होता; पण या वेळी मात्र त्या लगेच खाली बसल्या. त्यांच्या शेपट्या मागे जमिनीवर आपटल्याने धूळ उडत होती. सिंहांचे अजून दोन गट माझ्या दोन्ही बाजूंनी पुढे पुढे येत होते आणि ते माझ्यापासून बारा फुटांवर होते.

मी न घाबरता काही पावले मागे आलो. मग मला एक ॲल्युमिनिअमचा तंबूचा खांब पाण्याच्या ड्रमशेजारच्या झाडाला टेकवून ठेवलेला दिसला. तो गरजेला उपयोगी पडेल, असे वाटल्यामुळे मी तो खांब उचलला आणि पाण्याच्या ड्रमवर आपटला. वँग! सगळे परत खाली बसले.

जेव्हा ते परत माझ्या दिशेने येऊ लागले, तेव्हा मी शेजारी फुटपाथवर ठेवलेल्या सरपणातली एक मोठी काठी उचलली. स्वतःच्या इच्छेविरुद्ध, दुसरा काही इलाज नसल्यामुळे मी ती काठी 'सॅसी'च्या दिशेने फेकली. 'सॅसी' तेव्हा माझ्यापासून दहा फुटांवर होती. तिच्यापाशी पोहोचायच्या आधी काठी एकदा हवेतल्या हवेत फिरली. 'सॅसी'ने आयत्या वेळी झेल घेण्यासाठी आपले मोठे पाऊल जर उचलले नसते तर काठी थेट तिच्या नाकावर बसली असती. आपल्या पावलाने तिने अगदी कौशल्याने ती काठी अडवली आणि जमिनीवर पाडली. तिने एक सेकंद माझ्याकडे पाहिले आणि काठी आपल्या तोंडात धरून ती कॅम्पच्या बाहेर धावली. जणू माझ्या वेडेपणामुळे सगळा ताण नाहीसा झाला होता, कारण सगळे सिंहही

तिच्या पाठोपाठ गेले.

आपल्या हातातला कंदील इकडून तिकडे फिरवून मी पायवाटेच्या आजूबाजूच्या झाडीत कोणी नाही ना, याची खात्री करून घेतली आणि घाईघाईने तंबूकडे परत गेलो. डेलिया तिथे उत्कंठेने माझी वाट पाहात होती. मी आत जाण्यासाठी जशी तंबूची झडप उघडत होतो, तसे कंदिलाच्या प्रकाशात मला लँडरोव्हरच्या भोवती सिंहांचे पिवळे डोळे चकाकताना दिसले. लँडरोव्हर तंबूच्या मागेच लावलेली होती.

''हे सिंह अगदी विचित्र गमतीच्या मूडमध्ये आहेत.'' मी पुटपुटलो. 'आपल्याला लवकरात लवकर गाडीच्या आत शिरले पाहिजे; पण आपण कसे जाऊ शकणार आहोत कोणास ठाऊक!'

डेलियाने अंगात शर्ट आणि जीन्स चढवली, तेव्हा मी आजूबाजूला सिंहांवर नजर ठेवून होतो. एक सिंह टायर चावायचा प्रयत्न करत होता. 'बोन्स' पुढच्या डाव्या चाकापाशी उभा होता, त्याचे डोके बॉनेटपेक्षा उंच दिसत होते. जसा तो एका बाजूला वळला, तसा मला त्याच्या उजव्या मागच्या पायावर मोठा व्रण दिसला.

तंबूच्या कोपऱ्यात बसून आम्ही वाट पाहात राहिलो. काही सिंह आता गाडीच्या अवतीभवती आडवे झाले होते. तेव्हाच त्यांच्यातल्या एकाने आमच्या सामानातली एक थापी शेकोटीच्या जवळून पळवली आणि दुसरा एक सिंह स्वयंपाकघरातून दुधाच्या पावडरचा डबा घेऊन बाहेर आला.

अर्ध्या तासाने 'बोन्स' मोठ्याने गर्जना करू लागला आणि त्यापाठोपाठ सगळे सिंह त्याला सामील झाले. गर्जना करत असताना गाडीच्या ड्रायव्हर सीटच्या दारापाशी बसलेले दोन सिंह मागच्या बाजूला गेले. आम्ही हळूच तंबूच्या भिंतीशेजारून सरपटत जाऊन गाडीत शिरलो.

जेव्हा सकाळी पूर्वेकडून सूर्य वर आला, तेव्हा मी स्टिअरिंग व्हीलवर आपले डोके टेकवून झोपलो होतो आणि डेलिया माझ्या शेजारी आपल्या गळ्याभोवती कोट घट्ट गुंडाळून झोपलेली होती. रबर घासण्याच्या आवाजामुळे आणि डोके ठेवलेले स्टिअरिंग व्हील हलल्यामुळे मी दचकून जागा झालो. मी खिडकीतून डोकावून बघितले तर 'सॅसी' पुढच्या चाकाशेजारी झोपून, आपले लांबसडक सुळे टायरमध्ये खुपसत होती. कॅम्पमध्ये दंगा करून दमल्यामुळे 'जिप्सी', 'लिसा', 'स्पायसी', 'स्पूकी', 'ब्ल्यू', 'चेरी', 'रास्कल', 'होम्बर' आणि 'बोन्स' आमच्या गाडीभोवती कोवळे ऊन खात पसरले होते. 'ब्ल्यू प्राइड' डिसेप्शन व्हॅलीमध्ये परत आली होती.

जरी मोठ्या कोरड्या ऋतूतून गेले असले, तरी 'रास्कल' आणि 'होम्बर' बरेच मोठे झालेले दिसत होते; दोघांचीही तुटक, गबाळी आयाळ वाढलेली होती. तरुण सिंहिणींच्या अंगावरच्या पौगंडावस्थेतल्या खुणा नाहीशा झाल्या होत्या. त्यांचे कपाळ, छाती आणि मान थोराड झाली होती. ते आता प्रौढ सिंह झाले होते; पण

मनाने अजूनही पिल्लांसारखेच वागत होते.

●●●

या छोट्याशा पावसाळ्यात 'ब्ल्यू प्राइड'बद्दल आम्हाला जितक्या लवकर जास्तीतजास्त माहिती जाणून घेता येईल, ती घेणे गरजेचे होते : त्यांची सरहद्द किती मोठी आहे, ते काय शिकार करून खातात, किती खातात, किती वेळा खातात; त्यांच्या शिकारीचा ब्राउन हायनांच्या हालचालींवर आणि सवयींवर किती परिणाम होतो वगैरे. सेरेंगेटीसारख्या अनुकूल वातावरणात राहणाऱ्या सिंहांच्या मानाने इथल्या सिंहांची सामाजिक संस्था कशी आहे, तेदेखील जाणून घेण्याची आमची इच्छा होती. जितके दिवस पाऊस टिकेल आणि त्याप्रमाणे जितके दिवस मोठी हरणे व्हॅलीत राहतील, त्यानुसार पुढच्या दोन ते चार महिन्यांत सिंह इथून परत निघून जाणार होते.

जेव्हा सिंह डिसेप्शन व्हॅलीत होते, तेव्हा ते बहुतेक वेळ उतारावरील झाडीत घालवायचे. तिथे त्यांच्यावर लक्ष ठेवणे, त्यांचा पाठलाग करणे अवघड होते आणि त्यांच्या हालचाली बहुधा रात्रीच होत असायच्या. जर आम्ही ब्राउन हायनांचा माग काढत असताना त्यांची गाठ पडली नाही, तर त्यांच्या गर्जना ऐकून त्यावरून त्यांचा माग काढण्याशिवाय पर्याय नसायचा.

बरेच वेळा आम्ही रात्रभर काम करून नुकतेच झोपलेले असायचो, तेव्हा सिंहांच्या गर्जना ऐकू यायच्या; मग मी तोंडाने शिवी हासडत उठून टॉर्च शोधायला लागायचो. ज्याला टॉर्च पहिला सापडायचा, तो गाडीकडे धाव घेऊन दिशादर्शक कंपास वापरून आवाजाच्या दिशेचा अंदाज घ्यायचा. पहिल्या गर्जना बंद होण्याआधी आम्हाला जेमतेम चाळीस सेकंदांचा अवधी मिळायचा. जर आम्ही तेवढ्या वेळात अनुमान लावले नाही, तर बहुधा सिंहाचा आवाज परत ऐकू यायचा नाही. कपडे न चढवलेल्या अवस्थेत आम्ही अंधारात उभे राहिलेलो असायचो. वाटेतल्या काट्यांमुळे, तंबूच्या आधाराच्या खांबांमुळे आणि जमिनीवर पडलेल्या दोरखंडामुळे आमच्या उघड्या गुडघ्यांना आणि नडगीला जागोजागी कापलेले असायचे. आम्ही परत जाऊन पांघरुणात शिरताक्षणीच परत सिंहांच्या गर्जना ऐकू येऊ लागत.

जर आम्हाला दिशेचा अंदाज आला, तर आम्ही कपडे चढवायचो आणि गाडीत चढायचो. डेलिया आपल्या मांडीवर कंपास धरून मला दिशा सांगायची. साधारण निम्म्या वेळा आम्हाला सिंह सापडायचे. जर ते गर्जना करत असताना हलत असतील तर मात्र त्यांना शोधणे अवघड व्हायचे. सिंह बरेच वेळा एकीकडून दुसरीकडे जात असताना गर्जना करतात. आमचे सिंहांना शोधण्याचे तंत्र जरी ढोबळ असले, तरी आम्हाला 'ब्ल्यू प्राइड'च्या पावसाळ्यातल्या हालचालींची आणि ते कोणत्या हरणांची शिकार करून खातात त्याची कल्पना येऊ लागली.

जवळजवळ प्रत्येक संध्याकाळी 'ब्ल्यू प्राइड'च्या सिंहांच्या गर्जनांना डिसेप्शन व्हॅलीतील अजून दक्षिणेच्या भागातील सिंहांकडून प्रत्युत्तर यायचे. आम्हाला या शेजाऱ्यांबद्दल खूपच उत्सुकता वाटू लागली. विशेषतः केवळ सिंहांच्या एकाच कळपाचे निरीक्षण करून, आम्हाला कालाहारीतील सिंहांच्या आयुष्याबद्दल खात्रीलायक चित्र मिळणार नव्हते. आम्हाला दक्षिणेच्या दिशेला जाऊन अजून जितक्या कळपांचा अभ्यास करता येणे शक्य होते, तो करणे भाग होते.

अजून वेगळ्या सिंहांचा अभ्यास करण्याबद्दल आमच्या मनात जरा धाकधूक होती. हे असले साहस आम्ही याआधी केलेले नव्हते आणि आमची त्यासाठी पूर्वतयारी नव्हती. चिंचोळ्या, वेटोळे घेत जाणाऱ्या नदीपात्रात आम्हाला खोलवर मजल मारावी लागणार होती. काही ठिकाणी पुढे जायला अजिबात रस्ता नसणार आणि त्याशिवाय त्यात ठिकठिकाणी वाळूच्या टेकड्यांमुळे पुढे जाणे अजूनच मुश्कील होते. आमच्या जुन्या, जागोजागी ठेचलेल्या गाडीत आम्ही एकटे असणार होतो. या गाडीला काही झाले असते, तर आमच्याकडे ना दुसरी गाडी होती, ना संपर्क साधण्यासाठी रेडिओ होता. बरोबर जेवढे अन्न आणि पाणी नेणे शक्य होते, तेवढेच अन्न आमच्याजवळ असणार होते. जर रस्ता चुकला तर परत कॅम्पचा रस्ता शोधायला कित्येक दिवस लागण्याची शक्यता होती.

ते काहीही असले, तरी आम्ही दुसऱ्या सिंहाचा अभ्यास करण्याचे ठरवले. आम्ही लँडरोव्हरमध्ये पाणी, स्वयंपाकाची भांडी, इंधन, गाडीचे सुटे भाग, थोडीशी अन्नसामग्री आणि पांघरुणे भरली. आमच्याकडची जुनी टायरट्यूब आम्ही पंक्चर काढण्यासाठी वापरायचो. ती वितळू नये आणि आमच्या टूलबॉक्समध्ये त्याला भोके पडू नयेत, म्हणून मी ती ट्यूब एका जुन्या प्लॅस्टिकच्या पिशवीत बांधली. काही ठिकाणी काटेरी झुडपे खूपच दाट असणार होती आणि त्यामुळे एक-दोन ठिकाणी पंक्चर होणे अपरिहार्य होते. जर रेडिएटरला छोटीशी छिद्रे पडली असली आणि त्यात प्लॅस्टिकची पिशवी कोंबून जाळली तर ती छिद्रे बुजवायला मदत होते, अशी माहिती प्राण्यांचा माग काढणाऱ्या एका बुशमनने आम्हाला दिली होती. त्या बुशमनला बाकी विशेष काही माहिती नव्हते; फक्त कालाहारीमध्ये हरवले तर बाहेर कसे यायचे, ते त्याला माहीत होते.

एके दिवशी पहाटे आम्ही नदीपात्रातून दक्षिणेकडे निघालो. आम्ही मॉक्सला कॅम्पमध्येच थांबायला सांगितले होते. त्याच्या हातात एक चिठ्ठी दिली होती. त्यावर लिहिले होते :

जो कोण ही चिठ्ठी वाचेल त्यास :

एप्रिल ६, १९७६ रोजी आम्ही कॅम्प सोडून डिसेप्शन व्हॅलीत दक्षिणेच्या दिशेला शोध घेण्यास बाहेर पडलो आहोत. जर तुम्ही चिठ्ठी वाचत असताना, आम्ही गेल्या दिवसाला दोन आठवडे होऊन गेले असतील, तर कृपया मॉनला जाऊन आमच्या शोधार्थ एक शोधविमान पाठवण्याची सोय करावी.

धन्यवाद!

मार्क आणि डेलिया ओवेन्स

मॉक्स सोडून बाकी कोणी आमची चिठ्ठी वाचण्याची शक्यता अजिबात नव्हती; पण चिठ्ठी ठेवल्यामुळे आमच्या मनाला समाधान वाटत होते. जर आम्ही गेल्यापासून चौदा वेळा सूर्य उगवून मावळला आणि तरीही आम्ही परत आलेलो नसू, तर मॉक्सला आमच्या गाडीच्या रस्त्याने पूर्वेच्या दिशेला जनावरांच्या पोस्टपाशी जायला सांगितले होते.

आम्ही दक्षिणेच्या दिशेला जाऊ लागलो, तशी पश्चिमेकडच्या टेकडीच्या बाजूची आमच्या परिचयाची बाभळीची झाडे मैलभर आमच्याबरोबर राहिली आणि नंतर मागे पडली. नदीपात्र अजून चिंचोळे आणि जरासे पुसट होऊ लागले. थोड्याच वेळात आमच्या परिचयाचा कालाहारी वाळवंटाचा परिसर संपला आणि आजूबाजूला क्षितिजापर्यंत केवळ झुडपे, गवत आणि वाळूचा सपाट परिसर उरला.

कित्येक मैलांनंतर एकदम चिंचोळ्या नदीपात्राच्या पलीकडे एक मोकळे मैदान लागले. त्या मैदानात शेकडो गेम्सबोक, हार्टबीस्ट आणि हजारो स्प्रिंगबोक हरणे हिरव्यागच्च गवतावर ताव मारत होती. आमच्या वहीत नोंद करताना आम्ही त्या मैदानाचे नाव 'स्प्रिंगबोक मैदान' असे उतरून घेतले. बाकीची हरणे मैदानातल्या छोट्या पाणवठ्यांवर लपलप करत पाणी पीत होती. त्यातच होटनटोट टील प्रकारची बदके मातीत आपली पिसे साफ करत होती. पांढरे करकोचे युरोपातून येथे स्थलांतर करतात, त्यांचे पांढऱ्या पोटाचे भाईबंद (पांढऱ्या पोटाचे करकोचे) उत्तर आफ्रिकेतून येथे येतात. दोन्ही प्रकारचे पक्षी आसपास फिरून नाकतोडे पकडत होते. ब्लॅक शोल्डर्ड आणि येलो बिल्ड घारी, टॉनी गरुड, लॅपेट फेस्ड गिधाडे आणि ससाणे हवेत घिरट्या घालत होते. कोल्हे आणि बॅट इअर्ड फॉक्स मैदानात फिरून उंदरांवर आणि गवताच्या काड्यांवर बसलेल्या नाकतोड्यांवर ताव मारत होते.

आम्ही मैदानात हरणांच्या कळपामधून हळूच पुढे गेलो; मग पुढे पुन्हा चिंचोळे नदीपात्र शोधले. आजूबाजूला गवताळ टेकड्यांच्या उतारावर अनेक जिराफ उत्सुकतेने आपली मान वाकवून आमच्याकडे बघत होते. ते आमच्या खूपच जवळ होते. आम्ही एवढी हरणे एकत्र कधीच पहिली नव्हती - आम्ही जसे पुढे जात होतो, तसे

एकामागून एक कळप बाजूला सरकत होते.

पुढे आम्ही एक वळण घेतले, तिथे कोनाकृती वाळूचा एक उंचवटा वाटेच्या मधोमध आला होता. त्याच्या दोन्ही बाजूंना दाट झाडी होती आणि त्या उंचवट्यामुळे नदीपात्र अडवल्यासारखे झाले होते. पुढे जायला रस्ता दिसत नव्हता. आम्ही एका बाजूने सरळ त्यावरच गाडी चढवली आणि वर गेल्यावर काही क्षण वाऱ्यावर उभे राहिलो. या अथांग पसरलेल्या मैदानापुढे आम्हाला सारे क्षुल्लक वाटत होते. पुढे नदीपात्र अनेक दिशांना पसरलेले दिसत होते, पीळ सुटलेला दोरा असावा तसे. आता नदीपात्राची कोणती शाखा आम्ही निवडावी, ते इतके स्पष्ट नव्हते.

गाडीच्या सामानाच्या पेटीतून मी एक जीर्णशीर्ण फोटो बाहेर काढला. ब्रिटिश रॉयल एअर फोर्सने पूर्वी या भागाचे हवाई सर्वेक्षण केले होते; तेव्हा घेतलेली अनेक चित्रे एकत्र करून तो हवाई नकाशा बनवला होता. त्या वेळी घेतलेले वेगवेगळे फोटो एकत्र करताना सर्वेक्षण आणि जमीन खात्यातल्या तंत्रज्ञांनी जमिनीची भौगोलिक वैशिष्ट्ये नीट एकावर एक ठेवून जोडली नव्हती, ती या नकाशात इकडेतिकडे एखाद्या जिगसॉ पझलसारखी विखुरलेली होती. दिशादर्शक म्हणून वापरायला तो नकाशा बिनचूक आणि स्पष्ट नव्हता; पण आमच्याकडे तोच उपलब्ध होता. चित्रात बघता असे वाटत होते की, मधला फाटा बहुधा मुख्य नदीपात्राचा असावा आणि डिसेप्शन व्हॅली त्या दिशेनेच पुढे गेलेली असावी; म्हणून मग आम्ही त्या दिशेनेच पुढे गेलो. वाटेत लागलेल्या पाणवठ्यांपाशी थांबून आम्ही चिखलात सिंहांच्या पाऊलखुणा शोधत होतो. ठिकठिकाणी सिंहांची विष्ठा गोळा करत होतो आणि जुनी शिकार वाटेत दिसली, तर थांबून त्याचा अभ्यास करत होतो.

आम्ही नक्की कोठे आहोत, त्याची नोंद ठेवण्याचा आमचा प्रयत्न होता; पण बऱ्याच ठिकाणी पुरातन नदीपात्राची जागा उथळ होती आणि आजूबाजूच्या वाळूवर उगवलेले गवत पात्रातही उगवलेले होते. नक्की डिसेप्शन व्हॅलीतच आहोत ना, याची खात्री करण्यासाठी मधूनच आम्ही थांबत होतो. मग सपाट भूभागात लांबवरचे दिसावे म्हणून लॅंडरोव्हरच्या टपावर चढून आम्ही परत ते चिंचोळे नदीपात्र शोधून काढायचो. पुसट झालेले ते नदीपात्र उत्तरेकडून दक्षिणेकडे सळसळत्या गवताच्या पसाऱ्यात लपलेले होते. प्रत्येक रात्री मी आकाशातल्या ताऱ्यांचे एका जुन्या एअर फोर्सच्या सेक्स्टन्टच्या मदतीने माप घेऊन ठिकाणाचा अंदाज लावण्याचा प्रयत्न करत होतो; पण आमच्याकडे अचूक नकाशा नसल्यामुळे ते काही फारसे उपयोगी पडत नव्हते.

आता विचार करताना असे वाटते की, आमच्या कॅम्पपासून दूरच्या ठिकाणी काढलेल्या त्या रात्री, एका वेगळ्याच विश्वात काढलेल्या होत्या. रात्रीच्या वेळी आकाशात चमचमणारे तारे आणि ग्रह आम्हाला हिऱ्यांसारखे दिसायचे. आम्ही त्या

खाली आडवे व्हायचो. इथले आकाश कोणत्याही मानवी प्रकाशामुळे मंद झालेले नव्हते. कोसळणाऱ्या उल्का निळ्या-पांढऱ्या रेषा उमटवून विझायच्या आणि मानवाने बनवलेले उपग्रह आपल्या कक्षेत फिरताना चमकत असलेले दिसायचे. अशा वेळी आम्ही कोठे आहोत, ते जगात कोणालाच ठाऊक नव्हते; आम्हाला स्वतःला जेमतेम अंदाज होता.

●●●

एअर फोर्सच्या फोटोची गुंडाळी मी आडवी पसरली, तशी ती वाऱ्यावर फडफडत होती. प्रखर सूर्यप्रकाशात डोळे किलकिले करून डेलिया आणि मी नकाशातला हलक्या रंगाचा एक परिसर न्याहाळत होतो. तो मैदानासारखा भाग आमच्या ठिकाणापासून दक्षिणेला पंधरा मैलांवर आहे असे वाटत होते.

'फारच मोठा भाग आहे! कित्येक मैल पसरलेला असला पाहिजे.' आम्ही कालाहारीत पाहिलेल्या इतर कोणत्याही मैदानापेक्षा हा भाग मोठा असला पाहिजे.

'तिकडे भरपूर वन्यप्राणी असणार' डेलियाने पुस्ती जोडली, 'हायना आणि सिंहदेखील'

आमच्याकडील अन्न, पाणी आणि पेट्रोलच्या अपुऱ्या साठ्यामुळे आम्ही नदीपात्र सोडून ते मैदान शोधत भटकायला कचरत होतो. या अथांग परिसरात नदीपात्र हीच आमची ओळखीची खूण होती आणि त्या वाटेनेच आम्ही परतीचा रस्ता शोधू शकलो असतो; पण इथले वन्य जीवन मैदानांचा वापर कसा करते, त्याची माहिती करून घेणे आम्हाला जरुरीचे होते. आम्ही जर दक्षिणेच्या दिशेला जाताना गाडीतल्या काट्यावर अंतर नोंदवून ठेवले, तर परतीचा रस्ता शोधणे अवघड जाणार नाही असे आम्हाला वाटले आणि गवतात गाडीच्या चाकांच्या खुणांचा माग काढत आम्ही येऊ शकलो असतो. उरलेल्या साठ्याची पुन्हा एकदा खात्री करून आम्ही दक्षिणेच्या दिशेला निघालो. नकाशात दिसलेले ते मोठे मैदान शोधण्याचा आमचा मानस होता.

आमचा प्रवास तसा हळूच चालू होता. खाली जमिनीत गवताचे खुंट, खोल खड्डे आणि वाळलेली झुडपे होती. गाडीत बसल्याबसल्या आम्हाला खूप हलायला आणि डचमळायला होत होते. आम्ही एका तासात जेमतेम दोन-तीन मैल जाऊ शकलो. दर वेळी काही यार्ड गेल्यावर मी गाडीपुढे उभा राहायचो आणि कंपासने दिशा ठरवून त्या दिशेला एखादे झाड, नाहीतर वाळूचा उंचवटा किंवा दुसरे काहीही वैशिष्ट्य दिसले, तर त्या दिशेने जाऊ लागायचो. हळूहळू आम्ही पुढे जात होतो; पण खाली मऊ वाळू आणि काटेरी झुडपे असल्यामुळे लँडरोव्हर खूपच जास्त पेट्रोल पिऊ लागली. नदीपात्रातील घट्ट जमिनीवरून आणि खुरट्या गवतावरून

आम्ही खूपच लवकर पुढे जात असू. आमच्याकडील पाण्याचा साठा काळजी करण्याइतका कमी होता. प्रत्येक पाव मैलानंतर आम्हाला रेडिएटरमधून गवताचे तण काढायला आणि पाणी मारून गार करायला थांबावे लागायचे. आम्ही जसे पुढे जात होतो, तसे हवाई फोटोंमध्ये दिसलेल्या ठिकाणी ते मैदान असेल, अशी मी आशा करत होतो. आता नदीपात्र सोडून आल्याबद्दल माझ्या मनात शंका निर्माण होऊ लागली होती.

कित्येक तास झाल्यावर आम्ही थांबलो. भयंकर गरम होत होते, गवताचे तण आणि धूळ यामुळे प्रचंड खाजत होते आणि चिडचिड होत होती. ज्या ठिकाणी मैदान लागायला पाहिजे होते, ते ठिकाण येऊन मागे गेले होते. पुन्हा एकदा फोटोंवर नजर टाकून आम्ही अजून दक्षिणेकडे गेलो, मग पूर्वेकडे आणि पश्चिमेकडे काही अंतर गेलो. त्या मैदानाच्या सापेक्ष आम्ही कोठे आहोत, त्याबद्दल आता मनात प्रचंड संभ्रम होता आणि आत्तापर्यंत नदीपात्रापासून आलेल्या आमच्या उत्तर-दक्षिण दिशेतल्या टायरच्या खुणा आम्ही हरवल्या होत्या. मी एका काटेरी झाडावर चढलो, तिथे प्रचंड वाऱ्यात उभे राहून मी दुर्बिणीतून इकडेतिकडे नजर टाकू लागलो. सगळ्या दिशांना तेच वाळवंट पसरलेलं दिसत होतं. प्रत्येक उंचवटा, प्रत्येक झाड, प्रत्येक झुडूप एकाच वेळी ओळखीचे आणि अनोळखी वाटत होते.

मी खाली उतरलो, तसे माझे हात आणि पाय खरचटून रक्ताळले होते. पुन्हा एकदा त्या एअर फोर्सच्या फोटोत डोकावलो, तसे माझ्या लक्षात आले की, त्या मैदानाची सीमा तशी अस्पष्ट आणि धूसर होती. आमच्या कॅम्पभोवतालचे जमिनीचे प्रत्येक वैशिष्ट्य अगदी वेगळे, लक्षात येण्यासारखे होते. मी विचार करत होतो की, नक्की काय चुकले असावे.

"अशक्य... अशक्य!" मी ओरडलो. "तुला कळले का काय झाले आहे? ती धूळ आहे! आपण गेले कित्येक तास त्या ऽ ऽ ऽ धुळीकडे जात आहोत!"

कित्येक दशकांपूर्वी जेव्हा हवाई दलाची विमाने सर्वेक्षण करताना फेऱ्या घालत होती, तेव्हा त्यांच्या कॅमेऱ्यामध्ये विद्युतभारित धुळीचे कण गेले असणार, ज्याकडे बेफिकीर वैमानिकांनी दुर्लक्ष केले; त्यामुळे त्यांच्या कॅमेऱ्यातील फिल्मवर एक ठसा उमटला असणार. जेव्हा ती फिल्म धुतली असेल, तेव्हा तो ठसा अजून मोठा झालेला असणार आणि कालाहारीतील एखाद्या मैदानासारखाच दिसू लागला असणार. आम्ही एक काल्पनिक गोष्ट शोधत बसलो होतो.

परत जाणे म्हणजे केवळ उत्तरेच्या दिशेला जाण्याइतके सोपे नव्हते. बऱ्याच ठिकाणी व्हॅलीची वैशिष्ट्ये अगदी पुसट होती; त्यामुळे आम्हाला आमच्या टायरच्या खुणा सापडल्या नसत्या, तर आम्ही कदाचित अख्ख्या डिसेप्शनमधून इकडून तिकडे जाऊनही आम्हाला काही कळले नसते. जरी इकडे येताना थांबून दिशा आणि

अंतराची नोंद आम्ही केली असली, तरी शेवटी आम्ही आमच्या टायरच्या खुणांपासून पूर्वेकडे आलो की, पश्चिमेकडे ते आमच्या दोघांच्याही लक्षात नव्हते. खरेतर आम्ही जो चार-पाच मैलांचा भूभाग शोधला होता, त्यात आम्हाला आमच्या टायरच्या खुणा लागल्याच नव्हत्या.

डेलिया गाडीच्या बॉनेटवर बसली आणि मी हळूहळू पश्चिमेकडे गाडी नेऊ लागलो. डिसेप्शन व्हॅलीकडे सुरक्षितपणे नेतील, अशा आमच्या टायरच्या खुणा आम्ही शोधत होतो; पण काही मिनिटे त्या लवलवत्या गवताच्या सागराकडे बघितल्यावर आमची नजर इतकी फिरू लागली की, आम्ही त्या टायरच्या खुणांवरच जरी गाडी उभी केली असती, तरी आम्हाला ते कळले नसते. चाळीस मिनिटे आणि दोन मैल अंतर गेल्यावर आम्ही पूर्वेकडे वळलो. अजूनही शोध चालूच होता. आमचा प्रयत्न निष्फळ होता आणि आम्ही खूपच पेट्रोल आणि पाणी वापरत होतो. शेवटी आम्ही उत्तरेकडे वळलो आणि डिसेप्शन व्हॅलीच्या दिशेला जाऊ लागलो.

डेलिया टपावर एका सुट्या टायरवर बसली होती, तिथून तिला नदीपात्र दिसले असते. तिला दिसायलाच पाहिजे होते. गवताची वाळकी पाने, तण आणि नाकतोडे खिडकीतून माझ्या मांडीवर उडत होते. वाळवंटातील उकाड्याने आणि गाडी तापलेली असल्यामुळे माझे तोंड कोरडे पडत होते. मी मागच्या सीटवरून प्लॅस्टिकची बाटली उचलून थोडे गरम पाणी प्यायलो आणि ते डेलियाला दिले.

आम्ही जिथे कोठे असू, तिथून एखादा माणूस किती अंतर चालत जाऊ शकेल, असा विचार मी करत होतो. लिओनेल पामर एकदा अभयारण्याच्या कडेला सिंहांची शिकार करत होता. त्याला आणि त्याच्या साथीदाराला समोरच्या वाळूवर एका माणसाचे डोके आहे असे वाटले. बघतात तर, तो चौदा वर्षांचा स्थानिक जमातीचा एक मरायला टेकलेला मुलगा होता. त्याला थोडे पाणी पाजल्यावर तो बोलू लागला. त्यांना कळले की, तो एका गुरांच्या पोस्टपासून दुसऱ्या ठिकाणी निघाला, तेव्हापासून आज तिसरी सकाळ होती. त्याचा रस्ता चुकला होता आणि त्याने जवळ चामड्याच्या पिशवीत घेतलेले सगळे पाणी संपले होते. तो फक्त रात्रीच चालत होता आणि दिवसा थंड राहण्यासाठी आणि शरीरातले पाणी टिकून राहण्यासाठी आपले शरीर वाळूने झाकून घेत होता. त्या दोन रात्रींनंतर जर लिओनेल पोहोचला नसता, तर बहुधा तो मुलगा तिथेच मेला असता. जर आमच्यावर ही वेळ आली तर आम्हीसुद्धा दोन दिवसांपेक्षा जास्त टिकाव धरू असे मला वाटत नव्हते.

कित्येक उथळ खळग्यांमधून आम्ही गाडी पुढे नेली होती. तिथे त्या खळग्यांच्या बाजूला कॅटोफ्रॅक्टेसची झुडपे होती. ही चंदेरी पानांची झुडपे कालाहारीतील सगळ्या मैदानांमध्ये आणि त्यातून जाणाऱ्या पुरातन नद्यांच्या कडेला सापडतात. ही झुडपे दिसणे म्हणजे नदीपात्र सापडल्याचे लक्षण असेल, अशी आम्हाला आशा होती. मी

गाडी थांबवली आणि आम्ही दोघेही टपावर चढलो. प्रखर सूर्यप्रकाशापासून बचाव करण्यासाठी दोघांनीही डोळ्यांवर हात आडवा धरला होता. आम्ही आजूबाजूच्या उताराकडे नजर टाकून आमच्या बाजूच्या उतरत्या जमिनीत प्रवाहाच्या खाणाखुणा दिसतात का, ते बघण्याचा प्रयत्न केला; पण कोठेच तशी काही खूण दिसली नाही.

जेवढा जास्त वेळ मी गाडी चालवत होतो तशी मला खात्री वाटू लागली की, आम्ही डिसेप्शन व्हॅली तिच्या न ओळखता येणाऱ्या एखाद्या ठिकाणी पार केली आहे आणि आता कुठेतरी अनंताकडे आम्ही गाडी चालवत होतो. मग आम्ही थांबून चर्चा केली आणि ठरवले की, अजून फक्त तीन मैल पुढे जाऊ या. जर तोपर्यंत आम्हाला नदीपात्र सापडले नाही, तर आम्ही एखाद्या कोनात वळू आणि दुसऱ्या दिशेने जायचा प्रयत्न करू. वेगळ्या कोनात नदीच्या प्रवाहाचे ठिकाण कदाचित जरासे खोलवर आणि स्पष्ट असेल.

मी स्टिअरिंग व्हीलवर पुढे वाकलो होतो; ते चाक घट्ट पकडून माझे खांदे दुखू लागले होते. मी आमच्या शेवटच्या अर्ध्या भरलेल्या पाण्याच्या कॅनकडे बघत होतो, तेव्हाच डेलिया वरून ओरडली आणि गाडीचा टप वाजवू लागली. 'मार्क, मला आपल्या टायरची खूण दिसते आहे! डाव्या बाजूला!' तिच्या डोळ्यांना एका छोट्या सपाट जागेत खुरट्या गवतात टायरच्या खुणांची बारीक रेष दिसली होती. मी पाण्याची बाटली पकडली आणि तिच्याकडे दिली. हा प्रसंग साजरा करणे अगदी साहजिक होते. नदीपात्राकडे इशारा करणाऱ्या त्या रेषेमुळे आम्ही इतके चिंतामुक्त झालो की, त्या रात्रीचा डेरा आम्ही तिथेच टाकला. दुसऱ्या दिवशी त्या खुणांचा माग काढत आम्ही व्हॅलीकडे परत आलो.

आम्ही कॅम्पपासून निघून पाच दिवस झाले होते; पण त्या काल्पनिक मैदानाच्या नादी लागून आम्ही बरेच पाणी वाया घालवले होते. खरेतर आम्ही आधीच कॅम्पला परत यायला हवे होते किंवा कमीतकमी स्प्रिंगबोक मैदानातल्या पाणवठ्यावर तरी यायला हवे होते; पण या बाजूच्या व्हॅलीत अजून बरेच बघण्यासारखे होते; त्यामुळे आम्ही नदीपात्रात तसेच पुढे जात राहिलो. आमच्याकडचे कॅन्स भरून घेण्यासाठी आम्ही पाणथळ जागेचा शोध घेत होतो. या भागात बरेच दिवसांत पाऊस झालेला दिसत नव्हता आणि कित्येक सपाट जागांमध्ये केवळ चिखल आणि त्यावर जनावरांच्या खुणा होत्या. कालाहारी वाळत चालले होते.

दुसऱ्या दिवशी दुपारपर्यंत नदीपात्र तसे उथळ झाले होते, मधूनच झुडपांनी आच्छादलेले वाळूचे चढउतार लागत होते. आता आमचा प्रवास तसा अवघड होत होता. एके ठिकाणी खडीसारखी टणक जमीन होती. तिथे आजूबाजूला झाडी होती. तिथे जमिनीवर साधारण एक इंच जाडीचा पाण्याचा थर साठलेला होता. त्या पाण्यात हरणांची विष्ठा पडलेली होती. ते काहीही असले, तरी आमच्यासाठी ती

वाळवंटातील पाण्याची जागा होती. ती खणून मी एक खोल खड्डा तयार केला. पाणी परत नितळ होण्याची वाट पाहात थांबलेलो असताना आम्ही चहा घेतला आणि बिलटाँगच्या पट्ट्या चघळत बसलो. मग जमा झालेले पाणी आम्ही भांड्याने भरून घेतले आणि माझ्या शर्टातून गाळून कॅनमध्ये भरले. तिथले पाणी भरून झाल्यावर मी शेजारी अजून एक खड्डा खणला. मग आपले कपडे उतरवून आम्ही त्या टणक जमिनीवर बसून अंघोळ केली. वाऱ्यावर शरीर वाळवून आम्ही चेहऱ्यावर आणि हातांना डुकराची चरबी फासून घेतली, जेणेकरून आमच्या अंगाची जळजळ कमी होईल.

दुसऱ्या दिवशी ते पुरातन नदीपात्र वाळवंटात विरून गेले, म्हणून आम्ही परत घराकडे वळलो. कित्येक दिवस परतीचा प्रवास केल्यानंतर आम्ही व्हॅलीमधला कोनाकृती उंचवटा पार केला आणि स्प्रिंगबोक मैदानात शिरलो. ''सिंह!'' डेलियाने बाभळीच्या एका बेटाकडे बोट दाखवले. दोन नर आणि पाच माद्या एका पडक्या झाडाच्या सावलीत बसलेल्या होत्या. त्यांच्या शेजारी अर्धवट खाल्लेला जिराफ पडलेला होता. दोन्ही नरांच्या आयाळी चांगल्या काळपट, जाड होत्या आणि चेहऱ्यावर सोनेरी केस होते. ते आमच्याकडे पाहात जांभया देत होते.

आम्ही त्या नरांची 'सेटन' आणि 'मोरेना' अशी नावे ठेवली. (स्थानिक सेट्स्वाना भाषेत मोरेनाचा अर्थ होतो 'मान्यवर माणूस'). सगळ्यात मोठ्या मादीला 'हॅपी' आणि बाकीच्यांना 'डिक्सी', 'मझी', 'टॅको' आणि 'सनी' अशी नावे दिली. उरलेल्या हडकुळ्या नर बच्च्याला स्टोनवॉल नाव दिले. जवळच एका झाडाखाली आम्ही आमचा चार बाय सहा फुटांचा तंबू उभा केला. दुसऱ्या दिवशी रात्री आम्ही त्यांच्यातल्या काही सिंहांना कानात खुणेची अंगठी घातली. सगळे भुलीचा परिणाम कमी झाल्यावर चांगल्या पद्धतीने जागे झाले. उठल्यावर ते परत जिराफाची शिकार खाऊ लागले. त्या रात्री आम्ही दोन तास नदीपात्रात ब्राउन हायनांना शोधले आणि नंतर आम्ही तंबूकडे परत आलो. भूल देण्याच्या प्रक्रियेमुळे मी खूपच दमलो होतो; पण डेलियाने एकतरी हायना शोधायचा निश्चय केला होता; त्यामुळे ती मला तंबूपाशी सोडून परत गेली. मी सरपटत तंबूत शिरून आडवा झालो.

पण मी फारच उत्तेजित असल्यामुळे मला झोप लागली नाही. मी एक कंदील पेटवला आणि तंबूच्या झडपेच्या बाहेर ठेवला म्हणजे किडे-मकोडे तंबूच्या आत येणार नाहीत. आपल्या कोपरावर उभा राहून मी वहीत टिपण लिहू लागलो. काही वेळानंतर मला एक आवाज ऐकू आला, कोणीतरी आपला पाय आपटल्यासारखा तो आवाज होता. सिंह आपले डोके जोरात हलवतो आहे, हे लक्षात यायला मला एक क्षण लागला. मी हळूच हात बाहेर काढला आणि कंदील शमवला. मला माझ्या पाहुण्याबद्दल जरा साशंकता वाटत होती, या कळपातले सिंह आम्हाला

'ब्ल्यू प्राइड'इतके चांगले ओळखत नव्हते. पौर्णिमेचा चंद्र आकाशात तळपत होता; पण अचानक तो मोठ्या काळ्या सावलीच्या मागे गेला. आता 'सेटन' माझ्यापासून काही इंचांवर आला होता.

आपल्या बारा फूट लांब आणि चार फूट उंचीच्या थोराड शरीराने त्याने एक नुसता पंजा मारला असता, तरी तंबू एखाद्या बुडबुड्यासारखा फुटला असता. त्याची सावली हलली, दोरात पाय अडखळल्याचा आवाज झाला आणि तंबू हादरला. त्याचा पाय दोरात अडकला होता.

'सेटन' तसाच शांत उभा होता. त्याच्या थोराड आयाळीची सावली तंबूच्या बाजूवर पडली होती. तो जसा तंबूच्या झडपेकडे चालत आला, तसा त्याच्या चालीमुळे गवताचा सळसळ आवाज होत होता. एका सेकंदानंतर त्याने आपला पाय थेट माझ्यापुढे ठेवला. मला त्याच्या लोंबणाऱ्या पोटाखालूनच बाहेर नदीपात्र दिसत होते. त्याचे पोट आवळले गेले, त्याने आपले डोके उचलले आणि त्याच्या गर्जनेने सगळी व्हॅली दुमदुमून गेली. आआओओउउ-आह आआओओउउ-आह आआओओओउउउ-आह- आआओओओउउउ-

आह - हह- हह- हह- हह. जेव्हा त्याची गर्जना संपली, तसा तो अगदी स्थिर उभा राहिला, त्याचे कान पुढे ताणलेले होते. जवळच्याच दोन सिंहांचे प्रत्युत्तर तो ऐकत होता. मग तो त्यांच्यापाशी गेला आणि त्यांच्या गर्जनांमध्ये सामील झाला. तिघेही चंद्रप्रकाशात जमिनीवर लोळले.

काही मिनिटांनंतर मी गाडीचा आवाज ऐकला. "मला त्यांच्या गर्जना ऐकू आल्या, तेव्हा मी लगेच परत आले." डेलिया तंबूची चेन उघडून माझ्या शेजारी येताना म्हणाली. मी अजूनही माझ्या 'सेटन' बरोबरच्या भेटीने हादरलेलो होतो.

"अविश्वसनीय - अविश्वसनीय" मी एवढेच बोलू शकलो. ते पहाटेपर्यंत तिथून जागचे हलले नाहीत. तोपर्यंत ते 'बोन्स' आणि 'ब्ल्यू प्राइड'च्या दिशेने ओरडत होते. 'ब्ल्यू प्राइड'चे सिंह त्यांना सहा मैल उत्तरेकडून प्रत्युत्तर देत होते.

●●●

स्प्रिंगबोक मैदानातील आणि ब्ल्यू सिंहांच्या कळपांचे आम्ही जितक्या वेळा निरीक्षण करता येईल, तितके केले. पावसाळा संपला की, ते निघून जातील हे आम्हाला माहिती होते. 'ब्ल्यू प्राइड'चे निरीक्षण करणे अवघड नव्हते, कारण आमचा कॅम्प त्यांच्या वाटेतले विसाव्याचे आवडते ठिकाण होते.

या सिंहांबरोबरचे आमचे संबंध हळूहळू बदलले होते. आम्ही त्यांच्या चेहऱ्यावरचे भाव आणि त्यांच्या पवित्र्याचा अर्थ लावून त्यांचे मूडस व इरादे समजू लागलो होतो. ते आमच्याबद्दल कमी जिज्ञासू झाले होते. जोपर्यंत त्यांना धोका वाटेल, अशी

परिस्थिती आम्ही आणत नाही, तोपर्यंत त्यांच्यापासून घाबरायचे विशेष कारण नाही, हे आम्हाला समजले होते. याचा अर्थ असा नाही की, ते आमच्या ताटाखालचे मांजर झाले होते. अजूनही ती जंगली जनावरे आणि धोकादायक शिकारी प्राणी आहेत, हे आम्हाला माहीत होते. ते कॅम्पवर आलेले असताना आम्ही त्यांच्याशी वागण्यात चूक केलेली असली, तरी त्यांनी आम्हाला कोणताही धोका पोहोचवला नव्हता. ते कॅम्पवर येताच आम्ही गाडीकडे धावणे बंद केले होते. ते आता कॅम्पमध्ये असले तर आम्ही शांतपणे झिझीफसच्या झाडाखाली किंवा शेकोटीपाशी बसून राहायचो. आम्हाला धोका वाटत नसल्यामुळे आम्ही त्यांचे मुक्तपणे निरीक्षण करण्याचा आनंद घेऊ शकायचो. आम्ही त्यांचे केवळ निरीक्षणच करत होतो असे नाही. जंगली सिंहांना पूर्णपणे इतक्या जवळून बघायची अशी संधी याआधी क्वचितच कोणाला मिळाली होती आणि ही विशेष भाग्याची गोष्ट होती.

आम्ही जेव्हा आमचे संशोधन चालू केले, तेव्हा जंगली सिंहांबद्दलची बहुतेक माहिती ही डॉ. जॉर्ज स्कॅलर यांनी केलेल्या पूर्व आफ्रिकेतल्या, विशेषतः सेरेंगेटीमधल्या सिंहांच्या संशोधनावरून आली होती. आमच्या संशोधनामुळे हे उघड होत होते की, आफ्रिकेतील वेगवेगळ्या भागांतले सिंह नेहमी सारखेच वागतात असे नाही.

एखादा सिंहांचा कळप जेवढा भूभाग व्यापतो, त्याला त्याचा एरिया म्हणतात. एका कळपाचा 'एरिया' दुसऱ्या कळपाच्या 'एरिया'वर पसरलेला असू शकतो. एक 'टेरिटरी' हा 'एरिया'चा छोटा भाग असतो आणि सिंह आपल्या 'टेरिटरी'चे दुसऱ्या कळपापासून आणि भटक्या सिंहांपासून संरक्षण करतात. सेरेंगेटीमध्ये सिंहांचा कळप आपल्या 'एरिया'मध्ये आपली 'टेरिटरी' वेगळीकडे हलवू शकतो. वेगवेगळ्या ऋतूंतील भक्ष्यांच्या वेगवेगळ्या संख्येमुळे ते असे करू शकतात. असे असले, तरीही ते आपल्या 'टेरिटरी'चे इतरांपासून संरक्षण करतात.

कालाहारीतील सिंहांचे पावसाळ्यातले वर्तन आणि सामाजिक संस्था ही सेरेंगेटीमधील सिंहांची वर्षभर जशी असते, त्यासारखीच होती. त्यांचा माग काढताना आमच्या हे लक्षात आले होते की, पावसाळ्यात त्यांचा एरिया हा सेरेंगटीतील कळपांच्या इतकाच असतो, सुमारे १३० चौरसमैलांइतका; पण त्यांचे भक्ष्य वेगवेगळे असल्यामुळे त्यांच्या आहाराच्या सवयी खूपच वेगळ्या आहेत. सेरेंगेटीतील सिंह मुख्यत्वे विल्डबीस्ट आणि झेब्रांची शिकार करून खातात, तर कालाहारीतील सिंह गेम्सबोक, स्प्रिंगबोक, हार्टबीस्ट, कुडू आणि जिराफाची शिकार करतात. विल्डबीस्ट उपलब्ध असले, तरच त्यांची शिकार होते.

पूर्व आफ्रिकेतील सिंहांच्या प्रत्येक कळपाच्या केंद्रभागी नात्यातल्या प्रौढ माद्या (आज्या, आया, बहिणी आणि मुली), त्यांची पिल्ले आणि त्याशिवाय एक ते तीन प्रबळ नर असतात. नर हे प्रौढ माद्यांच्या नात्यातले नसतात. माद्या म्हाताऱ्या होऊन

मरण पावेपर्यंत त्याच कळपात राहतात. जर कळप फार मोठा झाला, तर त्यातल्या काही माद्यांना भटके आयुष्य जगावे लागण्याची शक्यता असते. जेव्हा तरुण नर तीन वर्षांचे होतात, तेव्हा कळपातले प्रमुख नर त्यांना हाकलून लावतात. ते भटके होऊन इकडेतिकडे फिरतात. त्यांची आखलेली अशी सरहद्द नसते. ते पाच ते सहा वर्षांचे होतात, तेव्हा त्यांची वाढ पूर्ण होते; आयाळदेखील पूर्ण वाढते. असे दोन ते पाच उमेदीतले नर युती करतात. अशा युतीमध्ये बऱ्याच वेळा सख्खे आणि सावत्र भाऊ असतात. ते एखाद्या कळपातील नराला हाकलून लावण्यात यशस्वी झाले की, ते त्यातील स्थानिक माद्यांच्या जनान्याचा सांभाळ करू लागतात.

पावसाळ्यात कालाहारीतील कळपातही पुष्कळ सिंहिणी असतात. यातील फरक आम्हाला नंतर कळला - कालाहारीतील सिंहिणी बहुतेक वेळा एकमेकींच्या नात्यातल्या नसतात.

दोन्ही ठिकाणच्या कळपांचे आचरण बरेचसे सारखे असते. कालाहारीतील आणि सेरेंगेटीतील कळपात, दोन्ही ठिकाणी एकमेकींना स्पर्श करून आपुलकी व्यक्त केली जाते. बऱ्याच वेळा दिवसा लोळताना 'सॅसी' फिरून 'ब्ल्यू'च्या खांद्यावर आपले पाऊल ठेवायची. 'ब्ल्यू' 'चेरी'च्या पोटाला नाक घासायची, 'चेरी'ची शेपटी 'स्पायसी'च्या कानाला लागायची आणि अशा पद्धतीने सगळा कळप एकमेकांच्या निकट सहवासात असायचा. 'बोन्स' मात्र वेगळा, काही फुटांवर बसायचा. या सिंहिणी एकमेकींच्या मदतीने शिकारदेखील करायच्या. संध्याकाळी आणि पहाटे जेव्हा त्या झोपत, शिकार करत आणि खात नसायच्या, तेव्हा त्या खेळात एकमेकांचे चेहरे चाटायच्या.

कालाहारी आणि सेरेंगेटीतील सिंहांमधील प्रमुख फरक दोन्ही ठिकाणी होणाऱ्या पावसाशी निगडित आहे. सेरेंगेटीमध्ये कालाहारीच्या दुप्पट पाऊस पडत असल्यामुळे तिथे मोठे भक्ष्य प्राणी वर्षभर राहतात. त्याशिवाय वर्षभर सिंहांना पाणी पिता येईल अशा जागा आहेत; पण आम्ही आधी लिहिल्याप्रमाणे, कालाहारीमध्ये जेव्हा हरणांचे कळप पुरातन नदीपात्रापासून दूर जातात, तेव्हा सिंहदेखील दूर निघून जातात आणि ते आपल्या टेरिटरीचे रक्षण करत नाहीत. त्यांची हद्द किती मोठी होते, ते काय खातात, त्यांना प्यायला पाणी कोठे मिळते हे सगळे प्रश्न अनुत्तरित होते. भक्ष्य उपलब्ध नसताना आणि इतर मर्यादा आलेल्या असताना त्यांचे सामाजिक जीवन कसे बदलते, याबद्दल आम्हाला अधिक उत्सुकता होती. या प्रश्नाचे उत्तर शोधण्याच्या जिज्ञासेमुळेच आम्हाला वाळवंटातील सिंहांबद्दल आणि एकूणच सिंहांबद्दल नवनवे शोध लागले.

●●●

सिंह एकमेकांशी कसे संवाद साधतात, याबद्दल आम्ही संशोधन करू लागलो. जेव्हा सगळा कळप एकत्र बसलेला असतो, तेव्हा ते आपला मूड आणि मनातले भाव कान, भुवई, ओठ, शेपटी आणि साधारण शरीराच्या हावभावांवरून एकमेकांना पोहोचवतात. त्यांच्या डोळ्यांतील बुबुळाच्या हालचालीदेखील भाव व्यक्त करण्यासाठी वापरल्या जातात.

'ब्ल्यू' आपल्या कळपाबरोबर एका सकाळी इस्टर आयलंडपाशी आराम करत होती, तेव्हा तिने एकुलते एक म्हातारे नर गेम्सबोक हरिण दक्षिणेकडच्या मैदानापाशी नदीपात्रात शिरताना पाहिले. तिने कान पुढे ओढले, तिचे डोळे मोठे झाले; तिने आपले डोके उचलले आणि ती आपल्या शेपटीच्या टोकाला हिसके देऊ लागली. काही सेकंदांतच 'सॅसी' आणि 'जिप्सी'ने तिच्या मनातले भाव ओळखले आणि त्यादेखील त्याच दिशेला पाहू लागल्या. जणू 'ब्ल्यू'ने त्यांना सांगितले असावे, 'त्या दिशेला मला काहीतरी मनोरंजक दिसत आहे.'

त्यांनी तो गेम्सबोक मारल्यावर 'बोन्स' तिथे आला. नेहमीप्रमाणेच आपल्या माद्यांपासून ती शिकार हिसकावण्याचा त्याचा इरादा होता. 'सॅसी' त्याला सामोरी गेली. तिचे डोळे अगदी बारीक झाले होते. आपले तोंड तीन-चतुर्थांश उघडून तिने आपले दात विचकले, नाकावर आठ्या घातल्या आणि बसून गुरगुरू लागली. ती बचावात्मक धमकी देत होती आणि जणू सांगत होती, 'मी तुझ्यावर पहिल्यांदा हल्ला करणार नाही; पण माझ्या शिकारीला हात लावू नकोस.' तिच्या दुर्दैवाने बोन्सने तिच्या धमक्यांकडे दुर्लक्ष करून ती शिकार आपल्या ताब्यात घेतली.

खात असताना एकमेकांकडे बघून गुरगुरणे, चावे घेणे इत्यादी प्रकार केल्यावर सिंह नंतर अगदी निक्षून एकमेकांचा चेहरा चाटणे, डोके घासणे वगैरे प्रकारांनी प्रेम व्यक्त करतात. एकमेकांच्या चेहऱ्यावरचे रक्त चाटून साफ करेपर्यंत कळपात पुन्हा शांतता प्रस्थापित होते.

सिंह गर्जना करून आणि डरकाळी फोडून इतरांना शोधतो आणि आपल्या 'टेरिटरी'वरील आपला हक्क इतरांना ओरडून सांगतो. गर्जना करत असताना तो छातीत खोलवर श्वास भरून घेतो, पोट आवळून छातीतली हवा दाबतो आणि आपल्या स्वरयंत्रातून जोरात सोडतो. त्याच्या घशातून बाहेर पडणारा आवाज इतका जोरदार असतो की, तो पुष्कळ अंतरापर्यंत ऐकू येतो. कधीकधी जेव्हा 'ब्ल्यू प्राइड' गाडीभोवती जमा होऊन गर्जना करायची, तेव्हा गाडीचा लोखंडी तळ त्यांच्या आवाजाबरोबर हादरायचा.

सिंहांच्या गर्जनेचे तीन भाग असतात : पहिले एक-दोन आवाज हळुवार कण्हल्यासारखे असतात. मग हळूहळू त्यांचा आवाज आणि आवाजाचा कालावधी वाढत जातो आणि ते चार ते सहा डरकाळ्या फोडतात. त्यानंतर अनेक वेळा

रेकल्यासारखा आवाज येतो. नर आणि माद्या दोघेही साधारणपणे उभे राहून गर्जना करतात. त्यांचे नाक समोरच्या दिशेकडे रोखलेले; पण जमिनीला समांतर असते किंवा थोडेसे वरच्या दिशेला वळलेले असते. कधीकधी ते आपल्या बाजूला पडून, नाहीतर चालत असतानादेखील डरकाळ्या फोडतात.

जेव्हा हवा स्थिर आणि थोडीशी दमट असते, तेव्हा कालाहारीतील सिंह सगळ्यात जास्त डरकाळ्या फोडतात, असे आमच्या लक्षात आले. तेव्हा हवेत त्यांचा आवाज जास्त अंतरापर्यंत ऐकू जातो. वादळ येऊन गेले असेल किंवा रात्रीच्या वेळी जेव्हा हवेत आर्द्रता सगळ्यात जास्त असते, त्या वेळी ते नेहमी गर्जना करायचे. ती वेळ पहाटे चार ते सूर्योदयानंतर अर्ध्या तासापर्यंतची असायची. व्हॅलीमध्ये अशा कालावधीमध्ये आवाज सगळ्यात लांबपर्यंत ऐकू येतो. कधीकधी हा आवाज आठ मैलांपर्यंत ऐकू जातो, असे आमच्या न सरावलेल्या कानांना वाटले. वादळानंतर कोल्हेदेखील खूप ओरडायचे; त्यामुळे बहुधा त्यांना प्रत्युत्तर देण्यासाठी 'ब्ल्यू प्राइड'मधले सिंह गर्जना करायचे.

कोरड्या ऋतूमध्ये मात्र सिंहाचा आवाज केवळ दीड ते दोन मैल दूर ऐकू यायचा. खरेतर त्या वेळी ते क्वचितच गर्जना करायचे. त्या कालावधीत मोठी हरणे इतकी विरळ असायची की, त्यामुळे जोरदार गर्जना करून आपल्या 'टेरिटरी'चे रक्षण करण्यात ऊर्जा वाया घालवणे फायद्याचे ठरत नसावे किंवा असेदेखील असेल की, त्या कोरड्या हवेत आवाज जास्त दूर ऐकू जात नसल्यामुळे ओरडणे विशेष उपयोगी ठरत नसेल. त्या दिवसांत, एकाच कळपातल्या सिंहांच्या जोड्या शिकार मिळवण्यासाठी इतक्या दूरवर पसरलेल्या असत की, ओरडून एकमेकांना ऐकू जाणे शक्य नसावे.

एकाच कळपातले सिंह गर्जना करून एकमेकांना शोधायचा प्रयत्न करायचे. जर त्यांच्या गर्जनेला प्रत्युत्तर मिळाले, तर शोधण्यात यश मिळायचे. आपल्या सिंहिणींपासून 'बोन्स' बरेच वेळा वेगळा होत असे, विशेषतः त्याने जर शिकार त्यांच्यापासून हिसकावून घेतली असेल तर. त्या वेळी सिंहिणी अजून एखादी शिकार करायच्या आणि ती दुसरी शिकार 'बोन्स'च्या जागेपासून कित्येक मैल दूर असायची. एक, दोन किंवा तीन दिवसांनी जेव्हा 'बोन्स'ची शिकार खाऊन संपायची, तेव्हा आपल्या कळपाला त्याला शोधावे लागायचे. पावसाळ्यात जेव्हा त्यांची टेरिटरी छोटी असायची, तेव्हा त्याची गर्जनाच सगळा इलाका भेदून जायची आणि आपल्या माद्या असतील तिथे त्याला पोहोचता यायचे. बहुतेक वेळा त्या त्याला उत्तर द्यायच्या आणि मग सगळा कळप पुन्हा एकत्र व्हायचा.

कधीकधी माद्या 'बोन्स'ला भेटायला उत्सुक नसायच्या. कित्येक वेळा तो नदीपात्रात गर्जना करत अशा ठिकाणाजवळून जायचा, जिथे जवळच माद्या झाडीत

शांतपणे बसलेल्या असायच्या. तो पुनःपुन्हा त्यांना साद घालायचा, जमिनीचा वास घ्यायचा आणि सगळीकडे बघत पुढे जायचा. कदाचित आपली शिकार त्याच्या हाती पडू नये म्हणूनही असेल; पण त्या काही त्याला उत्तर द्यायच्या नाहीत. जेव्हा माजावर असतील, तेव्हा मात्र सिंहिणी 'बोन्स'ला पहिल्यांदा साद घालायच्या. जणू त्या त्याला म्हणत असाव्यात, 'तू आम्हाला नको बोलावू, जेव्हा गरज पडेल, तेव्हा आम्हीच तुला बोलावतो.'

सिंह अगदी छोट्या बाळासारखे कण्हू शकतात. जेव्हा ते दाट झाडीतून जात असतात, तेव्हा 'आऊ' असा अगदी मुलायम आवाज काढून ते एकमेकांशी संवाद साधतात. त्या आवाजामुळे त्यांना एकमेकांचा ठावठिकाणा शोधायला मदत होते आणि अनिश्चित परिस्थितीत त्या आवाजामुळे एकमेकांचा भरवसा मिळतो. काही वेळा रात्रीच्या वेळी सिंहाचा माग काढत असताना आम्ही गाडी बंद करून या आवाजाच्या अनुषंगाने त्यांचा माग काढू शकलो आहे.

कालाहारीतील सुरुवातीच्या काही वर्षांमध्ये 'ब्ल्यू प्राइड' जेव्हा आम्हाला पूर्ण सरावलेली नव्हती, तेव्हा हे सिंह आमच्या कॅम्पच्या अवतीभवती तंबू, पाण्याचे ड्रम्स आणि त्यांना माहीत नसलेली उपकरणे शोधत फिरायचे, तेव्हा त्यांच्या 'आऊ' आवाजामुळे आम्हाला जाग यायची.

सिंहांची एकमेकांशी संवाद साधण्याची तिसरी पद्धत घ्राणेंद्रियाद्वारे होती. ते आपली वासाची खूण ठेवायचे आणि इतरांचा वास घ्यायचे. 'ब्ल्यू प्राइड' रात्रीच्या वेळी नदीपात्रातून वासांनी ठरवलेल्या रस्त्यानेच प्रवास करायची. बऱ्याच वेळा त्यांची वाट हरणांच्या वाटेच्या किंवा आमच्या गाडीच्या रस्त्याच्या ओळीतच असायची. बऱ्याच ठिकाणी वाट फक्त वासानेच ठरवलेली असे; दिसताना काहीच दिसत नसे. अशा एखाद्या रस्त्याने जात असताना 'बोन्स' बरेच वेळा एखाद्या झुडपापाशी किंवा छोट्या झाडापाशी थांबत असे. मग आपले डोके उचलून एखाद्या खालच्या फांदीपाशी आणून, डोळे बंद करून आपला चेहरा आणि आयाळ पानांवर घासत असे, जणू आधी ठेवलेल्या वासाचा आस्वाद घेत आहे किंवा तो वास आपल्या अंगाला लावून घेत आहे. मग तो उलटा वळे, आपली शेपटी उंच उचले आणि लघवी आणि पार्श्वभागापाशी असलेल्या दोन ग्रंथींमधून आलेल्या द्रवाचे मिश्रण मागच्या फांद्यांवर फेकत असे. त्याच्या वाटेतली काही झाडे आणि झुडपे त्याची हमखास ठिकाणे होती. आमच्या तंबूशेजारच्या बाभळीच्या झाडाचा त्यात समावेश होता. त्याच्या शेजारून जात असताना तो थांबून थोडी लघवी उडवल्याशिवाय पुढे जात नसे. आमच्या अननुभवी नाकांना त्याचा वास काही मिनिटांपेक्षा जास्त येत नसे. माद्यादेखील आपला वास झुडपांवर उमटवायच्या; पण क्वचितच!

कधीकधी ही झुडपे दृग्गोचर चिन्हेही होऊन जात. उत्तरेकडच्या मैदानातल्या

सात फुटी अल्बिझिया झाडावर बोन्स नेहमी आपली खूण उमटवत असे. आपल्या पंजांना धार करताना 'ब्ल्यू प्राइड'च्या सिंहिणींनी त्या झाडाच्या खोडाच्या चिंधड्या केल्या होत्या. सिंहिणी त्या झाडाच्या फांद्यांशी एकाच वेळी खेळत असल्यामुळे, त्या फांद्यांना बऱ्याच ठिकाणी पीळ बसला होता आणि त्यांचेही तुकडे पडले होते. तीन-चार सिंहिणी झाडाखाली आल्यावर एक सिंहीण वर चढून जाण्याचा प्रयत्न करायची. मग एक सिंहीण फांदीवर आणि एक फांदीला खाली लोंबकळत असल्याचे चित्र दिसत असे. त्या बिचाऱ्या झाडाच्या चहूबाजूंना सिंहिणींची पोटं आणि शेपट्या दिसत असत आणि मग जे व्हायचे तेच होत असे. एखादी फांदी तुटायची आणि त्यावर असलेली सिंहीण खाली पडायची. शेवटी त्या अल्बिझिया झाडाचे गुंतागुंतीचे खोड तेवढे शिल्लक राहिले होते. तरीही 'बोन्स' तिथून जाताना दर वेळी त्यावर आपला स्प्रे उडवत असे.

जमीन खरवडणे ही नर आणि मादी सिंहांची अजून एक वासाची आणि दृश्यमान खूण असते. खरवडण्यासाठी सिंह आपली पाठ वाकवतो, पोट खाली दाबतो आणि आपले पाय हवेत उडवून लघवी करत असतानाच पंजाने माती उकरतो. अशा पद्धतीने सिंह आपली टेरिटरी आखतात आणि दुसऱ्या एखाद्या कळपाच्या दिशेने गर्जना करत असताना माती उकरण्याचे कामही चालते. एका नव्या 'टेरिटरी'चा ताबा घेणाऱ्या दोन तरुण नरांनी, तीन आठवड्यांत नदीपात्रात आमच्या गाडीच्या वाटेतल्या चारशे यार्डांच्या भागात सव्वीस वेळा जमीन उकरली. त्यांनी ज्याला घालवून लावले होते, तो आधीचा नर तेवढ्या वेळात केवळ एक-दोन खेपेलाच जमीन उकरत असे. आधीच्या नराने जिथे वास उमटवला होता, त्याच ठिकाणी त्या दोघांनी आपला स्प्रे उडवला होता. या भागात त्यांचे अधिराज्य आहे, हे व्हॅलीमधल्या प्रत्येक सिंहाला ठाऊक होईल याची ते खात्री करून घेत होते.

'टेरिटरी'ची खूण करण्याव्यतिरिक्त त्या वासाने त्या सिंहाची ओळख पटत असावी आणि तो सिंह त्या ठिकाणी किती दिवसांपूर्वी येऊन गेला, तेदेखील कळत असावे. त्या वासाने माजावर आलेल्या सिंहिणींबद्दलही कळत असावे. जॉर्ज स्कॉलर यांनी सेरेंगेटीतील सिंह वासावरून एकमेकांना शोधू शकतात अशी नोंद केली आहे. 'एक नर सिंह, एक किलोमीटर अंतरापर्यंत दोन नरांचा वास घेत माग काढत आला' असे निरीक्षण त्यांनी नोंदवले आहे. कालाहारीतील सिंह या बाबतीत इतके यशस्वी आढळले नाहीत; विशेषतः कोरड्या ऋतूत! कारण वाळवंटातील कोरड्या हवेत वास लवकर उडून जातो. एकदा आम्ही 'बोन्स'ला एखाद्या ब्लडहाउंडप्रमाणे जमिनीला नाक लावून 'सॅसी'ला शोधताना पाहिले होते. 'सॅसी' तीन मिनिटांपूर्वीच त्याला सोडून चांगल्या सावलीच्या ठिकाणी गेली होती आणि ती केवळ २०० यार्डांवर होती. तो सारखासारखा तिच्या वासाचा माग हरवून त्यांच्या आधीच्या विश्रांतीच्या

ठिकाणी परत येत होता. शेवटी जेव्हा त्याला ती सापडली, तेव्हा त्याने आपले कान मागे खेचले, डोळे बारीक केले आणि दुसरीकडे पाहिले.

मला जर ही परिस्थिती माहीत नसती, तर मला नक्की वाटले असते की, त्याला जरासे ओशाळल्यासारखे वाटत आहे.

जेव्हा 'बोन्स' एखाद्या मादीचा वास घेत असे, तेव्हा तो आपले डोके उचलून ओठ उघडून दात उघडे करत असे. जशी हवा त्याच्या तोंडात जात असे, तशा तो नाकाला आठ्या घाले. या कृतीला फ्लेमेन असे म्हणतात. ती वासाची 'चव' घेण्याची कृती, त्यांच्या तोंडात टाळूपाशी एक तीक्ष्ण ग्रंथी असते, त्यावर तो वास जाऊन त्यांना तो वास नीट अभ्यासता यावा म्हणून केलेली असते. जेव्हा सिंह फ्लेमेन कृती करतो तेव्हा मला वाइन्समधला जाणकार, वाइनचा चांगला आस्वाद घेता यावा म्हणून तोंडातून हवा ओढून नाकातून बाहेर सोडतो, त्याची आठवण होते.

●●●

सिंह मोठ्या हरणाची शिकार गुदमरून मारून करतात. पहिल्यांदा ते हरणाला खाली पाडतात, मग गळा पकडून धरून ठेवतात आणि क्वचित आपला पंजा हरणाच्या नाकावर दाबतात. ते जिराफाला या पद्धतीने कसे मारतात याबद्दल मला नेहमीच प्रश्न पडत असे. जिराफाचे वजन २६०० पौंडांपर्यंत असू शकते आणि त्याचा गळा जमिनीपासून सतरा फूट उंच असू शकतो. एके दिवशी 'ब्ल्यू प्राइड'ने आम्हाला जिराफाची शिकार करण्याचे त्यांचे तंत्र दाखवले. त्यांनी गेल्या कित्येक दिवसांत एका गेम्सबोक हरणाच्या आणि स्प्रिंगबोक हरणाच्या पिल्लाशिवाय बाकी काही खाल्ले नव्हते. एकत्रित तीन हजार पौंडाच्या भुकेल्या सिंहांसाठी हे काही पुरेसे अन्न नाही. दक्षिणेकडच्या मैदानातील ट्री आयलंडपाशी आपला दिवस घालवल्यानंतर ते पश्चिमेच्या बाजूला मोकळ्या झाडीत शिकार करू लागले. हलका पाऊस पडू लागला होता आणि ते जनावरांच्या वहिवाटीच्या रस्त्याच्या दोन्ही बाजूंना वाट पाहात बसलेले होते. त्या रस्त्याने बहुतेक हरणे नदीपात्र ओलांडून मैदानाकडे जायची. सिंहांचे डोके उचललेले होते आणि कोणताही हलका आवाज ऐकण्यासाठी कान विस्फारलेले होते. दोन तास ते जागचे हलले नाहीत, जणू त्या ठिकाणी असलेले पुतळेच! कालाहारीतले सिंह बऱ्याच वेळा अशा प्राण्यांच्या वहिवाटीच्या रस्त्याच्या कडेला वाट पाहूनच शिकार करतात आणि अशा ठिकाणी बरेच वेळा काहीच आडोसा नसतो.

काही वेळाने सगळ्या माद्या दबा धरून बसल्या, पुढे वाकून त्यांचे स्नायू ताणले गेले. टेकडीच्या पायथ्याशी एक मोठा नर जिराफ दृष्टीक्षेपात आला. तो बाभळीच्या झाडाच्या टोकाची हिरवी पाने खात होता. 'चेरी' आणि 'सॅसी' त्याच्या

सगळ्यात जवळ होत्या. त्या खाली वाकून दबा धरून बसल्या आणि हळूच त्या गाफील जिराफाच्या बाजूला दोन दिशांना निघाल्या. 'लिसा', 'जिप्सी', 'स्पायसी', 'स्पूकी' आणि 'ब्ल्यू' आजूबाजूला पसरून त्या वाटेभोवती एका अर्धवर्तुळात पसरल्या. पुढचा एक तास त्या हळूहळू आपल्या भक्ष्याकडे जात होत्या. जिराफाला आपली चाहूल लागू नये म्हणून त्या गवत, झुडूप आणि झाडांच्या आडोशाचा वापर करत होत्या. त्याच वेळी 'चेरी' आणि 'सॅसी' जिराफाच्या पलीकडे त्याच वहिवाटीच्या रस्त्यावर, त्याच्या मागच्या गवतात पोहोचल्या होत्या.

इकडच्या पाच सिंहिणी जिराफाच्या तीस यार्डांच्या परिसरात पोहोचल्या. अचानक जिराफ वळला आणि जोरात पाठीमागच्या बाजूला, पायवाटेने मागच्या टेकडीकडे धावला. त्याची शेपटी त्याने आपल्या पार्श्वभागावर ताठ वळवलेली होती. तो पळत असताना त्याच्या मोठ्या ताटलीच्या आकाराच्या खुरांमुळे मातीचे गोळे हवेत उडत होते. असे वाटले की, 'चेरी' आणि 'सॅसी' त्या २००० पौंडांच्या जिराफाच्या पायदळी तुडवल्या जाणार, तेव्हाच त्यांनी आपल्या बसल्या जागेवरून उडी घेतली. जिराफ थांबला. आपल्यावर चहूबाजूंनी आक्रमण करणाऱ्या सिंहांना चुकवायचा त्याचा प्रयत्न होता; पण खालच्या ओल्या वाळूत त्याच्या पायाचे खूर रुतले होते. एखाद्या पडणाऱ्या खांबाप्रमाणे तो बेतालपणे पुढे वाकला आणि तिथेच 'चेरी' आणि 'सॅसी' त्याची वाट बघत होत्या. एका क्षणात दोन्ही सिंहिणी त्याच्या अंगावर चढल्या. दोघींनी त्याचे पोट आणि बाजूचा भाग फाडायला सुरुवात केली. जिराफ सिंहांना चुकवण्यासाठी परत पुढे निघाला; पण 'ब्ल्यू'ने आपले सुळे त्याच्या उजव्या मागच्या पायात रुतवले होते आणि ती आपले मागचे पाय जमिनीवर दाबून त्याची हालचाल रोखण्याचा प्रयत्न करत होती.

जिराफ पंचवीस यार्ड पुढे जाऊ शकला; पण तोपर्यंत त्याचे डोळे पांढरे झाले होते आणि दम लागून श्वास अडत होता. अजूनही सिंहीण त्याच्या पायाला चिकटलेली होती. ती त्याला सोडायला तयार नसल्यामुळे 'ब्ल्यू'चे मागचे पंजे नांगराप्रमाणे खालची जमीन उकरत होते. बाकीच्या सिंहिणी त्याच्या बाजूला धावल्या आणि त्याची त्वचा फाडून त्यातून रक्त येईपर्यंत त्याच्यावर हल्ले करत राहिल्या. शेवटी तो कोसळला आणि त्या शिकारी गँगला बळी पडला.

कितीही प्रयत्न केला, तरी 'बोन्स'ला या उपाशी सिंहिणींना या मांसाच्या डोंगरापासून हाकलून लावणे शक्य नव्हते. मांस खूप होते आणि सिंहिणीदेखील पुष्कळ होत्या. पुढचा एक आठवडा सगळा कळप या जिराफाला खात राहिला. त्या काळात आमच्या लक्षात आले की, 'बोन्स' आणि कळपातले दोन तरुण नर 'रास्कल' आणि 'होम्बर' यांच्यातले नाते एकदम बदलले होते. ते तरुण नर आता जवळजवळ तीन वर्षांचे झाले होते. त्यांच्या आयाळीपाशी खुरटी दाढी वाढलेली

होती. ते जवळ उपस्थित असले, तरी 'बोन्स' भडकत होता. आधी काही वेळ तो त्यांना खायला द्यायलाच राजी नव्हता. तो खात असताना ते जर शिकारीजवळ आले, तर तो घशातून गुरगुर करून, त्यांना हाकलून देत होता. एकदा त्याची भूक भागल्यावरच ते थोडेसे काहीतरी पोटात घालू शकले.

त्यांचा अन्नपुरवठा बंद करून 'बोन्स' 'रास्कल' आणि 'होम्बर'ला स्वतंत्र होण्यास भाग पाडत होता. आता ते कळपाच्या बाहेर पडून भटके बनणार होते. पुढची दोन-तीन वर्षे त्यांच्या दृष्टीने महत्त्वाची होती. त्यांना शिकार करायला मदत करायला आता माद्या नसणार होत्या. कोरड्या ऋतूत भक्ष्य दुर्लभ असणार होते आणि सगळ्यात गंभीर बाब म्हणजे त्यांचे शिकारीचे कौशल्य एवढे विकसित झालेले नव्हते. ते उपाशी मरणे सहज शक्य होते - पूर्ण वाढ होऊन, आक्रमक होऊन, आपला कळप आणि टेरिटरी मिळवण्यास सक्षम होण्याआधी बरेच तरुण नर असेच भुकेला बळी पडतात. काहीतरी करून पाऊस परत येईपर्यंत त्यांना टिकाव धरून राहणे भाग होते. एकदा पाऊस आला की, शिकार करणे तसे सोपे असणार होते.

पूर्व आफ्रिकेतील जास्त अनुकूल वातावरणात वाढणाऱ्या तरुण नरांपेक्षा कालाहारी वाळवंटातील तरुण नर सिंहांनी स्वतःची स्वतः शिकार करायला शिकणे जास्त महत्त्वाचे असते. प्रौढ झाल्यावरही ते आपल्या कळपातील सिंहिणींपासून जास्त वेळा दूर असतात. ज्या ठिकाणी भक्ष्य सहज उपलब्ध असते, तिथले नर सिंह जास्त काळ आपल्या कळपातील सिंहिणींच्या जवळ असतात आणि तेथे सिंहांची 'टेरिटरी' त्या मानाने छोटी असते. कालाहारीतील नर सिंहाने आपल्या माद्यांपासून शिकार पळवली आणि त्या तिथून गेल्या, तर त्या नराला त्यांना शोधायला कित्येक दिवस लागतात. तेवढ्या कालावधीत त्याला कदाचित परत शिकार करावी लागते आणि तो एकटा जराशा छोट्या स्प्रिंगबोक, पिल्लू गेम्सबोक आणि स्टीनबोकची शिकार करू शकतो.

'रास्कल' आणि 'होम्बर' चटचट मोठे होत होते आणि जसे काही आठवडे जाऊ लागले, तसे ते 'बोन्स'बरोबरच्या संघर्षात माघार घ्यायला तयार नसायचे. ते त्याच्याशी भांडताना बरेच वेळा शिकारीचे तुकडे पळवायचे. अशा वेळी बरेच वेळा ते नाकाला नाक लावून त्याच्याशी भांडायचे. त्याने त्यांची मान पकडून त्यांना माघार घ्यायला लावेपर्यंत ते भांडण चालायचे. आपला स्वतःचा कळप आणि भूभाग मिळवून, टिकवून धरायला लागणारे आक्रमक कौशल्य ते आत्मसात करत होते.

●●●

या सुरुवातीच्या वर्षांमध्ये 'ब्ल्यू' आणि स्प्रिंगबोक मैदानातील सिंहांना शिकार करताना बघून आम्ही कालाहारीतील पावसाळ्यातल्या सिंहांच्या आहाराबद्दल पुष्कळ शिकलो. या माहितीत भर म्हणून आम्ही कित्येक वेळा सिंहांची विष्ठा गोळा करून ती वाळवून, त्याचा चुरा करून, त्याचे वर्गीकरण करून, वजन करून त्यातील भक्ष्याच्या शिंगांचे, खुरांचे, हाडांचे आणि केसांचे विश्लेषण करायचो. एक दिवस आमच्या कॅम्पच्या बाजूला बसून, तोंडाला फडके बांधून, सिंहांच्या विष्ठेचा हातोडीने चुरा करत असताना आणि त्याच्या घाणेरड्या वासाच्या धुळीचा ढग सगळीकडे पसरत असताना मी मॉक्सला बोलावले. एका जास्तीच्या ताटलीत मी उरलेली विष्ठा मोजायला ओतत असतानाच तो आला. आम्ही काय करतो आहोत ते त्याच्या लक्षात येताच त्याने आपल्या तोंडावर हात धरला आणि 'आऊ!' असे ओरडला. अविश्वासाने तो डोके हलवत होता.

पहिल्यांदा नाराज असलेला मॉक्स - काही वेळातच सिंहाच्या विष्ठेचा हातोडीने चुरा करत, स्वतःच्या पांढऱ्या धुळीच्या ढगात नाहीसा झाला. एक-दोन दिवसांत माझ्या लक्षात आले की, आपली जेवायची ताटली आमच्या ताटल्यांबरोबर धुवायला आणणे त्याने बंद केले होते.

व्हॅन डर वेस्टुईझेनची गोष्ट

डेलिया

संध्याकाळच्या कमी होणाऱ्या प्रकाशात
हे लक्षात ठेवणे सोपे नसते
की, सावल्या नेहमी
येणाऱ्या सूर्योदयाची दिशा दाखवत असतात.
                        - विन्स्टन ओ. अबॉट

मार्क कॅटोफ्रॅक्टेसच्या फांदीवरून चंदेरी-राखाडी पाने वेगाने काढत होता, जणू एखादा झाडूच फिरवत आहे. त्याने तयार केलेली ती काठी हळूच पेट्रोलच्या ड्रममध्ये बुडवली आणि वर काढली. काठीचा जेवढा भाग पेट्रोलने ओला झाला होता, त्यावर हात फिरवून त्याने अंदाज घेतला; "हे आपल्याला अजून आठ आठवडे पुरायला पाहिजे."

तो १९७६ चा मे महिना होता. आम्हाला नॅशनल जिओग्राफिककडून ३८०० डॉलर्सचे अनुदान मिळून बरोबर एकवीस महिने झाले होते. पुन्हा एकदा आमच्याकडचे पैसे संपले होते. पुन्हा जर एखादे अनुदान मिळाले नसते, तर आम्हाला आमचे संशोधन थांबवून घरी जाण्यासाठी पैसे मिळवावे लागले असते. ब्राउन हायनांचा आणि सिंहांचा रेडिओच्या मदतीने माग काढण्यासाठीही आम्हाला तातडीने पैसे हवे होते. मैदानातल्या दाट गवतात त्यांचा माग काढणे अवघड जात होते. कोरड्या

ऋतूत ब्राउन हायना आणि सिंह अशाच ठिकाणी बहुतेक वेळ घालवतात. या अशा भागात आम्हाला हायनांचा एखादा तासच माग काढता येत असे. त्यानंतर ते दिसेनासे होत असत. सिंह उन्हाळ्याच्या दिवसांत कोठे जातात, याचा आत्तापर्यंत आम्हाला पत्ता नव्हता. यापेक्षा आधुनिक उपकरणे नसताना त्यांच्याबद्दल जेवढे संशोधन करता येणे शक्य होते, तेवढे आम्ही केले होते.

मार्कने आमच्याकडील पेट्रोलचा साठा तपासल्यानंतर काही दिवसांनी, एक छोटेसे विमान व्हॅलीत झाडांवर आणि आमच्या कॅम्पवर घिरट्या घालताना ऐकू आले. हल्ला करणाऱ्या एखाद्या पक्ष्यासारखे ते आमच्या कॅम्पच्या दिशेने आले. आम्ही धावत बाहेर गेलो, तर असे दिसले की, विमानाच्या खिडकीतून एक हात बाहेर आला आणि त्याने पत्रांचे एक पाकीट खाली टाकले. विमानाने निरोप घेताना आपले पंख फडफडले आणि ते निघून गेले. मॉनमधून आम्हाला आमची पत्रे पोहोचवण्यासाठी कोण आले होते, ते आम्हाला कधीच कळले नाही.

आम्ही पत्रे उघडली तर त्यात एक हस्तलिखित पत्र मॉनच्या नव्या बँक मॅनेजरकडून आलेले दिसले. त्यात असे लिहिले होते की, श्री. व्हॅन डर वेस्टुईझेन नावाची व्यक्ती थोड्या दिवसांतच आमच्या प्रकल्पासाठी पैसे घेऊन गावात येणार आहे. साउथ आफ्रिकन नेचर फाउंडेशन नावाच्या संस्थेला आम्ही २०,००० डॉलर्सची मदत मागितली होती. व्हॅन डर वेस्टुईझेन हे त्या संस्थेचे संचालक होते. त्या रात्री सुट्टी घोषित करून आम्ही ती बातमी पॅनकेक आणि घरगुती सिरप बनवून साजरी केली.

दुसऱ्या दिवशी आम्ही लँडरोव्हरमध्ये सामान भरले आणि सूर्य उगवायच्या आतच गावाकडे निघालो. जेव्हा आम्ही गावातल्या मातीच्या घरांच्या रस्त्यात गाडी वळवली, तेव्हा अंधार पडला होता. प्रत्येक घरात शेगडी पेटलेली होती आणि घराभोवती धूर साठलेला होता. डॅड रिग्जच्या घराच्या बांबूच्या कुंपणासमोरच सपाट छपराचे, पक्क्या बांधणीचे मॅनेजरचे घर होते. दारासमोरच्या पडद्याला ठिकठिकाणी जाळीचे ठिगळ लावलेले होते. त्यातून आम्हाला बँक मॅनेजर रिचर्ड बादलीत एक मासा धुवत असलेला दिसला. त्याची बायको नेली शेगडीवर ब्रीम मासा भाजत होती.

"तुम्हाला भेटून आनंद झाला... तुमच्याबद्दल बरेच ऐकले आहे... हो, श्री. व्हॅन डर वेस्टुईझेनकडे तुमच्यासाठी पैसे आहेत. आम्ही तुम्हाला सगळे सांगतो - थांबा, आधी काहीतरी खाऊ या आणि थंडगार बिअर घेऊ या."

आम्ही तळलेला मासा, बटाटे आणि ताजा ब्रेड असे जेवण केले. कोणत्याही इंग्रजाच्या घरी असावी अशी एक छोटीशी डायनिंग रूम त्याच्या घरी होती; फरक एवढाच होता की, त्यातून मध्येच एक वाळवीचे वारूळ बाहेर आले होते.

बोलताना आमच्या लक्षात आले की, रिचर्डला त्या अनुदानाबद्दल विशेष माहिती नव्हती. त्याला एवढेच माहिती होते की, श्री. व्हॅन डर वेस्टुईझेन दुसऱ्या दिवशी सकाळी पैसे घेऊन मॉनमध्ये येणार आहेत. मस्त जेवण झाल्यानंतर मग निरोप घेताना आम्ही रिचर्डला सांगितले की, आमच्या संभाव्य प्रायोजकाला घेऊन जेवायला 'रिव्हिएरा'मध्ये भेटू या. रिव्हिएरा ही थमलाकने नदीकाठची एक छोटीशी कॅम्पची जागा होती.

'रिव्हिएरा'चा मालक, सेलेबी फिक्वे नावाच्या गावी लॉजचालक होता. आम्ही सामान आणायला जेव्हा मॉनला जाऊ, तेव्हा त्याने आम्हाला तिथे आपला बिस्तरा टाकायची परवानगी दिली होती. त्या ठिकाणी गवताच्या पाच झोपड्या होत्या. नदीपात्राच्या तीव्र उतारावर बांधलेल्या या झोपड्या पाहिल्यावर असे वाटे की, पक्ष्यांनी सोडून दिलेली घरटी असावीत. आम्ही सगळ्यात मोठ्या झोपडीत राहिलो होतो. त्याचे छत अर्धवट पडलेले होते तर झोपडी नदीच्या बाजूला कललेली होती. झोपडी उभी राहावी म्हणून ती एका मोठ्या उंबराच्या झाडाला दोरांनी बांधलेली होती. ही गवताळ झोपडी वाळवंटातील भट्टीपासून छानसा आसरा होती. तशी ती झोपडी आजूबाजूच्या गवतात लपून जायची. पडक्या छताखालून आम्ही दोन गंजलेल्या कॉट्स ओढून घेतल्य; डाग पडलेल्या गाद्या झाडून काढल्या आणि वर खिळ्यापासून एक मच्छरदाणी बांधली. ही मच्छरदाणी म्हणजे जाळीपेक्षा ठिगळेच जास्त होती.

छोटे विमान चालवणारा मार्क मुलर नावाचा एक वैमानिकही त्या कॅम्पमध्ये एका छोट्या झोपडीत राहायचा. दुसऱ्या दिवशी पहाटे आम्हाला एका गाडीच्या धडधडण्याने जाग आली. मुलर आपली जुनीपुराणी लँडरोव्हर चालू करत होता. त्याच्या गाडीला टप नव्हते. एकूण गाडीकडे बघितल्यावर दुसऱ्या महायुद्धातील जर्मन सैनिकांच्या गाडीची आठवण होत असे. गाडी नदीपात्राच्या कडेला चालू ठेवूनच तो आपल्या झोपडीत काहीतरी आणायला गेला. आमच्या लक्षात येईपर्यंत गाडीचा बंपर आमच्या झोपडीत घुसला आणि आमच्या कॉटपासून सहा फुटांवर थांबला. गाडीच्या धक्क्याने आमच्या आजूबाजूला गवत, मोळ्या आणि खांबांचा पाऊस पडला आणि आमच्या आजूबाजूची झोपडी गदागदा हलली. आम्ही दोघांनी बाहेर उडी मारली. झोपडी केव्हाही आमच्या डोक्यावर कोसळेल अशी आम्हाला भीती वाटत होती; पण झोपडी हळूहळू परत आपल्या जागी स्थिरावली. खाली येणाऱ्या आपल्या गाडीच्या मागे मुलर धावला. 'सॉरी' असे काहीतरी स्वतःशीच पुटपुटत त्याने गाडी आमच्या बेडरूममधून बाहेर घेतली आणि तो गेला.

व्हॅन डर वेस्टुईझेन बरोबरच्या आमच्या भेटीसाठी आम्ही खास जेवण बनवू लागलो. मार्कने उंबराच्या झाडाखाली एक गंजलेला लाकडाचा स्टोव्ह पेटवला. फुंकणीने फुंकून चूल पेटवताना येणाऱ्या धुरामुळे माझ्या डोळ्यांतून घळघळा अश्रू

वाहात होते. मार्क सामान आणायला गेला तर मी संत्र्याचा ब्रेड बनवला. दुपारी बाराच्या सुमाराला मी मटणाचे थंड काप, ताजी फळे आणि गरमागरम ब्रेड असे जेवण मांडून ठेवले. आम्ही बोट्स्वानामध्ये आल्यानंतरचे हे सगळ्यात महागडे जेवण होते.

तिथल्या झोपडीच्या व्हरांड्यात बसण्यासाठी टीनचे ड्रम्स ठेवलेले होते. त्यावर बसून आम्ही श्री. व्हॅन डर वेस्टुईझेन यांच्याबरोबर जेवण केले. ते एकदम मृदूभाषी, थोडसे लंगडत चालणारे आणि केस राखाडी होऊ लागलेले असे गृहस्थ होते. पलीकडे संथ वाहणाऱ्या नदीत पाणकोंबडे फडफड करत होते. पलीकडच्या किनाऱ्यावर बबून माकडे पाणी प्यायला आलेली होती.

जसे व्हॅन डर वेस्टुईझेन आमच्या संशोधनाविषयी आम्हाला प्रश्न विचारू लागले, तसे आम्ही अधिकअधिक कोड्यात पडू लागलो. आमच्याबद्दल आणि आमच्या संशोधनाबद्दल त्यांना काहीच माहिती नव्हती.

शेवटी मार्कने त्यांना विचारले, ''तुम्ही आमचा मागणीचा अर्ज वाचला आहे ना?''

''मागणी अर्ज?''

''हो! आम्ही साउथ आफ्रिकन नेचर फाउंडेशनकडे आमच्या मागणीची कागदपत्रे पोहोचवली होती.''

''मला काही कळले नाही. ओह... काहीतरी चूक झाली आहे. मी काही नेचर फाउंडेशनचा माणूस नाही.'' त्यांनी सांगितले की, ते जोहान्सबर्गमध्ये एक आर्किटेक्ट म्हणून काम करतात. त्यांनी आमच्या संशोधनाबद्दल ऐकले होते, म्हणून त्यांना स्वतःच्या खिशातले २०० डॉलर्स आम्हाला देणगी म्हणून द्यायचे होते.

दोनशे डॉलर्समध्ये आमची दुसरी इंधनाची टाकी जेमतेम भरली असती आणि एखाद्या मॉनच्या फेरीचा खर्च निघाला असता. आम्ही वाटलेले आश्चर्य लपवायचा प्रयत्न करून त्यांना म्हणालो, 'आम्ही तुमच्या देणगीबद्दल ऋणी आहोत आणि आम्हाला आत्ता त्याची खरोखरच गरज होती.' पण त्याचा काही विशेष उपयोग नव्हता. ते पुढे काय बोलले, ते आम्ही नीटसे ऐकले नाही. खूप वेळ झाल्यावर व्हॅन डर वेस्टुईझेन आपल्या नव्या कोऱ्या चकाकत्या गाडीतून निघून गेले. आम्ही शून्यपणे समोरच्या नदीकडे पाहात बसलो.

●●●

माझ्या डोक्याला दोन्ही बाजूंनी काहीतरी चिरडते आहे आणि एखाद्या तीक्ष्ण वस्तूने माझे डोके फुटते आहे अशा वेदना होत होत्या. उशीवर डोके ठेवणेही अतिशय वेदनामय होते. मी उठून बसण्याचा प्रयत्न केला; पण त्यामुळे अतिशय मळमळू

लागले. मच्छरदाणीच्या आत मार्क माझ्या शेजारी झोपला होता. माझे डोके न हलवता मी त्याला हलवले, ''मार्क... गोळ्या आण... मला मलेरिया झाला असला पाहिजे.''

त्याने माझ्या कपाळाला हात लावून बघितला आणि त्याने आमच्या प्रथमोपचाराच्या डब्यातून कडूजहर क्लोरोक्वीनच्या सहा गोळ्या आणून दिल्या. गोळ्या गिळताना मला खूप त्रास झाला. मार्कने मला उचलून दुसऱ्या एका झोपडीत जमिनीवर टाकलेल्या गादीवर नेऊन ठेवले. या झोपडीला अजिबात भोकं नव्हती. मॉनमधल्या मिशनच्या दवाखान्यात मला नेण्याचे काही कारण नव्हते, कारण तिथेदेखील मलेरियासाठी क्लोरोक्वीनपेक्षा जास्त काही मिळणार नव्हते. त्याशिवाय तिथे मला टी.बी. किंवा अजून कुठल्यातरी गंभीर आजाराची लागण होण्याची शक्यता होती. पावसाळ्याच्या दिवसांत मॉनमध्ये मलेरियाचा भरपूर फैलाव झालेला असे. शिकारी लोक म्हणायचे, ''तुम्ही एक तर औषधाच्या गोळ्या घेऊन, घाम काढून ताप बरा होईपर्यंत वाट पाहू शकता किंवा तुम्ही मरूही शकता.''

ही झोपडी आतून ओलसर आणि अंधारी होती. मी अंगावर जाड लोकरीचे पांघरूण घेऊन झोपले होते; पण तरीही मला पूर्ण हुडहुडी भरली होती. माझी त्वचा कोरडी पडली होती. मार्क माझ्या शेजारी झोपून मला ऊब आणण्याचा प्रयत्न करत होता; पण मला काहीच ऊब वाटत नव्हती. माझे डोके अतिशय ठणकत होते आणि छतातून येणारा प्रखर सूर्यप्रकाश माझ्या डोळ्यांसमोर अंधारी आणत होता.

मग माझ्या अंगाची जळजळ होऊ लागली. अंगातले सगळे बळ एकवटून मी मार्कला दूर सारले आणि पांघरूण फेकून दिले. ब्लँकेट आतून ओले होते आणि त्याच्या कुबट वासाची मला शिसारी आली होती. बराच वेळ माझे मन अंधारात भरकटत होते; पण शेवटी मनाला थोडी शांती लाभली. मला डोळ्यांसमोर माझे घर, ओकची झाडे, स्पॅनिश मॉस आणि मी जिथे वाढले, ते लाल कौलांचे घर दिसू लागले. काल्पनिक इंडियन लोकांपासून संरक्षण करण्यासाठी घराशेजारी आम्ही फोर्ट लॉग नावाचा पाइनच्या लाकडापासून एक किल्ला बांधला होता. मन एकाग्र करायचा प्रयत्न केला, तशी मी कोसळले आणि मनसोक्त रडले. घर फार दूर राहिले होते. क्लिकेटी-क्लॅक, क्लिकेटी-क्लॅक; तुला उतरता नाही येणार आणि घर फार राहिले दूर. क्लिकेटी-क्लॅक.

खूप दिवसांनंतर झोपडीच्या खिडकीतला प्रकाश जरासा मंद भासू लागला आणि माझे मन शांत झाले. टॅप- टॅप- टॅप. आम्ही कसेबसे आफ्रिकेत राहू आणि निभावून नेऊ. उधारीवर आणलेला एक टाइपरायटर माझ्या गादीशेजारी एका पत्र्याच्या ट्रंकेवर ठेवून मार्क काम करत होता. तो उठून माझ्याकडे आला. बेडशीट बदलल्यावर माझ्या मनावर मायेच्या उबेची दुलई पसरली. त्याचे ओळखीचे स्मित,

एक चुंबन, गरमागरम सूप आणि थंड पाणी मला या जगतात परत घेऊन आले. मी उठायचा प्रयत्न केला; पण एका खंबीर हाताने माझा खांदा पकडला आणि मला मागे गादीवर ढकलले... आता जरा विश्रांती घे.

मी जेवढे दिवस तापाने फणफणलेली होते, तेव्हापर्यंत मार्क माझ्या शेजारी थांबून आम्हाला अनुदान मिळावे, म्हणून जगभर सगळीकडे अर्ज करत होता. त्यात आमची प्रगती आणि गरजा सविस्तर वर्णन करून लिहिलेल्या असत. मी जेव्हा बरीच बरी झाले, तेव्हा तो गाडी घेऊन, मॉनला जाऊन ती अर्जाची जाड पाकिटे पाठवून आला. मी उशीवर बसून तो परत येण्याची वाट पाहात राहिले. जरी मी अशक्त असले, तरी बसल्यामुळे मला बरे वाटले. खिडकीतून बाहेर मला तलवारीच्या चोचीचे दोन हूपो पक्षी, उंबराच्या झाडाच्या आसपास कामात व्यग्र दिसत होते. एका तासाने मला लँडरोव्हर वाळूत गुरगुर करत असलेली ऐकू आली.

"हाय, बू! तुला उठून बसलेली बघून बरे वाटले." मार्क शांतपणे म्हणाला. तो गादीच्या कडेला बसला. "बरे वाटते का?"

"हो- मला वाटते की, आपण लवकरच वाळवंटात परत जाऊ शकू." मी त्याच्याकडे पाहून स्मित केले.

"वेल! घाई करून उपयोग नाही." तो म्हणाला आणि खिडकीकडे चालत गेला.

"तुला काही पत्र मिळाले नाही का? घरची काही खबर?" मी विचारले.

"हं... नाही." तो शून्य नजरेने झाडापलीकडच्या नदीकडे बघत होता.

"पण ते हेलनकडून आलेले पत्र तर नाही ना?" मी त्याच्या पँटच्या मागच्या खिशातून डोकावत असलेले माझ्या बहिणीचे खास पाकीट ओळखले होते.

त्याचा हात एकदम आपल्या कंबरेकडे गेला. तो वळला आणि गादीपाशी आला. त्याच्या चेहऱ्यावर वेदना दिसत होती. "माय गॉड! लव्ह, तू पूर्ण बरी होईपर्यंत मला सांगायचे नव्हते. एक वाईट बातमी आहे. तुझ्या वडिलांबद्दल. ते हृदयविकाराच्या झटक्याने सहा आठवड्यांपूर्वी वारले."

मी संवेदनाशून्यपणे गादीवर कोसळले. "माझी आई... माझी आई कशी आहे?" असे त्याला विचारत असलेला माझा आवाज मला ऐकू आला. "आणि घरी जाण्यासाठी आपल्याकडे पैसेही नाहीत."

माझ्या वडिलांचा आम्हाला खंबीर पाठिंबा होता. ते आम्हाला प्रोत्साहनपर पत्रे आणि संदर्भाची पुस्तके पाठवायचे. त्याशिवाय फुटबॉलच्या गेम्सबद्दलची वृत्तपत्राची कात्रणे सफारी साउथमधल्या आमच्या पत्रपेटीमध्ये नेहमी सापडायची.

मार्क माझ्या शेजारी आडवा झाला. अशा वेळी घरापासून दूर असणे ही आमच्या आफ्रिकेच्या सात वर्षांच्या वास्तव्यातील सर्वांत अवघड गोष्ट होती. आम्ही

दूर असताना मार्कची आई आणि आजी वारल्या. माझ्या वडिलांखेरीज माझी आजीदेखील याच काळात देवाघरी गेली. मी माझ्या जुळ्या भावाच्या लग्नाला उपस्थित राहू शकले नाही. अवघड क्षणी सावरायला किंवा आनंदाचे क्षण साजरे करायला आम्ही घरी उपस्थित नसल्यामुळे आमच्या मनात कायम अपराधीपणाची भावना असे.

"बू, तुला जर घरी जायचे असेल तर मी कोठूनतरी पैसे मिळवतो." मार्क मला म्हणाला.

"आपला प्रकल्प यशस्वी करू या, तेच आपल्या हातात आहे." मी पुटपुटले.

जेव्हा गावात जाऊन डॉक्टरला भेटण्याइतकी माझी तब्येत सुधारली, तेव्हा मी त्याला भेटले. डॉक्टरने मला चेतावणी दिली की, मला केवळ मलेरिया नसून कावीळ, अशक्तपणा आणि मोनोन्युक्लियोसिसही झाले होते. "तू एक महिनाभर तरी कालाहारीला परत जाऊ नकोस." आपल्या जाडजूड चष्म्यातून माझ्याकडे पाहात, स्वीडिश वळणातल्या इंग्लिश भाषेत तो मला म्हणाला. "तुला विश्रांती घेतली पाहिजे, नाहीतर आजार उलटण्याची शक्यता आहे. जर तिथे आजार उलटला तर तू मोठ्या संकटात सापडशील."

आमच्या कॅम्पमध्येदेखील मी नदीकाठच्या त्या अंधाऱ्या झोपडीइतकीच चांगली विश्रांती घेऊ शकत होते, असे मला वाटले. आमच्याकडचे पैसे संपायच्या आत आम्हाला जितके जमेल तितके संशोधन करणे आवश्यक होते; त्यामुळे मी डॉक्टरचा सल्ला मार्कला सांगितला नाही. त्याऐवजी मला जितके बरे वाटत होते त्यापेक्षा अधिकच बरे असल्याचा आव आणला. तीन दिवसांनी आम्ही डिसेप्शनला परत जाण्यास तयार झालो.

गावातून बाहेर पडायच्या वाटेवर आमच्या सफारी साउथमधल्या मित्रांनी, आम्हाला एक उच्च फ्रिक्वेन्सीचा लांब अंतरावर संपर्क साधू शकणारा रेडिओ वापरायला दिला. सफारी साउथमधले आमचे मित्र मदतीला नेहमीच तत्पर असायचे. त्या रेडिओमुळे सफारीच्या दिवसांत तरी शिकारीला बाहेर पडलेल्या शिकाऱ्यांशी, नाहीतर त्यांच्या मॉनच्या ऑफिसशी आम्ही दररोज दुपारी बाराला संपर्क साधू शकणार होतो. प्रकल्प चालू झाल्यावर पहिल्यांदाच आम्हाला बाहेरच्या जगाशी संपर्क साधता येणार होता; पण जर आम्हाला अनुदान मिळाले नसते तर आमची ही कालाहारीची शेवटचीच फेरी ठरणार होती.

एकदा कॅम्पला पोहोचल्यावर आम्ही आमचा पेट्रोल, पाणी आणि अन्नाचा वापर मर्यादित केला. दरवेळी हायनांचा माग घेण्यास बाहेर पडल्यावर आम्ही १.३ गॅलनपेक्षा जास्त पेट्रोल वापरणे बंद केले. रोजचा पाण्याचा वापर एका गॅलनपर्यंत सीमित केला. या उपायांनी आम्हाला कालाहारीमध्ये अजून तीन महिने काढता आले

असते. तोपर्यंत आम्हाला आमच्या अनुदानाच्या अर्जाबद्दल निर्णय कळला असता. तसेच आम्ही ब्राउन हायना आणि सिंहांबद्दल भरभक्कम माहिती मिळवू शकणार होतो. वाळवंटातून प्रवास करताना होणारी गाडीची धडधड सहन करणे सुरुवातीला मला अवघड जात होते; त्यामुळे मी कॅम्पवर बसून विश्रांती घ्यायचे आणि मार्क एकटाच सिंहांचा आणि हायनांचा पाठलाग करायचा; पण हळूहळू मी बरी झाले. त्यानंतर आठ आठवडे आम्ही अगदी वेड लागल्यासारखे झपाट्याने काम केले. काही दिवसांतच डिसेप्शन व्हॅलीतून निघून जावे लागेल, हे आम्हाला माहिती होते.

●●●

"झीरो, झीरो, नाइन, तुम्हाला ऐकू येते का?" एक दिवस फिलीस पामरचा अस्पष्ट आवाज रेडिओवर ऐकू आला.

"रॉजर, फिलीस, बोल काय झाले?"

"डेलिया, हान्स व्हेट नावाचा ओकावांगो वाइल्डलाइफ सोसायटीचा संचालक मॉनमध्ये आला आहे. त्याला तुमच्या प्रकल्पाला संभाव्य अनुदान देण्याबाबत तुमची गाठभेट घ्यायची आहे. तुम्ही येऊ शकता का? ओव्हर."

आम्ही एकमेकांकडे पाहून वाईट तोंड केले. ही पुन्हा एखाद्या व्हॅन डर वेस्टुईझेनसारखीच गोष्ट असण्याची शक्यता होती; पण आमच्या हातात दुसरे काय होते? "रॉजर, फिलीस, आम्ही तिकडे पोहोचताच तुझ्याशी संपर्क साधतो, धन्यवाद!"

दोन दिवसांनी मॉनला पोहोचल्यावर जेव्हा आम्हाला कळले की, हान्स व्हेट खरोखरच ओकावांगो वाइल्डलाइफ सोसायटीचा संचालक आहे आणि आमच्या प्रकल्पाला अनुदान मिळण्याची खूपच शक्यता आहे, तेव्हा आम्ही सुटकेचा निःश्वास टाकला; पण सोसायटीच्या संशोधन कमिटीशी पुढील बोलणी करण्यासाठी आम्हाला जोहान्सबर्गला जावे लागणार होते.

एकदा शहरात पोहोचल्यावर आम्ही सोसायटीशी दोन वर्षांच्या अनुदानाबद्दल बोलणी केली. मिळालेल्या पैशांमुळे आम्हाला एक बरीशी सेकंडहँड गाडी आणि एक तंबू विकत घेता येणार होते. त्याशिवाय महत्त्वाचे म्हणजे अमेरिकेला जाऊन आमच्या कुटुंबाला भेटून परत यायला परतीचे तिकीट आणि सिंह व ब्राउन हायनांचा पाठलाग करण्यास आवश्यक असलेले रेडिओचे उपकरणदेखील मिळणार होते. कोरड्या ऋतूत शिकारी प्राण्यांचा कायम मागोवा घेता येणे हा आमच्या संशोधन प्रकल्पातील महत्त्वाचा टप्पा होता.

जोहान्सबर्गमध्ये पोहोचल्यावर आम्ही पहिली गोष्ट केली असेल, ती म्हणजे एका बेकरीला भेट दिली. काचेच्या कपाटात नीट मांडून ठेवलेले छोटे गुलाबी आणि पिवळे आइस्ड केक्स, सुक्या मेव्याने लगडलेली चॉकलेट्स, चेरी लावलेली

बिस्किटे आणि क्रीम केक्स. मार्कने आणि मी प्रत्येक गोष्टीचे दोन नग मागवले. दोऱ्याने नीट बांधलेले सुबक पांढरे बॉक्स हातात घेऊन आम्ही एका छोट्या बागेत गेलो आणि सूर्यप्रकाशात बसलो. ताज्या बनवलेल्या गोष्टींचा सुखद वास नाकात भरून घेतल्यावर, आम्ही प्रत्येक गोष्टीची चव बघितली. सगळ्यात आवडलेल्या गोष्टी आधी संपवल्या. हसत, खिदळत आम्ही जेव्हा आडवे झालो, तेव्हा आमच्या ओठांना पिठीसाखर लागलेली होती. एवढे सगळे खाल्ल्यामुळे पोट दुखत असले, तरी हृदयात आनंद भरलेला होता.

डिसेप्शनला परत

मार्क

आकाश कितीही अंधारलेले असले आणि प्रवास दूरचा असला,
तरी आम्हाला कधीच वाटले नाही की, आम्ही चुकीने किंवा
घाईने गेलो.
आमच्या चाळणीतून फिरत आम्ही पुढे जात राहिलो.
- एडवर्ड लिअर

१९७६च्या ऑक्टोबर महिन्यात आम्ही न्यू यॉर्कहून जोहान्सबर्गला परत आलो. शहरात सगळीकडे र्‍होडेशियामधील अतिरेक्यांच्या लढाईबद्दल चर्चा चालू होती. लढाईचे परिणाम बोट्स्वानाच्या सरहद्दीत फ्रान्सिसटाउनपर्यंत दिसून येत होते. अजून खालच्या बाजूला देशाच्या पूर्वेकडून उत्तरेला जोडणाऱ्या आणि मॉनला जाणाऱ्या, पाचशे मैलांच्या एकमेव रस्त्यात प्रवाशांना वाटेत थांबवून अतिरेकी मारहाण करत, गोळ्या घालत होते.

आम्ही डिसेप्शन व्हॅलीतून निघून चार आठवडे झाले होते. चारही आठवडे धामधुमीचे गेले होते. व्हॅलीत परत जाऊन सिंहांचा आणि हायनांचा रेडिओच्या मदतीने मागोवा घेण्यास आम्ही उत्सुक होतो; पण बोट्स्वानामध्ये त्या वेळी प्रवेश करणे धोक्याचे होते. आम्ही जोहान्सबर्गहून अमेरिकेला निघालो, तेव्हाच सोवेतोच्या दंगली चालू झाल्या होत्या; पण आता तर बोट्स्वानाच्या उत्तरेकडे आणि खरेतर आफ्रिकेच्या संपूर्ण दक्षिण भागात अनागोंदीची स्थिती पसरण्याची भीती होती.

गेले काही महिने आपल्या सरहद्दीवरील संघर्षात भाग घेणे बोट्स्वानाने टाळले होते; पण आता अतिरेक्यांच्या प्रशिक्षणाच्या छावण्या फ्रान्सिसटाउन आणि सेलेबी फिक्वे गावाच्या जवळच उभारल्या गेल्या आहेत, अशी खबर होती. गेले काही महिने अंगोलातील निर्वासित मॉनमध्ये दिसू लागले होते. त्यातले कित्येकजण अतिरेकी असावेत अशी शंका होती आणि गावातील मूळ जमातीच्या लोकांचा गोऱ्यांबद्दलचा दृष्टिकोन बिघडू लागला होता. एका प्रसंगात, गामालँड शॉपिंग सेंटरमध्ये काही वस्तू खरेदी करत असताना डेलियाला एका जमावाने त्रास दिला. दोन वर्षांपूर्वी अशा गोष्टी ऐकिवात नव्हत्या. असुरक्षितता आणि संशयाची भावना संध्याकाळच्या शेगडीच्या धुरासारखी समाजात पसरू लागली होती. कितीही दूर असले, तरीसुद्धा मॉनवर जगाच्या राजकीय वातावरणाची छटा पसरू लागली होती.

ऱ्होडेशियापासूनच्या संभाव्य धोक्यामुळे बोट्स्वानाने घाईघाईने आपल्या सैन्याची स्थापना केली होती. त्याचे नाव बोट्स्वाना डिफेन्स फोर्स (बीडीएफ) असे ठेवले होते. फिरत्या पोलिसांना बरोबर घेऊन, अपुऱ्या युद्धसामग्रीने सज्ज केलेली ही संरक्षण सेना देशभर फिरून ऱ्होडेशिया आणि दक्षिण आफ्रिकेत घुसलेल्या घुसखोरांना वठणीवर आणण्याचे काम करणार होती. निष्पाप लोकांना अतिरेक्यांनी किंवा बीडीएफने इजा केल्याच्या किंवा मारून टाकल्याच्या अनेक घटनांबद्दल आम्ही ऐकले होते. त्याला कोण जबाबदार आहे, ते कोणालाच माहिती नव्हते.

आम्ही स्वतःला आणि आमच्या कुटुंबाला असे वचन दिले होते की, जर राजकीय परिस्थिती फारच चिघळली तर आम्ही वाळवंटात परत जाण्याची वेळ लांबवू. फारच वाईट परिस्थिती वाटली तर तो देशच सोडून जाऊ; पण जसे आम्ही आमचे सामान बांधत होतो, तसे आम्हाला वाटले की, आता फार काळ आम्ही वाट पाहात आणि अफवांवर विश्वास ठेवत थांबलो, तर तिथेच अडकून पडू आणि एकदा वाळवंटात आमच्या कॅम्पवर पोहोचलो की, आम्ही सुरक्षित असू. अतिरेक्यांशी संबंधित सगळ्यात गंभीर घटना फ्रान्सिसटाउनमध्येच घडल्या होत्या. फ्रान्सिसटाउन तर ऱ्होडेशियाच्या सीमेवर होते. जेव्हा आम्ही मॉनच्या वाटेवर फ्रान्सिसटाउनमधून जाऊ, ती वेळ मध्यान्हीची असावी असे आम्ही ठरवले होते. दुपारच्या वेळी वाटेत काही समस्या असण्याची शक्यता कमी होती.

आम्ही एक सेकंडहँड टोयोटा लँड क्रुझर विकत घेतली. मग ती गाडी सामानाने ठासून भरली आणि उत्तरेकडच्या लांबच्या प्रवासाला निघालो.

पहिल्या दिवशी दुपारी आम्ही बोट्स्वानाच्या सीमेवर पोहोचलो. तिथपर्यंत जो रस्ता डांबराचा होता, तो तिथपासून एकदम खडीचा झाला. रस्त्यात भरपूर वर-खाली होत होते आणि खड्डे लागत होते. आमची एकच गाडी रस्त्यावर दिसत होती. गाडी पुढे जाताना मागे धुळीचा डोंगर उडत होता. मधूनच एखाद्या सुट्या दगडावरून

गाडीचे टायर्स घसरत होते. अधूनमधून मक्याची शेती किंवा छोटेसे गवताच्या झोपड्यांचे गाव लागले तर आम्ही गाडी पुढे पळवत होतो. आमच्याकडे बघून कोणीच हात केला नाही आणि जरी आम्हाला कोणी बघत असले, तरी ते आत लपून बसलेले असावेत.

एका एकाकी वळणावर एक लाकडी खांब आडवा घालून नुकताच रस्ता अडवलेला दिसत होता. रस्त्याच्या एका बाजूला दहा-पंधरा काळे लोक उभे होते - हे कोण होते - पोलीस, अतिरेकी की सैनिक? एकाच्याही अंगावर युनिफॉर्म दिसत नव्हता; पण त्यातून काही विशेष अर्थ काढण्यात मतलब नव्हता. त्यांच्यापैकी कित्येकजणांच्या गळ्यात जाड मशीनगन्स अडकवलेल्या दिसत होत्या. बाकीच्यांजवळ रायफल्स होत्या. माझ्या अंगावर भीतीने काटा उभा राहिला. मी स्टिअरिंग व्हील हातात घट्ट धरलेले होते. मला तसेच पुढे जायचा मोह होत होता; पण ते रस्त्याच्या मधोमध आले आणि आमच्या दिशेने तोंड करून हातात बंदूक तयार धरून उभे राहिले. आता थांबण्याशिवाय आमच्याकडे पर्याय नव्हता.

आम्ही गाडीचे दार आतून लॉक केले आणि मी खिडकीची काच खाली केली. आम्ही गाडी चालूच ठेवली होती. माझे पाय क्लच आणि ॲक्सिलरेटरवर ठेवलेले होते. त्यांनी आम्हाला उतरायला सांगितले तर मी गाडी तशीच पुढे नेणार होतो. लालभडक डोळ्याचा एक काळा तरुण आपली मशीनगन गाडीच्या दारावर रोखून माझ्या दिशेने चालत आला. त्याने उघड्या खिडकीमध्ये आपले तोंड खुपसले. त्याच्या तोंडाला बुजाल्वा दारूचा वास येत होता. बाकीचे गाडीच्या मागे डोकावून बघत कॅन्व्हास उचलून त्या खालच्या तंबूकडे, अन्नपदार्थांच्या डब्यांकडे आणि बाकी सामानाकडे बोट दाखवत एकमेकांशी बोलत होते. माझ्या खिडकीतला तरुण माझ्यावर एकामागून एक प्रश्नांची सरबत्ती करू लागला : आम्ही कोण आहोत? कोठे चाललो आहोत? का चाललो आहोत? गाडी कोणाची आहे? गाडीची नोंदणी दक्षिण आफ्रिकेतली आहे का? केवळ आम्हा दोघांसाठी एवढ्या मोठ्या पावडरच्या दुधाच्या डब्यांची आणि साखरेच्या पोत्यांची काय गरज?

काही वेळानंतर, मागची माणसे रस्त्याच्या बाजूला आम्हाला न कळणाऱ्या भाषेत चर्चा करू लागली. आमच्याजवळचा तरुण त्यात सामील झाला. क्लचवरचा भार मोकळा करून तिथून पळ काढायचा मोह मी आवरला. त्यांच्याकडे बहुधा कोणतीही गाडी नव्हती आणि त्यांना आमचा माग काढणे शक्य नव्हते; पण ते गोळीबार चालू करतील अशी मला भीती होती.

''गाडीच्या बाहेर पडू नकोस... मी जर सांगितले तर गाडीत खाली जमिनीवर बसायची तयारी ठेव.'' मी डेलियाला पुटपुटलो.

तो उग्र नजरेचा तरुण पुन्हा आमच्या गाडीच्या दिशेने आला. अजूनही त्याची

बंदूक गाडीवर रोखलेली होती. बाकीची सगळी माणसे आमच्या दिशेने पाहू लागली. तो खिडकीतून आत वाकून माझ्याकडे पाहू लागला. जोहान्सबर्गमध्ये आम्ही ऐकलेली एक गोष्ट आठवून माझ्या पोटात ढवळू लागले. युरोपातून आलेला एक तरुण शिक्षक उत्तर बोट्स्वानामध्ये आपल्या शाळेकडे निघाला होता. त्याला त्याच्या बसमधून बाहेर काढून रायफलच्या दस्त्याने हाणून काढले होते - का? तर बघणाऱ्यांना त्याची दाढी आवडली नव्हती. शहरातून निघण्याच्या आधी दाढी साफ करावी अशी डेलियाने माझ्याकडे विनवणी केली होती. 'त्या नुसत्या अफवा आहेत' मी तिची समजूत काढायचा प्रयत्न केला होता. आता मात्र मला खात्री नव्हती.

"तू ऽऽ जा" त्याच्या तोंडातून हळू पण खर्जाच्या आवाजात बोललेले मला ऐकू आले. मला खात्री नव्हती की, मी बरोबर ऐकले की नाही.

'जाऊ - सियामी - ओके?' मी विचारले. काहीच उत्तर न देता तो गाडीपासून लांब उभा राहिला. त्याच्यावरची नजर न हटवता, मी हळूहळू क्लच सोडला. आम्ही जसे दूर जाऊ लागलो, तशी बाकीची माणसे आमच्याकडे पाहू लागली. गाडीचा ॲक्सिलरेटर मी शक्य तेवढा दाबला होता. गाडी शक्य तेवढ्या वेगात पुढे न्यायचा माझा विचार होता. मागच्या आरशात ते आम्हाला न्याहाळत आहेत, असे मला दिसले आणि माझ्या अंगावर काटा उभा राहिला. अशाच एका अडथळ्यापासून आपल्या आई-वडिलांबरोबर पुढे जाताना एका लहान मुलाला गोळ्या घालून ठार मारले गेले होते. 'खाली वाक' मी डेलियाच्या अंगावर ओरडलो. मी स्टिअरिंगवर पुढे वाकलो होतो. एका वळणावरून गाडी पुढे नेत होतो.

कित्येक मैल पुढे गेल्यावर मी गाडी थांबवली आणि डेलियाला एक क्षण घट्ट जवळ ओढले. या प्रसंगामुळे आमच्या शरीरातले त्राण नाहीसे झाले होते. जेव्हा आम्ही थोडेसे शांत झालो, तसा मी बोट्स्वानाचा नकाशा उलगडला. "आपल्याला मुख्य रस्त्यापासून लवकरात लवकर दूर गेले पाहिजे." मी म्हणालो. नकाशाच्या मधोमध कालाहारी एखाद्या पांढऱ्या डागासारखा दिसत होता. 'तिथे जायचा अजून एखादा मार्ग असला पाहिजे, जरी आपल्याला वाळवंटातून जावे लागले तरी बेहत्तर'; पण आम्ही ज्या ठिकाणी होतो, तिथून डिसेप्शन व्हॅली कमीतकमी दोनशे मैल दूर होती. जरी नव्या जास्तीच्या टाकीमध्ये पन्नास गॅलन जास्तीचे इंधन आणि दहा गॅलन पाणी असले, तरी आम्ही तिथे पोहोचू असे मला वाटत नव्हते.

"मार्क, मागे बर्जीने आपल्याला एक जुनी वाट सांगितली होती, आग्नेयेकडून येणारी - त्याचे काय?"

"ती चांगली कल्पना आहे... जर आपल्याला ती वाट सापडली तर आपण त्यानेच जाऊ."

आम्ही रस्त्यावरून गाडी उतरवली आणि झुडपात दोनशे यार्ड आत जाऊन

थांबवली. तिथेच आम्ही रात्रीचा मुक्काम केला. आमचा नवा पिवळा तंबू अंगावर ओढून घेतला आणि आडवे पसरलो. रात्रभर दोघांनाही धड झोप लागली नाही. जर तंबू उभारला तर रस्त्यावरून जाणाऱ्या कोणालातरी तो दिसेल, अशी आम्हाला भीती वाटत होती. दुसऱ्या दिवशी कालाहारीच्या कडेला वसलेल्या एका छोट्या गावातून जात असताना आम्हाला टणक पांढऱ्या जमिनीचा भाग लागला. तिथून पुढे जनावरांच्या कुंपणातून गाडी पुढे नेऊन, मी एका बाजाराच्या जागेच्या बाजूने गाडी वळवली. अचानक गुरांच्या वाटेवरून पुढे ही वाट वाळवंटात जात आहे असे आमच्या लक्षात आले. ठिकठिकाणी वाळलेली मैदाने लागत होती. त्या मैदानांच्या बाजूने वाटेला बरीच वळणे होती; पण आम्ही कंपासवर लक्ष ठेवून होतो आणि त्यानुसार आम्ही साधारणपणे डिसेप्शन व्हॅलीच्या दिशेला चाललो होतो.

अंधार पडेपर्यंत आम्ही कोणत्याही गावापासून, रस्त्यापासून आणि मानवी संपर्कापासून कित्येक मैल दूर आलो होतो. इथून पुढे आम्हाला काळाच्या भाषेत अंतर मोजणे भाग होते; वेळही सूर्य, चंद्र आणि ताऱ्यांच्या आकाशातल्या स्थितीवर अवलंबून होती. मी माझ्या हातातले घड्याळ काढले आणि गाडीच्या ॲश-ट्रेमध्ये ठेवले. घड्याळाची भाषा एका वेगळ्या विश्वाची होती.

कोणाला दिसायचे भय नसल्यामुळे आम्ही रात्री शेकोटी पेटवली. शेकोटीभोवती बसल्यावर, आपल्या दुनियेत परत आल्याबद्दल आम्हाला समाधान वाटत होते. आमच्या जवळच पश्चिम दिशेकडून मला सिंहाची गर्जना ऐकू आली. हळूहळू माझ्या छातीवरचा ताण कमी झाला आणि कित्येक आठवड्यांनंतर मी शिथिल झालो. मानवाने निर्माण केलेल्या कृत्रिम विश्वातील गोष्टी- विमानतळावरील गर्दी, शहरातली वाहतूक, लढाया आणि 'वॉटरगेट'सारखी प्रकरणे - हे सर्व आमच्या मागे पडले होते. मूलभूत, रानटी आफ्रिकेने आम्हाला आपल्या कवेत घेतले होते. जसे आम्ही आपल्या बिछान्यावर विसावलो, तसे आमच्या मनात व्हॅलीबद्दल विचार येऊ लागले- तिथे काही पाऊस झाला असेल का? आणि आम्ही नसताना मॉक्सने गावातले दिवस कसे काढले असतील... वगैरे...

दुसऱ्या दिवशी दुपारी पुढे जाणे अवघड जात होते - सगळीकडे काटेरी झुडपे, गरम जड वाळू. वाळवंटात आम्ही अजून अजून खोलवर मजल मारत होतो. आमच्या पायाखालची वाट गवतात आणि काटेरी झुडपांमध्ये नाहीशी होऊ लागली. आता ती पूर्ण दिशेनाशी होईल का? १२० अंश फॅरेनहाइट तापमानाच्या भट्टीत गाडीचा रेडिएटर थंड करण्यासाठी आम्हाला वारंवार थांबावे लागत होते. जेव्हा जेव्हा आम्ही थांबत होतो, तेव्हा तेव्हा एका ओल्या फडक्याने चेहरा आणि मान पुसून घेत होतो. डेलिया एका पुठ्ठ्याच्या बॉक्समध्ये आपले पाय ठेवून बसली होती. गाडीच्या लोखंडी तावदानावर आम्ही सहज मांस भाजू शकलो असतो.

"मला गॅसचा वास येतो आहे." मी करकचून ब्रेक दाबले; पण आम्ही गाडीतून बाहेर उडी घेईपर्यंत सगळीकडून खाली पेट्रोल सांडत होते. जास्तीची मोठी टाकी सरकली होती आणि त्यातून पेट्रोल बाहेर यायची नळी तुटली होती. आम्हाला कॅम्पपर्यंत पोहोचायला अत्यावश्यक असलेले पेट्रोल उतू जात होते.

"लवकर! पेट्रोल भरून घ्यायला काहीतरी शोध!" आम्ही दोघेही गाडीच्या मागच्या बाजूला धावलो आणि सामानात शोधाशोध करू लागलो; पण एक गॅलनपेक्षा जास्त पेट्रोल मावेल असे काहीच सापडेना. मी गाडीच्या खाली लोळण घेतली. गाडीच्या तळातून इंधनाच्या टाकीपासून नळी बाहेर काढण्यासाठी मी जे भोक पाडले होते, त्यात माझे बोट घातले; पण टाकीचे छिद्र त्यापासून दूर सरकले होते आणि स्टीलवर जाऊन स्थिरावले होते. तुटलेल्या तोटीपर्यंत हात घालून ती बंद करायचा कोणताही मार्ग नव्हता.

गाडीतल्या टूलबॉक्समधून मी पुट्टीचे पाकीट बाहेर काढले आणि परत गाडीखाली गेलो. माझा शर्ट आणि चड्डी गळणाऱ्या पेट्रोलमुळे भिजली होती. खालच्या छोट्याशा जागेत मी पुट्टीचा एक गोळा सरकवायचा प्रयत्न केला; पण जिथे टाकीची तोटी तुटली होती, तिथपर्यंत माझी बोटे पोहोचत नव्हती आणि पेट्रोल बाहेर सांडत असताना पुट्टीने ते भोक बुजले नसते.

टाकी गाडीच्या तावदानावर खिळे मारून पक्की बसवली होती; त्याखाली इंधनाची नळी होती आणि त्यावर गाडीचे लोखंडी दार आणि भरपूर सामान होते. घाबरून जाऊन आम्ही गाडीतले सामान, जसे की पाण्याचे कॅन, आयुधे, अन्न पदार्थांचे टीनचे डबे आणि इतर सामान गाडीतून बाहेर फेकू लागलो. पेट्रोल अजूनही भळाभळा वाहात होते. डेलिया सामान बाहेर टाकत होती, तशी मी एक पकड उचलली आणि फतकल मारून टाकीशेजारी बसलो आणि घिसाडघाईने लोखंडी दार आणि लोखंडी पट्ट्या काढायचा प्रयत्न करू लागलो. त्याने गाडीच्या तळाचा पत्रा उचलायचा माझा प्रयत्न होता.

अनेक मिनिटे गेली. खाली पडणाऱ्या पेट्रोलच्या आवाजामुळे वेड लागल्यासारखे होत होते. घाईघाईने काम करत असताना मी स्वतःशीच बोलत होतो. काहीतरी चुकते आहे... आठव!

शेवटी एकदाची टाकी मोकळी झाली; पण मी माझ्या तेलकट, घसरड्या हातांनी ती टाकी उचलायचा कितीही प्रयत्न केला, तरी ती काही उचलली गेली नाही. मी त्या खाली एक थापी घातली आणि टाकी वर उचलायचा प्रयत्न केला; पण तरीही व्यर्थ! माझ्या पायातले टेनिसचे बूट पेट्रोलने भिजले होते. तेव्हाच माझ्या मनात स्फोट आणि आगीचा विचार आला.

शेवटी मी माझ्या मनातले विचार झटकले आणि टाकीशी चाललेला झगडाही

थांबवला आणि नीट विचार करू लागलो.

"एका कॅनमधले पाणी ओतून दे - आपल्याला पेट्रोल भरून घ्यावे लागेल!" मी ओरडलो.

पुढच्या सीटच्या मागून मी सायफनची नळी काढली, त्याचे एक टोक टाकीत खुपसले आणि दुसऱ्या बाजूने ओढू लागलो. माझ्या तोंडात पेट्रोलची एक चूळ आली. खोकत आणि थुंकत मी नळी कॅनमध्ये खुपसली. दुसरा कॅन भरून झाल्यावर मी गाडीवर चढलो आणि टाकीची एक बाजू पकडली. आता टाकी थोडीशी हलकी झाली होती; त्यामुळे आम्हाला ती उचलता आली. आम्ही ती उचलून त्याच्या एका कडेवर ठेवली. तुटलेल्या पाइपमधले शेवटचे पेट्रोल खाली सांडले. ते वाळल्यावर आम्ही तेथे पडलेले भोक पुट्टीने बुजवले. आमच्याकडचे उरलेले पेट्रोल आता सुरक्षित झाले होते.

आम्ही थकून विश्रांतीसाठी गाडीच्या टपावर बसलो. आमची तोंडं कापसासारखी झाली होती. तोंडातली पेट्रोलची चव थुंकून घालवायचा मी प्रयत्न करत होतो. मग माझ्या लक्षात आले की, दोन्ही कॅन्सची झाकणं उघडी होती. आपल्याजवळचे इंधन वाचवण्याच्या प्रयत्नात सगळे पाणी ओतून दिले गेले होते.

असे असले, तरी डिसेप्शन व्हॅलीला पोहोचण्यासाठी आमच्याकडे पुरेसे पेट्रोल आहे की नाही याविषयी मला खात्री नव्हती. आमच्यापुढची वाळू किती खोल आहे आणि गाडी पुढे नेण्यासाठी किती इंधन लागेल, ते आम्हाला माहीत नव्हते. जर आमच्याकडचे इंधन संपले तर आम्हाला चालावे लागणार होते. आम्ही केवळ रात्रीच्या वेळीच चाललो, तरीही पाण्याशिवाय वीस मैलांपेक्षा जास्त अंतर जाऊ शकलो नसतो. मी टाकीच्या बाजूने, वर-खाली हात फिरवून थंड पृष्ठभागावरून इंधनाच्या पातळीचा अंदाज घ्यायचा प्रयत्न केला. जर आम्ही योग्य मार्गावर आहोत याची आम्हाला खात्री असती तर...

गाडीच्या सावलीत - खालच्या थंड वाळूत आपले पाय खोल खुपसून आम्ही खाली बसलो. एक तर पाण्याशिवाय आणि थोड्याशा पेट्रोलच्या साठ्यासह पुढे जायचे, नाहीतर परत वळून मुख्य रस्त्याने जाऊन फ्रान्सिसटाउनमधून जाताना अतिरेकी नाहीतरी सैन्याशी गाठ पडण्याचा धोका – असे दोन पर्याय आमच्यापुढे होते. अचानक डेलिया गाडीपाशी गेली आणि तिने पुढचे सीट पुढे वाकवले. तिने जोहान्सबर्गमधून निघताना दोन लिटरची एक बाटली तीन चतुर्थांश भरून घेतली होती. थोडीशी सूट - एक-दोन घोटांशिवाय, उरलेले सगळे पाणी रेडिएटर थंड करायला वापरावे लागणार होते.

मागे पडलेले फळांचे कॅन्स उचलताना माझ्या मनात एक विचार आला. त्या कॅनमध्ये फळांचे काप साखरेच्या पाकात साठवलेले असतात. आम्हाला गरज

पडली तर ते आम्ही डिसेप्शन व्हॅलीला जाताना वाटेत पिऊ शकतो. एकदा पुढे जायचे ठरवल्यावर आम्ही ती काढलेली टाकी गाडीच्या तळाला बांधली, सामान भरून घेतले आणि अंधार पडायची तसेच हवेत गारवा येण्याची वाट पाहात सावलीत बसून राहिलो. सूर्यास्ताच्या वेळेला आम्ही काही कॅन्स आमच्या सीटच्या मागच्या बाजूला ठेवले. दोन कॅन्सला माझ्या खिशातल्या सुरीने भोके पाडली. मग तहान भागवण्यासाठी तो मिट्ट गोड पाक पीत आम्ही पुढे निघालो.

कित्येक तास गाडीच्या प्रकाशात आम्ही पुढे जात राहिलो. आमच्या अंगावर येणाऱ्या अथांग पिवळ्या गवताची आम्हाला भुरळ पडत होती. शेवटी फार झोप येत असल्यामुळे आम्ही थांबलो. खाली उतरून रात्रीच्या थंड हवेचा खोलवर श्वास छातीत भरून घेतला. गवताचा आणि झुडपांचा गोड वास तजेलदार वाटत होता. कंपासमध्ये पुनःपुन्हा आपली दिशा तपासून बघत, सूर्योदयाच्या वेळेपर्यंत गाडी चालवत राहिलो. त्यानंतर गाडीच्या खाली खालच्या वाटेवरच आम्ही झोपी गेलो. एकदा उकाडा असह्य झाल्यावर मग उठावेच लागले.

दुसऱ्या रात्री, राखीव टाकीमधील पेट्रोल सायफनने ओढून मुख्य टाकीत टाकण्यासाठी जेव्हा मी थांबलो, तेव्हा मला काळजी वाटत होती. सकाळपर्यंत तर इंधनाची पातळी अगदीच खाली गेली होती.

सूर्योदयाच्या वेळी आम्ही पुढे जात राहिलो. गाडी चालवत असताना मला वाटले की, रात्री जमिनीवर आमचे कॅन्व्हास अंथरून त्यावर जमणारे दव एकत्र करून पाणी गोळा करता आले तर बघावे. अगदीच आणीबाणीची वेळ आली, तर वरून उडणाऱ्या विमानाला खूण करण्यासाठी आमच्याकडे एक आरसा होता - जर एखादे विमान वरून गेले असते तर! आमच्या गाडीत अन्न भरपूर होते; पण जायला आम्हाला खूपच वेळ लागत होता. तिथल्या भागाचा तपशीलवार नकाशा नसल्यामुळे डिसेप्शन व्हॅली अजून किती दूर आहे, याचा आम्हाला अंदाज येत नव्हता.

●●●

नोव्हेंबर महिन्यातल्या त्या दुपारी, शेवटी आम्ही डिसेप्शन व्हॅलीतल्या आमच्या कॅम्पजवळच्या पूर्वेकडच्या टेकडीवर चढलो. प्रखर सूर्यप्रकाशामुळे आम्ही डोळे किलकिले करून समोर पाहात होतो. आम्ही बऱ्याच अवघड प्रसंगांतून गेलो होतो; त्यामुळे कॅम्पवर पोहोचल्यावर खरेतर आम्हाला आनंद व्हायला हवा होता; पण आमच्या डोळ्यांसमोर जे दृश्य होते, त्याने आम्ही थक्क होऊन गेलो. आमच्यासमोर तीव्र उष्णतेमुळे धुरकट वातावरण पसरले होते. ते पुरातन नदीपात्र आणि त्यातील वाळूचे चढउतार समोर होते. त्यात एक मुंगीच काय, एक गवताचे पातेदेखील नव्हते. सगळीकडे राखाडी रेती, जुनीपुराणी जनावरांची हाडं आणि पांढऱ्या रेतीचे

तुकडे पसरलेले होते. जीवनाचा एक अंशही कोठे दिसत नव्हता.

आम्हाला अशी आशा होती की, डिसेप्शन व्हॅली या उन्हाळ्यातून, दुष्काळातून आणि भाजून काढणाऱ्या वाऱ्यातून वाचली असेल; पण इथले दृश्य वेगळे नव्हते. आम्हा दोघांपैकी कोणीच काही बोलले नाही.

डझनभर वाळूच्या भोवऱ्यांचे राक्षस समोरच्या मैदानात उडत होते, जणू जमीन स्पर्श करायला फारच गरम असावी. आमच्या त्वचेला सूर्यदाह झाला होता, ओठांना भेगा पडल्या होत्या आणि डोळे उन्हामुळे लाल झाले होते. नदीपात्र ओलांडून आम्ही आमच्या कॅम्पच्या शिल्लक सांगाड्याकडे गेलो. वाकलेल्या खांबांचा ढीग, तुकडे पडलेले, उन्हाने रंग उडालेले कॅन्व्हास, इकडेतिकडे पसरलेले - गंजलेले टीनचे कॅन्स आणि त्यावर पसरलेला वाळलेल्या डहाळ्यांचा आणि वाळूचा थर समोर दिसत होता. वरून बांधून खाली सोडायचे शेल्फ झाडाच्या एका फांदीवरून खाली लोंबकळत होते. आमच्या तंबूला सावली यावी म्हणून बांधलेला आडोसा कोसळून त्याचे केवळ वेताचे जंजाळ राहिले होते. आमच्या पाण्याच्या ड्रमच्या, वाऱ्याला सामोऱ्या असलेल्या बाजूला वाळू वरपर्यंत चढली होती. झाडांमधून वाहात असलेल्या वाऱ्याचा आवाज सोडता सगळीकडे भयाण शांतता होती.

आम्ही संपूर्ण निराशेच्या भावनांवर ताबा मिळवण्याचा प्रयत्न करत होतो. नेहमी आनंदी आणि आशावादी राहायचा आमचा प्रयत्न असल्यामुळे आम्ही पावसाची आशा करत होतो. तिथे अजिबात पाऊस झाला नव्हता. तिथे एकही हरिण नव्हते; ना सिंह होते ना हायना! फक्त वारा, काटेरी झुडपे, वाळू आणि उकाडा! तंबूच्या एका वाकलेल्या खांबावर अडकलेला कॅन्व्हासचा तुकडा वाऱ्यावर फडफडत होता. बोचऱ्या वाऱ्यापासून संरक्षण होण्यासाठी आम्ही आपल्या तोंडावर फडके बांधले आणि जे मिळेल ते सामान गोळा करू लागलो... इथून एखादे भांडे, तिकडून एखादा टीनचा कॅन. आम्ही इथे काय करत होतो... आणि कोणत्या उद्देशाने? असे विचार आमच्या मनात येत होते.

सूर्यास्ताची वेळ... गरमी कमी झाली आणि वारा पडला. वाळवंट शांत झाले. उडणाऱ्या वाळू आणि धुळीमध्ये लाल सूर्य फुगलेला व एका बाजूला मोठा झालेला दिसत होता. हळूहळू सूर्य पश्चिमेकडच्या टेकडीच्या मागे नाहीसा झाला. कॅप्टनच्या सरहद्दीतील झाडीमधून एका कोल्ह्याची खोलवर कोल्हेकुई ऐकू आली. आम्ही का परत आलो आहोत, त्याचे उत्तर आम्हाला मिळाले होते.

●●●

यापुढचे आमचे सर्व संशोधन, रेडिओने प्राण्यांचा माग काढण्याचे उपकरण कसे काम करते यावर अवलंबून होते. जसा भूल देण्याच्या कामाचा आम्हाला काही

अनुभव नव्हता, तसाच याचादेखील नव्हता. रेडिओ टेलिमेट्रीचे शास्त्र अजूनही बाल्यावस्थेत होते. बाकीच्या संशोधकांना हे उपकरण खात्रीलायकरीत्या वापरता आलेले नव्हते. बऱ्याच वेळा यामुळे त्रासच जास्त होत असे.

'प्रत्यक्ष वापराच्या वेळी जी परिस्थिति असेल, त्याच परिस्थितीत हे उपकरण वापरून पाहा.' असे त्याच्या नियमावलीमध्ये लिहिलेले होते. डेलिया कॅम्पपासून चारशे यार्ड चालत गेली आणि तिने अंगावर ती कॉलर चढवली. मग ती नदीपात्रातील जमिनीवर रांगू लागली. हायना चालत असताना जशी हालचाल करेल, त्याची नक्कल ती करत होती. मी रिसीव्हरवरची बटणे दाबत आणि डायल गोल गोल फिरवून तो रिसीव्हर तिच्या दिशेने रोखत होतो, तेव्हा मला माझ्या पाठीमागे मॉक्सची पावले ऐकू आली. आम्ही डिसेप्शन व्हॅलीला परत आल्यावर एकदा मॉनला जाऊन मॉक्सला परत घेऊन आलो होतो.

मी त्याच्याकडे वळून पाहिले, तर तो झाडू हातात घेऊन तंबूची साफसफाई करायला निघालेला दिसला. त्याची तीक्ष्ण नजर पहिल्यांदा दूर डेलियावर स्थिरावली आणि नंतर त्याने माझ्या हातातली अँटेना आणि रिसीव्हर पाहिले, तसे त्याच्या चेहऱ्यावर कुतूहलाचे भाव आले. मी माझ्या मानेवर एक जाड कॉलर घातली, 'रेडिओ - वायरलेस - पेरी साठी - हायना - तिथे' मी त्याला ट्रान्समीटर वायरला जोडणारा गुलाबी ॲक्रॅलिकचा गोळा दाखवला.

मॉक्स कॉलरकडून डेलियाकडे आणि परत माझ्याकडे पाहू लागला. 'वायरलेस!' मी त्याला घाईघाईने म्हणालो. रिसीव्हर हातात धरून मी रिसीव्हरची अँटेना कॉलरमधून बाहेर ओढली.

"आऊ! मिसेस... पेराल पेरी... संगीत?" त्याने शांतपणे विचारले. त्याने पुन्हा एकदा डेलियाकडे पाहिले आणि त्याचा हात आपल्या गळ्यापाशी गेला. येऊ पाहात असलेले हसू त्याने प्रयत्नपूर्वक रोखून धरले होते. त्याने श्वास सोडला आणि तो वळला. मॉक्सला कित्येक वेळा आम्हाला हसावेसे वाटत असणार; पण तो आमचा अपमान होईल, अशा भीतीने ते हसू दाबून टाकत असे. 'हु :' त्याने परत श्वास सोडला. आपले डोके नकारार्थी हलवत तो तंबूच्या आत गेला. हायनांच्या पाऊलखुणांवरून त्यांचा उलट माग काढण्याबद्दल त्याला कसे वाटत असे, त्याची मला आठवण झाली.

मी ती अँटेना कशीही धरली किंवा रिसीव्हर कुठल्याही दिशेने फिरवला, तरी चारशे यार्डांच्या अंतरावरून, मला डेलियाच्या मानेवरच्या कॉलरचा आवाज ऐकू येत नव्हता. आम्हाला त्या उपकरणाच्या उत्पादकाने तर दीड मैलांच्या पल्ल्याची खात्री दिली होती. आपले डोके गुडघ्यावर ठेवून आम्ही नदीपात्रात बसून राहिलो. हा आमच्या संशोधनातला एक मोठा पराभव होता.

आता त्यासाठी आम्हाला मॉनला खेप घालावी लागणार होती आणि उपकरण परत यायला कित्येक महिने लागणार होते. ते रेडिओ उपकरण दुरुस्तीला पाठवणे आम्हाला भाग होते. आम्ही ते परत पक्के बांधले आणि छोट्या विमानाच्या वैमानिकाला दिले. तो ते दक्षिण आफ्रिकेला घेऊन गेला.

तेवढ्या काळात आम्ही ब्राउन हायनांना शोधण्याची आमची जुनी पद्धत अवलंबू लागलो. तशा पद्धतीने ब्राउन हायनांचा माग काढता येण्याची शक्यता विशेष नव्हती. तासन्तास खडबडीत जमिनीवरून गाडी चालवत, नदीपात्राच्या या टोकापासून त्या टोकापर्यंत प्रकाशझोत फिरवत त्यांच्या शोधात फिरण्यासाठी स्वतःला प्रोत्साहित करणे सोपे नव्हते. मग स्वतःला जागे ठेवण्यासाठी आम्ही गायचो आणि कविता म्हणायचो.

●●●

१९७७च्या सुरुवातीला जेव्हा पाऊस सुरू झाला, तेव्हा उकाड्यापासून थोडाशी सुटका झाली. हरणांचे कळप व्हॅलीमध्ये परत आले. एके दिवशी पहाटे पश्चिमेकडच्या झाडीवरून आमच्या कॅम्पमध्ये कलकलाट करणारा धनेश पक्ष्यांचा थवा परत आला. आल्या आल्या ते टेबलवर बसले आणि ब्रेडचे तुकडे मागू लागले. डेलिया लगेच आपल्या खुर्चीवरून उठली आणि तिने त्यांच्यासाठी एक बाउल भरून मक्याचे पीठ आणले.

एका सकाळी आम्हाला सिंहगर्जनेमुळे जाग आली. आपल्या बिछान्यावरूनच आम्हाला एक मोठा नर नदीपात्र ओलांडून कॅम्पच्या दिशेने येत असताना दिसला. आपल्या कोपरावर उभे राहून कॅम्पच्या जाळीच्या दारातून आम्ही त्याला पाहू लागलो. जवळजवळ १५०० स्प्रिंगबोक हरणांच्या कळपाने बरोबर मधोमध विभागून त्या सिंहाला जाण्यासाठी जागा उपलब्ध करून दिली. त्यांना ठाऊक होते की, तो शिकार करत नाही.

जेव्हा तो कॅम्पपासून तीस यार्डांवर आला, तेव्हा आम्हाला त्याच्या कानातली नारंगी ००१ आकड्याची रिंग दिसली. पुन्हा एकदा कोरड्या ऋतूनंतर 'बोन्स' डिसेप्शन व्हॅलीत परतला होता. आमच्या खिडकीशेजारच्या बाभळीच्या झाडापाशी थांबून त्याने आमच्या दिशेने एक सहज कटाक्ष टाकला. आपली लांब झुबकेदार शेपटी उचलून त्याने लघवी केली आणि वास मागे उडवला. त्याने परत डरकाळी फोडली आणि आपले डोके उत्तरेच्या दिशेने उचलून, कान रोखून प्रत्युत्तर येते आहे, का ते ऐकण्याचा प्रयत्न केला. तिकडून त्याला बऱ्याच सिंहांचे प्रत्युत्तर आले. तो घाईघाईने त्या दिशेने चालू लागला; आम्हीही गाडीने त्याच्या मागोमाग गेलो.

मध्य मैदानातल्या पाणवठ्यापाशी थांबून समोरून येणारी सिंहांची लांबच्या

लांब रांग तो पाहू लागला. डेलियाने दुर्बिणीतून पाहिले. ''मार्क, ती 'ब्ल्यू प्राइड' आहे!'' बोन्स त्यांच्या दिशेने थोडेसे अंतर चालत गेला आणि निष्काळजीपणे खाली बसला. त्याचा कळप त्याच्यापाशी आला; त्यांनी त्याच्या गालाला गाल लावून आणि अंगाला आपले अंग घासून त्याला अभिवादन केले. नंतर सॅसी, स्पायसी, स्पूकी, जिप्सी, आणि ब्ल्यू थेट गाडीकडे आल्या. गाडीचा व्यवस्थित वास घेऊन झाल्यावर त्यांनी टायर चावायला सुरुवात केली. शेवटी गाडी चालू करून त्या आवाजाने त्यांना शांत करावे लागले. 'चेरी' आपली पाठ वाकवून दूर अंतरावर बसली आणि तिथून हा मूर्खपणा बघत राहिली.

आम्ही बराच वेळ सिंहांपाशी बसलो. आम्ही जेव्हा तिथून निघालो, तेव्हा 'सॅसी' अजूनही लहानपणासारखीच फिरत्या टायरकडे बघत राहिली. मग ती मागच्या बंपरपाशी वास घेत गाडीच्या मागोमाग आली. बाकीचे एका लांब रेषेत तिच्या पाठोपाठ आले. कॅम्पच्या कडेला येऊन ताटल्या वाळवत उभा असताना मॉक्स जेव्हा हे पाहात होता, तेव्हा त्याच्या चेहऱ्यावर दुर्मिळ हास्य होते. आम्ही उंदरांची फौज मागे घेऊन येणाऱ्या पुंगीवाल्यांसारखे दिसत असणार बहुतेक!

'सॅसी'पाठोपाठ सगळे सिंह कॅम्पमध्ये घुसले. 'बोन्स' शेकोटीजवळ खाली बसला. नेहमीप्रमाणे मॉक्स कॅम्पच्या मागच्या बाजूने बाहेर पडला आणि गोल फेरी घालून आमच्या बरोबर गाडीत चढला. आत्तापर्यंत त्याला या सिंहांच्या, बिबट्याच्या आणि हायनांच्या अनपेक्षित भेटींची सवय झाली होती आणि 'ब्ल्यू प्राइड'ची ही सर्कस तर त्याला फारच आवडत असे. 'सॅसी'ने पाण्याच्या ड्रममधून होस पाइप ओढला. जणू एखाद्या विशेष सापाची शिकार केली असावी, अशा आविर्भावात ती कॅम्पबाहेर आपले पारितोषिक घेऊन धावली. गुरगुरत, धावत, हुलकावणी देत आणि पळापळ करत बाकीचे तिच्या पाठोपाठ शिवाशिवी खेळू लागले. त्यांचे पंजे गवतात आपटत होते. 'ब्ल्यू'ने पाइपची दुसरी बाजू पकडली आणि सॅसी तसाच पाइप ओढत राहिली. काही क्षणांतच पाइपचे दोन तुकडे झाले. 'स्पायसी' आणि 'जिप्सी'ने एक-एक तुकडा पकडला. काही क्षणांतच पाइपच्या हिरव्या प्लॅस्टिकचे अनेक तुकडे फक्त शिल्लक राहिले.

ड्रममधून पाणी काढण्याची समस्या सोयीस्करपणे आमच्यावर सोपवत सगळा कळप उरलेला दिवस झोप काढण्यासाठी 'सिंहांच्या छावणी'पाशी गेला. ही छावणी आमच्या कॅम्पपासून दोनशे यार्ड पश्चिमेला, झुडपांच्या गर्दीपाशी होती.

ते जेव्हा जेव्हा आम्हाला नदीपात्राजवळ दिसायचे, तेव्हा आम्ही सिंहांचे निरीक्षण करायचो. १९७७ च्या मे महिन्यातल्या एका सकाळी 'ब्ल्यू प्राइड' शिकारीसाठी नदीपात्रात उत्तरेच्या बाजूला गेलेली आम्ही कॅम्पमधून बघितली. त्या वर्षी त्यानंतर आम्ही त्यांना पाहिले नाही. आमचे रेडिओ टेलिमेट्रीचे उपकरण येण्याआधीच ते

व्हॅलीमधून निघून जातील अशी जी आम्हाला भीती वाटत होती, ती खरी ठरली. सिंहांवरील संशोधनाचे एक अख्खे वर्ष वाया गेले होते.

●●●

जेव्हा ते रेडिओ उपकरण तिसऱ्यांदा परत आले, तेव्हा ते पहिल्यापेक्षा फार काही चांगले चालले नाही. ब्राउन हायनांवर ते आहे तसेच वापरून, काहीतरी भागवाभागवी करण्याशिवाय आमच्याकडे पर्याय नव्हता. सिंह तर आधीच निघून गेले होते. अजून एक उपकरण विकत घेण्यासाठी आमच्याकडे ना पैसे होते ना वेळ!

कॉलरमधल्या प्रक्षेपकाचा पल्ला वाढवण्याचा एक मार्ग म्हणजे रिसीव्हरच्या अँटेनाची उंची वाढवणे हा होता. खिडकीतून हात बाहेर काढून ते वर धरण्याने विशेष फायदा होत नसे; म्हणून आम्ही ती अँटेना एका खांबाच्या टोकाला बांधली, त्याखाली आणखी काठ्या लावल्या; त्यामुळे मग ती गाडीच्या वीस-पंचवीस फूट वर गेली. डेलिया आणि मी गाडीच्या मागच्या भागात उभे राहिलो आणि ती अँटेना झटपट वर-खाली करण्याची सवय करून घेतली. हायनांचा पाठलाग करताना त्या गोष्टीचा उपयोग होणार होता. जेव्हा जेव्हा मॉक्स आमच्या बरोबर असायचा, तेव्हा तो घडणारी प्रत्येक गोष्ट निरखत असायचा.

एका रात्री आम्ही 'स्टार'ला भूल दिली आणि तिच्या मानेभोवती रेडिओ कॉलर बसवली. त्यानंतर तिला हळुवारपणे झिझीफसच्या झाडाखाली झोपवले. आमच्या कॅम्पजवळच दाट झुडपांची एक जागा होती, ज्याला आम्ही 'बुश आयलंड' म्हणायचो. झिझीफसचे झाड तिथेच होते. तिथे तिच्या जागे होण्यावर आमचे लक्ष राहणार होते. पहाटेपर्यंत आम्ही तिच्यावर लक्ष ठेवून होतो. ती लवकरात लवकर जागी होऊन तिथून निघून जाईल याची आम्ही वाट पाहात होतो, म्हणजे तिच्यावर रेडिओद्वारे लक्ष ठेवणे आम्हाला चाचपून बघता येणार होते.

कॅम्पवर झटपट जेवण करून, परत आल्यावर आम्हाला असे दिसले की, 'स्टार' तिथून निघून गेलेली आहे. आम्ही घाबरून गेलो नाही. ती फार दूर गेली नसली पाहिजे आणि आता तिच्या रेडिओ कॉलरमुळे आम्हाला ती शोधता येणार होती. डेलिया गाडीच्या मागच्या भागात उभी राहिली आणि अँटेना गोल गोल फिरवू लागली. मी 'स्टार'च्या कॉलरच्या फ्रिक्वेंसीला रिसीव्हर फिरवला. माझ्या कानातल्या इअर फोनमध्ये मला ताबडतोब बीप-बीप-बीप आवाज ऐकू आला. "मला सिग्नल मिळाला आहे! चल - डावीकडे मागे - आता उजवीकडे - अजून थोडे - आता मोठा आवाज - तीच दिशा. चल एक कंपासने दिशेचा अंदाज घेऊ आणि निघू.''

पश्चिमेच्या वाळूच्या टेकडीवरच्या दाट झुडपात आम्ही गाडी नेली. 'स्टार' पुढे कोठे दिसते का, ते आम्ही बघत होतो. दोन मिनिटे झाली, तरी आम्हाला तिची

काहीच खूण दिसेना; म्हणून मी थांबलो आणि ती लूप अँटेना परत वर धरली. "ती भराभर बाहेर जात असली पाहिजे. मला तिचा सिग्नल अगदी फिका ऐकू येतो आहे." मी गाडीच्या मागच्या बाजूला चढलो, माझ्या त्या घाईने सगळे खांब खाली पडले. मी ते परत जोडू लागलो. जेव्हा अँटेना पंधरा फूट वर गेली, तेव्हा अचानक वारा सुरू झाला. कोरड्या ऋतूत पहाटेच्या वेळी नेहमीच जोराचा वारा वाहात असे. वाऱ्यामुळे अँटेनाचा खांब वाऱ्यावर डोलू लागला. मी तो घट्ट धरण्याचा आटोकाट प्रयत्न करत होतो आणि डेलिया खांबाला बांधलेल्या दोरांचा गुंता हातात घेऊन दाट काटेरी झुडपांमध्ये पुढेमागे धावू लागली. तिचा चेहरा लालबुंद झाला होता; पण त्यापेक्षा तिचा निर्धार पक्का होता. धावताना तिचे कपडे जागोजागी फाटत होते आणि तिला ठिकठिकाणी ओरखडत होते. वाऱ्यामुळे खांब कोणत्या दिशेला वाकेल, याचा अंदाज तिला बांधावा लागत होता.

जोरदार वाऱ्यामुळे तो दोलायमान खांब एखाद्या कमानीसारखा पश्चिमेच्या बाजूला झुकला. "या बाजूला ये - लवकर - मला तो धरता येत नाही." मी गुरगुरलो.

"येते, येते आहे."

"पकड पकड... ओके! मला एक उपाय सुचला आहे. चल निघू या." आम्ही आमच्या अँटेनाच्या खांबाचे सगळे भाग सुटे केले आणि 'स्टार'च्या सिग्नलच्या दिशेने झुडपातून गाडी पुढे नेली. कित्येक यार्ड गेल्यावरदेखील आमच्या रिसीव्हरमध्ये फक्त खरखर ऐकू येत होती. "आपल्याला ती अँटेना काहीतरी करून परत वर उचलली पाहिजे." मी त्या अँटेनाच्या खांबाला बाकीचे खांब जोडू लागलो आणि डेलिया दोऱ्या ताणून ती अँटेना स्थिर ठेवायचा प्रयत्न करू लागली. आत्तापर्यंत तिच्या डोळ्यांत अश्रू येण्याचेच बाकी होते आणि मी संतापाने एखाद्या सापाप्रमाणे वळवळत होतो. संताप तिच्यावर नसून एकूण परिस्थितीवर होता.

आता अँटेना गाडीच्या जवळजवळ पंचवीस फूट वर होती. तिच्यावर ताबा ठेवणे मुश्कील होत होते. प्रत्येक मिनिटानंतर वारा आणखी वेगाने वाहात होता. सगळ्यात वाईट होऊ शकते, ते तेव्हाच घडले. खांबाची एक जोरदार थरथर होऊन खांब तुटला आणि अँटेना झुडपात उडून गेली. डेलियाच्या हातात दोर होते; पण डोळ्यांतून घळाघळा अश्रू वाहात होते. मी विषण्णपणे सोडा स्ट्रॉसारख्या जोडलेल्या त्या खांबांकडे पाहात होतो.

"आता वाळूच्या टेकडीच्या सर्वांत वर जाऊ या!" मी तिच्या पाठीवर थाप देत म्हणालो. "तिथून जर आपल्याला तिचा सिग्नल मिळाला नाही, तर कोठेच मिळणार नाही!" त्या अँटेनाचे सगळे भाग आम्ही गाडीच्या मागच्या भागात फेकले. झुडपातून हेलकावे आणि धक्के खात, आम्ही पश्चिमेकडील टेकडीच्या सर्वांत

वरच्या ठिकाणी गेलो. ते ठिकाण जवळजवळ १२० फूट उंच होते. अँटेनाच्या खांबाचे न वाकलेले भाग आम्ही एकत्र जोडले. तिथेदेखील काही सिग्नल मिळत नव्हता. आम्ही पूर्णपणे हताश झालो होतो. आम्ही कित्येक महिने या उपकरणाची वाट पाहिली होती; पण तरीही ते निरुपयोगी ठरले होते.

जसे आम्ही नदीपात्राकडे जाऊ लागलो, तसे गाडीत एकदम सुन्न वातावरण होते. जेव्हा आम्ही कॅम्पच्या जवळ आलो, तेव्हा मॉक्स तंबूच्या शेजारी उभा राहून आम्हाला हात करत होता. तो पूर्वेच्या दिशेला बोट दाखवत होता. त्याच्या चेहऱ्यावरचे हसू लपत नव्हते. जेमतेम १०० यार्ड अंतरावर 'स्टार' अगदी उघडपणे नदीपात्र ओलांडत होती. आम्ही गेलो त्याच्या विरुद्ध दिशेला ती निघाली होती.

मी अँटेना खांबावर उभी करण्याचा प्रयत्न सोडून दिला. त्याऐवजी मी खिडकीतून हात बाहेर काढत, सिग्नल वर लक्ष ठेवून होतो. 'स्टार'च्या अंगावरच्या ट्रान्समीटरच्या पल्ल्यात राहण्याचा आमचा प्रयत्न होता. 'स्टार' दिवसा कोठे झोपते याची आम्हाला काहीच कल्पना नव्हती. रेडिओच्या मदतीने तिचा माग काढण्याचा आम्ही अयशस्वी प्रयत्न केला. आम्ही व्हॅलीच्या पूर्व आणि पश्चिमेच्या बाजूला टेकड्यांवर कित्येक मैल अंतर जाऊन बघितले. त्याचा फायदा न झाल्यामुळे आम्ही रात्रीच्या वेळी नदीपात्र पिंजून काढण्याच्या आमच्या जुन्या पद्धतीने, रोज रात्री कित्येक तास माग काढत राहिलो. एकदा का ती टॉर्चच्या प्रकाशझोतात आली की, मग आम्ही रेडिओ रिसीव्हरच्या मदतीने आजूबाजूच्या वाळूच्या, काटेरी झुडपांच्या प्रदेशात तिचा पाठलाग करत असू. तिच्या २०० ते ३०० यार्ड अंतरात राहिले, तर आम्हाला तिचा सिग्नल ऐकू येत असे. हे उपकरण कितीही अपुरे असले, तरी आम्ही त्याचा काहीतरी उपयोग करून घेऊ शकलो.

आम्ही 'स्टार'ला कॉलर घातली, त्याच्या दुसऱ्या दिवशी 'स्टार' आम्हाला नॉर्थ बे हिलवर सापडली. ती जिथे जाईल, तिथे तिच्या मागोमाग जायचे असे आम्ही ठरवले होते. ती कॅम्पपासून किती दूर किंवा कोणत्या दिशेला आम्हाला घेऊन जाईल, याची आम्हाला कल्पना नव्हती. गाडीत आम्ही जास्तीचे अन्न, पाणी आणि निवासासाठीच्या इतर वस्तू बरोबर घेतल्या होत्या. कोण जाणे सकाळपर्यंत आम्ही कॅम्पपासून पन्नास मैलांवरसुद्धा असू!

ती पूर्वेकडे वळली आणि गवताच्या चढावर उंच गवतात आणि झुडपांमध्ये नाहीशी झाली. पुढचे बारा तास ती आम्हाला दिसली नाही. आम्ही तिच्यापासून येणाऱ्या पुसटशा सिग्नलमागे पूर्वेकडच्या टेकडीवर दाट काटेरी झुडपात आणि दाट झाडीत गेलो. त्यानंतर ती उत्तरेकडे वळून टेकडीच्या माथ्यावर दाट झुडुपात गेली. आम्ही लाकडाच्या ओंडक्यांवरून, खुरट्या गवताच्या बाजूने आणि कित्येक वेळा दहा फूट उंच काटेरी झुडपांच्या भिंतीतून गाडी नेली. काही ठिकाणी तर ही भिंत

इतकी अभेद्य असायची की, गाडीची पुढची चाके जमिनीवरून उचलली जायची. दोन-तीन रात्री असा पाठलाग केल्यावर टोयोटा गाडीचे इलेक्ट्रिक वायरिंग, एक्झॉस्ट पाइप आणि ब्रेकची लाइन तुटली. त्याच्याशिवाय आम्ही अजून एक-दोन आठवडे गाडी चालवली. नंतर मग त्यांना एका जाड रबरी पाइपने गुंडाळले आणि गाडीच्या पाट्याला घट्ट बांधून टाकले. गाडी झुडपाला घासून गेली, तर छोट्या फांद्या, लाकडे आणि कधी मोठ्या फांद्या गाडीच्या टपावर वाजत असत. मला जेव्हा शक्य असे, तेव्हा मी हात बाहेर काढून टॉर्च किंवा अँटेना धरत असे, म्हणजे पुढे काय आहे किंवा 'स्टार' कोठे गेली, याचा अंदाज बांधता येई. डेलिया कंपासने दिशेची आणि अंतराची नोंद ठेवी. त्याशिवाय ती हायनाच्या फिरण्याच्या जागेबद्दलची आणि त्याच्या वर्तणुकीचीदेखील नोंद करून घेत असे. किर्रऽऽ अंधारात टॉर्च आणि कंपास हाताळूनदेखील, समजेल अशा अक्षरांत ती कसे लिहू शकते, ते मला कधीच उमगले नाही.

सिंहांनी केलेली शिकार खाण्यास उपलब्ध नसल्यामुळे 'स्टार' एकदम दाट झुडपात जाऊन बसत असे. तिथे ताजी शिकार घेऊन येणाऱ्या एखाद्या बिबट्याला, जंगली मांजराला, सर्व्हल मांजराला किंवा कोल्ह्याला आश्चर्यचकित करून त्यांची शिकार हडपण्याची तिला मोकळ्या मैदानापेक्षा जास्त चांगली संधी असे. ती विश्रांतीसाठी कधीच थांबत नसे; त्यामुळे आम्हालाही ती संधी मिळत नसे. रात्री लागलेल्या ठेचा, खरचटणे नंतर कित्येक दिवस दुखत असे; पण आमचे संशोधन सुरू केल्यापासून तीन वर्षांनी पहिल्यांदाच, आम्हाला ब्राउन हायना कोरड्या ऋतूत नदीपात्रापासून दूर कसा जगतो ते माहिती होत होते.

एके दिवशी पहाटे 'स्टार' झाडीतून बाहेर आली आणि उतारावरील उंच मोकळ्या गवतात घुसली. आम्ही उंचावर असल्यामुळे ती आम्हाला दिसत होती. ती कशाचा तरी वास घेत गवतातून पुढे जात होती; तेव्हाच तिच्यापुढे दोन उंच लुकडे आकार दिसू लागले, जणू गवतातले दिव्याचे खांब असावेत. 'स्टार' जागच्या जागी थिजली, तिने आपले डोके खाली केले आणि दबा धरून पुढे जाऊ लागली. समोरच्या माना अजून उंच झाल्या आणि शहामृगाची जोडी दिसू लागली. ते दोन शहामृग आपली पिसे साफ करत होते आणि जागरूकपणे इकडेतिकडे बघत होते. अचानक त्यातली मादी पिसे फडफडवत दूर पळून गेली; पण थोराड काळा नर मात्र आपला पिसारा फुलवून 'स्टार'च्या दिशेने आला. तो आला, तसे त्याचे जाडजूड पाय गवतात जोरात आपटत होते. तिने आपला जबडा फिसकारला आणि ती त्याच्या दिशेने गेली. ते जेव्हा एकमेकांपासून काही यार्ड दूर होते, तेव्हा शहामृग स्वतःच्या दक्षिणेकडे वळला; त्याने आपला पंख खाली पाडला, जणू तो शरीरापासून तुटून वेगळा पडला आहे. नंतर तो कोसळला आणि काळ्या-पांढऱ्या पिसांच्या

गोळ्यासारखा दिसू लागला. 'स्टार' त्याच्या क्लृप्तीला भुलली नाही, तेव्हा तो उभा राहिला आणि गोल गोल फिरू लागला. त्याचा 'तुटका' पंख मागे मागे लंगडल्यासारखा लोंबत होता. त्याची ती नेत्रदीपक नाट्यकृती होती; पण 'स्टार'ने पुष्कळ पावसाळे पाहिले होते. ती या नाटकाला भुलली नाही. ती जमिनीला नाक लावून वास घेत त्याच जागी काहीतरी शोधत राहिली. शेवटी तिला त्यांचे घरटे सापडले. ती ब्राउन हायनाची कोरड्या ऋतूतली मेजवानी होती.

छोट्या कलिंगडाच्या आकाराच्या, फिकट रंगाच्या त्या अंड्यांमध्ये ती उभी राहिली. मग तिने आपला जबडा मोठा उघडला आणि एक अंडे त्यात पकडून उचलायचा प्रयत्न केला. त्या नितळ, घसरड्या अंड्यावरून तिच्या जबड्याची पकड सुटली आणि ते अंडे खाली पडले. त्याबरोबर तिचे दात एकमेकांवर आपटले. तिने पुन्हा प्रयत्न केला. आपल्या नाकावर जोर देऊन उभे राहून आपल्या वजनाने ते अंडे आपल्या दातावर दाबले; शेवटी त्या अंड्याचे बाहेरचे कवच फुटले आणि आतले रसदार पौष्टिक अन्न तिच्या तोंडात आले. तिने त्या घरट्यावर बसून तीन अंडी मटकावली आणि बाकीची आठ अंडी उचलून भविष्यातल्या भोजनासाठी वेगवेगळ्या ठिकाणी लपवून ठेवली.

सूर्य डोक्यावर आला, तसे आमच्या लक्षात आले की, आम्ही आमच्या कॅम्पपासून कित्येक मैल दूर आलो आहोत. मग नाश्त्यासाठी आम्ही बिल्टाँगचे रोल्स खाल्ले. वाटेत थर्मास फुटल्यामुळे, त्यातल्या गारढोण कॉफीमधून त्या थर्मासचे तुकडे गाळून वेगळे काढावे लागले. मी दोन वेळा झालेले पंक्चर दुरुस्त केले आणि डेलियाने आपल्या नोंद वहीमध्ये कंपास आणि ओडोमीटरच्या नोंदी बघून कॅम्पच्या परतीच्या रस्त्याचा अंदाज बांधायचा प्रयत्न केला. 'स्टार'ने आपल्या मागोमाग नागमोडी रस्त्याने आम्हाला बावीस मैल दूर आणले होते. घरी परत जायला किती वेळ लागेल, याचा आम्हाला काहीही अंदाज नव्हता.

सुरुवातीला 'स्टार'चा पाठलाग करून आम्हाला इतके काही शिकायला मिळाले की, थोड्याच दिवसांत आम्ही 'शॅडो', 'पॅचेस' आणि 'आयव्ही'वरदेखील रेडिओ कॉलर घातली. प्रत्येक रात्री माग काढून झाल्यावर, आम्ही दिवसाच्या उकाड्यात जितकी होईल तितकी विश्रांती घ्यायचा प्रयत्न करायचो. दुसऱ्या रात्री पुन्हा तोच उपक्रम! काही दिवस सलग हे केल्यावर आम्ही इतके दमायचो की, मग एकमेकांना सिंहांच्या तोंडी बळी द्यावे असे आम्हाला वाटू लागे. त्यानंतर दोन रात्री सलग विश्रांती घेतल्यावर आमच्या मनातून हे अघोरी विचार निघून जात; पण उकाड्यामुळे दिवसा अजिबात झोप लागत नसल्याने आम्ही कायमच दमलेले असायचो.

सुरुवातीपासूनच ब्राउन हायनांच्या आयुष्यातल्या विविध गुपितांबद्दल आम्हाला कुतूहल वाटत होते. पावसाळ्याच्या दिवसांत टॉर्चच्या प्रकाशझोतात त्यांच्या

पल्ल्याबद्दल, सामाजिक वर्तणुकीबद्दल आणि भक्ष्य खाण्याच्या सवयींबद्दल आम्हाला जी तुटक माहिती मिळाली होती, त्यामुळे अधिकच नवे प्रश्न आमच्यासमोर उभे राहिले होते. त्याबाबत आणखी संशोधन करण्याबद्दल आमची उत्सुकता चाळवली गेली होती. संशोधनासाठी आमचे रेडिओ उपकरण कितीही अपुरे असले, तरी त्याने कोरड्या ऋतूतील हायनांच्या आयुष्यात डोकवायची आम्हाला संधी दिली. त्यांचा माग काढताना थोड्या दिवसांतच आम्हाला हे चिवट, बदलाभिमुख मांसाहारी प्राणी या प्रखर आणि अनिश्चित वातावरणाशी कसे जुळवून घेतात आणि कसे जगतात त्याबद्दल अपार कौतुक वाटू लागले.

या दुष्काळात 'स्टार' कशी टिकाव धरून होती, त्याने आम्ही थक्क होऊन जायचो. उरलेल्या मांसाचे तुकडे इतक्या मोठ्या परिसरात विखुरलेले असतात आणि ब्राउन हायना बहुधा सडके अन्नच खाऊन राहतात; त्यामुळे ओल्या ऋतूपेक्षा कोरड्या ऋतूत ब्राउन हायनांना आपला पल्ला जवळजवळ दुप्पट मोठा ठेवावा लागतो. अन्नाचे तुकडे मिळवण्यासाठी त्यांना पुष्कळ जास्त अंतर चालावे लागते. अन्नाच्या शोधात घेत असलेली नागमोडी वळणे सोडली, तरीही 'स्टार' कोरड्या ऋतूतल्या रात्री, अन्नाच्या शोधात कित्येक वेळा तीस मैलांपेक्षा जास्त अंतर कापत असे. या काटेरी झुडपांतून आणि सुट्या वाळूतून एवढे अंतर जाण्यासाठी तिला पुष्कळ ताकद लागत असणार; पण कित्येक रात्री तिला विशेष काही अन्न मिळत नसे. कित्येक वेळा रात्रभरात तिला एखादे शिंग, खूर किंवा वाळका त्वचेचा तुकडा किंवा उन्हाने अगदी कोरडे ठणठणीत झालेले छोटेसे हाड - सगळे मिळून दोन पौंडदेखील भरणार नाही इतके अन्न सापडे. तेदेखील सिंह, कोल्हे, गिधाडे आणि इतर हायनांनी खाऊन, नंतर उचलून चघळून टाकून दिलेले असे.

ब्राउन हायनांचे दुष्काळाच्या दिवसांत कित्येक महिने - कधीकधी तर कित्येक वर्षे पाणी न पिता जगण्याचे कौशल्य वाखाणण्यासारखे होते. त्यांच्या एकूण अन्नापैकी केवळ सोळा टक्के अन्न ते स्वतः शिकार करून खातात. ते कोरड्या ऋतूत क्वचित छोट्या प्राण्यांची शिकार करतात. ससे आणि इतर कुरतडणारे प्राणी त्यांच्या बिळातून खोदून बाहेर काढून किंवा कधी कोल्ह्यांच्या, बिबट्याच्या किंवा चित्त्याने केलेल्या शिकारी त्यांच्यापासून पळवून ते जगतात. या असल्या शिकारीची त्वचा आणि इतर मांसाची त्यांना ओलाव्यासाठी खूपच आवश्यकता असते. हायना हाडे खात असले, तरी ताज्या हाडांतूनदेखील विशेष पाणी मिळत नाही. जंगली कलिंगडे उगवण्यासाठी पुरेसा पाऊस झाला असेल, तर पाण्यासाठी हायना ती कलिंगडे खातात.

आम्ही जेव्हा हायनांवर संशोधन करत होतो, तेव्हाच गस मिल्स[१] नावाचा संशोधक दक्षिण कालाहारीमध्ये त्यांचे सखोल संशोधन करत होता; पण तरीही

त्यांच्याबद्दल अनेक अनुत्तरित प्रश्न होते. उदाहरणार्थ, त्यांची सामाजिक संस्था कशी आहे. मिल्स आणि त्यांचे सहकारी तेव्हा त्यांचे 'एकलकोंडे' असे वर्णन करत होते.[२] पण सिंहांनी शिकार करून सोडलेल्या शिकारीपाशी एका वेळी पाच-पाच हायना एकत्र बसलेले आम्ही बघितले आहेत. पावसाळ्याच्या दिवसांत तरी ते एकत्र गटात राहतात आणि त्यांच्यात सामाजिक उतरंड पाळली जाते, हे आम्हाला माहिती होते. कदाचित सिंह आणि सिंह शिकार करत असलेली मोठी हरणे व्हॅलीमधून कोरड्या ऋतूत निघून गेल्यावर, त्यांचा गटातील इतरांशी संपर्क थांबतो असेही होत असेल. त्यांना एकत्र आणायला तेव्हा मोठ्या शिकारी मिळत नसणार. कदाचित त्या वेळी त्यांच्या प्रत्येकाचेच मोठे पल्ले असतील.

रेडिओच्या मदतीने त्यांचा माग काढताना आमच्या असे लक्षात आले की, गटातले हायना कोरड्या ऋतूत कमी वेळा एकमेकांना भेटतात आणि एकटे हायना खरोखरच एकटे फिरतात; पण ते जरी एकमेकांपासून कित्येक मैल दूर असले, तरीही ते सामायिक भागात नेहमीच्या रस्त्यांवर वासाची खूण ठेवून एकमेकांशी संपर्क साधतात. त्याशिवाय दीर्घ कोरड्या ऋतूतही ते त्यांची सामाजिक उतरंड पाळतात; पण हे सामाजिक जीवनाचे सगळे सोपस्कार ते का पाळतात, हे आम्हाला अजून कळले नव्हते. तसेही त्यांना अन्नासाठी एवढ्या लांब फिरावे लागत असल्यामुळे ते इतरांशी संपर्क ठेवायचा का बरे प्रयत्न करत असावेत? या प्रश्नाचे उत्तर मिळवणे हे आमच्या संशोधनाचे मुख्य उद्दिष्ट होते.

एके दिवशी त्यांच्या गटातला प्रमुख नर 'आयव्ही' उत्तरेकडच्या टेकडी उतारावर झुडपातून नागमोडी चालीने खाली उतरत होता. एखाद्या शिकाऱ्याने जर शिकार केली असेल, तर त्याचा पत्ता लागण्याची शक्यता या नागमोडी चालीने वाढत असे. हायनासारख्या इतरांचे मांस खाणाऱ्या प्राण्यासाठी ही तशी बऱ्यापैकी फलदायी रात्र होती. कोल्ह्याने केलेल्या एका गिनीफाउलच्या शिकारीपासून त्याने त्या कोल्ह्याला पळवून लावले होते आणि काही दिवसांपूर्वी लपवून ठेवलेल्या एका कुडू हरणाच्या पायावर त्याने ताव मारला होता. आता काही तो विशेष भुकेलेला नव्हता. आपल्या गटाच्या पूर्वेकडच्या सरहद्दीवर एकदा खूण करून त्याची त्या रात्रीची सफर संपणार होती.

कोणातरी परक्याचा वास त्याच्या नाकपुड्यांत भरला. आपले पाऊल टाकता टाकता तो थबकला, 'मॅकडफ' नावाचा दुसरा एक नर त्याच्या समोर बाभळीमध्ये पंधरा यार्डांवर उभा होता. 'आयव्ही'च्या पाठीवरचे सगळे केस उभे राहिले. 'मॅकडफ'च्या मानेवर सोनेरी रंगाचे दाट केस होते आणि त्याचे खांदे चांगले भरदार होते. त्याने आपले डोके चांगले उंचावले होते. जेव्हा त्याने 'आयव्ही'ला पाहिले, तेव्हा तो आणखी मोठा भासू लागला. दोन्ही नर एकमेकांकडे दबा धरून, आव्हान देत

दबकत पुढचे पाऊल टाकत पाहू लागले. त्यांनी कित्येक सेकंद थांबून एकमेकांचा अंदाज घेतला. मग 'आयव्ही'ने आपले डोके खाली केले आणि हल्ला केला. 'मॅकडफ' तसाच वाट पाहात उभा राहिला. ते भयानक किंचाळत आणि भुंकत एकमेकांच्या मानेचा चावा घेण्याचा प्रयत्न करू लागले. ते एकमेकांना धक्के देत होते, आपले नाक दुसऱ्याच्या नाकाला भिडवून कुस्ती करत होते; त्यामुळे खाली धूळ आणि पानांचे तुकडे उडत होते. पहिला लोण त्या परक्याने चढवला. त्याने 'आयव्ही'ला खाली पाडले आणि त्याच्या मानेला आपल्या जबड्यात पकडून गदागदा हलवले. 'आयव्ही'च्या चेहऱ्यापाशी रक्त वाहात होते. तो किंचाळला आणि आपले डोके हलवून त्यावरील जबड्याची पकड सैल करायचा प्रयत्न करू लागला. त्याच्या प्रयत्नामुळे त्याच्या चेहऱ्याजवळची त्वचा आणखी फाटली. एखादा जेलर कैद्याला घेऊन जाईल, अशा पद्धतीने 'मॅकडफ'ने 'आयव्ही'ला गोल गोल फिरवले आणि जमिनीवर फेकून दिले.

'मॅकडफ'ने दुसरीकडे पकड घेण्याचा प्रयत्न केला; पण अचानक 'आयव्ही' गोल वळला आणि त्याने 'मॅकडफ'ची मान पकडली. लढाई करणाऱ्या दोन सुमो योद्ध्यांसारखे ते दोघे एकमेकांच्या मानेचा चावा घेत होते. फक्त श्वास घेण्यासाठीच ते थांबत. शेवटी एकदाचा जोर लावून 'मॅकडफ' वळला आणि त्याने आपली मान 'आयव्ही'च्या जबड्यातून मोकळी केली. मग तो तेथून पळाला, 'आयव्ही' त्याच्या पाठोपाठ गेला. पळताना 'आयव्ही'चे नाक जवळजवळ 'मॅकडफ'च्या पायांना लागलेले होते. तिथून पळून जाण्याऐवजी 'मॅकडफ' गोल वळून आला आणि परत लढू लागला. पळतपळत ते दोन नर गवतात नाहीसे झाले.

कित्येक रात्रींनंतर आम्हाला 'आयव्ही' पुन्हा दिसला. त्याच्या चेहऱ्याला व मानेला खोलवर जखमा झाल्या होत्या; पण ब्राउन हायनाच्या मानेची त्वचा चांगली राकट असते आणि अशा जखमा लवकरच बऱ्या होणार होत्या. 'आयव्ही' आणि 'मॅकडफ'मध्ये अजूनही लढाया झाल्या. साधारणपणे 'मॅकडफ' 'आयव्ही'ला भारी पडायचा. पुढे 'आयव्ही' आम्हाला कमी दिसू लागला आणि एकदा तो पूर्णपणे नाहीसा झाला. आता सगळीकडे 'मॅकडफ'च दिसू लागला. तो 'पॅचेस' व 'स्टार'बरोबर शिकारीपाशी दिसायचा; तो व्हॅलीमध्ये सगळीकडे त्यांच्या गटाची सरहद्द आखू लागला. डिसेप्शनमधल्या हायनांच्या कुटुंबाला एक नवा नर मिळाला होता.

हायनांबद्दल असे काहीतरी होते, ज्याचे आम्हाला फार कोडे वाटायचे. आम्ही त्यांचा पाठलाग करायला लागल्यापासून अडीच वर्षे झाली, तरी आम्हाला त्यांच्या प्रजननाबद्दल विशेष काही कळले नव्हते आणि आम्ही त्यांची पिल्लेदेखील अजिबात पाहिली नव्हती. त्यांनी पिल्ले कुठे लपवली असावीत? 'पोगो' आणि 'हॉकिन्स'बरोबर आम्ही अनेक प्रौढ माद्या पाहिल्या होत्या; पण त्यांच्यापैकी त्यांची आई कोण असेल,

ते काही आम्हाला माहीत नव्हते. हायना किती वेळा प्रजनन करतात, किती पिल्ले जगतात आणि ती कशी वाढवली जातात, ते कळल्याशिवाय आमचा संशोधन प्रकल्प पूर्ण होणार नव्हता.

कोरड्या ऋतूत एका रात्री एका ऑरिक्स हरणाच्या शवापाशी 'शॅडो' पोहोचली, तेव्हा आमच्या लक्षात आले की, तिचे स्तन दुधाने भरलेले होते. ते बघून आम्हाला फार आनंद झाला. हायना मातेच्या मागोमाग जाऊन त्यांच्या गुहेपर्यंत पाठलाग करण्याची ही आम्हाला मिळालेली पहिली संधी होती. वाळूच्या उंचवट्यावरून त्या हरणाची एक तंगडी उचलून ती पटकन झाडीत नाहीशी झाली. आम्ही लगोलग तिच्या पाठोपाठ गेलो. पश्चिमेकडच्या टेकडीच्या पायथ्याशी लेपर्ड ट्रेलपाशी तिच्यापासून येणारा सिग्नल एकदम बदलला आणि नाहीसा झाला. ''ती गुहेत शिरली असणार!'' मी ओरडलो. बहुधा ती जमिनीखाली गेली असावी; त्यामुळे तिच्या मानेवरचे उपकरण नीट संदेश प्रसारित करत नसेल, असा माझा अंदाज होता. तीन तास झाले, तरी ना तिचा पत्ता लागला, ना तिच्यापासून परत सिग्नल ऐकू आला. या गोष्टीमुळे आम्ही गोंधळून गेलो. तिच्या गुहेचे नक्की स्थान न कळल्यामुळे आम्ही निराश झालो होतो. खुणेसाठी म्हणून जवळच्या झाडाला एक टॉयलेट पेपर गुंडाळून आम्ही कॅम्पवर परत आलो.

पहाटे आम्ही परत तिथे गेलो. पुन्हा रेडिओ ऐकून 'शॅडो'चा काही पत्ता लागतो का, ते आम्ही शोधत होतो. सूर्योदय झाल्यावर काही वेळातच तिचा सिग्नल परत ऐकू येऊ लागला आणि तो जवळजवळ ऐकू येत होता आणि मोठा होत होता. ती परत आपल्या बिळापाशी येत होती. जेव्हा तो आवाज एकाच जागी स्थिर झाला, तेव्हा आम्ही तीन ठिकाणांहून त्या दिशेचा अंदाज घेतला; पण नंतर तो आवाज एखाद्या भुताप्रमाणे नाहीसा झाला. दोन तास झाले, तरी आम्हाला त्या हायनाचा मागमूसदेखील लागला नव्हता.

अडीच वर्षे वाट पाहिल्यामुळे आम्ही या बिळाचा शोध घ्यायचा निश्चय केला होता. मी झाडीतून हळूहळू गाडी पुढे नेली आणि डेलिया टपावर बसून पुढे लक्ष ठेवत होती. फार जवळ जाऊन त्या हायना मातेला आम्हाला घाबरवायचे नव्हते. जेव्हा डेलियाने टपावरून टकटक केले, तेव्हा मी गाडी थांबवली. आमच्या समोर सशाच्या कॉलनीच्या मधोमध एक छोटे बीळ खणलेले दिसत होते. त्याच्या आजूबाजूला हायनाच्या पिल्लांची पावले उमटलेली दिसत होती. मी खिडकीतून बाहेर वाकलो. एका झुडपावर अजून एक कागद अडकवला आणि मग मागे वळलो.

पुढचे दहा दिवस आम्ही त्या बिळाच्या जवळ बसून होतो. आमच्या समोर 'शॅडो' कधीच परत आली नाही. आम्हाला अगदी कोड्यात पडल्यासारखे झाले होते. तिने आपली पिल्ले खाऊन टाकली किंवा सोडून तर दिली नाहीत ना? अशी

शंका आम्हाला येऊ लागली. कदाचित तिच्या त्या चिंताग्रस्त मातृअवस्थेत आम्ही तिच्यावर फारच दबाव टाकला असावा किंवा आमच्या वासामुळे ती तिथून निघून गेली असावी.

डेव्हिड मॅकडोनाल्ड३ यांनी असा शोध लावला होता की, लाल कोल्ह्यांच्या प्रबळ माद्या आपल्यापेक्षा दुर्बळ माद्यांना त्रास देऊन आपली पिल्ले सोडून द्यायला भाग पाडतात. डिसेप्शन व्हॅलीमधल्या हायनांच्या कुटुंबात 'शॅडो'चे स्थान सगळ्यात खालचे होते आणि 'पॅचेस' किंवा 'स्टार' तिला नेहमीपेक्षा जास्त धाक दाखवत असण्याची शक्यता होती. कारण काही का असेना, हायनाच्या बिळाचा शोध घेण्याची संधी आमच्या हातून निसटली होती.

कित्येक महिन्यांनंतर आम्हाला 'पॅचेस'बाबतही अगदी असाच अनुभव आला. ती तर त्या कुटुंबातली सगळ्यात प्रबळ मादी होती. तीदेखील आम्हाला एका बिळापाशी घेऊन गेली; पण 'शॅडो'ने जसे केले होते तसेच आम्हाला पिल्ले दिसण्याआधीच तिनेदेखील त्या भागात येण्याचे बंद केले. त्यांचा कोणताही मागमूस आम्हाला लागला नाही. ब्राउन हायनांमधल्या माद्या आपल्या पिल्लांबद्दल काय करतात, या गोष्टीचे आम्हाला कोडे पडले होते. या कोड्याचे उत्तर ब्राउन हायना एकत्र गटात का राहतात या गोष्टीशी निगडित आहे, हे माहिती असण्याची त्या वेळी आम्हाला काहीही शक्यता नव्हती.

व्हॅलीपासून दूर

मार्क

मी जेव्हा खाली बघतो, तर सगळे बदललेले आहे
जे काही मी गमावले, ज्यासाठी मी आक्रोश केला
ते रानटी; पण कोमल असे होते, ते छोटे काळे नयन
माझ्यावरही तितकेच प्रेम करायचे

- जेम्स राइट

बहुधा त्याच्या पायांच्या गवतात झालेल्या आवाजाने मला जाग आली. डोळे उघडले तर 'बोन्स' माझ्यापासून काही फूट लांब उभा होता. तंबूच्या गॉजच्या खिडकीशेजारच्या बाभळीच्या झाडावर तो आपला वास उमटवत होता. ''गुड मॉर्निंग, श्री. बोन्स'' मी म्हणालो. ''आजचा दिवस तसा चांगला दिसतोय; पण एवढ्या उशिरापर्यंत तुम्ही या व्हॅलीमध्ये काय करताय?'' त्याने आपला चेहरा खिडकीकडे वळवला आणि आमच्याकडे काही क्षण निरखून पाहिले. त्याची शेपटी अजूनही पायापाशी लोंबत होती. मग तो कॅम्पमधल्या फुटपाथवरून चालत आत गेला. आम्ही अनवाणी पावलांनीच त्याच्या मागोमाग गेलो. त्याने डायनिंगच्या तंबूच्या झडपेचा वास घेतला आणि मग तो शेकोटीकडे निघाला. 'बोन्स'च्या दिशेकडे पाठ करून मॉक्स भांडी धुवत होता. 'बोन्स' तेव्हाच हायना टेबलजवळून पुढे गेला. सिंहाच्या ४५० पौंडाच्या आकृतीने आमचे स्वयंपाकघर भरून गेले.

मी हळूच शीळ घातली. मॉक्सने त्याच्या खांद्यावरून मागे वळून पाहिले आणि

हातातली पत्र्याची ताटली आणि टॉवेल खाली पाण्यात टाकला. मग तो गवताच्या भिंतीच्या बाजूने झाडीतून धावला. एका मिनिटात तो आमच्या मागे आला. ''टाउ, हु हु'' तो हळूच खिदळला. आता त्याचे सिंहांवर आमच्याइतकेच प्रेम बसले होते आणि रात्री जेव्हा त्यांच्या गर्जना ऐकू यायच्या, तेव्हा तो त्यांची दिशा आम्हाला सांगायचा. ''साडी 'ब्ल्यू' – हुओओह –क्वा, गकाला या बोसिगो'' तो सकाळी टेकडीकडे बोट दाखवून म्हणे ('काल रात्री मिसेस 'ब्ल्यू'चा आवाज त्या दिशेने लांबून ऐकू आला.')

'बोन्स' आमच्या स्वयंपाकाच्या टेबलाजवळ गेला आणि तिथून त्याने एक मोठा दुधाच्या पावडरचा डबा उचलला. त्याच्या सुळ्यांमुळे डब्याला भोकं पडली आणि त्यातून पांढरी पावडर बाहेर येऊन त्याच्या नाकात गेली. तो शिंकला, आपली मान हलवली आणि परत शिंकला. जाळीवर पाण्याची किटली उकळत होती. त्याने त्या किटलीला आपल्या नाकाने स्पर्श करताच तो दचकून मागे आला. मग तो रस्त्याने तसाच पुढे गेला आणि गवताने बनवलेल्या न्हाणीघराच्या झोपडीत गेला. त्याची उंच पाठ त्या झोपडीच्या दारात जेमतेम पुरत होती. त्याने कपडे धुवायच्या टेबलापाशी आपले डोके उचलले. स्पंजने केलेल्या माझ्या अंघोळीचे उरलेले पाणी, तिथे एका गुलाबी टबमध्ये भरून ठेवलेले होते. ते त्याला सापडले. रात्री मी हात धुतले, तेव्हा माझे हात ग्रीसने माखलेले होते आणि ते साफ करायला बरीच साबणाची पावडर लागली होती. 'बोन्स' ते काळे, फेसाळलेले पाणी प्यायला लागला तसे त्याचे तोंड टबपेक्षा मोठे भासू लागले. त्याच्या गुलाबी तुकतुकीत जिभेमुळे पाण्यावर वारंवार फेस येत होता. तो जसजसे जास्त पाणी पीत होता, तसा पाण्याला आणखी फेस येत होता; शेवटी बुडबुडे त्याच्या नाकावर आले. जेव्हा त्याचे पाणी पिऊन संपले, तेव्हा त्याने मोठा सुस्कारा सोडला, मोठी ढेकर दिली आणि त्याबरोबर त्याच्या नाकाच्या टोकाला मोठा बुडबुडा आला. तो पुन्हा शिंकला, त्याबरोबर तो बुडबुडा फुटला. मग राहिलेला फेस त्याने आपल्या नाकावरून झटकला.

आपल्या तोंडात त्या टबची एक बाजू पकडून 'बोन्स' कॅम्पबाहेर पळाला. तो टब त्याला उगवलेल्या एखाद्या गुलाबी चोचीसारखा दिसत होता. टब आपल्या तोंडात चावत तो नदीपात्रात उत्तरेकडे चालत गेला. आपल्या तोंडात आलेले गुलाबी प्लॅस्टिकचे तुकडे त्याने जागोजाग थुंकले. नॉर्थ ट्रीकडचा लांबसडक प्रवास पूर्ण करून तो पूर्वेकडे वळला, टेकडी चढला आणि तिथे उंच लोण्याच्या रंगाच्या झाडीपाशी विसावला. शरद ऋतूतला सूर्यप्रकाश त्याच्या अंगावर पडल्यामुळे त्याचा रंग आजूबाजूच्या गवतासारखाच दिसत होता.

नंतर 'बोन्स' परत पूर्वेच्या दिशेला जाऊ लागला. ''तू कुठे निघाला आहेस,

ते आम्हाला माहीत असते, तर बरे झाले असते.'' मी म्हणालो; पण हा १९७७चा जून महिना होता. आमचे रेडिओचे उपकरण अजून परत आलेले नव्हते. त्याला कॉलर घालता येत नसल्यामुळे त्याचे स्थलांतर कोठे होते आहे, त्याचा माग काढणे अवघड होते. कोरडा ऋतू केव्हाच चालू झाला होता आणि अख्ख्या कालाहारीत कोठेच पाणी नव्हते. तो बोतेती नदीकडे तर निघाला नसेल ना? असा विचार आमच्या मनात आला. तिकडे तो उरलेल्या 'ब्ल्यू प्राइड'ला सामील तर होणार नाही ना? पाऊस पडून, हरणांचे कळप त्याला इथे परत घेऊन यायला अजून कित्येक महिन्यांचा कालावधी शिल्लक होता.

''तुला खूप शुभेच्छा! माझ्या भटकत्या दोस्ता'' डेलिया हळुवारपणे म्हणाली. 'बोन्स' वळला आणि पुढच्या मैदानात चालत गेला.

●●●

१९७७ च्या सप्टेंबरपर्यंत भरपूर गरम होऊ लागले होते. कित्येक महिने रेडिओच्या मदतीने ब्राउन हायनांचा माग काढून आम्ही थकून गेलो होतो. आमच्या कॅम्पवर 'बोन्स' येऊन गेला, त्यानंतर आम्ही पुन्हा सिंह पाहिले नव्हते; त्यामुळे त्यांच्या मानेवर कॉलरदेखील चढवता आलेली नव्हती. आमच्याकडचे सामान संपत आले असल्याने सामान भरून घ्यायला आणि थोड्याशा बदलासाठी आम्ही मॉनला गेलो. आम्ही कालाहारी उद्यानाच्या ईशान्येच्या कडेने कॅम्पला परत येत असताना आम्हाला लिओनेल पामर आणि त्याचे शिकारीसाठी आलेले दोन गिऱ्हाईक भेटले. ते अमेरिकेतील इलिनॉइस राज्यातून आलेले एक जोडपे होते, एक औषधाचा दुकानदार आणि त्याची बायको. आम्ही उष्णतेने थकून गेलेलो असल्यामुळे, त्यांनी त्यांच्या सफारी कॅम्पवर राहण्याचे निमंत्रण आम्हाला दिले, तेव्हा आम्ही अगदी आनंदाने ते स्वीकारले. त्यांचा कॅम्प राष्ट्रीय उद्यानाच्या कुंपणापासून केवळ एक मैल दूर होता.

डिसेप्शन नदीपात्राच्या कडेने पश्चिमेकडे मध्य कालाहारी वाळवंटात मैलोन्मैल पसरलेल्या बाभळीच्या झाडीजवळ एका मोकळ्या जागेत तो कॅम्प वसलेला होता. झाडाच्या सावलीत कॅन्व्हासचे पाच जाड, मोठे तंबू लावलेले होते. एका कॅम्पफायरपाशी मधोमध आरामखुर्च्या आणि कॉकटेलचे टेबल ठेवलेले होते. काही यार्डांवरच एका मोठ्या बाभळीच्या झाडाखाली जेवायचा तंबू घट्ट बांधलेला होता. त्यात एक मोठे डायनिंग टेबल, गॅसवर चालणारा एक फ्रीझर आणि एक फ्रीज होता.

स्वयंपाकघराच्या बाजूने गवताची भिंत बांधलेली होती, जेणेकरून वाहत्या वाऱ्यापासून आडोसा होईल. स्वयंपाकघरात आफ्रिकन लोक मोठ्या पत्र्याच्या डब्यामध्ये ब्रेड भाजत होते. तो डबा अर्धा जमिनीत पुरलेला होता आणि त्यावर गरमागरम कोळसे ठेवलेले होते. जवळच एक तरुण माणूस पियानो वाजवत बसलेला होता.

पियानोचा बोर्ड तळहाताच्या आकाराचा होता आणि पियानोला वेगवेगळ्या आकाराच्या लोखंडी पट्ट्या लावलेल्या होत्या. त्या पट्ट्यांमधून वेगळ्या पट्टीचा ध्वनी येत होता. दुसरा एक तरुण गवतापासून बास्केट विणत होता. कपाटामध्ये आयात केलेले स्वीडिश यॅम, अमेरिकन मेयोनीज आणि खारवलेले मासे होते.

शिकार केलेल्या प्राण्यांची चामडी काढून ती साठवण्यासाठी तयार करण्याचे काम शंभर यार्डांवर एका कडेला चालले होते. तिथे कित्येक तंबूंना पडदे लावलेले दिसत होते. झाडांवर अधीरपणे वाट बघणारी गिधाडे बसलेली होती. काम करून पूर्ण केलेली, शिकार केलेल्या प्राण्यांची डोकी वायरला लटकवलेली होती. प्रत्येक डोक्यावर क्लायंटचे नाव आणि पत्ता होता.

जसे आम्ही थांबलो, तसे कित्येक कृष्णवर्णीय वेटर्स एकदम 'डमेला!' असे अभिवादनपर ओरडले. त्या वेटर्सनी अंगात लाल जॅकेट आणि डोक्यावर जरतारी टोपी घातलेली होती. एकजण आम्हाला आमच्या तंबूकडे घेऊन गेला. तंबू बारा बाय पंधरा आकाराचा गडद हिरव्या रंगाचा मन्यारा प्रकारचा होता. तंबूला जाळीच्या मोठ्या खिडक्या आणि सावलीसाठी एक कॅन्व्हासचा पडदा होता. खिडकीच्या दोन्ही बाजूंना कॅन्व्हासचेच बेसिन, मधोमध एक टेबल आणि त्याला जोडलेला आरसा, किडे प्रतिबंधक स्प्रे, टॉर्च, साबणाची नवी कोरी वडी, हात पुसायला टॉवेल आणि अंघोळीचा टॉवेल असे सगळे ओळीने नीट मांडून ठेवलेले होते. आत दोन उंच लोखंडी कॉटस्, त्यावर जाड गाद्या आणि गाद्यांवर जाड ब्लँकेटस ठेवलेली होती. दोन खुर्च्या, अजून एक टेबल आणि त्यावर अजून एक किडे प्रतिबंधक स्प्रे आणि एक कंदील एका कोपऱ्यात ठेवलेले होते.

डेलियाने तंबूच्या भिंतीवरून हात फिरवला आणि म्हणाली, ''कल्पना कर की, डिसेप्शनमध्ये असा एखादा कॅम्प असता तर...''

''हुं! पण आपल्या तंबूच्या शेजारच्या झुडपांवर सिंहाने लघवी केलेली त्यांना कधी खिडकीतून दिसणार नाही.''

''बरोबर आहे'' तिने उत्तर दिले, ''आणि मला त्या बदल्यात हे असले ऐश्वर्य कधीच नको. त्यांनी इथे सगळी झाडं कापून गवतही साफ केलेले आहे.''

''तिसा डे मेट्से!'' लिओनेलने त्याच्या तंबूतून 'स्यांडा'ला ओरडून सांगितले. स्यांडा नावाचा एक हसऱ्या चेहऱ्याचा केनियन तिथल्या नोकरांचा मुकादम होता. स्यांडाने ऑर्डर पुढे फर्मावली आणि थोड्याच वेळात एक वन्य जमातीचा तरुण पाच गॅलनच्या उकळत्या पाण्याच्या दोन बादल्या भरून घेऊन आला. त्या मुलाच्या पायात लोखंडी साखळ्या घातलेल्या होत्या आणि त्याने अंगात मळकट निळ्या रंगाचे कपडे घातलेले होते. पाणी घेऊन तो मुलगा तिथल्या शॉवरच्या तंबूत गेला. तिथे एका रिकाम्या बादलीला खालच्या बाजूला शॉवरची तोटी बसवलेली होती. ती

बादली एका झाडावरून खाली सोडलेली होती. ती बादली रिकामी करून, त्यात गरम पाणी ओतले गेले आणि परत उचलली गेली. अंग धुताना पायाला खालची वाळू लागू नये म्हणून तिथे खाली एक लाकडी फळकूट ठेवलेले होते.

आवरून स्वच्छ कपडे घालून आम्ही इतरांना शेकोटीपाशी भेटलो. एका टेबलावर कापड अंथरलेले होते. त्यावर ओळीत ग्लास, बर्फाचे गोळे ठेवलेले पातेले, चिव्हास रिगल व्हिस्कीच्या बाटल्या, दक्षिण आफ्रिकन वाइन आणि बाकी शीतपेये रचलेली होती. सकाळच्या शेकोटीतली राहिलेली तीन लाकडे नंदी नावाच्या एका नोकराने पेटवली आणि शेकोटी धुगधुगू लागली.

औषधाच्या व्यापाऱ्याचे नाव वेस असे होते. तो चाळिशीतला, गोल चेहऱ्याचा; पण अगदी नाजूक हात असलेला माणूस होता. त्याच्या दाट काळ्या केसांमध्ये मधूनच राखाडी छटा जाणवू लागली होती. त्याच्या बायकोचे नाव ॲनी असे होते. ती शाळेमध्ये शिक्षिका होती. तीसुद्धा बुटकीशी, नीटनेटकी आणि मनमिळाऊ होती. त्यांनी सर्वांगावर खाकी कपडे चढवलेले होते - डझनभर खिसे असलेली खाकी जॅकेट्स, खाकी टोप्या, शर्ट आणि पँट, बंदुकीच्या गोळ्या अडकवायची सोय असलेले खाकी बेल्ट आणि खाकी बूट. त्यांनी कॅम्पमध्ये येताना आपल्या सामानात भरभरून किडे प्रतिबंधक स्प्रे, सूर्यदाह होऊ नये म्हणून भरपूर ट्यूब्ज आणि लोशनच्या बाटल्या आणलेल्या होत्या. शिकारीसाठी आलेल्या इतरांसारखेच ते एखाद्या मासिकातल्या चित्रांसारखे दिसत होते; पण ते मनमिळाऊ होते आणि आम्हाला खरोखरच आवडले.

स्यांडा आपल्या हातात पांढरे सुती कापड चढवून आला. त्याने एका ट्रेमध्ये भाजलेले ऑयस्टर, वाइनमध्ये शिजवलेले शिंपले आणि स्प्रिंगबोकच्या लिव्हरचे तळलेले तुकडे आणले होते. आम्ही दारू प्यायलो, अन्नपदार्थांवर आडवा हात मारला आणि दिवसाच्या हार्टबीस्टच्या शिकारीची मोजदाद केली. पश्चिमेकडे झाडीत एका कोल्ह्याने साद घातली.

काही वेळाने स्यांडाने जेवायला बोलावले. जेवायच्या खोलीतल्या लांबसडक टेबलावरील लखलखत्या काचेच्या भांड्यांवर आणि ग्लासवर उंच गॅसच्या दिव्यांचे प्रतिबिंब पडले होते. आम्ही गेलो, तेव्हा दोन वेटर्स भिंतीपाशी अदबीने उभे होते. त्यांनी आम्हाला सुरुवातीला गेम्सबोकच्या शेपटीपासून बनवलेले सूप दिले. मुख्य जेवणात ईलँड नावाच्या हरणाच्या मांसापासून बनवलेले स्टेक, फ्रेंच पद्धतीचे कांद्याचे रायते, भरलेले बेक्ड बटाटे, शतावरी, ताजा भाजलेला ब्रेड आणि लोणी अशी सगळी रेलचेल होती. बरोबर थंडगार वाइन, कॉफी, चीज आणि गुजबेरीचे पुडिंग होते. आम्ही विशेष मदत न करताही लिओनेल पामरने त्याच्या गिऱ्हाइकांनी बरोबर आणलेली महागडी दारू संपवली.

जेव्हा शेकोटी विझत आली, तेव्हा लिओनेलच्या सांगण्यावरून पाहुण्या स्त्रीने आम्हाला 'बोन्स'ची गोष्ट सांगायला सांगितली. तेव्हापर्यंत बोन्सची कीर्ती उत्तर बोट्स्वानामध्ये सगळीकडे पसरलेली होती

'बोन्स'च्या पायांमध्ये साळिंदराचे काटे गेल्यानंतर, त्याचा पाय मोडून हाड बाहेर आले होते आणि तो मृत्युपंथावर पडला होता, हे ऐकल्यावर ॲनीचा चेहरा काळजीने व्यापलेला होता. ती आणि वेस त्यांच्या खुर्च्यांच्या टोकाला बसून शेकोटीपलीकडून आमची गोष्ट उत्कंठेने ऐकत होते. आम्ही 'बोन्स'वर केलेली शस्त्रक्रिया, काढलेले हाडाचे तुकडे आणि त्वचा आणि स्नायू परत शिवून बंद केलेली जखम - हे सगळे ऐकताना त्यांचे भान हरपले होते. 'बोन्स'ची अद्‌भुत रोगमुक्तता आणि 'ब्ल्यू प्राइड'वर स्वामित्व गाजवायला त्याचे परत येणे, शिवाय आमच्याबरोबरचे त्याचे विशेष नाते- हे सगळे ऐकून तर त्यांच्या डोळ्यांत अश्रू उभे राहिले. जेव्हा आमची गोष्ट संपली, तेव्हा काही क्षण पूर्ण शांतता पसरली आणि मग ॲनी म्हणाली, "आम्ही ऐकलेली ही सगळ्यात विलक्षण गोष्ट आहे. ती आम्हाला सांगितल्याबद्दल धन्यवाद!"

दुसऱ्या दिवशी सकाळी तंबूच्या चेनच्या ससझ्झ्झ आवाजाने आम्हाला जाग आली. "डमेला!" नंदीने आम्हाला अभिवादन केले. आमच्या बाजूला नाइट स्टँडवर चहा, दूध आणि साखरेचा ट्रे ठेवला. आम्ही जेव्हा चहा घेत होतो, तेव्हा आणखी एक नोकर तंबूत आला. त्याने आमच्या तंबूतले कॅन्व्हासचे बेसिन गरम पाण्याने भरले आणि टॉवेल आणि बाथ गाउन उलगडून ठेवले. जेवायच्या तंबूमध्ये नाश्त्याला ताजी फळे, सॉसेज, बेकन अंडी, टोस्ट, चीज, जॅम आणि कॉफी होती. जंगलातल्या या सगळ्या ऐषआरामासाठी दिवसाकाठी ७५० ते १००० डॉलर्स मोजावे लागतात.

त्या शिकाऱ्यांचा कॅम्प सोडून आम्ही राष्ट्रीय उद्यानाच्या कडेने एका वाटेने निघालो, तेव्हा अजूनही पहाट होती. वेस त्याच्या गाडीच्या मागे एका विशेष सीटवर बसला होता. त्याच्या समोरच्या रॅकमध्ये तयार रायफल ठेवलेली होती. आम्ही हात करून त्यांना 'बाय बाय' केले आणि आग्नेयेच्या दिशेला राष्ट्रीय उद्यानाच्या सरहद्दीत वळलो.

दुपारी बाराला आम्ही मॉनच्या सफारी साउथच्या ऑफिसबरोबर रेडिओवर संपर्क साधायचो. त्या वेळेच्या काही मिनिटे आधी आम्ही डिसेप्शन व्हॅलीतली आमच्या कॅम्पच्या पूर्वेकडची टेकडी चढलो. कॅम्पवर पोहोचल्यावर मी रेडिओ त्याच्या जागी बसवला आणि बॅटरीला त्याच्या वायर्स जोडल्या. रेडिओतून आवाज येऊ लागला आणि डेलिया तिकडून संदेश येण्याची वाट पाहू लागली. मी डायनिंगच्या तंबूपाशी गेलो आणि टिपणे लिहू लागलो.

"झिरो-झिरो-नाइन, झिरो-झिरो-नाइन; धिस इज फोर-थ्री-टू, तुम्हाला ऐकू येते

का? ओव्हर!'' तो डगी राइटचा आज होता. डगी राइट एक शिकारी होता, जो आम्हाला लिओनेल पामरच्या कॅम्पवरून कॉल करत होता. तो तिथे अजून गिऱ्हाइके घेऊन आला होता.

''फोर-थ्री-टू, थिस इस झिरो-झिरो-नाइन. गुड आफ्टरनून डगी! कसा आहेस तू? ओव्हर!'' डेलियाने प्रत्युत्तर दिले.

''माझ्याकडे तुमच्यासाठी एक वाईट बातमी आहे डेलिया, ओव्हर.''

''ओह... ठीक आहे, डगी... काय झाले? ओव्हर.''

''लिओनेल आणि वेसने सकाळी तुमच्या सिंहाला ठार मारले.''

''...ओह ...आय सी!'' डेलियाचा आवाज खूपच अस्पष्ट ऐकू आला, जेव्हा तिने विचारले, ''तुला त्याच्या कानातल्या रिंगचा रंग आणि त्यावरचा आकडा माहीत आहे का डगी?''

''हुं... त्याच्या डाव्या कानावर एक नारंगी रिंग होती... आणि आकडा होता झिरो झिरो वन.''

''मार्क! माय गॉड! तो बोन्स होता - त्यांनी 'बोन्स'ला ठार मारले!'' तिचा हुंदका मला ऐकू आला आणि तिने मायक्रोफोन खाली टाकला. मी डायनिंगच्या तंबूपासून निघालो; पण मी गाडीपाशी पोहोचलो, तेव्हा ती केव्हाच तिथून गेली होती, ती नदीपात्रात धावत सुटली होती.

''नो...नो...नो...नो...नो!'' वाऱ्यावर तिचे हुंदके मला ऐकू येत होते.

ट्रॉफीची शेड

मार्क

पुढे जाण्यासाठी मला जे सामर्थ्य पाहिजे, ते मला सरलेल्या
रस्त्यावर नजर टाकून मिळते. जेव्हा मी मागे गेलेल्या रस्त्यावर
नजर टाकतो, तेव्हा मला दिसतात जागोजागी पसरलेले
मैलांचे दगड, थेट क्षितिजापर्यंत पसरलेले, जिथे तंबू ठोकले
होते त्या ठिकाणच्या शेकोटीची धुगधुगी, तिथे आपल्या जाड
पंखांनिशी आलेली देवदूत गिधाडे

- स्टॅनले कुनिट्झ

शिकार करून मारलेल्या प्राण्याच्या डोक्याला शिकाऱ्याच्या भाषेत ट्रॉफी म्हणतात.
ती शेड अंधारी, कुबट आणि जुनी होती. त्यात प्राण्यांच्या घट्ट झालेल्या, खारवलेल्या
कातड्या ठासून भरलेल्या होत्या. कातड्यांना राहिलेले प्राण्यांचे कान आक्रसलेले
होते, शेपटीच्या केसाळ पट्ट्या झालेल्या होत्या. प्रत्येक कातडीवर एक किंवा अनेक
गोळ्यांची भोकं होती.

बांबूच्या भिंतींना लावलेल्या शेल्फवर पांढरट पडलेल्या कवट्या होत्या. त्या
कवट्या विल्डबीस्ट, झेब्रा, रेडे, इम्पाला, कुडू, बिबटे, कोल्हे आणि इतर डझनभर
प्राण्यांच्या होत्या; त्याबरोबरच सिंहांच्यादेखील. प्रत्येक कवटीला वायरने एक लाल
लोखंडी पट्टी अडकवलेली होती. ज्या ठिकाणी सुंदर, तेजस्वी डोळे असतात त्या
ठिकाणी ती पट्टी जोडलेली होती.

आम्हाला त्याचे चामडे इतर चामड्यांत सापडले. त्याची कानातली ००१ क्रमांकाची नारंगी अंगठी, त्या वाळलेल्या त्वचेत दिसतही नव्हती. डोळ्यांत आलेले अश्रू मागे सारत, मी स्क्रू-ड्रायव्हरने कूर्च्याशी झगडा करत होतो; पण तो आपल्या पकडीतील नारंगी अंगठी सोडायला तयार नव्हता. आम्ही 'बोन्स'चे सपाट, घट्ट झालेले चामडे गठ्ठ्यातून बाहेर ओढले, तसा त्या चामड्याला लागलेल्या सैंधव मिठाचा सडा आमच्या पायांवर पडला. त्या चामड्यावरचे केस एकदम राठ झाले होते. त्याच्या तुटक्या पायावर आम्ही केलेल्या शस्त्रक्रियेचा व्रण अजूनही गुडघ्यापाशी दिसत होता. शास्त्रापुरती आम्ही घाईत काहीशी ढोबळ मोजणी केली, एका वहीत उतरवून घेतली आणि स्वच्छ सूर्यप्रकाशात बाहेर आलो. डेलियाच्या डोळ्यांतून आसवे ओघळत होती. मलादेखील बोलायला काही क्षण लागले.

बोन्सला कोरड्या ऋतूत मारले गेले. त्या वेळी अख्ख्या कालाहारीमध्ये पाणी नव्हते. हजारो गेम्सबोक हरणे डिसेप्शन नदीपात्राची झाडी पार करून, अभयारण्याच्या बाहेर पूर्व दिशेला सफारी साउथमध्ये मुक्त शिकारीच्या इलाक्यात पाण्यासाठी आली होती. 'बोन्स' बहुधा त्यांच्यापाठोपाठ आला असावा, कारण कालाहारी वणव्यांनी पेटलेला होता आणि तिथे भक्ष्य दुर्मिळ होते.

त्यांना तो एका झुडपाच्या सावलीत 'रास्कल' आणि 'ब्ल्यू प्राइड'मधल्या एका सिंहिणीबरोबर विश्रांती घेताना आढळला होता. ते ठिकाण राष्ट्रीय उद्यानाच्या सरहद्दीपासून केवळ काही यार्ड दूर होते. जेव्हा त्याने त्यांच्या गाडीचा आवाज ऐकला, तेव्हा त्याने पावलांवर ठेवलेले आपले डोके वर उचलले. वेस आणि लिओनेल त्याच्यापासून पन्नास यार्डांवर गेले आणि त्यांनी गाडी थांबवली. मग दुर्बिणीतून त्यांनी त्याच्याकडे बघितले आणि थेट त्याच्या हृदयात गोळी घातली. जर त्यांनी त्याला आमच्या कॅम्पशेजारी झोपलेले पाहिले असते, तर ते खरेतर थेट त्याच्यापर्यंत चालत जाऊ शकले असते आणि बंदुकीचा नेम थेट त्याच्या डोक्यावर धरू शकले असते. त्यांनी त्याच्या कानातली नारंगी रिंग बघितली नव्हती का? जरी पाहिली असती, तरी त्याने काही फरक पडला नसता. दुर्दैवाने सिंहांना मानवांचे नियम ठाऊक नसतात आणि तो जेव्हा अन्नाच्या शोधात राष्ट्रीय उद्यान सोडून आला, तेव्हाच तो सोपे सावज बनला होता.

गोळीच्या आवाजाबरोबर सिंहीण उठून मागे झाडीत पळाली; पण 'रास्कल' 'बोन्स'च्या शेजारी उभा राहिला आणि जेव्हा शिकारी त्यांची ट्रॉफी घेण्यासाठी जवळ आले, तेव्हा प्रतिकारात्मक गुरगुर करू लागला. आकाशात गोळीबार करून त्यांनी त्याला घाबरवून सोडले आणि त्याच्या अंगावर गाडी नेऊन त्याला तिथून हाकलले.

'बोन्स'ला ठार केले आहे, या बातमीने आम्ही पूर्ण हताश झालो होतो. आम्हाला त्याच्या मृत्यूचे दुःख जाणवू लागले, बोचू लागले आणि त्याची आठवण

येऊ लागली, तेव्हा आम्ही झिझीफसच्या झाडाखाली उभे राहून परिस्थितीला दोष देत, एकमेकांना घट्ट पकडून रडत राहिलो. कित्येक दिवस आम्ही उदास होतो. जर त्यांनी त्याच्या कानातली रिंग पाहिली असेल तर काही तासांपूर्वीच त्याची गोष्ट ऐकून, हेलावून गेल्यावर, ते असे कसे वागू शकले असतील, हे आम्हाला अतर्क्य वाटत होते. शेवटी आम्हाला त्यांचा राग आला होता. प्राणी आणि मानव एकत्र कसे सुखाने नांदू शकतील, याबाबत आमच्या ज्या आशा होत्या, त्याचे बोन्स हे एक प्रतीक होते. जेव्हा त्याला ठार केले, तेव्हा कालाहारीतील प्राणिसृष्टीच्या संवर्धनासाठी आम्ही जे काही करायचा प्रयत्न करत होतो, ते नाश पावले असे आम्हाला वाटत होते. तो आमचा पाहिला रुग्ण होता, नंतर आमचा मित्र झाला होता आणि आमच्या गळ्यातला ताईत बनला होता. एका मित्राने दुसऱ्याचा खून केला होता.

प्रशिक्षित प्राणिशास्त्रज्ञ असल्यामुळे बोन्सच्या मृत्यूबाबत कोणा एका व्यक्तीला दोष देता येणार नाही, हे आम्हाला ठाऊक होते. तो राष्ट्रीय उद्यानाच्या बाहेर आल्यामुळे कायद्याने एक ट्रॉफीचा सिंह बनला होता; पण राष्ट्रीय उद्यानातून बाहेर जाणे हा काही त्याचा गुन्हा नव्हता. त्याशिवाय नियंत्रित पद्धतीने केलेली शिकार काही प्राण्यांच्या संख्या नियंत्रणासाठी आणि संवर्धनासाठीदेखील उपयोगी ठरते.

जर वन्य जीवांवर होणारा खर्च शिकारीवाटे, पर्यटनावाटे किंवा इतर कोणत्या माध्यमातून भरून निघाला तरच वन्य जीवांचे संवर्धन करण्यात अर्थ आहे, असे अनेक देशांतील सरकारांचे मत आहे. बोट्स्वानामध्यदेखील अशीच परिस्थिती आहे, हे आम्हाला ठाऊक असल्यामुळे आम्ही आमच्या भावनांवर ताबा ठेवून तटस्थपणे 'बोन्स'च्या मृत्यूचा विचार करायचा प्रयत्न केला.

जरी आम्ही शिकारीला विरोधासाठी विरोध कधी केला नसला, तरी आम्हाला ठाऊक असलेले कित्येक शिकारी उघडपणे असे कबूल करत होते की, ते बोट्स्वानामधील शिकारीच्या नियमांचे आणि शिकारीच्या खेळातल्या इतर मान्यताप्राप्त प्रथांचे सातत्याने उल्लंघन करतात. ते गाडीतून प्राण्यांचा पाठलाग कसा केला त्याचे वर्णन करायचे. जी हवी ती ट्रॉफी मिळेपर्यंत त्यांच्या गिऱ्हाइकांना अनेक प्राण्यांना गोळी घालायला परवानगी दिल्याचे सांगायचे, प्राण्यांचा माग काढणे सोपे जावे म्हणून गवताची कुरणे पेटवून दिल्याबद्दल बोलायचे, दाट झाडीमध्ये आग लावून सिंहांना भाजून बाहेर काढायचे, राष्ट्रीय उद्यानांच्या आतमध्ये शिकार करायचे आणि शिकारीचे परवाने जेवढ्या प्राण्यांसाठी दिले आहेत, तेवढ्या शिकारी होऊन गेल्या असतील, तरीही अजून शिकार केल्याबद्दल सांगायचे. ते अतिशयोक्ती करून सांगत आहेत का हे आम्हाला ठाऊक नव्हते; पण त्यामुळे त्यांच्याबरोबरच्या आमच्या संबंधांवर ताण येऊ लागला.

पर्यावरणतज्ज्ञ म्हणून आमच्या ज्या जबाबदाऱ्या होत्या; त्यामुळे आम्ही वन्य

जीव खात्याच्या नियमांचे काटेकोर पालन होते का, ते बघावे असा आग्रह धरू लागलो. जर एखाद्या शिकाऱ्याने एखादा सिंह राष्ट्रीय उद्यानाच्या आत मारला, असे आम्हाला कळले तर आम्ही त्याला जोरदार आक्षेप घेऊ लागलो. त्यांना मारण्याचे परवाने संख्येने कमी करावेत आणि त्यासाठीचे शुल्क वाढवावे यासाठी आम्ही शिफारस केली. काही शिकाऱ्यांना याबद्दलची कारणमीमांसा समजणे अवघड होते; त्यामुळे आम्ही त्यांच्या विरोधात काम करत आहोत, असा त्यांचा समज होणे सहज शक्य होते. विशेषतः या शिकाऱ्यांनीच आम्हाला सुरुवातीच्या वर्षांत पुष्कळ मदत केली होती; पण सगळेच शिकारी आणि त्यांचे क्लायंट्स अशा मनोवृत्तीचे नव्हते आणि बेकादेशीर कामे करायचे नाहीत आणि त्यांपैकी काहीजणांचे आम्ही बोट्स्वाना सोडून जाईपर्यंत आमच्याशी मित्रत्वाचे नाते राहिले.

बोट्स्वानाच्या वन्य जीव खात्याकडे इतर कोणत्याही खात्यापेक्षा सर्वांत कमी पैशांची तरतूद असते. त्यांच्याकडे कर्मचारीदेखील फार कमी आहेत आणि ते मोठ्या व दुर्गम भागांची टेहळणी करण्याचे काम चांगल्या पद्धतीने पार पाडतील अशी अपेक्षा ठेवणे व्यर्थ आहे. अधिकाऱ्यांनी आम्हाला सांगितले की, एका वर्षातच सहाशेपेक्षा अधिक, मुख्यत्वे नर सिंहांची शिकार करण्याचे परवाने रांचर, सफारीवरचे शिकारी आणि वन्य जातीच्या शिकाऱ्यांना दिले गेले होते. त्याशिवाय बेकायदा पद्धतीने काळ्या बाजारात त्यांची चामडी विकण्यासाठी कित्येक नर सिंह मारले गेले होते; त्या संख्येचा तर पत्ताच नव्हता.

दुर्दैवाने, बोट्स्वाना सरकारने राष्ट्रीय उद्यानाच्या बाहेरील सर्व शिकारी प्राण्यांची शिकार करण्याचे मुक्त परवाने दिलेले आहेत. शिकारी प्राण्यांची संख्या नियंत्रित करण्यासाठी हे दूरगामी कायदे आहेत. कुरणाच्या जमिनीत पाळीव जनावरांना, शेताला किंवा पाणवठ्यांना शिकारी प्राण्यांचा धोका होऊ शकेल अशी शंका उत्पन्न झाली, तरी त्यांना मारायची परवानगी मिळते. ते खरोखरच पाळीव जनावरांना धोका उत्पन्न करतात की नाही हे कोणी पाहात नाही. यामुळे इथले मूळचे लोक अभयारण्याच्या बाहेर असलेल्या प्रत्येक शिकारी प्राण्याला मारतात. त्या कायद्यातल्या दुसऱ्या तरतुदीप्रमाणे जर कोणी अशा शिकारी प्राण्याची शिकार केली, तर त्याचे चामडे त्यांना ठेवता येते. १९७८ मधल्या अनुमानाप्रमाणे एका सिंहाची चामडी खुल्या बाजारात ३०० पुला (सुमारे ३०० डॉलर्स) एवढ्या किमतीला विकली जाते. या कायद्याप्रमाणे दोन संख्येने कमी असलेले प्राणी - चित्ते आणि ब्राउन हायना आणि त्याशिवाय सिंह, बिबटे, मगरी, ठिपकेदार तरस, बबून, माकडे आणि कोल्हे हे सगळे शिकारी प्राणी आहेत.

सफारीवर शिकार करणाऱ्या शिकाऱ्यांनी आम्हाला सांगितले की, शिकार करता येण्याजोगे सिंह - ज्यांची आयाळ पूर्ण वाढलेली असते असे - ते बहुतेक

वाळवंटातून दिसेनासे होऊ लागलेले आहेत आणि काही ठिकाणी तर पूर्ण नाहीसे झाले आहेत. त्यांचे काही क्लायंट्स आता पुसटशी आयाळ असणाऱ्या तरुण नरांचीदेखील शिकार करू लागले आहेत; त्याचे कारण एवढेच की, त्यांच्याकडे शिकारीचा परवाना होता आणि त्यांना पूर्ण वाढलेला सिंह मिळाला नाही.

या गोष्टीने आम्ही थक्क होऊन गेलो. कालाहारीतील सिंह अशा प्रकारची कत्तल सहन करून किती दिवस टिकाव धरून ठेवतील, याबद्दल आम्हाला काळजी वाटू लागली, कारण शिकार मुख्यत्वे नरांची होत असे. या प्राण्याचे भवितव्य धोक्यात होते. ब्रायन बर्ट्राम यांनी सेरेंगेटीमध्ये केलेल्या संशोधनाप्रमाणे, ज्या कळपातील नराची शिकार होते, त्या कळपात जरी नवीन नर आला, तरी सिंहिणी पुष्कळ वेळ गाभण राहात नाहीत. नवीन आलेला अपरिचित सिंह कित्येक वेळा बछड्यांना मारूनही टाकतो, जेणेकरून त्या परत माजावर येतील आणि त्याची पिल्ले जन्माला घालतील. सेरेंगेटीतील सिंहिणींप्रमाणे जर कळपातला नर मेल्यावर, कालाहारीतील सिंहिणीदेखील काही काळ गाभण राहात नसतील, तर त्यांची संख्याच धोक्यात आली असणार. काहीतरी करून आम्हाला काय परिस्थिती आहे त्याचा पत्ता लावायचा होता.

मध्य कालाहारी वाळवंटात आत्तापर्यंत जास्त कालावधीसाठी सिंहाचा अभ्यास कधीच केला गेला नाही; त्यामुळे सिंहांबद्दल विशेष मूलभूत माहिती उपलब्ध नव्हती. वन्य प्राणी खात्यासह कोणालाच हे माहिती नव्हते की, सिंहांची नक्की संख्या किती आहे. आणि जरी आम्ही त्यांचा जमेल तेव्हा अभ्यास करत असलो, तरी सिंह नदीपात्रात केवळ दोन-तीन महिन्यांसाठीच यायचे. या शीघ्र कालावधीत त्यांच्या संवर्धनासाठी वापरता येईल, अशी फार कमी माहिती आम्हाला मिळाली होती. 'बोन्स'बद्दलच्या आमच्या भावनांमुळे सिंहांसाठी काहीतरी केले पाहिजे, अशी भावना आमच्या मनात घर करत होती. मध्य कालाहारी वाळवंटात किती सिंह आहेत त्याचा शोध लावावा, असे आम्हाला वाटू लागले. ते काय खातात, त्यांना पुरेसे अन्न मिळते का, त्यांना कोणत्या प्रकारचे पर्यावरण लागते आणि त्यांच्या अस्तित्वाला कशाचा धोका निर्माण झाला आहे, याबद्दल माहिती मिळवावी असे आम्हाला वाटले. त्याशिवाय हेदेखील माहिती करून घेणे गरजेचे होते की, किती सिंहांची शिकार होते किंवा किती सिंह पकडले जात आहेत; किती नैसर्गिकरीत्या मरत आहेत आणि किती पिल्ले जगत आहेत, म्हणजे या कत्तलीतून ती वाचतील.

कालाहारी हे वाळवंट असल्यामुळे कुतूहलाची बाब अशी होती की, सिंह किंवा इतर शिकारी प्राणी त्यांची तहान इथे कशी भागवतात. छोटासा पावसाळा सोडला तर इथे जमिनीवर कोठेच पाणी मिळत नाही; पण सिंहांना पाणी प्यावेच लागते का? रानटी सिंहांना याआधी नऊ दिवसांपर्यंत पाणी न पिता जगलेले आम्ही पाहिले आहे,

कदाचित ते यापेक्षाही अधिक दिवस पाण्याशिवाय जगत असावेत; पण जरी ते तसे राहात असले, तरी त्यांना प्रत्येक वर्षी काही महिने अभयारण्य सोडून पाण्याच्या शोधात बाहेर पडावे लागत असणार. कदाचित 'बोन्स' मारला गेला तेव्हा तो बोतेती नदीकडे चालला असेल. जर हे खरे असेल तर मध्य कालाहारी वाळवंट कोरड्या ऋतूत आणि दुष्काळाच्या दिवसांत त्यांना पुरेसे पोषण द्यायला अपुरे पडत असणार.

जरी आम्ही कालाहारीतील सिंहांच्या फायद्यासाठी सिंहांबद्दल ही सगळी माहिती मिळवली, तरी हे शिकारी प्राणी महत्त्वाचे आहेत, हे आम्हाला बोट्स्वाना सरकारला पटवून द्यावे लागणार होते आणि त्यांना वाचवले तर त्यातून पुष्कळ अधिक पैसे मिळू शकतील हेदेखील सरकारच्या गळी उतरवायचे होते. त्या वेळी बहुतेक अधिकाऱ्यांचा दृष्टिकोन असा होता की, सिंह पाळीव प्राण्यांची शिकार करत असल्यामुळे ते असे समाजकंटक आहेत की, ज्यांचा कुठलीही किंमत मोजावी लागली तरी नाश केला पाहिजे.

सिंहाचा मोठ्या प्रमाणावर, हजारो चौरसमैलांच्या दुर्गम परिसरात अभ्यास करायचा म्हणजे त्यांच्याबरोबर काहीतरी माध्यमाने रोजच्या संपर्कात राहणे आम्हाला आवश्यक होते. विमान आणि रेडिओद्वारे माग काढण्यानेच हे शक्य होते. आमच्या संशोधनासाठी आम्ही विमान घेण्याची कल्पना जरा हास्यास्पद वाटत होती. मी छोट्या विमानात माझ्या आयुष्यात केवळ काही वेळाच बसलो होतो. त्याशिवाय आफ्रिकेत विमान जवळ बाळगणे हे अतिशय महागडे काम आहे. आमच्याजवळ केवळ एक लँडरोव्हर बाळगून, आम्ही अतिशय काटकसरीने आमचा संशोधन प्रकल्प पुढे चालवत होतो; त्यामुळे आम्हाला विमान मिळवण्यासाठी पैसे जमा करणे शक्य आहे, असा विचार करणेसुद्धा अशक्यप्राय वाटत होते; पण आम्हाला प्रयत्न करायलाच हवा होता.

एको व्हिस्की गोल्फ

मार्क

जेव्हा आपण थांबून स्वप्ने रंगवतो, तेव्हाच आपल्या या चिमुकल्या
आयुष्याची सीमा ओलांडतो.

- रॉड मॅक्कुएन

ऑक्टोबरमधल्या एका दुपारी, प्रचंड उकाड्यात आम्ही मॉनमधल्या एका
धुळीच्या रस्त्यावर डॉ. रिचर्ड फॉस्ट यांच्याकडून आलेले एक पत्र वाचत होतो. डॉ.
फॉस्ट हे फ्रँकफर्ट प्राणिमित्र सोसायटीचे संचालक होते. ती सोसायटी आमची
विमानाच्या मागणीचा गंभीरपणे विचार करत आहे, हे वाचून मला आनंदाचे भरते
आले होते; पण त्यांना माझ्या वैमानिकाच्या परवान्याचा क्रमांक आणि मला किती
तास विमान चालवण्याचा अनुभव आहे, त्याचा तपशील हवा होता. त्या पत्राला
उत्तर द्यायच्या आधी, कसेतरी करून मला विमान चालवायला शिकणे भाग होते.

मॉक्सला गावात सोडून आम्ही घाईघाईने कॅम्पला परतलो, आमचे त्यातल्या
त्यात चांगले कपडे गाडीत भरले आणि जोहान्सबर्गला निघालो. कित्येक दिवसांनंतर
एका पहाटे चार वाजता, धूळ आणि घाणीने भरलेल्या अवस्थेत आम्ही जोहान्सबर्गला
पोहोचलो. जोहान्सबर्गच्या बेनोनी उपनगरात रॉय आणि मारियानी लायबेनबर्ग या
जोडप्याचे एक घर होते, त्या घराच्या अंगणात आम्ही प्रवेश केला. रॉय साउथ
आफ्रिकन एअरवेजमध्ये वैमानिक होता. आम्ही त्याला मॉनमध्ये सुमारे एका वर्षापूर्वी
भेटलो होतो. तो ओकावान्गो डेल्टामध्ये काही प्रवाशांना घेऊन आला होता. त्याला

आमच्या संशोधनात रस होता आणि कधी गरज पडली तर मला विमान चालवायला शिकवायची त्याने तयारी दाखवली होती. सकाळ होण्याच्या आधी थोडी विश्रांती घेण्यासाठी आम्ही आमच्या स्लीपिंग बॅग्ज जमिनीवर पसरल्या. रॉयने मला दिलेली ऑफर अजूनही त्याच्या लक्षात असेल अशी मला आशा होती.

साडेपाच वाजता एक दूधवाला हातात दुधाने भरलेल्या बाटल्यांची, किणकिणणारी बास्केट घेऊन आमच्या अंगावरून गेला. दोन तासांनी रॉय आणि मारियानी त्यांच्या अंगणात दिसणारी गाडी आणि त्याच्यापुढे दिसणारे दोन काळे ढीग बघायला आले. कॅप्टन लायबेनबर्ग हे नीटनेटके, तरतरीत नाकाचे, मृदू आवाजाचे पण खंबीरपणे बोलणारे, आखूड मिशी असलेले असे मध्यमवयीन गृहस्थ होते. त्यांच्या गोल चेहऱ्यावर कायमच हसू कोरलेले होते. आम्ही स्लीपिंग बॅगच्या बाहेर पडायच्या आधीच, त्यांनी माझे विमान चालवणे शिकून होईपर्यंत आम्हाला त्यांच्या घराच्या बाजूची पाहुण्यांची खोली वापरायला देऊ केली.

पुढच्या सहा आठवड्यांत मी विमान चालवायला शिकलो. माझ्या विमान शिकण्यात खराब हवामानामुळे अनेक वेळा विघ्न आले. शिकून झाल्यावर आम्ही डॉ. फॉस्टना लिहून उत्तर पाठवले की, मला काही दिवसांतच वैमानिकाचा परवाना मिळेल आणि माझ्याकडे एक्केचाळीस तास विमान चालवण्याचा अनुभव आहे. रॉय यांनी वाळवंटात विमान चालवण्यासाठी माझी पुरेशी तयारी करून घेतली आहे, असा भरवसा आम्ही त्यांना दिला.

जेव्हा आम्हाला अनुदान मंजूर झाले आणि त्यांनी पैसे पाठवले, तेव्हा आमच्या आश्चर्याला पारावर राहिला नाही. ज्यांना आम्ही कधी भेटलोदेखील नाही, त्यांनी आमच्यावर आणि आमच्या कार्यावर एवढा भरवसा ठेवावा, ही अतिशय समाधानाची गोष्ट होती. जरा शोधाशोध करून, आम्ही दहा वर्षं जुने निळे-पांढरे सेसना कंपनीचे विमान विकत घेतले. त्या विमानावर पंखाखाली इंग्रजीमध्ये EWG – एको व्हिस्की गोल्फ असे लिहिलेले होते. त्या विमानाची शेपटी कट्यारीसारखी वळलेली होती.

पहिल्यांदा झालेला आनंद ओसरल्यावर मग मनात गंभीर विचार येऊ लागले. विमान मिळवायला आणि चालवणे शिकायला आम्ही इतके उतावीळ झालो होतो की, आम्ही आमच्या पुढच्या समस्येचा विचार केला नव्हता : ती म्हणजे ते विमान कॅम्पवर नेणे. मनात उत्कंठा दाटली होती आणि त्याच वेळी काळजीच्या विचारांनी गर्दी केली होती. मला माझे विमान आता कालाहारीमध्ये घेऊन जावे लागणार होते. कालाहारी एवढा दुर्गम आणि कोणतेही वैशिष्ट्ये नसलेला भूभाग आहे की, पाचशे तासांपेक्षा कमी विमान चालवायचा अनुभव असलेल्या कोणालाही तिथे विमान घेऊन जाण्यास बोट्स्वानामधील कायद्याप्रमाणे बंदी होती. पुढचे एक वर्ष, विमान चालवण्याचे पुरेसे तास जमा होईपर्यंत आम्हाला गाबोरोनजवळून विमान नेणे टाळावे लागणार

होते. जर तेथील नागरी विमान वाहतूक खात्याच्या अधिकाऱ्यांना समजले की, आम्ही वाळवंटात विमान चालवत आहोत, तर त्यांनी बहुधा आमच्यावर बंदीच घातली असती आणि तोच आमच्या प्रकल्पाचा शेवट ठरला असता.

दुसरी समस्या तर आणखी अवघड होती. एकदा का आम्ही 'एको व्हिस्की गोल्फ'ला कॅम्पवर पोहोचवले की, त्यानंतर आम्हाला त्याची देखभाल करावी लागेल आणि त्याला लागणारे हजारो गॅलन इंधन वाळवंटात घेऊन जावे लागेल. या दळणवळणाच्या समस्येशिवाय, वाळवंटात वाट न चुकता विमान उडवणे हेदेखील अवघड होते.

माझा परवाना माझ्या हातात मिळाल्यावर दुसऱ्या दिवशी सकाळी, मी सूर्योदयाच्या वेळी कालाहारीवरून पहिल्यांदा विमान न्यायला तयार झालो. असे मोठ्या पल्ल्याचे उड्डाण एकट्याने करायची माझी तिसरी वेळ होती. रॉय माझ्यापेक्षा अधिक घाबरलेला होता. 'आता लक्षात ठेव की, एकदा गाबोरोन- फ्रान्सिसटाउन रस्ता पार केलास की, नंतर तुला कोणत्याच खाणाखुणा दिसणार नाहीत. खाली रेल्वे लाइन लागली की, एकदा दिशा आणि जागा पक्की नोंदवू घे.' माझ्या गळ्याभोवतीची पेन्सिल एकदा त्याने चाचपून बघितली. आणीबाणीच्या परिस्थितीत पाणी मिळवण्यासाठी वापरायचे काळे प्लॅस्टिकचे शीट मागे घडी करून नीट ठेवलेले आहे ना, याची खात्री त्याने करून घेतली.

मी डेलियाचे चुंबन घेतले आणि रॉयबरोबर हस्तांदोलन केले. गाडीला मागे एक ट्रेलर जोडून ते दोघे कॅम्पला येणार होते. मागोमाग बोट्स्वाना वन्य जीव खात्याचा एक ट्रक विमानाच्या इंधनाचे ड्रम्स भरून कॅम्पवर घेऊन येणार होता. मी 'एको व्हिस्की गोल्फ'मध्ये चढलो आणि विमान हळूहळू गवताच्या धावपट्टीवरून नेऊ लागलो. ते दोघेही माझ्याकडे सचिंत चेहऱ्याने पाहात होते. जेव्हा मी विमान वळवले आणि उड्डाणासाठी इंजिन गुरगुरू लागले, तसा रॉय माझ्याकडे पळत आला, तो आपले हात जोरात हलवत होता. तो हवेची दिशा दाखवणाऱ्या यंत्राकडे बोट दाखवत होता. मी चुकीच्या दिशेने उड्डाण करणार होतो. मागे हात करून, नेभळटपणे हसून मी विमान वळवले आणि धावपट्टीवर वेग वाढवला. जोरात आवाज करून थंडगार हवा अंगावर घेत, मी हळूच हवेत वर चढलो. मनात मुक्तपणाची आणि अत्यानंदाची भावना उचंबळत होती.

तो आनंद फार काळ टिकला नाही. तीनशे फुटांवर विमान बाजूला वळू लागले - म्हणजे तसे वाटत तरी होते. मी जोराच्या आडव्या वाऱ्यात वर चढलो होतो. मी समोरच्या पर्वताच्या संदर्भाने दिशा तपासून घेतली आणि जमिनीपासून १५०० फुटांवर ढगाच्या खाली पातळी ठेवली. जॉन स्मट्स आंतरराष्ट्रीय विमानतळाच्या हवाई नियंत्रकाने सांगितले की, आता ढग कमी होणार आहेत आणि बोट्स्वानाला

जाण्यासाठी आता चांगली हवा असणार आहे. तक्त्यावर जमिनीची उंची जोहान्सबर्गपासून कमी होत गेलेली दिसत होती. आता मी जरा स्थिरावलो. जसा मी कालाहारीच्या जवळ पोहोचेन, तसे ढग आणि माझ्यात जास्त अंतर असेल, हे मला माहीत होते.

अर्धा तास झाल्यावर रेडिओचा आवाज बंद झाला, आता फक्त इंजिनाची घरघर आणि भणभणता वारा! वॉटरबर्ग पर्वताच्या दोन शिखरांच्या मधून मी पलीकडे गेलो आणि काही वेळातच मानवी वसाहतीच्या शेवटच्या खाणाखुणा वाळवंटात नाहीशा होऊ लागल्या. अजून चार तासांनी, मला एक छोटीशी झाडीची जागा, त्याखाली ठोकलेले दोन तंबू या अथांग पसरलेल्या ओसाड प्रदेशात शोधावे लागणार होते. माझ्याजवळ स्थानदर्शक उपकरणे नव्हती, कोणतीही खूण नसलेल्या माझ्याकडच्या नकाशात आपली स्थिती कळावी, याचा कोणताही मार्ग माझ्याकडे नव्हता. हे एखादा बोथट झालेला दोरा, सुईच्या टोकातून खुपसण्यासारखे होते. मी माझ्याकडचा कंपास हातात धरून, त्यावरून दिशा ठरवून, आडव्या वाहणाऱ्या वाऱ्यात विमानाची दिशा नीट राहावी म्हणून जी सुधारणा करावी लागते, ती बरोबर करत असेन अशी आशा करण्यापलीकडे माझ्याकडे दुसरा मार्ग नव्हता.

ढग वर जाण्याऐवजी खाली येऊ लागले आणि पाऊस पडू लागला. मी हळूच विमान खाली घेऊ लागलो. ''विमान उंच उडवत राहा, म्हणजे तुला खरे डिसेप्शनचे मैदान दिसेल.'' रॉयने मला चेतावणी दिली होती. ''लक्षात ठेव, डिसेप्शनचे मैदान ही तुझ्या कॅम्पचा रस्ता दाखवणारी एकमेव खूण आहे.'' पण ढगांमुळे मला आणखी आणखी खाली जावे लागत होते. शेवटी मला खालचे वाऱ्यावर झुलणारे गवत आणि झुडपाने आच्छादलेले वाळूचे चढउतार काही फुटांवर दिसू लागले. मला हवी ती उंची ठेवता येत नसल्यामुळे, मी डिसेप्शन व्हॅली ओलांडून जाईन आणि तरीही मला पत्ता लागणार नाही, अशी शक्यता होती. कित्येक तास विमान उडवून झाल्यावरही मी नक्की कोठे आहे ते कळत नसल्यामुळे मला काळात आणि जागेत तरंगत असल्याचा भास होत होता - मी हरवलो आहे, असे वाटत होते.

मी साधारण तीन तास विमान उडवत होतो; अचानक विमानाच्या इंधनाच्या वाफा आत येऊ लागल्या. इंधनाची छोटीशी धार डाव्या बाजूच्या पंखाच्या तळाच्या बाजूने माझ्या खिडकीवरून मागे जाते आहे असे मला दिसले. माझ्या पोटात गोळा आला. आधीच्या मालकाने पंखाखालच्या इंधनाच्या खराब झालेल्या तोट्या बदलायचे आश्वासन दिले होते आणि मी मूर्खासारखा त्याच्या बोलण्यावर काही न तपासता विश्वास ठेवला होता.

धार मोठी झाली, असे वाटत होते; इंधनाची धार माझ्या खिडकीपासून, पंखावर आणि तिथे असलेल्या झडपांवर पसरत चालली होती. डावीकडच्या इंधनाचा काटा खाली चालला होता. मी इंधनाची मुख्य तोटी डाव्या बाजूला वळवली. डाव्या बाजूचे

जितके होईल तेवढे इंधन उडून जायच्या आत वापरून घ्यावे असे मला वाटत होते.

उजवीकडचे इंधन मला कॅम्पवर नेण्यास पुरेसे आहे की नाही, ते मला माहीत नव्हते. एखादी छोटीशी ठिणगी पडली तर संपूर्ण विमान एक आगीचा गोळा होईल हे मला माहीत होते. मी हवा खेळती राहावी म्हणून खिडक्या उघडल्या.

त्याच क्षणी गळणारी इंधनाची तोटी तुटली. हिरवे इंधन पंखावरून, विमानाच्या पत्र्यावर आणि तिथून मागच्या पंख्यावर उडू लागले. मी पटकन इंधनाची मुख्य तोटी उजव्या बाजूला वळवली आणि विमान डावीकडे आणि उजवीकडे वाकवून उतरायला जागा शोधू लागलो. खाली काटेरी झुडपे आणि झाडीशिवाय बाकी काही नव्हते. मी रेडिओवर एक निकडीचा संदेश पाठवायचा प्रयत्न केला; पण रेडिओतून फक्त खरखर ऐकू येत होती. माझा संदेश दूरपर्यंत पोहोचण्याच्या दृष्टीने मी फारच खाली होतो. माझ्या आसपास शेकडो मैलांच्या परिसरात कोणीही असण्याची शक्यता नव्हती.

इंधनाचा वास आता अधिक तीव्र झाला होता, माझे डोके ठणकू लागले. मी विमान एका सपाट उंचीवर आणले आणि विमानात आत मागे वळून, इंधन आत गळते आहे का, त्याचा अंदाज घेऊ लागलो. मागच्या सामान ठेवायच्या जागेतले कार्पेट ओले दिसत होते. अतिशय ज्वालाग्राही इंधन बाहेरून विमानात शिरत होते आणि सीटच्या मागच्या बॅटरीपाशी पोहोचत होते. मी बॅटरीचा मुख्य स्विच बंद केला असला, तरी स्फोट होण्याची शक्यता खूपच जास्त होती. सगळ्यात वाईट म्हणजे त्याबाबत मला काहीही करता येणार नव्हते.

मी विमान खाली नेले; जर खरोखरच आग लागली तर मला विमान आदळवून खाली उतरवायची आणि खाली उडी मारायची संधी मिळावी म्हणून मी तसे केले. 'जर EWG चा एकदम स्फोट झाला नाही, तर...'च्या या सगळ्या गोष्टी होत्या. जशी काही मिनिटे गेली, तशी डाव्या बाजूच्या इंधनाची पातळी दर्शवणारा काटा लाल भागात गेला आणि नंतर शून्यावर येऊन विसावला. माझ्या डावीकडच्या पंखाखालची इंधनाची धार हळूहळू रोडावली. स्फोट होण्याचा धोका कमी झाल्यावर माझ्या मनात दुसरे विचार येऊ लागले. माझी मुख्य काळजी या गोष्टीची होती की, मला कॅम्पवर जायला पुरेसे इंधन उजवीकडच्या टाकीत असेल की नाही! माझ्या पेन्सिलची धार बोथट होईपर्यंत मी पुनःपुन्हा हिशोब करत राहिलो. माझी कॅम्पपाशी पोहोचण्याची जी अपेक्षित वेळ होती, त्याच्या सुमारे अर्धा तास आधी इंधनाची पातळी दाखवणारा काटा शून्याकडे झुकला. शेवटी तो शून्यावर गेला आणि तिथे स्थिरावला. आता प्रत्येक मिनिट तासासारखे भासू लागले. मी विमानाचे पंख वरखाली करून त्याने इंधनाच्या काट्याच्या पातळीमध्ये काही फरक पडतो आहे का, ते सारखे तपासू लागलो.

‘इलेक्ट्रिक आणि इंधनाच्या सगळ्या प्रणाली बंद करायच्या, दार उघडायचे आणि सुकाणू सगळ्यात मागच्या स्थितीत घेऊन विमान उतरवायचा प्रयत्न करायचा.’ आणीबाणीच्या परिस्थितीत विमान उतरवायच्या सूचना माझ्या डोक्यात पुनःपुन्हा भणभणत होत्या.

मी व्हील घट्ट पकडले होते. खालच्या सपाट, समान भासणाऱ्या, अथांग पसरलेल्या वाळवंटात एखादी ओळखीची खूण दिसते आहे का, ते मी सारखे शोधत होतो. सतत वाकून, शेवटी माझी मान दुखायला लागली. इंजिनाचा आवाज वेगळाच येऊ लागला आहे आणि मला इंजिनची थरथर जाणवू लागली आहे, असा मला सारखा भास होत होता. जर इंजिन खरोखरच बंद पडले, तर विमान उतरवायला कोणतीच जागा नव्हती.

माझ्या पोहोचण्याच्या वेळी, मी पुढच्या पंखावरून डोकावून पाहात होतो. मला भास होत आहेत, अशी माझी खात्री झाली होती - एक गोल राखाडी खोलगट भाग आणि त्यावर रेंगाळणारा पांढरा ढग माझ्यासमोर आकार घेऊ लागला. तो माझ्या वाटेच्या उजव्या बाजूला होता. मी दिशा बदलायला घाबरत होतो. काहीतरी चूक करून, इंधन वाया घालवायला मी भीत होतो; पण अचानक डिसेप्शन नदीपात्राचा उथळ भाग माझ्या नजरेखाली दिसला.

मी इंधनाचा जोर कमी केला आणि डिसेप्शनच्या मैदानाच्या, ओल्या मेणासारख्या दिसणाऱ्या जमिनीवरून गोल फिरलो. इंधनाचा काटा अगदी शून्यावर पोहोचला होता. आता पडायचे असेल तर पडू दे बंद - आता मी उतरू शकतो आणि आमच्या कॅम्पकडे चालत जाऊ शकतो!

तिथे बराच पाऊस झाला होता. साधारण डझनभर जिराफ मैदानात उभे राहून या विचित्र पण प्रचंड आकाराच्या पक्ष्याकडे कुतूहलाने बघत होते. मी हळूच व्हॅलीवरून विमान फिरवले. खाली स्प्रिंगबोक, गेम्सबोक आणि हार्टबीस्ट हरणांचे कळप नदीपात्रात हिरवे गवत खात होते. मग मी चित्ता मैदानावर गेलो, तिथून मिडवे आयलंड, जॅकल आयलंड, ट्री आयलंड, बुश आयलंड आणि शेवटी एकदाचा कॅम्प. नदीपात्रातले सगळे पाणवठे भरलेले होते. कित्येक महिने आधी आम्ही तिथे एक जुजबी धावपट्टी बनवली होती. आमच्याकडे विमान येईल, हे माहिती असण्याच्याही कित्येक महिने आधी ती बनवली होती. तिचा पृष्ठभाग अजूनही टणक आहे, असे वाटत होते. विमान बंद पडणार अशी चिन्हे दिसू लागली, तेव्हाच विमानाची चाके जमिनीवर आदळली आणि मी हळूहळू कॅम्पकडे विमान नेले. एको व्हिस्की गोल्फ डिसेप्शनमधल्या आपल्या घरी पोहोचले होते.

प्रचंड वादळामुळे तंबू आडवे झाले होते. सगळीकडे पाणी आणि चिखल झाला होता. मला तातडीने मॉक्सची मदत हवी होती. तंबूची एक बाजू उभारून झाल्यावर

मी आमच्या बिछान्याखालून एक सहा फुटी पट्टेदार नाग पळवून लावला. त्यानंतर ओल्या गादीवर आडवा होऊन मी एक छोटीशी झोप काढली. आम्ही विमानाच्या इंधनाचा एक ड्रम आधीच कॅम्पवर आणून ठेवला होता. त्यातून इंधन काढून मी धड असलेली टाकी भरली. बदली तोटी मिळेपर्यंत मला एकाच तोटीवर विमान चालवणे भाग होते. कालाहारीवर विमान उडत असताना अजून त्या भूभागाची नीट माहिती झालेली नसल्यामुळे मला त्याबद्दल थोडेसे साशंक वाटत होते; पण अमेरिकेहून नवीन इंधनाची टाकी येईपर्यंत थांबणे मला शक्य नव्हते. मी परत विमानात चढलो आणि मॉनच्या दिशेने झेप घेतली.

आम्ही जोहान्सबर्गला गेलेलो असताना मॉक्सने गावात अगदी ऐष केली होती. मला तो त्याच्या झोपडीच्या शेजारी बसलेला दिसला. त्याचे डोके गुडघ्यावरून खाली जात होते. तो पिऊन तर्रऽऽ झालेला होता. त्याचे डोळे लालबुंद दिसत होते. उग्र वासाची तंबाखू, ब्राउन पेपरच्या रोलमध्ये गुंडाळून तो त्याची बिडी पीत असे. ती पिऊन त्याला प्रचंड ठसका लागला होता. लटपटत्या चालीने आपली पिशवी त्याने गाडीत फेकली आणि तो गाडीत चढला. मॉनमध्ये वापरायला मी तात्पुरती गाडी मिळवली होती.

जेव्हा आम्ही गावातल्या धावपट्टीवर पोहोचलो, तेव्हा तो माझ्याबरोबरचा पहिला प्रवासी असणार आहे हे त्याच्या लक्षात आले असावे, कारण तो काही क्षणांत पूर्ण शुद्धीवर आला. तो आधी कधीच फा-लीमध्ये बसला नाही, असे सांगायचा त्याने प्रयत्न केला; पण मी त्याकडे दुर्लक्ष केले, कारण जर त्याने विमानात बसण्यास नकार दिला असता, तर त्याला कॅम्पवर घेऊन जाण्याचा माझ्याकडे कोणताही मार्ग नव्हता. जाताना त्याचे डोके पंखावर आपटले. त्याला काही कळायच्या आतच मी सीटवर बसवून पट्टा बांधून टाकला. लगोलग मी विमान उड्डाणासाठी धावपट्टीच्या टोकाला नेऊ लागलो. मी विमानाचा वेग वाढवला आणि 'एको व्हिस्की गोल्फ'ने जोर धरला. कोणतेही छोटे विमान भरपूर आवाज करते, विशेषतः वर जायच्या वेळी. या विमानाचा आवाज तर फारच जोराचा होता. मॉक्सचे डोळे आश्चर्याने विस्फारलेले होते; त्याने सीट, दार, डॅशबोर्ड जे मिळेल ते घट्ट पकडायचा प्रयत्न केला. मी ओरडत राहिलो, "गो सियामी! गो सियामी! - ठीक आहे! ठीक आहे!" त्याच वेळी आम्ही हवेत झेप घेतली.

मी ठरावीक उंचीवर विमान नेले; जेव्हा मॉक्सने आपले गाव आणि खालची नदी छोटी होताना पाहिली, तेव्हा त्याच्या चेहऱ्यावर एक मोठे हसू आले होते. नदीकाठची आपल्या मित्रांची घरे तो मला दाखवू लागला. मी विमानाचे वेगवेगळे खटके आणि त्याने होणारा परिणाम त्याला दाखवत होतो. माझ्या हाताच्या आणि पायाच्या प्रत्येक हालचालीमुळे वेगळी गोष्ट होत होती. प्रत्येक नव्या हालचालीमुळे मॉक्सच्या

चेहऱ्यावर अजून हसू फुटत होते. खरेतर त्याला विमानात बसून खूपच आनंद झाला होता आणि त्या गोष्टीमुळे त्याला त्याच्या जमातीत वेगळेच मानाचे स्थान मिळाले. बाकीची सगळी जमात फक्त चालायची किंवा गाढवावर बसायची. काही शिकाऱ्यांनी पुढे मॉक्सला 'नील आर्मस्ट्रॉंग' असे नाव दिले.

मॉक्स आणि मी पुढचे तीन दिवस कॅम्पची साफसफाई करत होतो. तिसऱ्या दिवशी मध्यरात्री दीड वाजता मला गाडीच्या आवाजाने जाग आली. मी माझे कपडे चढवेपर्यंत, डेलिया आणि रॉय तंबूच्या बाजूला गाडी लावत होते. पहिल्यांदा मला आमची गाडी ओळखूच आली नाही - तिच्यावर चिखल आणि गवत लागून वाळले होते - गाडी एखाद्या ओबडधोबड विटेसारखी दिसत होती.

रॉय आणि डेलिया गाडीतून हळूच उतरले आणि गाडीच्या दिव्यांच्या प्रकाशात उभे राहिले. त्यांच्या केसात चिखल आणि गवताच्या बिया अडकलेल्या होत्या. थकव्याने डोळे खोल गेलेले होते. आमचे आनंदाने पण जराशा अस्वच्छपणेच एकमेकांना अभिवादन करून झाल्यावर, त्यांनी मला सांगितले की, वन्य जीव खात्याचा चार टनी ट्रक इथपासून साठ मैलांवर चिखलात रुतलेला आहे. जर सगळे पंधरा ड्रम्स इंधन वाचवून कॅम्पपर्यंत आणायचे असतील, तर तो ट्रक चिखलातून बाहेर काढला पाहिजे. त्याशिवाय चिखलात अडकलेली गाडी हलकी करण्यासाठी त्यांना आमचे सगळे सामान उतरवावे लागले होते. त्यांनी पिठाची पोती, मक्याचे पीठ, साखर, अन्नाचे कॅन आणि विमानाचे सगळे सुटे भाग हे सर्व ओल्या जमिनीवर ट्रेलरच्या जवळ रचून ठेवले आहे.

पुढचे पाच दिवस, दररोज पहाटे मी आणि मॉक्स गाडी घेऊन उंच गवतातून त्या फसलेल्या ट्रकपाशी जात होतो. त्या चार टनी बेडफोर्ड ट्रकचा ड्रायव्हर आणि मदतनिसाबरोबर आम्ही भरपूर चिखल उकरून काढला आणि ट्रकच्या चाकाखाली पकड यावी म्हणून दगड रचले; पण सगळे दगड खालच्या मऊ जमिनीमध्ये गाडले जात होते. जेव्हा ट्रक मागे न्यायला योग्य परिस्थिती व्हायची, तेव्हाच पावसाची एखादी सर येऊन जमीन परत ग्रीससारखी निसरडी व्हायची. रोज रात्री आम्ही इंधनाचा एखादा ड्रम रोल करून आमच्या गाडीत चढवायचो आणि कॅम्पवर परत यायचो. ड्रायव्हर लोकांनी गाडीजवळच मुक्काम ठोकला होता आणि आम्ही त्यांच्यासाठी जास्तीचे अन्न ठेवून येत होतो.

पाचव्या दिवशी आम्ही परतलो, तेव्हा तिथून ट्रक नाहीसा झालेला होता आणि आमचे सगळे इंधन जमिनीवर ठेवलेले होते. तो ट्रक आम्हाला परत कधीच दिसला नाही. त्यानंतर वन्य जीव खात्याने आम्हाला कधीच इंधन कॅम्पवर आणायला मदत देऊ केली नाही.

उरलेले सगळे इंधन एकाच खेपेत कॅम्पवर नेण्यासाठी मॉक्स आणि मी

उरलेल्या अकरा ड्रम्सपैकी दहा ड्रम्स गाडीत आणि ट्रेलरवर चढवले. शेवटचा ड्रम पुढच्या बंपरला चेनने बांधला आणि डिसेप्शन व्हॅलीकडे निघालो.

आम्ही नुकतेच अभयारण्याच्या हद्दीत शिरलो होतो; कॅम्पपासून अठ्ठावीस मैलांवर होतो, तेव्हाच लोखंडाचा पत्रा फाटल्याचा आवाज आला, गाडी हवेत उडाली आणि उजवीकडे कलंडू लागली. मॉक्स जमिनीवर फेकला गेला, माझे डोके छपरावर आदळले. गाडी काबूत आणण्याचा मी आटोकाट प्रयत्न करत होतो. ट्रक उभा ठेवण्यात मला यश येत होते, तेव्हाच ट्रक एका दाट झुडपावर आदळला आणि आपल्या डाव्या चाकांवर जोरात वळला. इंधनाचे सगळे ड्रम्स एकाच वेळी हलले; मला वाटले, आम्ही आता कलंडणार. मी स्टिअरिंग व्हील गर्रकन डावीकडे वळवले आणि जोरात ब्रेक दाबले. जसे आम्ही थांबलो, तसा आमच्यावर वाळू, पाने आणि तुटक्या फांद्यांचा सडा पडला.

ठेचकाळलेल्या आणि भंजाळलेल्या अवस्थेत मी खिडकीतून डोके बाहेर काढून बघितले. पुढे बांधलेला ड्रम एका खोल खड्ड्यात पडला होता. त्यातून ज्वालाग्राही इंधन हवेत सांडत होते. सेट्सवाना भाषेत शिव्या घालत मॉक्स जमिनीवरून उठला. त्याचे डोळे मोठे, पांढरे झाले होते. त्याने आपल्या खिशातून स्प्रिंगबोक तंबाखू काढली आणि ब्राउन पेपरची एक पट्टी फाडली. "न्या! पेट्रोल - मेल्लेलो! - फायर!" मी ओरडलो आणि त्याचा हात पकडला.

पुढच्या बंपरला बांधलेला ड्रम सुटला होता आणि आमची गाडी त्यावरून गेली होती. ड्रम फुटूनही सुदैवाने त्याने पेट घेतला नव्हता. मी त्याच्या गळक्या भोकात पुट्टी घातला आणि तो ड्रम फिरवत वाटेपासून दूर नेला. मग मी गाडीचा तुटलेला एक्झॉस्टचा पाइप उचलला, गाडीची वाकलेली स्प्रिंग हातोडीने ठोकून सरळ केल्यावर आम्ही हळूच कॅम्पकडे निघालो. मॉक्स चेहऱ्यावर आठ्या आणून गंभीरपणे विचार करत गाडीत बसला होता.

दुसऱ्या दिवशी सकाळी मला रॉयला विमानातून दक्षिण आफ्रिकेला सोडायचे होते; त्यामुळे त्या रात्री लवकरच डेलिया आणि मी आमच्या कॉटवर आडवे झालो. इथे आल्यापासून रॉय सामान ठेवायच्या तंबूत, कोरड्या भागात आपली पथारी अंथरत होता, तिथे तो आडवा झाला. मॉक्ससाठी आम्ही त्याचा वेगळा नवा कोरा तंबू जोहान्सबर्गहून आणला होता.

आमचा डोळा लागायच्या आधीच, सिंह धावपट्टीवरून गर्जना करू लागले. आम्ही बिछान्यावरून उडी घेतली. कदाचित ती 'ब्ल्यू प्राइड'देखील असेल! पण 'बोन्स'ला मारल्यावर आम्ही त्यांना कधीच पाहिले नव्हते. त्यांच्यापैकी 'रास्कल' आणि एका सिंहिणीने गोळीबार होताना पाहिलेला असल्यामुळे ते आम्हाला स्वीकारणार नाहीत, अशी आम्हाला भीती वाटत होती.

धावपट्टीवर 'ब्ल्यू प्राइड'च्या ऐवजी आम्ही आधी न पाहिलेले दोन तरुण नर रस्त्याच्या मधोमध गाडीच्या प्रकाशात डोळे मिचमिचे करत बसलेले होते. त्यांची सोनेरी, तुटक आयाळ, पंधरा वर्षांच्या मुलाच्या नुकत्याच फुटलेल्या दाढीसारखी दिसत होती. ते अगदी एकमेकांसारखे दिसत होते आणि ते एकमेकांचे भाऊ असतील, असे आम्हाला वाटले. एकाच्या उजव्या मांडीवर एक इंग्रजी J आकाराचा व्रण होता. आमच्याबद्दल त्यांना अजिबात फिकीर नव्हती. ते परत गरजू लागले. त्यांचा आवाज खरोखरच मोठा होता.

काहीशा निराशेनेच आम्ही कॅम्पकडे परतलो. कॉटवर आडवा होताना मी विचार करत होतो, हे दोन नर 'ब्ल्यू प्राइड'चा इलाका आपलासा करायला आले नसले म्हणजे बरे. ते आमच्या मनातली 'बोन्स'ची जागा कधीच घेऊ शकणार नाहीत.

कालाहारीतले भटके

मार्क

नदीसारखेच, आम्ही भटकायला मुक्त होतो
- अल्डो लिओपोल्ड

अनुदान मिळावे म्हणून एखादा प्रस्ताव लिहिणे एक गोष्ट झाली; पण सिंहांना शोधणे, त्यांच्यावर कॉलर घालणे आणि हजारो चौरसमैलांच्या ओसाड कालाहारीच्या प्रदेशात त्यांचा माग काढणे, ही वेगळीच समस्या होती. विमान आणि त्याचे इंधन आमच्याकडे येईपर्यंत १९७८ चा जानेवारी महिना उजाडला होता. सिंहांना कॉलर बसवायला किती दिवस लागतील याची आम्हाला अजिबात कल्पना नव्हती. आमची येणाऱ्या कोरड्या ऋतूशी स्पर्धा चालू होती. कोरड्या ऋतूत आठ महिन्यांपेक्षा जास्त काळ ते सिंह या पुरातन नदीपात्रापासून दूर अथांग परिसरात नाहीसे होणार होते. प्राण्यांच्या संवर्धनासाठी काम करणाऱ्या मोठ्या आंतरराष्ट्रीय संस्थांनी आमच्या प्रकल्पात आपली गुंतवणूक केली होती; त्यामुळे आता आम्ही जे करू पाहात होतो, ते करणे खरोखरच शक्य आहे, हे सिद्ध करणे आमच्यावर अवलंबून होते. जर आम्ही अयशस्वी ठरलो, तर आम्हाला अजून अनुदान मिळायची शक्यता नव्हती.

संपूर्ण डिसेप्शन व्हॅलीच्या परिसरात सिंह आणि ब्राउन हायनांना भूल देऊन कॉलर बसवायचे आम्ही ठरवले होते. त्याशिवाय उत्तरेकडील पासार्ज आणि हिडन व्हॅली या इतर पुरातन नदीपात्रातदेखील सिंहांना कॉलर बसवायची होती. एवढ्या अवाढव्य परिसरात या भटक्या शिकाऱ्यांना कसे शोधायचे आणि त्यानंतर त्यांना

भूल कशी द्यायची, ही आमच्यापुढची मोठी समस्या होती. नदीपात्रातील खुल्या गवताळ भागात जर का आम्ही त्यांना शोधू शकलो तरच ते आमच्या नजरेत पडण्याची शक्यता होती.

त्यानंतरच्या पुढच्या सहा आठवड्यांतल्या प्रत्येक दिवशी आम्ही पहाटे उठायचो आणि न शिजवलेले ओटमिल व पावडरच्या दुधाचा झटपट नाश्ता उरकायचो. मग आमच्या खिशामध्ये बिल्टाँगच्या पट्ट्या टाकून आम्ही घाईघाईने 'एको व्हिस्की गोल्फ'कडे जायचो. ते विमान त्या पहाटेच्या वेळी थंडगार असायचे आणि दवाने ओले झालेले असायचे.

"स्विच चालू कर, मुख्य स्विच चालू आणि थ्रोटल योग्य जागी" डेलिया त्या धुरकट काचेच्या मागे बसून थंडीने कुडकुडत म्हणायची.

"चालू! मुख्य पंखा चालू" असे म्हणून मी एक पाऊल मागे यायचो. पांढऱ्या धुराचा एक लोळ, धडधड आणि मग एक जोराचा आवाज करून एको व्हिस्की गोल्फ चालू व्हायचे.

आमच्या धावपट्टीच्या मधोमध एका स्प्रिंगबोक हरणाची हद्द होती. त्याचे नाव आम्ही 'बोइंग' असे ठेवले होते. मग एका ठरावीक ठिकाणी तो पाय रोखून उभा राहायचा, आपली खूण उमटवायसाठी तिथे लघवी करायचा आणि हळूच एका बाजूला जायचा. आम्ही उड्डाणासाठीच्या ठिकाणी जायचो. तो नर इतका माणसाळलेला होता की, आमच्या उड्डाण आणि उतरण्याच्या वेळी तो धावपट्टीच्या मध्ये येणार नाही, याची आम्हाला काळजी घ्यावी लागायची.

उड्डाण केल्यावर खाली कॅम्प दिसायचा आणि मॉक्स आम्हाला चूल पेटवत असलेला दिसायचा. त्या चुलीचा धूर झाडांमधून वर आलेला दिसे. आम्ही हळूच डिसेप्शन व्हॅलीच्या उत्तरेला निघायचो. खाली सिंह शोधत असताना आमचे कपाळ बाजूच्या खिडकीवर टेकलेले असायचे.

आमच्या हातात एको व्हिस्की गोल्फ असल्यामुळे ते पूर्वीचे गाडीमध्ये सामान भरून इकडेतिकडे भटकायचे दिवस कासव सरपटते तसे वाटायचे. आम्हाला दूरवरचे बघता येत असल्यामुळे, कालाहारीबद्दलचा आमचा दृष्टिकोन नदीपात्राच्या अलीकडील-पलीकडील काही चौरसमैलांच्या क्षेत्रापुरता मर्यादित नव्हता. आम्ही आता नदीच्या वळणदार पात्राशेजारील हिरव्या-तपकिरी वाळूच्या टेकड्यांवरून भरारी घेत होतो. आकाशातून बघताना काही नवी मैदाने आणि नदीप्रवाहाशेजारचे वाळलेले तलाव आम्ही शोधून काढले - बदलत्या वाळूच्या टेकड्यांमुळे त्या पुरातन नदीपात्राच्या प्रवाहाची दिशा बदलल्यामुळे हे तलाव तयार झाले होते. हिडन व्हॅली, पॅरेडाइज मैदान, मगरीचे मैदान - हे सगळे आमच्या इथल्या वाळूच्या टेकड्यांच्या मागे लपलेले होते. नुकताच भरपूर पाऊस झाला होता; त्यामुळे नदीपात्र हिरव्यागच्च

शालूने वेढलेले होते. त्यात ठिकठिकाणी पाणवठ्यांच्या लखलखत्या हिऱ्यांचा हार वर घातलेला आहे, असे वाटत होते.

एको व्हिस्की गोल्फला मात्र सुरुवातीपासूनच हे वाळवंटातील आयुष्य आवडले नाही. त्याचा आल्टरनेटर जळाला; त्यामुळे त्याचे बदली सुटे भाग येईपर्यंत जवळजवळ दोन महिने मला विमान हाताने चालू करावे लागले. त्याच्या चुंबकामुळे त्याला विद्युतप्रवाह मिळत होता आणि ते इंजिन चालत होते; पण बॅटरी चालत नसल्यामुळे आम्हाला रेडिओ वापरता येत नव्हता आणि कंपास चालत नव्हता.

कालाहारीच्या संपूर्ण भूभागात ओळखता येण्यासारखे कोणतेही वैशिष्ट्य नाही आणि आम्हाला केवळ आमच्या कॅम्पच्या भोवतालचा छोटासा भाग ओळखू येत असे. आम्ही शक्यतो नदीपात्रांचा माग काढायचो, म्हणजे रस्ता चुकणार नाही; पण बऱ्याच ठिकाणी नदीपात्राची जागा उथळ आणि ओळखता न येण्याजोगी झालेली असायची. काही ठिकाणी ढगांच्या काळ्या सावल्यांमुळे शाईचे डाग पडल्यासारखे चित्र दिसायचे आणि आम्ही भांबावून जायचो. कंपास किती चुकीची दिशा दाखवतो आहे हे आम्हाला मॉनच्या पहिल्याच फेरीत लक्षात आले होते - मॉनला पोहोचायच्या ऐवजी आम्ही माकालामाबेडी नावाच्या चाळीस मैल पूर्वेला असलेल्या ठिकाणी पोहोचलो होतो.

जेव्हा आम्ही डिसेप्शनपासून खूप दूर उड्डाण करत असू, तेव्हा आम्ही अन्न आणि इतर अत्यावश्यक वस्तू विमानातल्या मागच्या सामानाच्या कप्प्यात घेऊन जायचो. एखादे वेळी आम्ही कॅम्पपासून नक्की कोणत्या दिशेला जाऊ, परत यायला किती वेळ लागेल ते आम्हाला अजिबात माहीत नसायचे. जिकडे उड्डाण करायचा आमचा इरादा असे, त्या भागाची माहिती आम्हाला मॉक्स सोडून इतर कोणाजवळ ठेवता येत नसे. सुरुवातीच्या दिवसांत मी बहुतेक वेळा चिडलेला असे आणि आता विचार करता माझ्या लक्षात येते की, एवढे यांत्रिक बिघाड असलेले विमान सतत दुर्गम भागातून चालवायचा प्रचंड ताण माझ्यावर होता. जर आमचे विमान कोठे कोसळले असते, तर आम्ही त्यातून वाचायची अजिबात शक्यता नव्हती आणि मोठमोठ्या खड्ड्यांचे भय तर कायमच असे. बऱ्याच वेळा आम्हाला उंच गवतात विमान उतरवावे लागे किंवा उड्डाण करावे लागे. अशा ठिकाणी एखादा रातेल प्राण्याचा खड्डा, कोल्ह्याचे किंवा स्प्रिंगहेअर हरणाचे बीळ आमचा घात करू शकले असते. त्यात आमच्या विमानाचे एखादे चाक अडकले तर काम फस्त! काही दिवसांनी मी अशा खड्ड्यांचा अंदाज घ्यायचे एक तंत्र विकसित केले. मी अगदी खाली, जमिनीच्या थोडे वर चाकं ठेवून विमान नेत असे; त्यामुळे मला खालच्या खड्ड्यांचा अंदाज येई.

●●●

'सिंह - तिथे त्या झाडांपाशी' डेलिया इंजिनाच्या आवाजाच्या वर आवाज काढून ओरडली. मी विमान एका बाजूला वळवले आणि सपाट माथ्याच्या झाडावरून नेले. तिथे सिंहांचा कळप हार्टबीस्ट हरणाच्या शिकारीपाशी पसरला होता. ते ठिकाण टाऊ मैदानापासून अर्ध्या मैलावर हिडन व्हॅलीमध्ये होते. मी विमान हळू केले आणि झाडाच्या माथ्याजवळून नेले आणि डेलियाने काही टॉयलेट पेपर फांदीवर फेकले. ती जागा नंतर ओळखता यावी म्हणून! मी त्या मैदानातल्या बाभळीच्या दुभंगलेल्या मोठ्या झाडापाशी कंपासची नोंद घेतली आणि मग आम्ही कॅम्पकडे निघालो.

आम्ही गाडीत रात्रीचे सामान, अन्न, पाणी, भूल द्यायचे सामान आणि कॅमेरे बरोबर ठेवले. डेलिया त्या सिंहांच्या दिशेने गाडी घेऊन गेली. उन्हामुळे आलेल्या मृगजळात गाडी नाहीशी होईपर्यंत मी पाहात राहिलो. कालाहारीमध्ये एकटीने गाडी घेऊन जायची तिची पहिलीच वेळ होती.

कित्येक तासांनंतर ती जेव्हा त्या सिंहांच्या ठिकाणी पोहोचली असेल, असा आमचा अंदाज होता, तेव्हा मी विमानातून उड्डाण केले आणि ती ज्या दिशेने गेली, तिकडून मी विमान नेले. खालच्या मैदानात गाडीचा पांढरा ठिपका मी शोधत होतो. शेवटी मला गाडी दिसली. गाडी झाडीतून रांगत जाणाऱ्या एखाद्या किड्यासारखी दिसत होती. ती जरी त्या दुभंगलेल्या बाभळीपासून फार दूर नसली, तरी ती चुकीच्या दिशेने चालली होती. जर तिने दिशा बदलली नसती, तर ती व्हॅली ओलांडून पुढे गेली असती. मी विमानाची उंची कमी केली आणि गाडीच्या डोक्यावरून त्या बाभळीच्या दिशेने विमान नेले. तिने गाडी थांबवली, कंपासने परत एकदा दिशा मोजली आणि मग बरोबर दिशेने चालू लागली. ती आता योग्य दिशेने जात आहे याची खात्री झाल्यावर, मी सकाळी सिंह दिसले होते, त्या झाडांच्या दिशेने गेलो. शिकार केलेला हार्टबीस्ट अजूनही तिथेच होता; पण सिंह निघून गेले होते. सिंहांना शोधण्यासाठी मी त्या भागावरून हळू गोल-गोल विमान फिरवू लागलो.

डेलिया त्या झाडापाशी पोहोचली. मग ती मैदानातला जरासा गुळगुळीत भाग शोधून त्यावर गाडी पुढे-मागे चालवू लागली. त्यातून एक जुजबी धावपट्टी बनवायचा तिचा प्रयत्न होता. नंतर ती गाडीतून उतरली, हातात एक कुदळ घेऊन खड्डे बुजवू लागली. जिथे वाळूचे उंचवटे किंवा गवताचे खुंट होते, ते तिने तोडून टाकले. तिला जेव्हा वाटले की, आता काम पूर्ण झाले, धावपट्टी चांगली बनली आहे, तेव्हा ती वळली आणि गाडीकडे जाऊ लागली. ती गाडीपासून ३०० यार्डांवर होती. तिने समोर बघितले तर तिला सिंह दिसले. ते त्या हरणापासून उठून नदीपात्राच्या कडेच्या झाडीत जाऊन बसले होते. ती खड्डे बुजवण्यात इतकी व्यग्र होती की, तिला सिंह तिच्या दिशेने येताना दिसले नव्हते. आता ते थेट तिच्याच दिशेने येत होते. सगळ्यात जवळचा सिंह पन्नास यार्डांवर होता. तो तिच्या आणि गाडीच्या मध्ये

चालत येत होता. आजूबाजूला आडोशाला मैलोन्मैल काहीच नसल्यामुळे ती जागच्याजागी खिळून उभी राहिली. 'ब्ल्यू प्राइड' असती, तर आम्ही निर्धास्त राहिलो असतो; पण हे सर्व अनोळखी सिंह होते आणि त्यांचा मानवांबरोबर हा नक्कीच पहिला संपर्क होता.

सिंहिणी आता मुद्दाम डेलियाच्या दिशेने हळुवार येऊ लागल्या. त्या एकाग्रपणे तिच्याकडे पाहात होत्या. त्यांचे डोके वरखाली होत होते. तिची प्रत्येक हालचाल त्या लक्ष देऊन पाहात होत्या. डेलियाला एको व्हिस्की गोल्फ विमान अर्ध्या मैलावर हळुवार घिरट्या घालताना दिसत होते; पण मला संदेश द्यायचा कोणताच मार्ग डेलियाकडे नव्हता.

हळूच ती मागे येऊ लागली. सिंहांच्या आविर्भावाचा आणि हालचालींचा अर्थ लावण्याचा तिचा प्रयत्न होता; पण मग एकदम तिच्या लक्षात आले की, मागे जाऊन ती त्यांना आक्रमण करण्यास आमंत्रण देत आहे; त्यामुळे ती निग्रहाने एका जागी स्थिर झाली. सिंह पुढे येत राहिले, शेवटी ते तीस यार्डांवर आले. आता तिला जबरदस्त भीती वाटू लागली. तिने हातातली कुदळ उचलली आणि ती एखाद्या त्रिशूळाप्रमाणे उंचावून तिने घशातून 'हाराऊ घे!' असा मोठा आवाज काढला. गुहेतून बाहेर पडलेल्या आदिमानवाने स्वतःचे संरक्षण करण्यासाठी काढला असावा तसा तो आवाज होता.

जणू ती आज्ञाच देत आहे अशाप्रमाणे सिंह जागीच थबकले. मग ते दबा धरून खाली बसले. सगळे सिंह एकाच रेषेत खाली बसले होते. त्यांनी डोकं आणि मान पुढे वाकवलेली होती. आपल्या समोर आपले हत्यार उंचावून उभे असलेल्या मानवी आकृतीकडे ते कुतूहलाने बघत होते.

डेलिया आपल्या जागीच उभी राहिली. जर ती जागची हलली तर सिंहदेखील तिच्या पाठोपाठ येतील अशी तिला भीती वाटली. तरी त्यांना ओलांडून पलीकडे गाडीपाशी जाणे तिच्या सुरक्षिततेच्या दृष्टीने महत्त्वाचे होते. जितका जास्त वेळ ती उभी राहील, तेवढी सिंह तिच्या अंगावर येण्याची शक्यता वाढणार होती. तिने हळूच एक पाऊल पुढे टाकले, मग दुसरे आणि ती सिंहांच्या सापेक्ष तिरक्या रेषेत जाऊ लागली. तिने आपल्या हातातली कुदळ कमरेच्या उंचीला धरली होती. तिचे डोळे त्या कळपावरच स्थिरावलेले होते. ते सिंह एखाद्या रडारसारखे तिच्यावर लक्ष ठेवून होते. तिच्या हालचालींबरोबर ते मान वळवून तिच्याकडे पाहात होते. ती सिंहांना ओलांडून आपल्या गाडीकडे लांबच्या रस्त्याने गोल जाऊ लागली.

जेव्हा तिने तो कळप ओलांडला आणि ती गाडीकडे जाऊ लागली, तेव्हा अचानक एक सिंहीण उभी राहिली आणि हळूच दबा धरून तिच्या दिशेने येऊ लागली. सिंहिणीचे डोके खाली होते. पळण्याची प्रचंड ऊर्मी दाबून ठेवून डेलियाने

जमिनीवर आपला पाय आपटला, ती किंचाळली आणि हातातली कुदळ हात उंच वर करून धरली. सिंहीण जागीच थांबली, तिने एक पाय जमिनीवर पुढे ठेवला होता. ती खाली बसली.

डेलिया पुन्हा गाडीच्या दिशेने जाऊ लागली आणि ती सिंहीणही परत तिच्या दिशेने आली. डेलिया परत ओरडली आणि ती कुदळ जमिनीवर आपटून मोठा आवाज केला. सिंहीण परत खाली बसली. पुन्हा एकदा त्या सिंहिणीचा आणि या मानवी भक्ष्याचा तोच प्रयोग झाला; पण आता डेलिया गाडीजवळ आली होती. शेवटी ती जेव्हा दहा यार्डांवर पोहोचली, तेव्हा तिने ती कुदळ सिंहिणीच्या दिशेने फेकली आणि ती गाडीकडे धावली. सिंहिणीने त्या कुदळीला झेलण्यासाठी उडी मारली. कुदळ जमिनीवर पडल्यावर सिंहीण त्या कुदळीचा वास घेऊ लागली. त्याच क्षणी डेलियाने गाडीचे दार उघडले आणि ती सुरक्षित जागी पोहोचली. त्यानंतर कित्येक मिनिटे ती आपल्या जागी थरथर कापत बसून राहिली.

विमानाचा आवाज जोरात येऊ लागला आणि एको व्हिस्की गोल्फ हळूच जमिनीवर उतरले. जवळूनच सिंह आतुरपणे विमानाकडे बघत होते. मी विमान गाडीजवळ नेऊन इंजिन बंद केले. "वा! शेवटी तुला सिंह सापडले तर...!" मी जोरात ओरडलो. मग मी डेलियाचा भीतीने पांढरा पडलेला चेहरा पाहिला. तिने हनुवटी खिडकीवर ठेवलेली होती. मी विमानातून गाडीत उडी घेतली आणि तिला जवळ ओढून घट्ट पकडले.

त्या संध्याकाळी आम्ही तीन सिंहांना भूल दिली. त्या कळपाला आम्ही 'टाऊ प्राइड' असे नाव दिले. दुसऱ्या दिवशी व्हॅलीत एका भागावरून कमी उंचीवरून विमान उडवत, आम्ही 'ब्ल्यू प्राइड'च्या शोधात कित्येक तास घालवले. त्यांची विश्रांतीची सगळी आवडती ठिकाणे पालथी घातली. 'बोन्स'ला मारल्यानंतर आम्ही त्यांना पाहिले नव्हते आणि आत्ताही ते दिसले नाहीतच. कदाचित त्यांची त्या शिकाऱ्यांशी गाठ पडल्यावर ते डिसेप्शन व्हॅलीमध्ये परत येणार नसावेत.

त्याऐवजी आम्हाला आमच्या कॅम्पच्या दक्षिणेच्या बाजूचा स्प्रिंगबोक मैदानातला कळप सापडला. दुपारी आम्ही 'सेटन'वर आणि 'हॅपी'वर रेडिओ ट्रान्समीटर बसवला. 'सेटन' त्या कळपातला प्रबळ नर होता तर 'हॅपी' ही एक मादी होती. ते जागे होत असताना आम्ही विमानाच्या पंखाखालीच मुक्काम ठोकला. ती जागा त्यांच्यापासून १०० यार्डांवर होती. डेलियाने पंखातील एका हुकवरून मच्छरदाणी अडकवली आणि आमचा बिछाना पसरला. मी एक पाण्याचा कॅन आणि थोडे अन्नपदार्थ जवळ ठेवले आणि शेकोटी पेटवली. काही क्षणांतच किटली उकळू लागली आणि तव्यावर वाळवलेले मांस, बटाटे आणि कांदे खदखदू लागले.

शेकोटी विझून त्याचे निखारे उरले आणि टेकड्यांवरून चंद्र वर आला.

सगळीकडे मंद चांदणे पसरले. एको व्हिस्की गोल्फच्या रुंद पंखाखाली बसल्या बसल्या आम्हाला नदीपात्रात स्प्रिंगबोक हरणांचे कळप आजूबाजूला चरताना दिसत होते. जेव्हा आम्ही बिछान्यावर आडवे झालो, तेव्हा सिंह गर्जना करू लागले.

काही वेळानंतर मला जाग आली. चंद्र अस्ताला गेला होता आणि पुसटसे ढग तारकांना आपल्यामागे दडवत होते. मी धडपडत टॉर्च शोधून काढला. नेहमीप्रमाणेच बॅटरी संपत आलेली होती, मी जसा टॉर्च लावला, तसा अंधूक पिवळा प्रकाश अंधाराला छेदून गेला. मी जसा प्रकाशझोत सगळ्या बाजूने फिरवला, तशा मला अंधारात मोठ्या डोळ्यांच्या नऊ जोड्या विमानाच्या बाजूने एका वर्तुळात बसलेल्या दिसल्या. अख्खा स्प्रिंगबोक हरणांचा कळप आमच्यापासून पंचवीस यार्डांवर बसून आम्हाला न्याहाळत होता.

एको व्हिस्की गोल्फ अजूनही सिंहांना कुतूहलाची गोष्ट होती. मला असे वाटत होते की, आपले दात विमानाच्या शेपटीमध्ये आणि टायरमध्ये खुपसायला त्यांना खूप आवडेल. ते विमान त्यांना एखाद्या प्रचंड आकाराच्या, पंख असलेल्या दुधाच्या कॅनसारखे वाटत असणार! डेलिया आणि मी एक तास जागे बसून होतो. आम्ही हळू आवाजात गप्पा मारत मधूनच टॉर्च लावून सिंह कुठे आहेत आणि काय करत आहेत, यावर लक्ष ठेवून होतो. शेवटी एक एक करून ते अंधारात नाहीसे झाले.

नंतर स्प्रिंगबोक हरणांचा एक मोठा कळप प्रचंड वेगाने धावत आमच्या अंगावर आला. ते धापा टाकत, नाकातून जणू धोक्याची घंटा वाजवत होते. मग एक खोलवर, हादरवणारी किंकाळी ऐकू आली आणि त्यापाठोपाठ आवाज करत खाण्याचा, काहीतरी तुटल्याचा आणि फाडल्याचा आवाज ऐकू आला. मग भक्ष्य खाणाऱ्या सिंहांच्या घशातून येणारी गुरगुर ऐकू आली. आम्ही टॉर्च लावून बघितले तर सिंहांचा कळप, खाऊन उरलेल्या हरणाच्या चिंध्यांवरून भांडाभांड करत होता. ते विमानाच्या पंखापासून सुमारे तीस यार्डांवर होते. त्यांचे ते खाणे होईपर्यंत आम्हाला काही झोप लागली नाही.

सकाळचे कोवळे ऊन जाळीमधून आमच्या अंगावर पडत होते, तेव्हा आम्हाला जाग आली. आमच्या जवळच 'सेटन' ओले गवत तुडवत चालला होता. त्याची जाड आयाळ त्याच्या विशाल खांद्यांवरून खाली लोंबत होती. जसा तो चालत होता, तशी त्याच्या मानेवरची रेडिओ कॉलर त्याच्या आयाळीमागे दडून जात होती. तो एका छोट्या झाडाखाली बसला. आम्ही कॉफी बनवली आणि बिल्टाँगच्या पट्ट्या शेकोटीवर भाजल्या, तसा तो आमचे निरीक्षण करत होता.

आम्ही अख्खा दिवस विमानाच्या पंखाखाली लोळत, झोपलेल्या सिंहांचे निरीक्षण करत घालवला. त्यांच्या गळ्यातल्या कॉलरची त्यांना फिकीर वाटत नव्हती. ती कॉलर त्यांच्या मानेत नेकलेससारखी दिसत होती. दुपारी चार वाजता

त्या कॉलरमधील ट्रान्समीटर हवेतून तपासून पाहण्यासाठी आम्ही उड्डाण केले. दक्षिणेच्या बाजूला आम्ही अजून सिंहांना शोधणार होतो. चाळीस मैल दूर गेलो, तरीही आम्हाला सेटनच्या कॉलरमधला सिग्नल लागत होता, हे पाहून आम्हाला खूप आनंद झाला.

जसे आम्ही पुन्हा स्प्रिंगबोक मैदानाकडे वळलो, तशी मला अचानक काळ्या ढगांची भिंत अंगावर येताना दिसली. आमचे लक्ष रेडिओकडे लागून राहिले असल्यामुळे वादळ आमच्या मागे उभे राहत आहे याकडे आमचे लक्षच गेले नाही. वादळ व्हॅलीमध्ये पोहोचण्याच्या आधी आम्हाला एको व्हिस्की गोल्फ जमिनीवर पोहोचवून सुरक्षित करणे महत्त्वाचे वाटत होते, म्हणून मी जितके होईल तितके ते नदीपात्राच्या दिशेने रेटत होतो.

वादळाआधीच्या प्रचंड वाऱ्याने अचानक आमचे विमान जोरात वर-खाली होऊ लागले आणि गोल गोल फिरू लागले. खाली गवतावरच्या लाटांकडे बघता वाऱ्याचा वेग कमीतकमी ताशी चाळीस मैलांचा असला पाहिजे. जेव्हा आम्ही व्हॅलीमध्ये पोहोचू, तेव्हा वारा त्या चिंचोळ्या नदीपात्रात आमच्या दिशेला आडवा वाहात असणार. वारा आडवा वाहात असताना आम्हाला विमान उतरवावे लागणार. असे विमान उतरवणे खूपच धोक्याचे असते, कारण हवेमुळे विमान एका दिशेला कलंडू शकते, जमिनीवर आदळू शकते; नाहीतर त्याचा एखादा पंख जमिनीला घासू शकतो. माझा जो काही अल्पसा विमान चालवायचा अनुभव होता, त्यात मला अशा परिस्थितीत विमान उतरवायचा पूर्वानुभव नव्हता. आडव्या वाहणाऱ्या वाऱ्याचा वेग वीस मैलांपेक्षा अधिक असताना विमान उतरवावे लागले तर त्यासाठीच्या सूचना ज्या सूचना-वहीमध्ये लिहिलेल्या असतात, त्या मला अंधूकशा आठवत होत्या.

आम्ही व्हॅलीमध्ये पोहोचलो, तसे पुढच्या काचेवर पावसाचे थेंब आदळू लागले. ''तुझे सीट मागे कर, सीट बेल्ट घट्ट कर आणि तुझे डोके स्वतःच्या मांडीवर ठेव.'' मी डेलियाला ओरडून सांगितले. विमानाच्या पुढच्या भागावर गारा आदळत होत्या. नदीपात्रात विमान उतरवायच्या ठिकाणी आम्ही टायरच्या खुणा करून ठेवल्या होत्या. त्या ठिकाणी त्यातल्यात्यात खड्डे कमी होते. त्या खुणा मला जेमतेम दिसत होत्या. आम्ही विमानाचे नाक एकदम खाली केले आणि त्या खुणांकडे झेप घेतली. आम्ही खाली जाऊ लागताच, गारा आणि पावसाचे थेंब वेड्यासारख्या वेगात एको व्हिस्की गोल्फवर आदळू लागले. वाऱ्याचा वेगही प्रचंड होता. मी डावीकडे वळण्यासाठी विमान त्या बाजूला वळवून तिथला पंख खाली केला होता.

शेवटी एकदाचे आम्ही अशा ठिकाणी पोहोचलो, जिथून विमान उतरवता येणार होते; पण वाऱ्यामुळे विमान हेलकावत असल्याने विमानाचा तोल सांभाळायला

डिसेप्शन व्हॅलीतील अतिशय गरम आणि कोरडा उन्हाळा संपवून, एक वादळ जीवनदायी पाऊस घेऊन येते आहे. काही वेळा अशा वादळांमुळे आमच्या कॅम्पची वाताहत होत असे आणि तंबू उखडून जात असत.

'पिंक पँथर' बरेच वेळेला आमच्या तंबूच्या वरच्या झाडावर विश्रांती घेत असे आणि आमच्या तंबूच्या उघड्या झडपेबाहेर एका हाताच्या अंतरावर झोपी जात असे.

वरचे चित्र : डेलिया, पिंक पँथरच्या गळ्यात रेडिओ कॉलर बसवत आहे.

खालचे चित्र : चीफ नावाचा एक धनेश पक्षी आमच्या भांड्यात काही खायला मिळते आहे का ते शोधतो आहे.

चीफला डेलियाकडून काहीतरी मेवा मिळतो आहे.

वरचे चित्र : 'बँडीट' आणि इतर जंगली कुत्रे पोट भरल्यावर मौजमजा करत आहेत.
खालचे चित्र : बँडीटच्या कळपातला एक जंगली कुत्रा मार्कच्या पायांचा वास घेतो आहे. कालाहारीतील बहुतेक प्राण्यांनी त्याआधी मानव बघितला नव्हता.

वरचे चित्र : स्टार ब्राऊन हायनाच्या जबड्यांच्या तावडीतून निसटताना कॅप्टन कोल्हा.

खालचे चित्र : ब्राऊन हायना भक्ष्याच्या मृत शरीराचे लचके तोडतात आणि नंतर कधी उपयोगी पडतील म्हणून पाय आणि इतर मांसल भाग दूर नेऊन लपवून ठेवतात.

वरचे चित्र : 'मॅकडफ'सारखे ब्राऊन हायना हे पृथ्वीवरील सर्वांत दुर्मिळ मांसाहारी प्राणी आहेत. त्यांच्याबद्दल अतिशय कमी माहिती उपलब्ध आहे. खालचे चित्र : 'आयव्ही'ला भूल देऊन झाल्यावर, आम्ही तिला विश्रांतीसाठी सावलीच्या ठिकाणी घेऊन जात आहोत.

वरचे चित्र : 'स्टार हायना', कोको नावाच्या आपल्या पिल्लाला, तीन मैल दूर असलेल्या सामूहिक वसाहतीत घेऊन जात आहे. खालचे चित्र : स्टार आपल्या पिल्लाला पाजत आहे, तेव्हा तिचे त्याआधीचे पिल्लू, तिथे शेजारीच बसले आहे.

'पेपर' आपल्या सामूहिक वसाहतीमधून पहिल्यांदाच इतक्या दूर आली होती. डेलिया बाथरुमच्या तंबूमधून बाहेर पडत असताना, समोर आलेल्या पेपरमुळे तिला एकदम दचकायला झाले.

'पेपर' सूर्यास्ताच्या वेळेला अन्नाच्या शोधात आपल्या सामूहिक वसाहतीपासून दूर जाऊ लागली. अशा वेळी बिबट्यासारख्या शिकाऱ्यांपासून तिला खूप धोका होता.

वरचे चित्र : डेलिया जेव्हा ब्राऊन हायनांचे निरीक्षण करायची, त्या वेळी 'पेपर'बरोबरचा एक निकटचा क्षण.
खालचे चित्र : 'डस्टी' आणि 'सूटी' ही दोन ब्राऊन हायना भावंडे, त्यांच्या सामूहिक वसाहतीपाशी एकमेकांवर प्रेम करत असताना.

वरचे चित्र : कोणत्यातरी शिकारी प्राण्याच्या आगमनामुळे स्प्रिंगबोक हरणे धोक्याची घंटा वाजवत आहेत.
खालचे चित्र : स्प्रिंगबोक मैदानाच्या कळपातील स्टारबक, हॅपी आणि डिक्सी यांनी ब्लू कळपातील स्पायसीला बरोबर घेऊन स्प्रिंगबोक हरणाची शिकार केली आणि वाटून खाल्ली.

वरचे चित्र : कालाहारीतील पुरातन नदीपात्रात सिंहांचा शोध घेत असताना आम्हाला बरेच वेळेला विमान कॅम्पपासून दूर कोठेतरी उतरवावे लागे आणि विमानाच्या पंखाखाली रात्र काढावी लागे.

खालचे चित्र : 'मॉफेट' बरेच वेळेला पहाटेच्या वेळी आमच्या संडासाला अनपेक्षित भेट देई.

वरचे चित्र : 'मफिन,' 'मॉफेट' आणि ब्लू कळपातील इतर सिंह अनेक वेळेला आमच्या कॅम्पमध्ये पाणी (भांडी धुऊन उरलेले) पिण्यासाठी येत असत.
खालचे चित्र : दोन वर्षांचा झालेला 'बिम्बो' झाडाच्या फांद्यांमधून मार्ककडे बघत आहे.

पावसाळ्याच्या दिवसांत झिझीफसच्या झाडाखाली विश्रांती घेत असताना 'चेरी.'

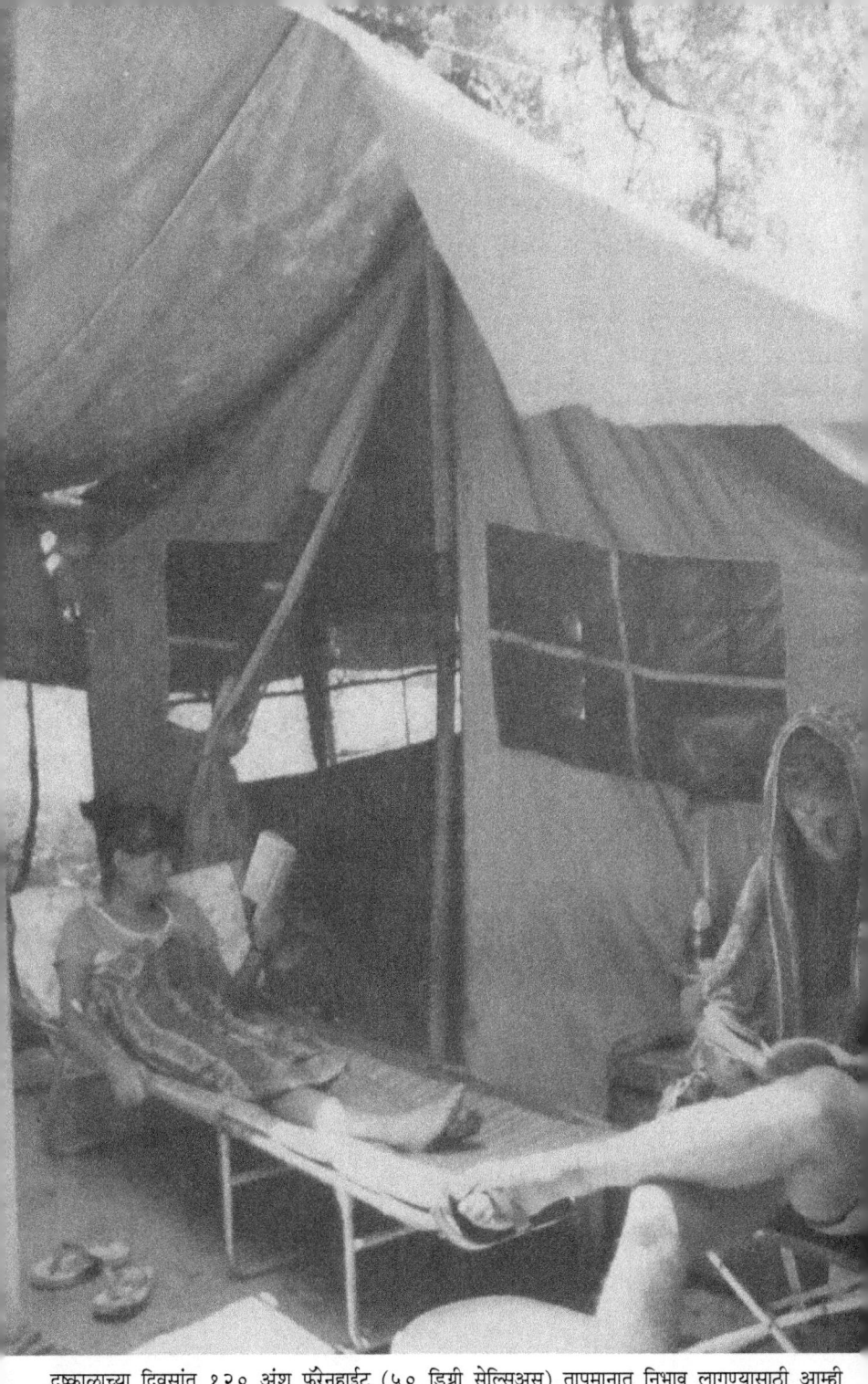

दुष्काळाच्या दिवसांत १२० अंश फॅरेनहाईट (५० डिग्री सेल्सिअस) तापमानात निभाव लागण्यासाठी आम्ही अंगावर ओले टॉवेल टाकून पडून राहायचो. त्या ओलाव्यामुळे त्याच्याकडे शेकडो मधमाश्या आकर्षित व्हायच्या.

तारेवरची कसरत करावी लागत होती. विमान पहिल्यांदा खूपच जास्त खालच्या बाजूला जात होते आणि अजिबात वळत नव्हते. नंतर ते फारच हेलकावे खाऊ लागले; पण खाली जात नव्हते. आम्ही आमच्या धावपट्टीपासून दूर जात होतो. मी तीच दिशा सांभाळण्यासाठी विमान खूपच तिरके केले होते. वाऱ्याच्या वेगामुळे असे वाटत होते की, आम्ही नाकासमोर न उतरता एका बाजूला उतरू.

जेव्हा उजवे चाक जमिनाला टेकेल, तेव्हा मला विमान एकदम सरळ करून उजवीकडचा पंख एकदम तिरका करावा लागणार होता. जर मी विमान आधीच सरळ केले तर वाऱ्यामुळे आम्ही फेकले जाऊन, एकतर विमान उलटण्याची नाहीतर लँडिंग गिअर मोडण्याची शक्यता होती. जसे डावीकडचे चाक जमिनीला स्पर्श करेल, तसे मला ब्रेकवर उभे राहून विमान वाऱ्याच्या विरुद्ध दिशेला वळवावे लागणार होते.

वाऱ्यामुळे आम्ही एका बाजूला फेकले जाऊन बाभळीच्या झाडांच्या वर आलो होतो. जसे विमान सरकत गवतावर आले, तसे मी विमान आणखी हळू केले आणि उतरवण्याची तयारी केली. विमान पुढे न जाता जागच्या जागीच थांबले आहे, अशी चेतावणी होऊ लागली. अचानक वारा पडला आणि वाऱ्याच्या वेगाशिवाय माझे सगळे गणित फसले. उजवीकडचे चाक जमिनीवर आदळले आणि काहीतरी फुटल्याचा मोठा आवाज झाला. मला काही करण्याची संधी मिळायच्या आधीच विमान ताब्यातून सुटल्यासारखे झाले.

मी पुन्हा विमानाचा थ्रोटल दाबला आणि विमान वेगात वर नेण्याचा प्रयत्न केला; पण वाऱ्याचा जोराचा झोत एका पंखावर आदळला आणि विमान नदीपात्रावरून शेजारच्या टेकड्यांच्या दिशेने फेकले गेले. मी अजूनही थ्रोटल दाबून धरला होता. अगदी शेवटच्या क्षणी विमान वळले आणि वर उंच गेले. मी डेलियाकडे पाहिले तर तिचे डोके अजूनही स्वतःच्या गुडघ्यांवर होते.

वारा फारच जोराचा होता. मला जमिनीकडे जाताना इंजिन चालू ठेवून शेपटी वर करून जावे लागणार होते. मी पुन्हा एकदा विमान धावपट्टीकडे वळवले. अजूनही मी इंजिन चालू ठेवून या जोरदार वाऱ्यात त्याचा तोल सांभाळला होता. आता आम्ही जमिनीच्या थोडेसेच वर होतो; पण ज्या ठिकाणी विमान जमिनीला टेकायला हवे, ते ठिकाण अजूनही लांब होते. मी पुन्हा वेग वाढवला आणि विमान थोडे वर गेले. परत वाऱ्याचा वेग वाढला - परत विमान थोडे वाकले. मला वाटत होते की, मी योग्य मार्गावर आहे; पण पाऊस इतका जोरात कोसळत होता की, मला खालचे काही दिसत नव्हते. मी बाजूच्या खिडकीतून खाली पाहिले तर खाली मला टायरची अस्पष्ट रेष दिसली. मी थोडा वेग कमी केला, तेव्हाच उजवीकडचे चाक घासल्याचा आवाज करू लागले. आम्ही जमिनीवर पोहोचलो होतो; पण विमान फार वेगात पुढे

जात होते आणि ब्रेक किंवा सुकाणू कशानेच वेग कमी होत नव्हता. आम्ही धावपट्टीच्या पुढे घसरलो आणि गवतात सिंह बसले होते, त्या झाडाकडे जाऊ लागलो. मी दोन्ही ब्रेक्सवर उभा राहिलो होतो. मुख्य चाकं घसरत होती. खाली एखादाही खड्डा नसावा, अशी मी मनोमन प्रार्थना करत होतो. वादळात पुढच्या झाडांची पुसट आकृती दिसू लागली होती; पण समोरून येणाऱ्या वाऱ्यामुळे आम्हाला थांबायला मदत झाली, शेवटी एकदाचे घसरून आम्ही थांबलो.

डेलिया माझ्या आधी बाहेर पडली, तिने मागून नांगर आणि विमान बांधायच्या दोऱ्या बाहेर काढल्या. विमानाचे इंजिन बंद करून मी बोचऱ्या पावसात बाहेर उडी घेतली. शेवटी एकदाचे आम्ही एको व्हिस्की गोल्फ सुरक्षित केले.

आम्ही आमचा छोटासा तंबू विमानाच्या पंखाखालीच लावला. छोट्याशा शेगडीवर वाफाळता चहा आणि सूप बनवले. वारा आणि पाऊस रात्रभर तंबूच्या कॅन्व्हासला झोडपत होते. विमान वाऱ्यामुळे हलत आणि आवाज करत होते; पण आम्ही आमच्या स्लीपिंग बॅगच्या आत समाधानी होतो, उबेत शांत झोपलो होतो.

पुढचे काही आठवडे आम्ही सगळे मध्य कालाहारी वाळवंट पिंजून काढले. कॅम्पपासून पुष्कळ दूर, लांब अंतरावर सिंहांना कॉलर्स बसवल्या. कंपासने दिशा ठरवून डेलिया कित्येक वेळा तासन्तास गाडी चालवून मला कुठल्यातरी दूरच्या मैदानात नाहीतर नदीपात्रात भेटत असे. जेव्हा आम्हाला हवेतून सिंहांचा कळप दिसत नसे, तेव्हा आम्ही कोणत्यातरी हरणांच्या कळपापाशी विमान उतरवून त्याच्या पंखाखाली तंबू ठोकत असू. एखादा सिंहांचा कळप शिकार करतो आहे का, याची चाहूल घेत आम्ही वाट पाहात असू आणि जेव्हा कॅम्पवर परत यायचो, तेव्हा आम्ही कायमच 'ब्ल्यू प्राइड'च्या शोधात असायचो.

वेळ संपत आली होती. मार्च महिन्याची अखेर होती आणि पावसाळा फार तर आणखी एखादा महिना लांबला असता. जेव्हा हरणे व्हॅलीमधून बाहेर जाऊ लागतील, तेव्हा सिंह दिसण्याची शक्यता खूपच कमी होती. 'ब्ल्यू प्राइड' आमच्यासाठी सगळ्यात महत्त्वाची होती, कारण ती कॅम्पच्या सगळ्यात जवळ राहायची आणि आमचा त्यांच्याशी सर्वांत चांगला परिचय होता; पण आम्ही त्यांना रेडिओ कॉलर बसवलेली नव्हती. कदाचित त्या कळपातले बाकीचे सिंहदेखील शिकाऱ्यांकडून मारले गेले असतील, असा विचार आमच्या मनात येऊ लागला. जेव्हा आम्ही कॅम्पवर परत यायचो, तेव्हा उत्सुकतेने मॉक्सला विचारायचो की, त्याला ते दिसले का? "वा उत्लवा डे टाउ बोसिगो या माबने?"

"न्या" असे त्याचे नेहमीचे उत्तर असायचे.

एका सकाळी मात्र आम्ही पासार्ज व्हॅलीमध्ये विमानाच्या पंखाखाली रात्र काढून जेव्हा कॅम्पमध्ये परत आलो, तेव्हा मॉक्स आम्हाला शेकोटीपाशी उभा

दिसला. त्याच्या चेहऱ्यावर हास्य होते. त्याने खाली सिंहांच्या पाऊलखुणांकडे बोट दाखवले आणि कॅम्पमधून मागे नेले. जाताना तो अतिउत्साहाने मोडक्यातोडक्या इंग्रजी आणि स्थानिक सेट्सवाना भाषेत बोलत होता. त्याने अंघोळीच्या आणि स्वयंपाकघराच्या तंबूकडे दबा धरून दाखवला. दोन लाकडी खांबांमधल्या जागेत आम्ही भरपूर बिल्टाँग वाळत घातले होते. तिथे त्याने आपला पाय पुढे करून दाखवला. त्याने आपल्या कानाला चिमटा घेतला आणि माझ्या शर्टावरच्या निळ्या रंगाकडे बोट दाखवले. मग त्याने आपल्या हनुवटीपाशी बोट लावून दाढी दाखवली. त्याला सांगायचे होते की, ते सिंह कानात निळी रिंग घातलेले होते आणि त्यात दोन तरुण नर होते, ज्यांना तुटक दाढी होती. शेवटी त्याने आपल्या बोटाने खाली वाळूत इंग्रजी J आकार काढून दाखवला आणि आपली पाठ थोपटली : एका नराच्या कमरेवर एक J - आकाराचा व्रण होता. डेलिया, मी आणि रॉयने धावपट्टीवर बघितलेले हेच दोन नर होते.

आम्ही तिघे गाडीत शिरलो आणि ४०० यार्डांवर बुश आयलंडकडे गेलो. मॉक्सने तिथेच कळप बघितला होता. आम्ही अगदी हळू वेगाने जात होतो; त्यांना आम्हाला आणि गाडीला बघायची पुरेशी संधी देत होतो. आम्ही जवळ गेलो, तसे ते उठून बसले आणि आम्ही त्यांची हालचाल आणि हावभाव बघून त्यात काही भीती किंवा आगळिकीची भावना दिसते का ते शोधत होतो.

पण आमची काळजी अनाठायी होती. नेहमीप्रमाणेच 'सॅसी' आणि 'ब्ल्यू' थेट गाडीकडे आल्या आणि तिची चाकं चावायला लागल्या. त्या अर्ध्या दारातून जेव्हा आमच्याकडे पाहात होत्या, तेव्हा त्यांची मिशावाली नाकं आणि चमकते डोळे आमच्यापासून हातभर अंतरावर होते. मला हात बाहेर काढून सॅसीच्या डोळ्यांजवळ चिकटलेले गोचीड काढायचा खूप मोह होत होता; पण मी तो आवरता घेतला. त्या दोन तरुण नरांची नावं आम्ही 'मफीन' आणि 'मॉफेट' अशी ठेवली होती. ते दोघेही सिंहिणींपासून काही यार्डांवर बसून होते. ते जरी तरुण असले, तरी ते केवळ चार वर्षांचे वाटत होते - त्यांनी 'ब्ल्यू प्राइड'वर आपला हक्क प्रस्थापित केला होता. ते इतर मोठ्या आणि वयस्कर सिंहांपुढे आपला हक्क गाजवू शकतील की नाही, याचे उत्तर येणारा काळच देणार होता.

आम्ही त्या कळपाबरोबरच बसून राहिलो, ते गाडीच्या सावलीत बसले होते. पूर्वीसारखेच वाटत होते. फरक एवढाच होता की, 'सॅसी', 'जिप्सी', 'लिसा', 'स्पूकी' आणि 'स्पायसी' आता प्रौढ माद्या झाल्या होत्या. 'ब्ल्यू' आणि म्हाताऱ्या 'चेरी'बरोबर त्यांचा कळप आता चांगला आडदांड बनला होता.

आम्ही 'ब्ल्यू प्राइड'ला भूल देऊन ट्रान्समीटर बसवले. आता त्या पुरातन नदीपात्रातील डिसेप्शन, पासार्ज आणि हिडन व्हॅलीमधील वेगवेगळ्या भागांतल्या

पाच वेगवेगळ्या कळपांतल्या एकूण सोळा सिंहांवर आमचा रेडिओ ट्रान्समीटर बसवलेला होता. आता आम्ही विमानातून त्यांचा माग काढू शकणार होतो. त्या कॉलर लावलेल्या सिंहांच्या कळपातील इतर अनेक सिंहांना आम्ही कानात रिंग बसवली होती. त्यांच्या आपापसातल्या संपर्कातून आम्ही अप्रत्यक्षरीत्या एकूण छत्तीस सिंहांबरोबर संपर्कात राहू शकणार होतो. आम्ही सहा ब्राउन हायनांवरदेखील ट्रान्समीटर बसवला होता. हे ब्राउन हायना डिसेप्शनच्या आणि चित्ता मैदानातल्या कळपातले होते.

आता सगळ्या कॉलर्स बसवून झाल्यावर उरलेल्या पावसाळ्यात रोज विमानातून माग घेत राहण्याचे काम बाकी होते आणि आम्हाला जो काही शोध लागेल, त्याची नोंद ठेवणेही महत्त्वाचे होते. कोरड्या ऋतूतही ब्राउन हायना इथे व्हॅलीमध्येच राहणार होते; त्यामुळे हवेतून त्यांचा माग काढणे सोपे जाणार होते. गेल्या काही आठवड्यांतला ताण आता कमी झाला आहे, असे आम्हाला जाणवू लागले. आम्ही आव्हान यशस्वीपणे पेलून दाखवले होते! आता एरियल टेलिमेट्रीच्या तंत्राने सिंहांचा आणि ब्राउन हायनांचा अभ्यास करण्यासाठीची पूर्वतयारी झाली होती.

शेवटच्या हायनाला कॉलर लावून झाल्याच्या दुसऱ्या दिवशी सकाळी आम्ही उरलेला दिवस सुट्टी घोषित केली आणि कॅम्पकडे निघालो. आम्ही आमच्या दोन तंबूंमध्ये गाडी लावली, तेव्हा आजूबाजूला 'चीफ', 'अग्ली', 'बिग रेड' आणि इतर चाळीस धनेश पक्षी रोजचा मिली-मालचा हप्ता मिळवण्यासाठी फडफड करून कोलाहल करत होते. डेलिया 'होर्न बिली-बिली' असे गाणे म्हणत आमच्या झाडाच्या सावलीतल्या घराच्या रस्त्याने निघाली. 'अग्ली' धनेश पक्षी तिच्या खांद्यावर बसला आणि आपल्या वाकड्या चोचीने तिच्या कानातले ओढू लागला. 'चीफ' तिच्या डोक्यावर बसण्यासाठी धडपड करू लागला. सगळा जमाव तिच्यापाठोपाठ स्वयंपाकघराकडे गेला. तिथे 'मारिक', आमचा 'मॅरिको' 'फ्लायकॅचर' तिच्यासमोर जमिनीवर बसला. तिने आपले पंख थरथरवले आणि नाच करून आपला रोजचा वाटा मागितला. कॅम्पमधल्या इतर शंभर पक्ष्यांनंतर, 'विलियम' नावाच्या श्रुचा (उंदरासारखा एक प्राणी) आणि त्यानंतर लरामी पालीचा नंबर लागला. त्यानंतर माझी पाळी आली; पण मलासुद्धा आठवणीत ठेवून खायला दिले गेले.

त्या दिवशी दुपारी आम्ही कॅम्पजवळ नदीपात्रात बसलो होतो. संध्याकाळच्या सूर्याचे किरण गवताच्या चंदेरी काड्यांवर पडून त्यांचा पेटता सागर झाला आहे असे वाटू लागले. त्यानंतर सूर्य पश्चिमेच्या टेकडीपलीकडे गेला. त्यानंतर आम्हाला 'कॅप्टन', 'सनडान्स', 'स्किनी टेल', 'गिम्पी' आणि इतर कोल्ह्यांची अंतर्मुख करणारी कोल्हेकुई ऐकू आली. त्यांची साद म्हणजे आमच्या आजूबाजूच्या झोपी जाणाऱ्या सुंदर एकाकी कालाहारीसाठी गायलेली अंगाई होती. आकाशातला रंग

फिका होऊ लागला आणि पश्चिमेकडच्या टेकडीची पुसट आकृती लवकरच दिशेनाशी झाली. गोट्या एकमेकांवर आपटल्यावर होईल, असा क्लिक-क्लिक-क्लिक आवाज ऐकू येत होता - पाली एकमेकींच्या अंगावर ओरडत होत्या. फ्लोव्हर पक्षी रात्रीच्या आगमनाची ओरडून घोषणा करत होते. शेवटी रात्रीची थंड हवा सुटली आणि आम्ही कॅम्पकडे परत आलो.

मॉक्सने शेकोटी पेटवली होती आणि हरणांच्या मांसाचे भाजलेले तुकडे आमच्यासाठी मांडून ठेवले होते आणि तो त्याच्या तंबूकडे गेला होता. 'गो सियामी, रा' तो हळूच ओरडला, म्हणजे त्याचे दिवसाचे काम संपवून तो झोपण्याआधी आम्हाला शुभरात्रीच्या कामना देत होता. वाळूवर हळुवार होणाऱ्या त्याच्या बुटांचा आवाज मैत्रीपूर्ण, हवाहवासा आणि अगदी आनंदी वाटत होता. तो आमच्याबरोबर होता, ते मला बरे वाटत होते.

आम्हाला अजून खायचे नव्हते; आम्ही बराच काळ लवलवत्या शेकोटीकडे पाहात बसलो. जेव्हा ज्वाळा जरा कमी झाल्या, तेव्हा आम्हाला त्याच्यापलीकडे दिसू लागले. पलीकडे ठेवलेल्या लाकडांच्या मोळ्यांवर मफीन आणि मॉफेट बसले होते. काही वेळापूर्वी ते आमच्या इथे आले होते आणि आता आमच्या गप्पा ऐकत बसले होते. ते रानटी सिंह आहेत, हे आम्हाला लक्षात ठेवावे लागत होते. अशा वेळी आमच्या मनात ज्या भावना येत असत, त्यांचे शब्दांत वर्णन करता येणे अशक्य आहे. खळबळ, कृतज्ञता, आपुलकी आणि मैत्री अशा अनेक भावभावनांची मनात गर्दी होत असे.

नंतर ते दोन सिंह उठले, त्यांनी आळोखेपिळोखे दिले आणि एका झाडापाशी चालत गेले. त्या झाडावर 'बोन्स' कायम लघवी उडवून आपली खूण करत असे. आमच्यापासून दहा फुटांवर असताना ते वळले, त्यांनी आपली शेपटी उचलली आणि झाडाच्या फांद्यांवर आपली लघवी उडवली. तिथून ते आमच्या स्वयंपाकघराकडे गेले, तसे आम्ही टॉर्च घेऊन त्यांच्या मागोमाग गेलो. तीन बाजूंनी गवत बांधून केलेल्या आमच्या झोपडीत ते घोड्यासारखे उंच भासत होते. 'मॉफेट'ने आपले डोके उंच केले आणि नाक टेबलावर ठेवले. मॉक्सने आमच्या रात्रीच्या जेवणासाठी काढून ठेवलेले मांस आपल्या खरखरीत जिभेने तोंडात ओढून घेतले. तेव्हा मॉफेट इतका जवळ होता की, मी त्याच्या डोक्यावर हातही ठेवू शकलो असतो.

एवढा वेळ मॉफेट शेल्फवर कसला तरी वास घेत होता. त्याने मागच्या पायांवर उभे राहून एक पंचवीस पौंडाची, खांबावर लटकवलेली पिठाची पिशवी आपल्या दातांनी ओढून घेतली. ती पिशवी फाटली आणि पांढरे पीठ त्यांच्या नाकावर आणि आयाळीवर पसरले. तो एक पाऊल मागे आला आणि शिंकून व डोके गदागदा हलवून त्याने सगळ्या स्वयंपाकघरात पिठाचा पाऊस पाडला. मग त्याने ती पिशवी

पकडली आणि तो कॅम्पमधून पळाला. त्याच्या मागे पांढऱ्या पिठाची लांबसडक रेष उमटली होती. 'मफीन' त्याच्या पाठोपाठ गेला. त्यांनी त्या पिशवीच्या चिंध्या केल्यानंतर ते स्वयंपाकघराच्या शेजारी खाली बसले. चंद्रप्रकाशात ते वाळूच्या वारुळासारखे दिसत होते. त्याच्या हळुवार कण्हण्याची नक्कल करत आम्ही त्यांच्यापासून सहा फुटांवर गेलो आणि खाली बसलो. त्यांच्या पोटातून गुरगुरण्याचा आवाज आम्हाला ऐकू येत होता. अर्ध्या तासाने ते उठले, त्यांनी गर्जना केली आणि व्हॅलीमध्ये उत्तरेकडे निघून गेले.

●●●

प्रत्येक दिवशी सकाळी आम्ही शांत, थंड हवेत उड्डाण करायचो आणि कॉलर लावलेले हायना आणि सिंहांना शोधायचो. मी डेलियाचे सीट वळवून उलटे केले होते; त्यामुळे ती शेपटीकडे तोंड करून बसायची. तसे बसल्यावर विमानातली खाण्याची बॉक्स तिला कामाचे टेबल म्हणून वापरता येत असे. ती एखाद्या सिंहाच्या किंवा हायनाच्या फ्रिक्वेंसीला रेडिओ लावत असे. येणारा प्रतिसाद ती कानाला इअरफोन लावून ऐकत असे आणि दोन अँटेनांमध्ये रिसीव्हर बदलून, येणाऱ्या प्रतिसादानुसार ती मला त्या प्राण्याच्या दिशेला घेऊन जाई. जेव्हा सिग्नलचा आवाज सगळ्यात जास्त येत असे, तेव्हा आम्ही थेट त्या प्राण्यावर असायचो. दिसणाऱ्या दोन-तीन खुणांचा कंपासने अंदाज घेऊन आम्ही डिसेप्शनच्या हवाई फोटोंवर आपली स्थिती नोंदवू शकायचो. त्यावरून आम्हाला त्या प्राण्याच्या त्या दिवसाच्या स्थितीचा अंदाज येत असे.

एकदा ठिकाण कोठे आहे ते कळले की, मग आम्ही अगदी जमिनीपाशी खाली यायचो. खाली झेप घेताना आम्ही गुरुत्वाकर्षणामुळे त्याच जागी खिळल्यासारखे व्हायचो. खाली आल्यावर आम्ही सिंहांना शोधायचो. आजूबाजूला जागा कशी आहे, किती सिंह आहेत, त्यांनी काही शिकार केली आहे का, त्या भागातील शिकार करण्यायोग्य जनावरांची संख्या किती आहे, या सगळ्या गोष्टींची डेलिया नोंद करून घेई. हे सगळे होत असताना उलट्यासुलट्या होणाऱ्या विमानात ती मागे तोंड करून बसलेली असे. ती हे कसे साध्य करते, ते मला कधी कळले नाही. मी तसा बसलो असतो, तर मला लगेच उलटी झाली असती; पण तरीही अडीच महिन्यांपेक्षा जास्त काळ ती दररोज माझ्याबरोबर विमानात येत होती.

जेव्हा मला विमान चालवण्याची चांगली सवय झाली आणि खालच्या उंचीवरून विमान उडवताना मला टेपरेकॉर्डरवर माझ्या नोंदी नोंदवून घ्यायची सवय झाली, तेव्हा मी एकटाच जाऊ लागलो. मी जेव्हा विमान चालवत असायचो, तेव्हा डेलिया हायनांचा शोध घ्यायची किंवा गोळा केलेल्या माहितीवर कॅम्पमध्ये विश्लेषण

करायची. दोन वर्षांनंतर, आम्ही एका ठिकाणाशी संपर्क ठेवू शकणारा रेडिओ विकत घेतला. त्यानंतर सिंहांच्या एका कळपापासून दुसऱ्या कळपाकडे जात असताना आम्हाला एकमेकांच्या संपर्कात राहता येत असे. जर मला काही कारणासाठी विमान खाली उतरवावे लागले, तर तिला मला शोधता येणे शक्य झाले.

या रेडिओद्वारे माग घेण्याने सगळ्यात एक रोमहर्षक गोष्ट समोर येऊ लागली ती 'ब्ल्यू प्राइड' आणि डिसेप्शनमधल्या ब्राउन हायनांच्या संबंधाची. पावसाळ्यात सिंह कोठेही असले, तरी हायनांना त्याचा पत्ता बरोबर लागत असे. 'स्टार', 'पॅचेस' किंवा त्यांच्या कळपातील इतरांना पत्ता लागला नाही, अशी शिकार सिंह क्वचितच करत असत. पावसाळ्यात ब्राउन हायना अन्नासाठी पूर्णपणे सिंहांवर अवलंबून असतात हे अगदी उघड होते, 'ब्ल्यू प्राइड'ची पावसाळ्यातली सरहद्द आणि हायनांची पावसाळ्यातली सरहद्द सारखी होती; त्यांनी वासाची खूण केलेले वहिवाटीचे रस्तेदेखील सारखे होते. आकाशातून आम्हाला व्हॅली आणि नदीपात्र एखाद्या खेळाच्या पटासारखे दिसत असे, ज्यात हायना सिंहांच्या हालचालींवर लक्ष ठेवून असत. सिंह निघून जाताच त्यांनी केलेल्या शिकारीपाशी ताबडतोब हायना दाखल होत असत. हे सगळे तग धरून राहण्याच्या शर्यतीतले खेळाडू होते.

आधी आम्हाला सिंहांना विमानाची भीती वाटेल, असे वाटले होते; त्यामुळे विमानातून आम्ही त्यांच्या फार जवळ जायला कचरत होतो; पण आम्ही काळजी करण्यासारखे काहीच कारण नव्हते. काही वेळातच आम्हाला गवताच्या उंचीवर त्यांच्यापासून पंचवीस-तीस यार्डांवर जाता येऊ लागले. एवढ्या जवळ गेल्यावर, आम्ही जर नीट लक्ष दिले, तर आम्हाला त्यांची रेडिओ कॉलर आणि त्यांच्या कानातल्या रिंगचा रंग दिसत असे. विमान बघून सिंहांची प्रतिक्रिया वेगवेगळ्या प्रकारची असे. 'मफीन' तोंड वेडेवाकडे करत असे, आपले डोके न उचलता तो आपले डोळे फिरवे. 'सेटन' खाली बसत असे आणि कधीकधी गमतीने विमानाचा पाठलाग करत असे. जर आम्ही त्याच्या डोक्यावरून गेलो, तर तो आपल्या मागच्या पायांवर उभा राहून विमानाला हवेत पकडायचा प्रयत्न करे. जर कधी सिंह नदीपात्रात विश्रांती घेत असतील, तर आम्ही विमान खाली उतरवून त्यांच्या जवळ जात असू आणि विमानाच्या शेपटीच्या सावलीत नाश्ता करत असताना त्यांचे निरीक्षण करत असू.

●●●

'मफीन' आणि 'मॉफेट'ची आयाळ पूर्ण वाढलेली नसली, तरी त्यांचे वजन जवळजवळ साडेचारशे पौंड होते. डिसेप्शन व्हॅलीतील 'ब्ल्यू प्राइड'च्या इलाक्यावर सत्ता गाजवायचा त्यांचा इरादा पक्का होता. ते दोघे रोज पहाटे आणि रात्रीच्या वेळी

नदीपात्रात खेपा घालून ठिकठिकाणी गर्जना करून, जमीन खरवडून, आपला वास झाडांवर, झुडपांवर आणि गवतावर मारून आपली खूण पक्की करत होते.

एके दिवशी सकाळी 'ब्ल्यू' सिंहीण आमच्या कॅम्पमध्ये आली आणि तिच्या मागोमाग ते दोघेही नर आले, तेव्हा त्यांच्यात भांडणाची ठिणगी पडली. ती माजावर आली होती आणि त्या दोन नरांना मोहवण्याचा आटोकाट प्रयत्न करत होती. ती मुद्दाम त्यांच्यासमोरून बाजूला निघून जात होती, त्यांना भुरळ घालत होती. आपल्या शेपटीच्या पुंजक्याने त्यांच्या नाकाला स्पर्श करत होती. जेव्हा दोन नर सिंह एखाद्या मादीच्या मागे लागतात, तेव्हा एखादा दुसऱ्याचा मार्ग मोकळा करून देतो किंवा ते दोघे तिची मेहेरनजर एकमेकांत वाटून घेतात. या ठिकाणी मात्र त्या दोघांमध्ये तिची वाटणी कशी होणार, ते अजून पक्के ठरले नव्हते.

बराच वेळ विमानापाशी पडून राहिल्यावर 'ब्ल्यू' मॉक्सच्या तंबूच्या दिशेने जाऊ लागली. तिच्यावर चढण्यासाठी 'मफीन' आणि 'मॉफेट' दोघेही तिच्या मागोमाग जाऊ लागले. झाले असे की, दोघांचेही खांदे एकमेकांवर आपटले. एकमेकांवर गुरगुरून, डरकाळ्या फोडून ते दोघे आपल्या मागच्या पायांवर उभे राहून एकमेकांवर हात उगारू लागले आणि एकमेकांचे चावे घेऊ लागले. 'ब्ल्यू' झाडांच्या दुसऱ्या बाजूला गेली आणि दडून झुडपामागे बसली. पहिल्यांदा 'मफीन' तिच्यापाशी पोहोचला आणि त्याने वळून 'मॉफेट'कडे तोंड केले. परत त्यांचे भांडण होऊ लागले आणि या वेळी 'ब्ल्यू' नदीपात्राच्या कडेच्या दाट झुडपांकडे पळून गेली.

या मारामारीत 'मफीन'ची डावी भुवई फाटली आणि त्याच्या डोळ्यांमधून रक्त वाहू लागले. दोघेही नर गवतात 'ब्ल्यू'चा शोध घेऊ लागले.

या वेळी त्यांचे पारितोषिक असलेल्या 'ब्ल्यू'ने बाहेर येण्यासाठी तीच वेळ गाठली नसती, तर त्यांची मारामारी तिथेच संपली असती. 'मफीन'ने तिला पाहिले आणि तो तिच्या दिशेने धावू लागला. तो अर्धे अंतर पोहोचायच्या आधीच 'मॉफेट'ने त्याच्यावर पाठीमागून हल्ला केला. पुन्हा त्यांचे जोराचे भांडण झाले. ते जमिनीवर गडबडा लोळत होते, त्यांच्या भांडणामध्ये त्यांची जड पावले एकमेकांच्या अंगावर मारल्यामुळे गवत उखडले जात होते आणि झुडपे उपटली जात होती.

या भांडणामुळे 'ब्ल्यू' आत्तापर्यंत खूप घाबरली होती. जेव्हा ते एकमेकांपासून वेगळे झाले, तेव्हा 'मफीन'ने तिच्यावर आपला बोल सांगितला. तो तिच्या समोर प्रचंड उकाड्यात जाऊन बसला. 'मॉफेट' एका झाडाच्या सावलीत विश्रांतीसाठी गेला. 'ब्ल्यू'ला उष्णता असह्य झाली होती आणि 'मॉफेट' बसला होता, त्या झाडाच्या सावलीकडे ती आशेने बघत होती. जेव्हा ती तिकडे जाण्यासाठी उठली, तेव्हा 'मफीन'ने आपले ओठ वाकवले, कपाळावर आठ्या आणल्या आणि तिच्यावर धमकीवजा गुरगुरला. ती घाबरली. शेवटी तिला सगळी सकाळ त्याच्या तावडीत

थांबावे लागले. ती उन्हात सारख्या धापा टाकत होती. शेवटी 'मॉफेट'ने एका लांबच्या झाडाच्या सावलीत जायचे ठरवले, तेव्हा तिला सुटका मिळाली. जेव्हा 'मॉफेट'ने जागा रिकामी केली, तेव्हा 'मफीन' आणि त्याची सिंहीण त्या झाडाखाली गेले.

जेवढे दिवस 'मफीन' आणि 'ब्ल्यू' एकत्र होते, तेवढे दिवस आणि त्यानंतरही एक आठवडा 'मॉफेट' आणि 'मफीन' वेगवेगळे राहात होते. त्यांचे असे एकत्र नसणे एकदम विचित्र वाटत होते. त्यांचे भांडण झाल्यापासून बरोबर दहा दिवसांनी आम्हाला एका सकाळी 'मफीन'च्या डरकाळ्यांनी जाग आली. तो आमच्या कॅम्पकडे येत होता. स्वयंपाकघराजवळच्या छोट्या बाभळीच्या झाडापाशी आपली वासाची खूण केल्यावर तो नदीपात्रात उत्तरेच्या दिशेने गेला. तिकडून दुसऱ्या एका सिंहाचे त्याला उत्तर आले. ते दोघे गर्जना करत एकमेकांच्या दिशेने जात राहिले. उत्तरेकडच्या झाडाच्या जवळून जेव्हा 'मॉफेट' बाहेर आला, तेव्हा ते दोन्ही नर एकमेकांकडे धावले. त्यांनी पुनःपुन्हा एकमेकांवर आपले गाल, अंग आणि शेपट्या घासल्या. मग ते सकाळच्या उन्हात एकमेकांशेजारी पडून राहिले, तेव्हा 'मफीन'चे पाऊल 'मॉफेट'च्या खांद्यावर विसावले होते. त्यांच्यातले नाते तुटण्यासाठी एखाद्या मादीवरून होणाऱ्या भांडणापेक्षा अधिक काहीतरी मोठे व्हावे, घडावे लागणार होते.

●●●

सिंह आणि ब्राउन हायनांबद्दल थोडीशीदेखील माहिती मिळवण्यासाठी आम्ही गाडीतून धडपडत कित्येक वर्षे घालवली होती. आता आम्ही विमान वापरून रेडिओद्वारे माग काढू लागलो, तशी आमच्या नोंदवहीत पुष्कळ माहिती येऊ लागली. कुठल्याही दिवशी 'मफीन', 'मॉफेट', 'ब्ल्यू' आणि इतर कळप कोठे असतील, ते आम्हाला पक्के ठाऊक असे. ते स्प्रिंगबोक मैदानाच्या कळपापासून किती दूर आहेत आणि इतर चार कळपांच्या सापेक्ष कोठे आहेत, तेदेखील आम्हाला माहीत असे. सिंहांनी एखादी शिकार केली आहे का, ते शोधण्यासाठी आता आम्हाला केवळ एक उड्डाण करून, सिंहाची फ्रिक्वेंसी लावून, त्याच्या डोक्यावरून जावे लागत असे. आम्ही कॉलर लावलेले प्राणी आता आम्हाला शंभर टक्के सापडत असत. ते कोणाबरोबर आहेत, कुठल्या परिस्थितीत आहेत, रात्री त्यांनी किती प्रवास केला आहे आणि त्यांना पिल्ले तर नाही ना झाली, हे आम्हाला ताबडतोब कळत असे. कॉलर लावलेले सगळे प्राणी सापडवण्यासाठी आम्हाला पावसाळ्यात केवळ दीड-दोन तास पुरत असत आणि आमच्यासारख्या संशोधकांसाठी हे स्वप्नवत होते.

जिप्सीचे पिल्लू

डेलिया

>...ज्या गोष्टी आता मृतवत झाल्या आहेत, त्या नवीन गोष्टींना
जन्म देत आहेत... आता परत वसंत ऋतू फुलतो आहे...
आणि कायमच फुलत राहणार आहे
>
> - ग्लेन फ्रॉस्टिक

एका सकाळी 'ईडब्ल्यूजी'मधून उड्डाण केल्यावर मार्कने दोन सिंहांना अनेक वेळा घिरट्या घातल्या. त्याला जी शंका होती, ती खरी ठरली. एकाच झाडाखाली एकमेकांसमोर तीन फूट लांब अंतरावर 'मफीन' आणि 'सेटन' बसले होते. ते 'ब्ल्यू' आणि स्प्रिंगबोक कळपातले प्रतिस्पर्धी होते. प्रत्येकाने आपल्या पुढच्या पावलावर हनुवटी ठेवलेली होती. दोघांपैकी कोणी एक स्नायूदेखील हलवत नव्हता; अतिशय एकाग्रतेने ते दोघे प्रतिस्पर्धी एकमेकांकडे बघत होते. ते ठिकाण दोन्ही कळपांच्या सरहद्दीवर होते. 'मॉफेट'चा कोठे पत्ता नव्हता.

मार्क कॅम्पवर परत आल्यावर आम्ही गाडी घेऊन परत त्या ठिकाणी गेलो, तिथे ते अजूनही एकमेकांशी आँख-मिचोलीचा खेळ खेळत होते. आत्तापर्यंत दुपार झाली होती आणि झाडाची सावली हलली होती; त्यामुळे दोघांच्याही अंगावर भगभगीत ऊन पडले होते. हळूहळू 'मफीन'चे डोळे मिटू लागले. त्याचे डोके एका बाजूला कलंडले. ताबडतोब 'सेटन'च्या छातीतून एक खोलवर गुरगुर ऐकू आली आणि त्या आव्हानाचा स्वीकार करण्यासाठी 'मफीन' धडपडून जागा झाला.

हे त्यांचे एकमेकांकडे रोखून पाहणे दुपारनंतरही चालूच होते. जेव्हा दोघांपैकी एकजण अस्वस्थ व्हायचा आणि आपली जागा बदलायचा प्रयत्न करायचा, तेव्हा दुसऱ्याच्या घशातून एक गुरगुर ऐकू यायची. जसा तो आपला पार्श्वभाग सावरायचा, तसा दुसऱ्याचा आवाज आणखी मोठा व्हायचा; पण डोके जागचे हलायचे नाही. दोघेही एकमेकांवरून नजर हटवायला तयार नव्हते.

सूर्यास्तानंतर दोन्ही नर घशातून गुरगुर करत आपापल्या जागी उभे राहिले. दुसरीकडे बघायची दोघांचीही तयारी नव्हती. हळूहळू एक एक पाऊल मागे टाकत ते एकमेकांपासून सावधपणे दूर झाले; शेवटी वळले आणि आपापल्या सरहद्दीत नाहीसे झाले. आजच्या लढाईत एकही वार झाला नव्हता; पण दोघांनीही एकमेकांना चाचपून बघितले होते. सामना बरोबरीत सुटला होता.

नर सिंह जेव्हा आपल्या भावाबरोबर किंवा दुसऱ्या नराबरोबर भागीदारी करतात, जशी 'मफीन' आणि 'मॉफेट'ने केली होती, तेव्हा ते एखाद्या कळपावर आणि कळपाच्या इलाक्यावर सत्ता गाजवण्यात अधिक यशस्वी होतात.[१] जर 'सेटन'चे कधी 'मफिन' आणि 'मॉफेट'शी भांडण झाले, तर ते दोघे मिळून सेटनला वरचढ ठरण्याची जास्त शक्यता होती.

●●●

या दोन शेजारच्या कळपांच्या सरहद्दी अगदी पूर्णपणे अलग नव्हत्या, काही ठिकाणी थोडा भाग दोन्ही कळपांतले सिंह वापरत असत. स्प्रिंगबोक मैदानाचा कळप आणि 'ब्ल्यू प्राइड' दोघेही चित्ता मैदानात शिकार करत असत. चित्ता मैदान दोन्ही कळपांच्या सरहद्दीवर होते. दुसऱ्या कळपातील सिंह तिथे उपस्थित नसतील, तरच ही शिकार होत असे. दोन्ही कळपांतले नर सिंह पावसाळ्याच्या दिवसांतला बराच काळ आणि शक्ती आपापल्या सरहद्दीचे रक्षण करण्यात घालवत असत. ते गर्जना करायचे, सगळीकडे फिरायचे, ठिकठिकाणी जमीन खरवडून खुणा करायचे आणि भांडणे करायचे. थोडक्यात, आपल्या भागावर ताबा ठेवण्यासाठी आणि त्यायोगे त्यातील भक्ष्यावर आणि तिथे फिरणाऱ्या माद्यांवर आपला हक्क सांगण्यासाठी जे काही आवश्यक असेल, ते करायचे. 'मफीन' आणि 'मॉफेट' रोज कित्येक तास गर्जना करण्यात आणि आपल्या इलाक्यावर वासाचा शिडकावा करण्यात घालवायचे. 'ब्ल्यू प्राइड'च्या भागावर आपला हक्क सांगितल्यावर काही काळ तर ते फारच जोरात ओरडत होते.

एक दिवस 'मफीन' आणि 'मॉफेट' दक्षिणेकडच्या मैदानात ऊन खात बसलेले असताना मार्कने त्यांची थोडीशी गंमत केली. आधी एकदा 'सेटन'ला उत्तर देत असताना आम्ही 'मॉफेट'चा आवाज रेकॉर्ड करून ठेवला होता. आता ते दोघे जिथे

बसले होते, तिथपासून दहा यार्डांवर मार्कने गाडी लावली. 'मफीन' आणि 'मॉफेट' दोघेही आपल्या पावलांवर डोके ठेवून, डोळे बंद करून ऊन खात शांत झोपले होते. मार्कने खिडकीतून टेपरेकॉर्डर बाहेर काढला आणि चालू केला.

जेव्हा त्याने आपलाच आवाज ऐकला, तेव्हा 'मॉफेट'ने एकदम उंच उडी घेतली आणि तो वळून गाडीला सामोरा आला. मार्कने ताबडतोब टेपरेकॉर्डर बंद केला; पण बिचाऱ्या 'मॉफेट'चा आवाज काही बंद झाला नाही. हा वेगळा आवाज ऐकून एकदम वैतागून तो आपल्या पोटातून खोलवर आवाज काढून गर्जना करत राहिला. तो अनेक पावले गाडीकडे चालत आला. मग थांबला, त्याचे डोके ताठ वर होते, कान ताणलेले होते आणि डोळे काहीतरी शोधत होते. जेव्हा त्याला काहीच प्रत्युत्तर आले नाही, तेव्हा त्याने परत गर्जना केली. मग मागे 'मफीन'कडे वळून जणू त्याला म्हणाला, 'कम ऑन! तू पण ऊठ! कोणीतरी मूर्ख आपल्या हद्दीत आला आहे!' पण 'मफीन'चे डोके अजूनही आपल्या पावलावरच होते, त्याला याची फिकीर नव्हती. 'मॉफेट'ची चौथी गर्जना झाल्यावर शेवटी एकदाचा 'मफीन' उठला आणि 'मॉफेट' जवळ आला. आता दुसरा कोणताही मार्ग नसल्यासारखा तोही जरासा अर्धवट जोर लावून गरजला. त्यानंतर दोघेही गरजू लागले, थांबून आपल्या खुणा उमटवू लागले आणि वेगात गाडीपलीकडे आपल्या कल्पित प्रतिस्पर्ध्याकडे चालत गेले.

काही रात्रींनंतर 'मफीन' आणि 'मॉफेट' दक्षिणेकडच्या भागात फिरत होते, तेव्हा टेकड्यांपलीकडून 'सेटन'ची आरोळी ऐकू आली. ते एकदम जागच्या जागीच थांबले, नीट लक्ष देऊन ऐकू लागले. मग त्यांनी परतीची गर्जना केली. 'मफीन' आणि 'मॉफेट' या दोघांनीही एका छोट्या कळपातला एक एक हार्टबीस्ट मारला होता. तो भाग 'ब्ल्यू प्राइड' आणि स्प्रिंगबोक मैदानातील प्राइड यांच्या मधोमध होता. ते आपापली शिकार खात असताना 'सेटन' त्यांच्या मागे मोकळ्या भागात येऊन थांबला. तो वीस यार्डांवरून त्यांना पाहात राहिला. काही वेळाने 'मफीन' आणि 'मॉफेट' त्याच्या बाजूला वळले. त्यांच्या डोळ्यांत आक्रमकता दिसत होती.

जोरदार गर्जना करून, मागे वाळूचा फवारा सोडत त्या दोघांनी आपल्या शिकारीवरून उडी घेतली आणि ते त्याच्या अंगावर धावले. त्यांच्या आक्रमणामुळे 'सेटन' कित्येक यार्ड मागे फेकला गेला. त्याचे मागचे पाय खालच्या वाळूत रुतत होते. आपले पंजे पुढे करून त्याने आपल्या जड पायाचे फटकारे मारले. त्या फटकाऱ्यामुळे 'मॉफेट'चे डोके एकदम एका बाजूला सरकले. मग मागच्या पायावर उभा राहून त्याने आपला जबडा पूर्ण उघडून आपले टोकदार सुळे दाखवले. 'सेटन' वळला आणि 'मफीन'चा समोरून सामना करू लागला. ते प्रचंड आकाराच्या कुस्तीगिरांसारखे दिसत होते. ते एकमेकांचे चावे घेत होते, ठोसे मारत होते आणि

एकमेकांच्या खांद्यांवर, आयाळीवर आणि चेहऱ्यावर वार करत होते. त्यांच्या पाठीवरचे स्नायू स्टीलच्या केबलसारखे ताणलेले दिसत होते.

आत्तापर्यंत 'सेटन'ने केलेल्या वारापासून 'मॉफेट' सावरला होता. त्याने त्याच्यावर मागून हल्ला केला. त्याने 'सेटन'चे मागून चावे घ्यायला आणि त्याच्यावर मागून पाय मारायला सुरुवात केली. 'मफिन' 'सेटन'ला पुढून बुकलत होता. आपली प्रचंड ताकद पणाला लावून 'सेटन' वळला आणि त्याने 'मॉफेट'ला मागे काटेरी झाडीत ढकलून दिले; पण 'मॉफेट' पुन्हा पायावर उभा राहिला; मग त्याने आणि 'मफीन'ने परत 'सेटन'वर हल्ला केला. आता 'सेटन' अतिशय टोकदार काट्यांच्या एका झुडपावर ढकलला गेला. त्यांच्या या लढाईमध्ये दोन-दोन इंच जाडीच्या जड फांद्यांचे काडेपेटीच्या काड्यांसारखे तुकडे उडत होते.

'मफीन' अजूनही पुढून हल्ला करत होता; पण 'सेटन' त्याला अतिशय जोरदार प्रत्युत्तर देत होता. 'सेटन' 'मफीन'च्या खांद्यांवर आणि छातीत खोलवर आपले सुळे रुतवत होता. तेवढ्या वेळात 'मॉफेट' परत 'सेटन'च्या पाठीवर आणि मागच्या पायांवर हल्ला करू लागला. त्याने 'सेटन'च्या अंगावर आपल्या नखांनी बोचकारले होते. ते मागचे झुडूप 'सेटन'च्या पार्श्वभागाचे अंशतः संरक्षण करत असले, तरी त्याला तिथून पळून जायचा कोणताही मार्ग नव्हता.

'मफीन'च्या चेहऱ्यावर उजव्या डोळ्यापासून ते नाकापर्यंत जखम झाली होती आणि त्यातून भळाभळा रक्त वाहात होते. तो 'सेटन'च्या चाव्यांमुळे आणि फटक्यांमुळे जरासा अशक्त होऊ लागला. तो प्रचंड दमून धापा टाकू लागला होता.

आता 'मफीन'चा जोर कमी पडल्यामुळे 'सेटन' झुडपापासून दूर झाला. त्याचा पार्श्वभाग मोकळा झाल्यामुळे 'मॉफेट'ने 'सेटन'चा मागचा डावा पाय आपल्या जबड्यात पकडला आणि अतिशय जोरदार चावा घेतला. 'सेटन' वेदनेने जोरात विव्हळला; पण 'मफीन' समोर असल्यामुळे त्याला बाजूला होता आले नाही. 'मॉफेट'ने अजूनही 'सेटन'चा पाय पकडलेला होता; त्यामुळे 'मफीन'ला नवी ताकद मिळाल्यासारखी झाली. त्याने परत पुढून 'सेटन'वर हल्ला चालू केला. तो 'सेटन'चे पुढून चावे घेऊन फटकारे मारू लागला; त्यामुळे काळ्या आयाळीचे पुंजके आणि तुटक्या फांद्या हवेत चौफेर उडत होत्या. जमिनीवर सगळीकडे रक्त पसरले होते. 'सेटन'च्या जोरदार किंकाळ्या आणि ओरडण्याचा जोर आता कमी होऊ लागला होता आणि त्याचे ओरडणे आता विव्हळण्यासारखे वाटू लागले होते. 'मॉफेट'ने आपल्या जबड्यात आता 'सेटन'च्या मणक्याची खालची बाजू पकडली होती आणि तो जोरदार चावा घेत होता. त्याने 'सेटन'चा मणका आणि त्यातले मज्जातंतू कडकडा मोडले. 'सेटन' जमिनीवर कोसळला.

दोघे भाऊ जमिनीवर पडलेल्या सिंहाला पाहात एक मिनिट उभे राहिले. मग

जोरात धापा टाकत 'मॉफेट' हार्टबीस्टच्या शिकारीपाशी गेला आणि 'मफिन' त्याच्या मागोमाग गेला.

बराच वेळ 'सेटन' न हलता तसाच पडून राहिला. त्याची श्वासोच्छ्वासाची धडपड घशातून ऐकू येत होती. त्याच्या तुटलेल्या मणक्यातून रक्त वाहात होते. मग अगदी हळूहळू तो आपल्या पुढच्या पायांवर उभा राहिला आणि प्रयत्नपूर्वक दक्षिणेच्या बाजूला जाऊ लागला. आपल्या शरीराचा मागचा निकामी भाग तो तसाच ओढत नेत होता. तो जेमतेम पंधरा यार्ड गेला असेल, तिथे तो परत कोसळला. त्याला रक्ताची लघवी झाली आणि तो श्वास ओढून घ्यायचा प्रयत्न करत राहिला. काही वेळाने तो परत कसाबसा उभा राहिला आणि परत आपल्या सरहद्दीकडे जाऊ लागला. त्याची आधीच कमी होत चाललेली शक्ती या प्रयत्नामुळे अजूनच नाहीशी होत होती. शेवटी एकदा जोरदार थरथर करून तो कोसळला आणि त्याने आपला शेवटचा श्वास घेतला.

जेव्हा पहाट झाली तेव्हापर्यंत 'सेटन' मृत्यू पावला होता.

●●●

विमानाच्या कॉकपीटमध्ये मागच्या बाजूला तोंड करून बसले असताना मी माझ्यासमोरच्या टेलिमेट्रीच्या उपकरणांकडे लक्ष ठेवायचा प्रयत्न करत होते; पण डोळ्यांच्या कोपऱ्यात मला विमानाची पांढरी शेपटी झाडांच्या माथ्याशी खाली जाऊन वर येताना दिसत होती.

"थांब, मी आणखी एक वळण घेतो, त्यांना शोधायचा प्रयत्न कर." मार्क इंटरकॉमवर ओरडला.

मी सीट घट्ट पकडले, विमान हळूच पश्चिमेकडील टेकडीच्या वर तिरके झाले. विमान जागच्या जागी थांबू शकेल, यासाठी होणारा चेतावणीचा भोंगा वारंवार वाजत होता. मार्क अगदी हळू विमान चालवत असल्यामुळे तसे होत होते. डोळे बंद करून घेण्याची ऊर्मी मी दाबून ठेवत होते. मी खाली बाभळीच्या झाडीत 'सॅसी' आणि 'जिप्सी'ला शोधत होते. त्या दोघी कळपातील इतर सिंहिणींपासून काही दिवस झाले वेगळ्या झाल्या होत्या.

"तिथे आहेत त्या - त्या मोकळ्या जागेच्या कडेला!" मी ओरडले.

"ओके! - त्या गेले काही दिवस तिथेच असल्या पाहिजेत. आपण गाडीतून येऊन जवळून पाहू या."

अशा पद्धतीने रोज कित्येक तास केलेला विमानप्रवास आता मला दिवसेंदिवस अवघड जात होता. नंतर मार्क जेव्हा एकटाच जाऊ लागला, तेव्हादेखील माझ्या मनाला विशेष शांती लाभली नाही. या पद्धतीने विमानातून जाण्यामध्ये खूप धोका

होता. विमान चालवताना त्याचे लक्ष टेलिमेट्रीच्या कामात आणि विमान उडवण्यात विभागले गेलेले असे. त्याला एखादा अपघात होण्याचा खूप धोका होता; पण दोघांनीही विमानातून सिंहांचा शोध घेत फिरणे म्हणजे दोघांच्या वेळेचा अपव्यय आहे, असे त्याचे म्हणणे होते.

आम्ही कॅम्पवर परत आलो आणि रेडिओ उपकरण गाडीत ठेवले. मग आम्ही 'सॅसी'च्या सिग्नलचा माग घेत पश्चिमेकडच्या टेकडीवर गेलो. सिंहिणींच्या लांबसडक सडपातळ आकृत्या टेकडीच्या माथ्यावर वाळक्या गवतात पसरलेल्या होत्या. अंगावर बसणाऱ्या माशा उडवण्यासाठी त्या दोघी सारखी शेपटी हलवत होत्या; पण आम्ही जवळ आलो, तरी त्या जागच्या हलल्या नाहीत.

जेव्हा आम्ही सहा यार्डांवर पोहोचलो, तेव्हा थांबलो. लोकरीचे कान आणि गडद रंगाचे डोळे असलेले एक छोटे डोके 'सॅसी'च्या पोटापलीकडून वर आले होते. मग अजून दोन इटुकले कान आणि झोपाळू डोळे दिसू लागले. एक एक करून पाच छोटे चेहरे आमच्याकडे पाहात होते. 'सॅसी' आणि 'जिप्सी' लहान असल्यापासून आम्ही त्यांना ओळखत होतो. आता त्यांनाच स्वतःची पिल्ले झाली होती.

लटपटत्या पायांनी पिल्ले आपल्या आयांभोवती फिरत होती. मधूनच ती आपल्या मऊ, लुसलुशीत पार्श्वभागावर खाली पडायची. त्यांच्या अंगावरची फर गवताच्या रंगाची होती आणि त्या फरीवर तपकिरी रंगाचे ठिपके होते. जेव्हा शेवटी सगळी पिल्ले खाली बसली, तेव्हा तीन पिल्ले 'सॅसी'चे दूध पिऊ लागली आणि दोन 'जिप्सी'कडे गेली.

त्या माता साधारणपणे चार वर्षांच्या होत्या आणि आमच्या माहितीप्रमाणे त्यांची ही पहिलीच पिल्ले होती. टेकडीवर पसरलेल्या टर्मिनलियाच्या झाडाभोवती उंच गवताचे त्यांनी पाळणाघर बनवले होते आणि पिल्ले तिथेच ठेवली होती.

आम्हाला ती इवलीशी पिल्ले पाहून खूपच आनंद झाला होता. कालाहारीमधील सिहांच्या संवर्धनासाठी काही शिफारस करण्यासाठी आम्हाला त्यांच्या प्रजननाच्या अभ्यासाचीदेखील गरज होती. हे सिंह किती वेळा प्रजनन करतात, त्यांना किती पिल्ले होतात, मोठ्या कोरड्या ऋतूमध्ये सिंहिणी आपल्या पिल्लांची अन्नाची गरज कशी भागवतात आणि किती पिल्ले मोठी होईपर्यंत जगतात अशा अनेक गोष्टी आम्हाला शिकायच्या होत्या.

पूर्व आफ्रिकेत सेरेंगेटीमध्ये केलेल्या अभ्यासानुसार, तेथील सिंहिणी मातृत्वाची जबाबदारी चांगल्या पद्धतीने पार पाडत नाहीत. त्यांना स्वतःला खायला पुरेसे मिळाल्यानंतरच त्या पिल्लांना शिकारीतले उरलेले खाऊ देतात. बरेच वेळा त्या पिल्ले टाकून देतात, कारण कोणालाच माहीत नाही. त्याशिवाय मातृत्वाच्या जबाबदाऱ्या पार पाडण्याऐवजी त्यांना आपल्या कळपातील इतरांबरोबर वेळ घालवणेच

जास्त पसंत असते.

सेरेंगेटीमध्ये वर्षभर भरपूर प्रमाणात भक्ष्य उपलब्ध असते आणि कालाहारीसारख्या वाळवंटापेक्षा तिथले शिकारी प्राण्यांचे आयुष्य जरा सोपे आहे. असे जरी असले, तरी फक्त वीस टक्के पिल्ले मोठी होईपर्यंत जगतात.[२] जी पिल्ले जगत नाहीत, त्या पिल्लांपैकी एक चतुर्थांश पिल्ले कुपोषणामुळे मरतात, म्हणजे त्यांच्या माता त्यांना पुरेसे खायला घालत नाहीत. अजून पंचवीस टक्के पिल्ले अपघाताने किंवा शिकारीला बळी पडल्यामुळे मरतात आणि उरलेली अर्धी कशामुळे मरतात, त्याचे निदान होऊ शकले नाही. जॉर्ज स्कॅलर यांच्या संशोधनानुसार प्रौढ सिंह बरीच वर्षे जगतात, त्यांच्यात मृत्यूचा दर खूप कमी असतो आणि ते कमी पिल्ले जन्माला घालतात.

आम्हाला वाटले की, कालाहारीमध्ये परिस्थिती वेगळी असेल. जर इथे प्रौढ सिंहांचा मृत्युदर जास्त असला, कठोर परिस्थितीमुळे त्यांचे आयुष्यमान कमी असले तर कदाचित ते आपल्या पिल्लांची चांगल्या पद्धतीने काळजी घेत असावेत. आम्ही जितका जमेल तेवढा वेळ 'जिप्सी' आणि 'सॅसी' बरोबर घालवत होतो. आम्हाला हवी ती माहिती त्यातून मिळेल, अशी आम्हाला आशा होती.

एका कळपातील अनेक सिंहिणी बऱ्याचदा एकाच वेळी माजावर येतात, प्रजनन करतात आणि पिल्ले जन्माला घालतात. त्यांचे हे प्रजनन वर्षभर कोणत्याही ऋतूत होते. पिल्ले झालेल्या सिंहिणी कळपापासून काही काळासाठी वेगळ्या होतात आणि आपलाच छोटासा गट बनवतात. पिल्ले चार महिन्यांची होईपर्यंत त्या तशा वेगळ्या राहतात. पिल्ले चार महिन्यांची झाली की, ती इतर प्रौढ सिंहांच्या हालचालींप्रमाणे इकडेतिकडे हिंडू-फिरू शकतात. जन्माच्या वेळी सिंहाच्या पिल्लाचे वजन केवळ तीन पौंड असते. ते अगदी असहाय असते. तिसऱ्या ते पाचव्या दिवसांपर्यंत त्यांचे डोळे बंद असतात. 'सॅसी' आणि 'जिप्सी'ची पिल्ले बहुधा दोन ते तीन आठवड्यांची होती.

उरलेला दिवस दोन्ही सिंहिणी आपल्या पिल्लांबरोबर झाडाच्या सावलीत बसून राहिल्या. बहुतेक वेळ त्या झोपलेल्या होत्या. त्यांच्या पिल्लांचे गोळे 'सॅसी'च्या मानेभोवती किंवा 'जिप्सी'च्या पुढच्या पायांभोवती पडलेले होते. सगळे जेव्हा एकमेकांच्या कुशीत एकत्र आले, तेव्हा ते साधारण 'सॅसी'च्या डोक्याच्या आकाराचे दिसत होते. मधूनच एखादे पिल्लू जाऊन आपल्या आईपाशी दूध पीत होते. एक पिल्लू दूध पिऊ लागल्यावर लगेच बाकीची त्याच्याबरोबर दूध पिऊ लागत. कोणते पिल्लू आपल्या अंगावर दूध पिते आहे, याची 'सॅसी' किंवा 'जिप्सी'ला फिकीर दिसत नव्हती. सेरेंगेटीमध्ये एकाच कळपातल्या सिंहिणी इतर पिल्लांनाही दूध पाजतात; कालाहारीमध्येदेखील हे घडते आहे हे आम्हाला आता कळले. साधारणपणे पाच ते आठ मिनिटे दूध पिऊन झाल्यावर पिल्ले बाजूला होऊन काही फुटांवर

आपल्या आईशेजारी जाऊन झोपत होती.

संध्याकाळी 'सॅसी' आपल्या पोटावर बसली आणि टेकडीवरून दिसणारा नदीपात्राचा तीन मैलांचा परिसर तिने काळजीपूर्वक निरखला. जिप्सीनेदेखील सॅसीचे अनुकरण करत आपली मान उचलली आणि खाली पाहिले. मग अचानक त्या दोघी उभ्या राहिल्या, त्यांनी आपला चेहरा दुसरीच्या चेहऱ्यावर घासला आणि धनुष्यासारखी आपली पाठ वाकवून त्यांनी मोठा आळस दिला. आळस देताना त्यांचे पुढचे पाय जमिनीवर दाबलेले होते. मग मागे न वळता त्या उत्तरेकडे निघाल्या. तीन पिल्ले थोडे अंतर त्यांच्या मागोमाग जात राहिली; पण 'सॅसी' आणि 'जिप्सी' लवकरच झुडपात नाहीशा झाल्या. मग सगळी पिल्ले झाडाखालच्या दाट गवतात खोलवर जाऊन बसली. त्यांच्या आया परत येईपर्यंत ती आता तिथेच दडून बसणार होती. कोणत्याही शिकाऱ्याला तिथे सिंहांचे एक कुटुंब राहते आहे, हे सहज पाहून कळले नसते. जवळच्या वाळूत काही पाऊलखुणा तेवढ्या दिसत होत्या.

बाकीच्या सिंहिणींशी गर्जना करून संपर्क साधल्यानंतर, या दोघी बाकीच्या कळपाला व्हॅलीच्या उत्तरेला सामील झाल्या. तिथे त्यांनी स्प्रिंगबोक हरणाची शिकार केली. त्यांचे खाऊन झाल्यावर मध्यरात्रीच्या सुमारास त्या आपल्या पाळणाघरापाशी परत आल्या. त्यांनी हळुवार साद घालून 'मियाऊ' करणाऱ्या आपल्या पिल्लांना बाहेर बोलावले. पिल्ले आयांच्या पायाभोवती घुटमळत असताना 'जिप्सी' आणि 'सॅसी'ने त्यांचे चेहरे आणि पाठी चाटल्या. दोघींच्या खरखरीत आणि जड जिभेमुळे पिल्ले जमिनीवर लोटली जात होती. मग त्या पिल्लांना गोल फिरवून यांनी पिल्लांचे पोट आणि नंतर त्यांच्या शेपटीखालीदेखील चाटले. पिल्ले आपल्या चिमुकल्या पावलांनी आयांच्या नाकाला स्पर्श करत होती. मग त्या दोघी पिल्लांना दूध पाजू लागल्या.

सकाळी 'मफीन' आणि 'मॉफेट' या नर्सरीपाशी आले आणि 'सॅसी'शेजारी पडून राहिले. एक पिल्लू 'मफीन'पाशी येऊन त्याने 'मफीन'च्या मोठ्या मिशा असलेल्या नाकाला आपला चेहरा लावला. 'मफीन'ने काही वेळ त्याच्याकडे दुर्लक्ष केले; पण थोड्या वेळाने हे पिल्लू 'मफीन'च्या दोन पावलांमध्ये गेले आणि त्याच्या आयाळीमध्ये घुसमटून बसू लागले. 'मफीन'ला जरा त्रास होत होता, त्याने आपल्या वरच्या ओठाची उजवी बाजू उचलली आणि त्या बाजूला आठ्या घातल्या आणि चेहऱ्यावर जरासे छद्मी हास्य आणून आपला मोठा सुळा पिल्लाला दाखवला, जणू यापेक्षा जास्त धाक दाखवायला ते पिल्लू नालायक होते. पिल्लाने आपले कान मागे ओढले आणि धावत ते 'सॅसी'कडे गेले. तिच्या हनुवटीखाली शिरून त्याने मोठ्या गोल डोळ्यांनी त्या लहरी 'मफीन'कडे पाहिले.

पिल्लांना वाढवण्यात नरांचा काहीही वाटा नव्हता. सिंहिणी जेव्हा पिल्लांना

सोडून शिकारीसाठी बाहेर पडतील, तेव्हा त्यांच्या मागोमाग जाता यावे म्हणून बहुधा ते नर नर्सरीपाशी यायचे.

दोन्ही माद्या पाचही पिल्लांना दूध पाजत होत्या. काही दिवसांतच आमच्या असे लक्षात आले की, 'सॅसी' जास्त चांगल्या पद्धतीने मातृत्वाची जबाबदारी पार पाडत होती. 'जिप्सी'च्या स्तनांच्या खाली या छोटुल्या पिल्लांची जराशी जरी धुसफूस झाली, तर ती बहुधा आपले डोके फिरवून गुरगुरायची आणि आपल्या पोटावर तरी झोपायची, नाहीतर दुसरीकडे निघून जायची. अशा वेळी आणखी दुधासाठी पिल्ले ओरडत राहात. काही वेळातच 'सॅसी'च्या चार स्तनाग्रांपाशी ही चारही पिल्ले धडपडत असायची. जोरदार 'मियाऊ' असा आवाज काढत उरलेले पिल्लू 'जिप्सी'कडे जात असे. कधीकधी ती त्याला दूध पाजे, तर कधी पाजतही नसे.

जसे दिवस गेले, तशी 'जिप्सी' पिल्लांपासून जास्त जास्त वेळ लांब राहू लागली. भरपूर पाजले आहे, अशा तृप्त भावनेने ती दिवसभर आपल्या कळपातील इतरांबरोबर राहात असे. तेवढ्या काळात 'सॅसी' पिल्लांना वाढवण्याचा मोठा वाटा उचलत होती.

पिल्ले आठ आठवड्यांची झाल्यानंतर एके दिवशी आम्हाला 'सॅसी' आणि तिची तीन पिल्ले नाहीशी झालेली दिसली. 'जिप्सी' पाठीवर पडून तिच्या दोन पिल्लांना दूध पाजत होती; पण जेव्हा त्यांचे छोटेसे भांडण झाले, तेव्हा तिने आपले दात विचकले, नाकावर आठ्या घातल्या आणि त्यांच्यावर जोरात हिस्सऽ असे ओरडली. मग ती उठून गेली आणि पिल्ले तिच्याकडे पाहात राहिली. पिल्लांच्या छातीवरच्या तुटक्या केसांमध्ये त्यांच्या बरगड्या स्पष्ट दिसत होत्या.

'जिप्सी' इतर कळपाला लेपर्ड ट्रेलपाशी सामील झाली आणि उरलेला दिवस त्यांच्याबरोबर राहिली. दुसऱ्या दिवशी सकाळी आपल्या पिल्लांकडे परत जाण्याऐवजी तिने 'लिसा'च्या पाठीला चिकटून झाडाच्या सावलीत पडून राहणे पसंत केले. तिचे भरलेले स्तनाग्र सोडले, तर तिच्या दोन भुकेल्या पिल्लांची कोणतीही आठवण तिच्या वर्तनात दिसत नव्हती.

'जिप्सी'ची दोन्ही पिल्ले अगदी अशक्त झाली होती, दुधाशिवाय ती फार काळ जगली नसती. दुसऱ्या दिवशी 'एको व्हिस्की गोल्फ'मधून फेरी मारत असताना आम्हाला 'सॅसी' आणि तिची पिल्ले, 'चेरी' नावाच्या दुसऱ्या म्हाताऱ्या सिंहिणीबरोबर दिसली. ती जागा आधीच्या जागेपासून कित्येक मैल दूर होती. विमानातून खालून उड्डाण करताना आम्हाला दिसले की, 'चेरी'ला स्वतःचीच चार पिल्ले होती. दोन्ही सिंहिणी एकत्र पडून आपल्या पिल्लांना शांतपणे दूध पाजत होत्या.

आम्ही रेडिओवर चॅनल बदलले आणि मग आम्हाला 'जिप्सी' 'लिसा'बरोबर पडलेली दिसली. ती आपल्या पिल्लांपासून जवळजवळ दहा मैल दूर होती. नंतर

आम्ही गाडी घेऊन तिच्या पिल्लांच्या जागेपाशी गेलो. आम्हाला सर्वांत अशक्त पिल्लू मरण पावलेले आढळले. एकटे पडलेले दुसरे भुकेले पिल्लू झाडाच्या दोन फांद्यांमध्ये लपून बसले होते. ते घाबरलेल्या डोळ्यांनी आमच्याकडे पाहात होते. जर आम्ही त्याला खायला दिले नसते तर पुढच्या चोवीस तासांत तेसुद्धा मरण पावले असते; पण 'जिप्सी' त्याच्यासाठी परत येईल, अशी एक धूसर शक्यता होती. बराच वेळ चर्चा करून आम्ही असा निष्कर्ष काढला की, जरी ते पिल्लू कॅम्पमध्ये नेण्याने खूप त्रास झाला असता, तरी आम्हाला खूपच शिकायला मिळाले असते. जर दुसऱ्या दिवशीपर्यंत 'जिप्सी' तिच्या पिल्लासाठी परत आली नाही तर आम्ही त्याचा सांभाळ करू.

दुसऱ्या दिवशी 'जिप्सी' अजूनच दूर गेलेली आम्हाला दिसली. आम्हाला माहीत होते की, ते पिल्लू दुधाशिवाय अजून एक दिवसही जगू शकणार नाही. आम्ही एक पुठ्ठ्याचा बॉक्स आणि ब्लँकेट घेऊन त्या पिल्लाला आणायला त्याच्या जागेपाशी गेलो. तिथे आम्ही 'मफीन'ला पाहिले, तेव्हा आमच्या आश्चर्याला पारावर राहिला नाही. पिल्लू कसेबसे आपल्या लटपटत्या पावलांवर उभे राहिले आणि आपले चिमुकले तोंड 'मफीन'च्या पोटात खुपसत राहिले. तिथे नसलेले दुधाने भरलेले स्तनाग्र ते शोधत होते. कित्येक मिनिटे ते 'मफीन'कडे बघत राहिले. त्याला भुकेने भोवळ येत होती. मग ते परत झाडाकडे गेले. त्याचे डोके खाली वाकलेले होते, ते पुनःपुन्हा झाडाला धडकत राहिले. त्याचे कपाळ झाडाच्या बुंध्यावर आपटत होते. त्याच्या अशक्त शरीराकडे बघताना त्याचे डोके आणि पावले असाधारणपणे मोठी आहेत असे वाटत होते. उपासमारीच्या शेवटच्या स्थितीत ते आपले डोके झाडाच्या खोडाला लावून तसेच बसून राहिले.

'मफीन'च्या उपस्थितीत जर आम्ही ते पिल्लू घेण्याचा प्रयत्न केला तर त्याची काय प्रतिक्रिया होईल, याची आम्हाला खात्री नव्हती. म्हणून तो रात्री शिकारीसाठी बाहेर पडेल, तेव्हा पिल्लाला घेण्यासाठी परत यायचे, असे आम्ही ठरवले. कदाचित तेवढ्या वेळात ते पिल्लू उपासमारीने मरून जाण्याची शक्यता होती; पण 'मफीन'च्या उपस्थितीत दुसरा शिकारी प्राणी त्याला धोका पोहोचवणे शक्य नव्हते.

पावसाळ्याच्या शेवटच्या दिवसांतला तो एकदम विचित्र दिवस होता. सौम्य तापमान आणि सुखद वाऱ्याऐवजी, त्या दिवशी एकदम दमट वातावरण होते. वारा पूर्ण पडला होता. धनेश पक्षी शांतपणे झाडांवर बसून होते. आपली चोच आणि पंख उघडून ते स्वतःला थंड करायचा प्रयत्न करत होते. माश्या सोडून बाकी काहीही हलत नव्हते. माश्यादेखील आमच्या चेहऱ्यावर नाहीतर टॉवेलवर बसत होत्या. आनंदाने त्या आपले पाय एकमेकांवर घासत होत्या.

दुपारी उशिरा काळ्या ढगांची एक रांग आग्नेयेच्या दिशेकडून आकाशात

आली. ती लवकरच सगळीकडे पसरली आणि कॅम्पच्या दिशेने आली. सूर्य पश्चिमेकडे झुकला होता. ढग भडक गुलाबी रंगाचे दिसू लागले होते आणि त्यात मधूनच सूर्याची सोनेरी छटा दिसत होती. ढग आकाशात आल्यावर एकदम वाऱ्याचा जोर वाढला आणि सगळीकडे वाळू उडू लागली.

आम्ही वादळाचा सामना करण्यासाठी कॅम्पची तयारी करू लागलो. आम्ही तंबूच्या चेन्स बंद केल्या, उपकरणे बॉक्सवर ठेवली; विमान जमिनीला बांधून ठेवले. मॉक्स सुट्टीसाठी मॉनला गेला होता; त्यामुळे आमच्या मदतीला कोणीही नव्हते. अचानक वारा झाडांना गदागदा हलवू लागला. आकाशात वीज कडाडू लागली आणि जोरदार गडगडाट होऊ लागला.

गारांचा जोरदार पाऊस पडू लागला. आम्ही तंबूच्या दोऱ्या घट्ट बांधत होतो. मार्क वाऱ्याच्या आवाजापेक्षा मोठा आवाज काढून म्हणाला, ''गाडीत चढ - आपल्याला झाडांपासून लांब गेले पाहिजे.'' आम्ही गाडीत चढलो आणि कॅम्पपासून वीस यार्ड लांब गेलो. तंबूंवरची झिझीफस आणि बाभळीची झाडं वाऱ्याच्या वेगाने वेड्यासारखी हलत होती. पाऊस जमिनीला समांतर पडतो आहे, असे वाटत होते. आम्हाला काचेतून कॅम्प आणि विमान जेमतेम दिसत होते.

''एको व्हिस्की गोल्फ गेले ते पाहा!'' एखाद्या उधळलेल्या घोड्याप्रमाणे विमान त्याला बांधलेल्या दोऱ्यांना ताणून वर गेले. त्याचा डावीकडचा पंख हवेत उंच गेला. मागच्या चाकाला बांधलेली दोरी तुटली. वाऱ्यामुळे विमान वर-खाली होत होते; त्यामुळे उजवीकडच्या पंखाला बांधलेला खुंट जमिनीतून उखडला गेला. विमान जोरात वर-खाली होत एका इंधनाच्या ड्रमला आणि कुंपणाला जाऊन धडकले.

मार्क कुंपणावरून उडी मारून आत गेला आणि त्याने विमान उलटे होऊ नये, म्हणून डावीकडच्या पंखाचे टोक पकडून धरले. मी वाऱ्याच्या वेगाविरुद्ध 'एको व्हिस्की गोल्फ'कडे जाण्याचा प्रयत्न करत होते.

मार्क ओरडला, ''दुसरा पंख पकड, नाहीतर विमान आपल्या हातातून जाईल!'' मी माझ्या पायाच्या बोटांवर उभी राहून विमानाचा पंख पकडायचा प्रयत्न करत होते. आम्ही त्या कोसळत्या पावसात विमानाला धरून राहिलो. वाऱ्याच्या जोरामुळे ते रुंद पंख उचलले जात होते आणि त्या वेळी कित्येक सेकंद आमचे पायही जमिनीवरून उचलले जात होते. माझ्या हाताचे आणि पाठीचे स्नायू वेदनेने ठणकत होते. माझ्या हाताची पकड सुटेल अशी मला भीती वाटत होती.

विजेच्या कडकडाटामुळे आकाशात निळा रंग भरून राहिला होता. धातूचा पंख हातात धरून असल्यामुळे मला हातातून वीज फेकणारा रॉड हातात धरला आहे, असे वाटत होते. आमच्या झोपायच्या तंबूने शेवटची एक आरोळी ठोकली आणि तो कोसळला. कोसळल्यावर आतल्या खांबांमुळे तो खांबाभोवती गुंडाळलेल्या

कोळ्याच्या जाळ्यासारखा दिसत होता.

काही मिनिटांनंतर वाऱ्याचा जोर जरा कमी झाला आणि आम्ही इंधनाचे ड्रम्स विमानाच्या पंखाला बांधून ते जरा स्थिर करण्यात यशस्वी झालो. विमानाचे किती नुकसान झाले आहे याची आम्ही पाहणी केली तेव्हा आमच्या असे लक्षात आले की, उजव्या बाजूला विमानाचा तोल सांभाळायला आवश्यक असलेला स्टॅबिलायझर एका ड्रममुळे फुटला आहे.

परत एकदा जोराचा वारा सुटला. या वेळी तो उत्तरेच्या दिशेने आला होता. पुन्हा एकदा आम्ही विमानाचे पंख घट्ट पकडून ठेवले. पंखांवर वारा आणि गारांचा मारा होत होता. माझे हात त्यांच्या सांध्यांमधून निखळून येणार आहेत असे मला वाटत होते. थंडीमुळे माझ्या पाठीमधून शिरशिरी येत होती. मला जेव्हा वाटले की, आता यापुढे मी विमान पकडू शकणार नाही, तेव्हाच वाऱ्याचा जोर जरा कमी झाला. पंखावरची माझ्या बोटांची पकड निसटली आणि मी खाली चिखलात बसले. मी पूर्ण थकून गेले होते.

मार्क पावसाच्या पाण्यातून पळत माझ्याकडे आला आणि त्याने मला गाडीत चढायला मदत केली. ''वेल डन बू!'' आपला हात माझ्याभोवती लपेटत तो मला म्हणाला. ''जर तू विमान पकडले नसतेस, तर ते नक्कीच उडून गेले असते.'' त्याने आपला शर्ट माझ्याभोवती गुंडाळला आणि तो परत विमानाकडे धावला. मला माझ्या पायावर काहीतरी गरम आणि चिकट जाणवले; मी चाचपून बघितले, तर रक्त आलेले होते. मी टॉर्च लावून पाहिले, तर मला माझ्या मांडीवर एक खोलवर जखम झालेली दिसली. मी टिश्यूपेपर वापरून रक्त थांबवायचा प्रयत्न करत होते.

मार्कने गाडीचे दार उघडले, ''मी तंबू उभारायचा प्रयत्न करणार आहे. जर मी शिट्टी वाजवली, तर मला येऊन मदत कर.''

मी थरथर कापत बसले होते. त्याला माझी मदत लागणार नाही, अशी मला आशा होती. जरी वाऱ्याचा जोर कमी झाला असला, तरी अजूनही पाऊस कोसळत होता. क्षणाक्षणाने मोठ्या होणाऱ्या एका मातकट पाण्याच्या तळ्यात विमान उभे होते. काही क्षणांनंतर मला मार्कची शिट्टी ऐकू आली. मी गाडीतून उडी घेतली, तेव्हा खालच्या वाहत्या पाण्यात माझ्या चपला निसटल्या.

त्याने तंबूचा मधला खांब उभा केला होता आणि आम्ही दोघेही एक-एक दोरी बांधायचा प्रयत्न करत होतो. काही दोऱ्या तुटल्या होत्या; त्यामुळे तंबूची एक बाजू खाली लोंबत होती. जमिनीवर सगळीकडे मातकट पाणी साचलेले होते; पण कमीतकमी आमच्या डोक्यावर आता छत होते.

मार्कने कंदील लावला, तेव्हा त्याला माझा रक्तबंबाळ पाय दिसला. काय झाले ते त्याला सांगायचा मी प्रयत्न केला; पण माझे फक्त दात वाजत राहिले. त्याने

माझ्याभोवती एक कोरडे ब्लँकेट गुंडाळले आणि माझी जखम बांधली. मग तो दाराकडे निघाला तेव्हा मी त्याला विचारले, "तू स्वतःला कोरडे करणार नाहीस का?"

"पहिल्यांदा मी आपल्यासाठी काहीतरी गरमागरम खायला आणणार आहे." असे म्हणून तो परत वादळात बाहेर गेला.

काही मिनिटांनी तो परत आला. त्याच्या हातात वाफाळत्या सूपचे मग्ज ठेवलेला एक ट्रे होता. कंदिलामुळे तंबूत थोडीशी ऊब येऊ लागली होती. आम्ही ट्रंकांवर बसून गरम सूप पीत राहिलो, आम्हाला बरेच उबदार वाटत होते.

वादळ आल्यानंतर बरोबर पाच तासांनी, ते आले होते तसेच अचानक बंद झाले. मधूनच लांबून ऐकू येणारा विजांचा कडकडाट आणि झाडाच्या फांद्यांवरून तंबूवर गळणारे मोठमोठाले थेंब एवढीच त्याची खूण राहिली. आम्ही शांततेत ऊब घेत बसून राहिलो. नॉर्थ बे हिलवरून एका कोल्ह्याची कोल्हेकुई ऐकू आली. नंतर व्हॅलीतूनच दक्षिणेच्या बाजूने एका सिंहाने गर्जना केली - त्याबरोबर आम्हाला पिल्लाची आठवण झाली.

आम्ही त्यातल्या त्यात कोरडे ब्लँकेट उचलले आणि एका डब्यात गरम पाणी भरून त्या टेकडीकडे निघालो. तहानलेल्या धरतीने बरेचसे पाणी शोषून घेतले होते. तरी नदीपात्रात बरेच पाणी होते. त्या मोडक्या जंगलामध्ये सगळीकडे कोसळलेली, दुभंगलेली झाडे दिसत होती. टॉर्च लावल्यावर शेवटी आम्हाला ते नर्सरीचे झाड सापडले. 'मफीन' तिथून निघून गेला होता. त्या झाडाशेजारी 'जिप्सी'चे ते पिल्लू एखाद्या चुरगळलेल्या कापडी बाहुलीसारखे पडले होते, त्याचे निष्प्राण उघडे डोळे आकाशाकडे पाहात होते.

●●●

आमच्या माहितीप्रमाणे 'जिप्सी' त्या नर्सरीकडे कधीच परत गेली नाही. ती 'ब्ल्यू प्राइड'बरोबरच शिकार करत, फिरत राहिली आणि तिच्या आचळातले दूध आटून गेले. तिच्या वर्तनानुसार तरी अशा गोष्टीला पुष्टी मिळत होती की, कालाहारीतील सिंहिणी सेरेंगेटीमधील सिंहिणींपेक्षा फार काही चांगल्या पद्धतीने मातृत्वाची जबाबदारी पार पाडत नव्हत्या; पण लगेच असा निष्कर्ष काढणे चुकीचे होते. कालाहारीमध्ये पिल्लांची वाढ कशा पद्धतीने करू नये, याचे ही तरुण आणि अननुभवी 'जिप्सी' एक उदाहरण होती. पहिल्यांदा ज्या सिंहिणी माता बनतात, तेव्हा त्या बऱ्याच वेळा चुका करतात आणि कालांतराने सुधारतात.

कोरड्या ऋतूची सुरुवात होत होती. कालाहारीतील सिंहिणींच्या मातृत्वाचा अभ्यास आम्ही 'चेरी' आणि 'सॅसी'चे निरीक्षण करून चालू ठेवला. 'चेरी' एक

अनुभवी वयस्कर सिंहीण होती, जिने आधीदेखील पिल्ले जन्माला घातली होती; त्यामुळे बहुधा त्यांची पिल्ले जगायची शक्यता जरा अधिक होती.

'सॅसी'ची पिल्ले आता दोन महिन्यांची झाली होती तर 'चेरी'ची तीन महिन्यांची. ती एकमेकांबरोबर भावंडे असल्यासारखी वागत होती. ती एकमेकांबरोबर लोळायची, मांजरीच्या पिल्लांसारखी एकमेकांना नखे आणि दात लावायची. बरेच वेळा ती आपल्या आईवर लुटुपुटूचा हल्ला करायची. कधी 'सॅसी' त्यांच्या खेळात सामील होत असे. 'चेरी' सहनशील असली, तरी या खेळात कधी सामील झाली नाही.

मांसाहारी प्राण्यांमध्ये आणि बाकीच्या प्राण्यांमध्येदेखील फक्त मजेसाठी खेळ खेळला जात नाही. शिकार करण्याच्या सगळ्या महत्त्वाच्या पायऱ्या - दबा धरणे, पाठलाग करणे, हलत्या वस्तूवर उडी घेणे- या सगळ्याला संतुलनाची आणि सरावाची आवश्यकता असते. या सगळ्या गोष्टींचा त्यांच्या खेळात समावेश असतो. सिंहाच्या बच्च्यांना शिकारीसाठी सगळ्या गोष्टी शिकाव्या लागत नाहीत, ते त्यांच्या रक्तातच असते; पण खेळात केलेली लढाई, शिकार वगैरे गोष्टींमुळे त्यांचे कौशल्य सुधारते. त्यातच ते हलत्या भक्ष्याला खाली पाडण्याचे सगळे कौशल्य आत्मसात करतात.

एका संध्याकाळी एक पिल्लू सॅसी शेजारी बसलेले होते. एक माशी 'सॅसी'च्या शेपटीवर बसली. आपल्या पावलांवर गाल ठेवून बसलेल्या पिल्लाने माशीला इकडेतिकडे उडताना पाहिले. 'सॅसी'ने तिची शेपटी उडवली, त्यापाठोपाठ पिल्लाने त्यावर उडी घेतली आणि त्याची कोलांटी उडी झाली. अजून एक पिल्लू त्याला सामील झाले आणि दोघे त्या इकडे तिकडे फिरणाऱ्या शेपटीवर दबा धरून त्यावर उडी घेत राहिले.

'सॅसी' स्वतःच्या पायांवर उभी राहिली, वळली आणि तिने आपल्या पिल्लांच्या डोक्यावर थोपटले. पिल्ले तिच्या मागे गेली आणि तिला फटका मारायचा प्रयत्न करू लागली. ती मागे गवतात निघाली, त्याबरोबर सगळी पिल्लेही तिच्या मागोमाग जाऊ लागली.

शेवटी 'चेरी'देखील 'सॅसी'च्या पाठीमागे जाणाऱ्या सिंहांच्या लांब रांगेत सामील झाली. काटेरी झुडपात आत-बाहेर करताना त्यांनी बऱ्याच वेळा वळणे घेतली. वाटेत जे काही लागत होते, त्याला पिल्ले फटके मारत होती. 'सॅसी' एकदम थांबली आणि तिने आपल्या तोंडात एक लांब पातळ काठी पकडली. मग उड्या मारणाऱ्या पिल्लांमधून ती आपले डोके आणि शेपटी वर धरून गेली. सगळी पिल्ले तिच्या तोंडातील ती काठी पकडून ती ओढायचा प्रयत्न करत होती. त्यांच्यातल्या कोणीच एखाद्या प्रौढाबरोबरची ती चढाओढ जिंकायची शक्यता नव्हती. मग चेरीने आपली पाठ वाकवून झोके घेत काठीचे दुसरे टोक पकडले.

दोन्ही सिंहिणी खेळत एकमेकींचा पाठलाग करू लागल्या. त्यांच्या रस्सीखेचीत त्या पातळ काठीचे तुकडे होत होते. शेवटी सगळी पिल्ले एका ओळीत बसली आणि आपल्या आयांची एका काठीसाठी चाललेली ओढाओढ पाहू लागली. जेव्हा त्या काठीचा एक छोटासा तुकडा उरला, तेव्हा 'चेरी' आणि 'सॅसी'ने झगडा थांबवला. मग धापा टाकत त्या एका झाडाखाली सावलीत जाऊन बसल्या. गाडीशेजारून जाताना 'चेरी'ने आपले कान वळवले आणि आमच्याकडे बघण्याचे टाळले. आपले नेहमीचे ताळतंत्र सोडून असे वागल्याबद्दल तिला शरम वाटते आहे, याची आम्ही शपथ घेऊ शकलो असतो.

नंतर 'चेरी' आणि 'सॅसी'ने पश्चिमेकडच्या टेकडीपाशी एका तरुण हार्टबीस्टची शिकार केली. त्यांनी वीस मिनिटे खाल्ले असेल, तेव्हा 'मफीन' आणि 'मफेट' तिथे प्रकटले. त्यांनी त्या सिंहिणींना तिथून पळवून लावले. सिंहिणी पिल्लांपाशी परत आल्या; पण पिल्लांना दूध पाजायच्या ऐवजी त्या जिथून आल्या, तिकडे परत जाऊ लागल्या. त्या तोंडाने हळुवार साद घालून पिल्लांना आपल्या मागे येण्यासाठी बोलावत होत्या. 'मफीन' आणि 'मफेट' यांनी या पिल्लांकडे दुर्लक्ष केले आणि पिल्ले जेव्हा त्यांच्याबरोबर खाऊ लागली, तेव्हा त्यांनी विरोध केला नाही; पण 'चेरी' आणि 'सॅसी'ला शिकारीतील एक घाससुद्धा मिळाला नाही.

आता पिल्ले मांस खाण्याएवढी मोठी झाली असल्यामुळे रोजचा दिनक्रम बदलला. सिंहिणी पिल्लांना गवतात खोलवर लपवून शिकार करण्यासाठी निघून जाऊ लागल्या. मग परत येऊन त्या पिल्लांना तिथे घेऊन जात. ती जागा काही वेळा कित्येक मैल दूर असे. जेव्हा 'मफीन' आणि 'मफेट'ला या सिंहिणी शिकारीपाशी दिसत, तेव्हा ते त्यांना तिथून पळवून लावत; पण ते पिल्लांबरोबर शिकार खायला तयार असायचे. 'चेरी' आणि 'सॅसी' अजूनही पिल्लांना दूध पाजत होत्या; पण आता त्या कमी वेळा आणि कमी वेळेसाठी अंगावर दूध पाजत असत.

या माता आपल्या पिल्लांची काळजी घेऊन त्यांची वाढ होईल, याचा पुरेपूर प्रयत्न करताना दिसत होत्या; पण आता आकाश साफ होत होते आणि गवत वाळत चालले होते. कोरडा ऋतू जसा चालू झाला, तशी हरणे पसरू लागली. सिंहिणींची शिकार कमी वेळा आणि छोटी होऊ लागली. पिल्ले मोठी होऊ लागली होती आणि त्यांची भूकदेखील वाढत होती.

बिनकळपाचे सिंह

डेलिया

आणि माझी जमात विखुरली गेली...

- स्टॅनले कुनित्झ

कालाहारीसारख्या अथांग पसरलेल्या मोकळ्या जागेमध्ये, तंबूमध्ये अगदी अडकवून टाकल्यासारखे वाटत असे; त्यामुळे आम्ही आमच्या कॅन्व्हासच्या कॉट बाहेर नदीपात्रात ओढून मोकळ्या आकाशाखाली झोपायचो. वाळणाऱ्या गवताचा ताजा वास आणि रात्रीची थंड हळुवार हवा यांचा परिणाम भूल दिल्यासारखा व्हायचा. तेव्हापर्यंत आम्हाला तिथे ओरडणाऱ्या प्रत्येक पक्ष्याची आणि किड्याची ओळख झाली होती. त्यांचा आवाज आणि त्याबरोबर दूरवर ऐकू येणारी कोल्ह्याची कोल्हेकुई ऐकली की, आम्हाला ताबडतोब झोप येत असे. दक्षिण गोलार्धात एक सदर्न क्रोस नावाची चांदणी दिसते. मी रात्रभर दर काही तासांनी तिची आकाशातली स्थिती तपासून पाहायचे. क्षितिजावर दिसणाऱ्या या चांदणीची हळुवार हालचाल एकदा तपासली की, मी परत झोपी जायचे.

एकदा पहाटे चारच्या सुमारास आजूबाजूच्या झुडपात जोरदार हालचाल होऊन मला एकदम खाडकन जाग आली आणि मी डोळे उघडले. सिंहाची प्रचंड आकृती तारकांच्या प्रकाशात आमच्यापासून पाच यार्डांवर दिसत होती. तो सिंह सरळ आमच्याकडे चालत येत होता.

''मार्क! इथे सिंह आले आहेत!'' मी घाईघाईने कुजबुजले. एकीकडे मी

अंधारात जमिनीवर टॉर्च चाचपडत होते.

मार्क आपल्या स्लीपिंग बॅगच्या आत खोल दडून बसला होता. तो झोपेने जड झालेल्या आवाजात पुटपुटला, ''काळजी करू नकोस, जर ते आपल्या फार जवळ आले, तर आपण तंबूत जाऊ.'' त्या क्षणी तो सिंह खरेतर मार्कच्या कॉटपाशी उभा होता. तो आमच्याकडे पाहात होता.

''मार्क,'' मी म्हणाले, मी माझे ओठ न हलवता बोलायचा प्रयत्न करत होते. ''ते इथे आले आहेत; ऊठ!'' मला टॉर्च सापडला, मी तो उंचावला आणि लावला. 'मफेट'ने आपले पिवळे डोळे टॉर्चच्या उजेडात मिचकावले. 'मफीन' आता तंबूच्या सावल्यांपुढे चालत आला आणि 'मफेट'च्या दोन-तीन यार्ड मागे उभा राहिला. ते नेहमी वास मारून खूण करायचे. अशा त्यांच्या आवडत्या झुडपाखाली आम्ही झोपलो होतो.

मार्कने स्लीपिंग बॅगमधून डोके बाहेर काढले आणि आपल्या पावलांपाशी असलेल्या सिंहांना पाहिले. 'मफेट' आपल्या मागच्या पायांवर खाली बसला आणि मोठ्याने आवाज करून लघवी करताना पावले पुढे मागे करून जमीन खरवडू लागला. तो जमिनीवर आपल्या सरहद्दीची खूण करत होता.

जरी ते 'मफीन' आणि 'मफेट' असले, तरी त्यांच्या आवडत्या झाडाच्या आड आम्ही येण्याची कल्पना मला पसंत पडली नाही. मी स्लीपिंग बॅगमधून बाहेर आले आणि आपली नजर सिंहांवरून न हटवता, तंबूच्या दिशेने जाऊ लागले. तंबू झाडांच्या पलीकडे साठ यार्डांवर होता.

जेव्हा मी मार्कच्या कॉटशेजारून गेले, तेव्हा तो जमिनीवर आपले कपडे चाचपडत होता. ''अंगावर कोणते कपडे चढवावे ते माझे ठरत नाही.'' तो म्हणाला. तो कपडे न घालताच जमिनीवर उभा होता आणि अर्धवट झोपेत होता.

''काय फरक पडणार आहे त्यामुळे?'' मी माझ्या दातांमधून पुटपुटत ओरडले. मार्कने चाचपडत आपले कपडे आणि स्लीपिंग बॅग गोळा केली, तसे ते दोन सिंह त्याचे निरीक्षण करत होते. शेवटी मी मार्कचा हात ओढला आणि त्याला तंबूकडे खेचले. जेव्हा आम्ही झाडांपाशी पोहोचलो, तेव्हा आम्ही 'मफीन' आणि 'मफेट'कडे वळून पाहिले. ते दोघे एकमेकांच्या डोक्यावर डोके घासत होते. आम्ही तिथून दूर जात होतो, त्याच्याकडे त्यांचे अजिबात लक्ष नव्हते. मी स्वतःशीच विचार करत होते की, एवढा गोंधळ कशामुळे झाला होता.

•••

१९७८ सालच्या पावसाळ्यात भरपूर पाऊस झाला होता; पण पावसाळा तसा लवकर संपला. कोरड्या ऋतूचे जोराचे वारे नेहमीपेक्षा लवकर सुरू झाले होते आणि

गवत लवकर पिवळे पडले होते. उडणारी धूळ आणि वाळूमुळे आकाश राखाडी रंगाचे दिसायचे. इतर वर्षी ऑगस्ट महिन्यात जसे कालाहारी दिसायचे, तसे या वेळी जूनमध्येच दिसत होते.

नेहमीप्रमाणेच नदीपात्रातील उथळ आणि जड मातीतील गवत टेकड्यांवरच्या झाडीपेक्षा लवकर वाळले होते. मैदानात चरणारी हरणे नदीपत्रातून टेकड्यांवरील झाडीत गेली होती. तिथे झाडांची पाने अजून हिरवी होती. आता हळूहळू हरणांचे मोठमोठे कळप विभागले जात होते आणि छोटेछोटे गट हजारो चौरसमैल पसरलेल्या अथांग कालाहारीमध्ये विखुरले जात होते.

प्रत्येक दिवशी पहाटे आम्ही एको व्हिस्की गोल्फ घेऊन हवेतून सिंहांचे निरीक्षण करायला उड्डाण करायचो. जर एखाद्या दिवशीदेखील आमच्या कामात खंड पडला, तर सिंह कालाहारीच्या अशा एखाद्या कोपऱ्यात जाऊन बसतील, जिथे त्यांना शोधणे आम्हाला अवघड जाईल असे आम्हाला वाटत होते; पण कित्येक आठवडे झाले, तरी सिंहांचे कळप अजूनही स्थलांतर करून गेले नव्हते. आता हरणे निघून गेलेली असल्यामुळे नदीपात्रात सिंहदेखील आढळत नसत. 'मफीन' आणि 'मफेट' आता मध्य मैदानात आपली वासाची खूण करताना दिसत नव्हते. 'ब्ल्यू' आणि इतर माद्यांचे आता कॅम्पमध्ये येणे बंद झाले होते; पण तरीही ब्ल्यू कळपातील सिंह अजूनही त्यांच्या ओल्या ऋतूतील सरहद्दीपासून फार लांब नव्हते. आता बहुतेक मोठी हरणे नाहीशी झालेली होती आणि प्यायला पाणीदेखील नव्हते, मग हे सिंह कसे बरे टिकाव धरून राहिले असतील? रात्री गाडीतून रेडिओ उपकरणाच्या मदतीने त्यांचा पाठलाग करताना आम्हाला काही उत्तरे मिळू लागली.

●●●

'मफेट' गेले काही दिवस 'मफीन' आणि कळपातील इतर सिंहिणींपासून दुरावला होता. त्याने कित्येक दिवसांत काहीही खाल्ले नव्हते. एक दिवस आम्ही त्याच्या मागावर होतो. व्हॅलीच्या पूर्वेला काटेरी झाडीतून जात असताना तो अचानक पळू लागला. तो खाली वाकून नागमोडी चालीने कोंबडीच्या आकाराच्या कोरहान पक्ष्याच्या मागे पळत होता. कोरहान पक्षी 'मफेट'च्या पुढच्या गवतात चरत होता. जेव्हा 'मफेट' त्या पक्ष्यापासून दहा फुटांवर पोहोचला, तेव्हा पक्ष्याने उड्डाण केले; पण 'मफेट' एकदम पुढे आला आणि आपल्या मागच्या पायांवर उभे राहून त्याने आपल्या रुंद पायाने पक्ष्याला थप्पड मारून खाली पाडले. आपला ओठ उघडून त्याने त्या पक्ष्याच्या पिसांचा चावा घेतला. पिसे आपल्या तोंडात अडकू नयेत म्हणून पक्ष्याला खात असताना 'मफेट' सारखा शिंकत आणि आपली मान झटकत होता. काही मिनिटांनी त्याचे खाऊन झाले, तेव्हा त्याच्या आयाळीवर पिसे अजूनही

चिकटून बसलेली होती. आता तो दुसरी शिकार शोधू लागला.

पहिल्यांदा आम्ही त्याचे हे पक्ष्यांची शिकार करणे फार गंभीरपणे घेतले नाही. आम्हाला वाटत होते की, असली छोटी शिकार खाऊन साडेचारशे पौंड वजन असलेला सिंह कसा बरे निभाव धरून राहू शकेल? पण त्याच दिवशी संध्याकाळी त्याने साडेचार पौंड वजन असलेले स्प्रिंग हेअर हरिण मारले आणि एका मुंगसाचा त्याच्या बिळापर्यंत पाठलाग केला. सिंहांच्या आहारामध्ये एकदम विलक्षण बदल झाला होता.

'ब्ल्यू' कळप अजूनदेखील एखादे जिराफ, कुडू नाहीतर गेम्सबोक हरणाची शिकार करत असे; पण हे मोठे सस्तन प्राणी मिळणे दुर्मिळ होते आणि मोठ्या भूभागात विखुरलेले होते; त्यामुळे सिंह जास्त वेळा छोट्या प्राण्यांची शिकार करायचे. पावसाळ्यात केलेल्या ५०० पौंडाच्या गेम्सबोकच्या शिकारीऐवजी ते आता पंधरा-वीस पौंडाच्या तरसांवर, स्टीनबोक, रातेल, बॅट इअर्ड फॉक्स नाहीतर माळढोक पक्ष्यांची शिकार करून राहात होते; पण हे असे भक्ष्य अख्ख्या सिंहांच्या कळपाला कधीच पुरेसे नसते. 'ब्ल्यू' कळपातल्या सात सिंहिणी पावसाळ्यात कायम एकत्र राहात असत. एकमेकींना स्पर्श करून भरवसा देत असत; आता मात्र त्या छोट्या गटांत विभागल्या गेल्या होत्या; त्यामुळे आता जेव्हा शिकार व्हायची, तेव्हा ती त्यांना एकट्यांना पुरायची.

हवेतून जाताना आम्हाला असे दिसले की, 'चेरी' - 'सॅसी' आणि त्यांची पिल्ले आता परत मुख्य गटापासून वेगळी झाली होती. आता ते मगरीच्या मैदानापाशी भटकत होते. तो भाग डिसेप्शन व्हॅलीपासून पाच-सहा मैल पूर्वेला होता. आता पुरातन नदीपात्रात शिकार करण्याऐवजी ते झाडीत शिकार करत होते. तिथे थोडेसे गेम्सबोक, जिराफ आणि इतर छोटे भक्ष्य अजून शिल्लक होते. सिंहिणी रोज रात्री पाच ते दहा मैल प्रवास करून अन्न शोधत होत्या.

'जिप्सी' आणि 'लिसा' आता पॅराडाइज मैदानाजवळ शिकार करायच्या. इतर कळप टेकड्यांच्या मधल्या छोट्या व्हॅलींमध्ये भटकत होता. 'ब्ल्यू' कळप अनेक सिंहिणींच्या छोट्या गटांत विभागला गेला होता आणि 'मफीन' व 'मफेट' एका गटातून दुसऱ्या गटात भटकत असायचे. कळपातील वेगवेगळ्या गटांमध्ये पुष्कळ अंतर असल्यामुळे त्यांना एका ठिकाणहून दुसऱ्या ठिकाणी जायला खूप वेळ लागायचा; त्यामुळे ते बराच वेळ सिंहिणींपासून दूर असायचे आणि आपापली शिकार करून राहायचे.

त्या कळपाचा इलाका आता जवळजवळ दुप्पट मोठा झाला होता आणि ६०० चौरसमैलांच्या अफाट भूभागावर पसरला होता. तरीही सिंह काही खऱ्या अर्थाने स्थलांतर करून गेले नव्हते; त्यांची सरहद्द पूर्वेला आणि पश्चिमेला विस्तारलेली

होती. आम्ही एका नकाशावर रंगीत खुणा करून त्यांची रोजची स्थिती नोंदवून ठेवायचो आणि त्यांच्या विखुरणीवरून निष्कर्ष काढायचा प्रयत्न करायचो. नकाशावर अंदाधुंद खुणा केल्या आहेत, असे वाटत होते.

इतर कळपदेखील अशाच पद्धतीने विखुरले होते. तेदेखील छोट्या गटात विभागून व्हॅलीपासून बरेच अंतर दूर जाऊन छोट्या भक्ष्याची शिकार करून राहात होते. या हिवाळ्यात जशी जमीन अजून कोरडी होत गेली, तसा सिंहांचा आहार, हालचालींचा परिसर, परिसराचा वापर आणि त्यांची सामाजिक संस्था ओल्या ऋतूपेक्षा खूपच वेगळी होत गेली. या गोष्टींची नोंद करण्यासाठी आम्ही रात्री चंद्रप्रकाशात उड्डाण करू लागलो.

●●●

मध्यरात्रीची उड्डाणे : मंद चंद्रप्रकाशात उड्डाण करताना ते तांबट रंगाचे वाळवंट आम्ही खाली सोडून जात असू. धावपट्टीचा अंदाज यावा म्हणून आम्ही खाली एक कंदील ठेवायचो. तो प्रकाश सोडला, तर आम्हाला किर्रऽऽ अंधारात संपूर्ण कालाहारीवरून उड्डाण करताना एकही प्रकाश दिसत नसे. कॉकपिटमधल्या उपकरणांच्या प्रकाशात आमचे चेहरे लाल रंगाचे दिसत असत. आम्ही खाली चाललेल्या सिंहांच्या आणि हायनांच्या हालचालींचा मागोवा घ्यायचा प्रयत्न करत असू.

खालच्या जमिनीवरच्या पुसट दिसणाऱ्या खुणा शोधण्यात आमची तारांबळ उडत असे. स्प्रिंगबोक मैदानाच्या कळपातली 'हॅपी' आम्हाला एका रात्री ब्ल्यू कळपाच्या सरहद्दीवर सापडली. 'मफीन' आणि 'मफेट'नी 'सेटन'ला ठार मारल्यावर दोन आठवड्यांत 'दिएब्लो' नावाच्या एका नराने, स्प्रिंगबोक मैदानाच्या कळपावर आपला हक्क प्रस्थापित केला होता. कळपातल्या माद्याही आता नव्या नराला सरावल्या होत्या. गेल्या काही आठवड्यांत 'हॅपी' आणि इतर माद्या त्या नव्या नराबरोबर समागम करताना आढळल्या होत्या. आता हवेतून टेहळणी करताना आम्हाला असे दिसले की, 'हॅपी' ही सिंहीण 'मफीन' आणि 'मफेट'पासून केवळ काही यार्ड अंतरावर होती. ते दोघे आपल्या हद्दीत गस्त घालत होते. या दुसऱ्या कळपातल्या सिंहिणीबरोबर ते दोघे कसे वागतात, ते जाणून घेण्याची आम्हाला उत्सुकता होती. ते तिला आपल्या हद्दीत पळवून लावतात की जर ती माजावर आलेली असेल तर तिच्याबरोबर समागम करतात, ते आम्हाला बघायचे होते. सेरेंगेटीमध्ये नर सिंह दुसऱ्या कळपातील सिंहिणीशी समागम करताना आढळून आलेले आहेत. कालाहारीमध्ये याचे निरीक्षण करण्याची आम्हाला कधी संधी आली नव्हती. आम्ही विमान घेऊन कॅम्पवर परतलो आणि गाडी घेऊन दक्षिणेच्या बाजूला सिंहांच्या दिशेने गेलो.

आम्हाला जेव्हा 'मफीन' आणि 'मफेट' दिसले, तेव्हा ते गवतातून चित्ता मैदानाजवळ वेगाने जात होते. आपलं नाक जमिनीला टेकवून ते वास घेत होते. अचानक ते थांबले आणि वर पाहू लागले. समोर तीस यार्डांवर त्यांच्या नजरेला नजर भिडवत 'हॅपी' उभी होती. ते काही क्षण अगदी आर्तपणे तिच्याकडे पाहात थांबले. त्यांच्या शेपट्या वळवळत होत्या.

'हॅपी' त्यांच्या समोर एका वाळूच्या उंचवट्यावर उभी होती. आपले डोके गवतावर उंचावून सिंहीण पुढे चालत आली. तिचे कान पुढे ओढलेले होते. छातीतून आवाज काढत, शेपटी वळवळत 'मफीन' आणि 'मॉफेट' आपल्या पायावर उभे राहिले आणि तिच्या अंगावर धावले. त्यांनी जवळजवळ १०० यार्डपर्यंत तिचा पाठलाग केला; पण 'हॅपी'चा वेग त्यांच्यापेक्षा खूपच जास्त होता. जेव्हा त्यांनी पाठलाग थांबवला, तोपर्यंत ती त्यांच्या पुढे होती. शेवटी त्यांच्या हाती न पडता ती एका जागी थांबली. ते आक्रमकपणे तिच्याकडे पाहात होते. आपल्या मागच्या पावलांनी जमीन ओरखडत ते गर्जना करत होते.

'हॅपी' पुन्हा सावधपणे त्यांच्या दिशेने आली आणि ते परत तिच्या अंगावर धावले. तिच्या शेपटीच्या टोकाच्या मागेपर्यंत ते पोहोचत होते. प्रत्येक पाठलागानंतर ती अजून त्यांच्या जवळ जात होती; पण तिच्या मागे जाण्याची त्यांची इच्छा कमी होत होती. ती जेव्हा त्यांच्यापासून वीस यार्डांवर पोहोचली, तेव्हा 'मफीन' आणि 'मॉफेट' शेजारीशेजारी खाली बसले आणि आपल्याशी अशी दगाबाजी आणि थट्टा होत असलेली पाहात राहिले.

आपला पार्श्वभाग डोलवत, डोळे अर्धवट बंद करून आणि तोंड अर्धे उघडून 'हॅपी' त्या भुरळ पडलेल्या नरांकडे गेली. 'मफीन' पटकन उभा राहिला आणि तिच्या दिशेने धावला; पण ती पळून गेली. जेव्हा तो थांबला, तेव्हा ती वळली आणि नागमोडी चालीने परत त्याच्या दिशेने आली. या वेळी ती त्यांच्या नाकापासून केवळ काही यार्ड दूर होती. 'मफीन'ला जेवढे उंच उभे राहता येईल, तेवढा तो उभा राहिला आणि जेवढा बडेजाव आणता येईल, तेवढा आणून 'हॅपी'कडे गेला. तिने अगदी सूचकपणे आपला पार्श्वभाग खाली टेकवला, आपल्यावर चढण्यासाठी ती त्याला आमंत्रण देत होती; पण जेव्हा तो तिच्या पार्श्वभागावर उभा राहिला, तेव्हा ती अचानक वळली आणि तिने त्याच्या तोंडावर एक फटका लगावला. 'मफीन' गरजला आणि मागे सरकला. त्याचे कान सपाट झाले होते आणि मोठे सुळे उघडे दिसत होते. 'हॅपी' जशी दूर गेली, तशी तिची शेपटी नखरेलपणे वरखाली होत होती. तिची मर्जी संपादन करण्याचे आणखी काही प्रयत्न करून झाल्यावर 'मफीन' आणि 'मॉफेट' या खेळात दमल्यासारखे वाटत होते. ते उत्तरेकडे त्यांच्या परिसरात परत आले. 'हॅपी' सुमारे तीस यार्ड अंतर ठेवून त्यांच्या मागोमाग चालत आली.

ती एका परक्या प्रदेशात जाते आहे, याबद्दल तिला फिकीर दिसत नव्हती.

'लिसा', 'जिप्सी', 'स्पायसी' आणि 'स्पूकी' एका वार्टहॉगची शिकार करून पश्चिमेकडच्या टेकडीवर खात आहेत हे आम्हाला ठाऊक होते. 'मफीन' व 'मॉफेट' आणि त्यांच्या मागोमाग 'हॅपी' त्याच दिशेने चालत होते.

सेरेंगेटीमधील नर सिंह इतर कळपांतील माद्यांबरोबर कधीकधी संबंध ठेवतात हे आम्हाला ठाऊक होते; त्यामुळे 'मफीन' आणि 'मॉफेट' यांनी 'हॅपी'बरोबर देवाणघेवाण केली, हे काही आश्चर्यजनक नव्हते; पण आम्हाला हेही ठाऊक होते की, सेरेंगेटीतील कळपातील सिंहिणींचे एकमेकींबरोबर घट्ट नाते असते आणि त्या कुटुंबातील नवीन सदस्याचा किंवा त्यांच्या क्षेत्रात आलेल्या मादीचा सहजासहजी स्वीकार करत नाहीत. त्यांच्या लेखी कळपाला सगळ्यात जास्त महत्त्व असते. कळप म्हणजे सामाजिकदृष्ट्या स्थिर झालेला सलगीतील सिंहिणींचा गट, त्यांची पिल्ले आणि कळपातील एक किंवा अनेक नरांच्या मदतीने त्या आपल्या सरहद्दीचे रक्षण करतात. एखादी सिंहीण क्वचित कळपातून बाहेर फेकली जाते आणि भटकी बनते; पण या अशा भटक्या सिंहिणी दुसऱ्या कळपात सामील होत नाहीत. सेरेंगेटीमध्ये एखादा कळप कित्येक पिढ्या एकत्र राहतो आणि त्यांच्यात कौटुंबिक नाते असते. एका कळपात कित्येक वेळा पणज्या, आज्या, आया, मुली, मावशा आणि मावसबहिणी असतात.

आता 'मफीन', 'मॉफेट' आणि 'हॅपी' संथपणे पश्चिमेकडच्या टेकडीच्या दिशेने निघाले होते. आम्ही गाडीने त्यांच्या मागोमाग गेलो. 'हॅपी' आणि 'ब्ल्यू प्राइड'मधल्या सिंहिणींमध्ये होऊ घातलेल्या मारामारीसाठी आमच्याकडचे टॉर्च, कॅमेरे आणि टेपरेकॉर्डर्स सज्ज आहेत ना, याची आम्ही खात्री करून घेतली.

जेव्हा आम्हाला टॉर्चच्या प्रकाशात 'ब्ल्यू' कळपातल्या चार सिंहिणी दिसू लागल्या, तेव्हापर्यंत त्यांनी तो वार्टहॉग संपवला होता आणि आता त्या एकमेकींचे चेहरे चाटत होत्या. दोन नरांनी त्यांचे अभिवादन केले आणि तिथल्या सांगाड्याचा वास घेतला. मग ते काही यार्ड अंतरावर जाऊन खाली बसले. 'हॅपी' 'स्पायसी' आणि 'स्पूकी'ला ओलांडून पुढे गेली आणि 'मफीन' आणि 'मॉफेट'शेजारी खाली बसली. आश्चर्यकारकरीत्या एकाही सिंहिणीच्या चेहऱ्यावर आक्रमक भाव नव्हता. आम्ही टेपरेकॉर्डर बंद केला आणि कॅमेरा गाडीत आत घेतला. हे अगदीच विस्मयकारक होते : एक परकी सिंहीण थेट 'ब्ल्यू' कळपाच्या अंतर्भागात पोहोचली होती आणि कळपातल्या सदस्यांनी त्याची दखलही घेतली नव्हती!

पुढचे चार दिवस 'हॅपी'बरोबर आधी 'मफीन' आणि नंतर 'मॉफेट'नी संग केला. दिवसाच्या उकाड्यात 'मफीन' तिच्या जितके शक्य असेल, तितके जवळ बसत असे, तिची प्रत्येक हालचाल तो निरखून पाही. जर ती सावलीच्या दिशेने निघाली

तर तो तिच्या मागे इतक्या जवळून चाले की, त्यांची शरीरे एकमेकांना घासत असत. कधीकधी तो तिच्या मागे राहून समागमाला सुरुवात करे. मात्र, बहुतेक वेळा ती त्याच्या पुढे-मागे चालून, शेपटी हलवून, पार्श्वभाग डोलवून त्याच्या शरीराला आपले शरीर घासत असे आणि त्याच्या समोर खाली बसत असे. जेव्हा तो समागमासाठी तिच्या अंगावर उभा राही, तेव्हा तो तिच्या मानेचा चावा घेत होता. त्या वेळी ती गुरगुर करून आपले कान सपाट करत होती. जेव्हा 'मफीन'चे काम होत असे, तेव्हा तो हॅपीच्या पायापासून वाचण्यासाठी पटकन मागे पाऊल टाकत होता; कारण दरवेळी हॅपी एकदम गरकन वळून, जोरदार गुरगुर करून त्याच्या गालावर एक थप्पड मारत होती. मग पाठीवर पडून, आपले पाय पसरून ती गवतावर लोळत होती. त्या वेळी तृप्त भावनेने ती डोळे मिटून घेत होती. या अशा विचित्र पद्धतीने ते दर वीस ते तीस मिनिटांनी समागम करत होते. त्यांचे हे मीलन दोन पूर्ण रात्री आणि दोन दिवसांचा काही वेळ चालू होते. तिसऱ्या दिवशी 'मॉफेट'ने तिच्याशी मीलन करण्यात पुढाकार घेतला, तेव्हा 'मफीन'ने काहीच प्रतिकार केला नाही; यात काही आश्चर्य नव्हते.

दिवसा 'हॅपी' विश्रांती घेत होती - तेव्हा 'मफीन' आणि 'मॉफेट' तिच्या शेजारी बसलेले असायचे - त्या वेळी जवळच 'स्पायसी' देखील असायची. असे वाटत होते की, जणू 'हॅपी' त्याच कळपातली आहे. पाचव्या रात्री ती एकटीच दक्षिणेकडे गेली आणि दिएब्लो, 'डिक्सी' आणि तिच्या स्प्रिंगबोक कळपातील इतर सिंहिणींना सामील झाली.

हे भिन्नभिन्न कळपांतील सिंहिणींचे एकत्र येणे याआधी कधीच नोंदले गेले नव्हते. तिची ही वागणूक इतर सिंहिणींसारखीच असेल का? ही एकुलती सिंहीण अपवादात्मक असेल का? आम्हाला तरी तसे वाटत नव्हते. 'ब्ल्यू' कळपातील सिंहिणींनी 'हॅपी'चा इतक्या सहजासहजी स्वीकार केला असल्यामुळे हे सिंहिणींचे एका कळपातून दुसऱ्या कळपात जाणे नेहमीचेच असले पाहिजे.

●●●

वाळवंटातील हिवाळा अचानक संपला - वसंत ऋतू आलाच नाही. ऑगस्टच्या उत्तरार्धात हळूहळू तापमान वाढत गेले; पण अजूनही रात्री थंडी पडत होती. मग सप्टेंबरमधल्या एका शांत सकाळी तापमान एकदम अचानक वाढले.

जेव्हा कोरडा उन्हाळा सुरू झाला, तेव्हा दिवसा सावलीतले तापमान १२० फॅरेनहाइट (४९ सेल्सियस) पर्यंत पोहोचत होते, रात्री मात्र ते चाळीस किंवा पन्नास फॅरेनहाइट इतके उतरायचे. दिवस आणि रात्रीच्या तापमानात साठ किंवा सत्तर अंशांपर्यंत फरक पडणे नेहमीचेच होते. दुपारी हवेतील आर्द्रता पाच टक्क्यांहून कमी

असायची. सूर्य अगदी कठोरपणे झाडा-पानांतले जीवन शोषून घेत होता. बाभळी आणि कॅटोफ्रक्टेसच्या झाडांना कोरड्या ऋतूत बहर येतो आणि सगळ्या कालाहारीवर गुलाबी पांढऱ्या फुलांचा गालिचा पसरतो; त्यामुळे हरणांना रसदार अन्न मिळते - तो बहर त्या वर्षी कधी आलाच नाही. इकडेतिकडे एखादे अशक्त फूल, आपले सुरकुतलेले तपकिरी तोंड जमिनीकडे करून लोंबकळत असलेले दिसायचे; शेवटी ते कोमेजून जमिनीवर पडायचे. जोरदार गरम वारे सगळ्या व्हॅलीतून वाहात होते; त्यामुळे कोरड्या, ठिसूळ गवताचा चुरा होत होता. गवताचे खुंट भेगा पडलेल्या जमिनीतून ठिकठिकाणी तुटक्या झाडूसारखे वर आलेले दिसत होते. आम्ही कालाहारीमध्ये चार कोरडे ऋतू राहिलो होतो; पण हा वेगळाच मामला होता.

ऑक्टोबरपर्यंत डिसेप्शन व्हॅलीभोवतालच्या वाळूच्या टेकड्यांमध्ये एकही मोठे हरिण उरले नाही. पावसाळ्यात पन्नास टक्के हरणे नदीपात्रात असायची, आता त्या नदीपात्राच्या बोडक्या जमिनीवर एक टक्काही हरणे उरली नव्हती.

'चेरी' आणि 'सॅसी' अजूनही आपल्या पाच-सहा महिन्यांच्या पिल्लांचे पोषण करत होत्या. त्यांनी गेल्या पाच महिन्यांत पाणी प्यायले नव्हते. आपल्या वाढत्या कुटुंबाला पुरेसे मांस मिळावे म्हणून त्या आता अजून पूर्वेकडे जाऊन शिकार करू लागल्या होत्या. त्या बाजूला या अभयारण्याची सरहद्द होती. तिकडे झाडीमध्ये थोडी फार हरणे होती. त्या बऱ्याच वेळा कित्येक रात्री पंधरा-पंधरा मैल अंतर जाऊन एखाद्या गेम्सबोक हरणांची शिकार करायच्या.

मग एका सकाळी मार्कला त्या दोघी आया आणि त्यांची पिल्ले अभयारण्याच्या सरहद्दीच्या बाहेर दिसल्या. त्यांच्याबरोबर 'मफीन' आणि 'मॉफेट'देखील होते. त्या अभयारण्याबाहेर त्या गाई-गुरांच्या भागात आल्या होत्या, जसा 'बोन्स' गेला होता तशा. तेव्हा पुन्हा शिकारीचा मोसम चालू होता. वयस्कर 'चेरी'ने असे पुष्कळ ऋतू पाहिले होते, ती शहाणी होती. बहुधा तिने याआधी असा दुष्काळदेखील अभयारण्याच्या बाहेर शिकार करून काढला असावा. तिला यातले धोके बहुधा माहिती होते.

सिंहाच्या दृष्टीने गाय अगदी उत्कृष्ट भक्ष्य होती : अंगापिंडाने भरलेली, हळू आणि बोजड; पण 'चेरी', 'सॅसी' आणि त्यांच्या पिल्लांना घेऊन जनावरांच्या गोठ्यांपासून तीनशे यार्डांपर्यंत गेली असली, तरी आमच्या माहितीत त्यांनी एकाही गाई-गुराला मारले नाही. त्याऐवजी अभयारण्यातून पाण्याच्या शोधात बाहेर पडलेल्या हरणांची त्यांनी शिकार केली. जर कोणा शिकाऱ्याने त्यांना पाहिले असते तर त्यांच्या या विवेकाबद्दल त्यांना माफ करून मारायचे सोडले असते, असे नाही.

'मफीन' आणि 'मॉफेट' काही सगळा वेळ माद्यांबरोबर राहात नव्हते आणि ते काही 'चेरी' इतक्या वयाचे नव्हते ना तिच्या इतके शहाणे होते.

आम्ही कालाहारीतील सिंहांच्या संवर्धनाबद्दल अनेक प्रश्नांची उत्तरे शोधत

होतो. ते कमीतकमी आठ महिने पाण्याशिवाय राहात होते. ते स्थलांतर करत नसून, शिकार शोधण्यासाठी प्रचंड परिसरात पांगत होते. आम्हाला आधी शंका होती त्याप्रमाणे ते अभयारण्यातून पाण्यासाठी बाहेर पडत नसून अन्नासाठी बाहेर पडत होते. ब्ल्यू कळपातल्या नऊ सिंहिणींची सरहद्द ४५० टक्क्यांनी मोठी होऊन, पावसाळ्यातील २७० चौरसमैलांवरून कोरड्या ऋतूत १५०० चौरसमैलांइतकी मोठी होत असे. सरहद्द एवढी प्रचंड वाढल्यामुळे सिंह बऱ्याच वेळा अशा भागात जायचे, जिथे त्यांना गोळी लागून ठार होण्याचा धोका होता.

सरहद्द मोठी झाल्यावर, त्यांनी काही आठवड्यांपूर्वीच अगदी जीव पणाला लावून रक्षण केलेला इलाका आता संदर्भहीन वाटत होता. वेगवेगळ्या कळपांच्या हद्दीतली सामायिक जागा पूर्वी अगदी थोडी असायची, आता ती पुष्कळ वाढली होती. 'ब्ल्यू प्राइड'च्या पूर्वीच्या हद्दीतल्या लेपर्ड ट्रेलवरून आता 'डिएब्लो' आपल्या वासाची खूण करत जात होता आणि 'मफीन' व 'मॉफेट' पूर्वेकडच्या 'प्राइड'च्या हद्दीत फिरत होते. पावसाळ्यातल्या त्यांच्या हद्दीच्या वीस मैल पूर्वेला ते भटकत होते. त्या भागात ते कित्येक वेळा दोन महिन्यांपर्यंत असायचे. ते जेव्हा त्यांच्या ओल्या ऋतूतल्या हद्दीमध्ये परत आले, तेव्हा ते दोन-तीन दिवसच तिथे राहिले आणि परत लांब गेले.

डिसेप्शनवर कोरड्या ऋतूची शांतता पसरली होती. आता इथे पहाटेच्या वेळी सिंहांच्या गर्जना आणि कोल्ह्यांचे ओरडणे ऐकू येत नव्हते. अर्थात सिंह काही ऐकू न येईल इतक्या लांब गेले होते असे नाही; ते जवळ असले, तरी ओरडत नव्हते. व्हॅलीमधल्या आमच्या कॅम्पवरून आम्हाला सिंहाचा कोणताही आवाज ऐकू येत नव्हता आणि कोणतीही खूण दिसत नव्हती. कित्येक वर्षे आम्हाला असे वाटत आले होते की, सिंह कोरड्या ऋतूत कोठेतरी लांब अज्ञात जागी स्थलांतर करतात. असे वाटण्यात काही नवल नव्हते. आमच्या जवळ विमान आणि रेडिओ टेलिमेट्रीचे उपकरण नसते तर आम्हाला हे कधीच कळले नसते की, 'ब्ल्यू' कळपातले काही सिंह अजूनही अभयारण्याच्या सरहद्दीत होते, काही वेळा तर ते कॅम्पपासून एका मैलावर असायचे.

जून, जुलै, ऑगस्ट महिन्यांच्या छोट्याशा हिवाळ्यात कळप छोट्या गटात विभागला जायचा. कोरड्या उन्हाळ्यात तर कळप त्यापेक्षाही छोट्या गटात विभागला जायचा. जास्तीतजास्त दोन सिंहिणी एकत्र शिकार करून खात होत्या. बहुतेक वेळा सिंहिणी एकट्याच असायच्या. 'मफीन' आणि 'मॉफेट' सिंहिणींबरोबर केवळ वीस टक्के वेळ असायचे. तर पावसाळ्यात ते सत्तावन्न टक्के वेळ सिंहिणींबरोबर असायचे. याविरुद्ध सेरेंगेटीमधील नर सिंह वर्षभर सत्तर ते नव्वद टक्के वेळ सिंहिणींबरोबर असायचे.[२] 'मफीन' आणि 'मॉफेट' कित्येक वेळा त्यांच्या सिंहिणींच्या

चाळीस मैल दूरपर्यंत सापडायचे.

या तीव्र हवामानात कालाहारीतील सिंहांची सामाजिक संस्था पूर्व आफ्रिकेच्या सिंहांपेक्षा खूपच वेगळी होती. सगळ्यात मोठा फरक सिंहिणींच्या वर्तनात होता. काही दिवसांतच आम्हाला कळले की, कालाहारीमधील सिंहिणी कित्येक वेळा 'हॅपी'प्रमाणे आपला कळप आणि कळपाचा इलाका बदलायच्या.

'चेरी', 'सॅसी' आणि त्यांची पिल्ले जशी अभयारण्याच्या हद्दीच्या आत-बाहेर करत होती, तेव्हा ते ईस्ट एंड प्राइड, 'ब्ल्यू प्राइड' आणि इतर कळपांना भेटायचे, त्यांच्याबरोबर सामाजिक देवाणघेवाण करायचे. त्यातल्या काही सिंहिणींना तर आम्ही ओळखतही नव्हतो. दुष्काळाच्या आधी त्या कुठल्या कळपात होत्या, त्याने काही फरक पडत होता असे दिसले नाही. आता त्यांनी हे दृढ संबंध सहजपणे आत्मसात केले होते. वेगवेगळ्या कळपांतील सिंहांमधले हे संबंध तात्पुरते होते. जर एखाद्या ठिकाणी मोठ्या हरणांचे इतके केंद्रीकरण झाले असेल की, सगळ्या सिंहांना तिथे पुरेसे अन्न मिळेल, तर गोष्ट वेगळी होती. वणव्यानंतर एखाद्या ठिकाणी जर नवे गवताचे कोंब आले, तर असे होत असे.

प्रत्येक दिवशी हवाई सर्वेक्षणाचे निकाल जाणून घ्यायला आम्ही अगदी उत्सुक असायचो. प्रत्येक निरीक्षण या कालाहारीतील सिंहांच्या कोरड्या ऋतूतील परिवर्तनशील सामाजिक वर्तनाचा नवा पैलू उजेडात आणत होते. सामाजिक आणि गैरसामाजिक घटनांचा ओघ - कोण कोणाला भेटले, गटात कितीजण होते, त्यांच्यातील संबंध कसे होते - हे सगळे अतिशय चंचल होते.

काही सिंहिणी एका गटातून दुसऱ्या गटात इतर सिंहिणींपेक्षा जास्त वेळा जात होत्या. 'हॅपी' चार वेगवेगळ्या गटांतील सिंहांमध्ये एकोणीस महिन्यांत एकूण अठरा वेळा मिसळली; एकदा तर ती 'ब्ल्यू प्राइड'मधील 'स्पायसी'बरोबर हिंडत होती. एका सकाळी आम्हाला आश्चर्याचा धक्का बसला, जेव्हा आम्ही कानात रिंग बसवलेली काबे नावाची 'ऑरेंज प्राइड'मधील सिंहीण उत्तरेकडच्या मैदानात फिरताना पाहिली. आम्ही तिला गेल्या तीन वर्षांत पाहिले नव्हते. ती एका तरुण नराबरोबर आणि स्प्रिंगबोक मैदानाच्या कळपातील दोन तरुण सिंहिणींबरोबर फिरत होती. काही दिवसांनी तिने तिच्या या जोडीदारांना सोडून दिले आणि स्प्रिंगबोक मैदानाच्या कळपातील 'डिक्सी'बरोबर फिरू लागली. ती फिरत होती, ती जागा 'ब्ल्यू प्राइड'च्या पावसाळ्यातल्या हद्दीत होती. हे सगळे जर वाचायला विचित्र वाटत असेल, तर कल्पना करा, आम्ही पहिल्यांदा हे पाहिले, तेव्हा आम्हाला कसे वाटले असेल! आम्ही तर गेली कित्येक वर्षे या सिंहांना केवळ आपल्या कळपातील जोडीदारांबरोबर एकत्र वाढताना, शिकार करताना, झोपताना आणि खेळताना पाहिले होते. गेली कित्येक वर्षे आम्ही ज्या सिंहांच्या सामाजिक संस्थेचे निरीक्षण करण्यात घालवली

होती, ती संस्थाच आता निखळून पडते आहे, असे वाटत होते.

आम्ही निरीक्षण करत असलेल्या या सगळ्या सिंहिणी दुसऱ्या कळपांतील सदस्यांबरोबर मिसळत होत्या आणि यात एकाही सिंहिणीचा अपवाद नव्हता. सेरेंगेटीतील सिंहांच्या सामाजिक संस्थेचा पाया असलेले नाते आणि सामाजिक रचना कालाहारीतील सिंहांमध्ये निखळली आहे, असे वाटत होते. कोणताही प्राणी प्रखर हवामानाशी जुळवून घेण्यासाठी आपल्या सामाजिक वर्तनात किती बदल करू शकतो याचे हे उदाहरण होते.

एखाद्या कळपातील सिंहिणी नात्यातल्या असतील, याची आता आम्हाला खात्री उरली नाही. ज्या सिंहिणी म्हाताऱ्या होत्या आणि ज्यांना आम्ही त्यांच्या लहानपणापासून पाहिले नव्हते, त्यांच्याबद्दल आम्हाला आता खात्रीने काही सांगता येत नव्हते. 'ब्ल्यू प्राइड'मधली सगळ्यात म्हातारी 'चेरी' त्याच कळपात वाढली आहे, असा आमचा आत्तापर्यंत समज होता. ती कदाचित 'ईस्ट साइड प्राइड'मधील असण्याची शक्यता होती. प्रत्येक पिल्लाचा बाप कोण आहे, हेसुद्धा आता खात्रीने सांगता येत नव्हते, कारण 'ब्ल्यू प्राइड'मधल्या सिंहिणी चार वेगवेगळ्या कळपांतील नरांबरोबर समागम करताना आम्हाला दिसल्या.

'चेरी', 'सॅसी', त्यांची पिल्ले, 'मफीन', 'मॉफेट' आणि इतर अनेक सिंह अभयारण्याच्या हद्दीबाहेर फिरत होते. कदाचित जेव्हा परत पावसाळा चालू होईल, तेव्हा ते आपल्या कळपाच्या मूळ भूभागात परत येतील, कदाचित - पण आत्ता तरी आकाशात एकही ढग दिसत नव्हता.

माझ्या मित्राची राख

डेलिया

माझा मित्र वाटेत कोसळला,
चढत्या वाऱ्यात
त्याच्या शरीराची राख
माझ्या चेहऱ्याला झोंबते

- स्टॅनले कुनित्झ

१९७८च्या कोरड्या ऋतूमध्ये इतर वर्षीसारख्याच काही चांगल्या बाबी होत्या. गवत उरले नव्हते; त्यामुळे आम्ही अभ्यास करत असलेल्या प्राण्यांचा माग काढणे सोपे जात होते. पावसासाठी कॅम्पची तयारी करावी लागत नव्हती. आमच्या कॅम्पवर येणारे प्राणी, तिथे मिळणाऱ्या पाण्यामुळे आणि मिली-मालमुळे जवळजवळ पाळल्यासारखे झाले होते आणि खूप संख्येने येत होते.

कॅम्पवर एक राखाडी पाठीचा गाणारा पक्षी (ग्रे बॅक्ड बुश वार्बलर) येऊ लागला होता. आम्ही त्याचे नाव 'पिंकी' ठेवले होते. तो तळहातावर मावेल एवढा छोटा होता. त्याला टूथपिकच्या जाडीचे गुलाबी पाय होते, त्याच्या गोल पाठीमुळे आणि सारख्या वर उचललेल्या शेपटीमुळे तो पक्षी कोणीतरी हातांनी बनवला आहे, असेच वाटत असे.

'पिंकी' दररोज आमच्या झोपायच्या तंबूमध्ये यायचा. आमच्या ट्रंकांखाली, बॉक्सखाली आणि कॅन्व्हासच्या घड्यांमागे तो किडे शोधायचा. आमच्या डोक्यापाशी जमा केलेला पुस्तकांचा, जर्नल्सचा आणि शोधनिबंधांचा गठ्ठा हे किडेमकोडे

साद घालतो कालाहारी । ३२५

शोधायचे त्याचे आवडते ठिकाण होते.

एका दुपारी आम्ही विश्रांती घेत होतो, तेव्हा 'पिंकी' एका पुस्तकावरून उडी घेऊन मार्कच्या उघड्या खांद्यावर आला. मग त्याच्या छातीवरून तो पोटावर आणि बेंबीपाशी गेला. तिथे तो एक क्षण थांबला, इकडेतिकडे नजर टाकून तो बेंबीमध्ये पाहू लागला. मार्कचे पोट हास्याने गदागदा हलू लागले; पण 'पिंकी'च्या चेहऱ्यावर मैत्रीचा भाव कायम होता. तो तिथेच थांबला. मग अचानक त्याने आपली छोटीशी अणकुचीदार चोच, अगदी बाणासारखी मार्कच्या बेंबीत खुपसली. मला माहीत नाही त्याला काय शोधायचे होते आणि त्याला ते मिळाले की नाही; पण तो जसा जमिनीवर उडी घेऊन तंबूबाहेर गेला तसा तो समाधानी दिसला.

आत्तापर्यंत कॅम्पमध्ये मारिक धरून सात मॅरिको फ्लायकॅचर आले होते. ते सगळे बाभळीच्या झाडावर एका ओळीत गुरफटून झोपायचे. त्या ओळीत जे मध्ये असायचे, त्यांना ऊब मिळायची; पण काही वेळाने कडेचे गारठून जायचे. डिस्नीच्या कार्टूनमधल्या असाव्या अशा प्रसंगात बाजूचे पक्षी अर्धवट डोळे बंद केलेल्या अवस्थेत मध्ये बसलेल्यांच्या पाठीवर उडी घ्यायचे आणि घुसमटून जास्त ऊब मिळणाऱ्या मधल्या जागेत स्थान शोधायचे आणि ते गाढ झोपी जायचे. मग थोड्या वेळाने बाजूचे पक्षी परत थंड पडायचे आणि पुन्हा तोच प्रयोग परत व्हायचा आणि हे रात्रभर चालू असायचे.

कॅम्पमध्ये सगळ्यात वेगाने फिरणारा प्राणी होता विलियम, तो श्रु जातीचा प्राणी होता (उंदरासारखा प्राणी) त्याचे कान मिकी माउससारखे होते, त्याला झुबकेदार मिशा होत्या आणि मोठे, अगदी तीक्ष्ण नाक होते. विलियम कधीच एका जागी बसायचा नाही. तो अचानक कोणत्याही दिशेने पळू लागायचा आणि तितकाच अचानक थांबायचा. एखाद्याने गाडीच्या ॲक्सिलरेटरवर एक पाय आणि ब्रेकवर दुसरा पाय ठेवून गाडी चालवावी, तसे त्याला बघताना वाटायचे. त्याच्या नाकाला सतत हिसके बसत असायचे. तो झुडपांतून अचानक बाहेर यायचा आणि तसाच नाहीसादेखील व्हायचा. मिली-मालच्या हप्त्यासाठी तो धनेश पक्ष्यांबरोबर आणि फ्लायकॅचरबरोबर स्पर्धा करत असायचा.

त्याच्या अनंत रस्त्यांपैकी एक रस्ता आमच्या झिझीफसच्या झाडांखालील 'चहाच्या खोली'तून जायचा. 'श्रुं'ची पचनशक्ती अचाट असल्यामुळे त्यांना दिवसभर सतत खात राहावे लागते. त्या कारणामुळे विलियम सतत घाईत असायचा आणि मध्येच थांबून तो आमच्या पायांना गुदगुल्या करायचा. तो आमच्या कॅम्पच्या मुख्य आकर्षणांपैकी एक होता.

काही दिवस आमच्या कॅम्पमध्ये बरेच कुरतडणारे प्राणी होते. मिशिगन स्टेट युनिव्हर्सिटीमधील डॉ. रोलीन बेकर यांनी कालाहारीमधील कुरतडणारे प्राणी युनिव्हर्सिटीच्या

संग्रहालयासाठी गोळा करायला सांगितले, त्यानंतर ही संख्या कमी झाली. असल्या प्रकल्पासाठी काम करायला आमच्याकडे अजिबात वेळ नव्हता; त्यामुळे आम्ही मॉक्सला उंदराचा पिंजरा लावून उंदीर पकडायला आणि पकडल्यावर त्यांना त्रास न होऊ देता त्यांना मारून अभ्यासासाठी त्यांचे नमुने बनवायला शिकवले. प्रत्येक नमुन्यासाठी आम्ही त्याला पैसे द्यायचे आणि नवीन प्रकारचा प्राणी मिळाला तर अजून थोडीशी बक्षिसी द्यायचे कबूल केले.

मॉक्सने या जबाबदारीचा उत्साहाने आणि अभिमानाने स्वीकार केला; शेवटी एकदा तो संशोधनात सामील झाला होता. त्याने तंबूच्या कोपऱ्यात आणि चहाच्या खोक्यामागे सापळे लपवले. प्रत्येक सकाळी त्याची बाकीची कामे संपल्यावर तो आमच्या टूलबॉक्समधून पक्कड घ्यायचा आणि मग एका सापळ्यापासून दुसऱ्या सापळ्याकडे जाऊन आपले नमुने गोळा करायचा. तीन-चार उंदरांचे सांगाडे भरून तयार करायला त्याला सगळी सकाळ लागायची; पण जेव्हा त्याचे काम व्हायचे, तेव्हा ते नमुने अगदी योग्य आकाराचे आणि नैसर्गिक दिसायचे.

एके दिवशी दुपारी आम्ही झिझीफसच्या झाडाखाली बसलो होतो, तेव्हा मॉक्सने घसा खाकरून आमचे लक्ष वेधून घेतले. तो अगदी 'सावधान'च्या अवस्थेत उभा होता. तो अगदी अभिमानाने आपल्या जवळचे उंदरांचे प्रदर्शन करत होता. ते उंदरांचे नमुने अगदी व्यवस्थितपणे एका पुठ्ठ्यावर मांडलेले होते, त्यांचे पाय त्यांच्याखाली दुमडलेले आणि शेपटी मागे मोकळी सोडलेली होती. आजचा संग्रह त्याचा सगळ्यात चांगला होता. त्यांचे कापसाने भरलेले डोळे सोडले, तर ते सगळे उंदीर अगदी झोपले आहेत असेच वाटत होते. मी मॉक्सला सांगायला लागले की, त्याने अगदी उत्कृष्ट काम केले आहे, तेव्हाच मला त्या ओळीत एक नाक पुढे आले आहे असे दिसले. पुठ्ठ्याच्या मधोमध, आपले लांब नाक बाहेर काढलेल्या अवस्थेत - विलियम - मिशिगनमधील संग्रहालयासाठी कायमचा बसला होता.

●●●

'फ्रँकफर्ट झोअ'लॉजिकल सोसायटी'ने आम्हाला विमान घेऊन दिलेले असल्यामुळे, ते आमचा प्रकल्प चालू ठेवण्यासाठी मदत करतील, अशी आम्हाला आशा होती. १९७८ साल संपले आणि नवे वर्ष चालू झाले, तेव्हा पुन्हा आमच्याकडचे पैसे संपले. रिचर्ड फ्लाटेरी हा स्टँडर्ड बँकेचा मॅनेजर होता. त्याने आम्हाला एक तात्पुरते कर्ज देऊ केले आणि त्यासाठी त्याने आमच्याकडे काहीही तारण मागितले नाही. त्याला माहिती होते की, तारण ठेवण्यासारखे आमच्याकडे काहीही नाही; पण त्याने चकार शब्द काढला नाही. पैसे वाचवण्यासाठी आम्ही विमान चालवणे बंद केले. मॉनला परत जाण्यासाठी आम्ही जानेवारीपर्यंत वाट पाहिली. तोपर्यंत तिथे आमच्यासाठी

अर्थसाह्य आलेले असेल, अशी आम्हाला आशा होती.

आमचे सामान बांधून व्हायच्या आधी मॉक्स विमानापाशी वाट पाहात उभा होता. त्याने आपले सर्वोत्तम कपडे चढवले होते. आमच्याकडे कामाला यायला लागल्यापासून त्याच्यात बरीच सुधारणा झाली होती. डोक्याच्या मागे त्याने एक फणी अडकवलेली होती आणि निळ्या-लाल काड्यांचा मोठा लाल गॉगल त्याने घातला होता. त्याच्या हडकुळ्या पायांवर मार्कची जुनी, जागोजागी ठिगळ लावलेली जीन्स होती. मार्कचे जुने टेनिस शूज त्याने पायात चढवले होते. एकदा एका जंगली कुत्र्याने ते शूज जमिनीमध्ये गाडायचा प्रयत्न केल्यावर मार्कने ते वापरणे बंद केले होते. मॉक्स तीन महिन्यांनंतर पहिल्यांदाच गावी चालला होता. एखादे नर स्प्रिंगबोक हरिण, मोठा कोरडा ऋतू एकटे राहिल्यानंतर माद्या परत आल्यावर जसे खूश होईल, तसा मॉक्स आता वाटत होता.

मॉनच्या धावपट्टीवर उतरल्यावर, आम्ही मॉक्सला घेऊन स्टँडर्ड बँकेत गेलो. आम्ही त्याचा सगळा पगार आणि उंदीर गोळा करण्याबद्दलचे पैसे देऊन टाकले. सगळे मिळून त्याला आम्ही २०० पुला - सुमारे २५० डॉलर्स इतके पैसे दिले. त्याने आपल्या आयुष्यात एवढी मोठी रक्कम कधीच हाताळली नव्हती. रिचर्ड फ्लाटेरी आणि आम्ही त्याला तिथेच एक बचत खाते सुरू करण्याबद्दल खूप समजावण्याचा प्रयत्न केला; पण बँकांवर त्याचा अजिबात भरवसा दिसत नव्हता. जेव्हा आम्ही त्याला सांगितले की, पैसे ठेवण्यासाठी ही सगळ्यात सुरक्षित जागा आहे, तेव्हा तो वळला आणि धावत बाहेरच्या अंगणात गेला. तिथे काही बकऱ्या आणि गाढवे चरत होती.

आम्ही त्याच्या मागोमाग गेलो. ''मॉक्स, काय झाले?'' मी त्याला हळुवारपणे विचारले. काही वेळ त्याचे डोळे जमिनीवर खिळलेले होते. मग त्याने हळूच माझ्याकडे पाहिले.

''काउबॉइज''

''काउबॉइज?''

''हो- काउबॉइज'' त्याने आपल्या उजव्या हाताचा अंगठा आणि पहिले बोट उंचावून बंदुकीसारखे धरले, त्याच्या चेहऱ्यावर आठ्या होत्या. मग आपल्या अडखळत्या इंग्रजीमध्ये त्याने आम्हाला समजावून सांगितले.

काही महिन्यांपूर्वी त्याने एक सुमार दर्जाचा काउबॉयचा सिनेमा पाहिला होता. तो सिनेमा पीस कॉर्प्सच्या स्वयंसेवकांनी गावात दाखवला होता. त्या सिनेमात बँक लुटली गेलेली दाखवली होती. बोट्स्वानामध्ये अजून बँकेवर दरोडा पडला नसला आणि आम्ही कितीही समजावले, तरी मॉक्सचे समाधान होत नव्हते. त्याला खात्री होती की, कोणत्याही क्षणी बुरखाधारी माणसे घोड्यावरून येऊन मॉनच्या बँकेत

शिरतील, त्यांच्यामागे धुरळा उडालेला असेल आणि ते बँकेतले पैसे घेऊन पळून जातील. त्याला आपल्या आईच्या झोपडीत पैसे सुरक्षित राहतील, असे वाटत होते.

आम्ही रिचर्डची लँडरोव्हर उसनी मागून घेतली आणि मॉक्सला त्याच्या माती-गवताच्या झोपडीपाशी सोडले. सगळी लहान मुले त्याला अभिवादन करण्यासाठी धावत आली. त्याच्या गॉगलकडे आ वासून पाहात, ती नाचू लागली. त्याने प्रत्येक मुलाला डोक्यावर थोपटले. दोन दिवसांनी त्याच ठिकाणी त्याला परत भेटायचे ठरवून आम्ही तिथून निघालो.

अनुदानाबदल बातमी कळावी, म्हणून आम्ही अगदी उत्सुक झालो होतो. सफारी साउथमधल्या आपल्या पत्रपेटीतून आलेली पत्रे घ्यावी, म्हणून आम्ही तिथे गेलो. दोन महिन्यांच्या जुन्या ख्रिसमस कार्डस्च्या गठ्ठ्यात फ्रँकफर्ट झोअ'लॉजिकल सोसायटीकडून आलेली तार होती. आम्ही अंगणात एका शांत कोपऱ्यात गेलो आणि तिथे मी ते पाकीट फाडून उघडले. तारयंत्र चालवणाऱ्या पोस्ट ऑफिसमधल्या माणसाने तो संदेश उतरवून घेताना बरीच गडबड केलेली दिसत होती; पण सारांश असा होता की, आम्ही पुन्हा एकदा वाचलो होतो. सोसायटीने पुढच्या दोन वर्षांसाठी आम्हाला संपूर्ण अनुदान द्यायचे कबूल केले होते.

मार्कने मला उचलून हवेत गोल फिरवले, "असे कर" तो म्हणाला, "तू तयार हो - मी तुला जेवायला बाहेर घेऊन जाणार आहे आज."

मग त्या रात्री आम्ही एक महिना उशिरा ख्रिसमस, आमच्या लग्नाचा सहावा वाढदिवस, आम्हाला मिळालेले अनुदान असे सगळे एकत्र साजरे केले. जेवायला आम्ही थमलाकने नदीच्या कडेला वसवलेल्या आयलंड सफारी लॉजमध्ये गेलो होतो. ते लॉज चालवणाऱ्या योयी आणि टोनी ग्रॅहम यांनी आम्हाला एक शँपेनची बाटली आणि रात्रीसाठी एक खोली फुकट दिली.

विश्वास ठेवणे अवघड जात होते - एक टेबल क्लॉथ, वाइनचे ग्लास, वेटर, अंघोळीला खराखुरा शॉवर आणि एक खराखुरा बिछाना. आम्ही कित्येक वर्षांपूर्वी पहिल्यांदा गाबोरोनमध्ये त्या रेल्वेतून उतरलो, त्या रात्रीपेक्षादेखील अधिक एकमेकांच्या आणि आमच्या कामाच्या प्रेमात पडलो होतो.

दोन दिवस पत्रे लिहून आणि खरेदी करून झाल्यावर आम्ही मॉक्सच्या आईच्या झोपडीसमोर पोहोचलो. आता आम्ही धावपट्टीकडे आणि डिसेप्शन व्हॅलीकडे परत निघालो होतो. एक लहान मुलगी शेगडीवर मक्याच्या पिठाची लापशी बनवत बसलेली होती. बाकीची बरीच मुले वाळूत खेळत होती. आम्ही जसे गाडीतून उतरून झोपडीकडे गेलो, तशी सगळी मुले उभी राहून आमच्याकडे पाहात होती. कोणीच बोलले नाही आणि आम्ही जेव्हा मॉक्सची चौकशी केली, तेव्हा सगळे शून्य नजरेने आमच्याकडे पाहात राहिले.

एक तरुण मुलगी झोपडीतून बाहेर आली. तिचा चेहरा माझ्या ओळखीचा होता. तिला मॉक्स नावाचे कोणीही माहीत नाही असे ती म्हणाली, जणू आम्हाला उत्तर देण्याचा तिला कंटाळा आला असावा. बरेच शेजारी आमच्या गाडीभोवती जमा झाले. ते सगळे आपले खांदे हलवत होते - कोणीही मॉक्स माराफबद्दल कधीही ऐकले नव्हते.

दोन दिवस आम्ही त्याच्या शोधात फिरलो. दोन वेळा आम्ही त्याच्या आईच्या झोपडीसमोर गाडी थांबवली. जरी त्याची कोणतीही चाहूल लागत नसली, तरी आम्हाला असे वाटत होते की, तो आत लपला आहे. मॉक्सने बेपत्ता होण्याचे ठरवले होते आणि त्याच्या जातीतले लोक त्याला मदत करत होते. शेवटी आम्ही प्रयत्न सोडला आणि गाडी तिकडून दूर नेली.

पहिल्यांदा आम्हाला अपमान झाल्यासारखे वाटत होते आणि त्याचा राग आला होता. जर त्याला नोकरी सोडायची असती, तर ते आम्हाला समजण्यासारखे होते. एका अविवाहित तरुणाला आपल्या कुटुंबापासून दूर वाळवंटात राहणे फार काही आकर्षक नसणार; पण त्याचे आमच्या आयुष्यात खूप महत्त्व होते आणि आम्हाला असे वाटायचे की, त्यालादेखील तसेच वाटते. कमीतकमी तो आम्हाला सांगू शकला असता की, त्याला नोकरी सोडायची आहे. मॉनमधल्या एका शिकाऱ्याच्या मते, तो आम्हाला सामोरा येऊ शकला नाही, हे खरे तर त्याच्या मनात आमच्याबद्दल आपुलकी असल्याचे लक्षण होते.

मॉक्सला आता त्याच्या गावात बराच मान मिळाला होता. त्याने नुसताच विमानातून प्रवास केला नव्हता, तर तो गावातला एक प्रमुख माणूस, गोसी बनला होता, ज्याने अशा लोकांबरोबर काम केले होते, जे सिंहांना गोळी घालून नंतर परत जिवंत करतात. तो गावातला अडाणी मुलगा राहिला नव्हता. मिळणारा मान आणि नवी ओळख - या त्याच्यासाठी महत्त्वाच्या गोष्टी होत्या, म्हणूनच तो परत आला होता. त्या गोष्टींचा तो कालाहारीमध्ये असेपर्यंत काही उपयोग नव्हता.

पुढे आम्ही जेव्हा जेव्हा मॉनमध्ये गेलो, तेव्हा मॉक्सची चौकशी करत असलो, तरी आम्ही त्याला परत कधीच पाहिले नाही.

●●●

फ्रँकफर्ट झोअ'लॉजिकल सोसायटीकडून अनुदान मिळाल्यानंतर आम्ही एक दिवस विमानाने जोहान्सबर्गला गेलो. तिथे आम्हाला नव्या तंबूंची आणि सामानाची खरेदी करायची होती आणि आमच्या विमानाची तपासणी करून घ्यायची होती. तिथल्या पहिल्या रात्री आम्ही गावात गेलो, एखादा सिनेमा बघण्याचा आमचा मानस होता. उंच इमारती, मनोरे आणि हळूहळू गोल फिरणारी हॉटेल्स रात्रीच्या प्रकाशात

चमचमत होती. इतके दिवे होते की, आकाशात एकही चांदणी दिसत नव्हती. कर्णे, इंजिने, आरोळ्या आणि भोंगे. धूर आणि गर्दी.

मार्कने माझा हात पकडला आणि तो मला एका अंधाऱ्या गल्लीत घेऊन गेला. तिथे माझा पाय तळलेल्या माशांच्या आणि चिप्सच्या तेलकट पिशवीवर पडला. वाळवंटात राहू लागेपर्यंत शहरातले फुटपाथ किती घाणेरडे आहेत, याची मला कधी जाणीव झाली नव्हती.

आम्ही एकमेकांचा हात धरून, तिथल्या लोकांची धडक होऊ नये म्हणून थांबत, वाकत आणि वळत पुढे जात होतो. आम्ही जसे थिएटरच्या जवळ आलो, तसा मला एक चेहरा ओळखीचा दिसला. मी मार्कचा हात पकडला आणि पटकन एका पुस्तकाच्या दुकानात शिरले. तिथून आम्ही शेल्फच्या आडून आमच्या जोहान्सबर्गमधल्या मोजक्या ओळखीच्या लोकांपैकी एक असलेल्या, त्या माणसाला जाताना बघितले. नंतर आम्ही एकमेकांकडे बघितले.

"आपण असे का बरे वागलो?" मार्कने विचारले.

"माहीत नाही."

आम्ही तिकिटाच्या रांगेत उभे असताना त्या माणसाच्या आणि आमच्या मध्ये बरेच अंतर ठेवले. आत शिरल्यावर आम्ही कोपऱ्यातली एकांडी जागा शोधली. काही वेळातच सिनेमाला आलेले लोक आमच्याभोवती सगळ्या बाजूंना बसले. ते सगळे जोरात हसत - खिदळत होते. सिनेमा चालू झाला, तरी त्यांचे बोलणे आणि हसणे काही बंद झाले नाही.

"चल, इथून बाहेर जाऊ या."

बाहेर रस्त्यावर परत आल्यावर, आम्ही एक छोटेसे हॉटेल शोधले. त्या हॉटेलच्या आजूबाजूला फुटपाथवर झाडांच्या आड टेबल्स मांडलेली होती. आम्ही दक्षिण आफ्रिकन व्हाइट वाइनचे दोन ग्लास मागवले आणि शांतपणे शहरातले रात्रीचे जीवन बघत राहिलो.

●●●

आम्हाला मॉनमध्ये वर्षानुवर्षे मदत करणाऱ्या काही मित्रांसाठी छोटीशी भेटवस्तू घ्यावी, म्हणून दुसऱ्या दिवशी सकाळी आम्ही एका भेटवस्तूंच्या दुकानात गेलो. शेल्फच्या रांगाच्या रांगा बोनचायना, स्फटिक आणि चांदीच्या वस्तूंनी भरलेल्या होत्या. एक तिशीतली, हिरव्या डोळ्यांची आकर्षक स्त्री आम्हाला मदत करण्यासाठी सरसावली. तिने सुचवलेल्या बऱ्याच वस्तू आम्ही नाकारल्या - एकतर त्या मॉनसाठी अयोग्य होत्या, नाहीतर आम्हाला परवडणाऱ्या नव्हत्या.

"तुम्ही बोट्स्वानामधून आला आहात का?" तिने आम्हाला विचारले.

मी तिला सांगितले की, आम्ही गेली सहा वर्षे कालाहारीमध्ये राहात होतो आणि सिंहांचे आणि ब्राउन हायनांचे संशोधन करत होतो.

"ओह... माझे वडील पूर्वी कालाहारीमध्ये राहायचे." तिने उत्तर दिले.

"खरंच? काय नाव होते त्यांचे?"

"बहुधा तुम्हाला ते माहीत नसणार - ते बऱ्याच वर्षांपूर्वी वारले. त्यांचे नाव बर्घोफर - बर्जी बर्घोफर."

एक सेकंद माझ्या आणि मार्कच्या तोंडातून शब्दच फुटला नाही. "तुम्ही - तुम्ही बर्जीची मुलगी!" मी पुटपुटले.

गेली पाच वर्षे आम्हाला बर्जीच्या कुटुंबाशी संपर्क साधायचा होता. आमचे त्याच्या प्रती असलेले प्रेम कोणत्यातरी छोट्या भेटवस्तू त्यांना देऊन व्यक्त करायचे होते. त्याने आमच्यासाठी जे केले होते, त्याबद्दल कृतज्ञता व्यक्त करायची होती; पण त्याच्या मुलींची लग्नानंतरची नावे आम्हाला माहीत नव्हती.

तिने आपली ओळख हिथर हॉवर्ड अशी करून दिली आणि आपल्या नवऱ्याला बोलावले. नवऱ्याचे नाव माइक असे होते. आम्हाला बर्जीबदल इतक्या गोष्टी सांगायच्या होत्या, त्या ऐकण्यासाठी तिने माइकला खाली बोलावले. त्यांना बर्जीने आमच्याबद्दल सांगितलेले आठवत होते. 'वेडे अमेरिकन मित्र जे कालाहारीमध्ये तळ ठोकून बसले आहेत, एक लँडरोव्हर सोडली तर त्यांच्याकडे काहीच नाही आणि ते तिथल्या वन्य जीवनाचा अभ्यास करत आहेत.' आमचे पुढे काय झाले, याबद्दल त्यांना कायमच उत्सुकता होती. त्यांच्या रात्रीच्या जेवणाच्या निमंत्रणाला मात्र आम्हाला नकार द्यावा लागला, कारण त्याच दुपारी आम्ही बोट्स्वानाला परतणार होतो. पुढच्या वेळी या शहरात येऊ, तेव्हा नक्की भेटू असे आम्ही कबूल केले.

पण पुढच्या वेळी किंवा नंतर बऱ्याच वेळा आम्ही त्यांच्याकडे गेलो नाही. जेव्हा आम्ही त्या दुकानाच्या जवळ जायचो, तेव्हा अपघाताने त्यांच्याशी गाठभेट होईल, अशी आम्हाला धाकधूक वाटायची. मग आम्ही त्यांना का फोन केला नाही याचे आम्हाला स्पष्टीकरण देत बसावे लागेल, असे आम्हाला वाटायचे. आमच्या अशा वागण्याचे कारण आम्हालाच समजत नव्हते. जरी आम्हाला लोकांना भेटावेसे वाटत असले, तरी त्यांना भेटायचे आम्ही टाळायचो. आमचे हे वेडगळ सामाजिक वर्तन आम्ही दोघेच समजू शकू असेही आम्हाला वाटायचे. आम्ही एकमेकांबद्दल इतके समाधानी होतो, एकमेकांमध्ये इतके गुरफटलेले होतो; त्यामुळे इतर लोकांशी कसे वागावे ही समस्या अजूनच प्रकर्षाने जाणवायची.

हिथर आणि माइकला भेटल्यानंतर जवळजवळ एका वर्षाने आम्ही त्यांच्याकडे गेलो. एका दुपारी, स्वच्छ उन्हाच्या दिवशी आम्ही दक्षिण आफ्रिकेतील गवताळ

प्रदेशातून गाडी चालवत त्यांच्या घरी पोहोचलो. त्यांचे घर शहराच्या बाहेर होते. त्यांना भेटून खूपच आनंद झाला. परत यायला इतके दिवस का लागले याबद्दल त्यांनी काहीच विचारले नाही. कदाचित त्यांना आमच्यापेक्षा जास्त कल्पना असणार; शेवटी बर्जी आपल्या आयुष्याची कित्येक वर्षे वाळवंटात एकटाच राहात होता.

हिथर तशी बोलायला मनमिळाऊ होती; पण आपल्याच विचारात गुंतलेली दिसत होती. आम्ही बराच वेळ गप्पा मारल्या, तेव्हा ती म्हणाली की, आपल्या मृत्युपत्रात तिच्या वडिलांनी आपल्या देहाचे दहन व्हावे असे लिहिले होते आणि मग आपली उरलेली राख कोणत्यातरी रानात - गवतात पसरून टाकावी असे लिहिले होते. त्याच्या मृत्यूनंतर कित्येक वर्षे सगळ्या कुटुंबाला त्या गोष्टीची वेळ आली नाही, असे वाटत होते. आता आम्ही त्यांना भेटल्यावर त्यांना असे वाटले की, जर बर्जीची शेवटची इच्छा पूर्ण करण्यात आम्ही त्यांना सामील झालो तर बर्जीला आनंद झाला असता.

आम्ही झाडीतून एका ओढ्यापाशी चालत गेलो. तो ओढा दगडातून वळणे घेत आला होता, तेव्हा मंद वारा सुटला होता आणि फुलपाखरे उडत होती. जशी आम्ही बर्जीची राख वाऱ्यावर उधळली, तसा त्याचा हसरा चेहरा माझ्या डोळ्यांसमोर येत होता. जणू आम्ही त्याला परत मुक्त करत होतो.

काही राख लवलवत्या गवताच्या पात्यांतल्या कोळ्याच्या जाळ्यात अडकली. मी वळले आणि मागे हिरव्या टेकडीमागे दूरवर पसरलेल्या धुरकट शहराकडे वळून बघितले. बर्जी - किंवा आम्ही - किती दिवस जंगलात राहू शकू, याबद्दल माझ्या मनात शंका होती.

●●●

१९७९ च्या फेब्रुवारी महिन्यात आम्ही कालाहारीमध्ये परत गेलो. आमचे विमान उपकरणांनी आणि सामानाने भरलेले होते. कित्येक दिवस सामान काढण्यात, लाकूडकाम करण्यात आणि खिळे ठोकण्यात घालवल्यानंतर आम्ही मागे उभे राहून आमच्या नव्या कॅम्पकडे पाहू लागलो. आता कॅम्पमध्ये पाच तंबू होते. छोट्या, पिवळ्या जेवायच्या तंबूवर तपकिरी रंग दिला होता. तो मध्यभागी झिझीफसच्या झाडाखाली होता. त्यात एक डायनिंग टेबल, त्यावर टेबल क्लॉथ, बाजूला खुर्च्या असा संपूर्ण जामानिमा होता. शेजारी एका शेल्फवर काचेच्या प्लेटस्, बास्केट आणि ग्लास ठेवलेले होते. झाडांमधून एक वाट झोपायच्या तंबूकडे जात होती. झोपायच्या तंबूत एक खराखुरा बिछाना होता. तो बिछाना मार्कने पॅकिंगच्या खोक्यांपासून बनवलेला होता. ऑफिस/प्रयोगशाळेच्या तंबूत एक मोठे टेबल, पुस्तकांचे रॅक्स, टाइपरायटर, फाइल्स ठेवायचे कपाट आणि लिहिण्यासाठी आणखी एक टेबल

होते. सामान ठेवायचा एक तंबू होता, ज्यात गॅसवर चालणारा एक फ्रीझर होता आणि शेजारी तीन बाजूंना गवताच्या भिंती असलेला स्वयंपाकघराचा नवा तंबू होता.

हे सगळे पाहायला बर्जी असता, तर फार बरे झाले असते...!

स्कॅव्हेंजरची शाळा

डेलिया

...थोडक्यात सगळीकडे सुंदरपणे जुळवून घेतलेले दिसते
- चार्ल्स डार्विन

१९७८च्या पावसाळ्यात आणि नंतर आलेल्या हिवाळ्यात आम्ही सिंहांबरोबर ब्राउन हायनांचा अभ्यास सुरूच ठेवला होता. 'स्टार' अकरा वर्षांपेक्षा मोठी होती. तिच्या अंगावरच्या लांब, दाट केसांचा थर आता पातळ झाला होता आणि तिच्या अंगावरची राखाडी खरखरीत त्वचा आता उघडी पडली होती. तिची बहुतेक सोनेरी आयाळ नाहीशी झाली होती. मानेच्या चामड्यावरील मारामारीतल्या जखमांचे व्रण उघडे पडले होते. कित्येक वर्षे हाडांचा चुरा करून सुळे बोथट झाले होते. ती उठताना हळू उठते, असे मला वाटत होते - जरा ताठरल्यासारखी - रात्रभर अन्नाच्या शोधात भटकल्यावर तिला विश्रांतीची अधिक गरज भासत असावी.

हवेतून मार्कला तिच्या मानेवरच्या रेडिओचा सिग्नल चार दिवस एकाच ठिकाणी, पश्चिमेकडच्या टेकडीवर आढळला. ब्राउन हायनासाठी हे एकदम असाधारण आहे. या वाळवंटातील स्कॅव्हेंजरसाठी एकाच ठिकाणी असे बसून राहणे एकदम महागात पडते. एकाच ठिकाणाहून तिचा सिग्नल येण्याची आमच्या मते दोनच कारणे असू शकली असती : एकतर तिने आपल्या मानेवरची कॉलर काढून टाकली असावी नाहीतर ती मरण पावली असावी.

रेडिओचा रिसीव्हर गाडीत टाकून आम्ही त्या ट्रान्समीटरच्या दिशेने, कॅम्पपासून

पश्चिमेकडच्या टेकडीच्या बाजूला गेलो. जसे आम्ही काटेरी झुडपातून पुढे गेलो, तसा तिचा सिग्नल अजून जोरात येऊ लागला; पण तिचे काही चिन्ह नव्हते. वाईट बातमीसाठी मी मन घट्ट केले. कोणत्याही क्षणी आम्हाला तिच्या शरीराचे तुकडे वाळूत पडलेले दिसतील आणि हाडे गिधाडांनी खाऊन साफ केलेली आढळतील अशी आमची अपेक्षा होती.

मार्कने गाडी थांबवली आणि इग्निशन बंद केले. पंधरा यार्डांवर 'स्टार'चा म्हातारा चेहरा एका झुडपातून आमच्याकडे डोकावून पाहात होता. आपल्या अंगावरून वाळू झटकत आणि आपली शेपटी उडवत ती वाळूतल्या उंचवट्यापाशी एका बिळापर्यंत गेली. तिने त्या बिळात आपले डोके घातले आणि एक हळुवार साद घातली. आतून तीन छोटुकले फरचे बॉल्स बाहेर आले. 'स्टार' नुसतीच जिवंत होती असे नाही, तर आमच्या कॅम्पपासून केवळ तीनशे यार्डांवर तिने पिल्ले जन्माला घातली होती! पिल्ले आपल्या काळ्या डोळ्यांनी आपल्या आईकडे पाहात होती. पिल्ले स्टारच्या जवळ येत होती, तशी स्टार त्यांना आपल्या नाकाने ढकलत होती.

शेवटी एकदा आम्हाला ब्राउन हायना मादीला आपल्या पिल्लांचे संगोपन करताना पाहण्याची संधी मिळाली होती. आम्ही पिल्लांचा अभ्यास करायला लागलो, म्हणून 'पॅचेस' आणि 'शॅडो' यांनी पिल्लांना सोडून दिले असे आम्हाला वाटत असे; पण 'स्टार'ला आमची इतकी सवय होती की, आमच्या उपस्थितीमुळे तिला फरक पडणार नाही, याची आम्हाला खात्री होती. त्या पिल्लांमधल्या मादी पिल्लाला आम्ही 'पेपर' आणि नर पिल्लांना 'कोको' आणि 'टॉफी' अशी नावे दिली.

आत्तापर्यंत आम्हाला ब्राउन हायनांच्या खाण्याच्या सवयी चांगल्या पद्धतीने माहीत झाल्या होत्या; पण त्यांच्या सामाजिक संस्थेबद्दल आम्हाला विशेष माहिती नव्हती. ते एका कळपात का राहतात, हे आमच्यापुढचे कोडे होते. ते स्कॅव्हेंजर असल्यामुळे इतर शिकारी प्राण्यांप्रमाणे मोठ्या प्राण्याची शिकार करण्यासाठी त्यांना एकमेकांची गरज नसते - मग ते गटात का बरे राहात असावेत? त्या कळपातली सगळ्यात प्रबळ मादी - 'पॅचेस', ही 'स्टार' आणि 'शॅडो'बरोबर शिकार वाटून खाण्यास का राजी होत असावी? ती शिकार पूर्णपणे आपणच फस्त करणे तिला सहज शक्य होते. जर त्यांना इतरांची गरज भासत नसेल, तर सगळा गट एकाच इलाक्यात का बरे राहात असावा?

स्प्रिंग हेअरचे आधीचेच बीळ मोठे करून ते 'स्टार' वापरत होती. तीन खोल खड्ड्यांचे आत तीन वेगळे बोगदे झाले होते. सगळ्यावर बाभळीचे आवरण होते. दिवसा 'स्टार' पंधरा यार्डांवर एका झाडाच्या अपुऱ्या सावलीत झोपत असे. दर तीन-चार तासांनी ती बिळाच्या तोंडापाशी हाक मारून पिल्लांना बोलावत असे. ते धावत बाहेर येत आणि अतिशय उत्साहाने तिला अभिवादन करत असत. ते तिच्याभोवती

गोलगोल फिरत असत आणि सगळा वेळ कुईकुई करत असत. ते 'हसत हसत' लटपटत्या पायांनी, आपले कान सपाट करून, शेपटी पाठीवर गुंडाळून तिच्याभोवती फिरत आणि ती त्यांचे अंग चाटे. मग ती एखाद्या वाळूच्या थंड पट्ट्यावर एका बाजूला आडवी होई आणि वीस ते पंचवीस मिनिटे त्यांना दूध पाजत असे.

पिल्ले जेव्हा तीन आठवड्यांची झाली, तेव्हा ती बाहेर खेळू लागली. सुरुवातीला त्यांचा खेळ एकमेकांना धडक मारणे आणि खाली पडणे एवढाच असे; पण एकदा तोल नीट सांभाळायला यायला लागल्यावर ते नाकाने कुस्ती खेळू लागले आणि एकमेकांच्या मानेचे चावे घेऊ लागले. 'स्टार' विशेष कधी त्यांच्या खेळात सामील होत नसे आणि पिल्ले सगळा जोर लावून तिच्या कानाचा, नाकाचा किंवा शेपटीचा चावा घेऊ लागली किंवा तिच्या गोल पोटावर उडी घेऊ लागली, तरी ती शांतपणे पडून राही. सिंहांप्रमाणे किंवा मानवांप्रमाणे 'स्टार'ने आपली सहनशीलता कधी गमावली नाही. जेव्हा त्यांचा खेळकरपणा तिच्यासाठी जास्त होऊ लागला, तेव्हा ती त्यांना पाठीवर आडवे पाडी आणि ते पळून जायची धडपड करू लागताच त्यांची साफसफाई करू लागे. सुटण्याची संधी मिळताच ती पिल्ले पळून जात आणि पुन्हा एकमेकांचा चावा घेऊ लागत.

अंधार पडल्यानंतर ती त्यांना बिळात घेऊन जाई. ती अन्नाच्या शोधात मैलोन्मैल भटकायला बाहेर पडे, तेव्हा पिल्ले बिळात सुरक्षित असायची. आपल्या पिल्लांना दूध पाजण्यासाठी तिला दर चार ते पाच तासांनी परत यावे लागे; त्यामुळे इतर हायनांइतके अंतर आणि वेळ तिला बाहेर जाता येत नसे. साहजिकच पिल्लांचे संगोपन करत असेपर्यंत 'स्टार'ला मिळणारे अन्न मर्यादित होते.

पिल्ले सहा आठवड्यांची झाल्यानंतर एका रात्री 'स्टार'ने 'पेपर'च्या पाठीवर पकडून तिला उचलले आणि धावपट्टीवरून पुढे नदीपात्रातून पलीकडे नॉर्थ बे हिलच्या इथल्या झुडपात आणले. तिथे एका नवीन बिळामध्ये तिने 'पेपर'ला सोडले. मग ती 'कोको' आणि 'टॉफी'ला आणण्यासाठी परत आली. 'स्टार' आपल्या पिल्लांची जागा का हलवते आहे, ते आम्हाला माहीत नव्हते; पण कोल्हे आणि लांडग्यांसारख्या इतर मांसभक्षक प्राण्यांमध्ये आपल्या पिल्लांना दोन-तीन ठिकाणी हलवणे एकदम सामान्य आहे.

ब्राउन हायनाच्या बिळाचे आतून निरीक्षण करण्याची ही आम्हाला सर्वोत्तम संधी होती. टॉर्च, वह्या, टेप असे सगळे घेऊन आम्ही त्या आधीच्या बिळापाशी गेलो. आम्ही त्या ठिकाणी पोहोचलो, तसा मार्क खाली बसून वाळूचे निरीक्षण करू लागला.

"तू काय शोधतो आहेस?" मी विचारले.

"पाऊलखुणा. 'स्टार' इथून गेल्यानंतर एखादा बिबट्या किंवा वार्टहॉग तर येऊन राहिला नाही ना, याची आपल्याला खात्री करून घेतली पाहिजे."

आम्ही हायनाच्या पिल्लांच्या शेकडो पाऊलखुणांमध्ये इतर मोठ्या शिकाऱ्याच्या पाऊलखुणा तर दिसत नाहीत ना, हे शोधले.

जेव्हा मार्कचे समाधान झाले, तेव्हा तो म्हणाला, ''ठीक वाटते आहे. तू त्या बिळात जा, मी या मोठ्या बिळात जातो.''

मी पुढे सरपटत उघड्या खड्ड्यातून साधारण अडीच फूट उंचीच्या बोगद्यात गेले. आपले खांदे आणि डोके वाकवून मला कसेबसे आत जाता आले. मी टॉर्चचा प्रकाश सोडून आत मिट्ट काळोखात डोकावले. तो बोगदा पुढे सुमारे बारा फूट खोल गेला होता आणि डावीकडे वळला होता. जर वार्टहॉग किंवा बिबट्या या अंधाऱ्या बिळात घर करून राहिला असेल, तर आमच्या रेकल्यासारख्या आवाजात, खोकत, सरपटत त्याच्या दिशेने येण्यामुळे त्याला नक्कीच खूप भीती वाटेल, असे मला वाटत होते. पुढच्या वळणावर रागीट डोळे बाहेर येतील असे मला वाटले.

आपल्या पोटावर आडवे पडून मी हाताने स्वतःला पुढे ओढत होते. मधूनच माझे डोके छताला आपटायचे आणि वरून माझ्या मानेवर आणि छातीवर वाळूचा पाऊस पडायचा. मी जराशा उतारावरून खाली जात होते आणि पुढे टॉर्चचा प्रकाश धरला होता.

जेव्हा मी बोगद्याच्या टोकाला पोहोचले, तेव्हा थांबून मी चाहूल घेऊ लागले. मला शेजारून मार्कचा बिळात जातानाचा आवाज ऐकू येत होता. हळूच मी वळणावरून प्रकाशझोत आत टाकला आणि आतून एखाद्या चिडलेल्या बिबट्याची गुरगुर ऐकू येईल अशा भीतीने हात मागे घेतला. काहीच झाले नाही, म्हणून मग मी स्वतःला पुढे ओढले आणि वळणावरून वाकून पाहिले.

माझ्यापुढे मध्यभागी खोलीसारखा एक भाग होता, तो सुमारे पाच फूट रुंद आणि तीन फूट उंचीचा होता. वरून झाडांची केसाळ मुळे लोंबत होती. बहुधा इथेच पिल्ले बहुतेक वेळ बसत असावीत. ती जिथे झोपत होती, तिथे त्यांच्या शरीरामुळे खोलगट भाग तयार झाला होता. या खोलीला तीन छोटे आणि दोन मोठे बोगदे येऊन मिळत होते.

अजूनही मला मार्क दिसत नव्हता; पण नळीतून एकमेकांशी संवाद साधत असल्यासारखे आम्ही एकमेकांना ओरडून आपल्याला समोर काय दिसते आहे, ते वर्णन करून सांगितले. कोणते बोगदे आतून जोडले गेलेले आहेत, ते आम्ही तपासून पाहिले आणि त्यांची मापे घेतली.

ती जागा इतकी स्वच्छ आहे, याचा माझ्या मनावर प्रभाव पडला. 'स्टार' अतिशय चांगली गृहिणी होती. तिथे कोणाही पिल्लाची विष्ठा पडलेली नव्हती. मातीच्या कुबट वासाशिवाय इतर कोणताही वास तिथे नव्हता. एका जिराफाच्या पिल्लाची कवटी आणि गेम्सबोकच्या खांद्याचे हाड एवढीच तिथली मालमत्ता होती.

"हे! मला काहीतरी चावते आहे!" मार्क दुसऱ्या बिळातून ओरडला. त्याला उंदीर की बिबट्या यापैकी काय म्हणायचे आहे, याची मला कल्पना नव्हती; पण मलादेखील तेव्हाच हजार इंगळ्या टोचल्यासारख्या शरीरभर वेदना होऊ लागल्या. मला इतका धक्का बसला की, आत पूर्ण वळून डोके पुढे काढून बाहेर यायचे मला काही सुचले नाही. त्याऐवजी मी हातांनी स्वतःला मागे रेटून पायांनी शरीराला पुढे ओढत होते. माझा पार्श्वभाग सतत छताला धडकत होता. शेवटी एकदाची मी बिळाच्या तोंडापाशी पोहोचले. सूर्यप्रकाशात आणि ताज्या हवेत बाहेर उभे राहिल्यावर आमच्या लक्षात आले की, आमच्या अंगभर पिसवा चिकटल्या आहेत.

आम्ही आमचे सगळे कपडे काढले, बाटल्यांमधले सगळे पाणी अंगावर ओतून घेतले आणि तसेच नग्नावस्थेत हळूहळू लपत कॅम्पकडे परतलो. कधी नव्हे, ते कॅम्पवर आम्हाला अभिवादन करायला मॉक्स नाही, याचे मला बरे वाटले.

ब्राउन हायनाची मादी आपले बीळ का बदलत असेल, याची अनेक चांगली कारणे असतील. कदाचित ती आपल्या वाढत्या पिल्लांना मोठे घर मिळावे म्हणून हलवत असेल किंवा एखाद्या शिकारी प्राण्याला त्यांचा पत्ता लागला, तर त्यापासून बचाव करण्यासाठी ती बीळ हलवत असेल; पण मला खात्री होती की, एक कारण हेदेखील असणार की, त्या बिळातल्या पिसवांच्या संख्येला आळा बसावा.

'पेपर', 'कोको' आणि 'टॉफी' दोन महिन्यांची झाल्यावर सूर्यास्ताच्या वेळी जास्त वेळ बाहेर खेळू लागली. आपल्या नव्या बिळापाशी ती 'स्टार'पासून दहा यार्ड अंतर दूरपर्यंत जात असत; पण गवतात जरादेखील हालचाल वाटली - वरून कावळा जरी उडाला, तरी ती आपल्या आईकडे नाहीतर बिळात धूम ठोकत.

जेव्हा 'स्टार' बाहेर पडायला तयार व्हायची, तेव्हा ती उभी राहून आपले अंग झटकायची आणि पिल्लांकडे नजर न टाकता दूर जायची. आता पिल्ले जरा मोठी झाली असल्यामुळे ती त्यांना बिळात लपवायचा प्रयत्न करायची नाही. 'पेपर' आणि 'कोको' तिच्यापाठोपाठ सुमारे पंधरा यार्डांपर्यंत जात असत आणि मग पुन्हा मागे बिळाकडे येत. 'टॉफी' तसा जास्त सावध असे, तो बिळाच्या तोंडापासून त्यांना पाहात राही. वाळक्या गवतावर 'स्टार'च्या पावलांचा आवाज येणे बंद होईपर्यंत ते तिथे उभे राहात, मग पंधरा मिनिटे तेथे खेळत किंवा आजूबाजूचा इलाका शोधत हिंडून सुमारे पंधरा मिनिटांनी ती बिळात जात. त्या वयात पिल्ले पाळीव मांजरांपेक्षा आकाराने थोडीशीच मोठी होती. जर पिल्ले सिंहाच्या, बिबट्याच्या, चित्त्याच्या किंवा कोल्ह्याच्या तोंडी पडली असती, तर लगेच नाहीशी झाली असती.

'पेपर', 'कोको' आणि 'टॉफी' जेव्हा अडीच महिन्यांचे झाले, तेव्हा त्यांचे पोट चांगले गोल झाले होते. एका रात्री 'स्टार'ने 'कोको'ला मानेपाशी पकडले आणि ती झाडीतून पश्चिमेकडे निघाली. आम्ही गाडीतून तिच्या पाठोपाठ जात होतो. ती नॉर्थ

बे हिलवरून पुढे खाली नदीपात्रात आणि मग उत्तरेकडे निघाली. एवढा सगळा वेळ ते पिल्लू एखाद्या चिंधीसारखे तिच्या तोंडात लटकत होते.

मार्कला त्या दिवशी सकाळी टॉपलेस ट्रायोच्या झाडाखाली 'मॉफेट' दिसला होता आणि आता 'स्टार' अंधारात नदीपात्र ओलांडून थेट सिंहाच्या ठिकाणाकडे निघाली होती. दुर्बिणीतून आम्हाला 'मॉफेट'चे आडदांड शरीर झाडाखाली निश्चल बसलेले दिसत होते. सिंह बऱ्याच वेळा ब्राउन हायनांचा पाठलाग करून त्यांची शिकार करतात. 'स्टार'ने दिशा बदलली नाही तर ती थेट त्याच्यापाशीच पोहोचणार होती. बहुधा ती निसटून जाईल; पण एखादे वेळी 'कोको'ला खाली टाकून धावेल.

मी दुर्बीण उचलली आणि 'स्टार' आपल्या पिल्लाला घेऊन सिंहाच्या जवळ जात असलेले धाकधुकीने पाहात राहिले. ब्राउन हायनांची नजर तशी कमकुवत असते; त्यामुळे 'मॉफेट' हलला नाही तर फार उशीर होईपर्यंत तिला तो दिसणार नाही. रात्रीची हवा एकदम पडलेली होती; त्यामुळे ती अगदी काही यार्डांपर्यंत पोहोचेपर्यंत तिला सिंहाचा वास येणार नव्हता. पुढे असलेल्या धोक्याला अनभिज्ञ अवस्थेत 'स्टार' पुढे जात राहिली.

'मॉफेट' लोळत वळला आणि त्याने आपले पाय शरीराखाली घेतले. त्याचे मोठे डोके त्याने उचलले आणि नजर 'स्टार'वर स्थिर केली. ती थेट त्याच्या दिशेनेच येत होती. पूर्वी सिंहांना ब्राउन हायनांचा पाठलाग करताना पाहिलेले असल्यामुळे आमचा असा अंदाज होता की, ती त्याच्यापासून वीस ते तीस यार्ड अंतरावर पोहोचेपर्यंत तो वाट पाहील आणि मग हल्ला करेल. तिला काही प्रतिकाराची संधी मिळायच्या आधीच तो तिच्या अंगावर पोहोचलेला असेल.

पण 'स्टार' त्याच्यापासून केवळ ऐंशी यार्डावर पोहोचली आणि थांबून पुढे पाहू लागली. मग ती एकदम वळली आणि त्याला गोल वळसा मारून जाऊ लागली. 'मॉफेट'ने आपले नाक पायांवर ठेवले आणि तो परत झोपी गेला.

'स्टार' उत्तरेच्या दिशेला जवळजवळ दोन मैल चालत गेली. सगळा वेळ कोको अजिबात हलला नाही. अजून चंद्र उगवला नव्हता; पण चुनखडीसारख्या नदीपात्रातील वाळूत आकाशातील चांदण्यांचे प्रतिबिंब पडत होते. आम्हाला वाळक्या गवतातून हायनाची काळी आकृती चालताना दिसत होती. ती ईशान्येच्या बाजूला टेकडीवर चढू लागली आणि मग दाट काटेरी झाडीत शिरली. मग ती तशीच अर्धा मैल पुढे चालत गेली. मध्येमध्ये थांबून ती चाहूल घेत होती. ती 'कोको'ला एवढे लांब घेऊन का जात आहे, हे आम्हाला कळत नव्हते.

आम्ही पुढच्या उंच झुडपावरून गाडी पुढे नेली आणि घाईघाईने इंजिन बंद केले. आम्ही आश्चर्याने थक्क होऊन पुढे पाहात होतो. आमच्यापुढे एक प्रचंड आकाराचे बिळांचे संकुल उभे होते. त्यात पंधरा-पंधरा यार्डांचे अनेक राखाडी वाळूचे

उंचवटे होते. प्रत्येक उंचवट्यावर वेगवेगळ्या वयांचे ब्राउन हायनाचे पिल्लू उभे होते. प्रत्येक पिल्लाची आई वेगळी होती, हे साहजिक होते. 'शॅडो' आणि 'पॅचेस'ने जी पिल्ले सोडून दिली आहेत, असे आम्हाला वाटत होते, ती इथे दिसत होती. सगळ्या कळपाची पिल्ले या संकुलात होती - मानवाने पाहिलेले हे पहिले ब्राउन हायनाच्या बिळांचे संकुल होते! ब्राउन हायनाच्या सामाजिक संस्थेबद्दल आम्हाला पडलेल्या सगळ्या प्रश्नांचे हे उत्तर होते. हे स्कॅव्हेंजर एका कळपात राहतात, भक्ष्य वाटून खातात आणि सामायिक इलाक्यात फिरतात याचे कारण ते आपल्या पिल्लांना एकत्र सामायिक पद्धतीने वाढवतात, कालाहारीमधील तीव्र आणि अस्थिर हवामानाचा सामना करण्यासाठी त्यांना हे गरजेचे असते.

शास्त्राच्या अभ्यासात असे क्वचितच होते की, एखादा नवा शोध संशोधकाच्या ओंजळीत पडतो. आम्ही थक्क होऊन पाहात बसलो होतो. 'स्टार'ने 'कोको'ला हळूच खाली वाळूवर ठेवले आणि ती एक पाऊल मागे उभी राहिली. 'कोको' काही घाबरलेला किंवा बावरलेला दिसत नव्हता, त्याने आपले इटुकले काळे नाक उचलले आणि आजूबाजूला त्याला अभिवादन करणाऱ्या अनेक पिल्लांचा वास घेतला. 'स्टार' मग 'पेपर' आणि 'टॉफी'ला आणायला गेली, तशी 'कोको'ने आजूबाजूला शोधाशोध करायला सुरुवात केली.

●●●

कालाहारीतील वातावरण, तिथे उपलब्ध असलेला विरळ आणि बेभरवशाचा अन्नपुरवठा, यामुळे ब्राउन हायनाच्या मादीला इथे आपल्या स्वतःसाठी आणि आपल्या वाढत्या पिल्लांसाठी अन्न शोधणे अवघड जाते. आम्हाला नंतर कळले की, एका कळपात एका वर्षी एकाच मादीला पिल्ले होतात; त्यामुळे या सामूहिक वसाहतीमध्ये एकावेळी मोजकी पिल्ले वाढायला असतात. सगळी पिल्ले सुरक्षित आत गेली की, प्रत्येक मादी कित्येक दिवसांपर्यंत अन्नाच्या शोधात भटकते. पुन्हा आणण्याजोगे अन्न तिला सापडले की, ती ते घेऊन पिल्लांकडे परत येते. प्रत्येक आईला या सामूहिक वसाहतीकडे दर काही तासांनी येण्याची गरज पडत नसल्यामुळे, सगळ्या गटाचा अन्नाच्या शोधात भटकण्याचा वेळ वाढतो; त्यामुळे पिल्लांना नियमित अन्न मिळते. प्रत्येक मादी, तिला पिल्ले झाली असोत वा नसोत, या वसाहतीकडे अन्न घेऊन येते.१ काही वेळा नरदेखील अन्न घेऊन येतात. त्यांना अन्नाच्या शोधात एकटेच भटकावे लागते; पण ते एकत्रितरीत्या पिल्ले वाढवतात; त्यामुळे ब्राउन हायनांमध्ये सामाजिक आणि एकलकोंड्या अशा दोन्ही प्रकारच्या प्राण्यांचा मिलाफ दिसून येतो. त्यांच्या वागण्यामध्ये जणू तिथल्या लहरी निसर्गाचेच प्रतिबिंब दिसते.

●●●

एकदा या सामूहिक वसाहतीचा शोध लागल्यानंतर, आमचा दिनक्रम पूर्ण बदलला. रोज सकाळी मार्क सिंहांच्या आणि हायनांच्या शोधात विमानातून फिरायचा. मग नंतर आम्ही कॅम्पच्या सगळ्यात जवळच्या सिंहांपाशी गाडी घेऊन जायचो. संध्याकाळी तो आपली टिपणे टेपरेकॉर्डरवरून उतरवून घ्यायचा, तेव्हा मी गाडी घेऊन हायनांच्या वसाहतीकडे जायचे आणि त्यांचे रात्रभर निरीक्षण करत बसायचे.

मी नोंदवह्या, टॉर्च, कॅमेरा, टेपरेकॉर्डर, स्लीपिंग बॅग, ताजा ब्रेड आणि थर्मासमध्ये चहा आणि सूप भरून घेऊन जायचे. गाडीत मागे खाण्याचे जास्तीचे कॅन्स आणि एक पाण्याचा कॅन ठेवलेला असे. जर जास्त वेळ थांबावे लागले, तर त्यासाठी ही तयारी असे. मी जेव्हा त्या वसाहतीपाशी पोहोचायचे, तेव्हा तिथे एकही हायना दिसत नसायचा. सूर्यास्त होताना आणि कालाहारीमध्ये रात्र पडताना मी आजूबाजूचे आवाज ऐकत बसायचे. उत्तरेकडच्या टेकडीवरून कोल्हेकुई ऐकू यायची, एक कोरहान पक्षी आपल्या प्रदेशावरच्या सत्तेचा हुंकार काढायचा, ओरडणाऱ्या पाली आपले रात्रीचे संगीत चालू करायच्या. अंधार पडल्यावर मला तीन-चार मैलांवर मार्कच्या कॅम्पवरची शेकोटी फडफडताना दिसायची.

एका संध्याकाळी एकही हायनाचे पिल्लू बिळातून बाहेर यायच्या आधी माझी गाडी अचानक गदागदा हलली. घाबरून मी इकडेतिकडे पाहून काय असेल, याचा अंदाज घेतला. मला भास झाला आहे, असे वाटू लागताच पुन्हा एकदा गाडी हलली. मी दार उघडले आणि एखादे घुबड तर गाडीच्या टपावर येऊन बसले नाही ना, याचा अंदाज घेतला. तिथे काहीच नव्हते. परत गाडी हलली, आता मी खरीच थरथरले. मी मागच्या खिडकीतून पाहिले तर मला तिथे 'मॉफेट'चे फरी डोके गाडीच्या पाठीमागे वर येताना दिसले. त्याने आपले नाक गाडीखाली खुपसले आणि तिथल्या टूलबॉक्सचा आणि जादाच्या टायरचा वास घेतला. मग त्याने परत डोके वाकवले आणि आपल्या जबड्यात ट्रेलरचा हुक पकडला आणि एखाद्या खेळण्याप्रमाणे गाडी गदागदा हलवली.

"हे मॉफ! थांब!" मी खिडकीतून बाहेर ओरडले. शेवटी त्याने एकदा गाडी हलवली आणि मग माझ्या उघड्या खिडकीपासून दोन फुटांवर आला. आपले डोके उचलून त्याने थेट माझ्या नजरेत नजर भिडवून पाहिले. मी अगदी हळुवारपणे त्याला म्हणाले, "हे बघ, मी जरा मजा करत होते. तुला जर गाडी हलवायची असेल, तर खुशाल हलव."

त्याने एक प्रचंड जांभई दिली, स्वतःला झटकले आणि मग तो हायनांच्या वसाहतीपाशी गेला. तिथे एका छोट्या झाडावर त्याने आपला वास उडवला. मग तो एका झुडपाआड नाहीसा झाला. तो जात असताना त्याच्या पायाच्या बाजूचा इंग्रजी J च्या आकाराचा व्रण मला दिसला.

त्या टेकडीवरच्या या एकलकोंड्या रात्रीत, आकाशात असंख्य तारे जवळच चमकत आहेत, असे वाटायचे. अशा रात्री माझ्या आयुष्यातल्या खास आनंदाचा ठेवा आहेत. हळूहळू मी हायनांच्या पिल्लांना ओळखू लागले. सगळ्यात मोठ्याचे नाव मी 'पिपीन' ठेवले, तो जवळजवळ तीन वर्षांचा म्हणजे तसा प्रौढच होता. तो स्वतःच अन्नाच्या शोधात बाहेर पडत असे; पण अजूनही वसाहतीपाशी येऊन लहान पिल्लांशी खेळत असे. 'चिप' त्यापेक्षा कमी वयाचा होता. तोदेखील वसाहतीपासून दूर अन्न शोधत भटके. 'सूटी' आणि 'डस्टी' ही भावा-बहिणीची जोडी होती. ते सगळा वेळ वसाहतीपाशीच असायचे. त्यांच्या बरोबर 'पफ' नावाचे एकदम लहान मादी पिल्लू होते. आता सगळ्यात शेवटी 'पेपर', 'कोको' आणि 'टॉफी' ही पिल्लावळ आली होती.

आम्हाला ही वसाहत सापडल्याच्या दुसऱ्या दिवशी मी 'पॅचेस'ला गवतातल्या एका पाऊलवाटेने येताना पाहिले. तिने आपल्या जबड्यात नुकतीच शिकार केलेल्या स्प्रिंगबोकचा एक पाय पकडला होता. तिला येताना पाहून सगळी पिल्ले उड्या मारू लागली. उत्सुकतेने त्यांचे केस उभे राहिले होते. आवाज ऐकून लहान पिल्ले बिळाच्या तोंडाकडे धावली. त्यांना कल्पना नव्हती की, येणारा आवाज सिंहाचा आहे की इतर कोणत्या शिकारी प्राण्याचा! 'पॅचेस' जेव्हा ओळखू येण्याइतकी जवळ आली, तेव्हा मोठी पिल्ले तिच्याकडे धावली आणि तिच्याभोवती गोल फेर धरल्यासारखी नाचू लागली. तिने जबड्यात पकडलेला तो पाय खाली टाकला आणि आपल्या नाकासमोरून जाणाऱ्या प्रत्येक पिल्लाचा वास घेतला आणि त्यांचे कान आणि पाठ चाटली. आपल्यापेक्षा मोठ्या हायनाला आदर दाखवून झाल्यावर 'सूटी'ने तो स्प्रिंगबोकचा पाय पकडला आणि तो बिळाकडे धावला. बाकीचेही त्याच्या पाठोपाठ गेले. पिल्ले आत खात असताना 'पॅचेस' उंचवट्यावर झोपली.

त्याच रात्री 'शॅडो'देखील वसाहतीपाशी आली आणि पिल्ले तिच्याही भोवती नाचली. त्यांनी इतका दंगा केला की, त्या भागावर उडालेल्या पांढऱ्या वाळूचा छोटा ढग दिसत होता. ती एका उंचवट्यावर बसली आणि 'पफ' तिचे दूध पिऊ लागली. 'शॅडो' ही 'पफ'ची आई आहे असा मी निष्कर्ष काढतच होते, तोपर्यंत 'डस्टी'पण तिचे दूध पिऊ लागली. त्यांच्यातल्या वयाच्या फरकामुळे 'डस्टी' आणि 'पफ' भावंडे असणे शक्य नव्हते. त्या दोघांपैकी एक पिल्लू स्वतःचे नसूनही 'शॅडो' त्यांना दूध पाजत होती. नंतर आम्ही 'शॅडो' आणि 'स्टार'ला एकमेकींच्या पिल्लांना दूध पाजताना पाहिले. असे दुसऱ्यांच्या पिल्लांना दूध पाजणे फार कमी मांसाहारी प्राण्यांमध्ये बघितले गेले आहे. सिंहांमध्ये आणि जंगली कुत्र्यांमध्ये हा प्रकार दिसतो; पण हायनांमध्ये हे कधीच पाहिले गेलेले नाही. हा ब्राउन हायनांच्या साह्यकारी सामाजिक वर्तणुकीचा पुरावा होता.

दुभत्या माद्या सगळ्या पिल्लांना दूध पाजत होत्या आणि सगळ्याजणी या वसाहतीमध्ये अन्न घेऊन येत होत्या; त्यामुळे कोण कोणाची आई आहे, ते पहिल्यांदा स्पष्ट नव्हते. सुदैवाने प्रत्येक मादीच्या आधीच्या मातृत्वाची आणि दूध पाजण्याच्या कालावधीची आमच्याकडे व्यवस्थित नोंद केलेली होती. त्या माहितीची पिल्लांच्या वयाशी पडताळणी करून आणि या वसाहतीसमोर कित्येक तास बसून, आम्ही यातल्या कौटुंबिक नात्यांची खात्री करून घेऊ शकलो. आम्हाला माहिती झाले की, 'पिपीन' हा 'स्टार'चा मागच्या वेळचा बच्चा होता. तो आत्ताच्या पिल्लांचा ('पेपर', 'कोको' आणि 'टॉफी') सावत्र भाऊ होता. 'पिपीन'च्या पित्याला दुसऱ्या प्रबळ नराने कळपातून घालवून दिले होते आणि सत्ता काबीज केली होती. 'चिप' 'पॅचेस'चे पिल्लू होते तर 'पफ' 'शॅडो'चे. 'डस्टी' आणि 'सूटी'ची आई कोण होती, ते आम्हाला माहीत नव्हते.

'स्टार', 'पॅचेस' आणि 'शॅडो' या तिघीही अन्न आणत असल्यामुळे आणि 'पिपीन' बिळातून वाळू बाहेर काढण्यासाठी आणि इतर पिल्लांशी खेळण्यासाठी तिथे येत असल्यामुळे त्यांच्या त्या वसाहतीमध्ये कायम गर्दी असेल, असा समज होणे साहजिक आहे; पण तसे कधीच व्हायचे नाही. प्रौढ माद्या प्रत्येक रात्री यायच्या नाहीत आणि एका वेळी तर कधीच यायच्या नाहीत; पण जर कधी त्या एकाच वेळी वसाहतीपाशी आल्या, तर एकमेकींना ओळखही दाखवायच्या नाहीत. आम्ही त्या पिल्लांच्या बापाला, म्हणजे त्या कळपाच्या प्रबळ नराला तिथे येताना किंवा अन्न घेऊन येताना कधीच पाहिले नाही.

त्या माद्यांना इतके तास अन्नाच्या शोधात भटकावे लागत असल्यामुळे बराच काळ वसाहतीपाशी पिल्लांचे रक्षण करायला कोणीच नसायचे. कळपातले सदस्य अख्ख्या हद्दीत कोठेही झाडाखाली झोप काढायचे. कधीकधी ते वसाहतीपासून पाच मैल दूरदेखील असायचे. एखादा प्रौढ हायना कधीतरी वसाहतीजवळ झोपला, तरी ती जागा २०० ते ३०० यार्डांपेक्षा जवळ नसायची.

पिल्लांचे वसाहतीद्वारेच संरक्षण होत होते आणि बाकीची मोठी पिल्लेही जवळ असायची. 'पेपर', 'कोको' आणि 'टॉफी' भटकत उंच गवतात पंचवीस यार्डांपर्यंत जायचे; पण कोणत्याही प्राण्याचा आवाज ऐकू आला, तो जरी सिंहाचा असला किंवा साळिंदराचा, तरी ते एखाद्या बिळात उडी घ्यायचे. काही मिनिटांनी पहिल्यांदा त्यांचे कान, मग डोळे आणि मग नाक एखाद्या परिदर्शकाप्रमाणे जमिनीतून बाहेर येऊन, धोका टळला आहे ना, ते निरखून पाहायचे. जर मोठ्या पिल्लांनी आडोसा घेतला नाही असे त्यांना दिसले, तर 'पेपर', 'कोको' आणि 'टॉफी' बिळातून बाहेर येऊन खेळू लागत.

एके दिवशी दुपारी आठ जंगली कुत्र्यांचा एक कळप वसाहतीपाशी आला होता.

छोटी पिल्ले बिळात लपली; पण 'चिप', 'डस्टी' आणि 'सूटी' येणाऱ्या आगंतुकांचा सामना करण्यासाठी तसेच बाहेर उभे राहिले. ते तिघे प्रौढ हायनांच्या तीन चतुर्थांश आकाराचे होते. सगळ्यात मोठ्या उंचवट्यावर उभे राहून, त्यांच्या अंगावरचे केस उभे राहिले, तसे ते बऱ्यापैकी ताकदवान वाटत होते. कुत्र्यांनी तीन वेळा बिळांना फेरी मारली, मधूनच ते जवळ येऊन नीट निरखून पाहायचे, शेवटी ते निघून गेले; पण एक दिवस 'मॉफेट' जेव्हा वसाहतीजवळ आला, तेव्हा मात्र 'चिप', 'डस्टी' आणि 'सूटी'सह सगळी पिल्ले बिळामध्ये नाहीशी झाली. सिंह तिथून गेल्यावर एक तासापर्यंत ती बाहेर आली नाहीत.

कधीकधी पिल्ले आपल्या बिळाच्या सुरक्षिततेपासून खूपच दूर जायची. जेव्हा 'पफ' एखाद्या बुलडॉगच्या आकाराची झाली, तेव्हा ती एका रात्री बिळापासून जास्तच दूर गेली. गवतातून झटापटीचे जोरदार आवाज ऐकू येत होते. जेव्हा आम्ही तेथे पोहोचलो, तेव्हा एक बिबट्या तिचे जागोजाग ठेचकाळलेले शरीर ओढून एका बाभळीच्या झाडावर चढत होता. 'पफ'च्या मृत्यूनंतरही, तिची आई असलेली 'शॅडो' इतरांना पाजत आणि अन्न आणत राहिली.

प्रत्येक संध्याकाळी सूर्यास्ताच्या वेळी उकाडा कमी झाल्यावर पिल्ले वसाहतीच्या चार बिळांतून बाहेर डोकवायची. जेव्हा कोणताही धोका नाही याची खात्री व्हायची, तेव्हा ती खड्ड्यातून बाहेर यायची. बीळ खणण्यासाठी बाहेर वाळू काढलेली होती आणि त्यामुळे एक उंचवटा झाला होता. पिल्ले त्या उंचवट्यावर उडी घ्यायची. जेव्हा टेकडीच्या उतारावरून गार हवा वाहू लागे, तेव्हा ते गवताच्या काड्यांचा, जुन्या हाडांचा आणि जे मिळेल त्या कशाचाही वास घेऊ लागायची. हे सगळे हायनासाठी महत्त्वाचे धडे होते. हायना उंच गवतात अन्नाच्या शोधात बराच वेळ घालवतात. त्यांना गवतात काही फुटांपेक्षा दूरचे दिसत नाही. त्यांना दूरपर्यंत कोठेही असलेले कुजके मांस शोधावे लागते. मोठे झाल्यावरही त्यांना आपल्या घ्राणेंद्रियावर सगळ्या गोष्टींसाठी अवलंबून राहावे लागते. सिंहांचा धोका कळावा म्हणून आणि इतर हायनांशी संपर्क राहावा म्हणून ते आपली घ्राणेंद्रिये वापरतात.

'पेपर', 'कोको' आणि 'टॉफी' त्यांच्या पार्श्वभागावरील ग्रंथीमधून तो चिकट द्रव प्रौढांप्रमाणे बाहेर पडू लागण्याच्या आधीपासूनच आपल्या वासाची खूण चिकटवण्याचा प्रयत्न करू लागले. ते पुनःपुन्हा आपली शेपटी उचलायचे, वळायचे आणि एखाद्या काडीवर बसायचे आणि द्रव सोडायचा प्रयत्न करू लागायचे. ते वळून, वास घेऊन आपण त्यात यशस्वी झालो आहोत का, ते पडताळून पाहायचे.

त्या वसाहतीत नेल्यानंतर थोड्या दिवसांतच ते चार महिन्यांचे झाले, तेव्हा त्यांच्या ग्रंथीमधून तो चिकट द्रव बाहेर येऊ लागला; त्यामुळे ते स्वतःवर खूपच खूश झाले होते. साहजिकच ते सगळीकडे थांबून, आपली शेपटी उचलून ते पांढरे

चिकट थेंब जिथेतिथे चिकटवू लागले. कधीकधी ते लक्ष नसलेल्या प्रौढ हायनाच्या शेपटीवर किंवा आमच्या कॅमेऱ्याच्या ट्रायपॉडवरदेखील आपली खूण उमटवायचे.

एकमेकांशी चढाओढीचा खेळ हा त्यांच्या विकसनाचा महत्त्वाचा भाग होता. पहिल्या दिवशी ते जेव्हा आपल्या बिळातून बाहेर आले, त्या दिवसापासूनच ते खेळात प्रौढांच्या वर्तणुकीसारखीच वर्तणूक दाखवू लागले : नाकाने केलेली कुस्ती, मानेचे चावे घेणे, मागच्या पायांना चावणे आणि पाठलाग करणे. सामाजिक नाते तयार होण्यामध्ये या खेळाचा महत्त्वाचा वाटा होता. यापुढे त्यांच्या कळपातील उतरंड ठरवण्यासाठी जी चढाओढ होणार होती, त्यासाठी लागणारे लढाईचे कौशल्य या खेळातूनच त्यांना मिळत होते.

जेव्हा 'पिपीन' वसाहतीपाशी यायचा, तेव्हा सगळी पिल्ले त्याचे अगदी उत्साहाने स्वागत करायची. ती धाव घेऊन त्याच्याभोवती फेर धरायची, त्याची शेपटी ओढायची आणि उड्या मारून त्याच्या कानाचा चावा घ्यायचा प्रयत्न करायची. अगदी एखाद्या मोठ्या भावाप्रमाणे तो त्यांच्याबरोबर शिवाशिवी खेळायचा आणि आपल्याला पकडू द्यायचा. त्यांच्या चावा घेण्याच्या प्रयत्नातून वाचण्यासाठी तो आपले डोके एकीकडून दुसरीकडे हलवायचा.

जर पिल्ले या सामूहिक वसाहतीमध्ये वाढवली गेली नसती, तर त्यांना इथले संरक्षण आणि बाकीच्या पिल्लांबरोबर खेळ खेळण्याची संधी मिळाली नसती. आपल्या कळपातील इतर सदस्यांबरोबर नाते प्रस्थापित करण्याची आणि त्यांच्याकडून शिकायची संधीदेखील त्यांना मिळाली नसती.

●●●

फेब्रुवारी १९७९ मध्ये आम्ही फिकट आकाशात ढग शोधायचा प्रयत्न करत होतो. दरवर्षी फेब्रुवारीमध्ये एकदम जोराचा पाऊस असतो; पण त्या वर्षी आकाशात एखादा ढगदेखील क्वचितच दिसत होता. दुपारचे तापमान इतके जास्त असायचे की, सावलीतही सुटकारा मिळायचा नाही. क्वचित एखादा प्रचंड ढगासारखा आकार क्षितिजावर दिसायचा; पण काही वेळातच तो नाहीसा व्हायचा. तो जीवनदायी पाऊस दुसऱ्या प्रदेशात पडत होता. एप्रिलपर्यंत हे ढगदेखील नाहीसे झाले आणि आमची सगळी आशा संपुष्टात आली. १९७९चा सगळा पावसाळा असा कोरडा गेला होता. एक छोटी पावसाची सर सोडता प्राण्यांना व झाडांना गेल्या वर्षभरात ओलावा मिळाला नव्हता आणि अजून दहा महिन्यांत पावसाची कोणतीही आशा नव्हती. कालाहारी दुष्काळात अडकला होता.

सिंह आता प्रचंड प्रदेशात विखुरले होते - ते कधी जर व्हॅलीमध्ये आले, तर शिकार इतकी छोटी असायची की, त्यातली रक्ताळलेली पिसे, एखादे शिंग,

नाहीतर पायाचे खूर वगळता हायनांसाठी काहीही उरायचे नाही. जेव्हा शेवटचे स्प्रिंगबोक हरीण नाहीसे झाले, तेव्हा इथले चित्ते आणि जंगली कुत्रेदेखील दिसेनासे झाले. आता मुंग्या, वाळवी, पक्षी, उंदीर आणि क्वचित मिळालेले स्टीनबोक हे भक्ष्य बिबट्यांसाठी आणि कोल्ह्यांसाठी उरले होते. हे छोटे भक्ष्यदेखील बऱ्याच ठिकाणी पूर्ण नाहीसे झाले होते. स्टार, पॅचेस, मॅकडफ आणि पिपीन अन्नाच्या शोधात प्रत्येक रात्री वीस-वीस मैल चालायचे. तेदेखील वाळवी चाटून खायचे. उंदरांचा, हेजहॉगचा, साळिंदरांचा आणि स्प्रिंगहेअरचा पाठलाग करायचे. येणाऱ्या कोरड्या ऋतूत अन्नपुरवठा अजूनच कमी होणार होता. पाऊस नसल्यामुळे पाण्यासाठी जंगली कलिंगडेदेखील उपलब्ध नव्हती.

'डस्टी' आणि 'सूटी' जेव्हा अठरा महिन्यांची झाली, तेव्हा तीदेखील स्वतः अन्नासाठी भटकू लागली. काही वर्षांपूर्वी 'पोगो' आणि 'हॉकिन्स' जशी मोठ्यांच्या मागोमाग जायची, तशी ती 'स्टार', 'पॅचेस' आणि 'शॅडो'च्या मागोमाग जायला लागली. 'पेपर', 'कोको' आणि 'टॉफी' ही तिथे राहिलेली पिल्ले होती. आता वसाहत एकदम एकलकोंडी आणि शांत जागा वाटू लागली होती. कधीकधी कित्येक दिवस हे तिघे शांतपणे अन्नासाठी वाट पाहायचे. 'स्टार' एकमेव दुभती मादी होती आणि ही पिल्ले पोषणासाठी तिच्या दुधावर अवलंबून होती.

एका रात्री जोरदार वारे सुटले होते. 'स्टार' लेपर्ड ट्रेलवरून उत्तरेकडे निघाली होती, ती तिथून बर्जी मैदानात गेली आणि त्यावरून ईशान्येकडे पूर्वेकडच्या टेकडीकडे गेली. मध्यरात्रीपर्यंत तिने बारा मैल अंतर पार केले होते, तरी तिला खाण्यास योग्य किंवा आपल्या पिल्लांना नेण्यासाठी योग्य असे काही मिळाले नव्हते. तिने बऱ्याच उंदरांच्या आणि स्प्रिंगहेअरच्या बिळात तोंड घालून बघितले; पण तिथे कोणीच नव्हते. ती थकून विश्रांतीसाठी नदीपात्रापासून एक मैलावर मोठ्या पानांच्या लोंकोकार्पसच्या झाडाखाली बसली.

'मफीन' आणि 'मॉफेट'ने डिसेप्शन व्हॅलीच्या पूर्वेकडच्या वालुकामय भागात कित्येक दिवस घालवले होते. त्यांनी अभयारण्याची सरहद्द ओलांडून कित्येक वेळा पाळीव जनावरांच्या प्रदेशात प्रवेश केला होता. या रात्री ते पश्चिमेकडे त्यांच्या पावसाळ्यातल्या सरहद्दीकडे निघाले होते. ते पूर्वेकडच्या टेकडीशेजारून चालले होते. वाटेत त्यांनी एकच हार्टबीस्ट बघितला होता, जो त्यांच्यापासून लांब पळाला होता; त्यामुळे ते आता चांगलेच भुकेले होते.

आपल्या कुशीवर पडून, आपली ओरखडलेली मान आणि डोके थंड वाळूवर ठेवून 'स्टार' पडली होती. मधूनच ती खालची गार वाळू आपल्या पोटावर सरकवत होती. काही वेळाने तिने वाऱ्याच्या दिशेने काहीसा पुसटसा आवाज ऐकला. कदाचित वाऱ्याच्या दिशेमुळे सिंहांचे जवळ येणे तिला ऐकू गेले नसेल किंवा कदाचित ती

फार गाढ झोपली असेल. तिने जेव्हा उडी मारली, तेव्हा फार उशीर झाला होता. 'मफिन' आणि 'मॉफेट'ने पळत येऊन तिच्या अंगावर उडी मारली; तिला लोळवले आणि काही सेकंदांतच ती मरण पावली.

पेपर

डेलिया

सगा असला तरी सोयरीक नाही

— विलियम शेक्सपिअर

'पेपर', 'कोको' आणि 'टॉफी'ला आपली आई मरण पावल्याची बातमी कळण्याचा कोणताही मार्ग नव्हता. तासन्तास, एकामागून एक अनेक रात्री ते वसाहतीमध्ये उंचवट्यावर बसून राहायचे, त्यांचे गाल पायावर ठेवलेले असायचे; 'स्टार'च्या नेहमीच्या येण्याच्या रस्त्याकडे ते नजर लावून बसलेले असायचे. जसे दिवस गेले, तशी त्यांची अंगातली ताकद कमी होऊ लागली, त्यांचे खेळणे बंद झाले. दर काही तासांनी ते आजूबाजूच्या भागांत हळूहळू फेरफटका मारायचे, आजूबाजूला पडलेल्या जुन्या शिकारीमधल्या हाडांचा वास घ्यायचे. दिवसा गरमीत ते बिळाच्या थंडाव्यात आत जायचे. तिथे त्यांच्या सुक्या पडत चाललेल्या शरीरातला ओलावा टिकून राहायला मदत होत असावी.

त्यांच्या खांद्याची हाडे वर दिसू लागली होती, त्यांच्या अंगावरचे केस गळू लागले होते. दिवसा अशक्यप्राय गरम आणि कोरडी हवा असायची, जणू या भूतलावर कधी पाणी आलेच नाही असे वाटायचे; सुदैवाने रात्री तरी गार होते.

'स्टार'च्या मृत्यूनंतर चौथ्या रात्री 'पेपर', 'कोको' आणि 'टॉफी' बिळातून बाहेर आले नाहीत. तीन रात्री चंद्रप्रकाशात आम्ही रिकामे वाळूचे उंचवटे पाहात राहिलो. त्यांच्यात अजून त्राण असतील, अशी आम्हाला आशा होती. ते जिवंत आहेत की

नाहीत, हे जाणून घेणे आमच्यासाठी महत्त्वाचे होते; म्हणून आम्ही एका मोठ्या बिळाच्या तोंडाशी गेलो आणि कानोसा घेण्याचा प्रयत्न करू लागलो. आतून कोणताही आवाज येत नव्हता, हायनाच्या छोट्या पावलांचे ठसे वाळूत दिसत नव्हते. बहुधा भुकेमुळे किंवा तहानेमुळे पिल्ले मरण पावली असावीत.

पण जेव्हा आम्ही उभे राहून गाडीकडे जाऊ लागलो, तेव्हा आतून एक आवाज ऐकू आला. एक पिल्लू तरी बहुधा जिवंत असावे - पण किती काळ?

मध्यरात्रीच्या सुमारास गवतातून पश्चिमेकडच्या बाजूने एक मोठा आवाज ऐकू आला. तिकडून पिल्लांचा सावत्र भाऊ, 'पिपीन' बिळांसमोर आला. त्याच्या तोंडात नुकतेच मारलेले स्प्रिंगहेअर होते. त्याने ते चार पौंडाचे हरीण समोर आदळले आणि तो बिळाच्या तोंडाशी आला. मग त्याने आत साद घातली. ताबडतोब तीनही क्षीण आणि भुकेली पिल्ले आतुरतेने त्याला भेटायला बाहेर आली. त्यांनी 'पिपीन'ला फेरी घातली आणि त्या स्प्रिंगहेअरकडे धावली. ते हरीण घेऊन ती बिळात गेली. आत जाताना पुन्हा एकदा थांबून त्यांनी 'पिपीन'ला अभिवादन केले. त्यांच्या उत्साहामुळे आजूबाजूला खूप धूळ उडाली. मग समोरच्या अन्नाचे तुकडे तोडत ती आत गेली.

'पिपीन' त्या उंचवट्यावर एकटाच उभा राहिला. त्याचे पाय एकदम लांबसडक आणि शरीर सडपातळ वाटत होते. आपले डोके न हलवता त्याने आपल्या आईप्रमाणे, म्हणजे 'स्टार'प्रमाणे डोळे फिरवले आणि थेट आमच्याकडे पाहिले. मग त्याने आपले लांबसडक केस झटकले आणि तो झाडीत दिसेनासा झाला.

"मार्क! कदाचित तो त्यांना दत्तक घेईल," मी पुटपुटले. 'स्टार'च्या पिल्लांना आता नुसती जगण्याची संधी होती असे नाही, तर हा आमच्या हायनांच्या अभ्यासातील सर्वोच्च बिंदू होता. निसर्गात दत्तक घेणे अभावानेच घडते. बहुतेक प्राण्यांमध्ये पोरक्या पिल्लांना सोडून दिले जाते आणि सगळे कष्ट आपली स्वतःची पिल्ले वाढवण्यासाठी घेतले जातात.

दुसऱ्या दिवशी संध्याकाळी, 'डस्टी' जिराफाच्या त्वचेचा मोठा तुकडा घेऊन वसाहतीपाशी आली. त्या तुकड्याला बरेच ताजे मांस चिकटलेले होते. तिच्या मागोमाग 'चिप' आला होता. 'चिप' म्हणजे मोठे नर पिल्लू. ओरडत आणि हसत, आपली शेपटी उंचावून 'पेपर', 'कोको' आणि 'टॉफी' पुढे आले आणि आपल्या जुन्या मित्रांभोवती नाचले. 'कोको'ने ती त्वचा पकडली आणि तो आत पळाला. जर या हायनांची ओळख नसताना आम्ही हा प्रसंग पाहिला असता, तर आमचा असा नक्कीच समज झाला असता की, एक नर आणि मादी आपल्या पिल्लांना खायला घालत आहेत. खरेतर ती सगळी मावस भावंडे होती.

त्यापुढचे दिवस त्या कळपातील इतर हायना 'पेपर', 'कोको' आणि 'टॉफी'साठी अन्न आणत राहिले. 'डस्टी' आणि 'सूटी'ची आई कोण हे आम्हाला का कळले

नाही, त्याचा आम्हाला आता उलगडा झाला होता : ती मरण पावली होती आणि 'स्टार'च्या पिल्लांप्रमाणेच त्यांची बाकी कळपाने काळजी घेतली होती.

पिल्लांना 'पॅचेस', 'शॅडो', 'डस्टी' आणि 'पिपीन'कडून अन्न मिळत असल्यामुळे ते बच्चे आता पुन्हा ताकदवान होऊ लागले. ब्राउन हायनाची पिल्ले दहा-बारा महिन्यांपर्यंत आईचे दूध पीत असली, तरी सातव्या महिन्यातच या पिल्लांचा आईच्या दुधाचा पुरवठा आटला होता. आता आहारात हा आमूलाग्र बदल घडला असला, तरी त्यांना मिळणारे मांस, कातडी आणि हाडांचे अन्न त्यांना मानवत होते असे दिसत होते. आता ते वाचण्याची चांगलीच शक्यता होती.

●●●

आम्ही या सामूहिक वसाहतीचे तीन वर्षे निरीक्षण करत राहिलो आणि त्यातून आम्हाला अनेक शोध लागले. एक म्हणजे ब्राउन हायनांमध्ये पिल्लांचा सांभाळ इतरांनी करणे एकदम सामान्य गोष्ट आहे. आम्ही तिथे निरीक्षण करत असलेल्या काळात, वाचलेली सत्तर टक्के पिल्ले अनाथ होती.

बहुतेक ब्राउन हायनांच्या माद्या ज्या कळपात जन्माला येतात, तिथेच राहतात; त्यामुळे सगळ्याच तशा नात्यातल्या असतात. आम्ही त्या कळपाचे इतका काळ निरीक्षण करत असल्यामुळे आम्हाला कित्येक नाती माहिती झाली होती. 'पॅचेस' आणि 'शॅडो' या 'स्टार'च्या मावसबहिणी होत्या; त्यामुळे त्या 'पेपर', 'कोको' आणि 'टॉफी'च्या मावशा होत्या. 'डस्टी' मावसबहिण होती आणि 'पिपीन' सावत्र भाऊ. पिल्लांचा त्या कळपाने सांभाळ केला होता.

हायनांना समाजकंटक समजले गेले आहे, शब्दकोशात त्यांच्या नावाला समानार्थी शब्दांमध्ये दगाबाज आणि घातकी असे शब्द आहेत. खरेतर ते इतर ब्राउन हायनांना अन्न देतात, त्यांच्या पिल्लांचा सांभाळ करतात आणि ते केवळ सामाजिक प्राणी नसून ते निःस्वार्थीदेखील असतात.

पण ते किती निःस्वार्थी असतात बरे? या दुष्काळात 'पॅचेस', 'शॅडो', 'डस्टी' आणि 'पिपीन' स्वतः खाऊ शकतील असे अन्न का बरे या पिल्लांसाठी आणत असावेत? स्वतः किंमत मोजून ते का बरे दुसऱ्याची पिल्ले वाचवत असावेत?

या प्रश्नांची उत्तरे सामाजिक-जीवशास्त्राच्या नात्याबद्दलच्या प्रमेयात सापडतात.[१] 'सर्वांत लायक प्रजाती जगते, हे जे प्रमेय आहे.' त्यातील लायकीचा संदर्भ हा शारीरिक सामर्थ्याबद्दल नसून, प्राण्याच्या जिवंत राहण्याच्या क्षमतेबद्दल आणि आपल्या पुढच्या पिढ्यांना तो किती जनुक देतो त्याबद्दल आहे. मनुष्यप्राणी धरून कोणताही प्राणी आपली आनुवंशिक योग्यता दोन प्रकारांनी वाढवू शकतो, आपल्या पुढच्या पिढीला जन्म देऊन - जी त्याची अर्धी जनुके धारण करेल आणि अप्रत्यक्षरीत्या

आपल्या दूरच्या नात्यातल्या भावंडांचा सांभाळ करून - मावस, चुलत भावंडे, भाचे - जे त्याच प्रमाणात जनुके घेऊन आलेली असतात.[२]

'पेपर', 'कोको' आणि 'टॉफी' हे 'शॅडो'चे भाचे होते; त्यामुळे त्यांच्यामध्ये तिच्यातली काही जनुके होती. साहजिकपणे त्यातल्या कमीतकमी एकाचा सांभाळ करून 'शॅडो' आपलीच आनुवंशिक क्षमता वाढवत होती. 'शॅडो'चे एकमेव पिल्लू 'पफ' मारले गेले होते. जर 'पेपर', 'कोको' आणि 'टॉफी'देखील मेले, तर 'शॅडो'ची आपली जनुके पुढच्या पिढीला देण्याची एक संधी वाया जाणार होती. तशा संधी या वाळवंटात कमी मिळतात. ब्राउन हायनाच्या मादीला आपल्या आयुष्यात कमी वेळा पिल्ले जन्माला घालायची संधी मिळते. या प्रत्येक पिल्लात असलेली एक चतुर्थांश जनुके 'पिपीन'शी सारखी होती, कारण तो त्यांचा सावत्र भाऊ होता; त्यामुळे पिल्लांना खाऊ घालणे हे त्याच्या आनुवंशिकतेसाठी आवश्यक होते.

सामाजिक-जीवशास्त्राच्या नात्याबद्दलच्या प्रमेयानुसार जे कळपातले सदस्य पिल्लांना अन्न देत होते, ते परोपकारामुळे नव्हे. खरेतर त्या वसाहतीमध्ये आपल्या भावंडांसाठी जे अन्न घेऊन यायचे, ते अन्न खरेतर आपली वंशावळ चालू राहावी म्हणून केलेल्या एखाद्या गुंतवणुकीप्रमाणे होते. हे खरे आहे की, ब्राउन हायनांना ही कारणमीमांसा कळत नव्हती की, ते या अनाथ बच्च्यांना का खायला घालत आहेत! त्यांच्या उत्क्रांतीमध्ये त्यांच्यातील ज्या मदत करणाऱ्या हायनांमध्ये 'कारुण्याची जनुके' असतील, त्यांनी अशी जनुके नसणाऱ्या आणि मदत न करणाऱ्या बाकी हायनांपेक्षा आपल्या नातेवाइकांना जास्त वाढवले असेल; त्यामुळे ब्राउन हायनांच्या समाजात तशी सामाजिक वर्तणूक हळूहळू विकसित होत गेली.

'चिप' आणि 'सूटी' हे त्या पिल्लांचे नर भाईबंद होते. ते त्यांच्यासाठी अन्न आणायचे नाहीत. जरी ते 'पेपर', 'कोको' आणि 'टॉफी'शी खेळायला त्या वसाहतीमध्ये येत असले, तरी आम्हाला वाटते की, ते उरलेसुरले अन्न मिळण्याच्या आशेने येत असावेत. खरेतर बऱ्याच वेळा या लहान बच्च्यांसाठी आणलेले अन्न 'चिप' आणि 'सूटी'ने चोरलेले आम्ही पाहिलेले आहे.

पण 'डस्टी', जी पिल्लांची मावसबहीण होती, ती का बरे या पिल्लांसाठी अन्न आणत असेल? तिचे भाऊ तर अन्न आणत नव्हते. साधारणपणे त्यांचे नाते सारखेच होते. या प्रश्नाचे उत्तर या गोष्टीत असावे की, बहुतेक माद्या आपले आयुष्य त्याच कळपात काढतात आणि जितका कळप मोठा, तितका त्यांना फायदाच होतो. बहुतेक नर पिल्ले स्थलांतर करतात. मावस-चुलत भावंडांमध्ये केवळ एक अष्टमांश जनुके सारखी असतात; त्यामुळे नरांना आपल्या भावंडांना खायला घालायला हे पुरेसे प्रोत्साहन नसावे. एखाद्या नराला, आपल्यातील काही जनुके धारण करणाऱ्या इतरांना अन्न भरवण्यापेक्षा, स्वतः ते अन्न खाऊन जास्त फायदा होत असावा. तो

तसाही बहुधा भटके आयुष्य जगणार, नाहीतर इतर कोणत्यातरी कळपात सामील होणार; त्यामुळे आपल्या मातुल कळपातील सदस्यांची संख्या वाढून त्याला काही फायदा होणार नाही. साधारणपणे सावत्र भावंडांमध्ये मावसभावंडांपेक्षा दुप्पट जनुके समान असतात; त्यामुळे जरी सावत्र भाऊ शेवटी कळपातून निघून जाणार असला, तरी पिल्लांना अन्न दिल्याने तो स्वतःची आनुवंशिक योग्यता मावसभावंडांपेक्षा जास्त वाढवत असणार.

दुसरीकडे याचा फायदा कळपातील सगळ्या माद्यांना होतो. त्या जरी पिल्लांशी दूरच्या नात्यातल्या असल्या तरी, कारण मादी बहुधा कळपातच राहते. तिने पिल्ले वाढवायला मदत केली तर कळपाच्या सरहद्दीचा बचाव करण्यासाठी त्यात जास्त सदस्य जिवंत राहणार होते. सगळ्यात महत्त्वाचे म्हणजे त्यामुळे बहुधा तिच्या पिल्लांचे रक्षण करण्यासाठी कळपात माद्यांची संख्या वाढण्याची शक्यता होती.

त्यामुळे ब्राउन हायनांची कळपातली पिल्ले, सगळ्या माद्या आणि अगदी जवळच्या नात्यातले नर वाढवतात. त्यांचे हे वागणे पूर्णपणे निःस्वार्थी नसले, तरी खास नाही असे मात्र नाही - पक्ष्यांचे गाणे कोणत्याही उद्देशासाठी असले, तरी त्यामुळे त्यातले सौंदर्य कमी होत नाही. कोणत्याही प्राण्याच्या आणि मानवाच्या सामाजिक वर्तणुकीचे विकसन कसे झाले, त्यामागील कारणांचा अभ्यास करता असे लक्षात येते की, पहिल्यांदा परोपकारी वाटणाऱ्या वर्तणुकीमागेसुद्धा एक नैसर्गिक आणि स्वतःच्या फायद्याचा एक मुद्दा असतो.

'डस्टी'चे निरीक्षण करत असताना मी या कारणांचा विचार करायचे. तिला स्वतःची पिल्ले नव्हती, तरीही ती आपल्या या भावंडांसाठी खाद्य आणायची. कोणत्याही प्राण्यात आणि माणसात पूर्णपणे निःस्वार्थीपणा असेल का? आम्ही आफ्रिकेला का आलो होतो, इतके दिवस प्रतिकूल परिस्थितीत इतके कष्ट का घेतले? ते फक्त प्राण्यांसाठी का? की ते स्वतःसाठी होते?

●●●

पिल्लांना परत अन्न मिळू लागल्यावर ती पुन्हा खेळू लागली. एका दुपारी 'पेपर' झोपेतून जागी झाली. आळस देऊन तिने आपल्या बिळात इकडेतिकडे केले आणि नंतर तिने 'कोको'च्या मानेचा चावा घेतला. तो अजूनही झोपेत होता. मग तिने त्याच्या कानाचा आणि शेपटीचा चावा घेतला. तो प्रतिकार करायला उभा राहिला, तशी ती पूर्ण वेगात बाहेर गवताकडे पळून गेली. काही मिनिटांनी ती परत बिळापाशी आली आणि तिने हवेत उडी मारली आणि एका बिळात शिरली. त्या बिळातून धुळीचा ढग बाहेर आला. काही सेकंदांनी पांढऱ्या धुळीने माखलेले तिचे काळे कान, डोळे आणि नाक बिळातून बाहेर डोकावले. सगळे तिच्याकडे बघताहेत ना, याची

तिने खात्री करून घेतली. सगळे तिच्याचकडे पाहात होते. ती परत बिळातून बाहेर पळाली, 'टॉफी'च्या अंगावर धावली आणि परत झाडीत नाहीशी झाली.

'पेपर'च असे नवनवे खेळ शोधून काढायची. एका दुपारी ती गाडीपाशी आली, तिने बंपरचा वास घेतला आणि बिळाकडे परत धावली. तिच्या पाठीवरचे केस उभे राहिले होते. जेव्हा ती बिळापाशी पोहोचली, तेव्हा तिने वळून गाडीकडे पाहिले. तिच्या डोळ्यांत खट्याळ भाव होते. त्यानंतर अगदी सावकाशपणे चालत ती आपल्या भावांना घेऊन गाडीपाशी आली. सगळे शेजारी उभे राहून गाडीचा वास घेऊ लागले, वास घेऊन ते लगेच मागे पळाले. मग हा खेळच चालू झाला. दर खेपेला त्यांचा आत्मविश्वास वाढत होता. शेवटी ते गाडीखाली चालत गेले. मग मला गाडीच्या खालच्या प्रत्येक भागातून त्यांच्या वास घेण्याचा, चाटण्याचा आणि चावण्याचा आवाज ऐकू येत होता.

एका रात्री कित्येक तास वसाहतीचे निरीक्षण करून झाल्यावर मी टेकडी उतारावरून निघाले होते. माझ्या लक्षात आले की, मी कितीही जोरात ब्रेक दाबले, तरी गाडी थांबत नव्हती. गाडीचे स्टिअरिंग व्हील घट्ट पकडून मी वाटेतली वाळवीची वारुळे, बिळे आणि झुडपे चुकवत होते. मी धडधड करत उतारावरून खाली सपाट नदीपात्रात शिरले. कॅम्पपर्यंतचा उरलेला प्रवास तसा साधाच झाला. जेव्हा थांबायची वेळ झाली, तेव्हा मी गाडी हळू केली; पण मला वेगाचा अंदाज आला नाही. ब्रेकचे पेडल खालच्या पत्र्यापर्यंत दाबून धरूनही मी आमच्या नेहमीच्या पार्किंगच्या जागेच्या पुढे गेले आणि झोपायच्या तंबूशेजारून पुढे जाऊन ऑफिसच्या तंबूच्या तीन फूट अलीकडे कशीबशी थांबले. मार्कने आपले टिपणे लिहून काढण्याचे काम संपवले होते आणि तो झोपी गेला होता; पण आवाजामुळे जागा होऊन टॉर्चच्या प्रकाशात तो काय होते आहे, ते पाहात होता. मी झडप उघडली आणि आवाजात जितका गोडवा आणता येईल तितका आणून त्याला सांगितले, ''चिडू नकोस; पण मला वाटते पिल्लांनी गाडीचे ब्रेक खाल्ले.'' आणि खरोखरच पिल्लांनी आमच्या ब्रेकच्या पाइपचा चावून चुथडा केला होता; त्यातून ब्रेकचे द्रव सांडून गेले होते.

ब्राउन हायनांच्या सामाजिक वर्तणुकीचा विषय माझ्या डॉक्टरेटच्या प्रबंधाचा विषय असल्यामुळे मी त्या वसाहतीचे १००० तासांपेक्षा जास्त काळ निरीक्षण केले. आता ती पिल्ले मला पूर्ण सरावली होती.

एका दुपारी गाडीत बसून राहाण्याऐवजी मी मोकळ्या जागेच्या कडेला उंच गवतात बसले. जेव्हा 'कोको' आणि 'पेपर' बिळातून बाहेर आले, तेव्हा ते माझ्याकडे चालत आले. त्यांनी माझ्या केसात त्यांचे नाक खुपसले आणि ते माझ्या नाकाचा, मानेचा आणि चेहऱ्याचा वास घेऊ लागले. मी अगदी शांतपणे बसून होते. त्यांच्या थंडगार ओल्या नाकाने जेव्हा माझ्या मानेवर आणि पाठीवर ते उच्छ्वास

सोडत होते, तेव्हा मी आपले हसू रोखून धरले होते. शेवटी त्यांनी आपले लक्ष आपल्या बिळाभोवती पडलेल्या हाडांकडे वळवले.

बच्च्यांमध्ये बसून मला त्यांच्या वर्तणुकीतले आणखी बारीक बारकावे न्याहाळता आले आणि माझ्या फोटोंना वेगळा कोन मिळाला. 'पेपर'ने मला तिच्या कवटीची आणि मानेची मापे टेपने मोजू दिली, तेव्हा ती माझ्या आजूबाजूला वास घेत होती; पण माझ्याकडे असलेल्या उपकरणांबद्दल मला काळजी घेणे भाग होते. एके दिवशी तिने माझी वही मांडीवरून पळवली आणि ती आपल्या बिळात घेऊन गेली. सुदैवाने तिने वही बिळाच्या तोंडाशीच खाली टाकली होती; त्यामुळे फार त्रास न घेता मला ती परत मिळवता आली.

काही वेळा ती आपले मोठे पाऊल माझ्या हातावर ठेवत असे. ती तसे 'कोको'बरोबर खेळ चालू करताना करायची. एकदा तिने तिच्या पुढच्या दाताने माझी करंगळी पकडली आणि थेट माझ्या डोळ्यांत पाहिले, जणू ती मला आव्हान देत होती. तिने सहज माझ्या बोटाचा तुकडा पाडला असता; त्यामुळे मी माझी नजर झुकवली आणि पटकन माझा हात तिच्या तोंडातून सोडवला. तिच्याबरोबर खेळायला मला मजा वाटली असती; पण त्यामुळे आमच्या अभ्यासाचा जो मुख्य उद्देश होता, त्यात खंड पडला असता. त्याशिवाय तिचे ताकदवान जबडे तसे धोकादायक ठरू शकले असते. मला खेळायला भाग पाडण्याच्या तिच्या प्रयत्नांना मी दाद न दिल्यामुळे, पिल्लांचा माझ्याबद्दलचा दृष्टिकोन हा एखाद्या कुतूहलजनक वस्तूचा राहिला. गाडी आली की, 'पेपर' नेहमी गाडीपाशी यायची आणि मी गाडीतून उतरायचे, तशी ती माझा वास घ्यायची; पण त्यानंतर उरलेला वेळ ती माझ्याकडे दुर्लक्ष करायची. कोणताही प्रौढ हायना येण्याच्या आधी मी गाडीत परत जायची काळजी घ्यायचे. मी त्यांच्या बिळापासून केवळ दहा यार्डांवर बसले आहे, याबद्दल प्रौढ हायना तसे अस्वस्थ असायचे.

१९७९ चा कोरडा ऋतू आम्ही पाहिलेला सगळ्यात अवघड ऋतू होता, कारण त्याआधी पावसाळा आलाच नाही. सप्टेंबर महिन्यात सावलीतले तापमान १२० फॅरेनहाइटपेक्षा जास्त झाले होते आणि सापेक्ष आर्द्रता पाच टक्क्यांपेक्षा कमी असायची. प्रौढ प्राण्यांना त्यांची पाण्याची गरज भागवण्यासाठी जास्त अन्न खाण्याची गरज होती; त्यामुळे ते या वसाहतीकडे कमी वेळा यायचे. काही वेळा दोन-तीन रात्रींसाठी पिल्लांना काहीच मिळायचे नाही. आम्ही ब्राउन हायानांचा अभ्यास सुरू केल्यापासून पहिल्यांदाच प्रौढ हायना आणि पिल्ले दोघेही थकल्यासारखी वाटत होती. पुन्हा एकदा 'पेपर', 'कोको' आणि 'टॉफी' बहुतेक वेळ आपल्या थंड बिळात बसून राहायचे आणि विशेष कधी खेळायचे नाहीत.

एका दुपारी मार्क आणि मी आमच्या स्वयंपाकघरात काम करत होतो, तेव्हा

एकदम आश्चर्यकारकरीत्या आम्ही 'पेपर'ला आमच्या गाडीच्या वाटेवरून आमच्या दिशेने येताना पाहिले. अजूनही ती एक वर्षाची झाली नव्हती. पिल्ले अठरा महिन्यांची होईपर्यंत आपल्या बिळापासून दूर जात नाहीत आणि तेव्हादेखील तीन-चार महिने ते प्रौढांचा पाठलाग करतात, मगच ते एकटे बाहेर पडू लागतात. तरीही इथे आमच्यासमोर छोटीशी 'पेपर' आपल्या बिळापासून साडेतीन मैलांचे अंतर पार करून एकटी आली होती. हे तिच्यासाठी एकदम घाबरवणारे साहस असले पाहिजे. तिच्या अंगावरील प्रत्येक केस उभा राहिला होता; त्यामुळे ती बाटली साफ करायच्या ब्रशसारखी दिसत होती. ती एकटीच एवढ्या लांब आली, याचा अर्थ पिल्लांना पुरेसे पोषण मिळत नसावे.

ती कोणताही विलंब न करता स्वयंपाकघरात आली, तेव्हा मी शेगडीवर स्ट्यू बनवत होते. ती थेट माझ्या दिशेने आली. तिने तो स्ट्यू माझ्या हातातून हिसकून घ्यायचा प्रयत्न केला. मी पातेले तसेच घट्ट पकडून ठेवले आणि शेवटी रस्सीखेच जिंकली. ते अख्खे पातेले तिला द्यायला मला नक्कीच आवडले असते. ब्राउन हायनांचे आणि सिंहांचे एवढ्या मोठ्या दुष्काळात निरीक्षण करण्यातली माझ्यासाठी सगळ्यात अवघड बाब ही त्यांना कोणत्याही प्रकारची मदत देण्याचे टाळण्याची होती; पण ते कसे जगतात आणि या अभयारण्यात त्यांना पुरेसे खायला मिळते का ते अभ्यासायला आम्ही तेथे गेलो होतो, त्यांना अन्न पुरवायला आम्ही गेलो नव्हतो. आम्ही आमचा झालेला कचरा जाळून टाकायचो किंवा नदीपात्रापासून दूर वाळूत खोल खड्डा करून पुरून टाकायचो. आम्ही आमच्याजवळचे अन्न त्यांच्या हाती लागणार नाही असे बांधून ठेवायचो आणि बेसिनमधले उरलेले पाणी ओतून द्यायचो. तसे करताना मला नेहमी अपराधी वाटायचे; त्यामुळे प्राण्यांना पिण्यासाठी आमच्या कॅम्पपाशी काहीही नसायचे. आमचा कॅम्प हे वाळवंटात अन्न-पाणी मिळण्याचे ठिकाण आहे, असे कधीही हायनांना वाटू नये, याची आम्ही सर्वतोपरी काळजी घ्यायचो. जेव्हा त्यांना समजायचे की, येणाऱ्या वासामागचा पदार्थ त्यांना मिळणार नाही, तेव्हा ते त्याकडे दुर्लक्ष करायचे.

म्हणजे 'पेपर' सोडून बाकी सगळे दुर्लक्ष करायचे. एकदा स्वयंपाकघरातील सगळे रॅक्स आणि बॉक्सचा वास घेतल्यावर 'पेपर' पायवाटेवरून जेवायच्या तंबूकडे गेली. ती दारातून आत गेली आणि आम्ही तिला थांबवायच्या आत तिने टेबलावरचा टेबलक्लॉथ आपल्या तोंडात धरून खाली ओढला. मोठा आवाज करून सगळ्या ताटल्या खाली पडल्या. मग पुढचा एक तास ती कॅम्पचा प्रत्येक कोपरा शोधत हिंडली. तिने पाण्याच्या ड्रमचा वास घेतला, आपले डोके तंबूच्या दारातून आत घालून बघितले; मागच्या पायावर उभे राहून शेल्फवर काही मिळते आहे का त्याचा अंदाज घेतला. शेवटी ती बाहेर पडली, तेव्हा अंधार झाला होता आणि आम्ही तिच्या

मागोमाग गाडीतून गेलो. अंधारात वास घेत एकटे फिरण्याचे तिचे कौशल्य किती चांगल्या प्रमाणात विकसित झाले आहे, ते आम्हाला पाहायचे होते.

ती उत्तरेकडे निघाली, तेव्हा तिच्या अंगावरचे केस पुन्हा उभे राहिले होते. ती इथे-तिथे वास घेऊन जमिनीवरचे किडे मटकावत होती. जशी ती अकेशिया पॉइंटवरून वळली, तशी थांबली आणि व्हॅलीमध्ये उत्तरेच्या दिशेकडे नजर टाकू लागली. टॉर्चच्या प्रकाशात आम्हाला दुसऱ्या एका शिकारी प्राण्याचे मोठे डोळे आमच्या दिशेने १०० यार्डावरून चालत येताना दिसले. 'पेपर' घाबरली आणि हळूहळू गाडीकडे चालत आली. ती गाडीखाली वाकली आणि पुढच्या चाकाच्या मागे लपली आणि मोठाल्या डोळ्यांनी पाहू लागली. दुर्बिणीतून आम्हाला तिचा मावसभाऊ 'चिप' चालत येताना दिसला. तिने एवढ्या अंतरावरून त्याला ओळखले नव्हते. 'चिप' आमच्याजवळ आला आणि आम्हाला फेरी मारून निघून गेला; त्यानंतर 'पेपर' पुन्हा उत्तरेकडे निघाली.

मध्य मैदानातल्या कोरड्या पाणवठ्यापाशी दोन कोल्हे तिच्या वाटेत आडवे आले. तिने एक क्षण त्यांच्याकडे पाहिले आणि मग ती आपल्या वसाहतीकडे निघाली. तिची वसाहत अजूनही दोन मैल दूर होती. तिला वाटणाऱ्या भीतीमुळे ते दोन कोल्हे निर्ढावले आणि तिच्या जवळ आले. तिच्या शेपटीला त्यांनी आपले नाक लावले. तिने आपले कान मागे ओढले आणि ती आणखी जोरात चालू लागली. त्यांच्या लक्षात आले की, ती नवशिकी आहे; त्यामुळे एक कोल्हा पुढे गेला आणि तिच्या पार्श्वभागाचे चावे घेऊ लागला. 'पेपर'ने आपली शेपटी दोन पायांत लपवली आणि आपला पार्श्वभाग पुढे ओढला; पण दोन्ही कोल्हे तिच्या पायावर हल्ला करत राहिले. तीसुद्धा तशीच अडखळत पुढे जायचा प्रयत्न करत होती, आता ती जवळजवळ फरपटत चालली होती.

पुढे काही यार्डपर्यंत हे असेच चालू राहिले. नंतर 'पेपर' एकदम थांबली. जणू आत्ताच आपल्या लक्षात आले असावे की, आपण त्या कोल्ह्यांच्या दुप्पट आकाराचे आहोत, अशा आविर्भावात ती संपूर्ण सरळ उंच उभी राहिली. तिच्या मानेवरचे केस उभे राहिले आणि मग दोन्ही कोल्ह्यांचा पाठलाग करत तिने त्यांना नदीपात्राच्या कडेपर्यंत पळवून लावले. मग ती आपल्या वसाहतीपाशी परत जाईपर्यंत आम्ही तिच्या पाठोपाठ जात राहिलो. थोड्याशा मुंग्या आणि वाळवी सोडली, तर तिला काही अन्न मिळाले नाही.

कित्येक आठवड्यांनंतर एका रात्रीसाठी मार्क मॉनला गेला होता आणि मी कॅम्पवर एकटीच होते. अंधार पडला आणि मला स्वयंपाकघरातून मोठा आवाज ऐकू आला. मी काळजीपूर्वक त्या बाजूला डोकावून बघितले. 'पेपर' वळणावरून पुढे थेट माझ्या दिशेने आली. तिने माझ्या पायाच्या बोटांचा वास घेतला. ती कॅम्पमध्ये वास

घेत फिरली, तशी मीदेखील तिच्या मागोमाग फिरले. मग ती कॅम्पमधून बाहेर पडली आणि सपाट नदीपात्रावर उभी राहिली. मी तिच्यापासून पाच फुटांवर खाली बसले. तिने वळून माझ्याकडे पाहिले आणि ती आपल्या मागच्या पायांवर खाली बसली, तिचे डोके वर होते. पश्चिमेकडच्या आकाशात चंद्र थोडासाच वर होता; पण मला या वाळवंटामध्ये कित्येक मैल दूरपर्यंतचे दिसत होते. आकाशातल्या मंद प्रकाशात वाळूच्या टेकड्यांची काळी किनार दिसत होती; बाकी रात्र शांत होती. आम्ही एकत्र बसून राहिलो, अथांग वाळवंटात इवलेसे आकार एकमेकांच्या समोरासमोर. मला कालाहारीच्या, निसर्गाच्या इतके जवळ कधीच वाटले नव्हते. दहा मिनिटांनी 'पेपर'ने आपली शेपटी उडवली आणि मागे न बघता ती निघून गेली. जर आपले अन्न शोधण्यासाठी मला वाळवंटात जावे लागले, तर मी कोठे जाईन याचा मी विचार करत राहिले...

'कोको' आणि 'टॉफी' आपल्या वसाहतीपासून दूर मांसाचे तुकडे शोधत राहिले. एका रात्री आपल्या बिळातून बाहेर पडल्यावर 'टॉफी'ला एका बिबट्याने पकडले आणि खाऊन टाकले. तीन पिल्लांमध्ये 'टॉफी'च सगळ्यात सावध असे. आम्हाला त्याचे अवशेष वसाहतीपासून १५० यार्डांवर एका बाभळीच्या झाडावर उंच लटकवलेले दिसले. 'सूटी' बहुधा कळप सोडून दूर निघून गेला. एक दिवस आम्हाला 'शॅडो'चे अवशेष वाळवंटाच्या जमिनीवर विखुरलेले आढळले. 'स्टार'प्रमाणे तिलासुद्धा सिंहांनी मारून खाल्ले होते. कळपातला प्रबळ नर 'मॅकडफ' कशाने मरण पावला, ते कळले नाही. कळपात फक्त 'पॅचेस', 'डस्टी', 'पिपीन', 'चिप', 'पेपर' आणि 'कोको' उरले होते. दुष्काळ आपले बळी घेत होता.

'पेपर' आणि 'कोको'ला जेव्हा कोणी प्रौढ साथीला मिळायचा, तेव्हा ते त्याच्याबरोबर अन्नाच्या शोधात भटकू लागले. 'पॅचेस' ही एकमेव प्रौढ मादी राहिली. 'पिपीन', त्यांचा सावत्र भाऊ आणि 'डस्टी' त्यांची मावसबहीण हे दोघे त्यांना आपल्या बरोबर येऊ द्यायचे. आपल्याला जे अन्न मिळायचे, ते त्यांना देऊ करायचे. पिल्ले आता पौगंडावस्थेत जाऊ लागली होती. त्यांना स्कॅव्हेंजर आपले आयुष्य कसे जगतो याबद्दल चांगले धडे मिळाले असणार! म्हणजे त्या कळपाच्या सरहद्दी, आपल्या हद्दीतल्या रस्त्यांचे जाळे आणि इतर शिकाऱ्यांपासून उरलेली शिकार कशी शोधायची आणि पळवायची या सगळ्या गोष्टी ते शिकत असणार.

जर त्यांना साथीला कोणी प्रौढ मिळाला नाही, तर पिल्ले आपली आपण बाहेर जात. त्या वेळी ती साधारणपणे मध्यरात्रीच्या सुमारास परत येत. मध्यरात्रीच्या वेळी त्यांना कोणीतरी अन्न घेऊन येण्याची शक्यता सगळ्यात जास्त असे. अगदी तीव्र दुष्काळातदेखील 'पॅचेस', 'पिपीन' आणि 'डस्टी' त्यांना जमेल तेव्हा पिल्लांसाठी अन्न आणत असत.

एका रात्री मार्क आमच्या गवताच्या न्हाणीघरात अंधारात स्पंजबाथ घेत होता. तो बेसिनवर वाकून उभा होता आणि त्याने आपल्या चेहऱ्याला साबण लावलेला होता आणि खाली उघड्या पायांना वाळू लागू नये म्हणून त्याने पाय एका फळीवर ठेवले होते. अचानक एक जीभ त्याच्या पायाची बोटे चाटू लागली. तो जोरात ओरडला आणि त्याने मागे उडी घेतली. त्याच वेळी 'पेपर'चे डोके एकदम वर आले आणि टेबलावर आपटले; त्यामुळे बेसिन कलंडले. ती वळली आणि तिने दाराकडे धाव घेतली; पण तिचा अंदाज चुकला आणि ती दाराच्या फ्रेमला धडकली; त्यामुळे ती आणखी घाबरली. एखाद्या सत्तर पौंडाच्या तोफेच्या गोळ्याप्रमाणे ती इकडेतिकडे धडका देत फिरत राहिली. मार्कला झोपडीत कोण आले आहे, ते कळत नव्हते; त्यामुळे तो गोंधळून ओरडत होता. शेवटी 'पेपर' थेट गवताच्या भिंतीमधूनच आरपार गेली आणि त्यामुळे भिंतीला एक मोठे भोक पडले.

जेव्हा दोघेही जरा शांत झाले, तेव्हा 'पेपर'ने आपल्या अंगावर चिकटलेल्या गवताच्या काड्या झटकल्या. मग ती शांतपणे स्वयंपाकघराकडे गेली. तिथे तिने रिकामी पाण्याची किटली उचलली - किटलीच्या हँडलवर अजूनही तिच्या आईच्या दाताच्या खुणा होत्या - किटली घेऊन ती अंधारात बाहेर पडली.

मफीन

मार्क

धुळीतल्या आपल्या छोट्याशा राजवाड्यातून
तो आपल्या राज्यावर सत्ता गाजवतो
निष्ठावंतांपेक्षा पळपुटेच
त्याच्या वाट्याला जास्त आले आहेत
- एमिर्ली डिकिन्सन

झाडाला पाने शिल्लक नसल्यामुळे तंबूवर प्रखर सूर्यप्रकाश पडला होता. जिथे जाऊ तिथे आम्हाला भट्टीत असल्यासारखे जाणवत होते. आता कोणते ऋतूच शिल्लक नाहीत असे वाटत होते - नुसताच उन्हाळा. प्रत्येक दिवस आधीच्या सारखाच होता, प्रत्येक आठवडा, प्रत्येक महिना सारखाच! १९७९ च्या सप्टेंबर महिन्यापर्यंत, वीस महिन्यांत डिसेप्शन व्हॅलीमध्ये फक्त चार इंच पाऊस पडला होता. कालाहारी वाळवंट म्हणजे करड्या आकाशापर्यंत पसरलेली अथांग करडी वाळूच होती. वाळवंट जणू न येणाऱ्या पावसाला बोलावत असावे.

एका झाडाला लावलेला आमचा थर्मामीटर १२२ च्या आकड्यावर जाऊन थबकला होता. खुल्या नदीपात्रात जमिनीचे तापमान १५० अंशांएवढे असणार. दररोज आम्ही आमच्या कॅन्व्हासच्या कॉटवर थोडेसे पाणी ओतायचो आणि त्यावर गुंगी आल्यासारखे तासन्तास झोपून राहायचो किंवा गार अंधार शोधणाऱ्या झुरळाप्रमाणे

आम्ही तंबूतल्या जमिनीवर बसायचो किंवा कोपऱ्यात आडवे व्हायचो.

उकाडा एखाद्या जळूप्रमाणे आम्हाला चिकटला होता. आमच्या अंगातले सगळे प्राण शोषून घेत होता. जेव्हा आम्हाला कोणतेही काम करायचे असायचे - अगदी कोणतेही असेल - ते आम्ही अगदी 'स्लो-मोशन'मध्ये केल्यासारखे करायचो. जेव्हा आम्ही कॉटवरून उभे राहायचो, तेव्हा अनेक वेळा डोळ्यांसमोर काजवे चमकायचे. होणारी मळमळ थांबवण्यासाठी आम्ही बरेच वेळा गुडघ्यात डोके घालून बसायचो. टळटळीत उन्हाच्या वेळी आम्हाला गोंधळल्यासारखे व्हायचे. काही वेळा आम्ही थांबून विचार करू लागायचो, 'आम्ही अजून इथे का थांबलो आहोत? हा पाचवा...की सहावा कोरडा ऋतू?...दुष्काळाचा पहिला की दुसरा?'

इथे सापेक्ष आर्द्रता अतिशय कमी असल्यामुळे आणि लगेच बाष्पीभवन होत असल्यामुळे तसा घाम यायचा नाही. आमच्या शरीरातील आर्द्रता, त्वचेला ओलावा आणण्याआधीच उडून जायची. आम्ही शेकोटीवर उकळलेले गरम पाणी प्यायचो; तरीही ते चांगले लागायचे. शेवटी जेव्हा पश्चिमेकडच्या टेकडीवर सूर्य मावळायचा, तेव्हा आमच्या त्वचेवर घामातले क्षार आणि धूळ मिळून एक चिकट थर आलेला असायचा आणि त्यामुळे जरा गार झाल्यासारखे वाटायचे. केव्हा एकदा स्पंजबाथ घेतो असे आम्हाला होऊन जायचे; पण सगळे कपडे उतरवून आम्ही गवताच्या न्हाणीघराच्या झोपडीत उभे राहायचो, तेव्हा जोरदार वारे सुटलेले असायचे आणि त्यामुळे आम्हाला कुडकुडायला व्हायचे. एकतर आम्हाला उकडायचे नाहीतर थंडी वाजायची; या गोष्टीमुळे आमची चिडचिड व्हायची.

●●●

त्या ओसाड वाळवंटात 'मफीन' आणि 'मफेट', कधी एकत्र तर कधी वेगवेगळे फिरत असायचे. कधीकधी ते आपल्या कळपातील सिंहिणींपासून तीस-चाळीस मैल दूर असायचे. आता ते आम्हाला सिंहिणींबरोबर विशेष कधी सापडायचे नाहीत. त्यांची सामाजिक व्यवस्था खिळखिळी होण्याची ही वेळ होती. बहुतेक वेळा सिंहांना इकडे एकदा उंदीर, तिकडे एखादे स्प्रिंगहेअर, कधी साळिंदर आणि जर नशीब साथ देत असेल, तर स्टीनबोक असे काहीतरी मिळायचे. मात्र, अख्ख्या कळपाला एकत्र राहण्यासाठी एवढे अन्न पुरेसे नसायचे.

आमच्यासारखेच 'मफीन' व 'मफेट' आपली दुपार सावलीत काढायचे. मोकळ्या आणि आगीने काळ्या पडलेल्या वाळूत, ज्या झुडपाखाली थोडी सावली असायची, तिथे ते झोपायचे. ते सारखे तोंड उघडून जिभेने ओठ ओले करत राहायचे. जेव्हा त्यांच्या विष्ठेचे विच्छेदन करण्यासाठी आम्ही विष्ठा गोळा करायचो, तेव्हा ते शून्य नजरेने आमच्याकडे पाहायचे. त्यांचे पोट आता जवळजवळ मणक्याला टेकले होते.

त्यांची आयाळ आता पातळ झाली होती, त्यावरची झळाळी गेली होती. त्यांच्याकडे पाहताना अंथरुणाला खिळलेल्या आजाऱ्याकडे पाहावे तसे वाटायचे.

त्यांना बऱ्यापैकी आकाराचे भक्ष्य मिळाल्यापासून आता एक आठवडा होऊन गेला होता. आधीच्या डिसेप्शन व्हॅलीच्या प्रदेशात आता एकही बऱ्या आकाराचे हरीण उरले नव्हते; त्यामुळे त्या दोघांनी पूर्वेला स्थलांतर केले. रोज रात्री ते अभयारण्याच्या सीमेवरील मोकळ्या झाडीत शिकार करायचे. आता आम्ही त्यांच्याकडे बघत असताना, त्यांचा जोरजोरात होणारा श्वासोच्छ्वास हीच एक ते जिवंत असण्याची खूण होती.

संध्याकाळी गरमी कमी झाली, तेव्हा ते पूर्वेकडे अभयारण्याच्या सीमेवर चालत गेले. तिकडच्या कुंपणाखाली वाकून त्यांनी सरपटत सरहद्द पार केली. त्यांना तिथे केवळ भक्ष्यच नाही, तर पाण्याचादेखील वास येत होता. समोर काटेकुटे लावलेल्या एका झोपडीच्या आत गाई-गुरे बांधलेली होती. ते हळूहळू पुढे जाऊ लागले.

अचानक 'मफीन'च्या पायातून एक तीव्र सणक सगळ्या अंगभर गेली. त्याने जोरदार गर्जना केली आणि तो पाय अडकलेल्या सापळ्याशी झगडू लागला. त्याचा पाय त्या सापळ्याच्या पकडीत मुरगळत होता. तो स्टीलचा चावा घेण्याचा प्रयत्न करत असताना, एका लाकडाच्या ओंडक्याला बांधलेल्या त्या पिंजऱ्याच्या चेनमुळे त्याच्या पायाचे स्नायू ओढले जाऊन तुटत होते. 'मफेट' त्याच्या जवळ गेला आणि त्याने त्या अडकलेल्या सापळ्याचा आणि पायाचा वास घेतला. 'मफेट'ने मदत करण्यासारखे तिथे काहीच नव्हते.

रात्रभर 'मफीन' पकडीतून सुटण्यासाठी प्रयत्न करत राहिला. तो जड ओंडका वाळूत गोलगोल फिरवण्याच्या प्रयत्नांत तो धापा टाकत राहिला. 'मफेट' जवळ बसून त्याचे निरीक्षण करत होता. दुसऱ्या दिवशी सकाळी एक शिकारी घोड्यावरून आला. त्याने 'मफीन'च्या छातीत आणि चेहऱ्यावर गोळ्या घातल्या. 'मफेट' वळला आणि पश्चिमेकडच्या बाजूला अभयारण्याच्या दिशेने पळाला. शिकारी आणि त्याचे कुत्रे त्याचा पाठलाग करत झुडपात शिरले. सारखा रायफलचा आवाज येत होता आणि पळणाऱ्या सिंहाच्या आजूबाजूला वाळू उडत होती.

त्या दिवशी सकाळी मी विमानाने 'मफीन' आणि 'मफेट' होते, त्या भागावरून गेलो. ते तिथे नव्हते आणि मला 'मफीन'चा सिग्नल दूर पूर्वेकडून येत होता. काय झाले असेल, या कल्पनेने माझ्या पोटात गोळा येत होता. मी विमान वळवले आणि अभयारण्याच्या बाहेर त्याच्या ट्रान्समीटरच्या दिशेने गेलो. तो नदीवर पाण्यासाठी गेला असेल नाहीतर एखाद्या हरणाच्या कळपाच्या मागोमाग गेला असेल अशी मी मनाची समजूत काढायचा प्रयत्न करत होतो; पण त्याच्या रेडिओचा सिग्नल इतका नीट येत होता, त्यावरून हे स्पष्ट होते की, त्याने ती कॉलर घातलेली नव्हती.

पूर्वेला पासष्ट मैलांवर मोपिपी गावापाशी सिग्नलची तीव्रता सगळ्यात जास्त होती. मी कमी उंचीवरून विमान चालवून, खालच्या गवताच्या झोपड्यांवरून अनेक वेळा विमान नेत, खालच्या एका झोपडीच्या दिशेने रोख धरला. त्या झोपडीच्या बाहेर कॉलर आणि ट्रान्समीटर पडले होते. मी जेव्हा बघितले, तेव्हा तिथे एका मोठ्या नर सिंहाची चामडी बाहेर वाळूत ठेवली होती. गावातले सगळे लोक विमानाकडे बोट दाखवत होते.

मी जवळच्या मोकळ्या जागेत विमान उतरवले. माझ्या आजूबाजूला टाळ्या वाजवत, हात करत, हसत लोक जमा झाले. कपाळाला आठ्या घालून आणि न बोलता मी आजूबाजूच्या जमावातून पुढे गेलो. अजून एका मृत मित्राचे दुःख माझ्या मनात दाटले होते. हवेतून पाहिलेल्या झोपडीच्या दिशेने मी गेलो. आतून एक मध्यमवयीन बाई बाहेर आली आणि दाराच्या चौकटीतून माझ्याकडे पाहू लागली. ''या घरातल्या कोणीतरी एका सिंहाला ठार मारले आहे.'' मी म्हणालो, ''तुमच्याकडे त्याच्या मानेभोवतीची कॉलर असली पाहिजे.''

मी तिच्या झोपडीकडे कशासाठी आलो होतो, ते तिला समजले नाही; त्यामुळे ती घाबरली होती. मी चेहऱ्यावर एक क्षीण हास्य आणून तिला धीर द्यायचा प्रयत्न केला. मग मला 'मफीन'ची झिजलेली, रक्ताळलेली कॉलर तिच्या मागे भिंतीवर टांगलेली दिसली. त्यावरचा ट्रान्समीटर अजूनही काम करत होता. तिने ती माझ्या हवाली केली, तसे मी तिला विचारले की, किती सिंह मारले होते. ती म्हणाली की, तिला काही माहीत नाही; पण तिच्या नवऱ्याने एकच चामडे रांचवरून घरी आणले होते. मी तिला सांगितले की, 'मफीन'च्या मृत्यूचे तपशील उतरवून घेण्यासाठी मी काही दिवसांनी परत येईन.

पुन्हा उड्डाण केल्यावर मी 'मफेट'च्या कॉलरची फ्रिक्वेंसी लावली. मला कोणताच सिग्नल ऐकू येत नव्हता. 'मफीन' मारला गेला आहे आणि 'मफेट' सापडत नाही, हे डेलियाला सांगणे सोपे नव्हते.

पुढे कित्येक आठवडे मी हवेतून 'मफेट'चा शोध घेत राहिलो; पण त्याचा सिग्नल मला कधीच ऐकू आला नाही. माझ्या लक्षात आले की, बहुधा तो जखमी होऊन मृत्यूला सामोरा जाण्यासाठी कोठेतरी गेला असावा आणि एखाद्या गोळीमुळे त्याच्या ट्रान्समीटरचा चक्काचूर झाला असावा.

युरेनियम

डेलिया

तो धरतीला उघडून आतल्या जुन्या धमन्या शोधतो
आतले वितळते सौंदर्य; वाहणारे रिकामे करणारे पूर
त्याच्या धरणांनी बांधल्या गेलेल्या विजेला त्याच्या साखळ्या
ठाऊक आहेत
त्याला त्याचे हे हस्तकाम आवडते आणि तो तुच्छपणे म्हणतो
...कसला सर्वनाश?

– जीन डरवूड

स्प्रिंगबोक मैदानातला छोटासा गोल पाणवठा गेले कित्येक महिने कोरडा होता.
त्याच्या करड्या, भेगा पडलेल्या पृष्ठभागावर त्यावर येणाऱ्या लहान-मोठ्या प्राण्यांच्या
पाऊलखुणांची नक्षी उमटलेली होती. त्या पाऊलखुणा तशा जुन्या होत्या, जेव्हा
त्या पाणवठ्यात पाणी होते, तेव्हा एक ब्राउन हायना पाणी पिण्यासाठी वाकला
होता, एक सिंह चिखलात घसरला होता, एका साळिंदराने आपली शेपटी उडवली
होती. ज्या प्राण्यांनी तिथल्या शेवटच्या पाण्यापाशी पोहोचण्यासाठी चिखलात उडी
घेतली होती, त्यांनी तेथे खोल खुणा उमटवल्या होत्या. एका गेम्सबोक हरणाने
जिवावर उदार होऊन खोल चिखलात पाण्याचे थेंब मिळवण्याची धडपड केली
होती, त्याच्या खुराच्या खोल खुणा तिथे उमटल्या होत्या. अनेक प्राणी इथपर्यंत
येऊन पाण्याचा वास घेऊन, केवळ त्या पाण्याची चव कशी लागते, ते आठवून

परत गेले होते; त्यांच्या खुणा सगळ्यात ताज्या होत्या.

त्या पाणवठ्याच्या आजूबाजूला बाभळीची मोठी आणि झिझीफसची छोटी झाडे होती. त्याच्याभोवती आडवे होऊन आम्ही लपलो होतो. आम्ही स्प्रिंगबोक मैदानात सिंहाच्या आणि ब्राउन हायनाच्या विष्ठेचे नमुने गोळा करण्यासाठी आलो होतो. विष्ठेचे विच्छेदन करणे आवश्यक होते, कारण त्यामुळे आमच्या थेट निरीक्षणांना अनुमोदन मिळत असे. ते शिकारी प्राणी रात्री काय खात आहेत, त्याचा आम्ही अभ्यास करत होतो.

अचानक जोरात व्हूप, व्हूप, व्हूप असा आवाज आमच्या दिशेने येऊ लागला. आम्ही आमच्या दिशेने एक हेलिकॉप्टर येताना पाहिले. भांबावून आम्ही झुडपात आणखी खोल आत गेलो, जेणेकरून आम्ही त्याच्या नजरेला पडणार नाही. आम्ही गोंधळून गेलो होतो, घाबरलो होतो; मनात शंकाही उत्पन्न झाली होती आणि चिडलोदेखील होतो. इथे हेलिकॉप्टर काय बरे करत असेल?

ते हेलिकॉप्टर जसे खाली उतरले, तशी भरपूर धूळ उडाली. जसा पंखा थांबला तशी त्यातून बॅगी जीन्स घातलेली तीन माणसे उतरली. आतील रॅकमध्ये निळ्या प्लॅस्टिकच्या पिशव्यांमध्ये पत्र्याच्या ट्रेला मातीचे नमुने बांधून ठेवलेले दिसत होते. आम्ही आमची ओळख करून दिली, तसे ते म्हणाले की, ते भूवैज्ञानिक आहेत आणि खाणकाम करणाऱ्या एका आंतरराष्ट्रीय कंपनीने करार करून त्यांना कामाला ठेवले आहे.

"तुम्ही जमिनीत काय शोधत आहात?" मार्कने विचारले.

त्यांच्यातल्या प्रमुख भूवैज्ञानिकाने उत्तर दिले. बोलताना त्याची नजर मार्कच्या खांद्यावरून पलीकडे आणि मग जमिनीकडे गेली, "हु - खरे तर आम्हाला ते सांगायची परवानगी नाही - पण - हु - हिरे" तो पुटपुटला.

माझ्या पोटात गोळा आला होता आणि माझ्या तळहाताला घाम फुटला होता. पुरातन नदीपात्रात एक प्रचंड आकाराची हिऱ्याची उघडी खाण, मातीचे डोंगर, कन्व्हेअर बेल्ट, ट्रक, छोटीशी गावे अशी सगळी दृश्ये माझ्या डोळ्यांसमोर उभी राहिली. आता कदाचित ब्राउन हायनांच्या वसाहतीच्या ठिकाणी एखादी पार्किंगची जागा उभी राहील.

"तुम्हाला इथे शोध घ्यायची परवानगी आहे का?" मी विचारले.

त्यांनी अगदी लगोलग उत्तर दिले, "आम्ही डिसेप्शन व्हॅलीमध्ये काही खोदकाम करत नाही आहोत. आम्ही ती दिशादर्शक म्हणून वापरतो. आम्ही अभयारण्याच्या दक्षिण भागात शोध घेतो आहोत."

कालाहारी किती सुंदर आहे अशा अर्थाचे अजून काही तुटक शेरे मारून ते सगळे त्यांच्या हेलिकॉप्टरकडे गेले आणि निघून गेले. नंतर आम्हाला अख्ख्या

डिसेप्शन व्हॅलीभर सगळीकडे ठरावीक अंतरावर भोके पाडलेली आणि निळ्या प्लॅस्टिकच्या पिशव्यांचा कचरा पडलेला दिसून आला.

काही आठवड्यांनी एक लाल-पांढरे बिव्हर प्रकारचे विमान आमच्या कॅम्पभोवती घिरट्या घालू लागले. ते विमान एकाच इंजिनाचे असते आणि अलास्कामध्ये ते दूरच्या प्रदेशात जाण्यासाठी वापरतात. त्या विमानाने आमच्या धावपट्टीला अनेक वेळा घिरट्या घातल्या आणि ते उतरले. जसे ते कॅम्पच्या दिशेने आले, तसा परत माझ्या पोटात गोळा आलेला मला जाणवत होता.

वैमानिकाने आणि त्याच्या दिशादर्शकाने आपली हाल आणि कॅरोलीन अशी ओळख करून दिली. ते युनियन कार्बाइड कंपनीमध्ये खनिजे शोधण्याच्या कामावर होते. कॅरोलीनचे केस भुरे होते, तिच्या चेहऱ्यावर हास्य होते आणि तिच्या त्वचेवर ठिपके होते. हाल मिशिगनमधून आला होता. तो चांगला उंचापुरा, सावळा आणि अगदी मृदुभाषी होता. तो म्हणाला की, ते कालाहारीमध्ये एका मॅग्नेटोमीटरच्या मदतीने युरेनियमचा शोध घेत होते. आम्ही त्यांना कॅम्पमध्ये चहासाठी बोलावले आणि त्यांच्या शोधाची माहिती घेण्याचा प्रयत्न केला. या राष्ट्रीय उद्यानात कोणी येणार आहे आणि ते कशाचा तरी शोध घेणार आहेत, याची पूर्वकल्पना आम्हाला कोणीही दिली नव्हती.

आमच्या आजूबाजूच्या झुडपात धनेश, फ्लायकॅचर आणि टीट - बॅबलर पक्षी जमा झाले होते आणि त्यांचा नेहमीचा आवाज काढत होते. ते पक्षी किती माणसाळले आहेत, याचा आमच्या पाहुण्यांना अचंबा वाटत होता. त्यांनी अगदी उत्साहाने आम्हाला सांगितले की, त्यांनी सकाळी विमानातून एक सिंह बघितला होता. ते सांगत होते, तो किती सुंदर होता, या अस्पर्शित रानात अशा वन्य जीवांमध्ये तो किती देखणा वाटत होता! चहा ओतताना त्यांच्याकडे तीव्र कटाक्ष टाकण्याचे मी निग्रहाने टाळले. त्यांना जर इथे डिसेप्शन व्हॅलीत खनिजे मिळाली, तर इथले वन्य जीवन किती दिवस टिकेल असे त्यांना वाटत असावे?

ते अगदी अभिमानाने सांगत होते की, पुढचे कित्येक आठवडे ते आणि त्यांच्यासारखे इतर अनेकजण कोरड्या नदीपात्रांवरून आणि मैदानांवरून उड्डाण करणार आहेत. ही जुनी नदीपात्रे विशेषतः युरेनियमसाठी चांगल्या संभाव्य जागा वाटत आहेत. जर बऱ्यापैकी प्रमाणात युरेनियम मिळाले, तर खोदकाम करणारी एक टीम इथे येईल आणि मग ती डिसेप्शन व्हॅलीमध्ये उघडी खाण सुरू करण्याची संकल्पना पडताळून पाहील - कदाचित आम्ही इथे बसलो आहोत तिथेही!

आम्ही घाबरून गेलो होतो. सहा वर्षे इथे एकान्तात काढल्यावर आम्हाला विमानातून लोक भेटायला येत होते आणि आम्ही दिलेला चहा पीत असताना ते अगदी आनंदाने आम्हाला सांगत होते की, आम्ही जिवाच्या आकांताने जे वाचवण्याचा

प्रयत्न करत आहोत, त्या सगळ्याचा विनाश करण्यासाठी ते कशी मदत करत आहेत.

"ती सुंदर धावपट्टी तुम्ही बनवली आहे?" हाल म्हणाला, "आम्ही विचार करत होतो की, आम्ही तुमच्या कॅम्पचा वापर इंधन भरून घेण्याचे स्टेशन म्हणून करू शकू का - विमाने आणि हेलिकॉप्टर इथे इंधन भरून घेण्यासाठी सहज उतरू शकतील."

"नाही." मी ठामपणे म्हणाले, "मला माफ करा; पण आम्ही इथे अगदी संवेदनशील प्राण्यांबद्दल काम करत आहोत. असे केले, तर त्या प्राण्यांना खूपच त्रास होईल."

"ओह, ठीक आहे. तसे करता आले असते, तर बरे झाले असते; त्यामुळे खूप मदत झाली असती; पण आम्हाला तुमचा दृष्टिकोन समजतो आहे."

मी स्वतःशीच विचार केला, 'तुम्हाला कालाहारीवर दरोडा घालण्यासाठी आम्ही मदत करू असा तुम्ही विचार तरी कसा केलात? महामूर्ख माणसा!' मात्र, मी मोठ्याने म्हणाले, "तुम्हाला अजून चहा हवा का?" आणि मग मी अगदी गोड हसले.

थोडा वेळ इकडच्या-तिकडच्या गोष्टी करून, टाटा करून ते निघून गेले.

●●●

कालाहारीतील प्राणिसृष्टी वाचवण्यासाठी इथली मैदाने आणि डिसेप्शनसारखी पुरातन नदीपात्रे वाचवणे अतिशय महत्त्वाचे आहे. ज्या वर्षी पुरेसा पाऊस पडतो, तेव्हा नदीपात्रात पोषक गवत उगवते. ते गवत प्राण्यांच्या प्रजननात महत्त्वाचा वाटा उचलते. व्हॅलीच्या बाजूची झाडी जिराफ, कुडू, स्टीनबोक आणि ईलँड हरणांसाठी गरजेची आहे. ही हरणे कोरड्या ऋतूत झाडांची पाने-फळे खाऊन राहतात. बहुतेक चरणाऱ्या प्राण्यांमागे शिकारी प्राणी असतात. बहुतेक शिकारी प्राण्यांची हद्द नदीपात्राला केंद्रस्थानी ठेवून पसरलेली असते.

नदीपात्र आणि त्याला लागून असलेले वाळूचे उंचवटे हे एकूण प्रदेशाचा छोटासा भाग आहेत; पण ते प्राण्यांसाठी सगळ्यात महत्त्वाचे आहेत. इथे डिसेप्शन व्हॅलीमध्ये किंवा इतर कोणत्या नदीपात्रात जर एखादी खुली खाण आली आणि त्याबरोबर येणारी इतर वस्ती वसली, तर कालाहारीमधील प्राणिसृष्टीसाठी ते मोठे अरिष्ट असणार होते.

आता अचानक या डिसेप्शन व्हॅलीबद्दल खाण उद्योगाला फारच उत्सुकता उत्पन्न झाली होती. ऑस्ट्रेलियातील कोरड्या नदीपात्रात पृष्ठभागावर युरेनियम मिळाले होते आणि कालाहारीमध्येदेखील ते मिळण्याची मोठी शक्यता होती.

पुढचे कित्येक आठवडे दररोज आम्ही आमच्या डोक्यावर विमानाची आणि हेलिकॉप्टरची घरघर ऐकत होतो. आम्ही बोट्स्वाना सरकारला या अभयारण्यात खनिजाचा शोध थांबवण्याच्या केलेल्या विनंतीला कोणतेही उत्तर आले नाही. वाट बघण्यापलीकडे आमच्या हातात काहीही नव्हते. शेवटी आकाशातल्या या घिरट्या थांबल्या; पण त्या शोधाचा निकाल काय लागला, याची आम्हाला काहीही कल्पना नव्हती.

मग एका सकाळी पूर्वेकडच्या टेकडीपलीकडून खोलवर आवाज ऐकू येऊ लागला. क्षितिजावर कित्येक मैल उडत असलेली धूळ दिसत होती. कॅम्पशेजारी नदीपात्रात उभे राहून आम्ही ट्रकचा कॉन्व्हॉय बघत होतो. त्यात ट्रकव्यतिरिक्त दहा टनी ट्रेलर आणि पंचवीस टनी ड्रिलिंग मशीन होते. युनियन कार्बाइड कंपनीने इथे युरेनियमची खाण काढणे कितपत फायद्याचे आहे, ते ठरवण्यासाठी खोदाई करायचे ठरवले होते. आम्ही त्या कॉन्व्हॉयला मधल्या मैदानात भेटलो आणि त्यांना त्यांची योजना काय आहे, ते विचारले.

डग हा त्यांच्यातला मुख्य भूगर्भशास्त्रज्ञ होता. तो गोल चेहऱ्याचा तरुण होता, त्याच्या चेहऱ्यावर मनातल्या भावनांचे प्रतिबिंब पडत होते. तो बोलताना त्याच्या बुटाने जमीन उकरत होता. ट्रकचे ड्रायव्हर नदीपात्रात जोरात गाडी चालवणार नाहीत, कोणत्याही प्राण्याचा पाठलाग करणार नाहीत, शिवाय रात्री त्यांच्या कॅम्पवर कोणताही ब्राउन हायना आला, तर त्याला घाबरवणार नाहीत, रात्री गाडी चालवणार नाहीत हे सगळे त्याने कबूल केले. रात्री सिंह आणि हायना जास्त हालचाल करतात.

"आम्हाला तुमच्या संशोधनाचे महत्त्व ठाऊक आहे - वन्य जीव खात्याने आम्हाला सांगितले आहे - आणि आम्ही तुमच्या कामात मध्ये येणार नाही, याची खबरदारी घेऊ." डग म्हणाला.

त्याने दाखवलेल्या या काळजीमुळे आम्ही जरा सुखावलो. तो परत गाडीत चढताना आम्ही अगदी आपुलकीने त्याच्याशी हस्तांदोलन केले; पण काही वेळातच आम्हाला कळले की, त्याने आमच्याबरोबर सहकार्य करण्याची दाखवलेली तयारी ही फक्त आमची समजूत घालण्यासाठी होती.

गेली कित्येक वर्षे आम्ही नदीपात्रात पाच ते दहा मैलांच्या गतीने गाडी चालवायचो. आता आमच्या विनंतीला आणि निषेधाला न जुमानता मोठमोठाली जड वाहने व्हॅलीमधून पन्नास मैलांच्या गतीने दिवस-रात्र जात होती. 'पेपर' आणि 'कोको' जे रस्ते वापरायचे, त्याच रस्त्यावरून ही वाहने जात होती. नदीपात्राच्या ठिसूळ पृष्ठभागावर त्यांच्या चाकांमुळे खोलवर खुणा उमटत होत्या. हे व्रण कमीतकमी पुढची शंभर वर्षे जाणार नव्हते. आम्ही पुनःपुन्हा गोड बोलून, मनधरणी करत होतो, विनंती करत होतो आणि शेवटी धमकी देत होतो. शेवटी ट्रकची गती

कमी होईल आणि रात्री ते ट्रक चालवणार नाहीत, याची आम्हाला हमी दिली गेली; पण हे वचन कधी पाळले गेले नाही. जी थोडी स्प्रिंगबोक आणि गेम्सबोक हरणे नदीपात्रातील आपल्या इलाक्यावर हक्क सांगायला आली होती, ती नाहीशी झाली.

फेकून दिलेले ड्रम्स, बिअरचे कॅन्स आणि इतर कचरा त्या लोकांनी आपल्या कॅम्पच्या ठिकाणी टाकला होता. ज्या ठिकाणी अजून उत्खनन गरजेचे होते, तिथे निळ्या प्लॅस्टिकच्या लांब रिबिनी लावलेल्या होत्या. बाभळीच्या झाडावर बांधलेल्या आणि वाऱ्यावर फडफड करणाऱ्या या रिबिनी त्या भोके पाडणाऱ्या लोकांच्या राहिलेल्या खुणा होत्या आणि व्हॅलीवर त्यांचा हक्क सांगायला थांबल्या होत्या.

जिथे खोदाईचे काम चालले असेल, तिथे आम्ही दररोज दुपारी जायचो. 'काही सापडले का?' असे आतुरतेने विचारायचो. आपल्या बुटाने खालच्या वाळूत रेखा आखत डग आम्हाला सांगायचा की, त्यांना पुरेसे युरेनियम अजून मिळाले नाही; पण त्याबाबतची कागदपत्रे तो आम्हाला दाखवायला तयार नसायचा.

व्हॅलीत आल्यानंतर अकरा दिवसांनी तो ट्रकचा कॉन्व्हॉय आमच्या कॅम्पशेजारी थांबला. त्यांनी त्यांच्या चाचण्या पूर्ण केल्या होत्या. त्यांनी आम्हाला सांगितले की, त्यांना इथे पुरेसे युरेनियम मिळाले नव्हते. ते दुसऱ्या नदीपात्राचा शोध घेण्यासाठी पूर्वेकडच्या टेकडीपलीकडे दिसेनासे झाले. आम्ही त्यांच्यावर विश्वास ठेवू शकू का, ते आम्हाला ठाऊक नव्हते.

●●●

कालाहारीतील सिंहांना वाचवण्यासाठी काय करावे लागेल, ते आता आमच्या संशोधनातून उकलत होते; पण आम्हाला फार उशीर झाला होता का? हे सगळे माणसाच्या खनिजांच्या आणि दुभत्या जनावरांच्या लोभाला बळी पडणार होते का? शोषणाच्या प्रभावशाली शक्तींशी दोन हात करायला आम्ही दोघे उभे ठाकलो होतो. आम्हाला इथल्या पर्यावरणाबद्दल पुष्कळ समजले होते; पण ते पुरेसे नव्हते. बाकीच्या लोकांनी साथ द्यायला पाहिजे होती. बोट्स्वाना सरकारला कालाहारी म्हणजे नुसती शोषून घेण्यासारखी संपत्ती नसून आपल्याला मिळालेली अनमोल नैसर्गिक देणगी आहे हे समजायला पाहिजे होते.

जे काही आवश्यक होते, ते आम्ही करणार होतो. सुरुवात म्हणून आम्हाला मिळतील तितक्या सर्वेक्षणाच्या निळ्या रिबिनी आम्ही फाडून टाकल्या.

ब्ल्यू

डेलिया

हिरवी कुरणे आता नाहीशी झाली आहेत, उन्हामुळे जळून
गेलेली;
जिथून नद्या वाहायच्या त्या खोऱ्यातून नाहीशी झालेली...
- टेरी गिल्कीसन

'ब्ल्यू' उत्तरेकडच्या टेकडीवर उभी होती. वारा तिच्या चेहऱ्यावर येत होता.
कधीकाळची ती बलवान, सडपातळ सिंहीण आता अगदी अशक्त झाली होती,
तिचे पोट खपाटीला गेले होते. तिच्या अंगावरचे केस ठिकठिकाणी गळाले होते;
त्यामुळे तिच्या पाठीवर जागोजागी उघडी त्वचा दिसत होती. तिचे सुळे आता पिवळे
पडले होते.

तिने आपले डोके उचलले आणि पहिल्यांदा पूर्वेच्या दिशेला, मग दक्षिणेला
आणि मग पश्चिमेला एक हळुवार 'कु' असा आवाज काढला. प्रत्युत्तर येते का,
ते ऐकण्यासाठी तिने आपले कान ताणून धरले. सात वर्षांच्या आयुष्यातील बहुतेक
काळ 'ब्ल्यू'ने कळपातील इतर सिंहिणींच्या खांद्याला खांदा आणि नाकाला नाक
लावून शिकार केली होती. इतर कोणत्याही वर्षी तिच्या कळपातील इतर सिंहांनी
तिला प्रत्युत्तर दिले असते आणि झुडपातून बाहेर येऊन तिला अभिवादन केले
असते; पण गेले दीड वर्ष आम्ही ब्राउन हायनांच्या पिल्लांची वाढ होताना बघत
असताना, सिंहांचा कळप दुष्काळामुळे विखुरला गेला होता. आम्ही गेल्या कित्येक

महिन्यांत 'ब्ल्यू'ला दुसऱ्या सिंहिणीबरोबर पाहिले नव्हते.

'चेरी' आणि 'सॅसी' पन्नास मैल दूर आहेत, ते 'ब्ल्यू'ला कळण्याची शक्यता नव्हती. दोघींच्या सात पिल्लांची उपाशी पोटं भरायची जबाबदारी असल्यामुळे त्या दोघी अभयारण्याच्या पूर्वेच्या उजाड मैदानात फिरत होत्या. त्या कधीकधी अनोळखी सिंहांना भेटायच्या; त्यात नर आणि मादी दोघेही असायचे. अनोळखी सिंहदेखील पिल्लांना अभिवादन करायचे, तेव्हा असे वाटायचे की, जणू ती त्यांचीच पिल्ले आहेत. त्यातले नर सिंह तर कधीकधी पिल्लांबरोबर अन्न वाटून खायचे, जसे 'मफीन' आणि 'मफेट'ने केले होते. कानातल्या फिकट पडलेल्या रिंग्ज वगळता त्या सिंहिणी 'ब्ल्यू' कळपातील आहेत, ते सांगायचा कोणताही मार्ग नव्हता.

गेले अठरा महिने दुष्काळ पडलेला असल्यामुळे कळप खिळखिळा झाला होता. मूळ हद्दीत 'ब्ल्यू' ही एकमेव सिंहीण उरली होती. बाकीच्या सिंहिणी मिश्र झाडी, झुडपे आणि गवताळ मैदानांच्या १५०० चौरसमैलांच्या विशाल प्रदेशात विखुरल्या होत्या. त्यांना मिळेल ते अन्न त्या खात होत्या.

दुर्लक्ष केल्यामुळे आपली पिल्ले गमावल्यानंतर, 'जिप्सी' सिंहीण 'लिसा'ला सामील होऊन डिसेप्शन व्हॅलीच्या आग्नेय दक्षिणेला डुईकर, कुडू, साळिंदर आणि इतर छोट्या कुरतडणाऱ्या प्राण्यांची शिकार करून राहात होती. स्प्रिंगबोक मैदानाच्या कळपातील 'हॅपी' आणि 'ब्ल्यू' कळपातील 'स्पायसी' इतर कळपांच्या हद्दीत आत-बाहेर करत राहिल्या आणि नंतर त्यांनी आपलीच जोडी बनवली. व्हॅलीच्या दक्षिणेला मोकळ्या मैदानात फिरत त्या स्प्रिंगहेअर, स्टीनबोक आणि इतर छोट्या सस्तन प्राण्यांची शिकार करत राहिल्या. १९७९ च्या मे महिन्यात काही दिवसांच्या अंतराने दोघींनीही दोन-दोन पिल्लांना जन्म दिला. सिंहांच्या कळपात असे बरेच वेळा घडते. त्या पिल्लांचे बाप कोण आहेत ते आम्हाला माहीत नव्हते, कारण त्या सिंहिणींनी तीन वेगवेगळ्या नरांशी समागम केला होता.

'हॅपी' आणि 'स्पायसी'ला आम्ही जेव्हा पहिल्यांदा पाहिले, तेव्हा त्या एकमेकींच्या पिल्लांना दूध पाजत होत्या. तो आमच्यासाठी एकदम उत्कंठावर्धक प्रसंग होता. त्याआधी असे इतर सिंहिणींच्या पिल्लांना दूध पाजणे केवळ एका कळपातील सिंहिणींबाबत निरीक्षले गेले आहे. 'हॅपी' आणि 'स्पायसी' या वेगवेगळ्या कळपांतील असल्यामुळे त्या एकमेकींच्या नात्यातल्या असण्याची शक्यता नव्हती. ही अशी आणि यासारखी निरीक्षणे म्हणजे सिंहांमधील सहकारी वर्तणुकीची उत्क्रांती आणि विकास याचा अभ्यास करण्यातल्या महत्त्वाच्या पायऱ्या होत्या. हा मार्कच्या डॉक्टरेटचा अभ्यासाचा विषय होता.

आम्ही 'मफेट'ला परत पाहिले नव्हते. जिथे जिथे मार्क उड्डाण करायचा, तिथे तो त्याची फ्रिक्वेन्सी लावून बघत असे. मधूनच कधीतरी मंदसा बीपचा आवाज ऐकू

येत असे; त्यामुळे आम्हाला अशी आशा वाटायची की, 'मफेट' वाळवंटात कोठेतरी भटकत असेल; पण जेव्हा मार्क या काल्पनिक सिग्नलच्या दिशेने जाऊ लागायचा, तेव्हा ते नाहीसे व्हायचे.

●●●

एकदा आम्ही 'ब्ल्यू'बरोबर उत्तरेकडच्या टेकडीवर बसलो होतो, तेव्हा आम्हाला वाटत होते की, ती आमच्या संगतीबद्दल आभारी आहे. ती गाडीच्या सावलीत झोपली होती. आम्ही वाऱ्याच्या झुळकीसाठी गाडीची दारे उघडीच ठेवायचो. मी तिला आपल्या पायाने स्पर्श करू शकले असते. तिला अजूनही टायरचे आकर्षण वाटत होते. आपल्या पाठीवर बसून तिने पाय हवेत अधांतरी उंच केला आणि एका कुशीवर वळून रबर बोचकारायचा प्रयत्न करत राहिली.

साधारणपणे सूर्यास्त झाल्याशिवाय ती जागची हलली नसती; पण ती फारच भुकेली होती आणि चार वाजताच तिने झाडीच्या दिशेने अन्नाचा शोध घेत हिंडायला सुरुवात केली. वाळूच्या उंचवट्यावर चढून तिला व्हॅलीत उत्तर आणि दक्षिण दिशेला एक मैल अंतरापर्यंत दिसत होते. अख्ख्या व्हॅलीत एकही भक्ष्य नजरेस पडत नव्हते.

ती झाडीतून दोन तास आत-बाहेर करत राहिली. मधूनच ती थांबायची, चाहूल घ्यायची आणि निरखून पाहायची; पण तिला खायला काही मिळाले नाही. जोरदार धापा टाकत ती थोडा वेळ विश्रांतीसाठी खाली बसली आणि मग अंधार पडायच्या वेळी पश्चिमेकडच्या टेकडीकडे गेली. चालताना अचानक ती थांबली आणि आपले शरीर खाली करून तिने खांदे पायाच्या पातळीवर आणले; मग उडी मारत आपल्या बिळाकडे जाणाऱ्या एका स्प्रिंगहेअरचा ती पाठलाग करू लागली. जेव्हा ती त्याच्यापासून पंधरा यार्डांवर होती, तेव्हा तिने पुढे धाव घेतली; पण तिच्या सावजाने तिला पाहिले. प्रचंड वेगाने आणि सारखी वळणे घेत ते स्प्रिंगहेअर आपल्या बिळाकडे धावले. त्याची झुबकेदार शेपटी मागे खुणावत असल्यासारखी दिसत होती. 'ब्ल्यू' त्याच्यापाठोपाठ धावली. तिच्या पळण्यामुळे खूप वाळू उडाली. जेव्हा स्प्रिंगहेअर आपल्या बिळामध्ये आत शिरत होते, तेव्हा 'ब्ल्यू'चे नाक त्या बिळाशी होते; पण त्या स्प्रिंगहेअरला सफाईने आत शिरता आले नाही. ते तेवढ्या एका सेकंदासाठी थांबले, तेव्हा 'ब्ल्यू'ने त्याचा स्थिर पार्श्वभाग आपल्या पंजात पकडला. मग तिने त्या स्प्रिंगहेअरला आपल्या जबड्यात पकडले, त्याच्या बिळातून बाहेर ओढले आणि आपले डोळे बंद करून हळुवारपणे तालबद्धपणे चावून, त्या चार पौंडाच्या हरणाच्या प्रत्येक कणाचा आस्वाद घेतला. पाच मिनिटांत त्या हरणाचे खाली वाळूत पडलेले थोडे केस आणि सांडलेले थोडे रक्त सोडून तेथे बाकी काही उरले नाही. तेवढे मांस तिला काही फार काळ पुरणार नव्हते; त्यामुळे तिने झाडीत

आपला शोध चालूच ठेवला.

त्या रात्री आणि दुसऱ्या दिवशीदेखील ‘ब्ल्यू’ला आणखी काही अन्न मिळाले नाही. तरी ती कमीतकमी अठरा मैल चालली होती. ती सारखी थांबून विश्रांती घेत होती आणि अंगाला येणारी खाज शमवत होती. दर दिवशी केस गळाल्यामुळे डोक्यावरचे ठिपके आणखी मोठे होत होते. तिला ‘सार्कोपिक मांज’चा त्रास होतो आहे, अशी आम्हाला भीती वाटत होती. हा त्वचेचा रोग काही जंतूंमुळे होतो. ते जंतू अगदी सशक्त प्राण्यातही असतात; पण जेव्हा प्राण्याची तब्येत कशानेही खालावते, तेव्हा हा आजार बळावतो.

जरी तिला पुरेसे अन्न मिळत नसले आणि तब्येत खराब झालेली असली, तरी ‘ब्ल्यू’चे सडपातळ पोट जरासे फुगू लागले आणि तिची स्तनाग्रे मोठी होऊ लागली. या दुष्काळात, कळपातले इतर सिंह साथीला नसताना पिल्लांना एकटे वाढवणे तिला अवघड जाईल, अशी आम्हाला भीती होती. आता त्या भागात एकही मोठा शिकारीयोग्य प्राणी शिल्लक नव्हता. आमच्या मनात ही काळजीची भावना असतानाच एके दिवशी सकाळी आम्ही तिला दाट झाडीत दोन नर पिल्लांना दूध पाजताना पाहिले. आपले स्वतःचेच पोट ती कसेबसे भरत होती. आजूबाजूला हजारो चौरसमैलांच्या परिसरात कोठेही पाणी नव्हते. पिल्लांना वाढवताना तिला स्वतःला आवश्यक असलेली आर्द्रता आणि जीवनसत्त्वे ती घालवून बसेल अशी भीती होती.

दुष्काळाच्या काळात ती आपल्या पिल्लांना कशी वाढवते, ते पाहण्यासाठी आम्ही रोज तिच्यापाशी जात होतो. आम्ही तिच्या पिल्लांची नावे ‘बिंबो’ आणि ‘सँडी’ ठेवली. त्यांनी आम्हाला पहिल्यांदा पाहिले, तेव्हा त्यांची नजर आमच्या गाडीवर स्थिरावली. बरेच वेळा ‘ब्ल्यू’ व पिल्ले गाडीच्या सावलीत येऊन बसायची. जेव्हा आम्ही निघून जायची वेळ यायची, तेव्हा चुकून एखाद्या शेपटीवरून, नाहीतर पायावरून तर चाक जाणार नाही ना, याची आम्हाला काळजी घ्यावी लागायची.

संध्याकाळी ‘ब्ल्यू’, ‘बिंबो’ आणि ‘सँडी’ला दाट गवतात एकटे सोडून अन्नाच्या शोधात मैलोन्मैल भटकायची. कित्येक तासांनंतर ती परत यायची आणि पन्नास ते शंभर यार्डांवर थांबून त्यांना हळुवार साद घालायची. गवत हलायचे आणि पिल्ले धावत बाहेर यायची. बाहेर येताना पिल्ले मोठ्याने ‘मियाऊ’ असा आवाज काढत तिला प्रत्युत्तर द्यायची. ‘ब्ल्यू’ आपल्या गुलाबी पण खरखरीत जिभेने त्यांना साफ करायची तशी ती ओरडायची आणि धुसफुस करायची. ‘बिंबो’ आपल्या पायावर उभा राहून सुटण्यात यशस्वी झाला, तर आई ‘सँडी’ला साफ करत असताना तो तिच्या स्तनांच्या दिशेने धावायचा; पण तिच्या प्रचंड आकाराच्या पावलामुळे तो खाली पडायचा आणि परत ती त्याला साफ करू लागायची. जेव्हा हे चाटणे संपायचे, तेव्हा ते सगळे एका झाडाखाली विसावा घ्यायचे आणि ‘ब्ल्यू’ त्यांना दूध पाजायची.

अन्न इतके दुर्मिळ होते की, 'ब्ल्यू'ला आपल्या पिल्लांना कधी चोवीस ते छत्तीस तास सोडून जावे लागायचे. दोन्ही पिल्ले अशक्त होती; पण त्यातल्या त्यात 'सँडी' अजूनच लहान आणि अशक्त होऊ लागला. बरेच वेळा तो गवतात बसून आपल्या भावाला गवतातून धावताना किंवा काड्यांशी खेळताना शून्य नजरेने पाहायचा. जेव्हा 'ब्ल्यू' पाजणे संपवायची, तेव्हा 'सँडी' आणखी दुधासाठी रडायचा.

जेव्हा पिल्ले दोन महिन्यांची झाली, तेव्हा एका रात्री 'ब्ल्यू'ने त्यांना साद घातली आणि ती गवतातून दूर जाऊ लागली. 'बिंबो' आणि 'सँडी' तिच्या मागोमाग पश्चिमेला जाऊ लागले. तिने नदीपात्र अर्धे ओलांडेपर्यंत पिल्ले खूपच मागे पडू लागली. 'बिंबो' तिच्यापासून वीस यार्ड मागे होता आणि 'सँडी' तीस! दोघेही जोरदार 'मियाऊ'चा आवाज काढत होते. 'ब्ल्यू' थांबून त्यांची वाट बघत साद घालू लागली. पिल्ले जेव्हा तिच्यापाशी पोहोचली, तेव्हा त्यांना विश्रांतीची संधी न देता ती पश्चिमेच्या दिशेला जात राहिली. पश्चिमेकडच्या टेकडीवर पोहोचल्यावर ती थांबली. पिल्लांची साधारण तीन मैलांची फेरी झाली होती. तिथे एका झाडाच्या बुंध्याशी उंच गवतात त्यांना सोडून ती शिकारीच्या शोधात बाहेर पडली.

दहा महिन्यांपूर्वी एक हलकासा पाऊस पडला, तेव्हा 'ब्ल्यू'ने शेवटचे पाणी प्यायले होते. तिचा आहार मुख्यत्वे स्प्रिंगहेअर, उंदीर, हनीबॅजर आणि बॅट इअर्ड फॉक्सचा होता; त्यातूनच तिला काय ते पाणी मिळत होते. कित्येक रात्री अन्नाच्या शोधात ती दहा मैल चालायची; पण अलीकडे ती 'बिंबो' आणि 'सँडी'ला शेवटच्या पल्ल्यात आणखीआणखी आपल्या मागोमाग येण्यास भाग पाडायची. 'सँडी'ला तिच्या मागे राहणे आता खरोखरच अवघड जात होते. तो 'बिंबो'च्या जेमतेम दोन-तृतीयांश आकाराचा होता. त्याच्या त्वचेमधून हाडे वर आलेली दिसत होती.

एका सकाळी आम्हाला 'ब्ल्यू' आणि 'बिंबो' दोघे सापडले. 'सँडी' बहुधा मागेच राहिला होता किंवा त्याला एखाद्या बिबट्या, हायना किंवा कोल्ह्याने खाल्ले होते. आई आणि पिल्लू एका काटेरी झुडपाखाली आराम करत होते. गरम वाऱ्यामुळे आधीच्या वणव्यातली उरलेली राख, वाळू आणि काजळी उडत होती. 'ब्ल्यू'च्या त्वचेखाली तिच्या बरगड्या आणि माकडहाड दिसत होते. तिच्या हिरड्या पांढऱ्या पडल्या होत्या, पाठीवरचे व पोटावरचे सगळे केस पातळ झाले होते. तिने 'बिंबो'ला नाकाने ढकलले तसा तो आपल्या मागच्या पायांवर उभा राहिला आणि त्याने पुढचे पाय तिच्या चेहऱ्यावर ठेवले. तिच्या रुंद जिभेने तिने त्याची पाठ आणि नंतर कपाळ चाटले. त्याचे अशक्त शरीर तिने पडताळून पाहिले. तिला स्वतःलाच अन्न पुरत नव्हते; तरी आपल्या एकमेव उरलेल्या पिल्लाला ती सोडून जाईल अशी कोणतीही चिन्हे तिने दाखवली नाहीत.

गेले अठरा महिने तिच्या अंगावर रेडिओ कॉलर होती. त्याला ठिकठिकाणी

पोचे पडले होते आणि त्याची अँटेना एखाद्या बेडच्या स्प्रिंगसारखी वाकली होती. हवेतून तिचा सिग्नल ऐकू येणे आता आणखी अवघड होत होते आणि काही वेळा ती आम्हाला गाडीतूनदेखील सापडली नव्हती. बिंबो जवळ असताना आम्हाला तिला भूल द्यायची नव्हती; पण तिचा जुना ट्रान्समीटर आता बदलायला हवा होता. तिच्या शारीरिक अवस्थेचा जवळून अभ्यास करण्याची ही चांगली संधी होती.

आम्ही सूर्यास्तापर्यंत वाट पाहिली. पिल्लू आता मोठ्या बाभळीपाशी झोपी गेले होते. मग सायलेन्सर लावून आणि भूल देण्याच्या रायफलचा वेग सगळ्यात कमी ठेवून मार्कने दहा यार्डांवरून तिला इंजेक्शन दिले. गोळी तिच्या अंगावर बसली आणि मग हळूहळू आत गेली. तिने उडी मारली आणि आपले पाय हवेत उंच करून ती साप चावला असल्यासारखे इकडेतिकडे पाहू लागली. 'बिंबो'ने एक मिनिट उत्सुकतेने तिच्याकडे पाहिले; मग गवतात इकडेतिकडे पाहून तो झोपी गेला. तीदेखील त्याच्या पाठोपाठ झोपी गेली.

पंधरा मिनिटांनी भूल दिल्याचा परिणाम झाला होता. मार्कने गवतात तिला पाय लावून त्याची खात्री करून घेतली आणि मग आम्ही गाडीतून खाली उतरलो. आम्ही उतरलो, तसा 'बिंबो' उभा राहिला आणि मोठे डोळे करून आमच्याकडे पाहू लागला. त्याने आम्हाला उभे असलेले अनेक वेळा पाहिले होते; पण आम्ही त्याच्या इतक्या जवळ कधीच गेलो नव्हतो आणि त्याच्याकडे चालतही गेलो नव्हतो. आम्ही जसे हळूहळू 'ब्ल्यू'च्या दिशेने गेलो, तसा तो आपल्या आईवरून आमच्याकडे नजर फिरवत राहिला; पण ती खूपच गाढ झोपली होती. जर तिने आमचा स्वीकार केला असेल, तर मग त्यालादेखील आमची फिकीर नव्हती. त्याने आपला गाल पायावर टेकवला आणि पुढचा दीड तास आम्ही त्याच्या आईचा अभ्यास करत असताना आमच्याकडे पाहात राहिला.

जेव्हा आम्ही 'ब्ल्यू'ला उताणे केले आणि तिच्या परिस्थितीचा अभ्यास केला, तेव्हा आमच्या लक्षात आले की, आम्हाला वाटले होते, त्यापेक्षा तिची परिस्थिती आणखी वाईट होती. तिच्या पोटावरचे सगळे केस गळाले होते. तिच्या पोटावर आणि मानेवर मोठे चट्टे उमटलेले होते. ही नक्कीच सार्कोपिक मांज रोगाची केस होती. रानटी सिंहांवर या रोगाचा इलाज करणे अवघड असते, कारण त्या रोगाच्या जंतूंना मारण्यासाठी प्राण्याला एका रसायनाच्या बादलीत बुडवून ठेवावे लागते. तसे करण्यासाठी आमच्याकडे ना आयुधे होती, ना आवश्यक रसायने.

"मला एक कल्पना सुचली आहे." मार्क पुटपुटला. "आपण गाडीच्या इंजिनमधून थोडेसे तेल काढून ते तिच्या अंगावर शिंपडू या. जर आपण नीट तेल शिंपडू शकलो आणि ते तिने लगेच चाटले नाही, तर कदाचित त्या रोगाचे जंतू मरून जातील."

मला ही कल्पना वेडेपणाची वाटली; पण त्यापेक्षा चांगला उपाय मला सुचला नाही. मार्क सरपटत गाडीखाली गेला आणि आम्हाला कॅम्पपर्यंत जाण्यासाठी आवश्यक तेवढे सोडून त्याने साधारण तीन लिटर काळे तेल बाहेर काढले. आम्ही ते सगळे 'ब्ल्यू'च्या अंगावर शिंपडले आणि तिच्या फरचा प्रत्येक इंचाचा भाग आम्ही त्या तेलाने चोळला. आम्ही 'बिंबो'च्या आईला इकडून तिकडे फिरवून तिची छाती चोळत असताना 'बिंबो' आपली मान वाकडी करून पाहात होता. जेव्हा आमचे चोळून झाले, तेव्हा 'ब्ल्यू' अगदी घाणेरडी दिसत होती. वाळू, तेल आणि राख अंगाला लागून एक चिकट थर बसला होता; त्यामुळे ती तेलगळतीच्या अपघाताला बळी पडली आहे असे वाटत होते.

मग आम्ही तिच्या मानेवर नवी रेडिओ कॉलर पक्की बसवली. टिपणे घेऊन तिचे, तिच्या झिजलेल्या दातांचे फोटो काढले आणि मग तिला अँन्टिबायोटिकचे इंजेक्शन दिले. दहा फुटांवरून आम्हाला 'बिंबो'च्या त्वचेवर त्या आजाराच्या कोणत्याही खुणा दिसल्या नाहीत; त्यामुळे आम्ही सगळी उपकरणे घेतली आणि गाडीकडे गेलो. तेव्हाच ब्ल्यू' जागी होऊन आपली मान उचलू लागली होती.

दोन दिवसांत 'ब्ल्यू'ने बरीचशी वाळू आणि घाण चाटून साफ केली होती; पण अजूनही तेलाचा एक थर राहिला होता. आम्ही केलेल्या उपायाचा कोणताही वाईट परिणाम झालेला दिसत नव्हता. खरेतर ती कमी खाजवायला लागली होती आणि एका आठवड्यात तिच्या आधीच्या खरजेच्या ठिकाणी नवी गुलाबी त्वचा दिसू लागली. एकदा केस पुन्हा वाढू लागल्यावर तर ती एकदम आश्चर्यकारकरीत्या लवकर बरी झाली. तिला तेलाची अंघोळ घातल्यापासून साडेतीन आठवड्यांनी तिच्या अंगावरचा कोट आता पूर्ण भरून निघाला होता आणि सगळ्या जखमांच्या ठिकाणी नवे केस आले होते.

'बिंबो' तीन महिन्यांचा असल्यामुळे अजूनही पूर्णपणे 'ब्ल्यू'च्या दुधावर अवलंबून होता; पण त्या वयाच्या इतर पिल्लांप्रमाणे तो धष्टपुष्ट झाला नव्हता. तो तिच्या जवळ असायचा, तेव्हा तिने केलेल्या शिकारीमध्ये तो रुची दाखवायचा; पण ती क्वचितच त्याच्याबरोबर शिकार करायची. तिने शिकार केलेले बहुतेक प्राणी छोटेसे असल्यामुळे ती त्या प्राण्यांना पूर्ण खाऊन टाकायची आणि त्या वेळी तो कित्येक मैल दूर असायचा.

एका रात्री 'ब्ल्यू'ने एका मादी रातेल (हनीबॅजर) आणि तिच्या पिल्लाची शिकार केली. प्रौढाला खाल्ल्यावर तिने पिल्लू 'बिंबो'पाशी आणले. जेव्हा तिने शिकार 'बिंबो'समोर आदळली, तेव्हा त्याने त्याची मान आपल्या जबड्यात पकडली आणि तो आपले डोके उंच करून सगळीकडे गोल फिरू लागला. मग तो आपल्या पायांवर खाली बसला आणि ते तीन पौंड मांस त्याने लगबगीने खाऊन टाकले.

'ब्ल्यू'ला आपल्या पिल्लासाठी अजून मांस शोधायची गरज होती.

दुसऱ्या रात्री 'बिंबो'ला पूर्वेकडील टेकडीच्या पायथ्याशी ठेवून ती दोन टेकड्यांच्या मधल्या व्हॅलीमध्ये शिकार करत राहिली. नंतर ती टेकडीवर चढली. जशी ती माथ्यावर पोहोचली, तेव्हा तिने असे काहीतरी पाहिले, जे तिने कित्येक दिवसांत पाहिले नव्हते. आपले अंग खाली करून ती दबा धरून पुढे जाऊ लागली. टेकडीवर रात्रीच्या जांभळ्या आकाशात एका नर विल्डबीस्टची काळी आकृती पुढे जात होती. त्याच्या मागे इतर अनेकजणांची रांग होती. मोठी धूळ उडत होती आणि रात्रीच्या अंधारात शेकडो हरणे कोठेतरी निघाली होती.

'ब्ल्यू' त्या कळपाच्या पुढे बसली, तशी तिची शेपटी सळसळत होती. जसा कळपातला तिसरा विल्डबीस्ट तिच्या समोर आला, तशी ती पुढे झेपावली आणि त्याच्या पाठीवर चढली. तिने आपले पाऊल त्याच्या खांद्यावर ठेवले आणि तिची नखे त्याच्या जाड त्वचेत खोलवर रुतली. हरीण ओरडले व पुढे निघाले आणि आपल्याबरोबर काट्या-कुट्यातून तिला ओढत नेऊ लागले. तरीही तिने त्याला धरून ठेवले आणि आपले सगळे वजन त्याच्या मानेवर टाकले. जेव्हा तिचे सावज जमिनीवर आदळले, तेव्हा तिने त्याच्या खांद्यावरची पकड सोडवली आणि आपल्या जबड्यात त्याचा गळा पकडला. त्याची श्वासनलिका तिने दाबली. हरीण आणि सिंहीण दोघेही पडून राहिले. पहिल्यांदा हरणाने लाथा झाडल्या, कसेतरी करून ते श्वास घेण्याचा प्रयत्न करत होते; शेवटी एकदाचे ते शांत झाले. जोरदार श्वास घेत 'ब्ल्यू'ने त्याच्या पायाचा चावा घेतला, वाहणारे रक्त ती पिऊ लागली आणि त्याबरोबर मऊ मांसाचे लचके तोडू लागली.

काही मिनिटांनी ती उठून 'बिंबो' लपला होता, तिथे दोन मैल अंतर चालत गेली. तिने त्याला हळुवार साद घातली, तेव्हा तो धडपडत बाहेर आला. तिच्या शेपटीला आपले नाक लावून तो तिच्या मागोमाग शिकारीपाशी आला. दोन कोल्ह्यांना ती शिकार सापडली होती आणि ते मांसाचे लचके तोडत होते. 'ब्ल्यू' पुढे धावली आणि तिने त्यांना पळवून लावले. 'बिंबो' तिच्यापाशी आला आणि ते दोघेही मांस खाऊ लागले. खाताना ते अधाशीपणे खात नव्हते, तर समोरच्या अन्नाचा आस्वाद घेत खात होते.

शेवटी 'बिंबो' आपल्या आईशेजारी लोळला आणि झोपी गेला. त्याच्या आयुष्यात पहिल्यांदाच त्याचे पोट गोल आणि भरलेले दिसत होते.

●●●

दुसऱ्या दिवशी 'पॅचेस' ब्राउन हायनाला विल्डबीस्टच्या फाडलेल्या पोटातल्या सडणाऱ्या मांसाचा वास आला. मध्यरात्रीपर्यंत 'ब्ल्यू' आणि 'बिंबो'ने त्वचा, हाडे

आणि हाडांना चिकटलेले मांस सोडले, तर सगळे संपवले होते. 'पॅचेस'ने त्या भागात घिरट्या घालून सिंह तिथून निघून गेले आहेत, याची खात्री करून घेतली. तिथे तोपर्यंत कोल्हे मांसाचे तुकडे खात होते. आपल्या अंगावरचे केस उभे करून आणि शेपटी उंचावून 'पॅचेस'ने कोल्ह्यांना पळवून लावले. मग ती उरलेल्या त्वचेचा, हाडांचा, जोडलेल्या स्नायूंचा फडशा पाडू लागली.

'पेपर' आणि 'कोको' हे जुनी हाडे आणि स्प्रिंगहेअरवर दिवस काढत होते. ते त्या वेळी वसाहतीच्या आत होते. अचानक एक अख्खा विल्डबीस्टचा पाय, त्याला लागलेली त्वचा आणि लाल मांसाचे तुकडे असे सगळे बिळाच्या तोंडातून आत आले. आपले पाय आपटत आणि ओरडत त्या दोघांनी तो पाय आत ओढून घेतला. 'पॅचेस' एका उंचवट्यावर बसली आणि झोपी गेली. तिने तो जड पाय जवळजवळ तीन मैल ओढत आणला होता.

त्यानंतरच्या रात्री आम्ही त्यांच्या वसाहतीपाशी गेलो, तेव्हा 'पेपर' आपल्या पायांवर एका बाजूला एका उंचवट्यावर बसली होती. नेहमी ती लगेच उठायची आणि गाडीपाशी येऊन आजूबाजूच्या वासांचा अंदाज घ्यायची; पण आज मात्र ती आली नाही. तिने एक डोळा उघडून आमच्याकडे पाहिले आणि आपल्या पोटावर धूळ उडवून परत झोपी गेली.

'ब्ल्यू'ने केलेल्या विल्डबीस्टच्या शिकारीमुळे दोन सिंह आणि तीन हायना पोटभर जेवले होते; पण तो एकुलता एक विल्डबीस्ट होता आणि कालाहारीच्या या भागात विल्डबीस्ट तसे दुर्मिळ होते.

वाळवंटातले काळे मोती

मार्क

पर्यावरणवादी माणसाने आपले मन घट्ट करून एकतर असा विचार केला पाहिजे की, शास्त्रांमुळे होणाऱ्या परिणामांची त्याला फिकीर नाही, नाहीतर समोर मृत्यू असूनही स्वतःला धडधाकट समजणाऱ्या आणि विरुद्ध मत ऐकून न घेणाऱ्या पेशंटसारखा जो समाज बनला आहे त्याचा डॉक्टर बनले पाहिजे.

- आल्डो लिओपोल्ड

'ब्ल्यू'ने शिकार केल्याच्या दुसऱ्या दिवशी सकाळी मी 'एको व्हिस्की गोल्फ' घेऊन उन्हात सिंह आणि हायनांचा शोध घेत होतो. वाळवंटात जोराचे वारे येण्याआधी मला त्यांचा शोध घ्यायचा होता. मला 'ब्ल्यू'चा सिग्नल ऐकू येत होता. खाली दिसणाऱ्या एका व्हॅलीतल्या झाडांच्या वर मी विमान नेले; तिथे 'ब्ल्यू' आणि 'बिम्बो'ला एका विल्डबीस्टवर ताव मारताना बघून मला आश्चर्य वाटले. हा विल्डबीस्ट कोठून आला असेल आणि तो या वेळी या भागात का बरे आला असेल? आम्ही डिसेप्शनमध्ये जेवढे दिवस राहात होतो, तेवढ्या दिवसांत आम्ही विल्डबीस्ट क्वचितच पाहिला होता आणि गेल्या तीन वर्षांत तर एकदेखील विल्डबीस्ट पाहिला नव्हता. एखादा वयस्कर नर आपल्या कळपापासून विभक्त होऊन आला असावा, त्याचा कळप १०० मैल दक्षिणेला असावा; पण विल्डबीस्ट

तसे खूपच हुशार असतात; त्यामुळे हा पठ्ठ्या एकटा - आपण होऊन डिसेप्शनमध्ये आला असावा याबद्दल आश्चर्य वाटणे साहजिक होते.

मी 'मफेट'ची फ्रिक्वेंसी लावली आणि आणखी उंच गेलो. माझ्या इअरफोनमधून केवळ असंबद्ध आवाज ऐकू येत होता. प्रयत्न करण्यात काही अर्थ नव्हता; त्यामुळे मी चॅनेल बदलला आणि जिंजर कळपातल्या गेरोनिमोचा शोध घेऊ लागलो.

जेव्हा डिसेप्शन व्हॅली माझ्या दक्षिणेकडे राहिली, तेव्हा माझ्यासमोरील आणि खालील मैदानात धूळ किंवा धूर सगळीकडे उडत आहे असे माझ्या लक्षात आले. मी हवेत असे काही पाहिले नव्हते. जवळ जाऊन पाहिले, तर मला खालच्या झुडपातून शेकडोच काय हजारो काळे ठिपके एका सरळ रेषेत निघालेले दिसले. आश्चर्यचकित होऊन, मी रेडिओवर ओरडून बेसकॅम्पला सांगितले, 'विल्डबीस्ट! डेलिया, मला हजारो विल्डबीस्ट आढळले आहेत! आणि ते उत्तरेच्या दिशेला निघाले आहेत!'

मी विमानाचा वेग कमी केला आणि खाली उतरायची तयारी केली. खाली त्या मैदानातून विल्डबीस्टच्या रांगा निघाल्या होत्या. दुष्काळात सापडलेल्या नीरस कालाहारीमध्ये काळ्या मोत्यांची रांग चालली आहे असे वाटत होते. तेव्हा ही बाब आमच्या लक्षात आली नाही, तरी जगातील दुसऱ्या सर्वांत मोठ्या विल्डबीस्टच्या स्थलांतराचे आम्ही साक्षीदार झालो होतो.

मॉनमध्ये आम्हाला काही शिकाऱ्यांनी सांगितलेली गोष्ट आठवत होती, ते म्हणाले होते की, त्यांना कधीतरी फ्रान्सिसटाउनजवळ मुख्य रस्त्यावर लाखो विल्डबीस्ट रस्ता ओलांडत असल्यामुळे तासन्‌तास थांबावे लागले; पण ते कोठून आले आणि कोठे निघाले आहेत, हे कोणालाच ठाऊक नव्हते. कित्येकांनी अशी समजूत करून घेतली होती की, एखाद्या वर्षी चांगला पाऊस झाला तर त्यांची संख्या खूपच वाढते. दुष्काळात ती आपोआप कमी होते. या आत्ताच्या स्थलांतराच्या आधी काही महिन्यांपूर्वी एका परदेशी संस्थेने केलेल्या हवाई पाहणीनुसार दक्षिण कालाहारीच्या भागात त्यांनी २,६२,००० विल्डबीस्ट मोजले होते. यापेक्षा जास्त विल्डबीस्ट एकवटलेले फक्त सेरेंगेटीमध्ये आढळतात; पण त्या संस्थेने असा निष्कर्ष काढला की, बोट्स्वानामधील विल्डबीस्ट स्थलांतर करत नाहीत.

दुसऱ्या दिवशी डेलिया आणि मी विमानातून उड्डाण केले. मैदानाच्या १०० फूट उंचीवरून आम्ही दक्षिणेला त्या विल्डबीस्ट आलेल्या वाटेने निघालो. आम्ही खोल कालाहारीमध्ये निघालो होतो आणि या विल्डबीस्टचे हे स्थलांतर कोठून चालू झाले असेल, तिथली परिस्थिती कशी असेल, कोणत्या रस्त्याने ते जात असतील, किती वेगाने जात असतील, कोठे निघाले असतील आणि इतर तपशील आम्ही नोंदवून घेत होतो.

गेल्या पाच वर्षांत कालाहारीमध्ये भरपूर पाऊस पडला होता. विल्डबीस्टचे कळप भटके आयुष्य जगले होते, येणाऱ्या पावसाच्या ढगांचा पाठलाग करत आणि कोठे हिरवे गवत उगवले असेल तर त्यामागे जात ते कालाहारीच्या दक्षिण भागात राहिले होते. तो भाग नद्या आणि तळ्यांपासून ३०० मैल दक्षिणेला होता. जरी त्यांना कित्येक महिने पिण्यासाठी पाणी मिळत नसले, तरी त्यांना गवतातून पुरेशी आर्द्रता मिळत होती. कॅल्फ मैदानातले गवत एका पावसाळ्यापासून दुसऱ्या पावसाळ्यापर्यंत पूर्णपणे वाळत नाही. प्रत्येक पावसाळ्यात नवीन बच्चे जन्माला आल्यामुळे विल्डबीस्टची संख्या आणखी फुगली होती आणि मैदानातल्या खाद्यातून प्रथिने आणि खनिजद्रव्ये मिळत असल्यामुळे ते अजून धष्टपुष्ट झाले होते.

या वर्षी, १९७९ मध्ये अजिबात पाऊस झाला नव्हता आणि गवत हिरव्यापासून पिवळे आणि आता मे महिन्यात पूर्ण वाळके होऊन गेले होते.

●●●

ते सर्व विल्डबीस्ट वाळूच्या बुटक्या उंचवट्यावर उभे होते. त्यांची आयाळ, दाढी आणि केसाळ शेपटी वाऱ्यावर उडत होती. कदाचित अंतःप्रेरणेने असेल अथवा अनेक पिढ्यांतून उपजत आलेले ज्ञान असेल; पण कशामुळे तरी ते उत्तरेकडे निघाले होते. या दुष्काळात तग धरून राहण्यासाठी आवश्यक असलेले पाणी त्यांना तेथे मिळणार होते. कित्येक शतके झाऊ सरोवर आणि लेक गामी, घाबे आणि बोतेती नदी आणि ओकावांगो डेल्टाचा दक्षिणेकडचा भाग हा दुष्काळाच्या दिवसांत कालाहारीतील हरणांना विसावा उपलब्ध करून देत होता. विल्डबीस्ट पुढे जात होते, तशी त्यांच्या पावलामागे धूळ उडत होती. नर, माद्या आणि त्यांची पिल्ले आपले डोके खाली करून उत्तरेकडे जात होती.

हे सेरेंगेटीमधील स्थलांतरासारखे नव्हते. सेरेंगेटीमध्ये प्रचंड संख्येने विल्डबीस्टचे कळप एकत्र येतात. इथे ते वाळवंटसदृश परिस्थितीमध्ये राहात असल्यामुळे कालाहारीतील विल्डबीस्ट सारखे भटकत असतात आणि त्यांचा एकत्र जमाव कमी असतो. आत्ता ते चाळीस ते चारशेच्या गटांनी उत्तरेकडे जात होते. पूर्वेकडून पश्चिमेकडे शंभर मैलांच्या विशाल परिसरात ते पांगलेले होते.

सगळे गट एकाच दिशेने जात नव्हते. सुमारे ९०,००० विल्डबीस्टचा एक जमाव उत्तरेकडे चालला होता. दहा हजारांच्या संख्येत काही लिम्पोपो नदीकडे ३०० मैल पूर्वेला निघाले होते. ते उत्तरेकडे जात असतील, नाहीतर पूर्वेकडे; पण एकदा चालू लागल्यावर ते खाण्यात विशेष वेळ दवडत नव्हते, कारण ओलावा नसेल तर त्यांना खाल्लेले पचवणे अवघड होते. त्यांचा उद्देश चांगल्या प्रतीच्या गवताकडे आणि पाण्याकडे जाण्याचा होता. जर त्यांना पाणी मिळाले नाही, तर ते

गवताने भरलेल्या मैदानातही तहानेने व्याकूळ होऊन मरण पावले असते आणि जेव्हा मुबलक प्रमाणात खाद्य उपलब्ध असेल, तेव्हादेखील त्यांना दुष्काळात तग धरून राहण्यासाठी आवश्यक असलेली प्रथिने आणि जीवनावश्यक द्रव्ये गवतात उपलब्ध होत नसणार. उन्हाच्या तडाख्यातून वाचण्यासाठी संध्याकाळी, रात्री आणि पहाटेच्या वेळी प्रवास करत विल्डबीस्टच्या लांबच्या लांब रांगा पुढे सरकत होत्या.

कळप प्रत्येक रात्री पंचवीस ते तीस मैलांचे अंतर कापत होता. हवेतून त्यांच्या धुळीने भरलेल्या स्थलांतराच्या रांगा तळ्यांकडे आणि नद्यांकडे जाणाऱ्या झाडाच्या मुळांप्रमाणे दिसत होत्या. काही विल्डबीस्ट तर आत्तापर्यंत ३०० मैलांपेक्षा जास्त अंतर पार करून दक्षिण आणि नैर्ऋत्य बोट्स्वानामधून आले होते. तर काही दक्षिण आफ्रिकेची सरहद्द ओलांडून आले होते. ते कठोर वाळवंट लहान आणि वृद्ध विल्डबीस्टचा बळी घेत होते. बरेचसे स्कॅव्हेंजरसाठी मागे उरत होते. प्रचंड अंतर विरुद्ध त्यांची शारीरिक क्षमता असा तो सामना होता, त्यात त्यांना खाण्यासाठी आणि पिण्यासाठी काहीही नव्हते; पण उत्क्रांतीने त्यांना त्या प्रवासासाठी तयार केले होते आणि त्यातले जे सामर्थ्यवान होते, ते वाचणार होते.

अचानक पुढचे विल्डबीस्ट थांबले. समोर जे होते, ते त्याने याआधी कधीच पाहिले नव्हते. काहीजण जमा झाले आणि चिंताग्रस्तपणे घुटमळू लागले. त्यांच्या समोरच्या मार्गात लोखंडी सळ्या आडव्या आलेल्या होत्या. फूट आणि माउथ कुकी रोगावर नियंत्रण राहावे म्हणून मध्य कालाहारी अभयारण्याच्या सरहद्दीवर सुमारे १०० मैलांचे कुंपण घातलेले होते. कुंपणाच्या पूर्व आणि पश्चिम टोकाला ते अजून दुसऱ्या कुंपणाला जाऊन मिळालेले होते आणि एकूण ५०० मैलांचे लांबच्या लांब कुंपण तयार झाले होते.

दुष्काळाच्या काळात त्या प्राण्यांसाठी अत्यावश्यक असलेले पाणी आणि नदीशेजारील परिसर हा त्यांच्यापासून तुटला होता. त्यांनी आत्तापर्यंत शिकलेली कोणतीच गोष्ट, त्यांची कुठलीच अंतःप्रेरणा त्यांच्यासमोरील अडथळा पार करून जाण्यास पुरेशी नव्हती.

पुढे जाण्यात यश न आल्यामुळे ते वैतागले होते. नदी केवळ एक-दोन दिवसांच्या अंतरावर होती; त्यामुळे कळप वळले आणि कुंपणाच्या शेजारून पूर्वेच्या दिशेने चालू लागले. दुसरे काही करण्यासारखे नव्हते. कित्येक दिवस काहीही न खाता आणि अजिबात पाणी न पिता चालत असल्यामुळे आधीच ते अशक्त झाले होते. आता समोरच्या कुंपणामुळे त्यांच्या मार्गात शंभर मैलांची भर पडली होती.

जसे ते कुंपणाशेजारून चालू लागले, तशी त्यामध्ये बऱ्याच बाकी कळपांची भर पडली. इतर कळपदेखील त्यांच्यासारखेच नद्यांकडे आणि तलावांकडे चालले होते. प्रत्येक दिवशी त्यांना जिराफ, गेम्सबोक आणि हार्टबीस्ट सामील होत होते.

सगळ्यांना कुंपणापलीकडच्या पाण्याची गरज होती.

कालाहारीच्या विशाल परिसरात पसरलेल्या विविध प्रकारच्या हजारो हरणांना आता कुंपणामुळे एकाच मार्गाने पाण्याच्या दिशेने जावे लागत होते. पहिल्या कळपामुळे मार्गातील नाजूक गवत पायदळी तुडवले जाऊन जमीनदोस्त होत होते; त्यामुळे मागून येणाऱ्यांसाठी खायला काहीच शिल्लक राहिले नव्हते. भुकेलेले, तहानलेले, दमलेले प्राणी खाली कोसळू लागले. एक जिराफ, जो ते कुंपण सहज ओलांडू शकला असता, ते ओलांडताना तो त्यात फसला. तो सुटण्यासाठी धडपडू लागला; पण ताकदवान काटेरी तारांमुळे त्याच्या त्वचेत खोलवर जखमा झाल्या. शेवटी तो पुढे कलंडला, त्याचा पुढचा पाय गुडघ्यात मोडला, तेव्हा त्याचा मागचा पाय अजूनही कुंपणात अडकलेला होता. तो तसाच जमिनीवर कित्येक दिवस अडकून राहिला, दर वेळी तो उठायचा प्रयत्न करायचा, तेव्हा त्याच्या आजूबाजूला वाळू उडायची. तो परत कधीच उठला नाही.

शेवटी एकदाचे ते प्राणी उत्तर-दक्षिण पसरलेल्या आणि माकालाम्बेडी नावाने ओळखल्या जाणाऱ्या कुंपणापाशी पोहोचले. हे कुंपण पूर्व-पश्चिम पसरलेल्या कुकी कुंपणाला अभयारण्याच्या पूर्वेच्या सरहद्दीवर मिळून त्यांचा एक कोन तयार होतो. (क्रमांक एकच्या नकाशात पाहा). इथे सगळ्या विल्डबीस्टमध्ये गोंधळ उडाला होता. दुसऱ्या कुंपणाला समांतर जाण्यासाठी त्यांना दक्षिणेकडे वळावे लागणार होते. पाण्याकडे जाण्यासाठी ते ज्या दिशेने आले होते, त्याच्या विरुद्ध ही दिशा होती. ते गोंधळून तिथे उभे होते, त्यांच्या माना डोलत होत्या. शेवटी त्यातले बरेचजण जागीच कोसळले, पण ते विल्डबीस्ट तसे काटक होते; त्यामुळे लगेच मरण आले नाही. शिकारी प्राण्याचे सुळे व नखांना बळी पडणाऱ्या प्राण्यांपेक्षा या कुंपणाला बळी पडणारे प्राणी हळुवार पद्धतीने मरत होते. जे प्राणी तिथे कोसळले, ते जिवंत असतानाच त्यांच्या डोळ्यांवर कावळे आणि गिधाडे टोच मारू लागले, बाकी स्कॅव्हेंजर त्यांचे कान, शेपट्या आणि लिंग चावून खाऊ लागले. कुंपणाशेजारी काही हजार विल्डबीस्ट मरण पावले; पण ही तर कत्तलीची सुरुवात होती.

शेवटी विल्डबीस्टचे कळप पाच फूट उंचीच्या कुंपणाच्या भिंतीशेजारून दक्षिणेच्या दिशेने चालू लागले. एका दिवसाने ते शेवटाकडे पोहोचले - कुंपण वाळवंटात मध्येच संपले होते, जणू ते कुंपण पूर्ण बांधणे कोणीतरी विसरले असावे. कळपाने कुंपणाभोवती वळसा घातला. आता मात्र त्यांना पूर्वेकडून येणाऱ्या वाऱ्यात घामाचा आणि आर्द्रतेचा वास येत होता. ते कुंपणाला वळसा घालून जसे अभयारण्याच्या सरहद्दीतून बाहेर पडले, तसे ते शिकारीच्या इलाक्यामध्ये आले होते. आता पाण्यापाशी पोहोचण्यासाठी त्यांना गोळीने ठार होण्याच्या शक्यतेचा सामना करावा लागणार होता.

दोन दिवस चालल्यानंतर या प्रवासातून, कुंपणापासून, शिकाऱ्यांपासून जे विल्डबीस्ट वाचले होते, ते झाडीतून बाहेर पडले आणि अथांग काळ्या मैदानात आपल्या हजारो इतर बांधवांना सामील झाले. अजूनही तीव्रपणे पाण्याचा वास येत होता. आता पाणी केवळ पंचवीस मैल दूर होते. ते घाईघाईने पुढे निघाले.

तिथल्या स्थानिक गुराख्यांनी पाळीव जनावरे तलावाच्या काठावरील जमिनीतच वाढवली होती आणि त्या पाळीव जनावरांनी तलावाशेजारच्या एके काळच्या सुंदर मैदानातले गवताचे पाते अन् पाते खाऊन आता ते मैदान संपूर्ण बोडके केले होते. आता तो पृष्ठभाग कित्येक इंचाचा राखाडी पावडरचा थर पसरलेल्या कॉन्क्रीटसारखा दिसत होता. सकाळच्या शांत हवेत त्यावरून जाणाऱ्या विल्डबीस्टच्या खुरांमुळे गुदमरवून टाकणारी धूळ उडत होती. त्या वैराण माळरानावर इकडेतिकडे केवळ एखादे झुडूप शिल्लक होते.

मेलेली जनावरे इकडेतिकडे विखुरली होती. मरणारे प्राणी आपल्या एका बाजूवर कोसळून पडले होते; पण त्यांचे पाय अजूनही एका तालात हलत होते, जणू ते आपल्या कल्पनेत अजूनही पाण्याकडे चालत जात होते. अगदी उमेदीतले नर आणि माद्या, ज्या मुख्य प्रजननाचे काम करत होत्या, त्या हळूहळू झाऊ सरोवराकडे जाणाऱ्या लांब ओळीतून मागे पडत होत्या. आणखी एक पाऊलही टाकणे शक्य नसल्यामुळे चालतानाच त्यांचे गुडघे वाकले आणि नाक आणखी खाली होत गेले. शेवटी त्यांच्या नाकातून बाहेर पडणाऱ्या उच्छ्वासामुळे जमिनीवर धूळ उडून छोटेसे खड्डे तयार होऊ लागले.

अभयारण्य सोडल्यापासून दुसऱ्या दिवशी सकाळी जेवढे विल्डबीस्ट वाचले होते, ते सगळे जवळजवळ तळ्यापर्यंत पोहोचले होते; पण फक्त पिण्याचे पाणी एवढीच त्यांची आवश्यकता नव्हती. कित्येक मैल दूरपर्यंत कोठेही सावली नव्हती आणि खायलाही काही नव्हते. थोडा वेळ शिल्लक होता; त्यांना पटापट पाणी पिऊन अंगातले त्राण संपायच्या आत पंचवीस मैल मागे असलेल्या सावलीपाशी आणि चरण्यासाठी झाडीत पोहोचावे लागणार होते

अचानक लांबच्या लांब रांगा गोंधळू लागल्या आणि गोल फिरू लागल्या. तीन ओळींमध्ये मोठमोठाल्या गाड्या जोरात विल्डबीस्टच्या रांगेला कापत येत होत्या आणि हजारो हरणे त्यातून वाचण्यासाठी सैरावरा धावत होती. कळपाला आवळत जाणाऱ्या गोलात पाच टनी बेडफोर्ड ट्रक कळपाला कापत होता. तो थांबला आणि पुन्हा वळला. पहिल्या फेरीत गाडीला धडकलेले कित्येक विल्डबीस्ट लंगडत बाजूला होण्याचा प्रयत्न करत होते. ड्रायव्हरने वेगाने गाडी वळवली, तेव्हा चाकाखालून जोरात धूळ उडत होती. त्याने जखमी विल्डबीस्टच्या अंगावरून गाडी नेली.

जेव्हा सहा विल्डबीस्ट ट्रकखाली येऊन कोसळले, तेव्हा ड्रायव्हरने गाडी

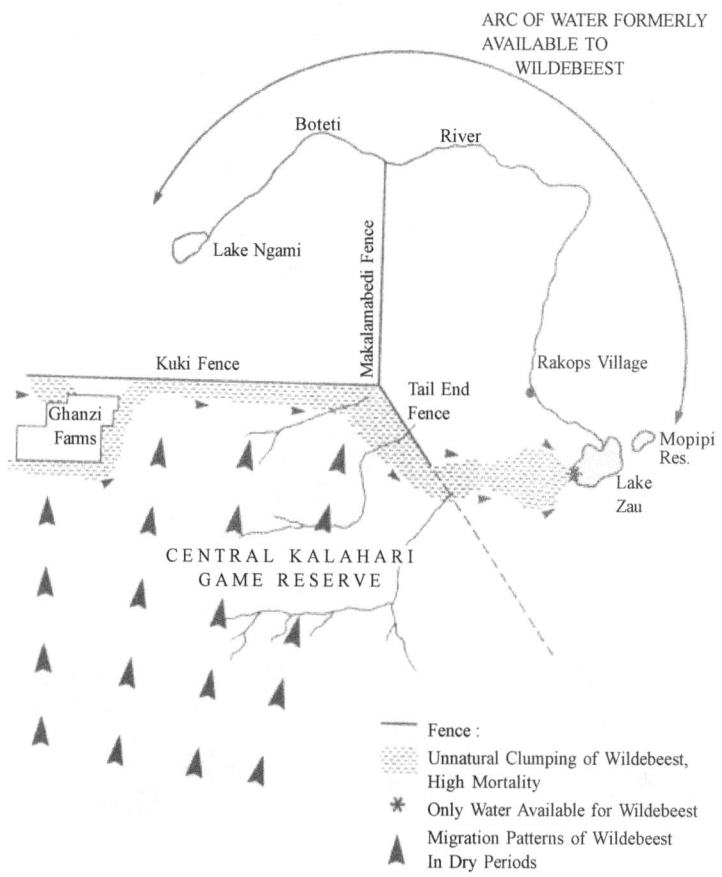

ARC OF WATER FORMERLY
AVAILABLE TO
WILDEBEEST

Boteti

River

Lake Ngami

Makalamabedi Fence

Kuki Fence

Rakops Village

Ghanzi
Farms

Tail End
Fence

Mopipi
Res.

Lake
Zau

CENTRAL KALAHARI
GAME RESERVE

Fence :

Unnatural Clumping of Wildebeest,
High Mortality

Only Water Available for Wildebeest

Migration Patterns of Wildebeest
In Dry Periods

थांबवली आणि त्यातून आदिवासी हसतहसत बाहेर पडले. दोघांनी प्रत्येक प्राण्याला त्याच्या शिंगांनी पकडले आणि तिसऱ्या माणसाने सुरीने प्राण्याचा गळा कापला.

सूर्य डोक्यावर येऊन अजून गरम होऊ लागले, तसे वाचलेल्या विल्डबीस्टनी पांढरे, खाऱ्या जमिनीचे शेवटचे मैदान ओलांडले आणि ते शेवटच्या उंचवट्यावर चढले. त्यांच्या समोर, अर्ध्या मैलावर झाऊ सरोवराचे निळेशार पाणी पसरलेले होते. पेलिकन आणि रोहित पक्षी त्यामध्ये फुलाच्या पाकळ्यांसारखे तरंगत होते.

पूर्वीच्या काळी उत्तरेला ३६० मैलांपेक्षा जास्त नदीकिनारा आणि तलाव विल्डबीस्टना दुष्काळाच्या कालावधीत उपलब्ध होता. तसेच दक्षिणेला लिम्पोपो नदीदेखील उपलब्ध होती. आता वसाहतींमुळे आणि कुंपणांमुळे अख्ख्या कालाहारीतील विल्डबीस्टच्या संख्येला एका अतिशय छोट्या भागातून जावे लागत होते. दोन ते तीन मैलांचा परिसर सोडला, तर ८०,००० पेक्षा जास्त प्राण्यांना पाण्याकडे जाण्यासाठी इतर परिसर उपलब्ध नव्हता. तेवढ्या छोट्या परिसरात एक तर त्यांनी पाणी प्यावे नाहीतर मरावे.

आजूबाजूच्या झोपड्यांच्या धोक्यामुळे सावध होऊन, तहानलेल्या प्राण्यांनी पाण्याच्या दिशेने काही सावध पावले टाकली. तिथे पाणी होते. त्यांना पाणी समोर दिसत होते आणि वास येत होता! शेवटी ते सहजपणे पाण्याच्या दिशेने जाऊ

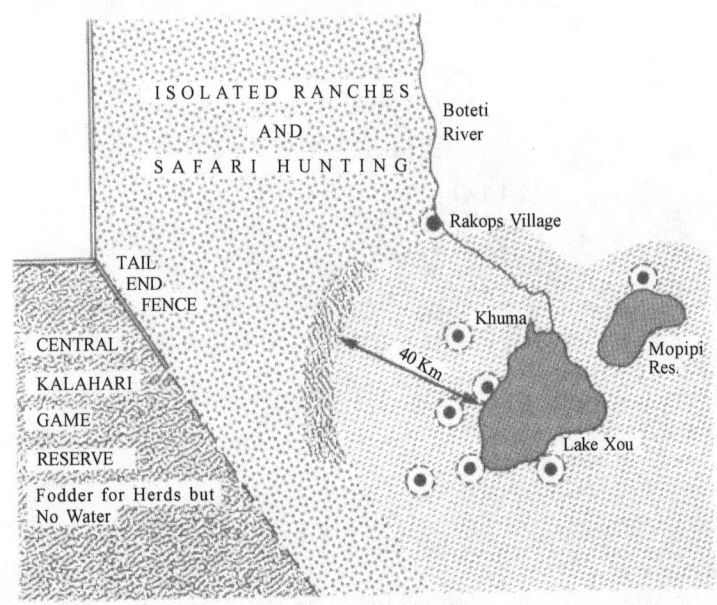

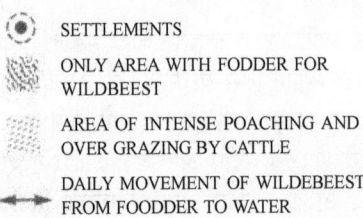

SETTLEMENTS

ONLY AREA WITH FODDER FOR
WILDBEEST

AREA OF INTENSE POACHING AND
OVER GRAZING BY CATTLE

DAILY MOVEMENT OF WILDEBEEST
FROM FOODDER TO WATER

लागले. जेव्हा ते पाण्यापासून २०० यार्डांवर होते, तेव्हा लपणामागून आदिवासी पुरुषांच्या आणि मुलांच्या झुंडी शिकारी कुत्रे घेऊन बाहेर आल्या. कुत्रे विल्डबीस्टच्या अंगावर सोडले गेले आणि कित्येक मिनिटे ते गोलात विल्डबीस्टचा पाठलाग करत राहिले. कुत्रे अगदी कार्यक्षम पद्धतीने काम करत होते; दमलेल्या प्राण्यांना मागच्या पायाच्या बाजूने पकडून त्यांचे पोट फाडत होते. जसे प्राणी जमिनीवर कोसळत होते, तसे मागून माणसे हातात सोटे आणि सुऱ्या घेऊन त्यांना संपवत होती.

इतर हजारो विल्डबीस्टना पाण्यापर्यंत जाण्यापासून आडकाठी करून रोखले गेले. काहीजण तलावापर्यंत पोहोचले आणि तिथे त्या थंडाव्यात कोसळले. त्यातले बरेचसे इतके दमलेले होते की, त्यांना पाणी पिणे आणि उभे राहणेही अशक्य होते. त्यांचे नाक हळूहळू उथळ पाण्यात आणि चिखलात रुतत गेले.

'ईडब्ल्यूजी'मध्ये बसून हवेतून आम्ही दुर्बीण लावून खाली चाललेली कत्तल पाहात होतो. रागाच्या भरात थरथर कापत मी विमानाचे व्हील पुढे केले आणि तळ्याकडे झेप घेतली. शिकारी त्यांच्या कार्यात इतके गुंग झाले होते की, विमान जमिनीवर पोहोचून त्यांच्या दिशेने १६० मैलाच्या वेगाने येईपर्यंत त्यांनी पाहिले नाही. आम्ही एका तरुण नर विल्डबीस्टवर हल्ला करणाऱ्या कुत्र्यांच्या काही इंच वरून गेलो. शेवटच्या सेकंदाला कुत्र्यांनी आपली शिकार सोडून दिली आणि ते बाजूला झाले. कुत्रे गोंधळून गेले आणि हरीण त्यांच्या तावडीतून सुटून पळू लागले. आम्ही कुत्रे पळून जाईपर्यंत त्यांचा पाठलाग करत राहिलो. तीन माणसांनी जमिनीवर झेप घ्यायच्या आधी आपल्या हातातली काठी विमानाच्या दिशेने फेकली; पण तेही घाबरून खालच्या काटेरी झुडपांवर आडवे झाले.

हे स्थलांतर चालू असताना पहाटेच्या वेळी आणि चांदण्या रात्री अधूनमधून मी झोपड्यांवरून आणि कळपांवरून कमी उंचीने विमान नेत राहिलो. असे दिसत होते की, त्यामुळे शिकारी जरा घाबरत आहेत आणि तेव्हापासून आम्ही कळपाचा कमी छळ झालेला पाहिला.

वाईट गोष्ट म्हणजे जेव्हा विल्डबीस्टना पाणी मिळत होते, तेव्हाही तलाव त्यांच्यासाठी शिक्षेसारखाच होता. एकदा त्यांनी पाण्याची चव चाखली, तेव्हापासून त्यांचे स्थलांतर त्याच भागात केंद्रित होते. तिथे स्थानिक लोकांच्या वसाहती असल्यामुळे ते आणखी उत्तरेकडे जाऊ शकले नाहीत; त्यामुळे पुढे असलेल्या नदीपासून ते वंचित राहिले. रोज ऊन डोक्यावर येण्याच्या आत त्यांना सावली आणि गवतासाठी पाण्यापासून झाडीपर्यंत परत जावे लागायचे. रात्री पुन्हा मैदान ओलांडून पाण्याकडे यावे लागायचे. हा रोजचा पन्नास मैलांचा दौरा अविश्वसनीय होता.

पाण्यापासून गवताचे हे अंतर रोज वाढत होते, कारण शेकडो हरणे गवत खाऊन गवताळ मैदान आणखी मागे सरकवत होती. विल्डबीस्ट काही दिवस

कसेबसे जगले; पण असा एक दिवस उगवला की, विल्डबीस्ट रोज रात्री तलावापाशी जितके पाणी पीत होते आणि दिवसा जितके गवत खात होते, ते मधले अंतर पार करून जाण्यासाठी अपुरे पडू लागले. त्या कालावधीत ही हरणे उपाशीपणाच्या आणि सामूहिक मृत्यूच्या कठोर मार्गावर वाटचाल करू लागली.

कालाहारीमध्ये सप्टेंबर महिना सगळ्यात गरम आणि दुष्काळाचा असतो. हा कालावधी म्हणजे विल्डबीस्टसाठी दुष्काळात तेरावा महिना ठरला. तापमान प्रचंड वाढले आणि सगळीकडे धुळीचे भोवरे उडू लागले. सूर्योदय लवकर तर सूर्यास्त उशिरा होऊ लागला आणि त्यामुळे विल्डबीस्टना त्यांच्या रोजच्या दौऱ्यातील काही प्रवास दिवसाच्या उन्हात करण्यापासून पर्याय नव्हता. ही त्यांची मृत्युघंटा ठरली. सगळीकडे मृत्यूचे थैमान दिसू लागले आणि मैदानात, खाऱ्या मैदानात आणि तलावाच्या किनारी सगळीकडे मृत जनावरे दिसू लागली. झाऊ तलावाच्या सापळ्यातून विल्डबीस्ट आणि इतर जनावरांना बाहेर ओढून काढायला पाऊस पडत नसल्यामुळे बहुतेक प्राणी मरणार होते.

● ● ●

बोट्स्वानामध्ये अभयारण्यांना कुंपण घालणे पन्नासच्या दशकात सुरू झाले. तेव्हा पाळीव गाई-गुरांपासून गोमांसाची निर्यात हा मोठा उद्योग होऊ लागला. पाळीव जनावरांमध्ये वारंवार येणारी फूट आणि माउथ रोगाची साथ ही एक मोठी समस्या होऊ लागली. या साथीमुळे युरोपियन देश बोट्स्वानामधून येणारे मांसपदार्थ स्वीकारण्यास मनाई करू लागले. या किफायतशीर उद्योगाचे रक्षण करण्यासाठी बोट्स्वाना सरकारने पावले उचलणे साहजिक होते. या रोगावर नियंत्रण करण्याची जबाबदारी प्राणी आरोग्य विभागावर सोपवली गेली. आजच्या घडीस त्या खात्याने राष्ट्रीय उद्यानांच्या परिसरात ८०० मैल लांबीची कुंपणे घातली होती आणि अजून ७०० मैलांचे काम चालू होते.

केप बफेलो (जंगली म्हशी) आणि इतर काही हरणे या रोगाच्या जंतूंचे वाहक असतात; त्यामुळे पाळीव जनावरांना वारंवार बाधा करण्याऱ्या या रोगाचे कारण ती जनावरे आहेत, असे मानले गेले.[१] जंगली जनावरांपासून पाळीव जनावरांना वेगळे ठेवण्यासाठी आणि रोगाची बाधा झालेल्या प्राण्यांना इतर निरोगी प्राण्यांपासून वेगळे ठेवण्यासाठी कुंपणे उभी केली गेली. या कुंपणांचा आणखी एक उद्देश म्हणजे आणीबाणीच्या क्षणी रोगाची बाधा झालेल्या भागाचा इतर भागापासून संपर्क तोडण्याचा होता. बाधित जनावरांची एका भागातून दुसऱ्या भागात होणारी हालचाल बंद करून रोगावर नियंत्रण मिळवता येईल, असा सिद्धांत मांडला गेला; पण तरीही फूट आणि माउथ रोगाचा उद्रेक बोट्स्वानामध्ये पुनःपुन्हा होत राहिला.

या रोगावर नियंत्रण मिळवण्यासाठी कुंपणाचा उपयोग करणे ही बाब फार मोठ्या चर्चेचा विषय झाली आहे आणि प्राणिशास्त्रावर संशोधन करणारे संशोधक या पद्धतीला पाठिंबा देत नाहीत. बराच अभ्यास करूनदेखील जंगली प्राण्यांमुळे पाळीव प्राण्यांमध्ये या रोगाचा फैलाव होतो हे अजून सिद्ध झालेले नाही.[२] या रोगाचे कारण समजले नाही आणि तो कसा पसरतो, ते कोणाला नीटसे माहीत नाही.

आमचा अभ्यास सुरू होण्याआधीच या कुंपणामुळे बोट्स्वानामधील वन्य जीवन पुष्कळसे उद्ध्वस्त झाले होते. १९६१ आणि १९६४ मध्ये ८०,००० पेक्षा जास्त विल्डबीस्ट कुकी - मकालाम्बेडी कुंपणापाशी आणि तिथून झाऊ सरोवराच्या भागात मृत्युमुखी पडले होते. जॉर्ज सिल्बरबॉअर या गांझी भागातील सरकारी अधिकाऱ्याने १९६४ मध्ये लिहिले होते की, मध्य कालाहारीतील एक दशांश जनावरे दुष्काळाच्या दिवसांत दर पाच दिवसाला कुकी कुंपणाच्या मागे अडकून मरण पावत होती.[३] १९६४ च्या दुर्भिक्ष्यात किती जनावरे वाचली, ते कळायला मार्ग नव्हता. डॉ. ग्रॅहम चाइल्ड या बोट्स्वानाच्या वन्य जीव खात्यात काम करणाऱ्या एका पर्यावरणशास्त्रज्ञाने लिहिले आहे की, १९७० चे दुर्भिक्ष्य आत्तापर्यंत अनुभवलेले सगळ्यात वाईट होते.[४]

बर्जी बर्घोफरने हजारो विल्डबीस्ट वाचवायचा व्यर्थ प्रयत्न केला होता. त्याने कुंपणाच्या वळणापाशी स्टीलचे ड्रम्स बसवून खड्डे केले होते आणि कित्येक आठवडे तो त्यात बोतेती नदीतून पाणी आणून ओतत होता. 'अत्यंत शरमेची बाब होती.' तो आम्हाला म्हणाला होता, "तुम्ही त्या प्राण्यांच्या शेजारी जाऊ शकत होता आणि नुसता हात ठेवला तरी ते कोसळत होते."

पूर्वीच्या काळी डिसेप्शन व्हॅलीमध्ये पावसाळ्यात झेब्रे यायचे, आता ते पूर्ण नाहीसे झाले होते. आम्ही गेल्या सात वर्षांत एकही झेब्रा पाहिला नव्हता. जॉर्ज सिल्बर बॉअरने वर्णन केले आहे की, गेम्सबोक, ईलँड आणि हार्टबीस्ट हरणांचे मोठमोठे मिश्र कळप पायपर मैदानांच्या तीन बाय पाच मैलाच्या इलाक्यात दिसले होते. आता ते पावसाळ्यातील पूर्वीच्या संख्येचा छोटासा भाग होऊन राहिले होते.

मध्य कालाहारी वाळवंटातील प्राण्यांची संख्या दुष्काळामुळे आणि कुंपणामुळे कमी झालेली असल्यामुळे वाचलेली जनावरे तर शिकारी प्राण्यांसाठी अत्यंत महत्त्वाची होती. जर सगळी मोठी हरणे मरून गेली तर सिंह, बिबटे, चित्ते, जंगली कुत्रे, ब्राउन हायनांसारखे स्कॅव्हेंजर त्याच मार्गाने जाणार होते. ही कुंपणे उभारण्याआधी किती शिकारी प्राणी होते, ते कळण्यास मार्ग नसला, तरी त्यांची संख्या नक्कीच प्रचंड प्रमाणात कमी झालेली असणार.

बोट्स्वानातील प्राणी आरोग्य खात्याने ही कुंपणे उभारण्याचे काम चालू केल्यापासून कालाहारीतील बुशमन लोकांना हरणांची शिकार करणे अतिशय

अवघड होऊन बसले आहे. हे मांस त्यांच्यासाठी आणि इतर स्थानिक आफ्रिकन लोकांसाठी प्रथिनांचा एकमेव स्रोत आहे. हे कुंपण उभारल्यानंतर त्यांच्या आहारातील प्रथिने अतिशय कमी झाली आहेत, असे डॉ. बॉब हिचकॉक नावाच्या सरकारसाठी काम करणाऱ्या समाजशास्त्रज्ञाचे मत आहे.

ही विल्डबीस्टची समस्या आता फक्त कुंपण विरुद्ध प्राणी अशी न बघता मोठे भिंग लावून पाहणे गरजेचे होते. पाण्याचे आणि खाद्याचे दुर्भिक्ष्य असलेल्या या भागातील मानवाचा तो प्राणिसृष्टीशी चाललेला संघर्ष आहे. फूट आणि माउथ रोग आटोक्यात आणण्याचे इतर उपाय - जसे लसीकरण, यांचा गांभीर्याने विचार होणे गरजेचे आहे. (अधिक तपशिलासाठी परिशिष्ट १ पाहा.)

● ● ●

अनेक प्रकारे बघता बोट्स्वानाचा वन्य जीवांबद्दलचा दृष्टिकोन चांगला राहिलेला आहे. त्यांच्या देशातील एक पंचमांश परिसर एक तर अभयारण्य आहे, नाहीतर राष्ट्रीय उद्यान!. सरकारी अधिकारी नेहमीच आमच्याशी चांगले वागले आणि त्यांनी मध्य कालाहारी वाळवंटात अभ्यास करण्याची आम्हाला परवानगी दिली; पण विल्डबीस्टना मदत मिळावी, म्हणून आम्ही जी जागृती करण्याचा प्रयत्न केला, जी मदत मिळवण्याचा प्रयत्न केला, त्यावर मात्र पाणी फिरवले गेले.

आम्ही वन्य जीव खात्याला या स्थलांतराची आणि प्राण्यांच्या मृत्यूची माहिती मिळावी म्हणून कित्येक पत्रे लिहिली, अहवाल लिहिले. आम्ही काही उपायही सुचवले; ज्यामध्ये हेदेखील सुचवून पाहिले की, झाऊ सरोवराच्या परिसरात वनरक्षकांची एक चौकी वसवावी. त्यायोगे तिथे प्राण्यांना जो त्रास दिला जात होता आणि मारले जात होते, त्याला आळा बसेल. त्याशिवाय असेही सुचवून पाहिले की, राष्ट्रीय उद्यानापासून तलावापर्यंत जनावरांना जाता यावे, म्हणून एक मार्ग चालू ठेवावा. आमच्या या विनंतीला काहीही उत्तर दिले गेले नाही.

ऑक्टोबर महिन्यातदेखील दुष्काळ सुरूच राहिला आणि सतत वाढत्या प्रमाणात विल्डबीस्ट मृत्युमुखी पडत राहिले.६ त्यांना वाचवण्याच्या प्रयत्नात आम्हाला एकटे पडल्यासारखे वाटून मनात सारखी उद्वेगाची भावना निर्माण होत होती. आमच्या कालाहारीतील सगळ्या वर्षांमध्ये आम्ही इतकी प्राण्यांची तडफड पाहिली नव्हती; त्यांच्या भूमीची इतकी अवनती झालेली पाहिली नव्हती. सगळे इतके व्यर्थ वाटत होते की बास! या आधीच्या हजारो वर्षांप्रमाणे जर त्यांना नद्यांच्या विस्तृत क्षेत्रात पसरू दिले गेले असते, तर खूप कमी प्राणी मेले असते.

आमच्या सगळ्या आप्तमित्रांचा एकच सल्ला होता की, जे होत आहे, ते स्वीकारा. 'पाळीव गाई-गुरे हा फार मोठा व्यवसाय आहे. बांधलेली कुंपणे तोडून

टाकायला त्यांना तुम्ही कधीच भाग पाडू शकणार नाही.' जर हा मुद्दा सारखा उभा केला, तर आम्हाला या देशातून हाकलून दिले जाईल, अशी आमच्या दोन-तीन मित्रांनी चेतावणी दिली; पण बोट्स्वाना लोकशाहीवादी प्रजासत्ताक आहे आणि इथल्या वन्य प्राण्यांबाबत मुद्दा उपस्थित केला, म्हणून आम्हाला इथून घालवून देतील, असे आम्हाला वाटले नाही. फार उशीर होण्याआधीच काहीतरी करावे, असे आम्हाला वाटत होते. डॉ. सिल्बर बोअर आणि डॉ. चाइल्ड यांनी आधीच्या दुष्काळातील प्राण्यांच्या मृत्युंबद्दल लिहिलेले अहवाल धूळ खात पडले आहेत, हेही आम्हाला ठाऊक होते. पुढचा दुष्काळ पडण्याआधीच यावर काहीतरी उपाय करायचा आम्ही निश्चय केला होता. आम्ही सुचवलेल्या उपायांकडे या देशातील कोणीही लक्ष देणार नाही, हे माहीत असल्यामुळे आम्ही त्याबद्दल बाहेर काहीतरी लिखाण प्रकाशित करायचे ठरवले आणि देशाबाहेरील प्रभावशाली व्यक्तींचा पाठिंबा मिळवायचे ठरवले, जे याबद्दल काहीतरी करायला बोट्स्वाना सरकारला भाग पाडतील.

●●●

एके दिवशी रेडिओवर आम्हाला नेदरलँडसच्या राजपुत्राला, प्रिन्स बर्नहार्ड यांना आमच्या संशोधनाबद्दल सादरीकरण करण्याचे निमंत्रण मिळाले. ते काही दिवसांतच बोट्स्वानामध्ये सफारीसाठी येणार होते. त्यानंतर काही दिवसांतच आम्हाला आर्थिक पाठिंबा देणाऱ्या फ्रँकफर्ट वन्यमित्र संघटनेचे डॉ. रिचर्ड फॉस्ट मॉनमध्ये येणार होते. अशी संधी मिळणे मोठी सौभाग्याची गोष्ट होती. जगभरात प्राण्यांच्या संवर्धनात महत्त्वाची कामगिरी बजावणाऱ्या दोन व्यक्ती आमच्या उंबऱ्याशी येत होत्या - म्हणजे आमच्या कॅम्पपासून दोनशे मैलांच्या अंतरात आणि तेदेखील काही आठवड्यांत! आम्ही पटकन डॉ. फॉस्ट आणि प्रिन्स बर्नहार्ड यांना पत्र लिहिले आणि आमच्या कॅम्पला भेट देण्याचे आमंत्रण दिले; पण राजपुत्र आमचे निमंत्रण स्वीकारून वाळवंटात राहण्यासाठी येतील अशी काही आम्हाला आशा नव्हती.

तरीही जर त्यांनी आमच्या निमंत्रणाचा स्वीकार केला तर त्या परिस्थितीचा सामना कसा करावा, याचा आम्ही विचार करू लागलो. ते आणि त्यांच्या बरोबरचे लोक कोठे झोपतील? आमच्या एकुलत्या एक झोपायच्या तंबूत, पॅकिंगच्या खोक्यांनी बनवलेल्या कॉटवर, फोम-रबरच्या गादीवर ते झोपतील अशी आम्ही कल्पनाही करू शकत नव्हतो. शिवाय आमच्या 'एको व्हिस्की गोल्फ'मधून ते येण्यास राजी होतील हेदेखील अतर्क्य होते. तसेच मोठे विमान उतरायला आमची धावपट्टी फारच छोटी होती. आम्ही त्यांना खायला - प्यायला तरी काय देणार? बिल्टाँग आणि गरम धुरकट पाणी? आणि संडासाबद्दल तर आम्हाला फार काळजी वाटत होती. नदीपात्राच्या मधोमध पेट्रोलचा, वर सीट कापलेला ड्रम, ज्याला आम्ही

'थंडरड्रम' म्हणायचो तो उभा होता.

ख्वाई नावाच्या ठिकाणी आम्हाला भेटल्यावर जर राजपुत्र खरोखरच आमच्याबरोबर कॅम्पवर येण्यास राजी झाले, तर त्यासाठी जी तयारी लागेल, ती आम्ही करायचे ठरवले. डेलियाने तंबूचा पृष्ठभाग धुवून काढला. (पण नेहमीप्रमाणे कोपऱ्यातले कोळी सोडून.) स्वयंपाकघरातील भांड्यांमधली जुनी पक्ष्यांची घरटी काढून टाकली. साखरेच्या भांड्यातील मुंग्या निवडून काढल्या आणि बादलीतील ओव्हनमध्ये ब्रेड भाजून ठेवला. मी विमानावर मेणाचा थर चढवला. थंडरड्रमच्या बाजूला खांब ठोकून त्यावर पडदे लावले आणि खास प्रसंगासाठी राखून ठेवलेली वाइनची बाटली झिझीफसच्या झाडाखाली जमिनीत गाडून ठेवली.

बोट्स्वानामध्ये प्रिन्स येणार होते, त्या दिवशी आम्ही ख्वाई रिव्हर लॉजला गेलो. ते ठिकाण ओकावांगो डेल्टाच्या एका टोकाला आहे आणि भलतेच महागडे आहे. जवळच्या लांबसडक गवताळ धावपट्टीवर आम्ही विमान उतरवले. एक लँडरोव्हर आम्हाला न्यायला आली होती. नीटनेटक्या लॉनमध्ये एक ड्रायव्हर आम्हाला नव्याने रंग दिलेल्या झोपड्यांपाशी घेऊन गेला. डायनिंग हॉल गडद रंगाच्या लाकडाने बनवलेला होता आणि त्यापलीकडे ख्वाई नदीचे मैदान दिसत होते. त्या मैदानात लेच्वे प्रकारच्या हरणांचे कळप दिसत होते. त्याशिवाय नदीच्या निळ्या पाण्यात राखाडी पाणबुड्यांसारखे पाणघोडे दिसत होते.

जेव्हा आम्ही लॉजपाशी पोहोचलो, तेव्हा राजपुत्र आणि त्यांच्याबरोबरचे लोक सफारीसाठी कोठेतरी गेले आहेत, हे ऐकून आम्हाला बरे वाटले. त्यांना कसे अभिवादन करायचे, त्याबद्दल आमच्या मनात खात्री नव्हती आणि ते आम्हाला कोणालातरी आधी विचारायचे होते. डेलियाने कर्टसी (पाश्चात्त्य पद्धतीमध्ये मोठ्या व्यक्तीला स्त्रियांनी मागे पाय वाकवून झुकून अभिवादन करायची पद्धत आहे त्याप्रमाणे) करावी का आणि मी पुढे वाकावे का? आम्ही त्यांना काय म्हणून संबोधावे? या जंगलात पडलेले विचित्र प्रश्न; पण चार माणसांत कसे वागावे ते आम्हाला माहीत नाही असे वाटू नये म्हणून आमची धडपड होती.

संध्याकाळी आम्ही गवताच्या छताच्या डायनिंगच्या घरात शिरलो आणि भरलेल्या रूममधून हळूहळू आपली वाट काढत पुढे जाऊ लागलो. एक एक चेहरा न्याहाळत राजपुत्र दिसत आहेत का, ते शोधत होतो. मधल्या टेबलाशेजारून जात असताना माझ्या हातावर एका दुसऱ्या हाताची पकड जाणवली आणि एक आवाज म्हणाला, "माझे नाव बर्नहार्ड - दक्षिण आफ्रिकन प्रसिद्ध हृदयरोगतज्ज्ञाप्रमाणे बार्नहार्ड नाही - बर्नहार्ड. तुम्ही दोघे नक्की मिस्टर आणि मिसेस ओवेन्स असणार." अचानक आम्ही नेदरलँडस्च्या राजपुत्राच्या समोर उभे होतो आणि ते आम्हाला सांगत होते की, विल्डबीस्टबद्दल मी त्यांना लिहिलेल्या पत्रात मी त्यांच्या नावाचे

स्पेलिंग चुकीचे लिहिले होते. त्यांच्या डोळ्यांत मिश्कील भाव होता, जो हळूहळू त्यांच्या चेहऱ्यावर पसरला. त्यांचे पातळ झालेले केस सरळ मागे केलेले होते आणि गोल चष्मा नाकावर आरामशीरपणे बसला होता. नाझी लोकांनी त्यांच्या देशावर आक्रमण केले, तेव्हा देशाच्या सेनाप्रमुखाच्या पेहेरावातला त्यांचा लष्करी गणवेशातील फोटो मी पाहिला होता, ते मला आठवले.

"काहीही असो!" ते म्हणाले, "तुम्हाला भेटून आनंद झाला. तुमच्या सुंदर बायकोला आमच्या शेजारी बसू द्या."

जेवताना ते अगदी सहज पण अपेक्षेने म्हणाले की, ते आमच्या विमानातून आमच्या कॅम्पवर यायला उत्सुक आहेत. मात्र, त्यांना फक्त एकच दिवस तिथे राहता येईल.

दुसऱ्या दिवशी सकाळी आम्ही त्यांना आणि त्यांच्या स्वीय सहायकाला सकाळी सहाला धावपट्टीवर भेटलो. आदल्या दिवशी रात्री जेवताना त्यांनी ते विमान चालवत होते, तेव्हाच्या गोष्टी आम्हाला अगदी रंगवून सांगितल्या होत्या : जिप्सी मॉथ, कुंपण असलेल्या छोट्या शेतात विमान उतरवणे आणि इतर सगळे. त्या दिवशी जसे आम्ही उड्डाण केले, तसे त्यांनी माझ्याकडे पाहिले आणि हसून म्हणाले, "मी चालवू का?" मी कॅम्पची दिशा त्यांना समजावून सांगितली आणि विमान त्यांच्या हाती सोपवले. ते विमान चालवण्याबद्दल विसरले असतील, तर त्यांनी तसे दाखवले नाही; कारण ते आम्हाला थेट कॅम्पच्या दिशेने घेऊन गेले.

चहाचा एक कप घेतल्यावर आम्ही पुन्हा उड्डाण केले आणि मी त्यांना कुकी कुंपणाच्या जवळचा उत्तरेकडचा प्राण्यांच्या स्थलांतराचा मार्ग दाखवला. सडणाऱ्या मांसाचा रोजचा हप्ता घ्यायला आलेल्या गिधाडांना चुकवत आम्ही त्या कुंपणावरून त्याच्या वळणाकडे गेलो आणि तिथून दक्षिणेला वळलो. पूर्वेला कित्येक मैलांवर झाऊ सरोवराच्या मैदानात धुळीचा सागर उठला होता. हजारो विल्डबीस्ट पाण्यासाठीची लांबची सहल आटोपून सावलीसाठी परत येत होते. राजपुत्राने उद्वेगाने डोके हलवले. नजर पोहोचेल तिथपर्यंत काळे गोळे मैदानात चालताना दिसत होते. आम्ही त्यांच्यावरून गेलो, तेव्हा राजपुत्रांच्या चेहऱ्यावर गंभीर भाव होता. दहा दिवसांपूर्वी होते, त्यापेक्षा आता वातावरण खूपच गरम होते; प्राणी अधिक वेगाने मृत्युमुखी पडत होते. आम्ही खालच्या विध्वंसाच्या, मृत्यूच्या आणि वेदनेच्या चित्रावरून विमान नेत होतो. कॅम्पवर परतत असताना दोघे एक शब्दही बोललो नाही.

ती निराशावादी सहल संपवून परत आल्यावर जसे आम्ही विमानापासून कॅम्पकडे परत चाललो होतो, तसा 'चीफ' नावाचा धनेश पक्षी झाडावरून उड्डाण घेऊन थेट राजपुत्राच्या डोक्यावर बसला. अजून एक कप चहा पीत असताना बर्नहार्ड यांनी आम्हाला संशोधनासाठी आणखी पैसे देण्याचे आणि या विल्डबीस्टच्या समस्येवर

युरोपातील योग्य व्यक्तींशी बोलायचे कबूल केले.

मी झिझीफसच्या झाडाखालून वाइन काढली आणि डेलियाने बादलीच्या ओव्हनमधून ताजा ब्रेड काढला. टेबलाभोवती उड्या मारणाऱ्या धनेश, टीट-बबलर आणि मॅरिको फ्लायकॅचर पक्ष्यांबरोबर आम्ही जेवण केले.

दुपारी प्रिन्स बर्नहार्ड यांना काही सिंह, ब्राउन हायनाची पिल्ले आणि पिंक पँथर असे सगळे भेटले. 'पिंक पँथर' एका बिळात शिरला आणि बाहेर यायला तयार नव्हता. अंधार पडायच्या आधी आम्ही ख्वाई लॉजच्या धावपट्टीवर उतरलो. त्या रात्री आम्ही लॉजमध्ये सादरीकरण केले. दुसऱ्या दिवशी सकाळी आम्ही डॉ. फॉस्टच्या भेटीच्या तयारीसाठी घरी परतलो.

डॉ. रिचर्ड फॉस्ट ही अभूतपूर्व उत्साही व्यक्ती आहे. ते आठवड्याचे सातही दिवस काम करतात. रोज सकाळी पाच ते आठ ते फ्रँकफर्ट प्राणिमित्र संघटनेचे काम करतात; मग सकाळी आठ ते दुपारी पाचपर्यंत फ्रँकफर्ट प्राणिसंग्रहालयाचे काम करतात. त्यानंतर पाचपासून रात्री दहापर्यंत पुन्हा प्राणिमित्र संघटनेचे काम करतात. त्यांची ही सात वर्षांतली आफ्रिकेची पहिलीच वारी होती आणि या वेळीदेखील ते त्यांना मदत करणाऱ्या लोकांचा एक गट घेऊन आले होते.

आता ते गाडीच्या बाजूच्या बोर्डवर उभे होते, त्यांचे केस वाऱ्यावर उडत होते आणि चेहरा धुळीने माखला होता. आम्ही झाऊ सरोवराच्या किनारी विल्डबीस्टच्या एका शवापासून दुसऱ्या शवापर्यंत जाऊन मोजणी करत होतो, लिंग कोणते ते बघत होतो आणि मृत प्राण्यांचे वय किती असेल, याचा अंदाज बांधत होतो. संध्याकाळी आम्ही पाण्यापासून काही यार्डावर बिछाना अंथरला आणि कॅम्पफायर शेजारी बसलो. सूर्यास्ताच्या वेळी आम्ही एक तरुण विल्डबीस्ट गरम हवेत आमच्याजवळ किनाऱ्यावर उभा असलेला पाहिला. खाली उतरून पाणी प्यायला यायला तो घाबरत होता. आता अंधारात सडक्या मृत जनावरांचा भयानक वास येत होता आणि रात्री सक्रिय असणाऱ्या पक्ष्यांचा आवाज येत होता. बराच वेळ कोणी काही बोलले नाही.

साडेदहा वाजेपर्यंत आमची शेकोटी विझत आली होती. हवेत एक थरार जाणवू लागला. "ऐक... काही ऐकू येते का? तिकडे... जसा दगडावरून पाणी वाहावे तसा आवाज." काही मिनिटे गेली आणि आता गडगडाटासारखा आवाज येऊ लागला. मैदानातून कण्हण्याचा आवाज येऊ लागला. "विल्डबीस्ट येत आहेत!"

आमच्या मागच्या उंचवट्यावरून काळ्या आकृत्या डोकावल्या. धुळीचा एक जोरदार झोत आमच्या अंगावर आला. मी हळूच गाडीत शिरलो आणि मोठा टॉर्च लावला. हरणांचा सागर, त्यांचे चकाकते पाचूसारखे डोळे किनाऱ्यावर आले होते. आमच्या कॅम्पच्या जागेच्या आजूबाजूने ते पाण्याकडे जात होते.

ते आमच्या बाजूने पुढे गेले आणि पाण्यात शिरले. ते पाणी पीत असताना

लपलप असा आवाज येत होता; पण प्रत्येक प्राणी पाण्यात केवळ दोन ते तीन मिनिटे थांबला. मग काही वेळातच तो प्राण्यांचा जमाव वळला आणि पश्चिमेच्या बाजूला मैदानाकडे जाऊ लागला. परतीचा प्रवास ताबडतोब चालू झाला होता. हे सगळे केवळ काही घोट पाण्यासाठी! पुन्हा सूर्य डोक्यावर येऊन अंगातले त्राण शोषून घेण्याआधी सावली शोधायला त्यांच्याकडे केवळ काही तास शिल्लक होते.

वेगाने पाण्यात शिरून परत बाहेर येणाऱ्या त्या प्राण्यांकडे पाहात असताना या स्थलांतराचे कालाहारीतील सर्व वन्य जीवनाच्या संवर्धनात किती महत्त्व आहे, त्याचाही मी विचार करत होतो. विल्डबीस्ट, सिंह आणि हायना यांनी आम्हाला किती शिकवले होते! मध्य कालाहारी कितीही मोठे असले, तरी त्यातील अस्थिर प्राणिसृष्टीसाठी त्यात पुरेसे अन्न-पाणी नाही, चरणाऱ्या आणि शिकारी दोन्ही प्राण्यांसाठी. त्या अभयारण्यात एकही कायमची पाणवठ्याची जागा नाही आणि आजूबाजूची कुंपणे आणि मानवी वस्त्या या देशातील भरपूर पाणी असलेल्या एकमेव प्रदेशाकडे जाण्यापासून हरणांना प्रतिरोध करतात; त्यामुळे हरणांना तीव्र दुष्काळाच्या काळात पाण्याकडे जाण्याचा कोणताही मार्ग उपलब्ध नाही. जरी सिंह, बिबटे, ब्राउन हायना आणि कालाहारीतील इतर शिकारी प्राणी पाण्याशिवाय कितीही काळ जगू शकत असले, तरी ते केवळ पुरेसे खाद्य उपलब्ध असेपर्यंतच तसे करू शकतात. जर या प्राण्यांना बोतेती नदी आणि झाऊ सरोवराकडे जाण्यासाठी मार्ग उपलब्ध करून दिला नाही, मानवी शिकाऱ्यांपासून यांना होणारा त्रास थांबवला नाही किंवा दुसरा कोणता मार्ग शोधला नाही, तर कालाहारीतील बहुतेक वन्य जीवन नष्ट होऊन जाईल अशी आमची खात्री पटली होती.

नजीकच्या काळात या प्राण्यांना पावसाने दिलासा मिळाला असता - पावसाने वाळवंटात हिरवे गवत उगवले असते आणि त्यामुळे ते झाऊ सरोवरापासून लांब गेले असते. या सर्व समस्येवर एकमेव शाश्वत उपाय - झाऊ सरोवर आणि अभयारण्याच्या मधला परिसर अजून एका मोठ्या अभयारण्यात सामील करून घेण्याचा, नाहीतर कमीतकमी प्राण्यांना पाण्याकडे जाण्यासाठी संरक्षित मार्ग उपलब्ध करून देण्याचा होता. त्यातली गोम अशी होती की, या दोन्ही उपायांमुळे त्या भागातल्या वाढत्या वस्तीवर आणि गोठ्यांवर अंकुश ठेवावा लागणार होता.

पाळीव जनावरांना पर्याय म्हणून जर पर्यटन आणि इतर वन्य जीवनाशी निगडित उद्योगांचा विकास केला, तर स्थानिक जमातींचे राहणीमान खूपच सुधारले असते. त्याच वेळी एक महान राष्ट्रीय उद्यानदेखील वाचले असते; पण हे आम्ही गाबोरोनमधील सरकारी खात्यांना सुचवत असलो, तरी त्यांनी तो मार्ग स्वीकारण्याची शक्यता फारच कमी होती - कारण झाऊ सरोवर परिसरातील गोठ्यांमध्ये अनेक महत्त्वाच्या लोकांची भागीदारी होती.

विल्डबीस्टच्या परिस्थितीमुळे डॉ. फॉस्ट खूपच विचलित झाले होते आणि आमच्या संशोधनाला मदत चालू ठेवण्याचे त्यांनी कबूल केले. त्यांच्या आणि राजपुत्र बर्नहार्ड यांच्या भेटीनंतर आम्ही कित्येक महिने आमच्या तंबूत किंवा झिझीफसच्या झाडाखाली टाइपरायटर बडवण्यात घालवले. धनेश पक्षी आमच्या पेन्सिली उडवायचे. आम्ही जगातील अनेक प्रमुख मासिकांमध्ये लेख लिहिले, अनेक प्रभावशाली व्यक्तींना पत्रे लिहिली आणि अहवाल पाठवले. कोणीतरी बोट्स्वाना सरकारला विल्डबीस्टच्या संवर्धनासाठी प्रयत्न करण्यास राजी करेल अशी आम्हाला आशा होती. 'ईईसी'ला त्या कुंपणांचा वन्य जीवांवर होणाऱ्या परिणामांचा विचार करायला, भाग पाडायला कोणीतरी सांगेल, असेदेखील आम्हाला वाटत होते.

आयात-निर्यातीचा धंदा करणाऱ्या उद्योजकांचा किंवा सरकारी अधिकाऱ्यांचा याबद्दलचा दृष्टिकोन बदलेल, अशी काही आम्हाला आशा नव्हती; पण आम्ही आमच्याकडून पूर्ण प्रयत्न करत होतो. मधल्या कालावधीत आम्ही डोक्यावरच्या धुरकट आकाशात ढग शोधत होतो; पण एकही ढग दिसत नव्हता.

कालाहारीची नशा

मार्क

पाऊस येण्याआधी जाणवत होता
त्याची चाहूल तितकी स्पष्ट होती

- रॉड मककर्न

१९८०च्या ऑक्टोबरमधल्या एका दुपारी, दुष्काळ सुरू झाल्यापासून अडीच वर्षांनी आकाशात एक ढग दिसू लागला. महिनोन्महिने अंगाची लाहीलाही करणाऱ्या वाळवंटातील आकाशामध्ये पाण्याच्या वाफेची एक हलकीशी उशी तरंगत उभी होती, आम्हाला खिजवत होती. कित्येक तासांनंतर बाकीचे ढग तिथे जमा झाले. ते अजूनही पांगलेले होते; पण प्रत्येक ढग काळा आणि जड होऊ लागला. ढग पूर्वेच्या बाजूला व्हॅली आणि झाऊ सरोवराच्या मधोमध उभे होते.

एका ढगाखाली जेव्हा पाऊस चालू झाला, तेव्हा डेलिया आणि मी विमानाकडे पळालो. १,५०० फुटांवर आम्ही त्या मऊ, राखाडी वाफेच्या गोळ्याखालून जात होतो, तेव्हा पाऊस विमानाच्या काचेवर पडत होता; तो विमानाच्या पृष्ठभागावरून मागे येऊ लागला. आम्ही खिडक्या उघडल्या आणि त्यातून हात बाहेर काढले. हातावरून पाण्याचे ओघळ आणि त्याबरोबरच सगळा थंडावा आत आला. विमानात सगळीकडे ताजा वास भरून गेला. ती कालाहारीची नशा होती.

आम्ही झाऊ सरोवराच्या दिशेने गेलो. सगळीकडे वादळी ढग भरून गेले होते. तलावाशेजारच्या मैदानात ढग आलेले नव्हते; पण खाली विल्डबीस्टचे काळे गोळे

एकत्र येऊन पश्चिमेकडच्या वाळवंटावरच्या आकाशाकडे पाहात होते. मग जणू सगळे मैदान हलल्यासारखे वाटू लागले आणि हजारो हरणे पश्चिमेच्या दिशेने पळू लागली. त्यांच्या हालचालीत कोणतीतरी नैसर्गिक नियमितता होती आणि ते सगळे सरळ रेषांमध्ये चालू लागले. काही रेषा कित्येक मैल लांबीच्या होत्या. सगळे विल्डबीस्ट ढगांकडे आणि पावसाच्या पडद्याकडे चालत होते.

विमानाभोवतीच्या ओघळांमुळे आणि शिंतोड्यांमुळे असेल किंवा आमच्या उत्साहामुळे असेल; पण आमच्या ते लक्षात यायला वेळ लागला. जेव्हा लक्षात आले, तेव्हा फार वाईट वाटले की, जमीन अजूनही कोरडी ठणठणीत होती. आम्ही 'कोरड्या पावसा'मध्ये चाललो होतो - असा पाऊस जो वाळवंटातील गरम हवेमुळे जमिनीवर पडायच्या आधीच वाफ होऊन जात होता. ढगांच्या सगळ्यात जवळ असलेल्या विल्डबीस्टच्या अंगावर पाऊस पडायला पाहिजे होता. ते डोके वाकवून अगदी संथ गतीने चालत होते. बाकीचे थांबले होते. विल्डबीस्टनाही संपूर्ण नैराश्य येत असेल का?

मी विमानाचा वेग वाढवला, झडपा वाकवून विमान वळवले आणि पुढचा अर्धा तास आम्ही एका ढगाकडून दुसऱ्या ढगाकडे विमान नेत होतो आणि खालच्या कळपांना निरखत होतो. शेवटी दुपारचे तापमान पुरेसे कमी होऊन पावसाचे दाट पांढरे खांब जमिनीपाशी पोहोचू लागले. खालचे मैदान आधी काळे आणि मग ओले झाले. सगळीकडे पाणी साचले. विल्डबीस्ट पाणी पिऊन जे काही ओले गवत खाली उरले असेल, ते खाऊ लागले.

तीन दिवसांनी पुन्हा पाऊस झाला आणि त्यानंतर परत एका आठवड्याने झाला. सगळीकडे हिरवे गवत उगवले. विल्डबीस्ट लगबगीने गवत चरत कालाहारीकडे आणि अभयारण्याकडे परत निघाले. उरलेले विल्डबीस्ट स्थलांतर करणाऱ्या विल्डबीस्टच्या मूळ संख्येचा एक छोटासा भाग होते. पावसामुळे आम्हाला थोडा अवधी मिळाला होता - बोट्स्वाना सरकारला आणि उरलेल्या जगाला कालाहारीतील हरणे वाचवणे गरजेचे आहे, हे पटवून देण्यासाठी.

आम्ही पहिल्या पावसाच्या दुसऱ्या दिवशी जेव्हा सिंहांना शोधण्यासाठी उड्डाण केले, तेव्हा आकाशात अजूनही ढग एकत्र दिसत होते. 'सॅसी'चा सिग्नल आम्हाला जोरात ऐकू आला, तेव्हा परत मोठे थेंब विमानावर आदळू लागले. आम्ही सगळ्यात मोठा सिग्नल होता त्या जागेवरून गेलो, तेव्हा आमचे कपाळ शेजारच्या खिडकीवर टेकवलेले होते. खालच्या झाडीत आम्ही 'सॅसी'ला शोधत होतो. मी विमान खूप तिरके करून वळवले आणि पुन्हा त्याच ठिकाणी आणले. जेव्हा आम्हाला 'सॅसी' सापडली, तेव्हा ती बाभळीच्या मोठ्या झाडाखाली उभी होती. तिच्या शेजारी 'चेरी' आणि त्यांची सगळी सातही पिल्ले होते. अभयारण्याच्या पुष्कळ बाहेर आणि बरेच

वेळा गोठ्यांपासून शे-दोनशे यार्ड अंतरात विल्डबीस्टची शिकार करून त्या दोघी माद्यांनी आपल्या पिल्लांना दुष्काळाच्या काळात वाढवले होते. कोणत्याही मापाने मोजता त्यांनी मातृत्वाची जबाबदारी चांगल्या पद्धतीने पार पाडली होती. आता त्या हार्टबीस्ट मैदानापाशी उभ्या होत्या; कोसळणाऱ्या पावसात एकमेकींच्या पाठीवरचे आणि चेहऱ्यावरचे पाणी चाटत होत्या. जेव्हा आम्ही विमान वळवून दूर जाऊ लागलो, तेव्हा पिल्ले एकमेकांवर दबा धरून खेळत होती. खालच्या ओल्या वाळूत आम्हाला त्यांच्या पावलांच्या खुणा दिसत होत्या.

'ब्ल्यू' आणि 'बिम्बो' क्रोकोडाइल मैदानाजवळ एका पाणवठ्यावर पाणी पीत होते. आम्ही त्यांच्या ठिकाणाची नोंद करून घेतली. मी विमान कॅम्पच्या दिशेने वळवत होतो, तेव्हा आम्हाला एक मोठा थोराड नर सिंह, 'ब्ल्यू' आणि 'बिम्बो'च्या जवळ बाभळीच्या झुडपाजवळ बसलेला दिसला. तो विमानाच्या थेट खाली होता आणि धुरकट दिसत होता; त्यामुळे मी ईडब्ल्यूजी वळवले आणि परत त्याच्यावर नजर टाकण्यासाठी फिरवले; पण जोरदार वाऱ्यामुळे विमान फार हलत होते आणि खाली डझनभर दाट झुडपे होती; त्यामुळे तो आम्हाला परत दिसला नाही.

डिसेप्शन व्हॅलीमध्ये पाऊस पोहोचायला सूर्यास्त उजाडला. 'पेपर' त्यांच्या वसाहतीजवळ एका वासाच्या खुणेचा वास घेत होती आणि 'कोको' झुडपाखाली झोपला होता. जसा त्यांनी अनुभवलेला पहिला पाऊस अंगावर येऊ लागला, तशी दोन्ही ब्राउन हायनाची पिल्ले उभी राहिली, त्यांचे कान उंचावलेले होते. पावसामुळे आजूबाजूच्या जमिनीवरून धूळ उडू लागली. 'पेपर' आणि 'कोको' झाडाच्या पानांवरून, जुन्या हाडांवरून, आपल्या नाकाच्या टोकावरून पाणी ओढून घेऊ लागले. शेवटी ते जमिनीवर साचलेले पाणी पिऊ लागले. दोन वर्षांचे झाल्यावर ते आपले पहिले पाणी प्यायले होते.

दुसऱ्या दिवशी सकाळी 'ब्ल्यू' आणि 'बिम्बो' डॉग्ज लेग नावाच्या डिसेप्शन व्हॅलीच्या टोकाच्या ठिकाणी होत्या. मी जसा त्यांच्या डोक्यावरून गेलो, तशा त्या मला सोनेरी आयाळीच्या एका नराबरोबर दिसल्या. काल ज्या नराबरोबर आम्ही त्यांना पाहिले होते, तोच नर असावा. दोन वर्षे एकलकोंडे काढल्यावर त्यांना एक साथीदार मिळाला, हे बघून मला आनंद झाला होता. कदाचित जेव्हा पुरेसा पाऊस होईल आणि व्हॅलीमध्ये हरणे परत येतील, तेव्हा सिंह पुन्हा नदीपात्रात येऊन वास करतील. एका वाळूच्या डोंगरावरून दुसऱ्या डोंगराकडे जाणाऱ्या त्यांच्या गर्जनांवाचून आम्हाला रात्री आणि सकाळी चुकचुकल्यासारखे व्हायचे. मी कॅम्पकडे परत आलो आणि त्यांची जागा हवाई नकाशावर नोंदवून घेतली.

मग त्या तिघांकडे नीट नजर टाकण्यासाठी आम्ही पुन्हा त्यांच्या दिशेने गाडीतून निघालो. दोन दाट झुडपांच्या मधल्या मोकळ्या जागेत ते आम्हाला

सापडले. मी गाडी थांबवली, तेव्हा नर आपल्या एका कुशीवर झोपला होता आणि त्याने डोळे उघडून बघितलेदेखील नाही.

"तो इतका शांत आहे यावर माझा विश्वास बसत नाही." डेलिया म्हणाली. पण मग त्याने डोके हलवले.

डेलियाने दुर्बीण डोळ्याला लावली. तिने आश्चर्याने उच्छ्वास सोडलेला मला ऐकू आला.

"मार्क, तो 'मफेट' आहे! तो जिवंत आहे! मला त्याच्या मांडीवर जखमेचा व्रण दिसतो आहे!" जरी त्याची मानेची कॉलर आणि त्यावरचा ट्रान्समीटर गेला असला, तरी त्याच्या उजव्या कानात तुटकी लाल रिंग दिसत होती. त्याने 'मफीन'ला पकडले गेलेले आणि गोळी घातली गेलेली पाहिली होती. त्याचा स्वतःचाही एका घोड्यावरच्या माणसाने कुत्र्यांच्या साहाय्याने पाठलाग केला होता. तो कदाचित जखमीदेखील झाला असेल; पण ते सगळे सहन करून आणि दुष्काळाला पुरून तो उरला होता.

जरा वेळ थांबून डेलिया आणि मी गाडीतून खाली उतरलो. आम्ही सिंहांना आत्मविश्वास देण्यासाठी एक हळुवार साद घालायचो. तशी साद घालत आम्ही पुढे निघालो. 'बिम्बो' आणि 'ब्ल्यू'पासून 'मफेट' वेगळा बसला होता आणि आपल्या जाड पंजामध्ये एका साळिंदराला पकडून खात होता. त्याने अगदी एकटक आमच्याकडे निरखून पाहिले आणि सुस्कारा टाकून तो परत खाण्याकडे वळला. आम्ही त्याच्या समोर पाच यार्डांवर एका झुडपाखाली बसलो. त्याच्याबरोबर घालवलेल्या जुन्या दिवसांसारखे वाटत होते.

'बिम्बो' आता दोन वर्षांचा असला, तरी त्याला लहानासारखी उत्सुकता होती. आता तो चांगला २०० पौंडाचा पौगंडावस्थेतील सिंह होता. आता त्याला आयाळदेखील फुटू लागली होती. तो हळूच उभा राहिला आणि आमच्या दिशेने आला. तो आमच्यापासून पाच फुटांवर पोहोचला, तेव्हा थांबला आणि दुसरीकडे पाहू लागला. त्याने आपला पंजा चाटला आणि जमिनीचा वास घेतला. मग हळूच एक पाऊल पुढे टाकले, जणू एखाद्या अंड्यावर टाकावे तसे. बाकी कशापेक्षा त्याने आमचा पूर्णपणे स्वीकार करायला पाहिजे होता. त्याला वाटणाऱ्या अनिश्चिततेपेक्षाही त्याला उत्सुकता जास्त वाटत असावी, असे मला वाटत होते. जर त्याने आम्हाला स्पर्श केला, तर ते एक चांगले चिन्ह ठरले असते.

अजून एक पाऊल... मग तो माझ्या दिशेने वाकला. त्याचे नाक आणि मिशा माझ्या चेहऱ्यापासून केवळ तीन फुटांवर होत्या. तो आणखी जवळ आला. मला त्याच्या डोळ्यांत वाळवंटाचे प्रतिबिंब दिसत होते. बदलत्या प्रकाशामुळे डोळ्याच्या बाहुल्यांत सोनेरी - तपकिरी रंगाच्या छटा दिसत होत्या. तो पुनःपुन्हा नाक पुढे

करायचा. मग एक पाऊल मागे जाऊन कान वळवायचा. एकदा शेवटचा विचित्र प्रयत्न करून झाल्यावर त्याने घाईघाईने माझ्या जवळच्या भरपूर पाने असलेल्या एका झाडाच्या फांद्यांना नाक लावले आणि एक जोराचा उच्छ्वास सोडला, जणू पहिल्यापासून त्याला तसेच करायचे होते. मग तो बाजूला चालत गेला. त्याने मला जवळजवळ स्पर्श केला होता; पण काहीतरी असे होते, ज्यामुळे त्याने शेवटचे अंतर राखले होते. शेवटचा बांध तसाच राहिला होता.

आम्ही बराच वेळ तेथे बसलो. 'मफेट' आपले जेवण संपवताना त्याला पाहात बसलो होतो. त्याने साळिंदराचे काटे आपल्या चेहऱ्यावरून आणि खांद्यांवरून घासून काढले आणि आपले पाय चाटले. त्याचे अंग साफ करून झाल्यावर तो आपल्या पायांवर उभा राहिला आणि आमच्या दिशेने चालत आला. चालताना त्याची आयाळ हलत होती आणि गुलाबी जीभ नाकावर फिरत होती. तो आमच्या पायांपाशी थांबला, तेव्हा आमच्याकडे पाहात होता. मग 'ब्ल्यू'शेजारी पडून राहायला तो सावलीत गेला.

माणसाच्या निष्काळजीपणामुळे निसर्गाला ओरबाडण्याच्या कृतीपासून कालाहारीतील हजारो चौरसमैलांच्या जंगलात 'मफेट', 'ब्ल्यू' आणि 'बिम्बो' जरा तरी अलग होते. कदाचित त्यांना, 'पेपर', 'कोको' आणि इतरांना जगण्यासाठी आणि टिकून राहण्यासाठी पृथ्वीचा छोटासा कोपरा राखून ठेवायची परवानगी मिळेल.

पण इतका वेळ आमचे ज्या गोष्टीकडे लक्ष गेले नव्हते, ती आम्हाला दिसली. बाभळीच्या फांदीला निळ्या प्लॅस्टिकच्या बांधलेल्या रिबिनी, वाऱ्यावर फडफडत होत्या.

समारोप

डेलिया आणि मार्क

पर्यावरणवाद्याला नुसते जंगलात राहून, ओरडत बसून उपयोग
नाही - त्याला आपला संदेश ऐकवला आणि समजावला
पाहिजे.

- एम. डब्ल्यू. होल्ड गेट

डिसेप्शन व्हॅलीच्या विशाल प्रदेशात एके काळी राज्य करणाऱ्या 'ब्ल्यू' कळपाच्या
साम्राज्यातले 'ब्ल्यू', 'मफेट' आणि 'बिम्बो' हे तिघेच काय ते उरले आहेत. आम्ही
'बिम्बो'ला शेवटचे पाहिले, तेव्हा तो विस्कळीत आयाळ असलेला, भटकणारा; पण
चांगला धष्टपुष्ट नर बनला होता. थोड्याच दिवसांत तो भटके जीवन जगणार होता.
तो बहुधा डिसेप्शन व्हॅलीपासून दूर जाऊन स्वतःचा कळप शोधेल. तसे होईपर्यंत
तो आणि त्याची आई त्यांच्या कळपाच्या जुन्या सरहद्दीमध्ये राहात होते. त्यांचा
प्रदेश म्हणजे क्रोकोडाइल मैदानाजवळचा व्हॅलीच्या पूर्वेकडचा झुडपांचा आणि
झाडीचा भाग होता. अधूनमधून ते 'मफेट'ला भेटतात आणि मग ते तिघे एकत्र
शिकार तरी करतात नाहीतर एखाद्या झाडाच्या सावलीमध्ये एकत्र विश्रांती घेतात.

'मफेट' शक्यतो एकटाच राहतो. तो छोट्या प्राण्यांची आणि पक्ष्यांची शिकार
करून राहतो. तो क्वचितच गर्जना करतो, कारण त्याचा प्रांत असा उरलेलाच नाही;
पण मधूनच तो वाऱ्याच्या दिशेने हळुवार साद घालतो - कदाचित तो आपल्या जुन्या
मित्राचा, 'मफीन'चा शोध घेत असावा.

१९८० या वर्षाच्या शेवटी म्हाताऱ्या 'चेरी'ने आणखी तीन पिल्लांना जन्म दिला. तिने बहुधा पूर्वेकडच्या कळपातील एका नराबरोबर समागम केला असावा. ती, 'सॅसी' आणि त्यांची पिल्ले डिसेप्शनपासून वीस ते पन्नास मैलांच्या प्रदेशात हार्टबीस्ट मैदानाच्या जवळ असतात. या नेत्रदीपक भागात टर्मिनलिया आणि कॉम्ब्रेटमची दाट झाडी उघड्या गवताळ मैदानात मिसळून जाते. तिथे कधीकधी येणाऱ्या कुडू, डुईकर, हार्टबीस्ट आणि स्थलांतर करणाऱ्या विल्डबीस्टची शिकार करून या सिंहिणी राहतात. आता त्यांनी या भागातील इतर नरांबरोबर आणि माद्यांबरोबर गट तयार केला आहे; त्यामुळे त्या बहुधा डिसेप्शनमधील कॅम्पजवळच्या 'ब्ल्यू' कळपाच्या हद्दीत परत कधी येणार नाहीत.

'लिसा' आणि 'जिप्सी' पॅरेडाइज मैदानाजवळ राहतात. १९८० मध्ये 'जिप्सी'ने तीन पिल्लांना जन्म दिला. ती दुसऱ्या वेळी खूपच चांगली आई बनली होती आणि आम्ही कालाहारी सोडून जाईपर्यंत तिची पिल्ले चांगली सुदृढ होती आणि जोमाने वाढत होती.

मूळच्या 'ब्ल्यू' कळपातल्या 'स्पायसी' आणि 'स्पूकी' सिंहिणी आता स्प्रिंगबोक मैदानातील कळपात सामील झाल्या आहेत. तिथे 'स्पायसी'ने 'हॅपी'च्या कुटुंबाबरोबर पिल्ले वाढवली आहेत.

'रास्कल' आणि 'होम्बर'ला आम्ही पहिल्यांदा पाहिले, तेव्हा ती 'ब्ल्यू' कळपातली दोन नर पिल्ले होती. त्या दोघांनाही अभयारण्याच्या सरहद्दीबाहेर गोठ्यांजवळ रांचर लोकांनी गोळ्या घालून ठार मारले. आम्ही कानात खुणेची रिंग बसवलेल्या किंवा कॉलर बसवलेल्या एक तृतीयांश सिंहांना शिकाऱ्यांनी, चोरांनी किंवा रांचर लोकांनी आम्ही निघण्याआधी मारून टाकले होते. ही कत्तल बहुतेक वेळा नरांवर केंद्रित झालेली होती. दीर्घ काळाचा विचार करता, ही कत्तल त्या प्राण्यांच्या संवर्धनासाठी नक्कीच वाईट आहे, अशी आमची खात्री होती (कालाहारीतील सिंहांच्या संवर्धनासाठीची आमची शिफारस परिशिष्ट क्र. ब मध्ये वाचा.)

स्प्रिंगबोक मैदानाच्या कळपातला प्रमुख नर असलेल्या 'डिएब्लो'ला तीन उमद्या नरांनी हाकलून लावले. आम्ही त्या नरांना 'ऑल-स्टार्स' असे म्हणायचो. 'डिएब्लो' डिसेप्शन व्हॅलीच्या वीस मैल पश्चिमेला निघून गेला. तिथे तो दोन तरुण सिंहिणींबरोबर राहतो. 'हॅपी', 'डिक्सी', 'सनी', 'मझी' आणि 'टॅको' या स्प्रिंगबोक कळपातल्या सिंहिणी आणि त्यांच्याबरोबर 'स्पायसी', 'स्पूकी' आणि इतर कळपांतल्या दोन सिंहिणी त्या छोट्याशा पावसाळ्यात त्यांच्या जुन्या भागात परत आल्या होत्या. आता मात्र त्या कालाहारीच्या १२०० चौरसमैलांच्या डिसेप्शन व्हॅलीच्या उत्तर-दक्षिणेला असलेल्या विशाल वालुकामय प्रदेशात पसरल्या आहेत.

हिडन व्हॅलीमधील ढोबळ धावपट्टीवर खड्डे शोधताना डेलियाला घाबरवणारा

टाउ कळप, जेव्हा कोरड्या ऋतूत अभयारण्याच्या बाहेर आला, तेव्हा रांचर लोकांकडून मारला गेला.

●●●

'पेपर' आता एक तरुण प्रौढ ब्राउन हायना झाली आहे. तिच्या आईप्रमाणे आमची पाण्याची किटली चोरायला ती अजूनही आमच्या कॅम्पवर येते.

१९८० मध्ये उशिरा 'पॅचेस'ने चार पिल्लांना जन्म दिला आणि नंतर तिने त्या पिल्लांना त्यांच्या वसाहतीमध्ये हलवले. 'डस्टी' आणि 'पेपर'ने त्यांना खायला घालायला मदत केली. 'डस्टी'ची स्वतःची पिल्ले मृत्युमुखी पडली. त्यानंतर 'पॅचेस'च्या पिल्लांना वसाहतीमध्ये आणल्याआणल्या ती 'पॅचेस'च्या पिल्लांना दूध पाजू लागली. पिल्लांचा सावत्र भाऊ 'चिप' पिल्लांना खाऊ घालून, त्यांच्या बरोबर खेळून, त्यांना वाढवण्यास मदत करतो; पण 'पिपीन' जो त्यांचा लांबचा मावसभाऊ आहे, तो मदत करत नाही.

(मध्य कालाहारीमधील ब्राउन हायनांच्या संवर्धनासाठीची निरीक्षणे परिशिष्ट क्र. क मध्ये नोंदवली आहेत.)

●●●

१९८० या वर्षी उशिरा झाऊ सरोवराच्या परिसरात जो पाऊस आला, त्यामुळे विल्डबीस्ट तात्पुरते अभयारण्यात परत आले; तोपर्यंत हजारो मृत्युमुखी पडले होते; पण पावसामुळे मिळालेला हा सुटकारा तात्पुरता होता. थोड्याशा पावसाच्या सरी वगळता १९८४ पर्यंत दुष्काळ सुरूच राहिला. कळप अजूनही झाऊ तलावाकडे स्थलांतर करत आहेत; पण आता तो तलाव पूर्णपणे कोरडा पडला आहे.

जेव्हा कालाहारीमधील स्थलांतर करणाऱ्या हरणांबद्दल काडीचीही माहिती नव्हती, तेव्हा मध्य कालाहारी अभयारण्याच्या सरहद्दी आखल्या गेल्या आहेत. आधीच कमी झालेल्या प्राण्यांच्या संख्येची जपणूक करायची असेल, तर या स्थलांतर करणाऱ्या प्राण्यांसाठी काहीतरी मार्ग शोधला पाहिजे.

आम्हाला आमचे विल्डबीस्टबद्दलचे संशोधन सुरू ठेवायचे होते; त्यामुळे आमच्या डिसेप्शनमधल्या कॅम्पचे एक संशोधन केंद्र बनवून तो सुरू ठेवण्यासाठी आम्ही अनुदानाची मागणी केली. फ्रँकफर्ट प्राणिमित्र संघटनेने ते केंद्र सुरू ठेवण्यासाठी आणि विल्डबीस्टबद्दल संशोधनासाठी आवश्यक असलेली मदत देण्याचे कबूल केले. डग आणि जेन विलियमसन आमच्या विल्डबीस्टबद्दलच्या मूलभूत संशोधनावर आणि त्यांच्या स्थलांतराच्या मार्गांवर अधिक शोध घेत आहेत. त्यांच्या अनुमानानुसार १९८३ च्या एका वर्षातच झाऊ तलावाच्या परिसरात ६०,००० पेक्षा जास्त हरणे

मृत्युमुखी पडली आहेत.

विल्डबीस्टबद्दलच्या बातमीला बरीच प्रसिद्धी मिळाल्यामुळे त्याबद्दल जागतिक पातळीवर बरीच आपुलकी निर्माण झाली. त्याबद्दलची काळजीपर पत्रे बोट्स्वाना सरकारला जगभरातून येऊ लागली आहेत. वन्य जीव खात्यातील एका अधिकाऱ्याने आम्हाला सांगितले की, बोट्स्वाना सरकारच्या शेतकी खात्याने वन्य जीव आणि राष्ट्रीय उद्यानांच्या विभागाला दहा लाख पुलापेक्षा जास्त रकमेचे अनुदान घोषित केले आहे. हे अनुदान कालाहारीमधील हरणांसाठी इतरत्र पाणवठे तयार करण्यासाठी आहे. झाऊ तलावाच्या पश्चिम किनाऱ्यावर अजून मानवी वस्त्या वाढवायला तात्पुरती स्थगिती मिळाली आहे; त्यामुळे विल्डबीस्टसाठी स्थलांतराचा मार्ग तात्पुरता प्रस्थापित झाला आहे. कालाहारी संवर्धन संस्था गाबोरोनमध्ये प्रस्थापित झाली आहे आणि मध्य कालाहारी अभयारण्याच्या आतच कायमचे पाणवठे तयार करता येतील का, याबद्दलची व्यवहार्यता पडताळून पाहिली जात आहे.

दुर्दैवाने झाऊ तलावाच्या किनारी वन्य रक्षकांची चौकी मात्र प्रस्थापित झालेली नाही; त्यामुळे स्थलांतर करणाऱ्या हरणांची कत्तल होणे, त्यांना त्रास देणे हे प्रकार अजूनही सुरूच आहेत. स्थानिक लोक गाड्यांमधून विल्डबीस्टचा पाठलाग करतात, त्यांच्यावर कुत्रे सोडतात, त्यांना गोळ्या घालतात, भाले मारतात आणि सोट्याने त्यांना मारून टाकतात.

(विल्डबीस्टच्या समस्येवरचे उपाय परिशिष्ट क्र. अ मध्ये नोंदवलेले आहेत.)

●●●

आम्ही मॉक्सला परत कधीच भेटलो नाही; पण शहामृगांची वाढ करणाऱ्या मोटोपीमधल्या एका पोल्ट्रीवर तो काम करतो, असे आम्हाला कळले. मोटोपी गाव मॉनच्या पूर्वेला तीस मैलांवर बोतेती नदीवर आहे. आम्हाला ज्या शेतकऱ्याने मॉक्सबद्दल सांगितले, तो म्हणाला की, रोज संध्याकाळी शेकोटीभोवती बसून मॉक्स इतरांना 'बोन्स'च्या गोष्टी सांगतो. 'ब्ल्यू' कळपामुळे त्याला झाडावर चढावे लागले होते, रेडिओच्या मदतीने पहिल्यांदा 'स्टार'चा माग काढताना कसे अपयश येत होते, ते तो इतरांना रंगवून सांगतो. तो अजूनही दारू पितो आणि कधीकधी मोटोपीमधल्या स्थानिक स्त्रियांना घाबरवून सोडतो; पण त्याला तिथे प्रतिष्ठेचा 'रा डे टाउ!' असा किताब मिळाला आहे - ज्याचा अर्थ होतो - 'सिंहांचा माणूस!'

आम्ही आमच्या संशोधनाचे निष्कर्ष लिहून प्रकाशित करत आहोत आणि आमच्या डॉक्टरेटचा प्रबंध डाव्होस येथील कॅलिफोर्निया विद्यापीठात प्रकाशित करत आहोत. थोड्याच दिवसांत आम्ही 'पेपर', 'डस्टी', 'ब्ल्यू', 'सॅसी', 'मफेट' आणि आम्हाला सात वर्षे माहीत असलेल्या इतर प्राण्यांचा अभ्यास करण्यासाठी पुन्हा

कालाहारीत जाऊ.

•••

आम्ही आमचे उरलेले सगळे आयुष्य डिसेप्शन व्हॅलीमध्ये राहू शकलो असतो आणि त्यामध्ये आम्ही अनेक टिपणवह्या भरून टाकू शकलो असतो. तिथली गुपिते आमच्यासाठी कायमच भुरळ घालणारी आहेत; पण असे करण्याने कालाहारीचा काहीही फायदा झाला नसता. आम्हाला आमच्याकडे असलेली सात वर्षांची माहिती नीट लिहून प्रकाशित करणे, शास्त्रासाठी आणि प्राण्यांच्या संवर्धनासाठी आवश्यक वाटत होते. बोट्स्वाना आणि जगातील इतर जनतेला कालाहारीमधली वन्य जीवांची संपत्ती किती मोलाची आहे, ते पटवून देणे तितकेच महत्त्वाचे होते. आमच्या तंबूच्या कॅम्पमध्ये राहून हे शक्य झाले नसते.

आम्ही वाळवंटात काही अवघड कालावधीत राहिलो होतो; पण डिसेप्शन व्हॅली सोडून जाण्याची वेळ सगळ्यात अवघड होती.

डिसेंबर १९८० मधील एका पहाटे आम्ही 'एको व्हिस्की गोल्फ'मधून आमच्या धावपट्टीवरून उड्डाण केले आणि वाळवंटातल्या आकाशात झेप घेतली. बोइंग नावाचे स्प्रिंगबोक हरीण वाटेतून बाजूला झाले आणि कॅम्पमधल्या धनेश पक्ष्यांनी फडफड केली. मार्कने व्हॅलीवरून एक शेवटची फेरी घेण्यासाठी विमान उत्तरेच्या दिशेने वळवले; तसे आम्ही दोघेही गप्पच होतो. 'बोन्स'च्या तुटलेल्या पायावर आम्ही ज्या झाडाखाली शस्त्रक्रिया केली होती, त्या झाडावरून कमी उंचीवरून आम्ही विमान नेले. मग हायनांच्या बिळावरून विमान नेले, तशी एका बाभळीच्या झाडाखाली आम्हाला 'पेपर' झोपलेली दिसली. पूर्वेकडील टेकडीच्या माथ्यावर आम्ही थोडा वेळ रेंगाळलो, तिथे 'मफीन' आणि 'मफेट' यांनी 'स्टार'ला मारून खाल्ले होते. मग आम्ही चिता हिलवरच्या थोड्या मोकळ्या जागेत फिरलो, तिथे 'कॅप्टन' आणि 'मेट' यांनी 'हांसेल' आणि 'ग्रेटेल' यांना वाढवले होते. मग आम्ही १६३ अंश कोनात विमान दक्षिण दिशेला वळवले आणि डिसेप्शनमधून एका संपूर्ण वेगळ्या विश्वात निघून गेलो.

परिशिष्ट अ

कालाहारीमधील स्थलांतर करणाऱ्या हरणांचे संवर्धन :

दुष्काळाच्या दिवसांत कालाहारीमधील विल्डबीस्ट आणि हार्टबीस्टसारखी हरणे मध्य कालाहारीमधून स्थलांतर करतात आणि आतल्या सुरक्षित वातावरणातून बाहेर पडतात. गामी सरोवर, ओकावांगो डेल्टा, झाऊ सरोवर आणि या सगळ्या गोष्टींना जोडण्याऱ्या नद्यांच्या पाण्याकडे कालाहारीतील हरणांचे कळप स्थलांतर करतात. पिण्याच्या पाण्याव्यतिरिक्त या हरणांना दुष्काळाच्या काळात लागणारे हिरवे पोषक गवत या पाण्याच्या जवळ उपलब्ध असते. गेल्या वीस वर्षांत ज्या भागात मानवी वस्ती वाढली आहे, अशा परिसरात ही हरणे स्थलांतरामुळे पोहोचतात. पाणी आणि हिरव्या गवताच्या या मर्यादित साठ्यासाठी आता मानवाची या वन्य जीवांबरोबर स्पर्धा सुरू आहे. त्याशिवाय फूट आणि माउथ रोगावर (FMD) नियंत्रण ठेवण्यासाठी उभी केलेली कुंपणे या स्थलांतरात अडसर ठरत आहेत आणि त्यामुळे सगळ्या हरणांना पूर्वी उपलब्ध असलेल्या नदीकाठच्या मोठ्या परिसराच्या एकदम छोट्या भागातून जावे लागत आहे. (नकाशे पाहा.)

या वाळवंटातील स्थलांतर करणाऱ्या हरणांमधल्या आणि माणसामधल्या समस्येवर तोडगा काढणे सोपे नाही; पण जर ताबडतोब काही उपाय शोधला नाही, तर कालाहारीमध्ये वेळोवेळी पडणाऱ्या दुष्काळात ही हरणे फार काळ जगू शकणार नाहीत. त्यासाठी पुढील उपाय विचारात घेतले पाहिजेत.

१. FMDचा प्रतिबंध करण्यास या कुंपणाचा किती उपयोग होतो, त्याबद्दल तपशीलवार संशोधन झाले पाहिजे. रोगाचे जंतू एका प्राण्यामधून दुसऱ्या प्राण्यात कसे पसरतात, याबद्दल आत्तापर्यंत विशेष माहिती उपलब्ध नाही आणि आत्तापर्यंत पुष्कळ प्रयोग झाले असले, तरी वन्य जीवांमधून पाळीव प्राण्यांकडे या रोगाचे जंतू पसरतात, हे सिद्ध झाले नाही.[१] त्यामुळे वन्य प्राणी या रोगाचे भांडार आहेत आणि त्यांच्यावर कुंपणांनी प्रतिबंध करता येतो, असे खात्रीलायकपणे सांगता येत नाही.

१९५० च्या दशकात ही कुंपणे उभी राहिल्यानंतरही बोट्स्वानामध्ये नऊ वेळा FMD रोगाच्या मोठ्या साथी आल्या आहेत. या रोगावर अंकुश ठेवण्यासाठी कुंपणे घातली असली, तरी हा रोग देशात सगळ्या परिसरातील पाळीव प्राण्यांमध्ये पसरला आहे. तीन प्रकारच्या जंतूंमुळे हा रोग होतो आणि त्यामुळे जर वातावरण अनुकूल झाले असेल, तर एकाच वेळी वेगवेगळ्या जंतूंमुळे वेगवेगळ्या परिसरांत रोगाचा फैलाव झाला असण्याची शक्यता आहे. हे जंतू हवेतूनही बऱ्यापैकी अंतर प्रवास करून जाऊ शकतात.[२] आणि वाहनाच्या चाकाला लागलेल्या ओल्या मातीतून प्रवास करतात.[३] असे मानण्यासाठी चांगले पुरावे आहेत. या गोष्टींवर कुंपणानी अंकुश राहू शकत नाही; त्यामुळे कुंपणामुळे या रोगाचा प्रसार आणि फैलाव होण्यावर अंकुश लागू शकतो, असे मानण्यास जितके पुरावे आहेत, तितकेच तसे ते मानणे अयोग्य आहे, असे मानण्यासाठीदेखील पुरेसे परिस्थितीजन्य पुरावे आहेत. एक गोष्ट आपल्याला नक्कीच ठाऊक आहे की, ही कुंपणे वन्य प्राण्यांसाठी मात्र अगदी आयुष्य उद्ध्वस्त करणारी आहेत. वन्य जीव वन्य जीव
अर्थात वन्य जीवांच्या समस्येवर कायमचा तोडगा काढण्यासाठी कुंपणे पूर्णपणे काढून टाकणे हा काही दीर्घकालीन उपाय होऊ शकणार नाही. बोट्स्वानामधील मोजकी सरोवरे आणि नद्यांच्या काठी मानवी वसाहत वाढवण्यासाठी भरपूर दबाव आहे; त्यामुळे जरी कुंपणे काढली, तरी कालाहारीतील हरणांना पाण्यापाशी जाण्यापासून नजीकच्या भविष्यात थांबवले जाईल. या भागात पर्यटन आणि इतर वन्य जीवनाशी निगडित उद्योग विकसित करण्याच्या प्रस्तावांबद्दल सरकारने कधीच गंभीरपणे विचार केला नाही. या उद्योगांमुळे स्थानिक लोकांचे राहणीमान सुधारेल आणि त्याचबरोबर

महान नैसर्गिक वारशाचे जतन केले जाईल. अजून एखादे वन्य जीवनावरील अरिष्ट रोखण्यासाठी ज्या नव्या कुंपणे बांधण्याच्या योजना बनत आहेत, त्यांचा वन्य जीवनावर होणारा परिणाम कसा होईल, त्याचा सखोल अभ्यास झाला पाहिजे.

२. बोट्स्वाना सरकारने रोगावर नियंत्रण घालण्यासाठी कुंपणाऐवजी इतर उपायांचा विचार केला पाहिजे. सगळ्यात चांगला आणि आधुनिक उपाय आहे लसीकरणाचा. भूतकाळात रोगाच्या साथीमध्ये पन्नास टक्क्यांपेक्षाही कमी पाळीव प्राण्यांना लस दिली गेली आहे. कमीतकमी एका वेळेला तर तारीख उलटून गेलेली लस वापरली गेली आहे. अमेरिकेमध्ये या रोगावर कायमचे नियंत्रण करू शकेल अशा एका लसीचा सध्या विकास होतो आहे.[४]
कुंपणांची गरज कमी करतील आणि गोमांसाची निर्यात करणाऱ्या उद्योगाला या रोगाच्या लहरीपासून वाचवतील असे इतरही उपाय आहेत. जिथे रोगाचा कायम फैलाव होतो, अशा ठिकाणी मांसावर प्रक्रिया करून डबाबंद करण्याच्या उद्योगाचा विकास, रोगाची साथ असताना एका भागातून दुसऱ्या भागात पाळीव प्राण्यांना घेऊन जाण्यावर बंदी आणि ज्या भागात अशी बंदी घातली आहे, त्या ठिकाणी कुंपण घालण्याऐवजी हलक्या विमानाद्वारे टेहळणी.

३. विल्डबीस्टच्या समस्येवर आणखी एक तात्पुरता उपाय म्हणजे मध्य कालाहारी अभयारण्याची सरहद्द झाऊ सरोवरापर्यंत वाढवणे. जर सरकार हे मानण्यास तयार नसेल, तर अभयारण्याच्या पश्चिम सरहद्दीपासून सरोवरापर्यंतचा भाग स्थलांतरासाठी कायमचा मार्ग म्हणून राखीव करणे. या भागातील नव्या गोठ्यांचा आणि गावांचा विकास थांबवला पाहिजे. ज्या वर्षी स्थलांतर होणार नाही, त्या वर्षीही स्थलांतरासाठी हा मार्ग मोकळा ठेवला पाहिजे. त्या कालावधीमध्ये या मार्गाचा उपयोग पर्यटनासाठी, शिकार-सफारीसाठी आणि इतर वन्य जीव आधारित उद्योगांसाठी केला पाहिजे.

४. झाऊ सरोवराच्या परिसरात एक कायमस्वरूपी वन्यरक्षकांची चौकी वसवला पाहिजे, ज्यामुळे स्थलांतर करणाऱ्या वन्य प्राण्यांच्या शिकारीला आळा बसेल.

५. वन्य जीवांना अभयारण्यात पाणीपुरवठा करण्यासाठी बोअरवेल खोदण्याचा आम्ही पुरस्कार करत नाही; पण जर अशी परिस्थिती आली, तर पुढील खबरदारी घेतली पाहिजे.

अ. पुरेसे गवत असले, तरी ते हरणांना चरण्यासाठी चांगल्या दर्जाचे आहे, याची खात्री देता येत नाही. प्राण्यांना दुष्काळाच्या काळात पुरेसे पोषण मिळण्यासाठी, मध्य कालाहारीतील चरण्यायोग्य आणि तोडून खाण्यायोग्य वनस्पती पुरेशी प्रथिने आणि खनिजद्रव्ये पुरवतात का, याचा अभ्यास करण्याची गरज आहे. जर ती पुरवत नसतील, तर स्थलांतर करणाऱ्या प्राण्यांना नुसते पाणी पुरवून ती वाचतील असे सांगता येत नाही.

आ. कृत्रिम पाणवठ्यामुळे स्थलांतर करणाऱ्या वन्य जीवांचे एका ठिकाणी केंद्रीकरण होते. त्यावर नीट नियंत्रण ठेवले नाही, तर त्या स्थानी जास्त गवत चरले जाते आणि ओसाड जमीन तयार होते.

इ. कृत्रिम पाणवठ्यावर माणूसदेखील आकर्षित होतो आणि त्या बाजूला वस्ती वाढून शेती आणि गोठे तयार होण्याची शक्यता असते; त्यामुळे वन्य जीवांचा पाण्याचा मार्ग बंद होतो आणि आधीच संवेदनशील असलेल्या समस्येची तीव्रता आणखी वाढते. झेड नावाच्या ठिकाणी अभयारण्याच्या हद्दीत बोअरवेलभोवती वस्ती वसली आहे आणि ती वाढते आहे, ज्यामुळे मोठी समस्या निर्माण झाली आहे.

६. पुरातन नदीपात्रे आणि मैदाने कालाहारीतील एकूण जमिनीचा केवळ अकरा टक्के भाग आहेत; पण येथील जमिनीमध्ये जीवनावश्यक द्रव्ये आहेत आणि त्यामुळे इथल्या गवतामध्ये प्रथिनांचे तंतुमय पदार्थाशी असलेले प्रमाण इतर ठिकाणच्या गवतापेक्षा अधिक योग्य आहे. हा भाग एकूण जमिनीच्या तुलनेत जरी छोटा अंश असला, तरी मोजल्या गेलेल्या प्राण्यांपैकी एक्कावन्न टक्के प्राणी, ज्या वर्षी दहा इंचांपेक्षा जास्त पाऊस होतो, त्या वर्षी पावसाळ्याच्या दिवसांत येथे राहतात. आमच्या संशोधनात असे दिसले की, ही पुरातन नदीपात्रे वन्य जीवांसाठी महत्त्वाची आहेत आणि ती वाचवली पाहिजेत.

७. युरोपियन आर्थिक समिती (ईईसी) आणि त्यातही मुख्यत्वे ब्रिटनमध्ये बोट्स्वानामधून गोमांसाची आयात होते. ते बोट्स्वानाच्या गाई-गुरांच्या उद्योगाला मोठे आर्थिक अनुदान देतात. ब्रुसेल्समधले ईईसीचे अधिकारी

जनावरांच्या भोवती कुंपण घालण्याचा हट्ट धरून बसलेले आहेत. त्या कुंपणाचा फूट आणि माउथ रोगाच्या नियंत्रणासाठी किती उपयोग होतो, याचा कोणताही अभ्यास झालेला नाही, तरीही त्यांचा कुंपणासाठी आग्रह आहे. कुंपण घालून तीस वर्षे झाली असली आणि त्यामुळेच कमीतकमी अडीच लाख विल्डबीस्ट आणि इतर असंख्य हरणे मृत्युमुखी पडली असली, तरी ते आपल्या मतावर ठाम आहेत. या अनुदानामुळे सहजासहजी पैसे मिळत असल्यामुळे पाळलेल्या जनावरांची संख्या वाढती असते आणि त्यामुळे जास्त भागात जनावरांना चरायला सोडले जाते आणि आणखी वैराण परिसर तयार होतो- त्यामुळे वन्य प्राणी अजूनच बाजूला सारले जातात. तिथल्या कित्येक स्थानिक लोकांना आपली अन्नाची आणि कपड्यांची गरज भागवणे आता मुश्कील झाले आहे. या दोन्ही गोष्टी पारंपरिकरीत्या वन्यप्राण्यांपासून मिळतात. आता ते उदरनिर्वाहासाठी अधिकाधिक परकीय मदतीवर अवलंबून राहू लागले आहेत. या काळात गोठ्यांचे मोजके श्रीमंत मालक अजून श्रीमंत होऊ लागले आहेत. देशातली बहुतेक गाई-गुरे या मोजक्या श्रीमंत मालकांच्या गोठ्यांतील आहेत.

युरोपियन संसदेने या धोरणाचा ताबडतोब फेरविचार केला पाहिजे. परकीय मदतीने बोट्स्वानाला वन्य पर्यटन उद्योगाचा विकास करायला प्रोत्साहन दिले पाहिजे. पर्यटन, फोटोसाठीची सफारी, शिकारीची सफारी, सुरक्षित भागात वन्य जीवांची वाढ आणि इतर गोष्टी या पर्यटनात येतात. त्यासाठी लागणारा पैसा हा सध्याच्या 'गोमांसासाठीच्या मदती'तून येऊ शकतो. आता बोट्स्वानाला या गोष्टीसाठी मिळणारी मदत एक कोटी पंचेचाळीस लाख ब्रिटिश पौंड इतकी आहे. वन्य जीवनाशी निगडित उद्योग हे शाश्वत उद्योग आहेत, कारण त्यामुळे वैराण जमीन तयार होण्याची शक्यता कमी असते, ते सांभाळायला कमी पैसा लागतो आणि त्यामुळे सर्वसामान्य जनतेचे राहणीमान सुधारण्याची शक्यता जास्त असते.

परिशिष्ट ब

कालाहारीतील सिंहांचे संवर्धन :

१. शिकारी प्राण्यांच्या संख्या नियमनाच्या कायद्यात बदल झाला पाहिजे. शिकारी लोकांना शिकारी प्राण्यांची शिकार करू देण्याआधी, त्या प्राण्यांनी खरोखरच पाळीव प्राण्यांना मारले आहे, याचा पुरावा देणे आवश्यक आहे; असा बदल केला पाहिजे. त्यावर योग्य अधिकारी व्यक्तीने ताबडतोब चौकशी करून जर अशा प्रकारच्या नुकसानीचा पुरेसा पुरावा मिळाला, तर अशा शिकारी प्राण्याला मारण्याचा अधिकार केवळ सरकारी अधिकारी व्यक्तीचा असला पाहिजे आणि तो शिकारी रांचरकडे नसावा. सरकारी अधिकाऱ्याने शिकारी प्राण्याचे अवशेष घेऊन गेले पाहिजे आणि त्यातून मिळणाऱ्या उत्पन्नातून एक फंड तयार करून त्यातून गाई-गुरांचे नुकसान झालेल्या गोठेमालकांना नुकसानभरपाई दिली गेली पाहिजे. सगळ्या मारलेल्या प्राण्यांच्या कवट्या वन्य जीव खात्याने प्रक्रिया करून जपून ठेवाव्यात, म्हणजे त्यातून त्या शिकारी प्राण्याच्या संख्येची आणि वितरणाची अत्यावश्यक असलेली माहिती मिळेल.

२. कालाहारीतील सिंहांच्या संख्येचा अभ्यास करून आम्ही या निष्कर्षाला पोहोचलो आहोत की, त्यांची शिकार करण्याचे परवाने संख्येने निम्मे केले पाहिजेत आणि असा परवाना मिळण्यासाठीचे शुल्क दुप्पट केले पाहिजे. प्रत्येक मारलेल्या सिंहाची कवटी वन्य जीव खात्यातील प्रशिक्षित माणसाने प्रक्रिया करून जतन करून ठेवावी. (वाचकांना आम्ही या गोष्टीची आठवण करून देत आहोत की,

हे पुस्तक म्हणजे आमच्या संशोधनाचे निष्कर्ष सांगण्यासाठी लिहिलेले नाही. प्राण्यांच्या संख्येच्या घनतेची माहिती, त्यांच्या हद्दीचा आकार, त्याचा होणारा वापर इत्यादींबद्दलची संपूर्ण आणि सविस्तर माहिती योग्य अशा शास्त्रीय नियतकालिकांत प्रसिद्ध होईल.)

३. एखाद्या शिकाऱ्याने जर आधीच सिंहाची शिकार केली असेल, तरच त्याला परवाना विकत घेण्याची गरज असावी. आमच्या पाहण्यातले कित्येक शिकारी अतिशय तरुण वयाच्या सिंहांना केवळ याच कारणासाठी मारत होते, कारण त्यांनी आधी पैसे खर्च करून शिकारीचा परवाना विकत घेतला होता आणि आता त्यांना वयस्कर नर सापडत नव्हता; त्यामुळे जरी वयस्कर सिंह सापडत नसले, तरी नर सिंहांची होणारी शिकार काही कमी होत नाही.

४. शिकारी प्राण्यांना आमिष देऊन सापळ्यात पकडण्याविरुद्धचे कायदे अधिक कठोरपणे पाळले गेले पाहिजेत. यामुळे सध्या बेसुमार शिकार होते आणि ज्या सिंहांनी पाळीव प्राण्यांना काहीही केले नाही, त्यांनादेखील मारले जाते. आमिष दाखवून शिकारी प्राणी अभयारण्याच्या आणि राष्ट्रीय उद्यानांच्या बाहेर आकर्षित केले जातात.

५. वन्य जीव खात्याने नियमांच्या कठोर अंमलबजावणीसाठी सध्याच्या संख्येपेक्षा दुप्पट ते तिप्पट अधिक मनुष्यबळ सज्ज ठेवले पाहिजे.

६. परिशिष्ट 'अ'मध्ये विस्तारितरीत्या सांगितल्याप्रमाणे मध्य कालाहारीमधील सिंह आणि इतर वन्यसृष्टी वाचवण्याचा मुख्य उपाय त्या अभयारण्याची सरहद्द मोठी करून कमीतकमी झाऊ सरोवराच्या पश्चिम किनाऱ्यापर्यंत तरी वाढवायला हवी. जरी आपण असे पाहिले की, कालाहारीतील सिंह कित्येक महिने पिण्याच्या पाण्याशिवाय जगू शकतात, तरी त्यांना मोठ्या दुष्काळाच्या काळात पुरेशी शिकार मिळण्यासाठी अभयारण्याची सरहद्द पार करून बाहेर यावे लागते.

७. वर सुचवलेल्या गोष्टींची अंमलबजावणी होईपर्यंत दुष्काळाच्या काळात अभयारण्याच्या बाहेर सिंहांच्या शिकारीवर बंदी घातली पाहिजे. या काळातच काहीही करून तग धरून राहण्यासाठी बरेच सिंह अभयारण्याच्या बाहेर पडतात.

८. झाऊ सरोवराच्या दक्षिण टोकावर पर्यटकांसाठी एक केंद्र उघडले पाहिजे. या केंद्रात सरोवराचे दृश्य दाखवणारे एक लॉज, पक्षिनिरीक्षणासाठी सरोवरावरून छोट्या बोटींमधून सहली, छोट्या बोटींमधून नदीमार्गे फिशिंग आणि वन्य जीव निरीक्षणाच्या सहली, मकाडीकाडी मैदानामध्ये फोटोसफारी, प्रस्तावित मध्य कालाहारी अभयारण्याच्या पुरातन नदीपात्रात सफारी आणि एखाद्या स्थानिक धावपट्टीवरून वन्य प्राणी पाहण्यासाठी हवाई उड्डाणे अशा सर्व सोयी असल्या पाहिजेत. झाऊ सरोवराजवळचे पर्यटन केंद्र व्यावसायिक कालाहारी, मकाडीकाडी आणि ओकावांगोच्या एकत्र सहली आयोजित करण्यासाठी वापरू शकतात; त्यामुळे स्थानिक आणि प्रादेशिक अर्थव्यवस्थेला चालना मिळेल आणि त्याच वेळी बोट्स्वानाच्या विशेष माहिती नसलेल्या; पण तरीही खास असलेल्या भागाची जाहिरात होईल आणि तो जतन करण्यास चालना मिळेल.

परिशिष्ट क

ब्राउन हायनांचे संवर्धन :

१. ब्राउन हायना हे वाळवंटसदृश परिस्थितीत राहणारे स्कॅव्हेंजर आहेत. अशा ठिकाणी बहुतेक वेळा सडके मांस कमी उपलब्ध असते; त्यामुळे ब्राउन हायना तसे कमी संख्येत आढळतात. कालाहारीतील अधिकाधिक भाग पाळीव जनावरांना चरण्यासाठी वापरात येऊ लागल्यामुळे, त्यांना उपलब्ध असलेला परिसर कमी होऊ लागला आहे आणि त्यामुळे त्यांची संख्या धोक्यात आली आहे. गांझी, तुली आणि नोजानी या कुरणांच्या भागात त्यांना सरसकट पकडले जाते किंवा गोळी घातली जाते. खरेतर त्यांच्यामुळे पाळीव जनावरांना होणाऱ्या धोक्याची अतिशयोक्ती केली गेली आहे. एक-दोन अपवाद वगळता, आम्ही जेव्हा त्यांना डिसेप्शन व्हॅलीमध्ये शिकार करताना पाहिले, तेव्हा त्यांनी सशापेक्षा मोठे कधीही काही मारले नाही. पावसाळ्याच्या सुरुवातीला जेव्हा स्प्रिंगबोकच्या सगळ्या माद्या एकाच वेळी पिल्लांना जन्म द्यायच्या, तेव्हादेखील आम्ही कधी ब्राउन हायनांना स्प्रिंगबोकच्या पिल्लांना मारताना पाहिलेले नाही. जेव्हा एखादा हायना पाळीव जनावराच्या अवशेषांवर ताव मारताना दिसतो, तेव्हा त्यानेच त्या पाळीव प्राण्याला मारले असेल, असे सांगता येत नाही. बहुतेक वेळी - खरेतर सगळ्याच वेळी - एखादी शिकार इतर शिकारी प्राण्याने करून झाल्यावर ब्राउन हायनाला सापडते आणि तो पळवतो. दक्षिण आफ्रिकेतील काही रांचर ब्राउन हायनांना आपल्या कुरणात येऊ देऊ लागले आहेत; जनमानसात या गोष्टीची शिकवण करून दिली गेली पाहिजे की, तरसांची ही

जात मुख्यत्वे स्कॅव्हेंजर आहे आणि त्यामुळे पाळीव प्राण्यांना कोणताही धोका नाही.

२. ब्राउन हायना आपल्या अन्नासाठी मुख्यत्वे सिंहांवर आणि बिबट्यांवर अवलंबून असतात. शिकारी लोक, चोर आणि रांचर त्या सिंहांची आणि बिबट्यांची बेसुमारपणे हत्या करत आहेत. मध्य कालाहारीमध्ये सध्या असलेली ब्राउन हायनांची संख्या टिकून राहण्यासाठी इतर शिकारी प्राण्यांचे संवर्धन करणेही गरजेचे आहे.

३. पशुवैद्यकीय कारणास्तव घातलेल्या कुंपणामुळे हजारो हरणे मरत आहेत. ही हरणे खरेतर ब्राउन हायनांच्या आणि कालाहारीतील इतर शिकारी प्राण्यांच्या अन्नाचा मुख्य स्रोत ठरली असती; त्यामुळे ब्राउन हायनांना वाचवण्यासाठी त्या समस्येवर तोडगा काढणे गरजेचे आहे.

४. ब्राउन हायना पाळीव प्राण्यांसाठी अजिबात धोकादायक नसल्यामुळे आणि त्यांची संख्या चिंताजनक असल्यामुळे त्यांना बोट्स्वानाच्या शिकारी प्राणी नियमन कायद्यात सामील करून घेऊ नये. कोणाही रांचर माणसाला जर या कारणास्तव ब्राउन हायनाला मारायचे असेल, तर त्यासाठी नुकसानीचा भक्कम पुरावा असला पाहिजे आणि त्यानंतरच ब्राउन हायनाला मारण्याचा परवाना त्यांना दिला पाहिजे.